द गिफ्ट ऑफ रेन

मूळ लेखक

तान त्वान एंग

अनुवाद

अशोक पाथरकर

मेहता पब्लिशिंग हाऊस

THE GIFT OF RAIN by TAN TWAN ENG

Translated in Marathi Language by Ashok Patharkar

द गिफ्ट ऑफ रेन / अनुवादित कादंबरी
अनुवाद : अशोक पाथरकर
बी-८०३ रोहन गरिमा, सेनापती बापट रोड, पुणे - ४११०१६
E-mail : patharkar@yahoo.com

प्रकाशक : सुनील अनिल मेहता, मेहता पब्लिशिंग हाऊस,
१९४१, सदाशिव पेठ, माडीवाले कॉलनी, पुणे - ४११ ०३०
Website : www.mehtapublishinghouse.com
Email : info@mehtapublishinghouse.com

अक्षरजुळणी : इफेक्ट्स, २१/६ब, आयडिअल कॉलनी, कोथरूड, पुणे - ३८

मुखपृष्ठ : फाल्गुन ग्राफिक्स

प्रथमावृत्ती : जून, २०११

ISBN 978-81-8498-245-9

माझ्या पालकांसाठी

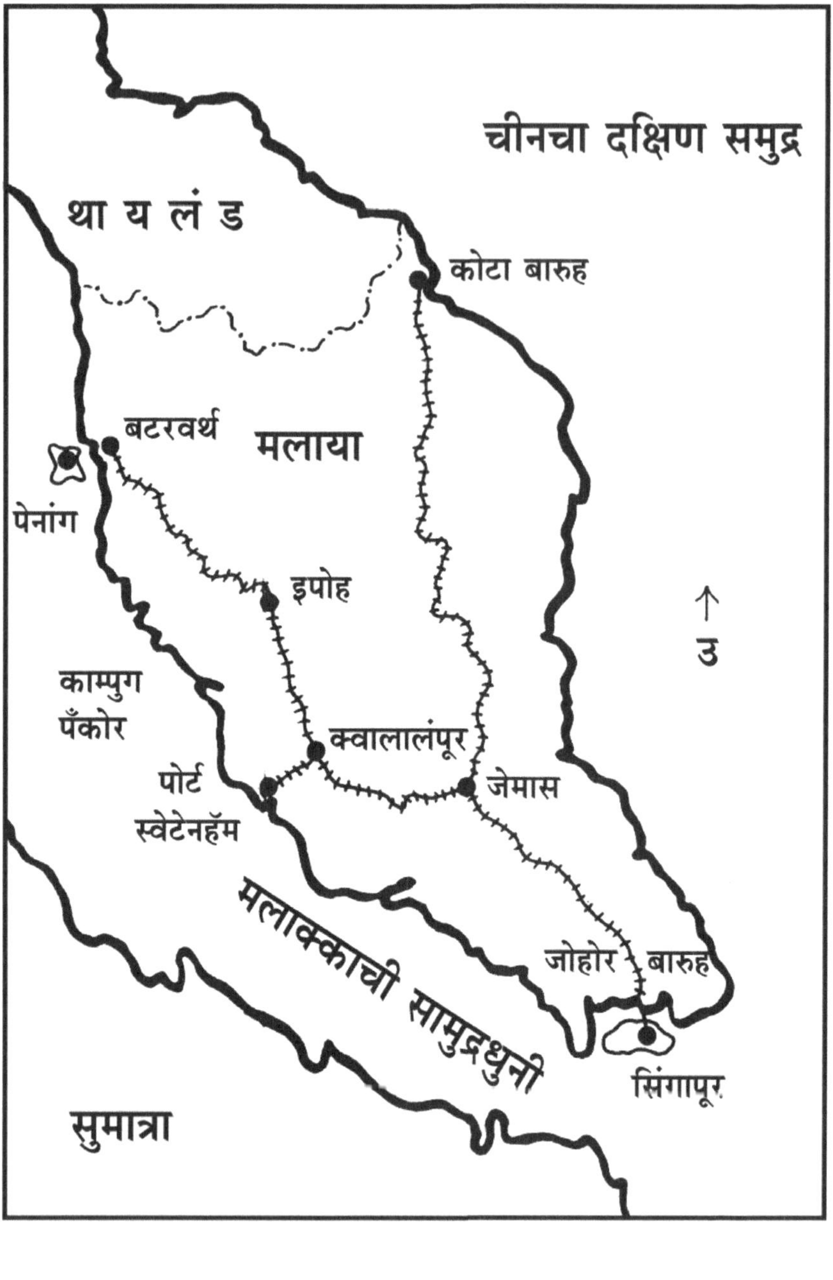
चीनचा दक्षिण समुद्र
थायलंड
कोटा बारुह
बटरवर्थ
मलाया
पेनांग
इपोह
उ
काम्पुग
पँकोर
क्वालालंपूर
पोर्ट
स्वेटेनहॅम
जेमास
मलाक्काची सामुद्रधुनी
जोहोर बारुह
सिंगापूर
सुमात्रा

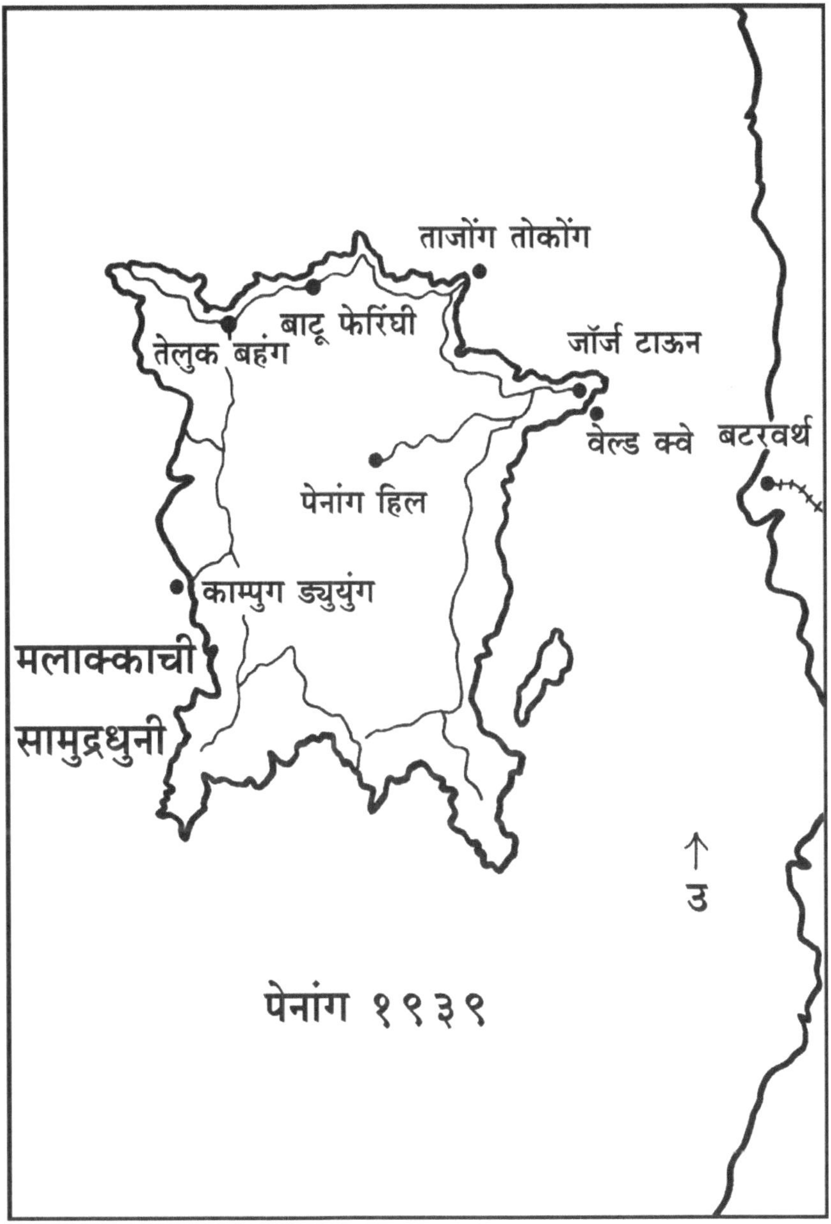
ताजोंग तोकोंग
बाटू फेरिंघी
तेलुक बहंग
जॉर्ज टाऊन
वेल्ड क्वे
बटरवर्थ
पेनांग हिल
काम्पुग ड्युयुंग
मलाक्काची सामुद्रधुनी
उ
पेनांग १९३९

'लक्ष खिळवून ठेवणारी कथा! अतिशय आल्हाददायक असा भावनापूर्ण प्रवास. दुसऱ्या महायुद्धाच्या आघातातून बाहेर येणाऱ्या आग्नेय आशियाचे सुंदर चित्रण. अवश्य वाचावे.'

– जॉन मॅकरी, रुटलेज गाईड टू मॉडर्न रायटिंगचे लेखक.

'चैतन्याने ओथंबलेले अतिशय सुंदर पुस्तक! त्या घटनेनंतर साठ वर्षांनीसुद्धा दुसऱ्या महायुद्धातील मलायातील जगानी किंवा ब्रिटिश लोकांची अनुभूती समजू न शकलेल्या ब्रिटिशांसाठी अनिवार्य असावे असे.'

– मायकेल ॲशकेनाझी

'सर्व मलेशियनांना अभिमान वाटेल असे पुस्तक!'

– एरिक फोर्ब्स गुड बुक गाईड.

भाग १

१

पाऊस आणण्याची देणगी मला जन्मत:च मिळालेली आहे, असं एका प्राचीन मंदिरातल्या अतिवृद्ध ज्योतिषिणीने मला एकदा सांगितलं होतं.

ही तेव्हाची गोष्ट आहे, जेव्हा जगातल्या गूढ गोष्टी, आश्चर्य यांची जाणीव मला झालेली नव्हती आणि भविष्यवेत्त्यांवर माझा विश्वास नव्हता. माझा चेहरा न्याहाळून आणि माझ्या तळहातावरच्या रेषांना स्पर्श करून भविष्य सांगणाऱ्या त्या स्त्रीचा चेहरा आता मला आठवत नाही. ज्यांच्यासाठी आणि जे काही सांगायला ती अवतरली होती, ते सांगून झाल्यावर ती तुमच्या-आमच्यासारखीच आली तशी निघून गेली.

मी तरुण असताना नेहमीच पाऊस पडायचा. त्यामुळे तिच्या म्हणण्यात तथ्य होतं, असं मला वाटतं. अर्थात निरभ्र आकाश नि अंग भाजणारी उष्णता, असे दिवसही असायचे; पण आजही माझ्या ध्यानात आहे तो पाऊस – आभाळातून उतरून तरंगणाऱ्या ढगातून बरसणारा, आसमंताला चिंब भिजवत त्यावर जणू चिनी ब्रश-पेंटिंग चितारणारा! कधी कधी तर पाऊस इतका वरचेवर बरसायचा की, सभोवतालच्या सृष्टिचित्राचे रंग वाहून कसे नाही जात, तिथे फक्त बुरशीची विटकी छटाच कशी उरत नाही, असा मला प्रश्न पडायचा.

मिचिको मुराकामीशी माझी भेट झाली त्या दिवशीसुद्धा हलकासा पाऊस पडून गेला होता. तसा तो आठवडाभर पडतच होता आणि मान्सूनच्या आगमनाबरोबर तो आणखी वाढत जाणार, हेही मला ठाऊक होतं. पेनांगमधले रस्ते आधीच जलमय झाले होते. समुद्राला उदासवाणी गढूळ छटा आली होती.

त्या संध्याकाळी जणूकाही तिच्या स्वागतासाठीच पावसाच्या भुरभुरीचं हलकं धुकं झालं होतं. उजेड फिकुटला होता आणि ओल्या गवताचा नि फुलांचा मिश्र सुगंध हवेत दरवळत होता; वातावरणात एक दळदार नक्षी रेखत होता. मी गच्चीवर होतो – गेल्या अनेक वर्षांप्रमाणे एकटाच, निद्रा आणि जागृती यांच्या सीमारेषेवर,

पैलतीरावरच्या जीवनाची स्वप्नं बघत! अनोळखी वाटेवर जाताना एखादी मांजर जशी सावधपणे पाऊल ठेवते, तसा दारावरच्या बेलचा आवाज घरात हळुवारपणे घुमला.

मी भविष्यात हरवलो होतो. तंद्री लागली होती आणि माझ्या कानात वेगळाच नाद घुमत होता. त्यामुळे मी जरा गोंधळलो. काही क्षण मला जरा उदास वाटलं. मी खुर्चीत उठून बसलो. माझा छातीवर ठेवलेला चष्मा खाली पडला. तो मी सावकाश उचलला. त्याच्या काचा सदऱ्याने पुसल्या. मी वाचत होतो ते पत्र खुर्चीच्या खाली पडलं होतं. ती पेनांग ऐतिहासिक समितीची आमंत्रणपत्रिका होती. दुसऱ्या महायुद्धाच्या समाप्तीला पन्नास वर्षं पुरी झाल्यानिमित्त आयोजिलेल्या एका समारंभाची! मी सोसायटीच्या कोणत्याही समारंभाला गेलो नव्हतो, पण तरीही त्यांची आमंत्रणं नियमितपणे येत राहिली. मी त्या आमंत्रणाची घडी घालून ठेवली नि दार उघडण्यासाठी उठलो.

ती बरीच सोशीक असावी किंवा मी निश्चितपणे घरात असणार याबद्दल तिची खात्री असावी. तिने एकदाच बेल वाजवली. अंधाऱ्या हॉलमधून जाऊन मी तो ओकचा वजनदार दरवाजा उघडला. ती वयानं साधारण सत्तरीची असावी. म्हणजे माझ्यापेक्षा फार मोठी नसावी. अजूनही ती सुंदर होती. तिचे कपडे अतिशय साधे नि सुबक होते. अत्यंत किमती कपडेच इतके साधे नि सुबक असू शकतात. तिचे मऊ केस मागे फिरवून त्यांची गाठ बांधलेली होती. तिच्यासोबत एक लहान, साधी प्रवासी बॅग होती आणि पायाला लगटून एक अरुंद लांबट अशी लाकडी पेटी.

"आपण?" मी विचारलं.

तिने आपलं नाव सांगितलं. तिच्या बोलण्यातून मी तिचीच वाट बघत असणार, असं ध्वनित होत होतं. तरीही माझ्या लक्षात यायला जरा वेळच लागला. तिचं नाव मी एकदाच ऐकलं होतं. फार फार पूर्वी, एका खिन्न आवाजात उच्चारलेलं! तिला परतून लावण्यासाठी मी कारण शोधू लागलो, पण मला योग्य असं कारण सुचलं नाही. का कुणास ठाऊक, पण पूर्वी तिचं नाव ऐकलं होतं. तेव्हापासूनच माझं मन सांगत होतं की, ही आपल्या घरी येणार. तिनं पुढे केलेला मोजे घातलेला हात मी हातात घेतला. त्याचा कृशपणा नि नाजूक हाडं यांमुळे एखादी पंख मिटलेली चिमणी हातात यावी तसं वाटलं.

मी खिन्नपणे स्मित करत मान किंचित तुकवली आणि खोल्यांमधले दिवे लावत लावत तिला आत घेऊन आलो. ढगांमुळे अंधार लवकर पडला होता. सारे नोकर केव्हाच घरी गेले होते. हवेतला गारठा शोषून थंडगार झालेल्या संगमरवरी फरश्यांवर आमच्या पावलांचा टकटक असा आवाज येत होता.

आम्ही गच्चीवर आणि बागेत गेलो. अवयव तुटून भग्न झालेले आणि बुरशीमुळे

निस्तेज होऊन एखादा त्वचारोग झाल्यासारखे फिकुटलेले काही पुतळे गवतावर पडले होते. एक शब्दही न उच्चारता ती माझ्यामागून येत होती. समुद्रापाशी असलेल्या एका लहानशा सुळक्याच्या टोकावर वाढलेल्या माझ्याइतक्याच जुन्या, थकलेल्या आणि गाठीगाठींचा बुंधा असलेल्या सुरूच्या झाडाच्या लहानशा डेऱ्याखाली आम्ही आलो. वाऱ्यामुळे झाडाच्या पानांवरच्या पाण्याचे तुषार आमच्या चेहऱ्यावर येत होते.

"त्यांची समाधी तिकडे आहे." मी समोरच्या बेटाकडे बोट दाखवत म्हणालो. तसं ते बेट किनाऱ्यापासून मैलभराच्या आतच होतं, पण बारीक पावसाच्या पडद्यामुळे ते समुद्रात जेमतेम एखाद्या ठिपक्याएवढं दिसत होतं. पाहुणीचं घरातलं अस्तित्व कितीही अस्वस्थ करणारं असलं, तरी आदरातिथ्याचा उपचार म्हणून मला विचारणं भाग पडलं, "तुम्ही जेवायला थांबणार ना?"

तिने मानेने होकार दिला आणि मग तिच्या वयाशी विसंगत अशा चपळपणे ती ओल्या मातीत गुडघे टेकून बसली आणि तिने वाकून गवतावर डोकं टेकलं. ती तिच्या मित्राच्या समाधीला वंदन करत असताना मी तिथून दूर सरलो. त्या क्षणी काहीही न बोलणंच योग्य, असं आम्हा दोघांनाही वाटलं. बोलायची वेळ नंतर येणारच होती.

दोघांचा स्वयंपाक करणं मला जरा विचित्रच वाटत होतं. त्यामुळे 'सर्व पदार्थ दुप्पट घालायला हवेत' असं स्वत:ला बजावावं लागत होतं. नेहमीप्रमाणेच मी उघड्या बाटल्या, अर्धवट चिरलेल्या भाज्या, पळ्या, चमचे, तेल आणि सॉसने लडबडलेल्या बश्या असा पसारा करून ठेवला. माझ्या असल्या पसाऱ्याबद्दल माझी मोलकरीण मारिया नेहमी तक्रार करते. युद्धापूर्वी कधीतरी घेतलेली ब्रिटिश बनावटीची उपकरणं आणि भांडीकुंडीसुद्धा 'बदलून नवी आणा' असा तिचा माझ्यामागे लकडा असतो. खरंतर ती अजून चांगलं काम करतात. हं, आता थोडा आवाज नि कुरकुर करतात! पेनांग तरणतलावाच्या क्लबमध्ये रोज बसून म्हातारे, इंग्लिश इंजिनिअर नि बागायतदार करतात तसंच!

स्वयंपाकघराच्या मोठ्या खिडकीतून मी बागेकडे नजर टाकली. ती झाडाखाली स्तब्ध उभी होती. वाऱ्यामुळे झाडाच्या फांद्या हलून पानांवरच्या चमकदार थेंबांचा तिच्यावर शिडकावा होत होता. वृद्धत्वामुळे पाठीला येणारा बाक तिच्यात नव्हता. पाठीचा कणा सरळ होता. खांदे अजून ताठ होते, वयामुळे झुकलेले नव्हते. तिच्या तेजस्वी कांतीमुळे चेहऱ्यावरच्या सुरकुत्या दडून तिचा निर्धार स्पष्ट होत होता.

मी स्वयंपाकघरातून परतलो, तेव्हा ती मधल्या खोलीत होती. त्या खोलीच्या भिंतींना लाकडाचं अस्तर होतं. भिंती नि छत उंच होतं आणि मी तिच्यात कोणताही

बदल केला नव्हता. रोमन पुराणकथांमधल्या नायकांच्या काळ्या, संगमरवरी पुतळ्यांच्या हातात मशाली होत्या. त्यांच्या मंद प्रकाशामुळे खोलीतले फक्त कोपरे उजळले होते. भेगाळलेल्या कातड्याचे आच्छादन असलेल्या बर्मा टीकच्या अवजड खुर्च्यांचा आकार पिढ्यान्‌पिढ्यांच्या वापरामुळे बदलला होता. माझ्या पणजोबांनी जेव्हा 'इस्ताना' हा प्रासाद बांधला त्या वेळी त्या मंडालेला बनवून घेतलेल्या होत्या. कोपऱ्यात एक लहान 'शूमन' पियानो होता. त्याचा कित्येक वर्षांत कोणी वापर केला नव्हता. तरीसुद्धा मी तो सुरात लावून ठेवत होतो.

ती भिंतींवरचे फोटो बघत होती. कदाचित 'त्या'चा फोटो त्यात असेल, अशी तिला आशा असावी; पण तिची निराशा होणार होती. माझ्याकडे एंडो-सानचा फोटो कधीच नव्हता. आम्ही एवढे फोटो काढले, पण त्यात त्याचा एकट्याचा किंवा आमचा दोघांचा असा एकही फोटो नव्हता. त्याचा चेहरा माझ्या आठवणीत कायमचा कोरलेला होता.

तिने एका फोटोकडे बोट दाखवत विचारलं, "आय किंकाई होम्बू दो जो?"

मी तिच्या बोटाच्या दिशेने बघितलं. "हो" मी म्हणालो.

तो माझा फोटो होता; आयकिडोचे संस्थापक मोरिहाय उशिबा यांच्याबरोबर टोकियोच्या शिंजुक्कू भागात आयकिडोच्या जागतिक मुख्य कार्यालयात घेतलेला. माझ्या अंगात शुभ्र पांढरा सुती अंगरखा आणि जपानी लोक घालतात तशी झग्यासारखी दिसणारी काळी पँट असा पारंपरिक गणवेश होता. त्या वेळी माझे केस काळे होते आणि मी कॅमेऱ्याकडे एकटक बघत होतो. माझ्या पाच फूट अकरा इंच उंचीशेजारी 'ओ-सेन्साय' म्हणून प्रसिद्ध असलेले ते महान गुरू इवलेसे बालिश आणि नाजूक दिसत होते.

"तुम्ही अजून शिकवता?"

मी नकारार्थी मान हलवली. "आता नाही." मी जपानीत उत्तर दिलं.

तिने तिची ओळख असलेल्या काही लोकांची नावं सांगितली. ते सर्व उच्च दर्जाचे गुरू होते. प्रत्येक नावाला 'मी ओळखतो' या अर्थी मी मान डोलवली. काही वेळ आम्ही त्यांच्याविषयी बोलत राहिलो. त्यांपैकी काही जण आता या जगात नव्हते, तर काही माझ्याप्रमाणे निवृत्त झाले होते; पण काही जणांनी मात्र ऐंशीच्या पुढे असूनही शिकवण्याचं काम चालू ठेवलं होतं.

तिने आणखी एका फोटोकडे बोट दाखवलं– "हे तुमचे वडील असणार, हो ना?" ती म्हणाली. "तुमचा चेहरा त्यांच्यासारखाच आहे."

आमच्या संपूर्ण कुटुंबाचा तो ब्लॅक अँड व्हाइट फोटो आमच्या ड्रायव्हरने काढला होता, महायुद्ध सुरू व्हायच्या जरा आधी. आम्ही सर्व जण पोर्चपुढे उभे होतो. सूर्यप्रकाश आणि समुद्र यांच्यामुळे माझ्या वडलांचे निळे डोळे किंचित फिके

दिसत होते, तर दात चमकत होते. त्यांचे व्यवस्थित भांग पाडून बसवलेले रुपेरी केस मागच्या निरभ्र आकाशातला तेजाचाच भाग वाटत होते.

"ते खूप देखणे होते, नाही?" ती म्हणाली.

आम्ही त्यांच्याभोवती उभे होतो. एडवर्ड, विल्यम आणि इझाबेल ही त्यांच्या पहिल्या पत्नीची मुलं आणि मी त्यांच्या दुसऱ्या पत्नीचा मुलगा. आम्हा प्रत्येकाच्या चेहऱ्याचं त्यांच्या चेहऱ्याशी काही ना काही साम्य होतं. आमच्या चेहऱ्यांवर एक चिरंतन हास्य होतं. जणूकाही आम्ही जन्मभर तसेच हसत, खेळत, आयुष्याचा आनंद लुटत एकत्र राहणार होतो! इतकी वर्षं झाली, तरी मला अजून तो दिवस आठवतो. मीसुद्धा या कुटुंबाचाच एक घटक आहे, असं वाटलेला तो एक दुर्मीळ क्षण होता.

"तुमची बहीण?" दुसऱ्या एका फोटोकडे बघत तिने विचारलं. मी मान डोलवली. इझाबेल तिच्या खोलीबाहेरच्या बाल्कनीत, हातात तिची बंदूक घेऊन उभी होती. गाल निश्चयाने ताठरलेले होते. तिच्या स्कर्टला हलवणारा मंद वारा मला आत्ताही जाणवत होता.

"आमच्या शेवटच्या पार्टीच्या वेळी घेतलेला." मी म्हणालो, "महायुद्धामुळे सगळ्याची धूळधाण झाली, त्याच्या थोडाच आधीचा."

पाऊस थांबला होता. "आपण गच्चीत जेवायला जाऊ या का?" मी मिचिकोला सुचवलं. तिने मला टेबल मांडायला आवर्जून मदत केली. थेट आकाशाखाली बसता यावं म्हणून मी डोक्यावरलं सरकतं छत मागे सारलं. ढगांच्या शेतातल्या आरींमध्ये ताऱ्यांच्या बिया चमकत होत्या! त्या चमचमणाऱ्या छताखाली आम्ही जेवायला बसलो.

मी बनवलेलं जेवण साधंच होतं, पण तिने त्याचा भरपूर आस्वाद घेतला. ती संभाषणचतुरही होती. असं वाटत होतं की, आमची जन्मोजन्मीची ओळख आहे. मी ओतलेल्या चहाची चव तिने घेतली. कप नाकाशी धरून चहाचा सुगंध घेतला आणि तिला आश्चर्य वाटलेलं दिसलं. ही माझ्या परीक्षेला उतरेल का, या विचाराने मी तिचं काळजीपूर्वक निरीक्षण करत होतो.

"हा 'लोनली ट्री'चा स्वाद आहे, हो ना?" मी खास जपानहून आणलेल्या चहाची जातकुळी तिने अचूक ओळखली होती. "मी राहते त्या भागात हा डोंगरउतारावरती पिकतो. ती शेतं युद्धात नष्ट झाली. त्यामुळे आता तो मिळत नाही."

जेवण झाल्यावर समोरच्या बेटाच्या दिशेने वाइन-ग्लास उंचावून तिने अभिवादन केलं. "एंडो-सानच्या स्मृतीला'." ती हळुवारपणे उद्गारली.

''टु एंडो-सान.'' मी म्हणालो.

''ऐका.'' ती म्हणाली, ''तुम्हाला त्याचा आवाज ऐकू येतोय?'' मी डोळे मिटले आणि खरंच मला त्यांचा आवाज ऐकू आला. त्यांच्या श्वासोच्छ्वासाचा आवाज... माझ्या चेहऱ्यावर मंद स्मित पसरलं.

''मिचिको, ते नेहमीच इथे असतात. म्हणूनच मी कुठेही गेलो, तरी इथे लवकरात लवकर परतण्याचा माझा प्रयत्न असतो.''

तिने माझा हात आपल्या हातात घेतला आणि पुन्हा मला तिच्या हाताचा पक्ष्याप्रमाणे असणारा नाजूकपणा जाणवला. नंतर जेव्हा ती बोलली तेव्हा तिच्या आवाजात वेदना होती. ''तुम्हाला खूप सोसावं लागलंय!''

मी हळुवारपणे माझा हात सोडवला. ''आपण सर्वांनीच खूप सोसलंय मिचिको. सर्वांत जास्त एंडो-साननी.''

आम्ही नि:शब्द झालो. समुद्राच्या लाटा किनाऱ्यावर आपटून उच्छ्वास सोडत होत्या. लांब अंतराच्या स्पर्धेत धावणारा स्पर्धक फिनिशिंग लाइनपाशी येऊन दम सोडतो, तशा त्या लाटा होत्या. मला नेहमीच रात्रीच्या समुद्राचं जास्त आकर्षण वाटतं. दिवसा तो भव्य वाटतो. सागराच्या पूर्ण सामर्थ्यानि उसळलेल्या महाकाय लाटा मोठ्या गर्जना करत किनाऱ्यावर धडकत असतात; पण रात्र झाल्यावर त्यांच्यातला जोम निघून गेलेला असतो आणि त्या गुमानपणे, फारशी खळखळ न करता शांतपणे किनाऱ्यावर पसरतात. एखाद्या बौद्ध भिक्षूने हातातली पोथीची गुंडाळी उलगडावी तशा!

मग ती हळुवारपणे तिच्या जीवनाबद्दल सांगू लागली. लाल-निळ्या रंगाच्या रेशमी धाग्यांचा गोफ सफाईदारपणे विणावा त्याप्रमाणे इंग्रजी आणि जपानी भाषांचा सराईतपणे वापर करत ती भरभर बोलत होती.

''ही विधवेची शुभ्र वस्त्रं माझ्या अंगावर नुकतीच आली आहेत. माझे पती मुराकामी ओझावा यांचं या वर्षीच निधन झालं.''

''मी तुमच्या दु:खात सहभागी आहे!'' ती पुढे काय सांगणार आहे याचा अंदाज करत मी म्हणालो.

''मी ओझावांबरोबर पंचावन्न वर्षं संसार केला. ते एका प्रसिद्ध इलेक्ट्रॉनिक कंपनीचे मालक होते. त्यांच्या मृत्यूमुळे माझं जग, माझं जीवन अचानक दिशाहीन झालं. जगाशी संपर्क तोडून मी माझ्या टोकियोमधल्या घरात स्वत:ला कोंडून दिवस काढत होते. घराच्या भल्यामोठ्या बागेत मी अनवाणी भटकत राहायची. आमचा माळी सेकीने चिकाटीने तयार केलेली गोट्यांची वर्तुळं माझ्या पायांनी पुन्हा पुन्हा विसकटायची. तो काही तक्रार न करता ती पुन्हा मांडायचा.'' शून्यात नजर लावून ती बोलत होती.

ती म्हणाली की, दु:खातून बाहेर पडण्याचं त्राण तिच्यात उरलं नव्हतं. तिकडे कंपनीचे संचालक मेटाकुटीला आले होते, कारण कंपनीचे सर्व शेअर तिच्या नवऱ्याने तिच्या नावे केले होते आणि तिने सर्वांशी संपर्क तोडला होता. ती कोणाचेही फोन घेत नव्हती. घरात नि:शब्द शांतता असे. नोकरसुद्धा भीतीने आपापसात कुजबुजल्यासारखं बोलत.

पण अखेर जगानं तिचं कवच भेदलंच. "मला एंडो-सानचं पत्र मिळालं." ती म्हणाली आणि तिने इतक्या हळुवारपणे आपली दृष्टी माझ्याकडून गवतावरच्या दवबिंदूंकडे वळवली की, कोणालाही ते सहज झालं असं वाटावं.

मी तिच्या विधानाने विचलित झालो नाही, याबद्दल तिने माझं कौतुक केलं. त्यामुळे मला कृतज्ञ वाटलं. "त्यांनी ते केव्हा पाठवलं होतं?" मी विचारलं.

"पन्नासहून जास्त वर्षांपूर्वी. १९४५च्या वसंत ऋतूत." ती स्मित करत म्हणाली, "जणू भुताटकीच झाली! आणि ते पत्र कसा प्रवास करत आलं माहितेय? त्यांनी त्यांच्या इथल्या जीवनाविषयी लिहिलं होतं आणि तुमच्याबद्दल लिहिलं होतं."

मी तिला आमचे ग्लास भरू दिले. मी भरले असते, तर तिला तो अपमान वाटला असता. इतक्या वेळा जपानला जाऊन आल्यामुळे मला हे माहीत होतं.

"आमची भेट कशी झाली ते मी तुम्हाला सांगते." ती थोड्या वेळाने म्हणाली. जणूकाही ते सांगावं की नाही यावर तिला थोडा विचार करावा लागला होता.

"एंडो-सानच्या वडलांचा आयात-निर्यातीचा व्यवसाय होता आणि तो भरभराटीत चालला होता. एंडो-सान त्यांच्याबरोबर काम करायचा. खरं म्हणजे जवळजवळ तोच धंदा चालवत होता, असं म्हटलं तरी चालेल. त्याच्या चीन-हाँगकाँगला फेऱ्या व्हायच्या. संध्याकाळी तो आमच्या गावच्या आयकिजित्सू शाळेत शिकवायचा. मी एका सामुराईची मुलगी असल्यामुळे इतर कलांपेक्षाही मी तलवारबाजी आणि नि:शस्त्र लढतीत म्हणजे बुजुत्सूमध्ये जास्त पारंगत असणं अपेक्षित होतं. माझ्या बहिणींप्रमाणे मला संगीत आणि पुष्परचना या कलांमध्ये फारसा रस नव्हता; पण मला बुजुत्सूची फार आवड होती.

"त्या काळात आयकिजुत्सू नुकतंच उदयाला येत होतं. त्याचं आताच्या आयकिडोमध्ये रूपांतर झालं नव्हतं. माझे वडील त्याला विशेष महत्त्व देत नसत; पण मी तो वर्ग आणि त्या कलेतल्या मुद्रा बघितल्याबरोबर आपल्याला काहीतरी मूल्यवान सापडलं आहे, असं मला ठामपणे वाटलं. मला काय म्हणायचंय हे तुम्हाला कळतंय ना? जणूकाही खूप दिवस कोणीतरी अंधारात डांबून ठेवल्यानंतर एकदम सूर्याच्या प्रकाशाचा आणि उबेचा अनुभव यावा तसं मला वाटलं."

ती हलकेच हसली, "लवकरच मी एंडो-सानच्या शिकवणीची आतुरतेने वाट

बघू लागले. शाळेतल्या मैत्रिणी मला त्यावरून चिडवायच्या; पण मी स्वप्नं बघण्यात दंग होते, कल्पनेच्या जगात रमले होते.

"वडलांचा सर्वांत मोठा मुलगा असल्याने केव्हा ना केव्हा एंडो-सानला वडलांकडून धंद्याची पूर्ण जबाबदारी घ्यावी लागणारच होती. तो अनेक वेळा परदेश दौऱ्यावर असायचा. येताना तो माझ्यासाठी चीन, सयाम, फिलिपिन्स वगैरे ठिकाणच्या भेटी आणायचा. एकदातर त्याने उत्तर हिंदुस्तानातल्या डोंगराळ भागात विणलेला डोक्याला बांधायचा रुमाल आणला होता.

"आम्ही वरचेवर भेटू लागलो. आम्ही मियाजिमा तोही मंदिराकडे बघत समुद्रकिनाऱ्यावर फिरायचो. बागेत चहासाठी भेटून बदकांना दाणे टाकायचो. मला असं वाटतं की, माझ्या आठवणीतील ते सर्वांत आनंदाचे दिवस होते.

"माझ्या सुरुवातीच्या आकर्षणाचं रूपांतर गाढ आणि चिरंतन अशा भावनेत झालं. माझे वडील न्यायाधीश होते. त्यांना आमची मैत्री पसंत नव्हती. एकतर एंडो-सान माझ्याहून वयाने बराच मोठा होता आणि दुसरं म्हणजे त्याचं घराणं जरी मूळचं सामुराई असलं, तरी आता ते व्यापारीवर्गात गणलं जायचं आणि तुम्हाला माहीत असेल की, तो वर्ग समाजात खालच्या दर्जाचा समजला जातो. त्याच्या वडलांनी त्यांच्या शेती आणि इतर सर्व मालमत्तेचं व्यापारी-कंपन्यांमध्ये रूपांतर करायचं ठरवलं होतं. ते श्रीमंत होते; पण त्यांना उच्चभ्रू समाजाची मान्यता नव्हती."

मी पुढे झुकलो, कारण मला तिचा एकही शब्द चुकवायचा नव्हता. एंडो-साननी मला त्यांच्या बालपणाविषयी ओझरतंच सांगितलं होतं आणि त्यांचा पूर्वेतिहाससुद्धा फारसा सांगितला नव्हता. मी जपानमध्ये राहत होतो तेव्हा थोडीफार माहिती गोळा करण्याचा प्रयत्न केला होता, पण बहुतेक सर्व कागदपत्रं नष्ट झाली होती. त्यामुळे त्यात मला फारसं यश आलं नव्हतं; पण आता तिच्याकडून हे सारं ऐकताना माझं कुतूहल पुन्हा जागं झालं होतं.

माझी उत्सुकता बघून ती पुढे बोलत राहिली.

"एंडो-सानच्या वडलांना सरकार दरबारातून बहिष्कृत केलं गेलं, या गोष्टीची आमच्या गावात बरीच चर्चा व्हायची; पण मला त्याचं काही वाटत नसे. उलट त्याचा परिणाम म्हणून माझ्या त्याच्याविषयीच्या भावना आणखी दृढ झाल्या आणि त्याला नावं ठेवणाऱ्यांवर मी तुटून पडायची.

"मी एंडो-सानबरोबर फार वेळ घालवते, असं माझ्या वडलांचं मत झाल्यामुळे त्यांनी मला त्याला भेटायची बंदी केली." तिने मान हलवली. "खरंच, आम्ही किती आज्ञाधारक मुलं होतो! त्यामुळे वडलांच्या आज्ञेविरुद्ध वागण्याचा प्रश्नच नव्हता. मला फार वाईट वाटायचं आणि रोज रात्री मी खूप रडायची.

"तो काळ जपानसाठीसुद्धा फार खडतर होता. अस्तित्व टिकविण्यासाठी आम्ही

लष्करी देश झालो होतो. तुमचं जपानविषयीचं ज्ञान मोठं आहे. त्यामुळे त्या वेळच्या परिस्थितीची तुम्हाला चांगली कल्पना आहे. येता-जाता दिल्या जाणाऱ्या युद्धाच्या घोषणा, रस्त्यात लष्करवादी आणि शांततावाद्यांच्या सतत होणाऱ्या हिंसक चकमकी, त्या धडकी भरवणाऱ्या कवायती आणि निदर्शनं – मला त्या सगळ्या वातावरणाचा अगदी तिटकारा यायचा. रात्री झोपेतसुद्धा तेच दिसायचं.

"एंडो-सानच्या वडलांना लष्कराची विचारसरणी मंजूर नव्हती आणि तसं ते उघड उघड बोलून दाखवायचे. असं बोलणं जपानच्या सम्राटांच्या विरुद्ध समजलं जायचं. त्यामुळे सरकारने त्यांना तुरुंगात टाकलं आणि त्यांच्या कुटुंबावर बहिष्कार घालण्यात आला. एंडो-सानचे विचारसुद्धा त्याच्या वडलांसारखेच होते; पण तो त्यांची फारशी वाच्यता करायचा नाही. तरीही त्याच्या हत्येचे प्रयत्न झाले; पण तो डगमगला नाही. माझ्या मते याचं थोडंसं श्रेय त्याच्या सेन्सायला जातं."

मी संमतीदर्शक मान डोलवली. "एंडो-साननी ओ'सेन्साय उशिबा यांच्याकडून शिक्षण घेतलं होतं. ते जपानी युद्धकलेत निष्णात समजले जायचे; पण ते शांततावादी होते. माझी त्यांच्याशी झालेली पहिली भेट मला अजून आठवते. त्या वेळी ते सत्तरीच्या जवळ होते. आजारी होते. त्यानंतर थोड्याच महिन्यांत त्यांचा मृत्यू झाला. पण त्या स्थितीतसुद्धा त्यांनी मला सरावाच्या चटईवर इतकं सहजपणे इकडे-तिकडे फेकलं होतं की, मला श्वास घेणं कठीण झालं. त्या आपटण्यामुळे माझं डोकं गरगरायला लागलं आणि त्यांनी मला पकडून ठेवल्यामुळे माझे सांधे दुखायला लागले."

मी हे मिचिकोला सांगितल्यावर तिला हसू आलं. "मलासुद्धा त्यांनी असंच कापडी बाहुलीप्रमाणे फेकून दिलं होतं."

ती उठली. अंधारात काही पावलं पुढे गेली आणि माझ्याकडे वळून म्हणाली, "काही महिन्यांनी एंडो-सान बाहेरगावाहून परतल्यावर मी त्याला पुन्हा भेटले. मी बाजारातून घरी चालले होते. तो मागून आला आणि 'समुद्रावर नेहमीच्या जागी भेट' असं म्हणाला. घरी गेल्यावर 'बाजारात काहीतरी विसरले' अशी आईला थाप मारून मी बाहेर पडले आणि धावत समुद्रावर गेले.

"आधी तो मला दिसला. समुद्राकडे तोंड करून बसला होता. असं वाटत होतं की, सूर्याचा रंग ओघळून समुद्रात आणि एंडो-सानच्या चेहऱ्यावर, त्याच्या डोळ्यात उतरलाय. त्याच्यापाशी पोचल्यावर त्याने मला सांगितलं, "मला काही वर्षं जपानच्या बाहेर जावं लागणार आहे."

"नक्की कुठे जाणार?" मी विचारलं.

"मला अजून कल्पना नाही. मला जग बघायचं आहे. मला पडलेल्या प्रश्नांची उत्तरं शोधायची आहेत." तो म्हणाला.

''कसली उत्तरं?'' मी विचारलं.

''त्याने मान हलवली. तो म्हणाला, ''मला विचित्र स्वप्नं पडताहेत. वेगळ्या जन्मांची. वेगळ्या देशांची.'' आणखी काही सांगायला त्याने नकार दिला.

''मी म्हणाले, ''मी तुझ्यासाठी थांबेन.'' पण तो म्हणाला, ''नाही. तुझ्यासाठी जे लिहून ठेवलेलं आहे त्याप्रमाणे तू तुझं आयुष्य जग. त्याच्याहून काही वेगळं करण्याचा प्रयत्न करणं म्हणजे वेडेपणा होईल. आपण एकत्र येणं आपल्या नशिबात नाही. तुझं भविष्य वेगळं आहे.''

''त्याच्या अशा बोलण्याने मी खूप रागावले. मी म्हटलं, ''तू मूर्ख आहेस.'' तो नुसता हसला आणि म्हणाला, ''ते खरंय.''

''ती आमची शेवटची भेट. नंतर मला समजलं की, त्याला सरकारने आशियातल्या कुठल्यातरी देशात पाठवलं आहे. त्या देशाचं नावसुद्धा मी ऐकलेलं नव्हतं – मलाया. जपानच्या आक्रमक लष्करी धोरणाला त्याचा विरोध असूनही त्याने सरकारी नोकरी पत्करावी, याचं मला फार आश्चर्य वाटलं.

''पण मी मघाशी म्हटलं तसं मी त्याला पुन्हा भेटले नाही. तो एकदाच अगदी थोड्या दिवसांकरता आला होता तेव्हा त्याला भेटायची तीव्र इच्छा असूनसुद्धा! माझ्या वडलांनी माझं लग्न ठरवलं होतं आणि माझ्या होणाऱ्या नवऱ्याची काळजी कशी घ्यायची, घर कसं सांभाळायचं याचे धडे मला दिले जात होते. एंडो-सानप्रमाणेच ओझावा त्याच्या कुटुंबाच्या धंद्यात होता. त्याची कंपनी युद्धाला लागणारी इलेक्ट्रॉनिक उपकरणं बनवायची.''

ती जरा थांबली. गतस्मृतींनी पारदर्शक बनलेल्या तिच्या चेहऱ्यात मला त्या वेळच्या तरुण मुलीचं दर्शन झालं आणि एंडो-साननी काय गमावलं याची जाणीव होऊन थोडं वाईट वाटलं.

''मी त्याला कधीच विसरले नाही.'' ती म्हणाली.

मी खुर्ची मागे ढकलली. आमच्या संभाषणामुळे शीण आल्यासारखं झालं मला. तिच्या येण्यामुळे मनात ज्या भावना जागृत झाल्या होत्या, त्यामुळेसुद्धा मला जरा अस्वस्थ वाटत होतं.

''मी रात्री इथे राहिले तर चालेल का?'' तिने विचारलं.

बऱ्याच वर्षांच्या प्रयासांनी काळजीपूर्वक बसवलेली माझ्या जीवनाची घडी परक्या व्यक्तीमुळे विस्कटू द्यायला मी फारसा तयार नव्हतो. मला स्वत:चीच संगत आवडायची आणि ज्या थोड्या लोकांनी मी स्वत:भोवती उभारलेली भिंत पाडायचा प्रयत्न केला होता, त्यांना कटू अनुभवांना सामोरं जावं लागलं होतं. मी समुद्राकडे बघितलं. एंडो-सानकडून मला कोणतंही मार्गदर्शन किंवा संदेश मिळत नसे; पण तरीही त्यांना विचारणं मी सोडलं नव्हतं. उशीर झाला होता आणि पेनांगच्या

टॅक्सीसेवेची गलथानपणाबद्दल प्रसिद्धी होती. शेवटी मी होकार दिला.

माझी नाखुशी तिला जाणवली होती. ''तुमची गैरसोय केल्याबद्दल मला माफ करा.'' ती म्हणाली.

मी हाताने त्याची आवश्यकता नाही असं दाखवत उठलो. वयाचा परिणाम आणि व्यायामाचा अभाव यामुळे सांधे धरले होते. त्यातून कुरकुरण्याचे आवाज आले. जुन्या दुखापतींच्या वेदना 'मी शरणागती पत्करावी' असं सांगायच्या, पण मी त्यांना कधीच दाद देत नसे.

मी जेवणानंतरच्या आवराआवरीला सुरुवात केली. प्लेट्सचे लहान ढीग केले.

''तुमच्याकडे त्याचा फोटो नाही?'' प्लेट्स स्वयंपाकघरात नेण्यात मला मदत करताना तिने विचारलं.

तिच्या डोळ्यात एखाद्या मावळणाऱ्या ताऱ्यासारखी आशेची सौम्य चमक मला दिसली. मी मान हलवली. ''नाही. आम्ही कधी त्यांचा फोटो काढलाच नाही.'' मावळणाऱ्या ताऱ्याचा समुद्रात अस्त होताना मला दिसला.

तिने मान डोलवली. ''माझ्याकडेही नाहीये. त्याने जपान सोडलं तेव्हा आमच्या गावात कॅमेरे नव्हते. काय गंमत आहे पाहा, माझ्या नवऱ्याची कंपनी आता जगातले सर्वांत लोकप्रिय कॅमेरे बनवते.''

मी तिला जिन्याने वरच्या मजल्यावरच्या त्यातल्या त्यात चांगल्या स्थितीत असलेल्या एका बेडरूममध्ये घेऊन गेलो. ती पूर्वी इझाबेलची खोली होती. आयुष्याची नव्याने सुरुवात करण्यासाठी मी युद्ध संपल्यावर सर्व खोल्या नव्याने सजवल्या होत्या; पण त्याची खरोखरी गरज होती का असं मला मधूनमधून वाटायचं. कारण मला अजून त्या पूर्वीसारख्याच दिसायच्या. त्यातले आवाज, गंध पन्नास वर्षांपूर्वी होते तसेच भासायचे. मला कोणीतरी विचारलं होतं की, 'इस्ताना'ला भुताने पछाडलं आहे का? मी म्हणालो, ''हो, अर्थातच! साहजिकच आहे ते.'' त्यामुळे मला भेटायला फारसं कोणी यायचं नाही. यात काही आश्चर्य नव्हतं.

अर्ध्या जिन्यात लँडिंगवर ती थांबली. तिथल्या भिंतीत एक भोक होतं. त्याच्याकडे तिचं लक्ष गेलं.

''इझाबेलने – माझ्या बहिणीने – इथे कोणावरतरी गोळी झाडली होती.'' मी म्हणालो. मी ते भोक तसंच राहू दिलं होतं.

खोलीच्या दाराशी मी मिचिकोला कमरेत वाकून अभिवादन केलं. तिने त्याहूनही जास्त वाकून त्याला प्रतिसाद दिला. तिला सोडल्यावर मी सावकाश सर्व खोल्यांतली दारं आणि खिडक्या लावत, दिवे बंद करत माझ्या खोलीच्या बाल्कनीत गेलो. अगदी जन्मल्यापासून हीच माझी खोली होती. एखादा समुद्रकिनारा जसा दूर जात हळूहळू अदृश्य होतो, तसा काळ मागे मागे जात नजरेआड होत आहे, असा मला

भास झाला. जन्मापासून – आणि माझ्या बाबतीत तर कदाचित मृत्यूपर्यंत हीच माझी खोली आहे, असं किती जणांना म्हणता येईल?

वाऱ्याने आकाशातले ढग झाडून काढले होते. रात्र स्वच्छ, निरभ्र होती. डोक्यावर दिसणाऱ्या अगणित ताऱ्यांच्या थरांमुळे काळोख आणखीनच गहिरा वाटत होता. माझ्या मनात एंडो-साननी मिचिकोला लिहिलेल्या पत्राचा विचार आला. पन्नास वर्षांपूर्वीचा. म्हणजे साधारणत: जपानने मलायावर आक्रमण केलं त्यानंतर चार वर्षांनी, युद्ध संपायच्या थोडं आधीचं ते असणार होतं. युद्ध संपल्यावरची सर्व देशांमधली अंदाधुंदीची परिस्थिती, जनतेची भीतिग्रस्तता, सागरावरच्या लढाऊ बोटींचा नि विमानांचा पहारा अशा परिस्थितीत पत्र गहाळ होणं यात आश्चर्य काय होतं? उन्हाने बिटलेल्या नि वाऱ्यात फडफडून जीर्ण झालेल्या कापडाप्रमाणे कल्पनाही करता येऊ नये अशी पन्नास वर्षं! खरंच इतका काळ गेला होता?

पण कधी कधी तो त्याहूनही जास्त वाटायचा.

हजारो ताऱ्यांच्या प्राचीन प्रकाशात लाटांच्या कुशीत निजलेलं एंडो-सानचं बेट अस्पष्टपणे दिसत होतं. ते विकत घेण्यासाठी आलेल्या सर्व प्रस्तावांना मी नकार दिला होता आणि ते पूर्वी होतं तसंच स्वच्छ ठेवलं होतं. त्यावरच्या झाडांखालचं एंडो-सानचं छोटंसं लाकडी घर, आम्ही सराव करायचो ती मोकळी जागा, माझी बोट नेहमी जिथे किनाऱ्याला लागायची ती जागा, सर्वकाही होतं तसंच ठेवलं होतं.

आठवणीच तर वृद्धांचं सर्वस्व असतात. तरुणांकडे आशा आणि स्वप्नं असतात, तर वृद्ध त्यांचे अवशेष जपत 'आपल्या आयुष्याचं काय झालं' याबद्दल आश्चर्य करत बसतात. त्या रात्री मी माझ्या आयुष्याचं परखड अवलोकन करायला लागलो. माझ्या बेफाम तारुण्याचे दिवस, युद्धाचा दु:खदायक आणि क्लेशकारक काळ आणि त्यानंतरची एकान्तात व्यतीत केलेली दशकं! होय, मी माझ्या जीवनाचा उपभोग घेतला होता. अगदी पुरेपूर नसेल कदाचित, पण जवळजवळ काठोकाठ! आणखी कशाची इच्छा करावी? जीवनाचा पुरेपूर आस्वाद ज्यांना घेता आला, असे कितीसे लोक असतील? मी जीवन जगलो, जगभर प्रवास केला आणि आता किल्ली संपत आलेल्या घड्याळाप्रमाणे जीवनाची किल्ली संपत आली आहे; हात मंदावले आहेत आणि काळाच्या प्रवाहाबरोबर राहता येत नाहीये. आपण काळाच्या बाहेर पाऊल टाकलं तर काय दिसेल? अर्थातच भूतकाळ, अंधूक होत जाणारा; नदीच्या प्रवाहात अडकलेला दगड वाहत्या पाण्यामुळे जसा हळूहळू झिजत जातो तसा.

'मूनलाईट बे'मध्ये पलीकडे असलेल्या लाइटहाउसच्या दिव्याचा प्रकाशझोत रात्र उजळून टाकत होता. तो पाहा आला फिरून, पुन्हा... पुन्हा... मी लहान होतो तेव्हा माझे वडील क्वचित ऑफिसच्या कामातून मोकळे असत तेव्हा मला आणि

इझाबेलला त्याची पूर्वकथा सांगत. त्या वेळच्या लाइटहाउस गार्डचं नावसुद्धा मला अजून आठवतं – मिस्टर दीपक. नवऱ्याने आपल्याशी प्रतारणा केलीये हे लक्षात आल्यावर त्याच्या बायकोने लाइटहाउसवरून उडी मारून जीव दिला होता. दीपकसुद्धा अनेक वर्षांपूर्वी गेला होता, पण लाइटहाउस अजून चालूच होतं, आताच्या आधुनिक युगातसुद्धा!

मी बाल्कनीतून खोलीत गेलो आणि झोपण्याचा प्रयत्न करू लागलो. रोजच्याप्रमाणे आजसुद्धा 'एंडो-सानचं स्वप्न पडू दे.' अशी प्रार्थना मी केली.

दुसऱ्या दिवशी सकाळी, पाच वर्षांच्या खंडानंतर प्रथमच मी सराव करायचं ठरवलं. मी सरावाचा पोशाख शोधून काढला. मारियानं त्याला नीट इस्त्री करून तो कपाटात ठेवला होता. तो माझा आवडता पोशाख होता. त्याला घामाचा किंचित गंध होता. तो घालवायचा कितीही प्रयत्न केला, तरी जात नव्हता. आताही घडी मोडताना मला तो जाणवला.

मी शिकवायला लागलो, तेव्हा इस्तानाच्या तळमजल्यावरच्या दोन खोल्यांचं 'दोजे'मध्ये म्हणजे आखाड्यात रूपांतर केलं होतं. जमिनीवर जपानी पाइन लाकडाचं आवरण होतं. त्याला चकाकी येईपर्यंत पॉलिश केलं होतं आणि मग त्याच्यावर सरावाच्या जाड गाद्या घातल्या होत्या. हॉलच्या एका बाजूला देवघरात ओ'सेन्साय उशिबा यांची मूर्ती होती. तिच्यापुढे रोज ताजी फुलं ठेवली जात. एका बाजूला काचेचे उंच दरवाजे, त्यांच्याबाहेर हिरवळ आणि त्याच्यापलीकडे समुद्र. विरुद्ध बाजूला आरशांची भिंत.

मी फक्त दहा शिष्यांनाच शिकवत असे. ते अतिशय उच्च दर्जाचं कौशल्य प्राप्त करून पुढे स्वत:चे वर्ग चालवत असत. आम्ही अनेकदा परिषदा आणि चर्चासत्रांमध्ये भाग घेण्यासाठी जगभर हिंडत असू. तिथे प्रात्यक्षिकं, प्रशिक्षण आणि इतर गुरूंकडून शिकत असू. माझे पूर्वीचे विद्यार्थी मला आमंत्रण देऊन पुन्हा प्रवाहात आणण्याचा प्रयत्न करत; पण 'योद्धा निवृत्त झाला आहे' हे सांगण्यासाठी वापरण्यात येणारी 'मी आता नदी आणि तलाव दोन्हीतून बाहेर पडलो आहे' ही कँटोनी म्हण वापरून मी आमंत्रणाला नकार देत असे.

मी पाय दुमडून, गुडघे टेकून 'सीझा' पद्धतीने वज्रासनात बसलो आणि ध्यान लावलं. चेहऱ्यावर सकाळचा उबदार सूर्यप्रकाश होता. थोडा वेळ शांतपणे बसल्यावर मी ध्यानस्थ झालो. वीस मिनिटांनी मी माझी बोक्केन (तलवार) दोन्ही हातांनी आडवी धरून उचलली आणि तशीच वर करत ओ'सेन्सायपुढे नतमस्तक झालो. नंतर मी त्या लाकडी तलवारीला वंदन केलं आणि काही 'हातांचा' सराव केला. सराव करताना खरी 'कटाना' तलवार वापरणं धोक्याचं असतं आणि सोयीचं नसतं.

याचा अर्थ बोक्केन परिणामकारक शस्त्र नाही असा नाही. माझ्या माहितीचे काही तलवारबहाद्दर तर धातूच्या तलवारीऐवजी बोक्केनच पसंत करतात आणि जपानचं तलवारबाजीचं दैवत मियामातो मुसाशी तर द्वंद्वयुद्धासाठीसुद्धा खऱ्या कटानाऐवजी दोन लाकडी बोक्केन तलवारीच घेऊन जात.

माझी बोक्केन साडेतीन फूट लांबीची होती. सीडर लाकडावरच्या कलाकुसरीसाठी प्रसिद्ध असलेल्या शिकोकूमधल्या एका कारागिराने ती बनवली होती. मी रोज पाच हजार हात करत असे. प्रतिस्पर्ध्याच्या डोक्याच्या वरून खाली, तसंच बाजूने, त्याच्या देहाचे उभे दोन तुकडे होतील अशा रीतीने डाव्या कानापासून उजव्या मांडीपर्यंत हवेचाही आवाजही होणार नाही इतक्या सफाईने माझ्या हालचाली व्हायच्या. त्या सकाळी दोन हजार हात झाल्यावर मी मोजणं बंद केलं; पण देहाला सवय होती त्यामुळे त्याच्यावर सोपवलं. डोळे काहीही बघत नव्हते, पण सभोवारची पूर्ण जाणीव होती. दृष्टी प्रकाशमय होती; अंग हलकं झालं होतं.

'हालचालीत स्तब्धता,
स्तब्धतेत हालचाल' या तत्त्वानुसार.

माझा सराव संपला तेव्हा मिचिको सरावाच्या पोशाखात समोर उभी होती. मी माझी तलवार समोर धरली. तिला वंदन केलं आणि मग ती लाकडी स्टँडवर ठेवली. काहीही न बोलता नुसत्या हातांनी आम्ही एकमेकांबरोबर सराव केला. माझ्या वरिष्ठ दर्जामुळे मी 'नागे' म्हणजे जो बचाव करतो आणि फेकतो त्याची भूमिका आग्रहाने घेतली. मिचिकोने 'उके' म्हणजे आक्रमकाची भूमिका घेतली. त्यामुळे मी जरुरीपेक्षा जास्त बळ वापरणार नाही आणि तिला इजा करणार नाही, हे तिला गृहीत धरावं लागलं. एंडो-सान मला नेहमी सांगायचे की, द्वंद्वाचा सराव करताना दोन्ही योद्ध्यांमध्ये परस्पर विश्वास असणं हा आयकिडो शिक्षणाचा पाया आहे. कारण तसं झालं नाही, तर 'उके' निर्धास्तपणे आक्रमण करून आपलं तंत्र सुधारून निर्दोष करू शकणार नाही.

ती अतिशय सफाईदार योद्धा होती. तिचं 'उकेमी' पडणं सुबक आणि मृदू होतं. माझ्या फेकीमुळे पडताना तिचे हात सफाईदारपणे तो आघात झेलून गादीवर न आपटता जेमतेम स्पर्श करत होते. झाडाचं वाळलेलं पान जसं अलगदपणे जमिनीवर पडेल नि पुढच्या वाऱ्याच्या झुळकेने तितक्याच अलगदपणे हवेत उडेल तसं. कलेच्या दर्जात ती माझ्यापेक्षा खूपच मागे होती, पण माझी बरोबरी करू शकतील असे फारच थोडे लोक होते. मला महागुरूंकडून शिक्षण मिळालं होतं आणि माझं कौशल्य प्रत्यक्षात वापरण्याचा अनुभवही मला होता. त्यामुळे माझा दर्जा 'शिहान' म्हणजे 'शिक्षकांचा शिक्षक' हा होता. हा जगातला नियमच नाही का?

आता प्रथेनुसार आपल्या भूमिकांची अदलाबदल करून तिला 'नागे' होऊ द्यावे अशी तिची अपेक्षा होती, पण मी त्याला नकार दिला आणि तिनेही आग्रह धरला नाही. सराव संपला तेव्हा आम्ही दोघंही घामाने निथळत होतो. श्वासोच्छ्वास द्रुत गतीने चालू होता. हृदय धडधडत होतं.

''लोक म्हणतात त्याप्रमाणे तुम्ही खरोखरीच फार निपुण आहात!'' ती चेहरा टॉवेलने पुसत म्हणाली.

मी नकारार्थी मान हलवली. ''मी याहूनही जास्त प्रवीण होतो. दीर्घकाळ खंड पडल्यामुळे माझं कौशल्य कमी झालंय.'' पण आता या कलेची मला गरजच कुठे होती? बाहत्तराव्या वर्षी माझ्याबरोबर कोण सामना करणार होतं?

तिने माझ्या मनातले विचार ओळखले. ''तुमचं मन अजून खूपच कणखर आहे.'' ती म्हणाली, ''आणि त्यासाठीच तर सराव असतो, नाही का?''

ती किती कृश होती हे सकाळच्या प्रकाशात माझ्या लक्षात आलं, पण मी तिला तब्येतीविषयी विचारणं टाळलं. आयकिडोमुळे माणसाला वरवर दिसतं त्याच्या पलीकडे बघण्याची क्षमता येते. सरावादरम्यान आमचा जो शारीरिक स्पर्श झाला होता, त्यावरून तिची तब्येत ठीक नव्हती हे मला जाणवलं होतं.

आम्ही गच्चीत एका वेलीच्या कुंजात बसून पॉरिज आणि डंपलिंग्स अशी हलकी न्याहारी घेतली. 'बोह' चहाचे तबक घेऊन मारिया आली. ''मारिया, या मॅडम मिचिको आहेत. या काही दिवस आपल्यासोबत राहणार आहेत.''

मिचिकोने प्रश्नार्थक भुवई उंचावली. मारियाची स्वयंपाकघरातल्या पसाऱ्याबद्दल कुरकुर चालू असताना मी म्हटलं, ''तुम्ही इथेच राहा. हॉटेलात जाऊन उरलेलं सामान घेऊन या.'' मी तिच्या मनातलं ओळखल्याचं आश्चर्य तिच्या चेहऱ्यावर दिसलं. ते बघून मला गंमत वाटली.

मला तिचं बालपण, तिचा एंडो-सानशी सहवास यांविषयी अधिक जाणून घ्यायचं होतं आणि तिचा सहवास हवाहवासा वाटत होता. मी तिच्याशी बोललो तितक्या मोकळेपणी अनेक वर्षांमध्ये कोणाशीही बोललो नव्हतो. ''तुम्ही काही दिवस राहिलात, तर मला आनंद होईल.'' मी म्हणालो, ''पण मला एक विचारायचं आहे की, तुम्हाला माझ्याकडून नक्की काय हवं आहे?''

''मला तुम्ही त्याचं घर दाखवाल? त्याने पत्रात उल्लेख केलेल्या त्या छोट्या बेटावर घेऊन जाल?'' तिने विचारलं.

ती हे विचारणार असं मला वाटलं होतंच आणि त्याचीच मला भीती वाटत होती. मी माझ्या वेताच्या खुर्चीत मागे टेकून बसलो. हवा गरम होत होती. परवाप्रमाणे एखादाही ढग दिसत नव्हता.

"नाही." शेवटी मी म्हणालो, "मी तसं नाही करू शकत." एंडो-सानबरोबरच्या माझ्या जीवनात मी कोणालाही प्रवेश देणार नव्हतो.

"मग एंडो-सानचं पुढे काय झालं ते मला सांगा." मी ज्या पद्धतीने नकार दिला त्यापेक्षा जास्त सौजन्याने तो नकार स्वीकारून तिने आपल्या 'उकेमी'चा दर्जा दाखवून दिला होता.

"ते आता हयात नाहीत. त्यांच्याविषयी कशासाठी बोलायचं? त्याने काय साध्य होणार?"

"तो अजून इथून गेलेला नाही." डोक्याला बोट लावत ती म्हणाली. थोडा वेळ स्तब्ध राहून ती पुढे म्हणाली, "त्यानं जे पत्र पाठवलं, त्याबरोबर आणखी एक वस्तूही आली होती."

ती घरात गेली आणि एक अरुंद लांब लाकडी पेटी घेऊन आली. आदल्या दिवशी संध्याकाळी ती आली होती, तेव्हाच तिच्याबरोबरची पेटी पाहून मी जरा अस्वस्थ झालो होतो. तिच्या आकार आणि लांबीवरून माझ्या लगेच लक्षात यायला हवं होतं, पण तिच्यावरच्या वेष्टनामुळे मला पटकन कळलं नव्हतं. तिच्यात काय होतं ते आता मी ताबडतोब ओळखलं होतं आणि माझी अस्वस्थता दिसू न देण्याचा प्रयत्न केला होता.

तिने पेटीवरचं पुठ्ठ्याचं वेष्टन फाडून टाकलं आणि पेटी टेबलावर ठेवली. "तुम्ही पेटी उघडू शकता."

"तिच्यात काय आहे हे मला माहीत आहे." मी करड्या नजरेने म्हणालो; पण मी ती उघडली आणि तिच्यातली एंडो-सानची नागामित्सू तलवार तिच्या गादीवरून उचलली. ती वापरताना मी त्यांना इतक्या वेळा पाहिलं होतं, पण आयुष्यात प्रथमच मी तिला स्पर्श करत होतो. ते एक साधं, पण रुबाबदार शस्त्र होतं; हाताला थंड आणि गुळगुळीत लागणारं! त्याचं चकाकणारं काळं म्यानसुद्धा बिननक्षीचं नि साधं होतं. ती तलवार जवळजवळ माझ्या तलवारीसारखीच होती. तलवारी बनवण्यासाठी प्रसिद्ध असलेल्या नागामित्सू लोहाराने सोळाव्या शतकाच्या शेवटी ती बनवलेली होती.

"ती माझ्याकडे आली तेव्हा खूप गंजलेली होती. मी एका जुन्या लोहाराकडून ती साफ करून घेतली." डोकं हलवत ती म्हणाली, "तलवार कशी साफ करायची, हे आता फारच थोड्या लोकांना माहीत आहे. हा अतिशय दुर्मीळ असा नग आहे. बहुधा नागामित्सूचं सर्वांत उत्तम उत्पादन! लोहाराला तिच्यावर काम करण्यात मोठा मान वाटला. सात महिने तो तिला घासत, पुसत, तेल लावत होता आणि शेवटी कामाचा मोबदला घ्यायलाही त्याने नकार दिला."

तिने ती माझ्या हातातून घेतली. "एंडो-सानने ही शेवटी केव्हा वापरली ते तुम्हाला आठवतं?" तिने विचारलं.

मी नजर दूर वळवली. ''अगदी पक्कं आठवतं!'' एकदम आलेला आठवणींचा लोंढा थांबवत मी हळूच उद्गारलो. जणूकाही त्या तलवारीच्या फटक्याने मी उभारलेल्या भिंतीचाच भेद झाला होता. ''चांगलंच आठवतं.''

तिने माझ्याकडे बघितलं आणि तोंडावर हात ठेवला. ''मला तुम्हाला दुखवायचं नव्हतं. मला खरोखरीच वाईट वाटतंय.''

''मला एका मीटिंगला जायला उशीर होतोय.'' टेबलाजवळून उठत मी म्हणालो. इतक्या वर्षांच्या सरावानंतरसुद्धा मी विचलित झालो होतो, हे लक्षात येऊन माझा मलाच धक्का बसला. तिचं येणं, आमचं संभाषण, एंडो-सानच्या तलवारीचं दर्शन या सगळ्यांचा माझ्यावर एकत्रित आघात झाला होता आणि अडचण अशी होती की, ज्यांना उचलून फेकून देता येईल असे हे हाडामांसाचे शत्रू नव्हते. मी काही क्षण स्वत:ला सावरत स्तब्ध उभा राहिलो.

ती समोर उभी होती. ''मी इथे तुम्हाला फसवायला आलेली नाही. मला ते जाणून घ्यायची खरोखरीच तीव्र इच्छा आहे.''

''मी तुम्हाला हॉटेलवर नेतो.'' असं म्हणून तिला तलवार हातात असलेल्या स्थितीत ठेवून मी आत गेलो.

२

मी माझ्या काळ्या डेमलरमधून जॉर्जटाऊनमध्ये गेलो आणि तिला नॉर्थम रोडवरच्या ईस्टर्न अॅन्ड ओरिएंटल हॉटेलमध्ये सोडलं. रस्त्यावर दाट रहदारी होती. ऑफिसला जाणारे लोक खाण्याच्या गाड्यांवरून त्यांची नाश्त्याची पाकिटं – केळीच्या पानांत बांधलेली 'नासी लेमाक' (गोड रस्सा आणि चटणी मिसळलेला भात) – आणि वर्तमानपत्रं घेऊन लगबगीने जात होते. मी बीच स्ट्रीटवर वळताना पेनांगच्या रहदारीला डोकेदुखी करणारे मोटरसायकलस्वार सुसाट वेगाने आजूबाजूने जात होते. आमच्या शीख द्वारपालाला गाडी पार्क करायला देऊन मी चालत माझ्या ऑफिसमध्ये गेलो.

हटन अॅन्ड सन्सचं ऑफिस एका शतकापेक्षा अधिक काळ त्याच इमारतीत होतं. माझे पणजोबा ग्रॅहम हटन यांनी ही कंपनी स्थापन केली. ते पूर्व आशियात प्रसिद्ध होते. कंपनीचं पूर्वीचं वैभव आता खूप कमी झालं होतं, पण तरीही अजून ती एक प्रतिष्ठित नि नफ्यात चालणारी कंपनी म्हणून ओळखली जात होती. युद्धामध्ये बॉंबहल्ल्यात इमारतीचा एक कोपरा ढासळला होता. त्या जागी बसवलेल्या दगडांचा रंग बाकी इमारतीच्या रंगापेक्षा वेगळा ओळखू यायचा. जखमेवर आलेल्या नवीन त्वचेचा चट्टा दिसावा तसा तो दिसे. मी माझ्या टेबलापाशी बसताना ही कंपनी जितकी माझ्या कुटुंबाची आहे तितकीच एंडो-सानचीही आहे याची जाणीव मला नेहमी असायची. एंडो-सान नसते, तर कंपनी जपान्यांनी कधीच गिळंकृत केली असती. त्यांनी ती त्यांच्यापासून कितीदा वाचवली, ते त्यांनी मला कधीच सांगितलं नाही.

आठवड्याच्या शेवटी आलेले वेगवेगळे अहवाल, फॅक्स, ई-मेल मी वाचले. कंपनीची स्थापना झाली तेव्हापासून आतापर्यंत कंपनी त्याच वस्तूंचा व्यापार करत होती – रबर, कथील आणि मलेशियात विकला जाणारा शेतमाल. शिवाय क्वालालंपूरमध्ये आमची काही प्रतिष्ठित हॉटेलं, मोक्याच्या जागी असलेल्या

इमारती आणि तीन शॉपिंग मॉलही होते. ऑस्ट्रेलिया आणि दक्षिण आफ्रिकेत आमच्या खाणी होत्या आणि जपानमध्ये जहाजबांधणी-उद्योगामध्ये आमची मोठी भागीदारी होती. माझं जपानी भाषेचं ज्ञान आणि जपानी संस्कृतीचा अंगीकार यामुळे युद्धानंतर झालेल्या जपानच्या भरभराटीचा फायदा ज्या थोड्या लोकांना घेता आला त्यांच्यापैकी मी एक होतो.

हटन ॲन्ड सन्स ही अजूनही खाजगी मालकीची कंपनी होती आणि या गोष्टीचा मला अभिमान होता. त्यामुळे मी काय करावं किंवा करू नये हे सांगणारा कोणी नव्हता, तसंच मला कोणालाही जाबजबाब द्यावा लागत नसे.

असं असूनही माझी दिनचर्या ठरावीक असे – घरी न्याहरी, नंतर समुद्रकिनाऱ्यालगतच्या रस्त्याने कारने ऑफिसला जाणं, मनाला वाटेल तिथे भोजन, मग संध्याकाळी पाचपर्यंत पुन्हा ऑफिस. त्यानंतर पेनांग स्विमिंग क्लबमध्ये पोहणं, मग ड्रिंक्स आणि मग घरी.

वय झालेलं मला जाणवायचं आणि ती काही फार आनंददायक अशी भावना नव्हती. जगाची कालक्रमणा चालूच असते. तरुण आणि आशावान लोक त्यांच्या ध्येयाकडे जात राहतात. म्हातारे झालो म्हणजे आपण आपलं ध्येय गाठलं, अशी एक चुकीची समजूत आहे; पण त्यानंतरही, अगदी शेवटी आपले डोळे मिटतात त्या क्षणापर्यंत आपली वाटचाल चालूच असते, पुढच्या मुक्कामासाठी. ही वस्तुस्थितीसुद्धा अनेकांच्या गळी उतरत नाही.

मी माझे वर्ग पाच वर्षांपूर्वीच बंद केले होते आणि माझ्या शेवटच्या शिष्याला दुसऱ्या गुरूकडे पाठवलं होतं. माझे परदेश-प्रवास खूप कमी केले होते. जपानची वार्षिक वारीसुद्धा बंद झाली होती. कंपनी विकण्याच्या दृष्टीने मी चाचपणी केली होती आणि प्रतिसाद चांगला मिळाला होता. शेवटच्या प्रवासाच्या दृष्टीने मी तयारी करत होतो. सर्व जबाबदाऱ्या आणि बंधनं यांच्यातून मोकळा होत होतो. जहाजाचा कप्तान जसा सर्व तयारी करून योग्य वारे येताच निघण्याच्या स्थितीत असतो तसा.

माझ्या भावनाविवशतेचं मला आश्चर्य वाटलं. सर्व संवेदना मी कधीच गुंडाळून ठेवल्या होत्या, अशा विश्वासात मी होतो. कदाचित मिचिकोसारखी हयातो एंडो-सानना ओळखणारी व्यक्ती भेटल्यामुळे असेल, एंडो-सानच्या 'कटाना'च्या आकस्मिक आणि अनपेक्षित दर्शनामुळे उफाळून आलेल्या भावना शमत नव्हत्या. त्यांना प्रयत्नपूर्वक बाजूला सारून मी कामाला लागलो.

जेवायची वेळ झाली तेव्हा माझं मन आधीच भरकटायला लागलं होतं आणि मला ऑफिसमधून घरी जावं असं वाटत होतं. मी माझी जुनी मदतनीस मिसेस लो हिला तसं सांगितलं. मला अचानक बरं वाटत नाही की काय असं वाटून ती मला न्याहाळू लागली.

"तुम्हाला बरं वाटतंय ना?"

"अगदी उत्तम आहे ॲडील."

"पण मलातरी तुम्ही बरे दिसत नाही आहात."

"कसा दिसतोय मी?"

"तुम्ही कसल्यातरी काळजीत आहात. परत तुमच्या मनात युद्धकाळच्या आठवणी यायला लागल्यात असं दिसतंय." ती म्हणाली.

माझ्याबरोबर जवळजवळ पन्नास वर्षं काम केलं असल्याने ती मला बरोबर ओळखत असे. "तू बरोबर ओळखलंस ॲडील." मी नि:श्वास सोडत म्हणालो. "माझ्या मनात युद्धाचेच विचार येत होते. आता युद्धाच्या आठवणी फक्त म्हाताऱ्यांनाच येतात. नशीब, त्यांची स्मरणशक्ती भरवशाची नसते!"

"तुम्ही खूप चांगलं काम केलेलं आहे आणि ते लोकांच्या आठवणीत नेहमीच राहील. वृद्ध त्यांच्या मुलांना आणि नातवंडांना सांगतील. तुम्ही नसता, तर मी उपाशीच मेले असते."

"अनेक लोक माझ्यामुळे मृत्युमुखी पडले, हेही तुला माहीत आहे."

यावर तिला तत्काळ उत्तर सुचलं नाही नि त्याचा फायदा घेत मी बाहेर पडलो.

मी बाहेर उन्हाकडे निघालो. प्रवेशद्वाराच्या पायरीवर मी समोरच्या इमारतींच्या मागून वर आलेली बोटींची धुराडी बघत जरा थबकलो. 'वेल्ड क्वे' चालण्याच्या अंतरात होता. या वेळेस गोदामांमध्ये कामाची गर्दी असणार होती : मालाची पोती, धान्याची आणि मसाल्याची पोती, फळांची खोकी आपल्या उघड्या, चकाकणाऱ्या पाठींवर वाहून नेणारे कामगार, जहाज दुरुस्ती करणारे वेल्डर, वेल्डिंग करताना स्फोट होणाऱ्या चांदण्यांप्रमाणे उडणाऱ्या ठिणग्या!

अधूनमधून एखाद्या बोटीच्या भोंग्याचा आवाज येत होता. ऑफिसमध्ये असताना हा आवाज मला फार आवडायचा. गेल्या पन्नास वर्षांत तो बदलला नव्हता. ओहोटी असताना समुद्राचा खारट वास आणि उन्हात तापलेल्या चिखलाचा वास यांचा एक मिश्र गंध वाऱ्यावर स्वार होऊन येत असे. किनाऱ्यावर आणि समुद्रावर हवेत पंख पसरून तरंगणारे कावळे आणि समुद्रपक्षी तान्ह्या मुलाच्या पाळण्यावर टांगलेल्या खेळण्यांप्रमाणे दिसत. इमारतींवरून परावर्तित झालेला सूर्यप्रकाश डोळे दिपवून टाकत असे – स्टँडर्ड चार्टर्ड बँक, हाँगकाँग ॲन्ड शांघाय बँक, इंडिया हाऊस. एका स्थानिक लक्षाधीशाने व्हिक्टोरिया राणीच्या हीरक महोत्सवानिमित्ताने भेट दिलेल्या क्लॉक टॉवरला वळसा घालून जाणाऱ्या वाहनांच्या गर्दीचा आवाज! पेनांगसारखा सूर्यप्रकाश मला जगात कुठेही बघायला मिळाला नव्हता – तेजस्वी, पण ताप न देणारा, उबदार, फक्त डोळ्यांना दिसतं ते उजेडात दाखवणाराच नव्हे, तर हृदयाला जाणवतं तेही दाखवणारा.

हेच माझं घर. मी जरी अर्धा इंग्लिश असलो, तरी मला इंग्लंडबद्दल ओढ कधीच नव्हती. इंग्लंड एक परका देश होता. थंड आणि उदास! हवाही वाईट. याच बेटावर माझं सर्व आयुष्य गेलं आणि इथंच मी शेवटचा श्वास घेणार!

मी लंचब्रेकमधल्या उसळणाऱ्या गर्दीतून वाट काढत चालू लागलो. मित्र-मैत्रिणींबरोबर हसत-खिदळत जाणारे ऑफिसांमधले तरुण-तरुणी, मोठ्या बॅगा पाठीवर टाकून एकमेकांशी लुटुपुटीच्या मारामाऱ्या करत जाणारे विद्यार्थी, माल खपवण्यासाठी घंटा वाजवत, ओरडत, हातगाड्या ढकलत जाणारे फेरीवाले असे अनेक लोक मला ओळखून, स्मित करून अभिवादन करत होते. मी म्हणजे जवळजवळ एक संस्थाच होतो.

अजून घरी जायचे नाही, असे मी ठरवले. फारखार स्ट्रीट ओलांडून मी सेंट जॉर्ज चर्चच्या मैदानावरच्या थंड सावलीत शिरलो. जुने शिरीषांचे वृक्ष वाऱ्याने हेलकावत होते नि तशाच त्यांच्या गवतावरच्या सावल्यासुद्धा डुलत होत्या. चर्चच्या आवारातल्या जुन्या छत्रीच्या शेवाळलेल्या पायरीवर मी बसलो. रस्त्यावरच्या रहदारीचा आवाज आता अंधूक झाला होता. पक्ष्यांचा किलबिलाट सहन न होऊन एक कावळा मध्येच झेप घेऊन त्यांना उडवून लावत होता. काही वेळ मला अगदी शांत शांत वाटलं. डोळे मिटले असते, तर पृथ्वीच्या पाठीवर कुठेही आणि कोणत्याही काळात जाऊ शकलो असतो. कदाचित अॅवॅलॉनला, किंग आर्थरच्या जन्मापूर्वी! ती माझी लहानपणीची अतिशय आवडती गोष्ट होती. तिच्यातली जादू आणि दु:ख यांमुळे ती पौर्वात्य पुराणकथाच वाटायची.

मी बळेच डोळे उघडले. विसरता येण्याची क्षमता विकत घेता येत नसते. कष्टानेच उठून मी चर्चच्या प्रांगणातून बाहेर पडलो. चालण्याचा वेग वाढवला. आज रात्रीसाठी तयार व्हायचं होतं. काय घडणार त्याची मला जाणीव होती. ते कठीण असणार होतं. पण शेवटी, इतकी वर्षं लोटल्यावर मला ते बरंच वाटत होतं. मला ठाऊक होतं, ही संधी परत कधीच येणार नव्हती. आणखी वेळ उरला नव्हता, निदान या आयुष्यात तरी!

मी क्लबमधून परतलो, तेव्हा ती आधीच इस्तानामध्ये आलेली होती. तलावाच्या जवळ ती एका डेक चेअरमध्ये बसली होती. तिचं डोकं एका मोठ्या पनामा हॅटखाली झाकलेलं होतं. पुतळ्याप्रमाणे स्तब्ध राहून ती एंडो-सानच्या बेटाकडे एकटक बघत होती. तिच्याजवळच्या टेबलावर एक पुस्तक उघडं होतं, बंद करण्याची वाट बघत असावं अशा तऱ्हेने. मी घरातून तिच्याकडे बघत होतो. तिने तिची बॅग उघडली. एका बाटलीतून मूठभर गोळ्या काढल्या आणि गिळून टाकल्या.

मी घेतलेल्या ड्रिंक्सचा परिणाम आता मला जाणवू लागला होता. क्लबमध्ये नेहमीच्या लोकांची गर्दी होती – 'पिऊन' मोठमोठ्याने बोलणारे हिन्दुस्तानी, शेअर दलालांना फोनमध्ये ओरडून सूचना देणारे लठ्ठ चिनी आणि हा देश आवडल्यामुळे इथे स्थायिक झालेले ब्रिटिश. आजतरी त्यांनी माझ्याशी 'युद्ध' केलं नाही किंवा युद्धकाळातल्या माझ्या भूमिकेबद्दल मला दोष दिला नाही.

मी मारियाला जेवण तयार करून ठेवायला सांगितलं नि शॉवर घ्यायला गेलो. मी खाली येईपर्यंत नोकरमंडळी घरी गेली होती आणि आम्ही दोघंच घरात होतो. टेबलावर एका मोठ्या केळीच्या पानावर तिखट, लिंबाचा रस आणि मसाला लावलेले स्टिंग रे माशाचे काप होते. त्यांनी मिचिकोचं लक्ष वेधून घेतलं. मारिया 'इकनबकार' फार सुंदर करायची. तिच्यातल्या पोर्तुगीज रक्ताचा तो गुण होता, असं तिचं म्हणणं होतं. मी ग्लासमध्ये वाइन ओतणार एवढ्यात मिचिकोने मला थांबवलं. कागदाच्या पाकिटातून तिने एक मोठी बाटली काढली.

''साके.'' ती म्हणाली.

''ओह! छान!'' मी तिला साकेसाठीचे दोन छोटे कप देत म्हणालो. तिने स्वयंपाकघरात साके जरा गरम करून कपात ओतली. आम्ही दोघांनीही ती एका घोटात संपवली. तिची चव मी विसरलो होतो. मी डोकं हलवलं. एकाच दिवसात खूप ड्रिंक्स झाली होती.

या वेळी आमच्यातला अवघडलेपणा कमी झाला होता. जणूकाही गेले कित्येक जन्म आम्ही एकमेकांना ओळखत होतो. मला तिचं हास्य आवडलं होतं – हलकं आणि प्रसन्न, तरीही उठवळ नसलेलं. माझ्या ओळखीच्या इतर अनेक जपानी स्त्रियांप्रमाणे ती हसताना तोंडापुढे हात धरत नसे, त्यामुळे माझ्या बोलण्याने तिची खरोखरीच करमणूक झाली आहे, हे मला समजत असे. आनंद झाला किंवा संताप आला, तरी आपले दात दाखवण्यास न कचरणारी अशी ती बाई होती.

जेवणाबरोबर साके योग्य वाटत होती, कारण त्यामुळे पदार्थाचा चमचमीतपणा सौम्य होत होता. माशाचे काप लुसलुशीत होते. नुसत्या चॉपस्टिकने काट्यापासून मांस अलग होत होतं. मसाल्यात मुरल्याने आलेल्या झणझणीतपणाला कमी करणारा केळीच्या पानाचा मंद हिरवा स्वादही त्यात मिसळला होता. नारळाच्या दुधात ताडगूळ घालून गोड केलेलं साबुदाण्याचं पुडिंग खाऊन आम्ही जेवण संपविलं.

''मी एंडो-सानचं पत्र आणलं आहे.'' जेवण झाल्यावर ती म्हणाली. कप तोंडाकडे नेणारा माझा हात मध्येच थांबला.

''तुमची इच्छा असेल तर वाचा.'' माझ्या निरिच्छेची दखल न घेता ती म्हणाली.

''नंतर वाचेन.'' मी म्हणालो.

ते मान्य करून तिने आणखी साके ओतली.

आम्ही पुन्हा गच्चीत जाऊन बसलो. रात्र आल्हाददायक होती. समुद्र चमकत होता. काळंभोर आकाश! अथांग पसरलेल्या मखमलीसारखं! मला फार समाधानी वाटत होतं. रुचकर जेवण, उत्तम साके, एक एकाग्र श्रोता, समुद्राचा दबलेला आवाज, मंद वारा, रातकिड्यांचं संगीत - समाधान वाटावं असंच सर्व होतं. याहून जास्त काय हवं? मी हॉलमध्ये जाऊन जोन सुदरलँडची एक रेकॉर्ड लावली.

मिचिकोने एक नि:श्वास सोडला. तिच्या ओठांवर पुसट स्मित होतं. तिने संथपणे पाय लांब केले. आधी एक, मग दुसरा. एखादा बगळा तळ्यातून चालताना जसा ऐटीत पावलं टाकेल तसे.

"सकाळी मी जरा उतावीळपणा केला." ती म्हणाली, "त्याची तलवार पुन्हा बघून, ती हरवलेली नाही हे कळून तुम्हाला आनंद होईल असं मला वाटलं होतं."

मी तिला थांबवलं, "मी तुम्हाला दोष देत नाही. अनेक गोष्टींची तुम्हाला कल्पना नाही."

"तुमच्या कुटुंबाचं काय झालं? तुमचे भाऊ, बहीण?" माझा कप पुन्हा भरत तिने विचारलं. मला फारसं आश्चर्य वाटलं नाही. माझ्याकडे येण्यापूर्वी तिने बरीच माहिती गोळा केली असावी हे उघड होतं. कदाचित एंडो-सानच्या पत्रात माझ्या कुटुंबाविषयी लिहिलेलं असेल.

"कोणीच उरलं नाही" मी म्हणालो. त्यांचे चेहरे माझ्या डोळ्यांपुढे तरळून गेले.

सौम्य चंद्रप्रकाशात बागेतले पुतळे मंदपणे चमकत होते. त्यांना त्यांचं गतवैभव पुन्हा प्राप्त झाल्यासारखं वाटत होतं. "इथे रस्त्यावर पुढे एक घर आहे. अनेक वर्षं तिथे कोणी राहत नाहीये." मी म्हणालो, "इथे अशी एक दंतकथा आहे की, पौर्णिमेच्या रात्री त्या बागेतले संगमरवरी पुतळे जिवंत होतात आणि काही काळ इकडेतिकडे फिरतात. ती कथा खरी असावी अशी आज रात्री मला जवळजवळ खात्रीच वाटू लागली आहे."

"अरेरे!" ती उद्गारली, "मी पुतळा असते आणि जिवंत झाले असते, तर मला जे मिळालं नाही ते शोधत बसले असते. आपण अस्तित्वात आहोत तोपर्यंत कधी हाडामांसाचं तर कधी दगडाचं व्हायचं, कधी सजीव तर कधी निर्जीव व्हायचं. सतत पूर्वजन्मीच्या आठवणींना उजाळा देण्याचा प्रयत्न करत राहायचं... कल्पनाच करवत नाही! मी काय शोधतेय हेच मी विसरेन. काय आठवण्याचा प्रयत्न करतेय, हेही विसरेन!"

"किंवा जिवंत असताना प्रत्येक क्षणाचा आनंद लुटावा!" हे बोलतानाच आपण किती खोटं बोलतोय ते मला जाणवलं.

सुदरलँड मनातल्या दु:खाला गाण्यात ओततच होती. वर्दीची 'कॅरो नोम' ही

माझ्या वडलांची आवडती रचना होती. मी मिचिकोला सांगितलं.

"आणि आता ती तुमची आवडती आहे." ती म्हणाली. मी मान डोलवली. मग मी म्हणालो, "तुम्हाला सकाळी काय विचारायचं होतं ते विचारा."

तिने तिच्या साकेचा छोटा घुटका घेतला. ती खुर्चीत मागे रेलून बसली आणि म्हणाली, "मला तुमच्या जीवनाविषयी सांगा. तुमच्या आणि एंडो-सानच्या जीवनाविषयी. आनंदाचे आणि दु:खाचे क्षण. मला सर्वकाही जाणून घ्यायचं आहे."

मी वाट बघत होतो तो क्षण. माझी कहाणी सांगण्यासाठी मी पन्नास वर्षं थांबलो होतो. एंडो-सानचं पत्र मिचिकोला मिळायलाही तेवढाच काळ लागला होता. तरीही मला घुटमळायला होत होतं. आपली अनेक लज्जास्पद कृत्यं, अपयश, अक्षम्य अशी पापं दुसऱ्याला सांगावीत की नाही या भावनेने एखाद्या पापी माणसाला कबुली देताना वाटेल तसं.

जणूकाही मला धीर यावा यासाठी तिने ते पत्र बाहेर काढून आमच्या मध्ये असलेल्या टेबलावर ठेवलं. त्याची पानं दुमडली होती; पिवळी पडली होती. शाई किंचित झिरपल्याने कागदाच्या मागच्या कोऱ्या बाजूवर पुसट गोंदल्याप्रमाणे दिसत होती. 'अगदी माझ्याचसारखं!' पत्राकडे बघताना माझ्या मनात विचार आला. माझ्या जीवनाच्या कागदाची घडी आता मिटली होती. जगासमोर कोरी बाजू होती. माझ्या जीवनात एक प्रकारची पोकळी निर्माण झाली होती आणि तिची जाणीव फक्त जो अगदी लक्षपूर्वक बघत असेल त्यालाच झाली असती.

आणि म्हणून, मी माझा जीवनपट हळुवारपणे उलगडला, पहिल्यांदाच आणि शेवटचाच. त्यावर काय लिहिलं आहे ते उघड करत!

३

माझा जन्म झाला त्या दिवशी माझ्या वडलांनी एक सुरूचं झाड लावलं. ती प्रथा त्यांच्या आजोबांनी सुरू केली होती. ते बारकंसं रोप समुद्राकडच्या बागेत लावलं होतं. मोठं झाल्यावर त्याचं उंच, मजबूत अशा सुंदर झाडात रूपांतर होणार होतं. त्याच्या पानांचा मंद सुगंध समुद्राच्या वासात मिसळणार होता. माझ्या वडलांच्या आयुष्यातलं त्यांनी लावलेलं ते शेवटचंच रोप होतं!

मी पेनांगमधल्या सर्वांत जुन्या कुटुंबांपैकी एकातला सर्वांत धाकटा मुलगा. माझे पणजोबा ग्रॅहॅम हटन हे ईस्ट इंडिया कंपनीत क्लार्क होते. १७८०मध्ये नशीब काढायला म्हणून ते समुद्रमार्गे पूर्वेला गेले. ते मसाल्याच्या बेटांमध्ये मिरे आणि मसाल्याचा व्यापार करायचे. योग्य अशा बंदराच्या शोधात असलेल्या कॅप्टन फ्रॅन्सिस लाइट याच्याशी त्यांची मैत्री झाली. तसं बंदर त्याला मलायाच्या वायव्येला मलाक्काच्या सामुद्रधुनीत मिळालं. ते हिंदुस्तानापासून सोयीच्या अंतरावरही होतं. त्या बेटावर तुरळक लोकवस्ती होती. दाट झाडी, सुंदर टेकड्या नि सभोवती सुंदर शुभ्र समुद्रकिनारा! स्थानिक मलाया लोकांनी बेटावर मोठ्या प्रमाणात असणाऱ्या पोफळीवरून (सुपारीची झाडं) त्याचं नाव 'पिनांग' ठेवलं होतं.

मोक्याच्या ठिकाणी असलेल्या त्या बेटाचं महत्त्व लक्षात घेऊन कॅप्टन लाइटने ते केडाच्या सुलतानाकडून सहा हजार स्पॅनिश डॉलर आणि त्याच्या राज्यावर कोणी हल्ला केल्यास सुलतानाचं संरक्षण करण्याच्या बोलीवर खरेदी केलं. लाइटने त्याचं 'प्रिन्स ऑफ वेल्स बेट' असं नाव ठेवलं, पण कालांतराने ते 'पेनांग' म्हणूनच ओळखलं जाऊ लागलं.

मलायामध्ये सोळाव्या शतकापासूनच वसाहती वसू लागल्या होत्या; प्रथम पोर्तुगिजांच्या, नंतर डच आणि शेवटी ब्रिटिशांची. ब्रिटिशांनी मलायातली जवळजवळ सर्व राज्यं आपल्या प्रभावाखाली आणली. औद्योगिक क्रांतीमध्ये मोठी मागणी असलेल्या कथील या धातूच्या खाणी मलायात सापडल्या होत्या. तसंच रबराच्या

झाडांची मोठ्या प्रमाणावर लागवड करण्यासाठी जमीन आणि हवामान अनुकूल होतं. त्यामुळे मलायाचं महत्त्व वाढलं आणि ते आपल्या प्रभावाखाली ठेवण्यासाठी ब्रिटिशांनी स्थानिक संस्थानिकांमध्ये भांडणं लावून दिली. गादीवर असलेल्या सुलतानांना पदच्युत करून त्यांच्या जागी आपल्याला हव्या त्या वारसांना सत्तेवर आणणं, पैसे देऊन हव्या असलेल्या सवलती मिळवणं आणि हे शक्य नाही असं दिसलं, तर चक्क शस्त्रबळाचा वापर करणं असे सर्व मार्ग ब्रिटिशांनी वापरले.

कॅप्टन लाइटने तोफेत चांदीचे तुकडे घालून जंगलात उडवले. मजुरांनी उत्साहाने आणि जोमाने जंगल साफ करावं यासाठीची ती युक्ती केली तेव्हा ग्रॅहॅम हटन तिथे होते आणि ती शक्कल बरोबर लागू पडली होती. बेटाचं लवकरच गजबजलेल्या बंदरात रूपांतर झालं. चीनला जाणारे खलाशी आणि व्यापारी यांना वारं बदलेपर्यंतच्या काळात थांबून विश्रांती घ्यायला एक चांगलं ठिकाण झालं.

ग्रॅहॅम हटनचा धंदासुद्धा तेजीत चालू झाला आणि त्यांनी लवकरच 'हटन अँड सन्स'ची स्थापना केली. त्या वेळी त्यांचं लग्न झालेलं नव्हतं. त्यामुळे कंपनीच्या नावाची जरा कुचेष्टाच केली जायची; पण त्यांच्या डोळ्यासमोर त्यांचं ध्येय स्पष्ट होतं. त्यांनी कशाचीही पर्वा केली नाही.

भल्याबुऱ्या मार्गांनी आणि नंतर दुसऱ्या एका व्यापारी कुटुंबातल्या मुलीशी लग्न झाल्यामुळे माझे पणजोबा पूर्वेतली एक असामान्य व्यक्ती होण्याच्या मार्गाला लागले. त्यांच्या कंपनीची एक अतिशय फायदेशीर कंपनी म्हणून प्रसिद्धी झाली; परंतु ग्रॅहॅम हटनना त्यांच्यानंतरही राहील असं त्यांच्या स्वप्नांचं प्रतीक हवं होतं.

'हटन मॅन्शन' एका टेकडीच्या सुळक्यावर बांधलेलं होतं. तिथून हिंदी महासागरात विलीन होईपर्यंतचा समुद्र थेट दिसायचा. आंद्री पार्लेडिओच्या निर्मितींपासून स्फूर्ती घेऊन स्टार्क आणि मॅक्नील यांनी त्याचा नकाशा बनवला. त्या वेळच्या पद्धतीप्रमाणे पांढऱ्या दगडाची इमारत, सभोवती वर्तुळात उंच स्तंभांची रांग, त्यांच्यावरती उतरतं छत नि बर्मा टीकची दारं आणि खिडक्या! माझ्या पणजोबांनी दगडाचं काम करणारे कारागीर केंटहून, लोहार ग्लासगोहून आणि मजूर हिंदुस्तानातून आणले होते. संगमरवर इटलीहून आणला होता. घरात पंचवीस खोल्या होत्या आणि मलायी सुलतानांच्या प्रासादांवरून पणजोबांनी घराला 'इस्ताना' म्हणजे मलाय भाषेत राजवाडा हे नाव दिलं.

मुख्य इमारतीच्या सभोवार सर्व दिशांना विस्तीर्ण हिरवळी होत्या. आत यायच्या पांढऱ्या खडीच्या रस्त्याच्या दोन्ही बाजूंना फुलझाडांचे ताटवे आणि निवडक झाडं लावली होती. रस्ता ऐटबाज वळण घेऊन चढत मुख्य दारापाशी येत होता. फाटकापाशी उभं राहून इमारतीच्या उतरत्या छताकडे बघितलं, तर हा रस्ता जणूकाही आकाशात जाणारा आहे असं वाटावं. माझे वडील नोएल हटन जेव्हा

घराचे प्रमुख झाले तेव्हा त्यांनी एक स्विमिंग पूल आणि दोन टेनिस कोर्ट यांची भर घातली. मुख्य घराला लागूनच, पण पुरुषभर उंचीच्या झाडांच्या कुंपणापलीकडे गराज आणि नोकरांची घरं होती. पूर्वी ग्रॅहॅम हटन यांना जेव्हा रेसच्या घोड्यांचा छंद होता तेव्हा हा भाग तबेला म्हणून वापरला जात असे. आम्ही – म्हणजे मी आणि माझे बहीण-भाऊ – जेव्हा लहान होतो तेव्हा घोड्याचे नाल मिळवण्यासाठी सगळीकडे खणायचो आणि मग ज्याला नाल सापडेल तो आनंदाने आरोळी ठोकायचा, ''भले! या गंजलेल्या नालाला घोड्याचं रक्त नि लोखंड यांचा उग्र गंध असेल!''

नेहमीच्या प्रथेनुसार हे सर्व वारसाने मला मिळालं नसतं. माझ्या वडलांना चार मुलं होती आणि मी सर्वांत धाकटा. इस्तानाच्या मालकीबद्दलचे विचार माझ्या मनात कधीच येत नसत; पण मला ते घर फार आवडायचं. त्याचं रुबाबदार रूप, इतिहास यांचा माझ्यावर खूप प्रभाव होता. घराच्या सर्व भागांत वावरायला मला फार आवडायचं. एकदातर मला उंचीची भीती असतानासुद्धा मी वरच्या पोटमाळ्यामधलं दार उघडून छतावर गेलो होतो. म्हशीच्या पाठीवर बसलेल्या कावळ्यासारखे आपण घरावर बसलो आहोत असं मला वाटलं. भिंतीवर ओळीने लावलेली व्यक्तींची चित्रं आणि धुळीने माखलेल्या असंख्य ट्रॉफीज यांच्याबद्दलच्या मला गोष्टी सांगा, असा मी माझ्या वडलांच्या मागे लकडा लावत असे.

मला घर तर आवडायचंच, पण त्याहूनही समुद्र आवडायचा. त्याची नित्य बदलणारी लहर, सूर्यप्रकाशामुळे त्याच्या पाण्यावर येणारी झळाळी यांमुळे आणि त्यात दिसणाऱ्या आकाशाच्या विविध छटांमुळे.

माझ्या बालपणीसुद्धा समुद्र माझ्याशी हितगूज करायचा आणि फक्त मलाच समजणाऱ्या भाषेत माझ्याशी बोलायचा. त्याच्या उबदार लाटांनी तो मला न्हाऊ घालायचा. मी जगावर रागावलो की, माझा राग विरघळवून टाकायचा. मी किनाऱ्यावर पळालो की, माझा पाठलाग करायचा. माझ्या पायांभोवती येऊन, मला पुढे पुढे यायला भाग पाडून त्याच्या अफाट विस्तारात सामावून टाकायचा.

''मला सारंकाही आठवायचंय.'' मी एकदा एंडो-सानना म्हणालो होतो, ''ज्या ज्या गोष्टींना मी स्पर्श केलाय, जे जे बघितलंय, अनुभवलंय ते सर्व काळाच्या ओघात विसरू नये म्हणून मला आठवायचय.'' ते हसले होते, पण मला काय म्हणायचं होतं ते त्यांना समजलं होतं.

माझी आई खू यू लियान, ही माझ्या वडलांची दुसरी बायको. ती चिनी वंशाची होती. नशीब काढायला म्हणून जो एक लोंढा चीनमधून बाहेर पडला, त्याच्याबरोबर तिचे वडील होकिएन प्रांतातून मलायाला आले होते. दुष्काळ आणि राजकीय उलथापालथ यांच्यापासून सुटका मिळविण्यासाठी हजारो चिनी लोक इथे कथलाच्या

खाणींमध्ये काम करण्यासाठी म्हणून आले. दक्षिणेला साधारण दोनशे मैलांवर असलेल्या इपोमध्ये तिच्या वडलांनी खाणी घेतल्या नि ते श्रीमंत झाले. त्यांच्या धाकट्या मुलीला त्यांनी पेनांगच्या लाईट स्ट्रीटवरच्या कॉन्व्हेंट शाळेत घातलं.

माझ्या वडलांची आईशी भेट झाली, तेव्हा ते विधुर होते. इझाबेलचा जन्म झाला त्या वेळी तिची आई एम्मा म्हणजे त्यांची पहिली पत्नी वारली. इझाबेल आणि तिची दोन भावंडं यांना आई हवी म्हणून ते दुसऱ्या पत्नीच्या शोधात होते. चीनचे मुख्य राजदूत चियोंग फट झे यांच्या मुलाने दिलेल्या पार्टीत वडलांची खू यू लिआनशी भेट झाली. ती सतरा वर्षांची, तर वडील बत्तीस वर्षांचे होते.

माझ्या वडलांनी माझ्या आईशी लग्न केलं तेव्हा पेनांगच्या समाजात खळबळ माजली होती; पण त्यांची श्रीमंती आणि प्रभाव यामुळे ती लवकरच शमली. मी सात वर्षांचा असताना आई वारली. घरातले काही फोटो सोडले तर मला तिची आठवण पुसटच आहे. माझे दोन भाऊ, बहीण आणि नोकरचाकर तिच्याविषयी जे सांगायचे, त्याच्या आधाराने मी त्या धूसर होत जाणाऱ्या आठवणी, ते मंद आवाज आणि मावळणारा गंध पकडून ठेवायचा प्रयत्न केला आहे.

आम्ही चारही हटन मुलं जवळजवळ अनाथ मुलांसारखेच वाढलो. कारण माझी आई गेल्यावर वडलांनी स्वतःला कामात गुरफटून घेतलं. ते वरचेवर त्यांच्या कथलाच्या खाणी, रबराच्या लागवडी बघायला आणि मित्रांना भेटायला परदेशी जात. ते नेमाने आगगाडीने क्वालालंपूरला जाऊन कोर्टाच्या मागे असलेल्या ऑफिसावर देखरेख करायला अनेक दिवस मुक्काम करू लागले. कंपनी हाच आता त्यांचा जीवनातला एकमेव विरंगुळा झाला; पण एडवर्डने एकदा आम्हाला सांगितलं की, तिथे त्यांनी एक रखेली ठेवली होती. त्या वेळी लहान असल्याने मला त्या शब्दाचा अर्थ कळला नव्हता, पण विल्यम आणि इझाबेल खी खी करून हसले होते. त्यानंतर अनेक दिवस मी त्याचा अर्थ काय म्हणून त्यांच्यामागे लागत असे. एके दिवशी आमच्या आयाने माझ्या तोंडून तो शब्द ऐकला आणि तिने मला धमकी दिली, "तू पुन्हा तो भयंकर शब्द उच्चारलास तर तुला धपाटा देईन."

आमच्या वडलांनी नोकरांना सांगून ठेवलं होतं की, चिनी नोकरांनी आमच्याशी होक्किएन बोलीत बोलावं आणि मलायी माळ्याने मलायमध्ये. मलाया हेच आपलं घर आहे, असं मानणाऱ्या इतर अनेक इंग्रजांप्रमाणे त्यांचासुद्धा आपल्या मुलांचं शिक्षण शक्य तो इथेच व्हावं असा आग्रह होता. त्यामुळे त्यांच्याप्रमाणे आम्हीसुद्धा स्थानिक भाषा बोलत वाढलो. त्यामुळे आम्ही पेनांगशी कायमचे बांधले गेलो.

मी एकलकोंड्या स्वभावाचा असल्याने एंडो-सानची भेट होण्यापूर्वी माझी माझ्या भावंडांशी फारशी जवळीक नव्हती. तसंच माझ्या शाळेतल्या मुलांना ज्या

गोष्टी आवडायच्या – खेळ, कोळी पकडणं, पैसे लावून किड्यांची मारामारी लावणं – याच्यात मला फार रस नव्हता. शिवाय माझ्या मिश्र वारशामुळे मला पेनांगचे चिनी आणि इंग्रज अशा दोन्ही वंशांचे लोक पूर्णपणे आपल्यातला मानत नसत. दोन्ही वंशाचे लोक स्वत:ला दुसऱ्यापेक्षा वरचे समजत. हे नेहमीचंच होतं. मी लहान असताना माझ्या वर्गातली मुलं मला जेव्हा टोमणे मारायची तेव्हा मी हे माझ्या वडलांना सांगायचा प्रयत्न करायचो; पण मी क्षुल्लक गोष्टीचा उगाचच बाऊ करतोय, अशा गोष्टी मनावर घ्यायच्या नाहीत, असं म्हणून ते माझी तक्रार धुडकावून लावत. अपमान आणि कुजबूज यांच्याकडे लक्ष न देता स्वत:च्या पायावर उभं राहण्याशिवाय गत्यंतर नाही, हे मला कळून चुकलं.

शाळा संपली की, मी घरी माझ्या खोलीत दप्तर फेकून कड्याच्या बाजूत बसवलेल्या लाकडी पायऱ्या उतरून इस्तानाच्या पायाशी असलेल्या समुद्रकिनाऱ्याकडे पळत असे. संपूर्ण दुपार मी समुद्रात पोहत असे किंवा वाकलेल्या, सळसळणाऱ्या माडांच्या सावलीत वाचत बसे. वडलांच्या लायब्ररीत जे काही होतं ते सर्व मी वाचत असे, त्यातलं काही कळलं नाही तरी. वाचनात लक्ष लागेनासं झालं की, पुस्तक खाली ठेवून रेतीत खेकडे पकड, शंख खणून काढ, असे उद्योग करी. पाणी स्वच्छ आणि उबदार असे आणि भरतीनंतर उरलेल्या पाण्याच्या डबक्यांमध्ये मासे आणि इतर अनोळखी सागरी जीव दिसत. माझी स्वत:ची एक छोटी नाव होती आणि मी एक चांगला खलाशी होतो.

माझे भाऊ आणि बहीण यांच्या आणि माझ्या वयात खूप अंतर होतं. त्यामुळे मी त्यांच्याबरोबर फारसा नसे. मी जन्मलो तेव्हा इझाबेल पाच वर्षांची होती. ती वयाने मला सर्वांत जवळची. विल्यम माझ्याहून सात वर्षांनी तर एडवर्ड दहा वर्षांनी मोठा. विल्यम कधी कधी तो जे करत असेल त्यात मला घेण्याचा प्रयत्न करायचा; पण तो ते उपचार म्हणून करत आहे असं मला वाटायचं आणि मी जरा मोठा झाल्यावर काहीतरी कारण सांगून त्याला सामील होणं टाळायचो.

पण सहसा मला एकटं असलेलं आवडत असूनसुद्धा कधी कधी माझ्या भावंडांची संगत मला आवडत असे. विल्यम नेहमी कोणत्यातरी मुलीवर इंप्रेशन मारण्याच्या प्रयत्नात असायचा. तो वर पेनांग हिलच्या थंड वातावरणात टेनिस पार्ट्या किंवा वीकएंड पार्ट्या करायचा. पेनांग टेकडीवर जाण्यासाठी माझ्या जन्माच्या आधीच्या काळात, केबलने खेचल्या जाणाऱ्या ट्राम येण्यापूर्वी बांबूवर बांधलेल्या खुर्चीतून चिनी मजुरांच्या खांद्यावरून जावं लागे. टेकडीवर आमचं एक घर होतं. ते एका कड्याच्या टोकावर होतं. तिथे रात्री अगदी थंड असायचं. खालच्या उकाड्याच्या तुलनेत तो बदल फार सुखकारक वाटायचा. त्या घरातून पायथ्याशी पसरलेल्या जॉर्जटाऊन शहराचं सुंदर दृश्य दिसायचं. एकदा मी आणि इझाबेल

टेकडीवर जात असताना ऑर्किड्स शोधण्याच्या नादात रस्त्यापासून दूर जंगलात वाट चुकलो. ती अजिबात रडली नाही. एवढंच नाही, तर मला धीर देत राहिली; पण मला खात्री आहे की, मनातून ती स्वत:सुद्धा खूप घाबरली होती. पुन्हा रस्ता सापडेपर्यंत अनेक तास आम्ही त्या जंगलात भरकटत होतो. इस्तानामध्येसुद्धा माझे वडील बऱ्याच पार्ट्या द्यायचे आणि आम्हालाही दुसऱ्यांच्या पार्ट्यांची, चौपाटीला होणाऱ्या ड्रॅगन बोटींच्या रेसेस, घोड्याच्या रेसेस, क्रिकेट मॅचेस यांची आमंत्रणं यायची. खरं म्हणजे नृत्य आणि मद्यपान करण्यासाठी, हसत खेळत मजा करण्यासाठी कोणतंही निमित्त पुरायचं. अशा पार्ट्यांच्या आणि समारंभांच्या आमंत्रणांमध्ये माझं नाव असायचंच, पण ते वडलांच्या प्रभावामुळे होतं, अशी माझी खात्री होती.

साधारण एक मैलावर आमच्या मालकीचं एक छोटंसं बेट होतं. त्याच्यावर दाट झाडी होती. त्याला खुल्या समुद्राच्या बाजूनेच मार्ग होता. आपण जहाज बुडून या बेटावर लागलेले एकाकी उतारू आहोत अशी कल्पना करत मी अनेक दुपारी त्या बेटावर काढल्या होत्या. एवढंच काय, पण वडील क्वालालंपूरला गेले की, बरेचदा मी रात्रीसुद्धा तिथे राहायचो.

१९३९च्या सुरुवातीला, मी सोळा वर्षांचा होतो तेव्हा, माझ्या वडलांनी ते बेट भाड्यानं दिलं आणि "आता त्या बेटावर पाऊल टाकू नका. ते भाड्यानं दिलं आहे." असं आम्हाला बजावलं. माझं स्वत:चं विरंगुळ्याचं ठिकाण गेल्यामुळे मी खट्टू झालो आणि पुढचे काही दिवस त्या बेटावर काय चालतं यावर हेरासारखं लक्ष ठेवलं. छोट्या होड्यांमधून तिथे जे सामान नेलं जात होतं त्यावरून तिथे एखादं छोटं घर बांधणं सुरू असावं असा मला अंदाज आला. बेटावर गुपचूप जाऊन बघावं असं माझ्या मनात फार यायचं, पण वडलांनी दिलेल्या इशाऱ्यामुळे मी तसं करायला धजावलो नाही. हळूहळू त्याचा विचार मी मनातून काढून टाकला.

–आणि अर्ध्या जगाच्या पलीकडे आमच्याशी काही संबंध नसलेले काही देश युद्धाची तयारी करत होते.

"घरात मालक आहेत का?"

मी जरा दचकलोच. एप्रिलचा दुसरा आठवडा होता. संध्याकाळ होत आली होती. वाऱ्याने हवेत उडालेलं गवताचं बी पडावं, तसा हलकासा पाऊस पडत होता. पावसाळा लवकरच सुरू होणार याची ती खूण होती. हिरवळ चमकत होती. सुरूचा गंध पावसाच्या वासात मिसळून एक वेगळाच सुगंध तयार झाला होता. मी गच्चीत छत्रीखाली वाचायला बसलो होतो. त्या क्षणी माझ्याच स्वप्नांमध्ये हरवलेला मी क्षितिजावर ओथंबलेल्या ढगांकडे दृष्टी लावून बसलो होतो. हळूच उच्चारलेल्या त्या शब्दांनी मी माझ्या तंद्रीतून एकदम भानावर आलो.

मी वळून त्या व्यक्तीकडे बघितलं. साधारण पन्नाशीच्या आतली, मध्यम, पण जरा भरदार बांधा. केस जवळजवळ रुपेरी, आखूड कापलेले; ओल्या गवताप्रमाणे चमकणारे, चेहरा चौरसाकार, सुरकुत्या असलेला, डोळे गोल, चमकदार चेहरा – चिनी नव्हता आणि त्यांची बोलण्याची पद्धतही अपरिचित होती.

"मी मालकांचा मुलगा आहे. काय काम आहे?" मी एकटा आहे हे जाणवून मी बोललो. नोकरमंडळी मागे असलेल्या त्यांच्या घरात संध्याकाळच्या जेवणाची तयारी करत होती. एखादा अनोळखी माणूस कोणालाही न कळत इथपर्यंत घरात कसा येऊ शकतो याबद्दल त्यांना जाब विचारला पाहिजे अशी मी मनात नोंद केली.

"मला तुमची नाव हवीये." ते म्हणाले.

"तुम्ही कोण?" मी विचारलं. हटन असल्यामुळे माझा उद्धटपणा खपून जायचा.

"हयातो एंडो. मी तिथे राहतो." बेटाकडे – माझ्या बेटाकडे बोट दाखवत ते म्हणाले.

"माझे वडील इथे नाहीत." मी म्हणालो. कुटुंबातले सर्व जण लंडनला विल्यमबरोबर राहायला गेले होते. विल्यमचं कॉलेजशिक्षण मागल्या वर्षीच पुरं झालं होतं; पण घरी येऊन काम करायला लागण्याऐवजी तो त्याच्या मित्रांबरोबर लंडनलाच राहिला होता. दर पाच वर्षांनी एकदा माझे वडील अतिशय नाखुशीनेच कंपनीचा कारभार मॅनेजरवर सोपवून मुलांना मोठ्या मुक्कामासाठी त्यांच्या मायदेशी घेऊन जात. वसाहतींमधली अनेक इंग्रज कुटुंबं ही प्रथा एखाद्या धार्मिक यात्रेला जाण्याइतक्या कटाक्षाने पाळत. मी या वेळी न जाण्याचं ठरवलं होतं. वडील नाराज झाले, कारण त्यांनी ही ट्रीप काळजीपूर्वक, माझ्या शाळेची मोठी सुट्टी सुरू व्हायच्या वेळेसच ठेवली होती आणि आमच्या हेडमास्तरांशी बोलून सुटीनंतर शाळा सुरू होईल तेव्हा माझ्यासाठी एक महिना रजा मागून घेतली होती; पण माझ्या न जाण्याच्या निर्णयामुळे माझ्या भावंडांना आनंदच झाला, असं मला वाटलं. कारण इंग्लंडमध्ये त्यांच्या मित्रांना आणि नातेवाइकांना आपल्या अर्ध-चिनी भावाशी नातं सांगणं त्यांना अजिबात आवडत नसे.

"पण तरीही मला तुमची नाव लागणार आहे." तो अनोळखी माणूस म्हणाला, "माझी नाव भरतीमुळे वाहून गेली असं वाटतं." तो हसत म्हणाला, "ती आतापर्यंत हिंदुस्तानच्या अर्ध्या वाटेवर असेल!"

मी खुर्चीतून उठलो आणि त्यांना माझ्याबरोबर बोटहाऊसमध्ये यायला सांगितलं; पण ते निश्चल उभेच राहिले. ढगाळलेल्या आकाशाकडे आणि समुद्राकडे बघत म्हणाले, "कधी कधी समुद्र आपल्याला अगदी उद्विग्न करतो, नाही?"

पहिल्यांदाच कोणीतरी माझ्या अगदी मनातलं बोललं होतं. काय बोलावं ते न

कळून मी थांबलो. माझ्या समुद्राविषयीच्या भावना अगदी मोजक्या शब्दांत त्याने मांडल्या होत्या. निश्चितच समुद्र उद्विग्न करणारा पण सुंदर होता! एका समान धाग्याने बांधले जाऊन आम्ही काही क्षण स्तब्ध उभे राहिलो. पाऊस आणि लाटा यांच्याव्यतिरिक्त दुसरी हालचाल नव्हती. ढगांच्या भिंतीमागे विजा लखलखत होत्या; आकाश उजळत होत्या, जणूकाही एखाद्या प्रचंड मोठ्या मानवी हृदयातून रक्त खाली-वर होतं आहे असं मला वाटलं.

''माझ्या घराशी मला जोडणारी समुद्र ही एकमेव वस्तू आहे आता.'' ते म्हणाले आणि मग आपण असं बोलल्याचं त्यांचं त्यांनाच आश्चर्य वाटल्यासारखं दिसलं.

आम्ही पावसात बाहेर चालू लागलो. पायांना गवताचा मऊ स्पर्श जाणवत होता. बोटहाऊस किनाऱ्यावर होतं. अनेक मोठ्या पायऱ्या उतरून आम्ही तिथे पोहोचलो. एकदा मी घसरलो, पण त्यांनी पटकन माझा हात पकडून घट्ट धरला. त्यांच्या हातातली शक्ती मला जाणवली. मी त्यांच्याकडे बघून म्हणालो, ''या पायऱ्यांवरून मी रोज जातो. मी पडलो नसतो.''

माझ्या चिडण्याची त्यांना गंमत वाटली. त्यांनी माझा हात जिथे धरला होता तो भाग हाताच्या दाबाने लाल झाला होता; पण तो चोळायची इच्छा मी दाबून टाकली. त्यांनी बेट भाड्याने का घेतलं असावं, असं माझ्या मनात येऊन गेलं.

एवढ्यात आम्ही वाळूवर आलो. सागराची गर्जना आणि वाऱ्याचा आवाज सोडून दुसरं काही ऐकू येत नव्हतं. पक्षीसुद्धा आकाशातून गायब झाले होते. वारा समुद्र ढवळून काढत होता. पावसाचा आमच्या चेहऱ्यावर मारा होत होता. त्या क्षणी जिवंत असल्याचा आनंद होत होता.

आम्ही माझी नाव ओढून काढली आणि अशा खवळलेल्या समुद्रात ती वल्हवणं, जिथून त्यातल्या त्यात सोपं जाईल अशा ठिकाणी ओढत नेली. आम्ही ती पाण्याच्या काठावर ठेवली. आत येणाऱ्या पाण्याने तिला लागलीच समुद्रात ओढली. त्या ठिकाणाहून वर बघितलं, तर इस्तानाचं फक्त वरचं टोकच दिसत होतं, एखाद्या वळणावरच्या बोटीसारखं!

''नाव दिल्याबद्दल धन्यवाद.'' कमरेत किंचित वाकून ते म्हणाले. मीसुद्धा तसंच वाकून प्रतिसाद दिला. त्यांनी बेटाकडे बघितलं आणि माझ्याकडे वळून म्हणाले, ''चल माझ्याबरोबर. तू केलेल्या मदतीची परतफेड म्हणून मी तुला जेवण देईन.''

मला त्यांचं कोडं वाटत होतं, त्यामुळे मी नावेत पाय ठेवला.

ते सफाईदारपणे वल्हवत होते. नावेचं नाक पाणी कापत होतं. खडकांना चुकवत त्यांनी नाव किनाऱ्याकडे हाकारली. बेट जवळ आल्यावर त्यांनी वल्हवणं थांबवलं. नाव लाटांवर स्वार होऊन आपसूक किनाऱ्याला लागली.

मी पाण्यात उतरून नाव किनाऱ्यावर ओढून घ्यायला त्यांना मदत केली. मी बेटावर दृष्टिक्षेप टाकला. मला काहीच बदल आढळला नाही. ज्याच्याखाली अनेक वेळा मी दुपारी झोपायचो ते झाड, ज्याच्यावर मी कपडे वाळत घालायचो तो खडक, होतं तसंच होतं.

थोड्याशा झाडीमधून आम्ही उघड्यावर आलो. समोर एक टुमदार एकमजली घर दिसलं, सभोवती व्हरांडा असलेलं.

"तुम्ही बांधलं?"

त्यांनी मानेनंच होकार दिला. "मी पारंपरिक जपानी पद्धतीचं डिझाइन केलं आहे. तुझ्या वडलांनी कामगारांची व्यवस्था केली."

घर आखीव-रेखीव होतं आणि झाडांच्या पार्श्वभूमीशी सुंदरपणे एकरूप झालं होतं. पण घर बांधल्यामुळे बेटात बदल झाला, म्हणून मला वाईट वाटलं. जणूकाही माझ्या लहानपणाचा एक भाग नाहीसा झाला होता, त्याला अलविदा करण्याइतकाही वेळ न मिळता!

"काही चुकलंय का?" त्यांनी विचारलं.

"नाही." मी उत्तरलो, "तुमचं घर सुंदर आहे." आणि हे शब्द उच्चारताच मला आधी वाटलेलं दुःख नाहीसं झालं. जर बेटावर बदल व्हायचाच होता, काळ जायचाच होता तर त्यांनी हे घर इथे बांधलं याबद्दल मला बरं वाटलं.

त्यांनी आत जाऊन दिवे लावले. पातळ पारदर्शक कागदाच्या सरकत्या पडद्यातून झिरपणारा प्रकाश जणू स्वागत करत होता.

त्यांच्याप्रमाणेच बूट बाहेर काढून ठेवून मी त्यांच्यामागोमाग घरात गेलो. त्यांनी मला अंग पुसायला एक टॉवेल दिला. घरात फर्निचर काहीच नव्हतं. फक्त खोलीच्या मध्यावर जमिनीत एक अग्निकुंडासारखं काहीतरी होतं आणि त्याच्या चारही बाजूंना जाडसर चटया पसरलेल्या होत्या. त्यांनी एक शेगडी पेटवली आणि तिच्यावर एक पातेलं ठेवून त्यात भाज्या आणि कोळंबी टाकल्या. बाहेर पावसाचा जोर वाढत होता, पण घरात मला उबदार आणि सुरक्षित वाटत होतं.

काही वेळाने पातेल्यातलं मिश्रण उकळू लागलं आणि शेगडीच्या जरा वर असलेल्या धुराड्यापर्यंत वाफा येऊ लागल्या. त्या वासाने माझी भूक चेतवली गेली त्यांनी पातेल्यातलं मिश्रण ढवळलं आणि एका लाकडी डावाने दोन चिनी मातीचे वाडगे भरले नि त्यातला एक मला दिला.

मी खाताना ते माझं निरीक्षण करत होते. "तुझं वय किती?" त्यांनी विचारलं. मी सांगितलं.

"आणि तू मला अजून तुझं नाव नाही सांगितलंस." ते म्हणाले.

"फिलिप." मी उत्तरलो.

काही वेळ त्यांचे डोळे अंतर्मुख झाल्यासारखे वाटले. नंतर ते माझ्या डोळ्यात बघू लागले, ''माझ्याआधी इथे यायचास, तो तूच ना?''

त्यांना कसं कळलं म्हणून मी विचारलं.

''इथल्या एका खडकावर तू तुझं नाव कोरलं आहेस.''

''मी शाळा सुटली की रोज इथे यायचो.''

त्यांनी माझं निरीक्षण केलं आणि माझी आपल्या मालकीची वस्तू हातून गेल्याची भावना त्यांना जाणवली असावी, असं त्यांच्या आवाजावरून वाटलं. ''अजूनही तू आलास तर मला आवडेल.''

त्यांच्या आमंत्रणाने मी सुखावलो. खात असताना मी आजूबाजूचं निरीक्षण केलं. आधी वाटलं तेवढी खोली अगदीच रिकामी नव्हती. एका भिंतीवर काही फोटो टांगले होते. तसेच अगदी छतापासून जमिनीपर्यंत लोंबणारे दोन पांढरे कागदाचे पट्टे होते. त्यावर लिहिलेलं मला वाचता येत नव्हतं; पण ती वळणदार अक्षरं बघून शांत वाटत होतं. एखादी नदी वळणं घेत घेत समुद्राकडे जाताना दिसावी तसे ते दिसत होते. जमिनीवर, दोन्ही कागदी पट्ट्यांच्यामध्ये, पॉलिश केलेल्या एका स्टँडवर एक तलवार होती आणि ती कशी चालवायची, हे त्यांना अवगत असणार असं मला निश्चित वाटत होतं.

एक फांदी बाजूच्या भिंतीवर आपटली नि छपरावर घासली. पाऊस जोरात पडत होता आणि पूर्वीच्या अनुभवावरून माझ्या लहान नावेच्या मानाने समुद्र फारच खवळलेला होता, हे जाणवत होतं.

''तुझ्या घरचे लोक काळजी करतील.'' आम्ही बाहेर जाऊन व्हरांड्यात बसताना ते म्हणाले. पाऊस आणि वारा आत येऊ नये म्हणून त्यांनी बांबूचे पडदे खाली सोडले. त्यांनी बनवलेल्या गरम हिरव्या चहाचे मी घुटके घेत होतो. मी त्यांच्या बसण्याच्या पद्धतीचं अनुकरण करत होतो – गुडघे दुमडलेले, नितंब टाचांवर. माझे घोटे दुखू लागले, पण मी निर्धाराने पाय सरळ केले नाहीत. अगदी त्या वेळीसुद्धा, मी सहन करू शकतो हे मला त्यांना दाखवायचं होतं.

वेदना जाणवू नयेत म्हणून मी आवाजांवर लक्ष केंद्रित केलं – पावसाचा छपरावर होणारा आवाज, समुद्राचा आवाज, पानांवरून पडणाऱ्या पावसाच्या पाण्याचा आवाज, आम्ही कप उचलताना आणि खाली ठेवताना होणारा आवाज.

''माझी काळजी करणारं कोणी नाहीये. सगळे जण लंडनला आहेत.''

''आणि तू एकटाच इथे?''

मी कोरडं स्मित केलं. ''मी वाळीत टाकल्यासारखा आहे. वडलांचा अर्धा चिनी मुलगा; पण असं म्हणणंही बरोबर नाही होणार.'' घरच्यांबरोबर न जाण्याचं कारण स्पष्ट करण्यासाठी मी म्हणालो. आपलं कशाशीच नातं नसल्याची भावना या परक्या

माणसाला कशी समजावून सांगावी असा मला प्रश्न पडला. त्या क्षणी मला असं जाणवलं की, इतर मुलं त्यांचे आई-वडील वारले की, अनाथ होतात पण माझ्या बाबतीत माझी आई आणि वडील जेव्हा भेटले आणि प्रेमात पडले तेव्हाच माझं अनाथ होण्याचं भविष्य लिहिलं गेलं. शेवटी मी म्हणालो, "दुसरं काही नाही, मला लंडन आवडत नाही म्हणून मी नाही गेलो इतकंच. पाच वर्षांपूर्वी मी गेलो होतो. मला तिथली थंडी आवडत नाही. तुम्ही कधी लंडनला गेला आहात का?"

"आता लंडनला असणं फार धोक्याचं आहे."

"लोक म्हणतात युद्ध होणार वगैरे. पण सर्व थापा आहेत."

"मला नाही तसं वाटत. युद्ध होणारच."

त्यांच्या शब्दांमधला ठामपणा आणि मी ऐकत होतो त्याउलट असलेलं त्यांचं मत यांमुळे माझी उत्सुकता चाळवली गेली. ते नक्कीच या भागातले नसावेत. मग ते कोण असावेत आणि ते पेनांगमध्ये काय करत असावेत, असा मला प्रश्न पडला.

विचित्र अक्षरं असलेला तो कागदाचा पट्टा मला दारातून दिसत होता. "तुमचं घर कुठे आहे?" मी विचारलं.

"जपानमधलं एक खेडं." ते म्हणाले आणि त्यांच्या आवाजातली आर्तता मला जाणवली. ते आधी म्हणाले होते ते शब्द मला आठवले – त्यांच्या घराला जोडणारा समुद्र हा एकच दुवा आहे आणि जरी माझी–त्यांची नुकतीच भेट झाली होती, तरी मला त्यांच्याबद्दल एक अनामिक अशी सहानुभूती वाटली. आम्ही समदुःखी आहोत असं वाटलं.

आकाशात वीज चमकली आणि कडकडाट झाला. मी दचकलो.

"आज रात्री तू इथेच राहा." ते चपळपणे उठत म्हणाले. मी त्यांच्यामागून आत गेलो. वादळापासून दूर जाताना बरं वाटत होतं. ते त्यांच्या खोलीत जाऊन एक गुंडाळलेली गादी घेऊन आले नि ती त्यांनी मधल्या अग्निकुंडाच्या बाजूला पसरली.

त्यांनी मला वाकून अभिवादन केलं. मीही तसंच केलं.

"ओयासुमी नसाई." ते म्हणाले.

त्याचा अर्थ 'गुड नाईट' असावा असं मी धरून चाललो. कारण त्यांनी मेणबत्त्या विझवल्या आणि मला अंधारात सोडलं. फक्त मधूनमधून चमकणाऱ्या विजेचा प्रकाश आत येत होता. मी गादी पसरली आणि झोपी गेलो.

सकाळी मला तुटक अशा आरोळ्यांनी जाग आली. काही क्षण मी कुठे आहे हेच माझ्या लक्षात आलं नाही. मी गादीवरून उठलो आणि सरकता दरवाजा उघडला. सूर्य नुकताच वर येत होता. आकाश अजून ढगाळच होतं, पण वाऱ्यामुळे ढग विरळ झाले होते. हवेत तजेला जाणवत होता. किनाऱ्यावर आदळणाऱ्या लाटासुद्धा चपळ अन् स्वच्छ दिसत होत्या.

ते झाडांखाली एका उघड्या जागी होते. हातात काल रात्री मला दिसलेली तलवार होती. त्यांच्या हाताबरोबर एक अर्धवर्तुळाकार रेखत ती वर आली आणि झटक्यात आवाज न करता खाली जाताना त्यांच्या आरोळीचा आवाज आला. त्यांच्या अंगात एक पांढरा डगला आणि खाली स्कर्टसारखी दिसणारी काळी पँट होती. ते अगदीच वेगळे आणि अतिशय तरतरीत दिसत होते.

मी बघतोय याची त्यांना जाणीव असणार, पण त्यांनी तसं दाखवलं नाही. त्यांचं तलवारीने वार करणं, भोसकणं, चिरणं आणि चौफेर फिरवणं यांमुळे हवा कापत होती. त्यांनी त्यांच्या सभोवार जाड बांबूंचे तुकडे ठेवले होते आणि आता एकाच फटक्यात तलवारीने एकामागून एक असे सर्व बांबूंचे त्यांनी तुकडे केले. तलवारीची धार इतकी तीक्ष्ण होती की, बांबूचा तुकडा करताना जराही आवाज आला नाही.

ते सारं संपेपर्यंत आकाश बरंच उजळलेलं होतं. त्यांचे कपडे ओले झाले होते आणि घामामुळे केस चमकत होते. त्यांनी मला जवळ येण्यासाठी खूण केली.

''मला ठोसा मार.''

मी जरा बावचळलो. आपल्याला नीट ऐकू आलं की नाही असं वाटून मी त्यांच्याकडे पाहिलं.

''हं, मार मला.'' ते पुन्हा म्हणाले आणि तेही अशा रीतीने की, ते मानण्याशिवाय मला गत्यंतरच नव्हतं.

शाळेत मला कोणी 'अर्धा चिनी' म्हणून खिजवलं की, मी चवताळून त्याच्या नाकावर ठोसा मारत असे. तसाच ठोसा आता मी त्यांच्या चेहऱ्यावर मारला.

आणि पुढच्याच क्षणी मी दवाने ओल्या झालेल्या गवतावर उताणा पडलो होतो. श्वास अडकला होता. गवत मऊ होतं, तरी पाठीला धबका बसला होता. त्यांनी त्यांच्या मजबूत हाताने माझा हात पकडून मला उभं केलं. माझ्या चेहऱ्यावरचा राग बघून त्यांना मजा वाटत होती असं दिसलं. माझा राग घालवण्यासाठी त्यांनी हात पुढे केला आणि म्हणाले, ''ये इकडे, मी दाखवतो कसं करायचं ते.''

त्यांनी मला पुन्हा त्याला ठोसा मारायला – पण सावकाश – सांगितला. माझा ठोसा त्यांच्या चेहऱ्यावर आदळण्याच्या काही क्षण आधी ते चपळाईने बाजूला झाले आणि माझ्याजवळ आले. त्यांचा हात वर जाऊन माझ्या हाताला भिडला. त्यांनी चक्राकार हालचाल करून माझा हात दूर केला. मागून माझा गळा धरला. माझा तोल गेलेला देह गरकन फिरवला आणि मला जमिनीवर पाडलं. मग त्यांनी मला तसंच त्यांना करायला सांगितलं. अनेकदा प्रयत्न केल्यावर मी एकदा त्यांना फेकून देऊ शकलो. मी आनंदाने थरारलो.

''कसं वाटलं?'' त्यांनी विचारलं.

''तुम्हाला फेकलं तेव्हा असं वाटलं, जणू सारंकाही जुळून आलं.'' मी शक्य

तेवढं बरोबर सांगायचा प्रयत्न केला. मोठा आव आणायचा असता, तर 'पृथ्वी आणि मी एकत्र फिरलो' असं काहीतरी सांगता आलं असतं; पण माझ्या उत्तराने त्यांचं समाधान झालं असं दिसलं. त्यांनी दुपार होईपर्यंत शिकवणं चालूच ठेवलं. तोपर्यंत मला खूप भूक लागली.

"तुला पुढे शिकायचं आहे का?" त्यांनी विचारलं.

मी मानेने होकार दिला. त्यांनी मला पुन्हा दुसऱ्या दिवशी यायला सांगितलं. आम्ही वल्हवत परत येताना ते म्हणाले, "मला हे सांगितलं पाहिजे की, एखाद्याचा शिष्य म्हणून स्वीकार करताना शिक्षक मोठी जबाबदारी स्वीकारत असतो. त्यामुळे शिष्यानेसुद्धा आपल्या परीने प्रामाणिकपणे आणि समर्पणाच्या भावनेने प्रयत्न करावेत अशी अपेक्षा असते. गुळमुळीतपणा, अनिश्चितता अजिबात चालत नाही. याप्रमाणे तू वागशील अशी खात्री तू मला देतोस?"

किनारा जवळ येत होता. त्यामुळे मी वल्हवणं थांबवलं आणि त्यांनी दिलेल्या इशाऱ्यावर विचार करू लागलो. सूर्य पूर्णपणे सागराच्या पाण्याच्या वर आल्याने उकडायला लागलं होतं. समुद्राच्या तळावर सावल्या आणि गोल कवडसे पडल्याने तो मृगजळाप्रमाणे हलताना दिसत होता. त्यांनी ज्या शब्दांत सांगितलं त्यापलीकडला अर्थ त्या शब्दांत भरला होता असं मला वाटलं, पण मी पूर्ण चित्र डोळ्यांपुढे आणू शकलो नाही. एका गोष्टीबद्दल माझ्या मनात जराही शंका नव्हती, ती म्हणजे मला त्यांच्याकडून शक्य ते सर्व शिकायचं होतं. त्यामुळे मी मान डोलवून संमती दिली.

उरलेला पूर्ण दिवस मी माझ्या आयुष्यात आलेल्या या विचित्र माणसाविषयी विचार करत होतो. शाळा संपून उन्हाळ्याची सुटी सुरू झाली होती. लॅटिन क्रियापदं आणि गणिताचे पाढे घोकणं यातून काही काळ तरी सुटका झाली होती. माझी स्थिती खरंच हेवा करण्याजोगी होती. पैशाची काहीच अडचण नव्हती, कारण माझे सर्व खर्च दर महिन्याला कंपनी चुकते करत असे. घरातले नोकर आपापली कामं करत राहायचे आणि माझ्या वाटेला जात नसत. आमच्यात एक अलिखित करार होता : माझ्याविषयी वडलांकडे कोणीही तक्रार करायची नाही. हा करार सर्वांच्याच सोयीचा होता.

पण मला एंडो-सानकडून शिकायचं असेल, तर जरा जपूनच राहायला लागणार होतं. बहुतेक नोकर चिनी होते आणि मी एका जपान्याशी मैत्री केलेली त्याना अजिबात आवडलं नसतं. त्यावरून आमचा करारही ते मोडण्याची भीती होती. कारण चीनचं जपानशी वितुष्ट होतं. मी अर्धा चिनी असल्यामुळे माझी सहानुभूती चीनच्या बाजूने असणार असं त्यांनी गृहीत धरलं होतं. त्यांच्या चीनमधल्या नातेवाइकांवर जपानी सरकार कसं अत्याचार करत होतं, ते त्यांच्याकडून मला समजत असे; पण मी स्वत:ला चीनच्या किंवा इंग्लंडच्याही जवळचा समजत नसे,

याची त्यांना कल्पना नव्हती. माझा जन्म दोन संस्कृतींच्यामध्ये झाला होता; पण मी कोणाचाच नव्हतो. एंडो-सानच्या बाबतीत म्हणाल, तर पहिल्यापासूनच मी त्याच्याकडे एक जपानी म्हणून, जगाकडून तिरस्कारित देशाचा नागरिक म्हणून नव्हे, तर एक माणूस म्हणून बघत होतो आणि म्हणूनच आमच्यात ताबडतोब जवळीक निर्माण झाली होती. एंडो-सान माझा सेन्साय म्हणजे गुरू झाला होता – नव्हे झाले होते.

दुसऱ्या दिवशी सकाळपासून माझे ऐकीजुत्सूचे धडे सुरू झाले. ती दिनचर्या पुढची तीन वर्षं जवळजवळ अखंडपणे चालू राहणार होती. पहाटे आकाशात तारे अंधूकसे दिसत असतानाच अंधारातच मी नाव वल्हवत बेटावर पोहोचत असे. एंडो-सान हमखास आधीच, जरा क्रुद्ध चेहऱ्याने माझी वाट बघत थांबलेले असायचे.

आम्ही वाकून एकमेकांना अभिवादन केलं आणि स्नायूंना ताण देण्याचे व्यायाम केले. त्यांनी अगदी सोप्या प्रकारांपासून सुरुवात केली, हल्ल्याच्या मार्गातून कमीत कमी हालचाल करत बाहेर कसं निघायचं ते शिकवलं.

"कोणत्याही लढतीत तुम्ही जितकी कमी पावलं उचलता तितकी तुमची परिणामकारकता वाढते." मला पहिला धडा शिकवताना ते म्हणाले. शिकवताना ते क्वचितच बोलत. त्यांच्या चलाख आणि आटोपशीर हालचालींप्रमाणेच बोलणंपण कमीत कमी शब्दांत असायचं.

ठोसा मारणं आणि लाथ मारणं यांच्यातले बारकावे, ठोसा किंवा लाथेचा जास्तीत जास्त फायदा होण्यासाठी शरीराचे नाजूक भाग कोणते हे त्यांनी शिकवलं. "स्वत:चा उत्तम बचाव करायचा असेल, तर हल्ला करण्याच्या आणि वार करण्याच्या सर्व प्रकारांची माहिती पाहिजे." ते म्हणाले. बोलतानाच त्यांचे हात आधी माझा चेहरा, मग छाती आणि नंतर पोटाच्या खाली अतिशय जलद गतीने येऊन शेवटी माझ्या नाकापाशी थांबले. त्यांच्या वळलेल्या मुठीवरच्या रेषा, बोटांवरची लव मला स्पष्ट दिसत होती. त्यांच्या त्वचेचा एक मंद गंध जाणवत होता.

"खाली बघ!" ते म्हणाले.

त्यांचं पाऊल माझ्या गुडघ्याजवळ हवेत थांबलेलं होतं. त्यांनी पायाचा आघात पुरा केला असता, तर माझा गुडघा मोडला असता.

"हल्लेखोराच्या मुठींकडे कधीही बघू नये. पूर्ण शरीराकडे बघावं. म्हणजे मग कुठून काय येतं आहे त्याच्याकडे लक्ष राहतं."

पहिल्या चार आठवड्यांच्या शिक्षणात त्यांनी मला मूलभूत हालचाली शिकवल्या. रोज तीन तास शिकवणी चाले. रविवारी तर दोनदा – तीन तास सकाळी आणि तीन तास संध्याकाळी. त्यांनी मला 'उकेमी' म्हणजे सुरक्षितपणे पडून जमिनीवर लोळण घेत योग्य पवित्र्यात कसं वर यावं हे शिकवलं.

त्यांचं फेकणं (थ्रो) अतिशय शक्तिशाली असे. सुरुवातीला दुखापत होईल या भीतीने मी घाबरायचो. ते मला हवेत फेकायला लागले की, शरीर ताठ करायचो.

"अंग सैल सोड." ते म्हणत, "प्रतिकार केलास, तर जास्त इजा होईल. ऊर्जेच्या दिशेने जा. तिच्याविरुद्ध जाण्याचा प्रयत्न करू नकोस."

त्यांच्या सूचनांत विरोधाभास वाटून मी त्यांच्यावर विश्वास ठेवत नव्हतो. ते जाणवून त्यांनी त्यांच्या घरातल्या भिंतींवर लावलेला एक काळा-पांढरा फोटो मला दाखवला. त्यात दोन हात दुसऱ्या दोन हातांनी मनगटापाशी पकडलेले होते. पकडलेल्या हातांचे तळवे पकडणाऱ्या हातांवर टेकलेले होते. मला प्रथम ते चढाईचं चित्र वाटलं, पण आश्चर्य म्हणजे जरा जास्त वेळ त्या चित्राकडे पाहिल्यावर मला शांत वाटू लागलं.

"आयकिजुत्सूचा आत्मा या चित्रात पूर्ण उतरला आहे असं मला नेहमी वाटतं." एंडो-सान म्हणाले, "तुमचा तुमच्या जोडीदाराबरोबर शारीरिक तसाच आध्यात्मिक बंध असतो. विरोध नसतो, विश्वास असतो."

त्यांनी फोटोत दाखवल्याप्रमाणे माझे हात धरले आणि मला हात लांब करून माझे तळवे त्यांच्या मनगटावर ठेवायला सांगितलं. ते मला काय सांगायचा प्रयत्न करत होते, ते माझ्या लगेच लक्षात आलं. असं जोडणारा स्पर्श हा एका पातळीवर, अगदी प्राथमिक असा दोन मनुष्यांमधला संवाद असतो, पण तो वरच्या पातळीवर जाऊन शारीरिक स्पर्शाच्या पलीकडे पोहोचतो. त्यांनी माझे हात सोडल्यावर मला काहीतरी मौल्यवान गमावल्याप्रमाणे वाटलं.

"शिकताना परस्परविश्वास सर्वांत महत्त्वाचा असतो" एंडो-सान म्हणाले, "आपलं आधी ठरलं नसेल, अशा प्रकारे तू चढाई करणार नाहीस, असा मला तुझ्याविषयी विश्वास असावा लागतो, तसंच तुझ्या चढाईला परतवताना मी तुला इजा करणार नाही, असा तुझ्या मनात माझ्याविषयी विश्वास असणं आवश्यक असतं. असा विश्वास नसेल, तर काहीच करता येणार नाही आणि काहीच साध्य होणार नाही."

"पण तुम्ही माझ्यावर फेकण्याचं तंत्र वापरता त्या वेळी मी पूर्णपणे सैल राहिलं पाहिजे, नाही का?"

"अगदी बरोबर. पूर्णपणे सैलपणा आणला पाहिजे, पण जाणीव न सोडता. सतत अंदाज घेत राहिलं पाहिजे. माझ्या तंत्राचा, मी कोणत्या दिशेने बळ वापरत आहे त्याचा. तू हवेतून कसा जाणार, जमिनीवर कसा पडणार अशा सर्व गोष्टींचा अंदाज घेत राहा. काय होतं आहे, त्याचं भान ठेवत जा. कारण माझं काहीतरी चुकलं, माझं तंत्र सदोष असलं तर निदान तुला सुरक्षितपणे पडून स्वत:चं रक्षण करता आलं पाहिजे."

त्यांनी आणखी काही वेळा मला फेकलं आणि ते तेवढं कठीण नाहीये असं

मला वाटू लागलं. माझ्यातला तणाव कमी झाला. माझ्या हालचाली जास्त सफाईदारपणे, नैसर्गिकरीत्या होऊ लागल्या.

''फेकणाऱ्यापुढे तुम्ही स्वत:ला समर्पण केल्याबद्दल तुम्हाला हवेतून उडण्याची भेट मिळते.'' ते म्हणाले.

ते खरं होतं. हवेत फेकलं जाणं, काही क्षण अलगद तरंगणं आणि मग अंगाचा चेंडू करून जमिनीवर येणं – या कृतींचा मला थरारक असा आनंद वाटू लागला आणि माझ्या हेही लक्षात आलं की, मी जितक्या अधिक जोराने त्यांच्यावर चढाई करावी, तितके ते मला जास्त लांब फेकू शकत असत आणि तितका जास्त वेळ मी हवेत राहत असे. माझी भीती गेली आणि मग प्रत्येक सत्राच्या शेवटी, ''मी अगदी दमून जाईपर्यंत मला सतत फेकत राहा'' अशी विनंती त्यांना करू लागलो.

वाळूने भरलेली एक कॅनव्हासची बॅग होती. तिला रोज हातांनी आणि लाथांनी शेकडो तडाखे मारावे लागत. वेग आणि ताकद यांच्याबाबत ते आग्रही होते. मी त्यांच्या दर्जाला उतरेपर्यंत मन:पूर्वक प्रयत्न करायचो. ते अतिशय कठोर आणि जराही ढिलाई सहन न करणारे होते. त्यांना शिकविण्याची अतिशय आवड होती. ते पूर्वी शिकवत असावेत नि मध्ये खंड पडला असावा असं मला वाटे. मला हे शिक्षण घेण्यात अतिशय आनंद मिळत होता. सूर्याचा प्रकाश पसरावा तसा आमचा आनंद वाढत असे. आमचा श्वास फुप्फुसातून, घशातून, पावलातून, त्वचेतून बाहेर पडत असे, अगदी आमच्या हुळहुळणाऱ्या बोटांच्या टोकांमधूनसुद्धा! आम्ही श्वास घेत होतो, जीवनाचा आनंद लुटत होतो.

''इथेच सर्व शक्तीचा जन्म होतो – श्वासात – 'कोक्यू.' '' असे म्हणत त्यांनी बेंबीच्या थोडं खाली अंगुलीनिर्देश केला. '' 'तांडन' हा तुमच्या अस्तित्वाचा केंद्रबिंदू आहे; विश्वाचा केंद्रबिंदू आहे. तो नेहमी आपला श्वास आणि ऊर्जा म्हणजे 'की' यांच्या माध्यमातून आपल्या प्रतिस्पर्ध्याच्या केंद्राशी जोडावा.''

एका वैश्विक ऊर्जेने त्यांचे डोळे चमकत होते; माझ्या हृदयाचा ठाव घेत होते. वाघाच्या नजरेत नजर गुंतलेला ससा जसा जागीच खिळतो तशीच माझीही स्थिती झाली. त्यांनी हात पुढे करून जोरात माझा खांदा पकडला आणि म्हणाले, ''आणि आपल्या प्रतिस्पर्ध्याच्या डोळ्यात कधीही थेट बघू नकोस; कधीही नाही. हे नेहमी लक्षात ठेव.'' चांगला गुरू भेटला की, माणूस किती आश्चर्यकारक काम करू शकतो. 'एंडो-सेन्साय' – आमच्या शिकवणीच्या वेळी मी त्यांना असंच संबोधत असे – 'गुरू'. त्यांनी शिकवलेलं सारं मी गंभीरपणे आणि प्रामाणिकपणे ग्रहण करत आहे हे बघून ते माझ्यावर खूश आहेत, हे मी ओळखलं होतं. तसं त्यांनी कधी बोलून दाखवलं नाही, पण ते अप्रत्यक्षपणे लक्षात येत असे.

एके दिवशी सकाळी एक कठीण आणि क्लेशदायी धडा संपवून मी घरी

परतण्याच्या बेतात होतो, इतक्यात त्यांनी मला थांबवलं नि म्हणाले, ''अजून संपलं नाही.'' त्यांनी मला त्यांच्यामागे घरात यायला सांगितलं. आत आम्ही एका बुटक्या लाकडी टेबलापुढे गुडघे टेकून बसलो. त्यांनी एक खोकं उघडून त्यातून एक कुंचला काढला, एक पातळ कागद काढून पसरला. शाईच्या पुडीचा एक तुकडा काढून, तो एका खोलगट चौकोनी खलबत्त्यात कुटून त्याची बारीक वस्त्रगाळ पूड केली. शाईतून एक प्रकारचा सुगंधही येत होता. जणूकाही त्या वासाच्या माध्यमातून अव्यक्त शब्द हवेत जात होते. त्यांना हवी त्याप्रमाणे शाई तयार झाल्यावर ते थांबले. त्यांनी शाईचा तो तुकडा एका संगमरवरी दगडाच्या तुकड्याला टेकवून ठेवला.

''शाई, खलबत्ता, लिहायचा कुंचला आणि कागद ही अभ्यासाची खजिन्याएवढी मौल्यवान साधनं आहेत, असं पूर्वीचे चिनी लोक म्हणत.'' ते म्हणाले. ते त्या कोऱ्या कागदाकडे असं बघत होते की, जणूकाही त्याच्यावर आधीच काहीतरी लिहून ठेवलं आहे. बाही वर करून त्यांनी शाईत ब्रश बुडवला. तो दगडाला लावून त्याला टोक आणलं आणि ते लिहू लागले.

कधी सरळ तर कधी बाकदार फटकारे मारत, जिथे जाड रेघ हवी तिथे कुंचला दाबून, तर बारीक रेघ हवी असेल तिथे कुंचला उचलून ते लिहीत होते. कागदाची कड येईपर्यंत कुंचल्याचं टोक कागदाला स्पर्श करून होतं. ओळ संपली की, शिकार करणारा वाघ जसा खडकावरून उडी मारेल तसा हात उचलून पुढच्या ओळीला सुरुवात होत असे.

''हे माझं नाव.'' मला ब्रश देत ते म्हणाले. त्यांनी माझी बोटं ब्रशभोवती दाबून ब्रश योग्य प्रकारे कसा धरावा हे मला दाखवून दिलं. ''तलवार धरतो तशी लेखणी धरावी. फार घट्ट नाही, पण सैलही नाही. एखाद्याच्या ब्रश धरण्याच्या पद्धतीवरून हा माणूस तलवार कशी चालवतो आणि आयुष्य कसं जगतो याची कल्पना येते.''

मी त्यांच्यासारखेच फराटे कागदावर ओढले. ''लिहिताना कुठला फराटा कधी मारावा याबद्दल नियम आहेत – तलवार चालवण्याप्रमाणेच.'' ते म्हणाले, ''आणि जसा आयकीजुत्सूमध्ये तुमच्यावर चढाई करणाऱ्याशी संपर्क कधीच तुटू द्यायचा नसतो, तसाच तुम्ही तुमचा कुंचला, कागद आणि तुमचं केंद्रस्थान यांच्यातला संपर्क तुटू द्यायचा नसतो.''

मी आणखी काही वेळा प्रयत्न केला. एखादा जखमी झालेला पक्षी रस्त्यावरून फरफटत जाईल तसा माझा ब्रश चालत होता. त्यांनी एक उसासा सोडला. त्यांची सहनशीलता संपत आली होती, हे मला दिसत होतं.

''तुझ्या मनाने लिहू नकोस. आत्म्याने लिही. विचार करू नकोस. सर्व हालचाली तुझ्या विचारांच्या भारापासून मुक्त झाल्या पाहिजेत.'' माझ्या कागदाची त्यांनी नीट

चौकोनी घडी केली आणि म्हणाले, ''आज इतकं पुरे. मी तुला एक स्वतंत्र सेट आणीन, म्हणजे मग तुला आपला आपण सराव करता येईल.''

मी जपानी बोलायला, वाचायला आणि हिरागाना, काटाकाना आणि कांजी या तीन प्रकारांत जपानी लिहायला शिकावं अशी त्यांची इच्छा होती.

''मी कशासाठी जपानी शिकू?''

''कारण मी तुझी भाषा शिकलोय म्हणून.'' माझ्याकडे बघत ते म्हणाले. ''आणि एक दिवस त्यामुळेच तुझा जीव वाचेल म्हणून.''

ते किचकट काम होतं, पण मला गंमत वाटायची. कदाचित अनेक वर्षं जुन्या साचेबंद पद्धतीने शिकल्यानंतर आता इच्छेप्रमाणे शिकण्याची मोकळीक मिळाली, म्हणूनही असेल.

ते जपानी वकिलातीत त्यांच्या कामाला गेले असतानाही मी त्यांच्या बेटावर बराच वेळ घालवू लागलो. मलायाच्या उत्तर भागाचा उप-राजदूत या नात्याने लहानशा स्थानिक जपानी समाजाचे हितसंबंध ते बघायचे. त्यामुळे त्यांना मोकळा वेळ बराच असे; पण कधी कधी त्यांना काही समारंभ आणि भोजन-समारंभ यांना जावं लागे. जपानी वकिलातीने त्यांच्या संकुलात त्यांना राहण्यासाठी जागा देऊ केली होती, पण त्यांनी स्वत:ची व्यवस्था स्वत:च करणं पसंत केलं होतं.

त्यांच्या चीनमधल्या अस्तित्वामुळे जपानी लोक फारसे लोकप्रिय नाहीत असं मी त्यांना म्हणालो.

''आपल्यापासून दूर असणाऱ्या युद्ध आणि इतर गोष्टींबद्दल आपण बोलायला नको.'' ते जरा कोरडेपणाने म्हणाले.

मला आता त्यांच्या बोलण्याच्या पद्धतीची सवय झाली होती, तरीही त्यांचं बोलणं मला कोड्यात टाकणारं वाटलं. त्यांचं बोलणं मला लागल्याचं त्यांना माझ्या चेहऱ्यावरून जाणवलं असावं, कारण त्यांच्या आवाजात थोडं मार्दव आलं. ''इंग्लंड आणि जपानचं युद्ध चालू नसताना आणि इंग्लंडचा काहीही संबंध नसताना आम्ही आमच्या चीनमधल्या मोहिमा थांबवाव्यात यासाठी तुमचं सरकार आमच्यावर दबाव आणतं आहे. आज मला तुमच्या राजदूताची बोलणी ऐकावी लागली. जणूकाही टोकियोला जे निर्णय घेतले जातात त्यात माझा हात असतो आणि हेही अशा सरकारच्या प्रतिनिधीकडून ऐकून घ्यावं लागतं आहे ज्यांनी केवळ चिनी सरकारने आपल्याशी व्यापार करायला भाग पडावं यासाठी निरोगी आणि धडधाकट्या चिनी जनतेला अफूचं व्यसन लावायला मागे-पुढे बघितलं नाही!''

मी त्यांची दिलगिरी हातानेच उडवून लावली कारण त्यांचं म्हणणं खरं होतं. ब्रिटिश व्यापाऱ्यांनी त्यांच्या सरकारच्या लढाऊ बोटींच्या पाठिंब्यावर दोनदा युद्ध करून चीनमध्ये अफूचा प्रसार केला आणि व्यापाराचा काटा स्वत:च्या बाजूने

झुकवून परकीय चलनाचा ओघ आपल्याकडे वळवला होता. तेव्हा खरंच, ज्यांच्याशी आपला संबंध नाही अशा गोष्टींविषयी उगीच चर्चा कशाला करायची? असं मलाही वाटलं.

ते स्वयंपाक करत होते तेव्हा मी त्यांनी भिंतीवर लावलेले फोटो बघू लागलो. ते अगदी 'अधाशी' छायाचित्रकार होते. ते जपानमधले फोटो होते. जास्त करून खेड्यांचे, डोंगरांचे आणि बोटॅनिकल गार्डनचे, पण त्यांच्या कुटुंबाचा एकही नव्हता. खरं म्हणजे माणसांचा असा एकही फोटो नव्हता. सर्वच फोटोंमध्ये मिळमिळीतपणा होता; जिवंतपणा नव्हता, हे मला आवडलं नाही. ते फोटो घाईघाईने नि एक उपचार म्हणून घेतलेले वाटत होते. आठवणी म्हणून नव्हे. एक फोटो एका उंच बर्फाच्छादित पर्वताचा होता. त्याच्याकडे माझं लक्ष गेलं.

"हा कुठला आहे?"

"तो जगातल्या सर्वांत उंच पर्वताचा आहे, हिंदुस्थानातला."

"आणि तो?" एकमेव फोटो ज्यात ते होते. पण मागे असलेल्या डोंगराच्या बाजूंत, कोरलेल्या बुद्धाच्या प्रचंड मूर्तीपुढे अगदीच ठिपक्याएवढे, ओळखू न येईल असे दिसत होते. त्या फोटोकडे बोट दाखवून मी विचारलं.

"बामियां अफगाणिस्तानात. ती बुद्धाच्या तीन मूर्तींपैकी एक आहे. जिच्यापुढे मी उभा आहे ती मूर्ती तिसऱ्या शतकातली आहे आणि एकशे सत्तर फूट उंचीची आहे. हिंदुस्थानी मुलांच्या एका ग्रुपने तो फोटो घेतला."

"तुम्ही प्रवास खूप केला आहे." मी म्हणालो. दुसऱ्या एका भिंतीवर दाट जंगलांचे आणि निर्मनुष्य समुद्रकिनाऱ्यांचे फोटो होते. इपोच्या कथलाच्या खाणी आणि मलायाच्या पश्चिम किनाऱ्यावरच्या रबराच्या झाडांच्या रांगा मी ओळखल्या. हटन ॲन्ड सन्सच्या मालकीच्या रबराच्या झाडांच्या अनेक लागवडी होत्या. सकाळच्या शांत वेळी त्या झाडांच्या खोडांना रबराचा चीक गळण्यासाठी खाचा मारत आणि आधीच्या खाचांच्या खाली टांगलेल्या कपात गोळा झालेला रबराचा चीक गोळा करत मजूर फिरत. हे दृश्य ते फोटो बघताना माझ्या डोळ्यांपुढे आलं.

एका छोट्या कोनाड्यामधल्या एका पेंटिंगने माझं लक्ष वेधून घेतलं. ते चित्र काळा रंग पाण्याने फिका करून ब्रशचे साधे फराटे मारून काढलं होतं. त्यात टक्कल असलेला, मोठी दाढीवाला एक माणूस आणि ब्रशच्या एकाच अखंड फराट्याने दाखवलेला त्याचा अंगरखा एवढंच होतं. त्याचे डोळे पूर्ण उघडे होते आणि पापण्या नसल्यासारखं दिसत होतं. उरलेलं चित्र म्हणजे मोकळी जागा होती. त्याचे वटारल्यासारखे डोळे आणि मोठी काळी बुबुळं यांमुळे कुतूहल वाटून मी चित्राच्या जवळ जाऊन त्याचं निरीक्षण करू लागलो.

माझी भारावल्यासारखी स्थिती बघून एंडो-सान म्हणाले, "ती मियामोटो मुसाशी

यांनी केलेल्या पेंटिंगची मी केलेली नक्कल आहे. त्या चित्रात जो माणूस आहे तो दरुमा नावाचा झेन बौद्ध महंत आहे. त्याला हात लावू नको.'' जणूकाही दरुमांचे डोळे बंद केले की, त्यांना जरा विश्रांती मिळेल, असं वाटून डोळे बंद करण्यासाठी मी बोट वर नेत होतो, ते बघून एंडो-सान करडेपणाने म्हणाले.

बौद्ध म्हणजे काय ते मला माहीत होतं. कारण माझी मावशी मेऽई ही बौद्ध धर्माची कट्टर उपासक होती.

''झेन बौद्ध म्हणजे काय?'' मी एंडो-साननना विचारलं.

''दारुमांचा प्रभाव असलेली बौद्ध धर्माची एक शाखा. ती आपल्या अनुयायांना ध्यानधारणा आणि कडक शारीरिक शिस्त पाळणं या मार्गांनी ज्ञान प्राप्त करायला सांगते आणि ज्ञान प्राप्त करणं म्हणजे काय हे विचारशील म्हणून सांगतो की, त्याचा अर्थ आहे या विश्वाचं पूर्ण ज्ञान होणं; आनंदाची परमावधी. त्या क्षणी तुम्हाला तुमच्या सर्व प्रश्नांची उत्तरं मिळतात. ती स्थिती प्राप्त होण्यास काही जणांना अनेक वर्षं, अनेक महिने, तर काहींना अनेक दिवस लागतात तर काहींना ती प्राप्त होतच नाही. अशा प्रकारच्या ज्ञानप्राप्तीला जपानमध्ये आम्ही 'सातोरी' म्हणतो. झेन बौद्धांमध्ये ती दशा ज्ञानी पंडितांना, मंदिरातल्या पुजाऱ्यांना आणि यांनाच नव्हे, तर अगदी नवख्या तरुणांना, अशिक्षित महंतांना, मंदिरातल्या झाडूवाल्यांनासुद्धा प्राप्त झाली असल्याचं म्हटलं आहे.'' आता त्यांचे डोळे खोडकर झाले. ''पण त्याचा काही भरवसा नाही. ती प्राप्त व्हायची असेल तेव्हाच होते.''

''तुम्हाला ज्ञानप्राप्ती झाली आहे का?''

त्यांनी हातातलं काम थांबवलं नि खिन्नपणे स्मित करत ते म्हणाले, ''नाही. कधीच नाही.''

''का नाही?''

''त्या प्रश्नाचं उत्तर मला कधीच देता येणार नाही. अगदी माझ्या सेन्सायनासुद्धा सांगता येईल की नाही मला शंका आहे.''

''मला होईल का?'' ते जे म्हणत होते त्यातलं अगदी थोडंच मला समजत होतं, तरी मी विचारलं; पण हा प्रश्न विचारल्यामुळे मी गंभीर आणि हुशार वाटलो असणार आणि त्यांना या प्रश्नाची अपेक्षा होती असं दिसलं.

''मला फक्त तुला मार्ग दाखवता येईल. नंतर तू त्याचा कसा उपयोग करून घेशील किंवा त्याचा तुझ्यावर काय परिणाम होईल ते मी सांगू शकत नाही.''

त्यांच्याबरोबरच्या प्रत्येक सत्राचा शेवट अर्धा तास 'झाझेन' म्हणजे ध्यान करून होत असे. माझं मन मुक्त व्हावं, ज्याला ते शून्यावस्था म्हणत ती प्राप्त व्हावी म्हणून ते ध्यान होतं; पण मला ते कधीच जमलं नाही. त्यामुळे ते अगदी वैतागायचे. कशाचाही विचार करायचा नाही, हे कठीण होतं. कितीही प्रयत्न केले,

तरी मला ते जमलं नाही. ते अगदी सोपं आहे, मला सहज जमेल असं मला त्यांना दाखवायचं होतं. त्यामुळे मी खट्टू झालो. मी शाळेत तेच नव्हतो का करत?

"तुझा श्वास म्हणजे एक लांब दोरा आहे अशी कल्पना कर." ते म्हणाले. "आता जेव्हा तू श्वास घेतोस तेव्हा तो दोरा आत ओढ. अगदी खोल आत ओढ. तुझ्या फुप्फुसांच्या पलीकडे, बेंबीच्या थोडं खाली असलेल्या बिंदूकडे. आता थांब. त्याला आत फिरू दे. आणि आता तू श्वास सोडशील तेव्हा श्वासाबरोबर तो बाहेर काढत आहेस अशी कल्पना कर. 'झाझेन' – ध्यानात याचाच विचार करतात. जशी तुझी प्रगती होईल तसा तुला याचा विचारसुद्धा करावा लागणार नाही. नंतर तुला तुझा श्वाससुद्धा जाणवणार नाही."

जपानी पद्धतीने गुडघे मुडपून, टाचांवर वज्रासनात बसून मला वेड लागायची पाळी यायची. माझं लक्ष नेहमी भरकटायचं. मनात विचारांचा आणि दृश्यांचा पूर यायचा आणि माझ्या हातून तो 'धागा' निसटून जायचा.

पण ते मंतरलेले दिवस होते, जगाला बांधून ठेवणारा धागा सुटायला लागायच्या आधीचे! युरोपात युद्ध सुरू होत होतं आणि असाहाय्य स्थितीतल्या चीनमध्ये घुसण्यासाठी जपान मांचुरियात कळसूत्री सरकार स्थापन करत होता. अंधाराचे दिवस येत होते. पण सध्यातरी मलायावर सूर्य प्रकाशत होता. रबराच्या मळ्यांवर, कथलाच्या खाणींवर – जिथे काटक हाक्का मजूर चिखलात उकिडवे बसून कथलाच्या काही कणांसाठी भाराभर माती चाळत बसत, पार्ट्या झडत होत्या, समुद्रकिनाऱ्यावरच्या सहली, वीकएंडला पेनांग हिलच्या ट्रिपा सर्वकाही नेहमीप्रमाणे चालू होतं.

एंडो-साननी मला पाठीवर धपाटा दिला आणि मी घाईघाईने माझा गुंता झालेला दोरा पुन्हा पकडण्याचा प्रयत्न करू लागलो.

मी समुद्राकडे तोंड करून बसलो होतो. समुद्राच्या लाटा नैसर्गिक घड्याळाला अनुसरून किनाऱ्यावर येत होत्या. "तिकडे बघ." क्षितिजाकडे बोट दाखवत ते म्हणाले, "समुद्र जिथे आकाशाला मिळतोय तो बिंदू दिसतो? इथे बसलं असताना तो बिंदू अचल आहे असं वाटतं; पण तुम्ही जरा हललात, अगदी एक इंचसुद्धा, तरी तो बिंदू हलतो. जिथे आकाश सागराला मिळतंय तिथे तू तुझं चित्त ठेवलं पाहिजेस."

आणि त्यांना काय हवं होतं ते मला समजलं. पहिल्यांदाच मला संपूर्ण ज्ञानाचा अनुभव आला, अगदी काही क्षणच! त्या क्षणांमध्ये मी त्या जागी होतो आणि इतरही सर्वत्र होतो. मनाची कवाडं उघडली होती.

४

कॅप्टन फ्रान्सिस लाइटने केडाच्या सुलतानाकडून पेनांग बेट घेतलं, ते त्याचं महत्त्वाच्या ब्रिटिश बंदरात रूपांतर करण्यासाठी. त्याने त्याला इंग्लंडच्या राजाचं नाव दिलं – जॉर्जटाऊन. माझा जन्म होईपर्यंतच्या काळात मूळच्या छोट्या वसाहतीने समुद्रापासून जंगलापर्यंतचा सर्व प्रदेश व्यापला होता.

जॉर्जटाऊनचे वांशिक लोकवस्तीनुसार भाग पाडले होते. सर्वांत उत्तम भाग साहजिकच ब्रिटिशांनी घेतला. त्यामुळे समुद्रालगतचा भाग फोर्ट कॉर्नवॉलीस आणि लष्करी छावण्या यांनी व्यापला होता. ईस्ट इंडिया कंपनी, हटन अ‍ॅन्ड सन्स, एम्पायर ट्रेडिंग, चार्टर्ड बँक, हाँगकाँग अ‍ॅन्ड शांघाय बँक या सर्वांची ऑफिसेस बीच स्ट्रीटच्या परिसरात होती.

त्यामागे शहराचे चिनी, हिन्दुस्तानी आणि मलायी असे भाग पाडले होते. प्रत्येक भागाची स्वत:ची वैशिष्ट्यं होती; स्वत:ची देवळं, मशिदी, संस्था वगैरे. काही अपवाद सोडले, तर बहुतेक सर्व रस्त्यांना ब्रिटिश नावं होती नि ते अरुंद होते. त्यांच्या दोन्ही बाजूंना दुकानं होती. दुकानांमध्ये इंग्लंड, चीन, हिन्दुस्तान आणि मलायातून आलेला माल विक्रीला असायचा. व्यापारी आपल्या कुटुंबांसह आयुष्यभर तिथे राहत होते. त्याच घरात तीन पिढ्या राहत असल्याची अनेक उदाहरणं होती. एंडो-सान आणि मी कँबेल रोडने जात असताना मुलांच्या आरोळ्या, त्यांच्या आजी-आजोबांचं नोकरांवर ओरडणं वगैरे गदारोळ ऐकू यायचा.

आणि ते वेगवेगळे वास! वर्षानुवर्षं न बदललेले. उन्हात वाळत घातलेले मसाले, शेगड्यांवरच्या कढयांमधली मिठाई, उकळणारे विविध रस्से, दोरीवर लोंबणारे खारवलेले सुके मासे, जायफळ, कोळंबी आणि या सगळ्यांच्या वासात मिसळलेला समुद्राचा वास यांनी जो एक वेगळाच उग्र गंध तयार व्हायचा. तो स्मरणातून कधीही जाणार नाही.

आर्मेनियातून अनेक वर्षांपूर्वी आलेले लोक जिथे राहत असत आणि आपले उद्योग-व्यवसाय करत असत ती आर्मेनियन स्ट्रीट मी एंडो-सानला दाखवली. "हिचंच नाव मला ठेवलं गेलं – माझं मधलं नाव अर्मिनियस – पण मी ते सहसा वापरत नाही. ते माझ्या आईने निवडलं. काही व्यक्तींची नावं रस्त्यांना देतात. माझ्या बाबतीत उलटं आहे." मी म्हणालो. त्यांना हसू आलं.

आम्ही गावातून चालत असताना लोक आमच्याकडे बघत होते. एंडो-सानचे नाक-डोळे इतके रेखीव आणि उच्चभ्रू होते, की त्यांच्या पाश्चिमात्य पोशाखातसुद्धा ते चिनी नाहीत हे ताबडतोब लक्षात येत असे. आजूबाजूची दुकानं, फेरीवाले यांच्याकडे बघत होते. ते ताठ कण्याने सावकाश चालत होते.

चिनी भागाला लागूनच असलेल्या 'जिपून-के' म्हणजे जपान स्ट्रीटवरच्या छोट्या जपानी वस्तीत ते मला घेऊन गेले. तो बराच गजबजलेला भाग होता. कॅमेरे विकणारी दुकानं, उपाहारगृहं, बार, खाद्यपदार्थांची दुकानं तिथे होती. माझ्या लेखी जिपून के आणि चिनी भाग यांत काही फरक नव्हता; दुकानांवरच्या पाट्यासुद्धा सारख्याच दिसायच्या, कारण मला चिनी वाचता येत नसल्यामुळे फरक कळत नव्हता; पण इथले रस्ते अतिशय स्वच्छ होते. लोक जाता-येताना एंडो-सानना अभिवादन करत होते.

"ते पाहा." एंडो-सान बोट दाखवत म्हणाले, "मादाम सुझुकींचं रेस्टॉरंट." आत गेल्यावर तिथली सुंदर सजावट माझ्या डोळ्यांत भरली – बुटकी लाकडी टेबलं, शोजी पडदे, फ्रेम केलेली निसर्गचित्रं! बारीक डोळे आणि चकाकणाऱ्या केसांच्या सडपातळ मादाम सुझुकींनी आमचं दारात स्वागत केलं. आम्ही आमच्या टेबलाकडे जात असता एंडो-सानने काही ग्राहकांना मान झुकवून अभिवादन केलं.

"पेनांगमध्ये इतके जपानी लोक आहेत याची मला कल्पनाच नव्हती!" एक तरुण जपानी मुलगी आमचे टेबल लावीत असताना मी म्हणालो. त्या मुलीच्या चपळ हालचालींकडे मी बघत राहिलो. ती माझ्यापेक्षा बरीच बुटकी होती. रंगवलेला पांढरा चेहरा नि तांबडे ओठ!

"ते अनेक वर्षं इथे आहेत. इकडच्या सुबत्तेमुळे ते इकडे आले." त्यांनी आम्हा दोघांसाठी काही पदार्थांची ऑर्डर दिली. मुलीने ऑर्डर पुन्हा वाचून दाखवली – वाऱ्याने नाजूक किणकिण व्हावी, तसा तिचा आवाज वाटला. मागवलेले पदार्थ लवकरच आले. बहुतेक सर्व पदार्थ थंडगार आणि कच्चे होते. त्यामुळे माझी जरा पंचाईत झाली. ते सपकही होते. मला अंगातून घामाचे पाट काढणाऱ्या पेनांगच्या मसालेदार पदार्थांची सवय होती. मी हे सांगितल्यावर एंडो-सान हसले.

"मला तुमच्या मसाल्यांची आणि रश्शांची सवय अजून झालेली नाही." ते म्हणाले, "तुला चहा आवडतो?"

मी एक घोट घेतला. तो कडवट आणि 'उदासवाणा' वाटला. एखाद्या पेयामध्ये भावनांचं प्रतिबिंब कसं उमटू शकतं, याचं मला आश्चर्य वाटलं.

"मलाही कल्पना नाही." मी त्यांना विचारल्यावर ते म्हणाले. "हा फ्रॅग्रन्स ऑफ द लोनली ट्री' चहा आहे. माझ्या घरापासून जवळच असलेल्या डोंगरांवर पिकतो."

"तुम्ही जगाच्या या भागात कशासाठी आला आहात?" मी कुतूहलाने विचारलं. त्यांनी स्वत:बद्दल फारसं कधीच मला सांगितलं नव्हतं. मी लायब्ररीत ॲटलासमध्ये जपान बघितला. समुद्रातल्या प्रवाहांच्या विरुद्ध पोहणाऱ्या, जरा पुढे झुकलेल्या घोडामाशासारखा दिसला मला तो.

एन्डो-सानची दृष्टी शून्यात लागली होती, हात टेबलावर एकमेकांत गुंफलेले होते. "मी समुद्राजवळ एका सुंदर ठिकाणी वाढलो, मियाजिमा बेटाजवळ. समुद्रातून वर आलेल्या मोठ्या इमारतीचं ते चित्र बघितलंस?" माझ्या मागच्या भिंतीकडे बोट दाखवीत ते म्हणाले.

मी वळून मागे बघितलं आणि मान डोलवली.

"त्याला 'तोरी' म्हणतात. शिंतो मंदिराचं प्रवेशद्वार. ते जपानमधलं एक प्रसिद्ध मंदिर आहे. आमच्या गावातही इतकं भव्य नसलं, तरी असंच एक मंदिर आहे. रोज सकाळी सूर्य उगवला आणि त्याची किरणं त्याच्यावर पडली की, ते लाल-पिवळं दिसू लागतं. तापलेलं असल्याप्रमाणे. जणूकाही देवांनी ते आत्ताच गरम मुशीतून काढून गार करण्यासाठी समुद्राच्या पाण्यात ठेवलं असावं."

त्या प्रचंड प्रवेशद्वाराच्या साध्या रेषा आणि नाजूक गोलाई मला वेलबुट्टीदार जपानी अक्षरांसारखी वाटली. जणूकाही पावित्र्याला, प्रार्थनेला मूर्त स्वरूप दिलं होतं.

त्यांचा जन्म एका उच्चकुलीन सामुराई कुटुंबात झाला होता; पण अशा कुटुंबांचा प्रभाव आता कमी कमी होत होता. अशा उमराव आणि लढवय्या घराण्यांची सेवा आणि प्रभाव व्यापारीवर्गापुढे कमी होत होता, कारण या कुटुंबांच्या जमिनीतलं भाताचं पीक चांगलं आलं नाही की, त्यांना याच व्यापाऱ्यांकडून कर्ज घ्यावं लागायचं. एंडो-सानच्या वडलांवर जपानच्या सम्राटाची नाराजी होती, त्यामुळे ते टोकियो सोडून दूर गेले नि व्यापार करू लागले. ते अमेरिकी आणि चिनी लोकांना तांदूळ आणि लाख विकायचे.

"तुमचे वडील सम्राटांच्या सेवेत होते?" मी प्रभावित होऊन विचारलं.

"उच्च वर्गातले अनेक लोक असतात. तुला वाटतं तितकं काही ते मोठं नसतं. माझे वडील दरबारी रीतिरिवाजांशी संबंधित काम बघायचे." एंडो-सान म्हणाले, "युरोप-अमेरिकेतून येणाऱ्या राजदूतांना सम्राटांशी कसं बोलावं, त्यांना भेटायला जाताना कोणत्या प्रकारचे कपडे योग्य, कोणत्या प्रकारच्या भेटी योग्य अशा बाबींबद्दल ते मार्गदर्शन करत."

''मग सम्राट त्यांच्यावर नाराज कशामुळे झाले?''

''सम्राटांच्या भोवती वरिष्ठ लष्करी सल्लागारांचं कोंडाळं होतं. त्यांना चीन ताब्यात घेऊन आपला प्रदेश वाढवायचा होता. माझ्या वडलांच्या मते ती मोठी चूक झाली असती. दुर्दैवाने त्यांनी आपली मतं आपल्याशी ठेवली नाहीत.''

आपल्या मुलांना आपल्या भूतकाळाचा विसर पडू नये, अशी त्यांची इच्छा होती. त्यामुळे एंडो-सानचं बालपण हस्तयुद्ध, धनुर्विद्या, घोडदौड, तलवारीचं द्वंद्व, पुष्परचना आणि सुवाच्य लेखन अशा गोष्टी शिकण्यात आणि त्यात प्रावीण्य मिळवण्यात गेलं.

''वडलांनी मला व्यापार कसा करावा, विकत घेणं, विकणं यांत युद्धनीती कशी वापरावी याचेही धडे दिले.'' चहा घेता घेता एंडो-सान सांगत होते.

त्यांचा जन्म १८९० साली, जपानच्या इतिहासातल्या सर्वांत उलथा-पालथीच्या, प्रक्षुब्ध अशा कालखंडांपैकी एकात झाला. ज्या 'तोकुगावा शोगुनाटे'खाली जपानने आपणहून जगाशी दोनशे वर्षं संपर्क तोडला होता, त्या 'साकोकू' कालखंडातून देश नुकताच बाहेर येत होता.

'साकोकू' म्हणजे 'देशाला बंधनात टाका'. त्यानुसार जपानने आपली भूमी परकीय लोकांना बंद केली होती. तसंच जपानच्या नागरिकांना परदेशी जाण्यावर बंदी होती. तरीही काही लोक गेले. जे पकडले गेले, त्यांना मृत्यूची शिक्षा दिली गेली. जे गेले त्यांना परत येऊ दिलं गेलं नाही. शोगुन तोकुगावा इयासू याने बनवलेल्या कायद्यांची कठोरपणे अंमलबजावणी केली जात होती.

शोगुन हा सर्वोच्च लष्करी अधिकारी होता. त्याला राजापेक्षाही जास्त अधिकार होते. राजा नामधारी होता.

''शोगुनच्या कडक कायद्यांमुळे त्या संपर्कबंदीच्या काळात कलांचं सुवर्णयुग निर्माण झालं. हायकू काव्य, कावुकी आणि नो नाट्य. पण एकोणिसाव्या शतकात जपान दुष्काळ आणि दारिद्र्य यांनी ग्रस्त झाला. सारं जग पुढे गेलं, जात होतं आणि आम्ही मागेच राहिलो. जेव्हा अमेरिकन आमच्या किनाऱ्यावर आले तेव्हा देश खुला करण्याच्या त्यांच्या मागणीला आम्हाला मान तुकवावी लागली.''

मी मान डोलवून सहमती दर्शवली. सबंध आशियातच तशी परिस्थिती होती. मीसुद्धा अशाच स्थितीचं फळ होतो.

''दारं-बंद धोरणामुळे माझा देश दुर्बल झाला. एकीकडे पाश्चिमात्य देश जिंकत होते, वसाहती निर्माण करत होते, जपानलासुद्धा जागतिक घडामोडींमध्ये भाग घेण्याची इच्छा होती, पण दीर्घकाळचा जगाशी असंपर्क आणि अनुभवाच्या तसंच तंत्रज्ञानाच्या अभावामुळे त्याला नुसती बघ्याचीच भूमिका करावी लागली. आम्ही आमच्यातल्या सर्वांत बुद्धिमान लोकांना शिकण्यासाठी युरोपला पाठवलं आणि

पाश्चिमात्य देशांच्या यशामुळे आमच्यात लष्करी महत्त्वाकांक्षा जागृत झाली.'' त्यांनी सावकाश मान हलवली.

''आणि 'गाय-जिन' म्हणजे बाहेरचे लोक आल्यामुळे व्यापार फार फायदेशीर होऊ लागला. माझ्या लहानपणाचा काळ आला तोपर्यंत आम्ही पाश्चिमात्यांमुळे भारावून गेलेलो होतो. मला महान युरोपीय संगीतकारांच्या रचना शिकवल्या गेल्या, मी युरोप आणि अमेरिकेच्या इतिहासाचा अभ्यास केला, मला इंग्रजी लिहायला, वाचायला, बोलायला शिकवण्यात आलं. त्यामुळेच आज मी तुझ्याशी, आपल्या दोघांच्या देशांपासून हजारो मैल दूर, मलायामध्ये, एका जपानी दुकानात बोलू शकतोय. मजेशीर आहे ना?''

''माझं घर हेच आहे; इंग्लंड नाही. मला इंग्लंड हा जपानसारखाच परका देश आहे.'' मी म्हणालो.

थोडा वेळ आमच्यात शांतता पसरली. आम्ही एकमेकांच्या शब्दांचा विचार करू लागलो. जेमतेम दोन महिन्यांपूर्वी हे गृहस्थ माझी होडी मागण्याच्या निमित्ताने आले आणि आज मी त्यांची जीवनकथा ऐकत जेवण घेत होतो. स्वप्नात मी एखाद्या शांत जलाशयावर तरंगतो आहे असं मला वाटत होतं.

वाळवलेल्या समुद्री-शेवाळात गुंडाळलेले कच्चे मासे आणि भात असं जेवण आम्ही संपवलं. त्यांच्या ड्रायव्हरने आम्हाला इस्तानामध्ये सोडलं तेव्हा बराच वेळ झाला होता. पायऱ्या उतरून समुद्राकडे जाताना ते म्हणाले, ''मला पेनांग आणखी बघायचं आहे. तू मला फिरवशील?''

''हो!'' मी उत्तरलो. त्यांनी मला विचारलं याचा मला खूप आनंद झाला होता.

अशा प्रकारे मी त्यांचा वाटाड्या झालो आणि त्यांना बेटावर सगळीकडे फिरवून आणू लागलो. प्रथम त्यांना मंदिरं बघायची होती आणि त्यांना कोणती आवडतील हे मला माहीत होतं.

'अझूर क्लाउड'चं (निळाशार मेघ) देऊळ – सर्पमंदिर बघून ते आश्चर्यचकित झाले. उदबत्तीच्या पात्रांभोवती, छपरातल्या लाकडी वाशांमध्ये आणि झाप्यांवर विळखा घालून असलेले, संथपणे इकडून तिकडे सरपटत जाणारे शेकडो सर्प भक्तांनी लावलेल्या धूप आणि उदबत्त्यांच्या वासांनी धुंद झाले होते.

त्यांनी एका पुजाऱ्याकडून उदबत्त्यांचा जुडगा विकत घेतला आणि प्रार्थना पुटपुटत त्या पेटवून समोरच्या काशांच्या मोठ्या पात्रात ठेवल्या. दर्शनाला येणाऱ्या लोकांनी सापांना खाद्य म्हणून टेबलावर अंडी ठेवली होती. मी नुसताच उभा होतो. माझ्या जीवनात धर्माचा फारसा संबंध आलेला नव्हता. माझी आई बौद्ध होती; पण तिला देवाधर्माचं फार वेड नव्हतं. मी मात्र माझ्या कुटुंबीयांबरोबर सेंट जॉर्ज चर्चमध्ये

दर आठवड्याला जात असे. हे देऊळ जरा विचित्रच वाटलं मला. तिथल्या भिंतींवरचं गुंतागुंतीचं लिखाण नि लाखेच्या रंगाचे टवके उडालेले लाकडी पट्ट! मी फिरत असताना ठिकठिकाणाहून विविध देव-देवता आपापल्या स्थानांवरून माझ्याकडे अर्धोन्मीलित नेत्रांनी बघत आहेत असं वाटत होतं.

घंटेचा आवाज आला आणि धुरामधून पुजाऱ्यांचा मंत्रघोष ऐकू येऊ लागला. इतक्यात एका खांबावरून एक नाग खाली उतरला आणि मंत्रोच्चाराच्या तालावर जमिनीवर डोलू लागला. हवेची चव बघायलाच जणूकाही तो मधूनमधून जीभ बाहेर फेकत होता आणि त्याचे खवले चमकत होते. तिथून जाणाऱ्या एका पुजाऱ्याने त्याला सहजपणे उचललं आणि एका खुर्चीच्या पाठीवर सोडलं. त्याने मला नागाला हात लावून बघायला सांगितलं. मी त्याची कोरडी, थंड त्वचा थोपटली. तो धूर आणि ते आवाज आत, माझ्या हाडात आणि रक्तात शोषले जाऊन मलाही गुंगी आल्यासारखं झालं.

''ज्योतिषी!'' पंख्याने वारा घेत बसलेल्या एका लठ्ठ स्त्रीकडे बोट दाखवत एंडो-सान म्हणाले, ''चल, आपल्याविषयी तिला काय सांगता येतंय ते बघू या!''

मी तिच्यासमोर बसलो. ती माझा हात बघू लागली. तिची त्वचा त्या नागाच्या त्वचेप्रमाणेच वाटत होती. ती बराच वेळ माझ्या चेहऱ्याकडे बघत राहिली. जणूकाही मला पूर्वी कुठे बघितलं आहे ते आठवायचा प्रयत्न करत होती ती!

''तू आधी इथे कधी आला होतास?'' तिने विचारलं.

मी नकारार्थी मान हलवली.

माझ्या तळहातावरून हात फिरवत तिने माझ्या जन्माची तारीख आणि वेळ विचारली. ती होक्किएन भाषेमध्ये म्हणाली, ''तू पावसाची देणगी घेऊन जन्माला आला आहेस. तुला जीवनात खूप पैसा नि यश मिळेल; पण तुझं नशीब तुझी मोठी परीक्षाही घेणार आहे. लक्षात ठेव – पावसाबरोबर पूरसुद्धा येतो.''

तिची ती संदिग्ध भविष्यवाणी ऐकून मी माझा हात मागे ओढला; पण त्यामुळे ती नाराज झालेली दिसली नाही. तिने एंडो-सानकडे बघितलं आणि तिचे डोळे स्वप्न बघत असल्याप्रमाणे झाले; जणूकाही ती त्यांना ओळखत होती आणि ते कोण आहेत, हे ती आठवायचा प्रयत्न करत होती. मग तिने पुन्हा माझ्याकडे बघितलं आणि म्हणाली, ''तू आणि तुझा हा मित्र – तुमचा पूर्वीचा संबंध आहे, वेगळ्या काळातला आणि तुम्हाला अजून खूप प्रवास करायचा आहे. या आयुष्यानंतरही.''

मी जरा कोड्यात पडलो नि ती काय म्हणाली ते एंडो-सानना भाषांतर करून सांगितलं – त्यांना स्थानिक भाषा थोडीशीच येत होती. ते एक क्षणभर दुःखी दिसले आणि म्हणाले, ''म्हणजे मी कुठेही गेलो, तरी भविष्यवाणी बदलत नाही असं दिसतं.''

त्यांना निश्चितपणे काय म्हणायचं होतं हे ते स्पष्ट करतील असं मला वाटलं आणि मी थोडी वाट पाहिली, पण ते विचारमग्न झाले आणि गप्प राहिले.

“माझ्या मित्राचा हात काय सांगतो?” मी त्या बाईला विचारलं. तिने छातीवर हाताची घडी केली आणि एंडो-सानच्या हाताला स्पर्श करायला नकार दिला. “तो जापुनाकुई – जपानी भूर्त – आहे. मी त्यांचं भविष्य सांगत नाही. त्याच्यापासून सावध राहा.”

ती एंडो-सानबद्दल असं बोलली ते ऐकून मी शरमलो. ती काय म्हणाली ते जरा सौम्य करून कसं सांगावं याचा मी विचार करू लागलो. “तिला बरं वाटत नाहीये, आता आज मी आणखीन हात बघणार नाही, असं ती म्हणत्येय.” मी म्हणालो; पण माझ्या चेहऱ्यावरचे भाव बघून त्यांनी मान हलवली आणि 'माझ्या सर्व लक्षात आलं आहे' या अर्थी माझ्या दंडावर थोपटलं.

मी बाईला पैसे दिले नि त्या देवळाच्या अंधाऱ्या आणि प्राचीन वातावरणातून बाहेर उन्हात आलो. बाहेरचं जग वेगाने धावत होतं. अगदी सूर्याची सावलीसुद्धा!

“मघाशी 'भविष्यवाणी बदलत नाही' असं तुम्ही म्हणालात, त्याचा अर्थ काय?” ते रस्त्यावरच्या दुकानदाराकडून माझ्यासाठी नारळाचं थंड पाणी घेत असताना मी विचारलं.

“मी अनेक ज्योतिष्यांना भेटलो आहे, वेगवेगळ्या प्रकारच्या. कोणी माझ्या चेहऱ्यावरून भविष्य सांगितलं, तर कोणी हातावरून. काही जण ध्यानस्थ होऊन आकाशातल्या शक्तीला आवाहन करायचे आणि त्या सर्वांचे शब्द सारखेच असायचे. आताच्या बाईने तर माझ्या हाताला स्पर्शही न करता तेच सांगितलं.”

त्यांचा ड्रायव्हर थांबला होता तिकडे आम्ही जाऊ लागलो.

“ते काय सांगायचे?” मी विचारलं.

ते थांबले आणि वळून माझ्याकडे बघत म्हणाले, “ते म्हणायचे की, आपण एकमेकांना फार फार पूर्वीपासून ओळखतो आणि पुढे येणाऱ्या काळातही आपला संबंध राहील.”

ते जे म्हणाले आणि ती ज्योतिषीणबाई जे काही बडबडली होती त्यांचा मला काहीही अर्थ लागला नाही आणि तसं मी त्यांना सांगितलं.

“तू ख्रिस्ताचा अनुयायी आहेस.” ते म्हणाले, “त्यामुळे बौद्ध लोकांचा ज्याच्यावर विश्वास आहे त्या जन्मांच्या चक्राबद्दल तुला माहिती नाही.”

मी मान हलवली. माझं अज्ञान बघून ते म्हणाले, “आपण मेलो की, पुढे काय होतं?”

मी पटकन उत्तर दिलं, “तुम्ही स्वर्गात जाता – पुण्यवान असलात तर.”

“पण जन्माच्या आधी? तेव्हा तू कुठे होतास?”

त्या साध्या प्रश्नामुळे मी थबकलो आणि विचार करू लागलो. 'तो स्वर्ग नसणार, कारण स्वर्ग असेल तर तो सोडून इथं यायचं आणि मग इथलं संपलं की,

पुन्हा तिथे जायचं, असं कसं असेल?' अखेरीस मी त्यांना म्हणालो, ''मला माहीत नाही.''

''तुला वेगळं आयुष्य होतं. ते संपल्यानंतर या आयुष्यात तू पुन्हा जन्मलास. आणि तुझे दोष आणि चुका नाहीशा होईपर्यंत हे जन्मांचं चक्र चालूच राहणार.''

''आणि त्यानंतर काय?''

''कदाचित असे हजार जन्म होऊन गेले की तू निर्वाणाला पोहोचशील.''

''ते कुठे असतं?''

'' 'कुठे' नाही, 'काय' असतं. ती ज्ञानप्राप्तीची स्थिती आहे. दुःख, क्लेश, वासना या सर्वांपासून मुक्तीची, काळापासूनही सुटकेची.''

''म्हणजे स्वर्ग.'' मी म्हणालो.

त्यांनी माझ्याकडे बघून भुवया उडवल्या आणि म्हणाले, ''कदाचित.''

''म्हणजे ख्रिश्चन धर्माचा मार्ग कमी लांबीचा आहे. कारण तुम्हाला एकदाच मरावं लागतं.''

''हो. नक्कीच.'' ते हसून म्हणाले.

मी ज्योतिषिणीचे शब्द विसरूनही गेलो. एंडो-सान म्हणाले तेही मला समजलं नव्हतं, त्यामुळे मी त्यावरसुद्धा विचार करत बसलो नाही. दरम्यान माझं शिक्षण जोरात चालू होतं. नुसत्या हातांच्या लढतीव्यतिरिक्त ते आता हातात लाठी घेऊन कसं लढावं याचा सरावही माझ्याकडून करून घेऊ लागले. जमिनीवर टेकवली की, खांद्यापर्यंत येईल इतकी ती उंच होती. ते ती अतिशय सफाईदारपणे चालवू शकत असत. त्यांच्या हातात कडक लाकडाचे लवचीक छडीत रूपांतर होत असे.

''लाठी चालवण्याच्या प्राथमिक पद्धतींमध्ये तू प्रवीण झालास की, मग तू तलवार चालवायला शिकशील. काही प्रसंगांत तर तलवारीपेक्षाही लाठी जास्त भयंकर असते.'' ते म्हणाले, ''तलवारीला धार असलेली एकच बाजू असते; पण 'जो' म्हणजे लाठीला मारण्यासाठी दोन टोके असतात आणि संपूर्ण लाठीच तलवारीच्या धारदार बाजूप्रमाणे असते.''

त्यांनी लाती फिरवली. त्यांचे हात लाठीवर सफाईदारपणे वर-खाली सरकत होते. ''आयकिजुत्सूच्या सर्व तत्त्वांप्रमाणेच घाव कधीही थेट अंगावर घ्यायचा नाही. तुम्ही बाजूला होऊन तो चुकवण्याचा प्रयत्न करायचा म्हणजे प्रतिस्पर्ध्याचा तोल जाईल. 'केन' म्हणजे तलवारीच्या बाबतीतसुद्धा हाच नियम.''

मला त्यांच्या आवाजातला गंभीरपणा जाणवला. ''हेच नियम, हेच तत्त्व तुमच्या रोजच्या जीवनातही लागू आहे. कोणत्याही व्यक्तीच्या रागाला थेट सामोरे जाऊ नका. त्याचं लक्ष विचलित करायचा प्रयत्न करा. वेळप्रसंगी अगदी त्याच्याशी

सहमती दाखवली तरीसुद्धा चालेल. त्याचं मन असंतुलित करा म्हणजे मग तुम्हाला त्याच्याकडून हवं ते करून घेता येईल.''

त्यांच्या हातातून फटकन 'जो' अंगावर आली आणि मी विचार न करता सफाईदारपणे बाजूला झालो. त्यांच्या बरगड्यांवर एक 'अतेमी' ठोसा मारून मी त्यांचा तोल घालवून त्यांना जमिनीवर पाडलं आणि त्यांच्या हातातली काठी काढून घेऊन त्यांना नि:शस्त्र केलं. तेसुद्धा सफाईदारपणे जमिनीवर पडले. अंगाचं वेटोळं करून 'उकेमी' पद्धतीने पुढे कोलांटी घेऊन पायावर उभे राहिले. ते माझ्याकडे वळले, तेव्हा माझ्या हातातल्या 'जो'चं टोक त्यांच्या मानेच्या सर्वांत नाजूक भागावर रोखलेलं होतं.

आम्ही समोरासमोर उभे होतो. श्वासांचाही आवाज जाणवत नव्हता. फक्त समुद्रावरच्या लहान लाटा आणि झाडांच्या पानांची सळसळ एवढेच आवाज ऐकू येत होते.

त्या क्षणापासून आम्ही पूर्ण ताकद लावून खेळू लागलो. ते अजूनही कधी कधी थोडीशी कमी ताकद लावायचे, पण क्वचितच. मी पूर्ण ताकद लावायचो आणि त्यांचे ठोसे, लाथा, फटके सहन करायचो, झेलायचो. एक गोष्ट बरी होती की, मला कधी लंगडताना, कधी दुखावलेल्या अवयवांना मालीश करताना किंवा खरचटलेलं असेल त्यावर औषध लावताना बघायला माझ्या घरचे लोक तिथे नव्हते. त्यांनी मला आधीच इशारा देऊन ठेवला होता की, प्रत्येक लढतीत मार खाण्याची तयारी ठेवली पाहिजे. पण असं कमीत कमी वेळा व्हावं हे उद्दिष्ट असावं.

मी नेहमीच्या वेळेपेक्षा आधी उठून आपला आपण सराव करायचो. आरोग्यासाठी धावण्याची फॅशन येण्याच्या आधीपासूनच मी धावत होतो – किनाऱ्यावर कधी कधी दहा-दहा मैल धावायचो. माझ्या अंगावरची चरबी जाऊन माझं शरीर चपळ, सडपातळ आयकिजुत्सु-कासारखं पीळदार झालं. मी रोज तलवारीचा सरावही करायचो. शेकडो हात करायचो. माझी तलवार विजेच्या वेगाने फिरू लागली. या सर्व मेहनतीमुळे माझी भूकही खूप वाढली. आमची स्वयंपाकीण तक्रार करू लागली की, ती इतका चांगला स्वयंपाक करत होती, तरी माझं वजन कमी झालं होतं.

असा जोरदार व्यायाम आणि सराव माझ्या जीवनाचा, दिनचर्येचा कायमचा भाग होऊन राहणार होता. युद्धकाळानंतर मी जगातल्या सर्वांत प्रसिद्ध आणि आदरणीय शिक्षकांपैकी एक झालो, त्याचा हा पाया होता. एंडो-सानला जास्त काम असेल तेव्हाच मला जरा विश्रांती मिळायची आणि त्याचं काम काय होतं हे मी कधी विचारलं नाही. ते योग्य दिसलं नसतं.

५

आपण राहतो ते गाव बघण्याचा सर्वांत उत्तम मार्ग म्हणजे ते कोणालातरी दाखवणं. पेनांगचं सौंदर्य आजवर इतकी वर्षं मी गृहीत धरून चाललो होतो. आता एंडो-सानचा गाईड ही भूमिका करताना मी माझ्या गावाच्या इतक्या तीव्रपणे प्रेमात पडलो की, माझं मलाच आश्चर्य वाटलं नि आनंदही झाला.

सर्पमंदिरातल्या ज्योतिषिणीच्या अनुभवानंतर मी जॉर्जटाऊन फिरताना देवळं टाळू लागलो. एंडो-सानना दाखवण्यासारख्या ठिकाणांची पेनांगमध्ये कमतरता नव्हती. प्रत्येक ठिकाणाबद्दलची माहिती, आख्यायिका सांगून त्यांच्यावर छाप पाडता यावी म्हणून त्या ठिकाणांबद्दल इस्तानातल्या नोकरांकडून आणि वडलांच्या लायब्ररीतली पुस्तकं वाचून मी आधीच माहिती काढून ठेवत असे. त्यामुळे मलाही आमच्या बेटाविषयी बरीच नवी माहिती मिळाली.

एके दिवशी संध्याकाळी आम्ही सेंट जॉर्ज चर्चवरून जात असताना मला आत सराव करणाऱ्या वाद्यवृंदाचं संगीत ऐकू आलं आणि आम्ही चर्चमध्ये गेलो. आम्ही अगदी शेवटल्या रांगेत जाऊन बसलो. मी लहान असताना वाद्यवृंदांबरोबर गात असे, असं मी त्यांना कानात सांगितलं.

त्यांनी मला गप्प केलं नि डोळे मिटून ते त्या संगीताचा आनंद घेऊ लागले. मीसुद्धा लहानपणी ऐकलेल्या ती पारंपरिक इंग्लिश ईशस्तुती ऐकू लागलो. चार वर्षांपूर्वी माझा आवाज फुटला, तेव्हा मी गाणं बंद केलं होतं; पण ते सूर आज बऱ्याच काळाने ऐकून मला आनंद झाला.

नंतर आम्ही चर्चच्या आवारात फिरत होतो तेव्हा एंडो-सान म्हणाले, "ते अगदी मन हेलावणारं गाणं होतं."

"आता तुम्हाला समजलं असेल की, ब्रिटिशांना जगभर आपल्या वसाहती का करायच्या होत्या ते."

मी थट्टा करत होतो हे त्यांच्या लक्षात आलं. "त्या शेवटच्या ओळी काय

होत्या?'' त्यांनी विचारलं, ''त्यात तलवारीचा उल्लेख होता असं मला वाटलं.''

त्या ओळी मला आठवल्या, कारण मी त्या अनेकदा म्हटलेल्या होत्या. ''मी बौद्धिक लढाई थांबवणार नाही आणि माझी तलवार हातात निद्रिस्त होणार नाही.''

त्यांनी मान डोलवली आणि त्या ओळी म्हटल्या, ''हे मला पटत नाही. तलवार हा नेहमी अगदी शेवटचाच पर्याय असावा.''

''ते नुसतं गाणं आहे.'' मी म्हणालो.

''पण तू म्हणालास त्याप्रमाणे देशाला वेड लावण्याची शक्ती असणारं गाणं आहे ते.''

''आपण सरावात तलवारी वापरतोच की!'' मी म्हणालो.

''मी तुला काय शिकवतोय?''

''लढायला.'' मी म्हणालो.

''नाही. मी तुला ते शिकवत नाहीये. संघर्ष कसा टाळावा, हे मला तुला दाखवायचं आहे. मी तुला जे शिकवतोय ते तुझ्या जिवाला धोका असल्याशिवाय कधीही वापरायचं नाही आणि तेव्हासुद्धा ते टाळता आलं तर उत्तमच.''

हे मी कायम लक्षात ठेवीन अशी शपथ त्यांनी मला घ्यायला लावली.

पुढचे काही दिवस जोरात पाऊस पडला. त्यामुळे मला त्यांना गावात कुठेही फिरवता आलं नाही; पण पाऊस जरा थांबल्याबरोबर मी त्यांना बोटीचा धक्का आणि बंदरात असलेल्या मोठ्या गोदामांकडे घेऊन गेलो. आम्ही लाकडी धक्क्याच्या अगदी टोकापर्यंत चालत गेलो आणि तिथून दिसणारी मलायाची मुख्य भूमी बघितली.

''ते काय आहे?'' बटरवर्थ किनाऱ्यावर असलेल्या इमारतींकडे बोट दाखवून त्यांनी विचारलं. तिथे कोरड्या गोदीत दुरुस्तीसाठी आलेली दोन जहाजं दिसत होती. त्यांचे पुढचे भाग वर उचललेले होते. गंजल्यामुळे ते शेंदूर फासल्यासारखे दिसत होते.

''सिंगापूरच्या खालोखाल देशातल्या दुसऱ्या क्रमांकाची जहाज-दुरुस्तीची गोदी.'' मी म्हणालो. ''आरमारसुद्धा त्यांच्या बोटींसाठी ती वापरते.''

एंडो-सानने गोदीचं काही काळ निरीक्षण केलं. नंतर मागे वळून मागच्या टेकड्यांकडे त्यांनी बघितलं. ''त्या टेकडीला काय म्हणतात? जिच्यावर घरं आहेत ती?''

ते कोणत्या टेकडीबद्दल विचारत होते ते समजायला मला वळून बघायची गरज नव्हती. ''पेनांग हिल. बेटावरचं सर्वांत उंच ठिकाण. जी घरं तुम्हाला दिसतायत ती सरकारी घरं आणि हॉलिडे होम्स आहेत. तिथे आमचंही एक घर आहे.''

"तिथे तू मला घेऊन जाशील?" त्यांनी विचारलं.

"मी नेणारच होतो." मी उत्तरलो.

पुढल्या शनिवारी भल्या पहाटे आम्ही पेनांग हिल चढून गेलो. त्यांच्या ड्रायव्हरने आम्हाला टेकडीच्या पायथ्याशी सोडलं. जॉर्जटाऊनपासून दोन मैलांवर बोटॅनिकल गार्डनच्या जवळ. आम्ही दहा मिनिटं जंगलात चाललो. आदल्या रात्री पाऊस पडून गेला होता. पायाखाली पाचोळ्याचा चिखल होऊन वाट निसरडी झाली होती. झाडांच्या ओल्या फांद्या बाजूला करत वाट काढावी लागत होती. त्यामुळे आम्ही ओले झालो होतो. "इथेच कुठेतरी आहे" माझ्या हातातल्या काठीच्या साहाय्याने स्वत:ला वर ढकलत मी म्हणालो.

"मी कधी ऐकलेलं नाही." एंडो-सान म्हणाले.

"कारण तुम्ही इथल्या लोकांबरोबर फिरलेला नाहीत." बोलताना मी घसरलो. त्यांनी मला घट्ट पकडलं आणि ओढून उभं केलं.

"जपून."

"ते पाहा. तिथे आहे." मी म्हणालो, "मून गेट."

ती भिंत पूर्वी पौर्णिमेच्या चांदण्याप्रमाणे शुभ्र असावी; पण आता रिकामं गोल भोक असलेली ती भिंत शेवाळ्याने नि बुरशीने माखलेली होती. तिच्यावर पक्ष्यांच्या वाळलेल्या शिटीचे ओघळही होते. जंगलाच्या टोकाला विटांची भिंत, पांढरा रंग दिलेली. तिच्यातल्या गोल दरवाजाकडे जायला तीन पायऱ्या होत्या.

गेटमधून शिरून आम्ही पेनांग हिल चढू लागलो.

"किती उंच आहे?" एंडो-साननी विचारलं.

"दोन हजार फुटांपेक्षा थोडं जास्त. वर पोहोचायला तीन तास लागतील. जगातल्या सर्वांत उंच पर्वताच्या मानाने काहीच नाही."

आम्हाला लोखंडी दारांनी ओढली जाणारी ट्रेन घेता आली असती. ती १९२३ मध्ये सुरू झाली होती, पण एंडो-सान नाही म्हणाले. चढायला कसं वाटतं ते त्यांना बघायचं होतं. परत जाताना आम्ही ट्रेनने जाणार होतो.

तासाभरात मी घामाने चिंब भिजलो. माझी बॅग मला जड वाटू लागली आणि आता व्यायामाची इतकी सवय असूनसुद्धा मला धाप लागत होती. "चल, पाऊल उचल." माझ्या पोटरीवर काठी मारत एंडो-सान म्हणाले. ते माझ्या पुढे गेले आणि झरझर चालू लागले. रस्त्यावरून वाहणाऱ्या पावसाच्या पाण्यामुळे आमचे बूट ओले झाले. झाडांच्या फांद्या पकडून आणि कधी कधी जमिनीचा आधार घेऊन माझे हात चिखलाने माखले होते. जमिनीतून माझ्या मनगटाइतक्या जाडीची झाडांची मुळं वर आली होती. त्यांचासुद्धा अडथळा होताच.

आम्ही अर्ध्या रस्त्यात एका लाकडाच्या चहाच्या टपरीपाशी थांबलो. आमच्यासारख्या इतर डोंगर चढणाऱ्यांना आम्ही अभिवादन करत होतो.

''त्यांच्याकडे बघ. ते तुझ्याइतके थकलेले दिसत नाहीयेत आणि काही जण तर तरुणसुद्धा नाहीत.'' एंडो-सान म्हणाले.

''हे लोक रोज चढतात, त्यामुळे त्यांना सवय आहे.'' मी स्वत:चा बचाव करत म्हणालो.

मी एका लाकडी बाकड्यावर बसून वाफाळलेला चहा पिताना एंडो-साननी माझा फोटो काढला. आजूबाजूला, टेकडी चढणाऱ्यांनी बांबूच्या पिंजऱ्यातून आणलेल्या पक्ष्यांचा पहाटेचा चिवचिवाट चालला होता.

''चल, आता पुढे निघू या. खूप झाली विश्रांती.'' एंडो-सान म्हणाले.

आम्ही पुन्हा चढू लागलो. झाडांच्या पानांमधून ऊन झिरपू लागलं नि हवा उबदार होऊ लागली. उन्हात जमिनीमधून निघून वर जाणारी बाष्पाची वर्तुळं दिसू लागली – जणूकाही कोणीतरी उदबत्त्या पेटवून जमिनीत खोचल्या होत्या. वर माकडं एका झाडावरून दुसऱ्या झाडावर उड्या मारत होती, त्यामुळे आमच्यावर अधूनमधून पानांवरच्या पाण्याचा आणि काटक्यांचा वर्षाव होत होता.

मध्यान्हीच्या थोडं आधी आम्ही बेलव्ह्यू हॉटेलच्या मागच्या गल्लीतून बाहेर पडत वर पोहोचलो. त्या उंचीवर हवेत गारवा होता आणि वाऱ्याबरोबर धुक्याचे लोट अंगावर येत होते. आम्ही एका दुकानदाराकडून उसाचा रस घेतला आणि मी तो घटाघटा पिऊन टाकला. आम्ही हॉटेल ओलांडून पुढे एका अरुंद रस्त्यावर आलो. इथे वर कार नव्हत्या. फक्त सायकली आणि काही लष्करी ट्रक!

''हिलवर नेहमी 'आंग मों'ची गर्दी असते.'' मी म्हणालो.

त्यांना समजलं नाही.

''आंग मो म्हणजे 'लाल केसवाले' म्हणजे गोरे लोक. उन्हाळ्यात खालची गरमी टाळण्यासाठी ते सगळे इथे येतात.'' एंडो-सान हसले.

सभोवार वर्तुळात फुलझाडं लावलेल्या एका दगडी कारंजापाशी आम्ही डावीकडे वळलो आणि 'इस्ताना केचिल' म्हणजे 'छोट्या राजवाड्या'च्या परिसरात प्रवेश केला. मी चावी काढून पुढचा दरवाजा उघडला. घरात कोणी नव्हतं. हिवाळ्यात सायबेरियातून इथे येणाऱ्या स्नाइप पक्ष्यांची शिकार करण्यासाठी माझे वडील इथे येत असत. हे घर रिकामं असलं, तरी ते कोणालाही वापरायला देत नसत. आम्ही शेवटी इथे येऊन गेल्याला आता बरेच दिवस होऊन गेले होते.

दीर्घकाळ वापर नसल्यामुळे घरात गारठा होता आणि जुन्या बंद घरात येणारा कोंदट वास येत होता. आम्ही दारं-खिडक्या उघडल्या नि बागेत गेलो. बोगनवेली नि जास्वंदींना बहर आला होता. त्या वाऱ्यात डुलत होत्या.

आमच्या प्लॉटच्या खाली असलेल्या छोट्या नदीत कुणी पडू नये यासाठी एक बुटकी भिंत होती. तिच्यावर एंडो-सान चढले. त्या दिवशी हवा स्वच्छ होती. त्यामुळे पायथ्याशी पसरलेलं जॉर्जटाऊन पूर्णपणे दिसत होतं. मधल्या खाडीच्या पलीकडे असलेले केडातले डोंगरसुद्धा ढगांच्या थराखाली दिसत होते. डोंगरांच्या सभोवती हिरव्या रंगाच्या गोधडीप्रमाणे दिसणारी भातशेतं होती. मुख्य भूमीवर माल घेऊन जाणाऱ्या छोट्या बोटी, क्वालालंपूर, सिंगापूर, हिंदुस्तान आणि त्याच्या पलीकडच्या देशांना जाणाऱ्या मोठ्या बोटी, सुमात्रातले चाचे आणि सुंदा सामुद्रधुनी यांच्यावर लक्ष ठेवणाऱ्या आरमाराच्या बोटी यांनी समुद्राच्या पृष्ठभागावर रेखलेल्या पांढऱ्या रेषा दिसत होत्या.

त्यांनी कॅमेऱ्याचा तीन पायी स्टँड उभा केला आणि फोटो घेणं सुरू केलं – पूर्व, पश्चिम, सर्व दिशांचे. कॅमेरा क्लिक्, क्लिक् करत राहिला. मला त्यांच्या घरात लावलेले फोटो आणि कुठल्याही फोटोत ते का नाहीत असा प्रश्न पडला होता, ते आठवलं. 'ते नेहमी एकटेच प्रवास करायचे म्हणून की काय?' ''मी थोडे फोटो घेतो म्हणजे त्यात तुम्हीसुद्धा दिसाल.'' मी सुचवलं.

''माझ्या चेहऱ्याने फोटो बिघडतील.'' असं म्हणून त्यांनी नकार दिला.

टेकडीवर रात्री गारठा असणार हे मला अनुभवामुळे माहीत होतं. त्यामुळे आम्ही तयारी करून आलो होतो. आम्ही काळे कोट घालून रात्री जेवण्यासाठी बेल व्ह्यू हॉटेलमध्ये गेलो. वेटरने आम्हाला व्हरांड्यातलं टेबल दिलं. तिथून खाली शहरातल्या दिव्यांचं दृश्य दिसत होतं. समुद्रकिनाऱ्यावरच्या वेल्ड क्वेपासून टेकडीच्या पायथ्यापर्यंत दिवे अशा रीतीने पसरले होते की, जणूकाही प्रकाशाची लाटच आत येते आहे. पेनांगच्या सभोवतीचा समुद्र अंधारामुळे दिसत नव्हता. फक्त विखुरलेल्या दाण्यांप्रमाणे दिसणारे काही बारीक दिवे बोटी कुठे आहेत ते दाखवत होते.

''मला इथे घेऊन आलास त्याबद्दल थँक्स. हे दृश्य बघून वर येण्याच्या श्रमांचं सार्थक झालं असं वाटतं, नाही?'' एंडो-सान म्हणाले.

''अगदी खरंय एंडो-सान.'' मी म्हणालो. का कुणास ठाऊक, पण ही रात्र माझ्या कायम लक्षात राहील असं मला वाटलं. आमच्या डोक्यावर असलेल्या वेलीकडे ते डोळे बारीक करून पाहत होते. त्यात कशाचीतरी हालचाल झाली.

''ते वेलांमध्ये दिसताहेत ते साप आहेत का?''

''पिट व्हायपर.'' मी म्हणालो, ''हॉटेलच्या प्रसिद्धीचं एक कारण. काळजी करू नका. अजूनपर्यंत इथे कोणालाही साप चावलेला नाही. ते एवढ्या सफाईने लपलेत की लक्षातसुद्धा येत नाही.''

''पण ते केव्हाही आपल्या अंगावर पडू शकतात.''

"इथे बसलेले कोणीही त्यांच्याकडे लक्ष देत नाहीत, मीसुद्धा."

"माणसांची दुर्लक्ष करण्याची क्षमता और आहे." ते म्हणाले.

"जीवन तेवढंच सोपं होतं." मी म्हणालो.

वेटरने आमच्या टेबलावर एक स्टोव्ह आणि त्यावर एक भांडं ठेवलं. एका मोठ्या थाळीमध्ये काही अंडी, लेट्यूस, चिकन, फिशबॉल आणि नूडल्स होते. स्टोव्हवरच्या भांड्यातलं पाणी उकळायला लागल्यावर आम्ही थाळीतले पदार्थ पाण्यात टाकायला सुरुवात केली.

"याला काय म्हणतात?" त्यांनी विचारलं, "आमच्या 'शबू शबू'सारखं दिसतंय."

"स्टीमबोट. अशा रात्रीसाठी अगदी योग्य."

"तुझे घरचे लोक लंडनहून परत कधी येणार आहेत?" एक उकडलेलं अंडं माझ्या प्लेटवर ठेवत त्यांनी विचारलं.

"वर्षाच्या अखेरीस." अंडं चावताच माझी जीभ भाजली.

"मला त्यांच्याविषयी सांग."

मी जरा विचार करू लागलो. आपण आपल्या कुटुंबीयांना इतकं गृहीत धरतो की, त्यांच्याविषयी बोलायचं म्हटलं की पंचाईत होते. चहाचा एक घुटका घेऊन मी म्हणालो, "माझे वडील एकूणपन्नास वर्षांचे आहेत. त्यांचे केस पांढरे झाले आहेत, पण अनेक स्त्रियांना ते देखणे आहेत असं वाटतं. पोहणं आणि नौकानयन करून ते आपली तब्येत उत्तम ठेवतात. ते खूपच काम करतात. पूर्वी ते आमच्याबरोबर जास्त वेळ घालवायचे; पण माझी आई गेल्यावर... असं इझाबेल सांगते. मी त्या वेळेस लहान होतो..." माझी आई गेल्यावर वडील मुलांपासून दुरावले हे कसं सांगावं ते मला कळेना.

"मी त्यांना भेटलोय. बेटाच्या भाडेकरारावर सह्या केल्या तेव्हा."

"मला दोन भाऊ आहेत. एडवर्ड सव्वीस वर्षांचा आहे आणि विल्यम तेवीस. ते वडलांसारखेच आहेत. एडवर्डने कायद्याचा अभ्यास केलाय. वडलांप्रमाणे तोही बॅरिस्टर आहे, पण तो वडलांच्या धंद्याचं काम बघायला लागलाय. विल्यम गेल्या वर्षी विद्यापीठातून बाहेर पडला आहे आणि त्यानेसुद्धा धंद्यात यावं अशी वडलांची इच्छा आहे."

"सर्वच वडलांची असते" एंडो-सान बोलले.

"एडवर्ड... माझी एडवर्डशी फारशी जवळीक नाही. तो थंड आहे आणि आम्ही क्वचितच बोलतो. इझाबेल एकवीस वर्षांची आहे आणि मला वाटतं, ती दोन्ही भावांपेक्षा अनेक बाबतीत जास्त कणखर आहे. निदान ती अनेकदा आपल्या मनासारखं करून घेते. मी सगळ्यांबरोबर लंडनला न जाता इथेच राहणार आहे, हे सांगितल्यावर ती नाराज झाली."

“आणि तू? तू काय करतोस?”

मी खांदे उडवले. “मी एका इंग्लिश कुटुंबातला अर्धा चिनी आणि सर्वांत धाकटा मुलगा. माझं काय स्थान असणार?”

एंडो-सान गप्प होते आणि एकाएकी ज्या गोष्टी मी वडलांशी बोलू शकलो नाही त्या बोलून टाकाव्या असं मला वाटलं. “आणि सर्वांत वाईट म्हणजे माझे भाऊ होते त्याच शाळेत मीसुद्धा आहे. माझे बरेच शिक्षक त्यांनाही शिकवायला होते आणि मी कोणाचा भाऊ आहे हे सर्वांना माहीत आहे; पण त्यामुळे मला त्यांच्याशी जवळीक वाटण्याऐवजी आमच्यातले मतभेद वाढतच चालले आहेत.”

“इतरांची अपेक्षा होती तसा तू नाहीस.” एंडो-सान हळुवारपणे म्हणाले. “आणि तरुणपणी आपण कोणालातरी दुखवतोय हे समजत नाही.”

“हो.” मी म्हणालो. माझं म्हणणं त्यांनी नीट ऐकून घेतलं आणि माझी परिस्थिती पूर्णपणे समजून घेतली, यामुळे मला फार मोकळं वाटलं. ऊब येण्यासाठी मी चहाच्या कपाभोवती हात गुंडाळले. त्या रात्री गर्दी तुरळकच होती. जास्त करून गणवेशात असलेले ब्रिटिश सैन्यातले अधिकारी आपल्या बायकांना घेऊन आलेले होते. मी काही जणांना ओळखत होतो. ते मजेच्या मूडमध्ये मोठ्या आवाजात निश्चिन्तपणे बोलत होते. मी ते एंडो-सानना दाखवलं. त्यांनी त्यांचं काळजीपूर्वक निरीक्षण केलं, जणूकाही ते त्यांची छबी आपल्या मनावर बिंबवत होते. इतक्यात बँडवादन सुरू झालं आणि काही जण आपल्या जोडीदारणींबरोबर नृत्य करण्यासाठी उठले.

“हे सैन्यातल्या लोकांचं आवडतं ठिकाण दिसतंय.” तो म्हणाला.

“होय. इथे सैन्याची एक तुकडी आहे पहारा ठेवण्यासाठी आणि ते बरोबर आहे. कारण इथून पूर्ण बेट आणि आजूबाजूचा समुद्र अशी चौफेर नजर ठेवता येते.”

“अगदी हिंदुस्तानपर्यंत इथून दिसतं?” ते म्हणाले.

“होय. तिथपर्यंत दिसतं. कदाचित अगदी जपानसुद्धा दिसत असेल.”

ते हसले. “मग मी इथे वरचेवर येत जाईन.”

आम्ही लवकर उठलो आणि समुद्रामागच्या क्षितिजातून वर येणाऱ्या सूर्याला वंदन केलं. घरातून निघून एका पायवाटेने उतरत आम्ही कड्याच्या टोकावर पोहोचलो. तिथे एका थंडगार आणि अरुंद कातळावर बसून आम्ही झाझेनला सुरुवात केली. खाली भाजीच्या मळ्यातून कोंबड्याचं आरवणं मला ऐकू आलं. कुत्री भुंकत होती, लाकडी फाटकं बंद केल्याचा आवाज येत होता. शेवाळ्याने माखलेल्या खडकावर हिमकण दिसावेत तसे दरीत धुक्याचे पुंजके विखुरलेले होते.

मी कातळाची कड घट्ट पकडली आणि भीतीने माझ्या पोटात गोळा आला. तो

जेमतेम सहा इंच रुंद होता आणि खाली साठ फुटांवर झाडांचे बुडखे दिसत होते. माझ्या मन:चक्षूंना खोलीची दरी अनंत वाटत होती. मला डोळे उघडावेसे वाटत होते. आमच्या वजनाने कातळ फुटून त्याचे तुकडे खाली पडताना मला 'दिसू' लागले. पश्चिमेकडे ढग दाटत होते आणि वारा आम्हाला उडवून नेईल असं वाटत होतं. मी कातळावरची पकड आणखी घट्ट केली. केव्हा एकदाचं हे सर्व आटोपतं असं मला वाटू लागलं. माझी नजर दरीतल्या भाल्याच्या टोकांप्रमाणे भासणाऱ्या झाडांच्या बुडख्यांकडे जात होती.

''सोडून दे'' ते म्हणाले, ''पडणार नाहीस.''

''आणि पडलो तर?''

''मी धरीन तुला.''

मी वर तोंड करून त्यांच्याकडे बघितलं. त्यांची नजर माझ्याकडे होती. चेहऱ्यावरचं स्मित अदृश्य झालं होतं. त्यांनी एकदा मान डोलवली आणि पुन्हा डोळे मिटून घेतले. मी त्यांच्या शब्दांवर विचार करू लागलो; न अडखळता, मृदूपणे उच्चारलेले शब्द, माझे जीवन बदलणारे शब्द! त्या क्षणी, परिणाम काहीही झाला तरी आपण त्यांच्यावर संपूर्ण विश्वास टाकणार आहोत याची मला जाणीव झाली. मी डोळे बंद केले. कातळावरची पकड ढिली केली आणि सुटकेचा आनंद माझ्यातून वाहू लागला. सूर्य ढगांमधून बाहेर आला आणि जुन्या मित्राप्रमाणे आमच्यात सामील झाला. लवकरच माझ्या डोळ्यांपुढचं जग प्रकाशमय झालं; माझ्या पापण्या गरम झाल्या. आपण थंड, टणक खडकावर बसलो असल्याची जाणीव विरून गेली; आपण जमिनीपासून उंचावर, सूर्याच्या उष्णतेत तरंगत आहोत, सूर्याचा प्रकाश आपल्या मस्तकात भरून राहिला आहे आणि या विश्वापेक्षाही व्यापक असं अंतराळ त्यानं उजळलं आहे असं वाटू लागलं.

हलकी न्याहरी घेऊन आम्ही बाहेर हिरवळीवर गेलो. आम्ही परस्परांना अभिवादन केलं आणि त्यांनी माझ्या किडनीवर नेम धरून लाथ मारली. मी पूर्णपणे सावध नव्हतो. मी तो कातळ आणि त्यांचे शब्द आठवत त्यांच्या डोळ्यांकडे आणि हातांकडे बघत होतो. लाल शाई एकदम कागदावर सांडावी तशी माझ्या शरीरात वेदना उमटली आणि मी पोट धरत खाली गुडघ्यांवर बसलो. त्यांचा दुसरा पाय हालताना मला दिसला आणि तो डोक्याच्या दिशेने येणार हे मी समजलो. तत्काळ मी मागे पाठीवर पडून उडी मारून उभा राहिलो. त्यांची लाथ चुकली आणि तेवढा एक क्षण ते माझ्या तावडीत सापडले. मी त्यांचा वर येणारा पाय आणखी वर उचलला आणि आतल्या बाजूला जोरात लाथ मारली. ते विव्हळले. मी त्यांना मागे ढकलून त्यांचा तोल घालवला आणि ते मागे गवतावर पडले. ताबडतोब उडी

मारून उठून त्यांनी माझ्या कुशीवर लाथ मारली. मी बाजूला कलून ती अडवण्याचा प्रयत्न केला, पण त्यामुळे मी त्यांच्या ठोशाच्या फेकीत आलो. ठोसा माझ्या गालावर आदळला आणि माझ्या डोळ्यांपुढे काजवे चमकले. मी मागे पडलो आणि बरेच क्षण बेशुद्ध झालो.

"तुझ्यात सुधारणा आहे, पण तू अजून माझ्या हातांकडे, पायांकडे आणि डोळ्यांकडे बघतोस." ते म्हणाले. त्यांनी मला हात देऊन उठवलं. माझा जबडा, गाल, डोळे तपासले. "काही विशेष नाही." ते म्हणाले.

"त्यांच्याकडे बघू नये म्हणून मी काय करू?"

"आधी तुझी भीती काढून टाक. तुझे डोळे आधी माझ्या हातांकडे मग पायांकडे असे फटाफट नाचतात, कारण तुझ्या मनात भीती आहे. आत्मविश्वास कमी आहे. मार लागेल ही भीती सोडून दे, म्हणजे असं होणार नाही."

मी डोकं हलवून भानावर आलो आणि ते जे सांगत होते ते समजून घेण्याचा प्रयत्न करू लागलो.

"ऊठ. आपण पुन्हा करू."

मी एक निःश्वास सोडला, उभा राहिलो आणि लढण्याचा पवित्रा घेतला.

शिकवणी संपेपर्यंत ढग खाली येऊन एखादा साप सरसर जावा तसे टेकड्यांच्या शिखरांना स्पर्श करत पुढे जाऊ लागले. आम्ही भिंतीपाशी उभे राहून ते दृश्य बघू लागलो.

"मला इथले ढग फार आवडतात" एंडो-सान म्हणाले. "इतक्या खालून जातात!"

"या दिवसांत कधी कधी ढग एवढे खाली येतात की, स्वर्गच खाली येतोय की काय असं वाटू लागतं. त्याला हात लावता येईल असं वाटू लागतं."

माझ्या सुरातली आर्तता जाणवून त्यांनी माझ्याकडे बघितलं आाणि म्हणाले, "आपल्याला स्वर्गाला हवा तेव्हा हात लावता येतो. मी तुला दाखवतो."

ते त्याला 'तेंची-नागे' म्हणजे 'स्वर्ग-पृथ्वी फेक' म्हणाले. त्यांनी माझे दोन्ही हात घट्ट धरले आणि त्या स्थितीतच एक हात तसाच ठेवून दुसरा वर आकाशाकडे करायला सांगितला. दुसरा हात मी खाली जमिनीकडे केला. त्यांची चढाई ढिली पडल्याचं मला तात्काळ जाणवलं. त्यांची शक्ती आकाश आणि पृथ्वी यांत विभागली गेली होती. त्या अवस्थेत मी त्यांना असंतुलित करून सहजपणे पाडलं.

"स्वर्गाला स्पर्श कसा करायचा ते शिकवणारा माणूस म्हणून आता मी तुझ्या कायम लक्षात राहीन." ते म्हणाले.

जपानी वकिलातीतल्या नोकरवर्गाला सुटीत वापरता यावं यासाठी ते घर शोधत होते. मी त्यांना हिलच्या उत्तर भागात असलेलं ट्यूडर धर्तीचं एक घर दाखवलं.

त्या घरातून दूरवर असलेल्या हिंदी महासागरापासून मलायापर्यंतच्या पूर्ण भागाचं दृश्य दिसायचं.

"हे घर नेहमी सुटीवर येणाऱ्या पर्यटकांना भाड्याने देतात" मी म्हणालो, "बँकॉकला राहणारा रेशमाचा एक अमेरिकन व्यापारी याचा मालक आहे."

त्यांनी त्याचं काळजीपूर्वक निरीक्षण केलं आणि त्याचे काही फोटो घेतले. "वकिलातीच्या प्रमुखाला ते पसंत पडतं का बघू या. मला खात्री आहे की, हिरोशी-सानला त्याच्यात काही दोष आढळणार नाही. त्या घरात टेलिफोन आहे का?"

"इथे ज्या थोड्याच घरांमध्ये फोन आहे त्यांपैकी हे एक आहे."

त्यांनी कॅमेऱ्याचं तिकाटणं बंद केलं, कॅमेरा बंद केला आणि आम्ही 'इस्ताना केचिल'च्या दिशेने चालू लागलो. वाटेतली सर्व घरं ब्रिटिश नागरिकांच्या मालकीची होती. इथेही एक प्रकारची वर्णव्यवस्था होती. आमची घरं टेकडीच्या सर्वांत उंच भागावर होती. स्थानिक मलायी आणि चिनी लोकांना खालच्या पातळीवरच घरं बांधायला परवानगी होती. त्यांना 'आंग मो लाऊ' म्हणजे 'लाल केसवाल्यांची घरं' मान वर करून बघावी लागत.

"जपानी वकिलातीचं ऑफिस पेनांगला कशासाठी आहे?" मी विचारलं.

"मलायात काही ठिकाणी अशी ऑफिसेस आहेत. क्वालालंपूरला आहे, सिंगापूरला आहे. या भागाशी आमचा व्यापार आहे. मी तुला सांगितलं त्याप्रमाणे इतकी वर्षं जगाशी संबंध न ठेवता राहिल्यानंतर आता जपानला जगाच्या वाटचालीत आपली भूमिका बजावण्याची इच्छा आहे."

टेकडीवरून खाली जाताना केबल ट्रेन इतकी संथपणे आणि आवाज न होता जात होती की, जणूकाही झाडाचं वाळलेलं पान अलगदपणे जमिनीवर येत आहे. "तू क्वालालंपूरला गेला आहेस का कधी?" एंडो-साननी विचारलं.

"मी गेलोय. वडील अधूनमधून आम्हाला वीकएंडसाठी तिथे घेऊन जातात. आमचं एक ऑफिसही आहे तिथे. बहुतेक सर्व व्यापारी-कंपन्यांची मुख्य ऑफिसेस क्वालालंपूरला आहेत; पण आम्ही आमचं हलवलं नाही."

"मी तुझ्या वडलांशी सहमत आहे. तुमचं बेट क्वालालंपूरपेक्षा जास्त चांगलं आहे. काही दिवसांनी मी तिथे थोड्या दिवसांकरता जाणार आहे. तिथेही मला माहीतगार व्यक्तींची मदत लागणार आहे. तू येशील का?"

"मला आवडेल यायला" मी ताबडतोब उत्तरलो.

६

मी घरी परतलो तेव्हा आमचा ड्रायव्हर लिम काका गराजमधून बाहेर आला. त्याचे आधीच बारीक असलेले डोळे अधिक बारीक करून त्याने माझ्याकडे बघितलं आणि मला म्हणाला, ''तू त्या जपान्याच्या फार नादी लागला आहेस. तुझ्या वडलांना कळणार नाही एवढं बघ.''

आम्ही होक्किएनमध्ये बोलायचो. चीनच्या दक्षिण भागातली होक्किएन प्रांताची बोली भाषा. चीनहून कामाच्या शोधात मलायाला येऊन पेनांगला स्थायिक झालेले बहुतेक लोक होक्किएन भागातले होते.

''हो लिम काका.'' मी उत्तरलो. जुन्या वयस्कर नोकरांशी आम्ही आदराने बोलायचो. ''पण तुम्ही सांगतलं तरच त्यांना कळणार ना!''

''मला गाडी वर्कशॉपमध्ये पाठवायची आहे. दुरुस्तीला किती वेळ लागेल सांगता येत नाही. तोपर्यंत मला तुला कुठे नेता येणार नाही.''

मी मान हलवली, ''काही हरकत नाही. मी पुढच्या आठवड्यात एंडो-सानबरोबर क्वालालंपूरला जाणार आहे.''

''तो माणूस विश्वास ठेवण्याजोगा नाही.''

''लिम काका, तुम्हाला सगळेच जपानी वाईट दिसतात.''

''त्याला तसंच कारण आहे. दिवसेंदिवस ते चीनमध्ये आणखी आत घुसत आहेत आणि त्यांनी आता शहरांवर बाँब टाकायला सुरुवात केली आहे.'' डोकं हलवत तो म्हणाला, ''मी माझ्या मुलीला इथे यायला सांगितलं आहे. महिन्याभरात ती इथे पेनांगला पोहोचेल.''

मला त्याच्या बोलण्यातला राग जाणवला आणि मी त्याची मस्करी करणं थांबवलं. लिम काकाला दोन बायका होत्या. दोघी होक्किएन सोडून कँटनला ब्रिटिशांच्या एका रेशमाच्या कारखान्यात काम करत होत्या. दर दोन वर्षांनी लिम काका घरी जाण्यासाठी रजा घ्यायचा. त्या दिवशी माझे वडील स्वत: कारने त्याला

बोटीच्या धक्क्यावर सोडायला जायचे आणि त्याचं सामान आणि भेटवस्तू बोटीवर चढवायला स्वत: मदत करायचे. वडील त्याच्यासाठी केबिनचं तिकीट काढायला तयार असूनसुद्धा तो एका बर्थचंच तिकीट काढायचा. ''ते पैसे दुसऱ्या काही चांगल्या कामाला वापरता येतील.'' तो म्हणायचा. आपल्या साध्या राहणीचा होक्किएनच्या लोकांना अभिमान असायचा. मला मात्र तो कंजूषपणा वाटायचा.

''तुमच्या घरचे सगळे सुरक्षित आहेत ना?'' एंडो-सानचे लोक असे हल्ले करतील यावर विश्वास ठेवणं मला कठीण वाटत होतं; पण लिम काकाच्या चेहऱ्यावरचे भाव बघून माझी समजूत चुकीची होती याची मला जाणीव झाली.

त्याने मान डोलवली पण म्हणाला, ''ते पळून चालले आहेत दक्षिणेकडे. मी त्यांना 'इथे या' म्हणालो, पण त्याला त्यांनी नकार दिला. मला त्यांना हुकूम करता येईना. बायका कारखान्यात काम करायला लागल्या की हे असं होतं! पण निदान माझी मुलगी अजून माझं ऐकते.''

''मी तिच्यासाठी एक खोली तयार ठेवायला सांगेन.'' मी म्हणालो. वडील तेच म्हणाले असते हे मला माहीत होतं. मला आणखीनही बोलायचं होतं, पण त्या क्षणी असं वाटत होतं, जणू एंडो-सानच्या आयकीजुत्सूमधल्या एका चालीने मी स्वत:भोवती असा फिरवला जातोय की, कुठे आहे ते कळू नये; पण एंडो-सानबरोबर जे सुरू केलं होतं ते मला बंद करता येत नव्हतं, कारण एकतर त्यांचे धडे हे माझ्या रोजच्या जीवनाचा भागच झाले होते आणि दुसरं म्हणजे ते मला देत असलेलं ज्ञान, विद्या अतिशय मूल्यवान होती आणि ती स्वीकारणं मध्येच बंद करणं हा मूर्खपणा झाला असता. दूर देशात जपानी लोक काय करत आहेत, याला एंडो-सान जबाबदार नव्हता, असं मी माझं समाधान करून घेतलं. त्यामुळे मी गप्प राहिलो आणि लिम काकाच्या मुलीसाठी एक खोली द्यायची तयारी दाखवणं पुरे आहे असं मला वाटलं.

लिम काकाने मान हलवली, ''ती माझ्या चुलत भावाकडे बालिक पुलाडला राहील. त्याच्याकडे जागा आहे.''

तो जाताना मी त्याच्याकडे बघितलं. त्याचं वय पंचावन्नच्या आत होतं. त्याचं आता वय होत होतं हे माझ्या लक्षात आलं. इतर नोकर त्याच्या तापट स्वभावाला घाबरून असायचे; पण आमच्यापैकी कोणाशी तो तसा कधीच बोलला नव्हता. आमची आया सांगायची की, माझी आई जेव्हा लग्न झाल्यावर नवी मालकीण बनून इथे आली तेव्हा ती बरेच वेळा स्वयंपाकघरात जायची आणि ते नोकरांना अजिबात आवडत नसे. तिथे त्यांचं राज्य असायचं आणि त्यांच्यात कोणी नाक खुपसलेलं त्यांना आवडायचं नाही. शिवाय ती एक चिनी स्त्री असूनही तिने युरोपियन माणसाशी लग्न केलं होतं. त्यामुळे नोकरमंडळी नाराज असायची; पण मांजराच्या गळ्यात

घंटा बांधायची कोणी? अखेरीस लिम काकाने पुढाकार घेऊन आईला स्वयंपाकघर नोकरांवर सोडण्याची विनंती केली. तेवढं धाडस त्याच्याशिवाय इतर कोणाला झालं नसतं.

लिम काका जाताना थांबला आणि मागे वळून म्हणाला, "तुमच्या मोठ्या मावशीचा फोन आला होता. 'परत आल्याबरोबर भेटायला या' असा त्यांचा निरोप आहे." मी तोंड वाकडं केलं. माझी आई गेल्यापासून माझी देखभाल करणं ही तिची जबाबदारी आहे असं यू मेऽइ मावशी धरून चालली होती.

"तिला काय हवंय?" मी विचारलं.

" 'चेंग बेंग' आता संपत आलाय, विसरला नाहीस ना?" त्यानं विचारलं.

'चेंग बेंग' सणाच्या काळात कुटुंबातल्या सर्वांनी एकत्र येऊन मृत आई-वडलांच्या आणि इतर पूर्वजांच्या समाध्या स्वच्छ करून त्यांना खाद्यपदार्थ आणि कागदी पैसे अर्पण करायची रीत असते.

"आहे लक्षात माझ्या." मी म्हणालो. खरं म्हणजे मी विसरलो होतो.

आपण कशा विचित्र ठिकाणी जन्मलोय असं मला वाटू लागलं होतं – देश मलाया, सत्ता ब्रिटिशांची, प्रभाव चिनी, हिंदुस्तानी आणि सयामी लोकांचा! पेनांग बेटावरच मी नुसता रस्ता ओलांडला की, एका जगातून दुसऱ्या जगात जाऊ शकत असे. बँकॉक लेनमधून चालत बर्मा रोड, मोलमे रोड, तिथून आर्मेनियन स्ट्रीट आणि तिथून चौरासा मार्केटचा हिंदुस्तानी भाग, तिथून कापितान क्लिंग मशिदीभोवतालचा मलाय भाग, तिथून पुढे किंबर्ले रोड, चुलिया लेन आणि कँबेल स्ट्रीटवरचा चिनी भाग हे सर्व चालत जाण्याच्या टप्प्यात होतं. नुसतं फिरायला जाऊन वेगवेगळ्या संस्कृतींची ओळख होत असे.

लिम काकाने गाडी वर्कशॉपला दुरुस्तीसाठी घेऊन जाताना मला मावशीकडे सोडलं. घराच्या आवारात शिरायच्या रस्त्यावरच मागे जाऊन तो निघून गेला. त्याला त्याच्या मुलीची काळजी वाटत होती, याचं मलाही वाईट वाटलं होतं, पण एंडो-सान केवळ जपानी असल्यामुळे त्यांचा द्वेष करणं चुकीचं होतं. तसं म्हटलं, तर त्याने माझ्या वडलांकडेही नोकरीला राहणं योग्य नव्हतं, कारण ब्रिटिश कंपन्यासुद्धा चिन्यांवर जुलूम करत होत्या.

यू मेऽइ मावशी बँकॉक लेनमध्ये राहायची; सयामी वट चैया मंकलराम देवळाच्या मागे, जिथे माझ्या आईची रक्षा ठेवलेली होती. बँकॉक लेनमध्ये घरांच्या दोन रांगा होत्या. प्रत्येकाच्या ओसऱ्या रस्त्यापर्यंत पुढे आलेल्या होत्या. अनेक घरांचे चिकाचे पडदे गुंडाळून वर केलेले असत आणि ते मोठ्या सॉसेजसारखे दिसत. घरं जवळजवळ बांधलेली होती. मुलं रस्त्यात खेळत असायची. शेपट्या

इकडून तिकडे वळवत, पंजे चाटत मांजरी व्हरांड्यांच्या भिंतींवर बसलेल्या असायच्या. मी जवळ पोहोचल्यावर त्या थांबल्या नि माझ्याकडे संशयाने बघू लागल्या.

मी बेल वाजवली आणि खिडकीतून 'मेऽइ मावशी' म्हणून ओरडलो. ती दरवाजाकडे येत असताना तिच्या खडावांचा आवाज आला. दार उघडल्यावर मी तिच्यामागे घरात गेलो. पुढच्या हॉलमध्ये उदबत्तीच्या धुराचा वास दरवळत होता. त्या ब्रॉंझच्या बुद्धाच्या मूर्तीपुढे लावलेल्या होत्या. बुद्ध अर्धोन्मीलित नेत्रांनी खाली पाहत होता. त्याचा एक तळहात जमिनीला स्पर्श करत होता.

यु मेऽइ मावशीने मला तिचं वय कधीच सांगितलं नव्हतं, पण ती चाळीसच्या आसपास असावी आणि त्या वयाच्या बहुतेक चिनी स्त्रियांप्रमाणे तीही गुबगुबीत होत चालली होती. ती लाइट स्ट्रीट कॉन्व्हेंटमध्ये सह-मुख्याध्यापिका होती. ही देशातली सर्वांत जुनी शाळा होती. तरुणपणी तिने आईच्या वर्गाला इंग्लिश शिकवलं होतं. इझाबेलसुद्धा याच शाळेची विद्यार्थिनी होती. ती मला सांगायची की, माझी मावशी फार कडक होती, पण तरीही विद्यार्थ्यांमध्ये प्रिय होती.

माझ्या मावशीत नि आईत काहीच साम्य नव्हतं, पण मावशी मात्र ''आमच्यात जुळ्या बहिणींसारखं साम्य होतं.'' असं म्हणायची. तिच्या केसांचा घट्ट अंबाडा बांधलेला असायचा आणि चष्मा कायम हाताच्या दोन बोटांत धरलेला. बोलताना ती तो हवेत हलवायची. एका खुर्चीवर परीक्षेच्या पेपरांचा ढीग होता, तो उचलून तिने मला बसायला जागा करून दिली.

''या टर्मला चांगले मार्क पडले का?'' तिने विचारलं.

''बरे पडावेत माझ्या मते. अजून कळले नाहीत.''

''गेल्या टर्मपेक्षा चांगले मिळायला हवेत.'' ती म्हणाली.

माझ्या शैक्षणिक जीवनाविषयीच्या तिच्या प्रश्नांमुळे मी जरा अस्वस्थ झालो. मला फारतर 'सामान्य' विद्यार्थी म्हणता आलं असतं आणि तिला ते बदलायचं होतं.

''मी तुला सांगितलं होतं त्याप्रमाणे तू संत्री विकत घेतलीस का?'' तिने विचारलं. मी बरोबर आणलेली करंडी उचलून तिला दाखवली. तिने ती बघून मान डोलवली, ''तुझे आजोबा म्हणत की, तू आपलं मूळ विसरणार, पण ते चुकीचं ठरलं.''

काय उत्तर द्यावं ते मला कळेना. खरं म्हणजे हे सर्व मी केवळ तिला खूश ठेवण्यासाठी करत होतो. दर वर्षी 'चेंग बेंग'चा काळ आला की, मी देवळात जाऊन आईला श्रद्धांजली वहावी, उदबत्त्या लावून आईसाठी प्रार्थना म्हणावी या तिच्या इच्छेला माझ्या वडलांनी कधीच हरकत घेतली नाही. मलातर बरेचदा असं वाटायचं की, माझ्या वडलांना तिच्याविषयी खूप आदर आहे. आधुनिक शिक्षण घेऊन आणि जगभर प्रवास करूनसुद्धा ती एक पारंपरिक विचारांची स्त्री राहील, याची खबरदारी

माझ्या आजोबांनी घेतली होती आणि तरी ती त्यांच्याइतकीच निग्रही होती. माझ्या आईच्या एका 'आंग-मो'शी झालेल्या लग्नाला आईच्या कुटुंबातून ती एकटीच हजर राहिली होती.

आम्ही मावशीच्या घराजवळ असलेल्या देवळात चालत गेलो. अजून चेंगबेंगच्या मुख्य दिवसाला थोडा अवकाश होता, त्यामुळे फार गर्दी नव्हती. आम्ही देवळाच्या प्रांगणात शिरलो आणि लाल, निळा, हिरवा रंग दिलेला, फुत्कार करणारा ड्रॅगन सर्प आणि पुराणातले अर्धपक्षी – अर्धमानव पुतळे यांच्यामधून आत गेलो.

व्हिक्टोरिया राणीने प्रदान केलेल्या जमिनीवर सयामी समाजाने १८४५ साली हे देऊळ बांधलं होतं. त्याचा घाट सयामी वास्तुशास्त्रावर आधारित होता. त्यात सोनेरी आणि लाल रंगांचा भरपूर वापर केलेला होता. भिंतीत ठरावीक अंतरावर बुद्धाच्या दगडी मूर्ती होत्या. आम्ही मोठ्या काँक्रीटच्या लाद्यांवर ठेवलेल्या आणि लाटेप्रमाणे शेपूट असलेल्या दोन द्वारपाल ड्रॅगन्सच्यामधून आत गेलो. आतल्या दरवाजाजवळ 'चप्पलचोरांपासून सावध राहा' अशी पाटी होती. तिच्या खालीच चपला काढून ठेवल्या.

आम्ही देवळात प्रवेश केला. कमळाचं डिझाईन असलेल्या संगमरवरी फरशा पायाला गार लागत होत्या. आतल्या पहुडलेल्या स्थितीतल्या बुद्धाच्या मूर्तीपुढे मावशीने हात जोडून प्रार्थना केली. मस्तक, अंगरखा, पावलांची चमकणारी नखं – शंभर फुटांपेक्षा जास्त लांबीचा तो पुतळा होता. बुद्ध कुशीवर वळलेल्या स्थितीत, एका हाताने मस्तकाला आधार दिलेला, दुसरा हात अंगाला लागून कमरेवरून लांब केलेला, अर्धोन्मीलित डोळे असा होता. एंडो-सान जेव्हा ध्यान करायचा, तेव्हा त्याचे डोळेही असेच व्हायचे. भिंतीवर छतापर्यंत बुद्धाच्या सोनेरी रंगाच्या लहान प्रतिमा कोरलेल्या होत्या. बांबूच्या परातीवर उभा राहून एक कारागीर त्या प्रतिमांना लाल रंगाची बाह्यरेषा रेखत होता.

मी एंडो-सानबरोबर सर्पमंदिरात गेलो होतो त्याची मला आठवण झाली. धर्म किती विचित्र असतात! मला चर्चच्या साधेपणाची सवय होती. त्यामुळे उदबत्त्यांच्या धुराने आणि वासाने भरलेली चित्रं, पुतळे आणि मूर्ती असणारी आणि भडक रंगातली कलाकुसर केलेली देवळं आणि त्यांतले विधी हे सगळं अनोळखी नि विचित्र वाटायचं.

मावशीने कोपराने ढोसून मला बुद्धापुढे प्रार्थना म्हणायला सांगितलं, त्याबरोबर मी हात जोडून डोळे मिटून प्रार्थना करत आहे असं भासवलं. मी तिच्यामागून बुद्धाला वळसा घालून मागे असलेल्या, रक्षापात्रे ठेवलेल्या दालनात गेलो आणि माझ्या आईची रक्षा असलेलं पात्र शोधू लागलो. रक्षागृहातली भिंत तिच्यातल्या असंख्य कोनाड्यांमुळे मधमाशांच्या पोळ्यासारखी दिसत होती. प्रत्येक कोनाड्यात रक्षा

असलेलं एक चिनी मातीचं पात्र होतं. मी आईच्या रक्षेचं पात्र त्यावरच्या तिच्या फोटोवरून ओळखलं आणि त्याच्याखाली जमिनीवर असलेल्या एका स्टूलवर सोबत आणलेली संत्री ठेवली. मावशीने उदबत्त्या आणि मेणबत्त्या पेटवून एका पात्रात खोचून बसवल्या. तिने डोळे मिटले. तिचे ओठ भराभर हलू लागले. वर छताजवळ दोन पाकोळ्या बुद्धाच्या डोक्याभेवती उडत एकमेकींचा पाठलाग करत होत्या. त्यांचे चीत्कार घुमत होते. महाकाय बुद्धाने डोळ्याची पापणीसुद्धा हलवली नाही.

मी उदबत्त्या हातात धरल्या आणि आईची छबी आणि तिच्या विखुरलेल्या आठवणी डोळ्यांपुढे आणण्याचा प्रयत्न केला; पण दर वर्षी हे जास्तच कठीण होत जात होतं. प्राचीन काळी हवा सुगंधित होण्यासाठी ग्रीक लोक कबुतरांच्या पंखावर अत्तर शिंपडून त्यांना हवेत सोडत. त्यांनी पंख फडफडवले की, ते अत्तर हवेत उडे. हे काहीसं ते उडालेलं अत्तर गोळा करण्यासारखं होतं.

कदाचित हे मावशीलाही माहीत असावं आणि म्हणूनच मी तिच्याबरोबर यावं असा दर वर्षी तिचा आग्रह असे.

मी सात वर्षांचा असताना आई आजारी होती त्या वेळची आठवण त्यातल्या त्यात स्पष्ट आहे. ती माझ्या वडलांबरोबर मलायाच्या मध्य भागातल्या सुंगाई लेंबिंग या छोट्या गावाजवळ असलेल्या कथलाच्या खाणी बघायला गेली होती. ती फुलपाखरांच्या एका दुर्मीळ जातीच्या शोधात होती. घरी परतल्यावर तिला हिवतापाची लक्षणं दिसू लागली. इतर काहीच व्याधी नसल्याने ती बरी व्हायला हवी होती; पण अशा गोष्टींचं कोण काय सांगू शकतो? वडलांनी घरातल्या एका खोलीचं सॅनेटोरियम केलं. तिची काळजी घेण्यासाठी पूर्ण वेळाची एक नर्स ठेवली. डॉक्टर रोज दोनदा येऊन तिला बघून जायचे. त्या दिवसांतसुद्धा फक्त मेऽइ मावशीच तिला भेटायला यायची. आजोबा आले नाहीत.

बहुतेक वेळ ती झोपेत असायची. मी भेटायला जायचो तेव्हासुद्धा. तिच्या खोलीत तिला आवडणारी पांढऱ्या किंवा लाल चाफ्याची फुलं वडील रोज ठेवायचे. खोलीतल्या त्या फुलांचा आणि औषधांचा जो संमिश्र वास यायचा त्याने मला मळमळू लागे. त्यामुळे मी काहीतरी कारण शोधून तिच्या खोलीत जाणं टाळायचो, विशेषत: जेव्हा ताप चढून तिला आकडी आल्यासारखं व्हायचं तेव्हा. मी जास्तीत जास्त वेळ समुद्रावर किंवा असाच कुठेतरी काढायचो – कोणाला सापडू नये म्हणून. तिचा प्राण गेला तेव्हा नोकरांना मला शोधून आणावं लागलं.

शेवटी नोकरांनी शोधून मला तिच्या खोलीत वडलांसमोर उभं केलं तेव्हा मी नि:शब्द उभा राहिलो. ते पलंगाच्या पलीकडून माझ्याजवळ आले, पण त्यांनी मला जवळ घेतलं नाही. मी फक्त आईला बघितलं – डोळे मिटलेले, त्वचा ताणलेली,

तिची आधीच उंच असणारी गालांची हाडं आणखीनच वर आल्यासारखी वाटत होती. जणूकाही तिच्या आजारपणाच्या भयानक दिवसांची भरपाई म्हणूनच की काय, पण तिची अंत्ययात्रा सुंदर होती. स्थानिक ख्रिस्ती धर्मगुरूने नाराजी व्यक्त केली होती, तरीही तिचा अंत्यविधी बौद्ध धर्माप्रमाणे केला गेला. आई काही ख्रिश्चन नव्हती, त्यामुळे धर्मगुरू का नाराज झाले ते मला समजलं नव्हतं. आम्ही सर्व जण अंत्यविधीला उपस्थित राहिलो हेही धर्मगुरूंना आवडलं नव्हतं.

अंत्यविधीच्या दिवशी तीन भिक्कू इस्तानात आले. ते फाटकातून आत येत होते, तेव्हा मी खिडकीत उभा होतो. ते हिरवळीवरून, आईच्या आवडत्या दगडी कारंज्याजवळून, लाकडी क्रॉस टांगलेल्या, पुढच्या दरवाजाने आत आले. उन्हात भिक्कूंचे केशरी डगले ज्वाळांसारखे भासत होते, त्यामुळे वाऱ्याने ज्वालाच घरात आल्या असं वाटलं. त्यांच्या देखरेखीखाली रात्रभर, पहाटेपर्यंत विधी चालू होते. ते घंटा वाजवत, त्यांच्या जीर्ण पोथीतले मंत्र म्हणत, शवपेटीला प्रदक्षिणा घालत होते – आत्मा वाट न चुकात योग्य ठिकाणी पोहोचावा यासाठी.

विल्यमने माझं सांत्वन करायचा प्रयत्न केला, पण मी त्याला झिडकारून लावलं. इझाबेल हळू रडत होती. तिच्या आईच्या मृत्यूनंतर तिला माझ्या आईच्या रूपात पुन्हा आई मिळाली होती, पण तीही आता गेली होती. एडवर्ड एका कोपऱ्यात गंभीरपणे, पण त्रयस्थपणे उभा होता; त्याची आईशी फार जवळीक नव्हती. वडलांनी माझा हात हातात घेतला आणि माझ्याकडे बघून हसण्याचा प्रयत्न केला, पण उलट दुःखाने त्यांना रडूच आलं. मी त्यांच्या हातातून हात काढून घेतला, पण ते त्यांना कळलंही नाही. मला माझ्या भीतीची आणि गेले काही दिवस जो तिटकारा आला होता त्याची लाज वाटली. आई पुन्हा दिसणार नाही, तिला पुन्हा स्पर्श करता येणार नाही म्हणून मला फार वाईट वाटलं; पण ती गेली होती.

आई गेल्यानंतरच्या दिवसांत वडील आम्हा मुलांबरोबर – विशेषतः माझ्याबरोबर बराच वेळ घालवत होते. इझाबेल आणि विल्यम त्यांच्या मित्रांबरोबरच्या सहलींमध्ये मलाही ओढण्याचा प्रयत्न करत होते; पण काही मुलांना आपल्या कुटुंबाचा लळा लागतच नाही. त्यांपैकी मी एक होतो. मला समुद्रात आणि पुढे एंडो-सान ज्यावर राहणार होता त्या बेटांमुळेच जास्त दिलासा मिळायचा!

पाकोळ्यांच्या चीत्कारांनी मला पुन्हा वट चैया मंकलराम देवळात परत आणलं. कलंडू नयेत म्हणून मी सगळ्या उदबत्त्या सरळ आणि खोल खोचल्या. मावशीचा अशा गोष्टींबाबत फार कटाक्ष असे.

आम्ही टेबल साफ केलं आणि आमचं सामान आवरलं. फळं तिथेच ठेवायची होती. आम्ही बाहेर पडत असताना काही लोक माझ्याकडे बघत होते. बुद्धाच्या जीवनातली दृश्य दाखविणारी चित्रं काढलेल्या एका भिंतीजवळून जाताना मावशी

म्हणाली, ''तुझ्या आजोबांना तुला भेटायचंय.''

त्या शब्दांचा काय परिणाम होणार याची मला कल्पना होती. आम्ही दोघंही भिंतीवरच्या एका चित्रापाशी थांबलो. चित्राचा रंग फिका झाला होता; काही ठिकाणी तर निघाला होता. एक हिंदू राजकुमार हात पुढे करून झाडाखाली बसलेला होता.

''आता? इतका काळ गेल्यावर?'' मी विचारलं.

''त्यांना तुझ्याशी बोलायचंय.''

''तू त्यांना सुचवलंस का?'' मी विचारलं.

''अर्थात!'' हातातला चष्मा उडवत ती म्हणाली. माझा उद्धटपणा मला जाणवला. आजोबांनी मला बघावं, भेटावं यासाठी माझा जन्म झाला तेव्हापासून ती त्यांचं मन वळवत होती. ''तू त्यांना जाऊन भेटशील ना?''

मी तिच्या डोळ्यातलं आर्जव बघितलं आणि तिच्यासाठी एवढं करणं आपलं कर्तव्य आहे असं मला मनापासून वाटलं. मी तिचा हात हातात घेतला – तो इतका मऊ आणि उबदार होता – आणि म्हणालो, ''मला त्यावर विचार करावा लागेल. आत्ता सांगता येत नाही.''

''केव्हा सांगशील?'' मला ही गोष्ट टाळण्याची संधी मिळू नये म्हणून तिनं विचारलं.

''पुढच्या आठवड्यात मी क्वालालंपूरला जातोय. तिथून परतल्यावर.''

''तू के एलला जातोयस?''

''हो.'' मी उत्तरलो. तिच्या आवाजाला जरा धार आली होती, असं मला वाटलं.

''मी तुझ्या आजोबांना सांगीन'' ती माझ्याकडे बघत म्हणाली.

सराव संपवून आम्ही एकमेकांना अभिवादन केलं, तेव्हा एंडो-सान जरा गंभीर वाटले. ''माझ्याबरोबर ये.'' ते म्हणाले. आम्ही त्यांच्या घरात गेलो. त्यांनी मला बसायला सांगितलं. ते मागच्या खोलीत गेले नि एक लांब आणि अरुंद अशी पेटी घेऊन आले.

ती दोन्ही हातात आडवी धरून त्यांनी कपाळाला लावली. मग माझ्यापुढे धरत म्हणाले, ''ही तुझ्यासाठी आहे.''

मी त्याच पद्धतीने ती स्वीकारली आणि 'ततामी' चटईवर ठेवली. तिच्यावरची फीत सोडून मी ती उघडली. तिच्यात एक 'कटाना' रेशमी गादीवर ठेवलेली होती.

''ही फार मौल्यवान दिसत्येय!'' मी म्हणालो, ''आणि तुमच्याकडे आहे, अगदी तशीच दिसत्येय.''

''माझ्या तलवारीची जोडीदार आहे ही!''

''तुम्ही मला नागामित्सू तलवार देताय?'' मी डोळे विस्फारून विचारलं. त्यांची

तलवार अद्वितीय होती आणि खास बनवलेली होती, त्यामुळे अनेक जणांना ती त्यांच्या संग्रहासाठी हवी होती, असं मला ते म्हणाले होते.

जपानमध्ये तलवार बनवताना नेहमी जोडी म्हणजे दोन नग बनवण्याची प्रथा होती. पण त्यातली एक तलवार हातघाईच्या लढतीसाठी दुसरीपेक्षा बरीच कमी लांबीची करत. एंडो-सानच्या तलवारी इतक्या दुर्मीळ आणि मौल्यवान असण्याचं कारण मला आता कळलं – दोन्ही सारख्याच लांबीच्या होत्या.

त्यांनी मान डोलवली. ''कारागीर होता नागामित्सू यासुजी. तेराव्या शतकापासून तलवारी बनवण्यासाठी प्रसिद्ध असलेल्या महान नागामित्सू कुटुंबातला. ही जोडी १८९० मध्ये बनवली गेली, तलवारी बाळगणाऱ्यासाठी बंदी करणारा १८७७चा हुकूम हैतोरीने काढल्यानंतर.''

मी तलवार उचलून बघितली. तिच्या उत्तम संतुलनाने मी प्रभावित झालो. मी ती थोडी बाहेर काढताच त्यांनी मला थांबवलं.

''तेवढं पुरे. तलवार वापरण्याचा हेतू नसेल, तर तलवार कधीही म्यानातून पूर्णपणे बाहेर काढायची नाही. नाहीतर तिला सतत रक्ताची तहान लागते.''

दोन्ही तलवारींची रचना अगदी मूलभूत नि वापरण्यास सोयीच्या अशा 'बुकेझुकुरी' पद्धतीने केलेली होती. म्यान – 'साया'– काळपट तपकिरी रंगाचं होतं आणि मुठीवर करड्या रंगाच्या दोऱ्याचं वेष्टन होतं. त्यामुळे ती धरायला सोयीची वाटत होती.

''दोन्ही तलवारींमधला फरक ओळखण्याचा फक्त एकच मार्ग आहे.'' ते म्हणाले, ''इकडे बघ.'' पात्यावर टोकाच्या जवळ कांजी लिपीतील एक अक्षर कोरलेलं होतं 'कुमो'. ''ते तुझ्या तलवारीचं नाव. कुमो म्हणजे ढग.''

''आणि तुमच्या तलवारीचं नाव काय आहे?'' मी विचारलं.

''हिकारी.'' ते म्हणाले. '' 'प्रकाश' पण 'कारी'चा अर्थ 'जंगली बदक' असाही होतो.''

त्यांनी दिलेल्या भेटीमुळे मी अगदी भारावून गेलो. ''मला भेट म्हणून द्यायला ही फार मौल्यवान वस्तू आहे.'' मला ती हवी होती, तरी मी वरवरच म्हणालो.

''ती लपवून ठेवण्यापेक्षा ती तुलाच देणं मला आवडेल. तुझ्या सरावासाठी तिचा उपयोग होईल.'' एंडो-सान म्हणाले. ''नागामित्सू-सानने ही तलवार नुसती कपाटात ठेवण्यासाठी बनवली नव्हती; पण एक लक्षात ठेव. ती उगाचच वापरायची नाही. अगदी शेवटचा पर्याय म्हणूनच वापरायची.''

मी त्यांना वाकून अभिवादन केलं. ''धन्यवाद सेन्साय! पण हिच्या बदली मी तुम्हाला काय देऊ?''

''तो तुझा प्रश्न आहे आणि तो तुला एकट्यानेच सोडवायचा आहे.''

मी थोडा वेळ विचार केला आणि म्हणालो, ''मी आलोच!'' मी धावत

किनाऱ्यावर गेलो, होडी वल्हवत इस्तानाला आलो आणि सरळ लायब्ररीत गेलो. कपाटापाशी जाऊन एक कवितांचं पुस्तक शोधू लागलो. ते सापडलं. त्यातली पानं चाळून एका पानामध्ये खूण केली आणि पुन्हा नावेने एंडो-सानच्या बेटावर गेलो. माझ्या गैरहजेरीत त्यांनी चहा बनवून ठेवला होता.

मी त्यांच्यापुढे गुडघे टेकून बसलो, तेव्हा त्यांनी प्रश्नार्थकपणे भुवई उंचावली. मी पुस्तकातल्या खुणेचं पान उघडलं आणि वाचू लागलो :

'In blossom-land Japan
somewhere thus an old song ran.

'Said a warrior to a smith
"Hammer me a sword forthwith.
Make the blade
Light as the wind on water laid.
Make it long
As the wheat at harvest song.
Supple, swift
As a snake, without rift,
Full of lightenings, thousand-eyed!
Smooth as silken cloth and thin
As the web that spiders spin.
And merciless as pain and cold."

' "On the hilt, what shall be told?"

' "On the sword's hilt, my good man."
Said the warrior of Japan,
"Trace for me
A running lake, a flock of sheep
And one who sings her child to sleep."

(जपान या फुलांच्या देशात असं एक जुनं गीत आहे. एक योद्धा लोहाराला म्हणाला, "मला ताबडतोब एक तलवार बनवून दे. तिचं पातं तळ्यावर वाहणाऱ्या

वाऱ्याप्रमाणे हळुवार हवं. गव्हाच्या दाणे भरलेल्या रोपाप्रमाणे ती लांब असावी. ती सापाप्रमाणे चपळ आणि लवचीक असावी. ती विजेप्रमाणे तळपली पाहिजे. ती रेशमाप्रमाणे गुळगुळीत आणि कोळ्याच्या जाळ्याच्या धाग्याप्रमाणे तलम हवी. वेदनेप्रमाणे निष्ठुर असावी.''

''आणि तिच्या मुठीवर कोणतं चिन्ह हवं?'' लोहाराने विचारलं.

''मुठीवर वाहता तलाव, त्याच्या काठावर चरणाऱ्या मेंढ्या आणि बाळाला अंगाई म्हणून झोपवणाऱ्या स्त्रीचे चित्र कर.'')

त्यांनी कप तातामीवर ठेवला आणि मी पुस्तक मिटलं.

''हे कोणी लिहिलंय?'' त्यांनी हळूच विचारलं.

''सॉलोमन ब्लूमगार्डन. ही एक हिब्रू कविता आहे. आमच्या वडलांनी ती एकदा आम्हाला वाचून दाखवली होती. तेव्हा आम्हाला जपानी योद्धा म्हणजे काय हेही माहीत नव्हतं.''

ते इतका वेळ न बोलता शांतपणे बसले की, माझी भेट त्यांना त्यांच्या तोलाची वाटली नाही की ती आवडलीच नाही की काय अशी भीती मला वाटली. थोड्या वेळाने त्यांनी दचकून स्मित केलं; पण तरीही त्यांच्या डोळ्यांत मला दुःखाची छटा दिसली.

''ही कविता छान आहे. सुंदर आहे.'' ते म्हणाले, ''आणि तुझी निवड बघून मला फार आनंद झाला. कारण याचा अर्थ मी जे तुला शिकवू बघत आहे, ते तुला समजू लागलं आहे. तू ती मला लिहून दे म्हणजे माझ्या 'कटाना'च्या भेटीची तू पूर्णपणे परतफेड केलीस असं मी समजेन. 'दोमो अरिगातो गोझाडू मासू' धन्यवाद.''

७

मिचिकोने कवितासंग्रह बंद केला. ''फार भावुक कविता आहे ही!'' ती म्हणाली. एंडो-सानने जिथे पुस्तकाला स्पर्श केला होता अगदी तिथेच तिनेही केला.

''मी ही कविता एका कागदावर उतरवून त्यांना दिली आणि ती ते नेहमी जवळ बाळगायचे. पाठ झाल्यावरसुद्धा'' मी म्हणालो, ''त्यांना 'का' म्हणून विचारल्यावर ते म्हणाले, ''नाही तर मी कुठून आलो हे मी विसरेन.'' ''

खरंतर मी मिचिकोला ते पुस्तक दाखवण्याची आवश्यकता नव्हती, कारण ती कविता मला पाठ होती आणि पुस्तकाशिवाय म्हणून दाखवता आली असती; पण पुस्तक दाखवल्याने मी सांगत होतो ते अगदी खरं होतं असं तिला कळलं असतं. ''कधी कधी जे घडून गेलं ते वास्तव होतं की स्वप्न होतं असा संभ्रम माझ्या मनात निर्माण होतो, त्या चिनी तत्त्ववेत्त्याच्या फुलपाखरांच्या स्वप्नांप्रमाणे.'' मी म्हणालो.

''तू फुलपाखरू – मी च्वांग झूचे स्वप्नाळू हृदय.'' तिने मात्सुओ बाशोची हायकू उद्धृत केली. ''तत्त्वज्ञाला फुलपाखराचं स्वप्नं पडलं की, तो स्वतःच फुलपाखराचं स्वप्न आहे?''

मी पुस्तक कपाटात ठेवून दिलं आणि आम्ही लायब्ररीतून बाहेर आलो.

''उशीर झालाय.''

''मला अूजन झोप नाही आली. तुम्हाला आली आहे?'' तिने विचारलं.

मलाही आली नव्हती; पण त्या क्षणी तिला माझ्या तरुणपणातल्या दिवसांबद्दल सांगण्याची इच्छा नव्हती. मी खिडकीतून बाहेरच्या काळोखात बघितलं आणि एकाएकी मनात एक कल्पना आली. ''मला तुम्हाला काहीतरी दाखवायचंय, पण त्यासाठी थोडं चालावं लागेल. तुमची तयारी आहे का?''

माझ्या डोळ्यातल्या उत्साहाने उत्तेजित होऊन तिने मानेनेच होकार दिला. मी आत जाऊन दोन फ्लॅशलाईट घेऊन आलो. ते हलवून त्यातल्या बॅटऱ्या चालू असल्याची खात्री करून घेतली आणि एक तिच्या हातात दिला. आम्ही लाकडी

पायऱ्या उतरून समुद्रकिनाऱ्यावर आलो. आमच्या पावलांची चाहूल लागताच शेकडो खेकडे एखादा काचेच्या मण्यांचा पडदा उघडावा त्याप्रमाणे दोन्ही बाजूंना पळाले. चांदण्याचा उजेड पुरेसा होता. त्यामुळे आम्ही दिवे लावले नाहीत.

''तुमच्याकडे तुमची नागामित्सू तलवार अजून आहे का?'' तिने विचारलं.

''होय. आहे.''

''माझ्याकडे आलेली तलवार ही जोडीतली एक आहे याची मला कल्पनाच नव्हती'' ती म्हणाली, ''ज्याने तलवार साफ केली त्यालासुद्धा हे माहीत नव्हतं.''

''चिनी लोकांमध्ये एखाद्याला सुरी किंवा तलवार भेट देणं निषिद्ध मानतात. तसं केलं, तर मैत्रीचं नातं तुटतं आणि अशुभ घडतं असा समज आहे'' मी म्हणालो, ''हे एंडो-सानला माहीत होतं की नाही कोणास ठाऊक!''

'माझं संपूर्ण जीवन तिच्यापुढे उघड करण्यात मी काही चूक तर करत नाही ना' असं माझ्या मनाला वाटून गेलं नि मी चालण्याचा वेग वाढवला. मला केव्हाही थांबता येईल, अशी मी स्वत:ची समजूत घालून घेतली.

मी या वाटेने इतके वेळा गेलो होतो की, मी अगदी अंधारातसुद्धा जाऊ शकलो असतो आणि हे तिच्याही लक्षात आलं होतं. त्यामुळे ती निर्धास्त होती. आकाशात चंद्राची अतिशय बारीक कोर होती आणि माझ्या मनात जे होतं त्यासाठी ते पोषकच होतं. किनारा अरुंद होत गेला. पुढे मार्गात मोठे खडक दिसत होते. समुद्राच्या लाटा त्यांच्यावर आपटत होत्या. पलीकडे एका छोट्या नदीचं मुख होतं; पण तिथे पोहोचण्यासाठी मला मिचिकोला किनाऱ्यापासून जरा दुरून, किनाऱ्यावरच्या झाडीतून न्यावं लागलं.

थोडा चढ असल्यामुळे चालायला थोडे श्रम लागत होते. ती झाडांच्या मुळांमध्ये पाय अडकून पडू नये म्हणून मी दिवा लावला. नदी जवळ येत चालली, तसा समुद्राच्या वासाबरोबर गोड्या पाण्याचा वासही त्यात मिसळला. रातकिडे ओरडत होते. वारा गार होता आणि जणूकाही ऊब यावी म्हणून झाडांची पानं एकमेकांवर घासत होती.

नदी शांत होती. फक्त बेडकांचा आवाज येत होता. एवढ्यात एक घुबड पाण्यालगत उडत आलं आणि त्याची चाहूल लागून बेडकांचा आवाज बंद झाला.

त्यापुढे रस्ता पुन्हा जरा खाली गेला. चाफ्याच्या झाडांचा मंद सुगंध येऊ लागला आणि थोड्याच वेळात आम्ही तिथे पोहोचलो. झाडाला लागून नदीच्या पात्रात झुकलेली एक लाकडी खोली होती. तिच्यात एक होडी होती. ती मी मिचिकोच्या मदतीने पाण्यात सोडली आणि जणू निघायला उत्सुक असल्याप्रमाणे ती अस्वस्थपणे पाण्यात वर-खाली होत तरंगू लागली.

मी मिचिकोला होडीत बसण्यासाठी मदत केली.

"ही कोणाची होडी आहे?"

मी खांदे उडवत म्हणालो, "कोणीही वापरावी म्हणून मी ती इथे ठेवली, पण इथे कोणी येतच नाही."

मी किनारा ढकलल्याबरोबर होडी नदीच्या प्रवाहात आली. मिचिकोला किंचित धाप लागलेली दिसत होती. चालण्याचे श्रम तिला झेपले नाहीत की काय अशी शंका मनात येऊन गेली.

"तुम्हाला बरं वाटतंय ना?" मी विचारलं.

"हो. अगदी उत्तम." ती म्हणाली.

मी वल्ही पाण्यात बुडवून होडीचा वेग कमी केला. "डोळे बंद करा." मी फ्लॅशलाइट बंद केला आणि ढगांची हालचाल बघितली. वारा ढगांना चंद्रावरून ढकलत होता. त्यामुळे खाली अंधार झाला होता.

थोडं पुढं गेल्यावर आम्ही जेव्हा योग्य जागेवर आलो तेव्हा मी हळूच म्हणालो, "आता उघडा डोळे."

तिने एक दीर्घ श्वास घेतला. नदीच्या पृष्ठभागावरून धुक्याच्या वाफा वर जात होत्या. हजारो काजवे चमकून आपल्या प्रेयसींना आकृष्ट करत होते. जणूकाही आकाशातले हजारो तारे खाली आले आहेत असा भास होत होता. आम्ही प्रकाशाच्या तुकड्यांच्या कल्लोळात सापडलो होतो. मिचिकोने सोडलेला नि:श्वास मला ऐकू आला. होडी तिथेच स्थिर राहावी म्हणून मी ती वर्तुळाकार फिरवली, कारण खाली थोड्याच अंतरावर नदी समुद्राला मिळत होती.

मी हात ओला केला आणि स्थिर बसून काजव्यांच्या चमकण्यात काही नक्षी दिसते का हे बघू लागलो – गतीमधील स्थैर्य – जे एंडो-सानच्या म्हणण्यानुसार सर्व सजीवांमध्ये असतं. मी हवेतून ओला हात फिरवून एक काजवा पकडला आणि तो बोटावर बसलेला असताना मिचिकोला देऊ केला.

तिने तो काळजीपूर्वक घेतला. तो तिच्या तळहातावर चमकत होता. त्याचे ओले पंख तिच्या तळहाताला चिकटले होते. तिच्या हृदयाच्या ठोक्यांच्या तालात काजव्याच्या 'दिव्या'ची उघडझाप होत होती. त्याचा मंद प्रकाश तिच्या चेहऱ्यावर पडला होता नि डोळ्यांत परावर्तित होत होता.

तिने वर बघितलं तेव्हा तिच्या डोळ्यांत पाणी होतं.

"तुम्हाला कसं कळलं?" तिनं विचारलं.

"एंडो-सान मला एकदा म्हणाले होते की, ते त्यांच्या घराच्या खाली, नदीवर जाऊन काजवे बघत बसायचे. त्यांच्याबरोबर कुणी मित्र असे आणि मला असं फार वाटलं की, तो मित्र म्हणजे तुम्हीच असणार."

तिने तळहातावर हळू फुंकर मारून काजव्याचे पंख वळवले. तो उडाला आणि

आमच्याभोवती असणाऱ्या चमकणाऱ्या पुंजामध्ये विलीन झाला. "इतके असंख्य 'होतारू' मी कित्ती दिवसांत बघितले नाहीत!" ती म्हणाली, "युद्धानंतर मी माझ्या घराजवळच्या नदीकडे पुन्हा गेले, पण काजवे नव्हते; जसे काही एखाद्या वादळामुळे कुठेतरी उडून गेले होते."

आम्ही नदीच्या काठी आलो. झाडांच्या फांद्यांच्या मांडवाखाली होडी लावली. मी होडीत मागे सरकून म्हणालो, "या जागेबद्दल माझ्या बाबांनी मला सांगितलं होतं. तोपर्यंत मलाही ती माहीत नव्हती."

काही वेळ ती काहीच बोलली नाही. तिला डुलकी लागली आहे की काय अशी मला शंका वाटली. नदीच्या प्रवाहामध्ये बोटीचा 'कर्र्-कर्र्' असा आवाज येत होता. तिथे काजव्यांनी वेढलेल्या अंधारात इतकं शांत वाटत होतं! काजवे काहीही आवाज न करता एकमेकांशी संवाद करत होते.

मलाही डुलकी यायला लागली, एवढ्यात ती बोलली, "चीनमध्ये एक गरीब मेंढपाळ मुलगा होता. त्याला मेणबत्त्या विकत घेणं शक्य नव्हतं. त्याची गोष्ट माहीत आहे?"

"मी ऐकली आहे. तो एका पातळ पांढऱ्या पिशवीत काजवे भरायचा आणि त्यांच्या उजेडात अभ्यास करायचा. तीच ना?"

"हो, मला ती एंडो-सानने सांगितली. त्याने ती कॅंटनला ऐकली होती."

"मला ती माझ्या आईने सांगितली, मी लहान असताना. ती असंही सांगायची की, तो मुलगा सकाळी त्या काजव्यांना सोडून द्यायचा आणि रात्री दुसरे पकडायचा." मी आठवायचा प्रयत्न करत म्हणालो, "तिला अशा खूप छान छान गोष्टी माहीत होत्या. चीनमधल्या अनेक लोककथाही तिला माहीत होत्या; पण ज्या गोष्टींमध्ये किडे, पक्षी, फुलपाखरं असत त्या तिला जास्त आवडायच्या, विशेषतः फुलपाखरांच्या."

"फुलपाखरांच्याच का?" मिचिकोने विचारलं.

"माझे वडील फुलपाखरांचा संग्रह करायचे. त्यांच्याकडे पेट्या भरून फुलपाखरं होती, आल्बममध्ये छानपैकी लावलेली. त्या छंदामुळेच तर ते त्या गावाला गेले होते, जिथे आईला मलेरिया झाला. ते एका विशिष्ट जातीची फुलपाखरं शोधण्याच्या मोहिमेवर होते – त्या जातीचं नावसुद्धा आता मला आठवत नाही. कुठलातरी दुर्मीळ प्रकार. पण आठवेल."

"तुमच्या घरात मला कुठे फुलपाखरांचा संग्रह दिसला नाही." ती म्हणाली, "काय झालं त्यांचं?"

मी काहीच उत्तर दिलं नाही आणि तिनेही सूज्ञपणे पुन्हा विचारलं नाही. थोड्या वेळाने ती म्हणाली, "तुम्ही मघाशी जेव्हा मला देण्यासाठी काजवे पकडायला स्तब्ध बसला होता, तेव्हा तुम्हाला बघून मला एंडो-सानची आठवण आली. तो

कामाकुराच्या बुद्धाच्या पुतळ्याप्रमाणे अगदी निश्चल बसू शकायचा. ज्या दिवशी त्याच्या वडलांना – अतिताकी-सानना – माझ्या वडलांच्या समोर राजद्रोहाच्या गुन्ह्यासाठी उभं केलं होतं आणि त्यांनी त्यांना दोषी म्हणून घोषित केलं तेव्हा तो असाच दिसला.''

तिने उल्लेख केला ती प्रक्रिया मला माहीत होती. जपानमध्ये दुसऱ्या महायुद्धापूर्वीच्या काळात न्यायाधीशासमोर पांढरी वाळू – शिरासू – पसरलेला चौकोन असायचा. आरोपीला त्यावर गुडघे टेकून बसवत आणि मग न्यायाधीश आपला निर्णय देई. मी तर असंही ऐकलं आहे की, काही अतिउत्साही न्यायाधीश गुन्हेगाराचा शिरच्छेदसुद्धा त्याच वाळूवर करत, कारण वाळूत रक्त शोषलं जायचं आणि नंतर ती बदलून नवी वाळू तिथे टाकता यायची.

''माझ्या वडलांनी आज्ञा दिल्यावर मी माझा एंडो-सानशी संबंध तोडून टाकला, असं मी जे तुम्हाला सांगितलं ते अगदी पूर्णपणे खरं नव्हतं'' मिचिको म्हणाली, ''खरं म्हणजे मी त्यांची आज्ञा मोडली. ते इतके संतापले की, त्यांनी एंडो-सानच्या वडलांच्या सर्व सरकारविरोधी विधानांची चौकशी करायचा हुकूम दिला. त्यानंतर त्यांच्यावर आरोप ठेवणं फारसं कठीण नव्हतं.''

ती पुढे वाकली, त्यामुळे नाव हेलकावली. ''जपानमध्ये एखाद्या माणसाला संपवायचं असेल, तर त्याच्या कोणातरी नातेवाइकावर एखादा आरोप सिद्ध केला की, पुरतं. त्यामुळे एंडो-सानच्या कुटुंबाचा नाश होण्यास माझा स्वार्थही कारण ठरला, असं म्हणता येईल.''

यावर काय बोलावं असा मला प्रश्न पडला. आता पन्नास वर्षांनंतर माझ्या शब्दांनी तिला कितीसा दिलासा मिळाला असता!

''आणि त्याच्या वडलांना जेव्हा तिथून घेऊन गेले, त्यानंतर एंडो-सान असाच खूप वेळ एखाद्या पुतळ्याप्रमाणे स्तब्ध बसला होता. त्यानंतर तो माझ्याशी कधीही बोलला नाही – फक्त शेवटी 'मी जातोय' एवढं सांगितलं ते सोडून.''

मी काजव्याच्या हळुवारपणाने तिच्या हाताला स्पर्श केला. मी नाव नदीच्या प्रवाहात आणली आणि प्रवाहाबरोबर ती समुद्रात आली. झाडांच्या गर्दीतून, काजव्यांच्या चमकण्यातून, समुद्राच्या खाऱ्या वासात, अंधारातून चंद्राच्या मदतीने किनाऱ्याला आली.

घरात दुसरं कोणी राहायला असणं हे मला जरा अस्वस्थ करणारं होतं. मी तिला आमंत्रण देण्यात घाई केली की काय असंही मला वाटून गेलं; पण तरी बरंही वाटत होतं. तशी ती त्रासदायक पाहुणी नव्हती. माझ्या युद्धकाळातल्या जीवनाबद्दल मी कोणाशीही बोलत नसे आणि एक गोष्ट लक्षात येऊन मला आश्चर्य वाटलं ती ही

की, मिचिको अशी पहिलीच व्यक्ती होती की जिने थेट मलाच त्याबद्दल विचारलं आणि जिला इतरांकडून तुटक, अपुरी माहिती ऐकून चुकीचे निष्कर्ष काढण्याऐवजी थेट माझ्याकडून सारं ऐकायचं होतं. प्रत्यक्ष मलाच आपले प्रश्न विचारावेत असं आतापर्यंत कोणालाच सुचलं नव्हतं.

या शेवटच्या निष्कर्षामुळे मी हबकलोच. याचा अर्थ, आतापर्यंत मी जे अप्रत्यक्ष किंवा मूक संदेश देत होतो ते कोणालाच समजले नाहीत म्हणून त्यांना प्रतिसाद मिळाला नव्हता, असा होता की काय? अगदी काजवेसुद्धा त्यांना बोलता येत नसूनही संदेश पाठवू शकत होते.

माझ्या दंडाला हाताचा स्पर्श झाला. मी दचकलो आणि कोळी जसं इतस्तत: वाहत जाणारं आपलं जाळं गोळा करतो तसे मी माझे विचार आवरले. मिचिकोच्या चेहऱ्यावर काळजी ओसंडून वाहत होती. "मी तुम्हाला दोनदा हाक मारली, पण तुम्ही उत्तर दिलं नाही."

"मी हरवलो होतो." मी म्हणालो. हे तिच्याकडे कबूल करायला मला अजिबात संकोच वाटला नव्हता.

"आपलं वय वाढतं तसं हे होतंच, नाही का?" ती म्हणाली, "मारियाने सांगितलं आहे की, जेवण तयार आहे. ती थांबणार नाहीये."

माझ्या खोलीतून बाहेर पडत असताना ती म्हणाली, "काल रात्री मला नदीवर घेऊन गेल्याबद्दल तुमचे आभार मानायचे राहून गेले. काजव्यांच्या दृश्याने अनेक जुन्या स्मृती जाग्या झाल्या."

"त्यामुळे तुम्हाला दु:ख झालं असेल तर मला माफ करा." मी म्हणालो, "तसा माझा उद्देश नव्हता."

तिने मान हलवली. "त्याची मी आता सवय केलीये आणि आपल्या सर्वच स्मृती आनंद देणाऱ्या आहेत असं कोण म्हणू शकेल? बऱ्या असोत की दु:ख देणाऱ्या असोत, स्मृती असणं हे एक वरदानच असतं. कारण त्यावरून आपण आपलं जीवन मोकळेपणे जगलो हे सिद्ध होतं. खरं की नाही?"

माझ्या उत्तराची वाट न बघता ती वळली नि जिना उतरू लागली. मला एकदम जाणवलं की, मी इतकी वर्षं मला वाटत होतं तेवढा अबोल नव्हतो. मिचिकोने सर्व ऐकून घेतलं होतं याचं एकमेव कारण म्हणजे एंडो-सानचं तिला आलेलं पत्र. एंडो-साननी ऐकलं होतं, त्यांना सारं माहीत होतं आणि तिला माझ्याकडे पाठवून त्यांनी प्रतिसाद दिला होता.

८

एंडो-सानच्या ड्रायव्हरने आम्हाला जॉर्जटाऊन बंदरात वेल्ड क्वेला सोडलं. त्यांच्या कामाच्या ओझ्यामुळे आमची क्वालालंपूरची ट्रिप महिनाभर पुढे गेली होती. आता मी जाण्यासाठी अधीर झालो होतो. रबराच्या लाद्या, कथलाच्या लगडी आणि लवंगांची आणि मिऱ्यांची पोती यांनी लादलेल्या हातगाड्या ढकलत, आरडाओरडा करत चिनी आणि तमीळ गोदी कामगार धावत होते. त्यांच्या गर्दीतून वाट काढत आम्ही चाललो होतो. आजूबाजूने रिक्षा खडखडत जात होत्या; रस्त्यातल्या खड्ड्यांवरून त्यांची चाकं उडत होती. एखाद्या धाडसी मोहिमेवर निघाल्याप्रमाणे मी उत्तेजित झालो होतो आणि माझा चेहरा आनंदाने फुलला होता. ते बघून एंडो-सानच्याही डोळ्यांत आनंद चमकला.

त्यांनी एका डच माणसाकडून एक बोट भाड्याने घेतली होती आणि तिच्यावर जाण्यासाठी आम्ही धक्क्याच्या टोकाला उभे होतो. आम्हाला घेऊन जाण्यासाठी एक छोटं, जवळजवळ सपाट बुडाचं 'संपान' आलं. त्याला सुक्या मासळीचा आणि कुजणाऱ्या लाकडाचा वास येत होता. एक मलायी मुलगा ते वल्हवत होता. बोट एका बाजूला कलून खाली टेकली होती. भरती आली की तरंगून ती समुद्रात जाणार होती. बंदरातून समुद्राकडे जाणाऱ्या आम्हाला दिसलेल्या इतर बोटींच्या मानाने ही बोट लहान होती. वेगवेगळ्या रंगांच्या फळ्या ठोकलेली केबिन होती, डेकवर सावलीसाठी जुन्या विटक्या ताडपत्रीचं छत होतं, त्याच्याखाली दोन लाकडी खुर्च्या होत्या. काळ्या धुराड्यातून धुराची विरळ रेष आकाशात जात होती.

आम्ही बोटीवर चढल्या चढल्या सूर्य वर येऊ लागला. कोणीतरी सोन्याचा चुरा उधळावा तसा प्रकाश पसरला होता. मी मागे बंदराकडे बघितलं. गोदामांची रांग आणि बांबूंवर बांधलेली फळ्यांची वाट दिसत होती. त्यावरून काही उघडी, तर काही पांढऱ्या कपड्यातली माणसं धावत होती.

तामीळ मजुरांच्या डोक्यावर पांढरी मुंडाशी होती आणि त्यांचे आवाज आमच्या

डोक्यावरून उडणाऱ्या समुद्रपक्ष्यांच्या ओरडण्यासारखे वाटत होते. बंदराच्या पलीकडे बेटावर दोन बुटक्या टेकड्या शेवाळ्याचे आवरण असलेल्या मोठ्या खडकांसारख्या दिसत होत्या. पेनांग हिलच्या चढावरची छोटी घरं चमकणाऱ्या दवबिंदूंप्रमाणे दिसत होती.

एव्हाना आमच्या सभोवतीच्या समुद्राचा रंग पहाटेचा काळपटपणा सोडून पाचूसारखा स्वच्छ हिरवा झाला होता. छोट्या, पारदर्शक माशांचे थवे – इतके पारदर्शक की तळावर त्यांची सावलीही पडत नव्हती – इकडून तिकडे विहार करत होते. काही जेलिफिशसुद्धा पाण्यात तरंगताना दिसत होते. पाण्यातल्या अदृश्य प्रवाहामुळे हलणाऱ्या त्यांच्या भुजा एखाद्या मुलीचे लांब केस वाऱ्यावर उडावेत तशा दिसत होत्या.

बोटीचा डच मालक आम्हाला डेकवर भेटला. उन्हामुळे रापून काळपट लाल झालेला चेहरा, समुद्रापेक्षा जास्त निळे, चमकणारे डोळे, टोपी काढल्यावर दिसलेले टणक, चकाकणारे गुळगुळीत टक्कल, मोठं टणक पोट, एकंदर कणखर असा पन्नाशीतील असावा.

''तुम्हाला पुन्हा भेटून आनंद झाला मिस्टर एंडो'' तो म्हणाला.

एंडो-साननी माझी कॅप्टन अल्बर्टस व्हान डॉबलस्टीनशी ओळख करून दिली.

एंडो-साननी माझं नाव सांगितल्यावर माझ्याकडे जरा निरखून बघत त्याने विचारलं, ''हटन कंपनीवाले?''

''होय.'' मी एंडो-सानकडे बघत म्हणालो.

मलायी मुलाने आमच्या बॅगा बोटीवर आणल्या आणि संपान बोटीला बांधले. डेकवर चालताना फळ्यांचा कर्रकर्र आवाज होत होता. एंडो-सान खुर्चीत बसले. मी वारा आणि पाण्याचे तुषार चेहऱ्यावर झेलत कठड्याला रेलून उभा राहिलो. छोट्याशा हादऱ्याने बोट सुरू झाल्याचं लक्षात आलं. धुराड्यातून एकदम काळ्या धुराचा लोट बाहेर पडला आणि आकाशात पसरत विरळ झाला.

मी एक गवती हॅट डोक्यावर ठेवली आणि एंडो-सानकडे बघून लहान पोरासारखा हसलो. बोटीच्या प्रवासाच्या नावीन्यामुळे उत्तेजित होऊन थोडा पोरकटपणा येणं साहजिक होतं.

''तू अजून बोटीचा प्रवास केलेला नाहीस, असं दिसत.''

''नाही. कधीच नाही.'' आमचे या आधीचे वडलांबरोबरचे क्वालालंपूरचे प्रवास ट्रेनने झाले होते, चुनखडीच्या टेकड्या आणि दाट जंगलांमधून.

''मग आपल्या या काही दिवसांच्या प्रवासात फार मजा येईल. आपण घाई करणार नाही आहोत, कारण वाटेत मला एका ठिकाणी थांबायचं आहे.''

'मला काही फरक पडत नाही' या अर्थी मी हात पसरले. पेनांग ते पोर्ट

स्वेटनहॅम, जिथे आम्हाला क्वालालंपूरला पोहोचण्यासाठी उतरावं लागणार होतं, हे अंतर जवळजवळ पाचशे मैलांचं होतं. आम्ही बहुतेक सर्व प्रवास किनाऱ्याच्या जवळून करणार होतो.

''कॅप्टनला मी फारसा आवडलेला दिसत नाही'' केबिनच्या दिशेने डोकं झुकवत मी म्हणालो.

''अल्बर्टस? तो तुझ्या वडलांच्या कंपनीसाठी चीनमध्ये यांगत्से नदीत वाहतूक करायचा – गेल्या वर्षी त्याला नोकरीतून काढून टाकलं तोपर्यंत.''

''का काढलं?''

''त्याच्याविरुद्ध तक्रारी होत्या. कायम दारू पिऊन नशेत असायचा. बोटीवरच्या नोकरांना मारहाण करायचा. पण काही काळजी करू नकोस. आता तो ठिकाणावर आला आहे आणि शुद्धीत असला की, त्याच्याइतका निष्णात कप्तान दुसरा नाही. हे यांगत्से दर्यावर्दी सर्वांत उत्कृष्ट असतात.''

माझी नजर परत केबिनकडे गेली आणि वडलांनी स्वत: त्याला काढून टाकलं असेल का असा विचार माझ्या मनात आला. धंद्याच्या हिताच्या बाबतीत नोएल हटन अतिशय कणखर असायचे. कंपनीबद्दल जे कानावर यायचं त्यावरून कोणत्या अपराधासाठी त्याला काढलं असावं, हे मला माहीत होतं. बोटीचा कप्तान दारुड्या असणं त्यांनी कधीच सहन केलं नसतं. कॅप्टन अल्बर्टसबद्दल क्षणभर मला वाईट वाटलं; पण आता त्याचं बरं चाललेलं दिसत होतं.

आमची न्याहरी थोडी उशिरा झाली – त्याच मलाय पोराने बनवलेली – नसी लेमाक – नारळी भात, गोड-तिखट माशाची चटणी आणि तळलेलं अंडं. कॅप्टन अल्बर्टससुद्धा आमच्यात सामील झाला. तो एनॅमलच्या मगमधून कॉफी घेत होता. आम्हाला एक छोटी बाटली देत तो म्हणाला, ''सूर्य जरा डोक्यावर आला की, हे अंगाला लावा.''

मी बाटली उघडून वास घेतला. ''कोकोनट क्रीम'' मी म्हणालो.

''आणि काही वनस्पती आणि तेलं. माझा स्वत:चा फॉर्म्युला. उन्हामुळे कातडी भाजू नये यासाठी उत्तम!'' कॅप्टन अल्बर्टस म्हणाला.

लवकरच उष्णता वाढली आणि आम्ही ते क्रीम अंगाला चोपडलं. सूर्य तळपत होता. एकही ढग नव्हता. जगातल्या सर्वांत प्रसिद्ध अशा समुद्रमार्गावरून आम्ही प्रवास करत होतो. ज्या मार्गाने चिनी, अरब, पोर्तुगीज, स्पॅनिश, डच, ब्रिटिश दर्यावर्दी शेकडो वर्षं प्रवास करत होते त्या मार्गाने.

मी एंडो-सानच्या शेजारी बसलो आणि समाधानाचा एक सुस्कारा सोडला. त्यांनी पुस्तकातून डोकं वर केलं आणि म्हणाले, ''खूश?''

मी मान डोलवली आणि त्यांना मेऽइ मावशीच्या भेटीविषयी सांगू लागलो.

त्यांनी पुस्तक बाजूला ठेवलं आणि ते मागे टेकले, "मला तुझ्या आईबद्दल सांग."

मला आठवत होतं ते मी त्यांना सांगितलं. "आता माझ्या आजोबांनी मला भेटायला बोलावलं आहे. त्यांनी मला कधीच पाहिलेलं नाही आणि त्यांनीच माझ्या आईला माझ्या वडलांशी लग्न केलं म्हणून तिच्या कुटुंबापासून तोडून टाकलं होतं."

"मग तू त्यांना भेटलं पाहिजेस. आपलं कुटुंब हेच सर्वांत महत्त्वाचं!"

"तुम्हाला खरंच तसं वाटतं?"

"हो, तुमचं कदाचित छान पटेलही." असं म्हणून ते परत वाचू लागले.

माझ्या मनात आजोबांबद्दल विचार आले. त्यांना मी आतापर्यंत कधीच भेटलो नव्हतो. 'अन् आता त्यांना माझ्याकडून काय हवं असेल?' माझ्या मनात त्यांच्याबद्दल कोणत्याच भावना नव्हत्या. असलीच तर थोडीशी नकारात्मक भावनाच होती – आमच्याशी संबंध तोडला म्हणून.

साधारण अर्धा प्रवास झाल्यावर इंजिनचा आवाज बदलला. दुपारचे तीन वाजले होते आणि मला डेकवर बसल्या बसल्या झोप लागली होती. बोटीची दिशा बदलण्याच्या हलक्या हिसक्याने मी जागा झालो. मी कपाळावर पंजा आडवा धरून सभोवार बघू लागलो.

आम्ही किनाऱ्यावरच्या खाजणाच्या तिवरांच्या झाडीच्या दिशेने जात होतो. किनारा जवळ येत होता. लाटा खडकांवर चांदी उधळल्याप्रमाणे फुटत होत्या. किनारा असा कुठे दिसत नव्हता. नुसती तिवराची झाडंच दिसत होती. पाण्याचा निळा रंग जाऊन गढूळ झाला होता. पक्षी त्यांच्या पाण्यातल्या प्रतिबिंबांचा पाठलाग करत होते, जंगलात शिरत होते, बाहेर येत होते.

इंजिन बंद झालं आणि सर्वत्र शांत शांत झालं. फक्त पक्ष्यांचा आणि किड्यांचा आवाज शांततेचा भंग करत होता. बोट लाटांवर हेलकावे खात असताना मलाय पोऱ्याने नांगर टाकला. झाडांमध्ये एका ठिकाणी जरा उघडी जमीन होती. तिथून समुद्रात एक फळ्यांचा धक्का आला होता. एक भटकं कुत्रं बोट बघून, उत्तेजित होऊन धक्क्यावर वेड्यावाकड्या उड्या मारत होतं.

"आपण कुठे आहोत?" एंडो-सान केबिनमधून डेकवर आल्यावर मी विचारलं.

"पांकोर बेटाच्या दक्षिणेला वीस मैलांवर. बेट गेलं तेव्हा तुला गाढ झोप लागली होती म्हणून मी तुला उठवलं नाही. आपल्याला इथे उतरायचंय. कांपुंग पांकोरला."

"इथे आपलं काय काम आहे?"

"एका मित्राला भेटायचं आहे."

मलाय पोराने बोटीच्या पोटामधली खोकी काढून संपानमध्ये ठेवली. आम्ही एका दोराच्या शिडीवरून संपानमध्ये उतरलो. कॅप्टन अल्बर्टसने आम्हाला धक्क्यावर आणलं. एंडो-साननी एक लांब खोकं धरलं होतं. ते बोटीवर चढवताना मीच मदत केली होती. ते आकाराच्या मानाने खूप जड लागत होतं, पण त्यात काय होतं हे मी विचारलं नव्हतं.

आम्ही धक्क्याला लागेपर्यंत बरीच माणसं जमा झाली होती. ते सगळे मलाय दिसत होते; मोठ्या डोळ्यांचे आणि काळे! आमच्याकडे बघत मोठमोठ्याने बोलत होते.

आम्ही धक्क्यावर उतरलो. एवढ्यात एक लहानसर जपानी माणूस गर्दीमधून पुढे आला आणि त्याने एंडो-सानना खूप वाकून अभिवादन केलं. ते जपानीमध्ये बोलत बाजूला झाले. मी थोडं अंतर ठेवून त्यांच्या मागे चालू लागलो. अल्बर्टसने ओरडून जमावातल्या लोकांना खोकी काळजीपूर्वक हलवायला सांगितलं. खाजणीच्या मागे असलेल्या खेड्यात गजबज दिसत होती. त्याच्या अरुंद गल्ल्यांमधले रस्ते चिखलाने भरलेले आणि निसरडे दिसत होते. झोपडीवजा घरं लाकडाच्या खांबांवर जमिनीपासून उंचीवर बांधली होती. घरांसमोर भाजीचे वाफे होते. त्यांत कोंबड्या इकडून तिकडे पळत होत्या. खेड्याच्या पलीकडे एक नदी वळसा घालून समुद्राला मिळत होती. नदीच्या रुंद पात्रात रोवलेल्या खांबांना मासेमारीच्या होड्या बांधलेल्या होत्या. होड्यांच्या दोन्ही बाजूंना गोळा केलेली, लोंबणारी जाळी बुरशीप्रमाणे दिसत होती.

आम्ही त्या लहान जपानी माणसाच्या मागोमाग त्याच्या किराणामालाच्या दुकानापाशी गेलो. त्याने दरवाजा बंद केला आणि काउंटरवर पडलेली खारी मासळी हाताने बाजूला सारली. दुकानात जुने कांदे, मिरच्या आणि उंदरांचा जोरदार वास येत होता. त्याने चिलीम पेटवली, पण एंडो-सानच्या चेहऱ्यावरचा नापसंतीचा भाव बघून ती घाईघाईने ठेवून दिली.

''कानाझावा-सान'' एंडो-साननी त्याची ओळख करून दिली.

''कोनिचिवा, कानाझावा-सान'' मी त्याला वाकून अभिवादन केलं. त्याला आश्चर्य वाटल्यासारखं दिसलं, पण त्यानेही नम्रपणे अभिवादन केलं.

एंडो-साननी हातातलं खोकं उघडलं आणि त्यातून एक रायफल बाहेर काढली. त्याबरोबर बंदुकीची दारू आणि तेल यांचा उग्र वास दरवळला आणि मला पोटात ढवळायला लागलं.

एंडो-सान मला नेच्यांनी आच्छादलेल्या पायवाटेने नेऊ लागले. आयुष्यात प्रथमच मी मलायाच्या खऱ्या जंगलात जात होतो. झाडांवर किडे चढत होते.

आमच्या चालण्यामुळे होणाऱ्या झुडपांच्या पानांच्या सळसळीने फुलपाखरं उडून जात होती. काहीतर माझ्या तळहाताहूनही मोठी होती. आमच्यामागे कुठेतरी खेडं होतं; पण आता मला दिशेचा अंदाजच येईनासा झाला होता. एव्हाना आम्ही अर्धा तास चाललो होतो. पडलेल्या झाडांच्या खोडांना ओलांडत एका नदीचं गुळगुळीत गोटे असलेलं पात्र ओलांडून शेवटी आम्ही एका मोकळ्या जागी आलो. त्यांनी खांद्यावरून बंदूक काढली, खिशातल्या एका छोट्या डबीतून काडतुसं काढून ती बंदुकीत घातली.

"मी बंदूक चालवायला का शिकायचं?" मी विचारलं. इझाबेल पेनांग शूटींग क्लबची चँपियन होती, पण मला नेमबाजीत कधीच रस वाटला नाही.

"तुझा सेन्साय या नात्याने माझं कर्तव्य फक्त डोजोपुरतंच मर्यादित नाही." सभोवारच्या जंगलाकडे हात दाखवत ते म्हणाले, "हे सगळं जग तुझा 'डोजो' आहे."

त्यांनी रायफल माझ्या हातात दिली आणि समोर एका झाडावर सुरीने एक लहान वर्तुळ काढलं. ते फारच दूर वाटलं. "आयकिजुत्सूची तत्त्वं वापर. लक्ष केंद्रित कर, विचार कर, श्वास घे आणि तणावमुक्त राहा."

मी थोडा अनिश्चितपणेच बघत राहिलो. आमची भेट झाल्यापासून प्रथमच मला त्यांची आज्ञा पाळावीशी वाटेना. माझी दोलायमान स्थिती ओळखून त्यांनी कशा हालचाली करायच्या हे सफाईदारपणे आणि सहजपणे करून दाखवलं. त्यांनी बंदुकीच्या 'साइट'ला डोळा लावला आणि शरीर थोडं तिरकं केलं. श्वास सोडल्याचा आवाज आणि त्यानंतर गोळी झाडल्याचा आवाज आला. झाडावर गोळी लागली त्या जागी लाकडाच्या थोड्या कपच्या उडाल्या आणि शेकडो पक्षी एकदम उडाल्याचा आवाज आला.

"मी आता दाखवलं तसं कर." ते म्हणाले. मी त्यांचं न ऐकण्याची शक्यताच नव्हती.

मी पुन्हा रायफल घेतली आणि त्यांनी केल्या तशाच हालचाली करण्याचा प्रयत्न केला. बंदूक जड होती. पहिली गोळी झाडताच तिचं टोक वर हवेत गेलं, गोळी वर झाडीत कुठेतरी गेली आणि मी मागे धडपडलो.

"हात पुढे करून तसेच ठेव म्हणजे रायफलच्या धक्क्याने पडणार नाहीस."

माझ्या कानात आवाज आले आणि मी स्वत:ला सावरलं. हळूहळू मला ते तंत्र जमू लागलं. अर्थात तोपर्यंत झाडाच्या चिरफळ्या उडाल्या होत्या. झाडाच्या पायथ्यापाशी ढलप्या पडल्या होत्या आणि जखमेतून रक्त वाहावं तसा झाडातून चीक वाहत होता.

बराच वेळ सराव करून माझे हात जरा लटपटायला लागले आणि खांदा दुखू लागला तेव्हा आम्ही थांबलो. "मला बंदूक वापरावी लागेल असं नाही ना?"

“नाही.” ते म्हणाले, “पण ती वापरता येत असली, तर त्याचा उपयोग होईल. माझ्या देशात जेव्हा अमेरिकन लोक आले तेव्हा माझ्या आजोबांनी माझ्या वडलांना बंदूक चालवायला शिकवलं. ही परदेशी बनावटीची शस्त्रं मिळणं अशक्य होतं, पण आजोबांनी ती मिळवली आणि माझ्या वडलांनी मला शिकवलं.”

“कानाझावा-सानला बंदूक कशाला लागते?” मला थोडी विश्रांती मिळाली तेव्हा मी विचारलं. माझ्या प्रश्नाचं उत्तर मिळविण्यासाठी मी जरा वेगळा मार्ग अनुसरला. ‘मनाला मार्ग दाखव म्हणजे बाकीचं सगळं आपोआप मागं येईल’ असं एंडो-साननीच मला अनेक वेळा सांगितलं होतं. इझाबेल जिथे नेमबाजीचा सराव करायची त्या पेनांग शूटिंग क्लबचं वातावरण आणि पेनांगच्या जंगलात रायफल चालवणं यात खूप फरक होता. आमच्या मजेत सुरू झालेल्या प्रवासाबद्दल आता मला जरा अनिश्चितता जाणवू लागली. कदाचित अशा निबिड अरण्यात काहीही होऊ शकतं, या भावनेने असेल. माझ्या नेहमीच्या रेखीव जीवनापेक्षा काहीतरी वेगळं म्हणून आकर्षित झालेला मी आपल्या किनाऱ्यापासून जरा जास्तच लांब आलो होतो आणि परत घरी जावं असं मला अचानक वाटू लागलं.

एंडो-सान माझे सर्व मूड आणि मनातली खळबळ नेहमी अचूकपणे कशी ओळखायचे याचं मला नेहमी आश्चर्य वाटायचं. त्यांनी माझ्या हातातली रायफल घेतली नि म्हणाले, “बंदूक कशी चालवावी हे माहीत आहे, याचा अर्थ ती तू वापरली पाहिजेस असा नाही. खरंतर तू ती न वापरणं मला अतिशय आवडेल. मी अजूनपर्यंत कोणावरही शस्त्र चालवलेलं नाही आणि बंदुकीसारखं रानटी शस्त्र तर नाहीच! तुझं जर ‘हे’ मजबूत असेल,” ते माझ्या डोक्याला स्पर्श करत म्हणाले, “तर कोणीही तुला शस्त्र वापरायला भाग पाडू शकणार नाही.”

ते अंजिराच्या एका झाडाच्या मुळांवर बसले, “समजलं?”

“शत्रू,” मी म्हणालो, “माझं मन बलवान करण्यासाठी शत्रू असायला हवा, ज्याच्या विरुद्ध लढावंसं वाटेल असा बलवान.”

एंडो-साननी मान डोलवली. “कानाझावा-सान किराणामालाचं दुकान चालवतो, हे तू पाहिलंच आहेस. अधूनमधून काही विशेष गोष्टी कोणाला हव्या असतात त्या त्याला आणून ठेवाव्या लागतात. या भागात जपानी व्यापारी रबराची खरेदी करायला येतात. त्यांच्या गरजा त्याला भागवाव्या लागतात. त्याच्या गावात दरोडे पडू लागले आहेत. त्याच्याकडे स्वत:च्या संरक्षणासाठी काहीतरी हवं ना?’

“दरोडे?” मी विचारलं, “कोण घालतं दरोडे?”

त्याने खांदे उडवले, “जावा, सुमात्रा इथून येतात. गावातले लोक मासेमारी करायला समुद्रात जायला घाबरू लागले आहेत.”

“कानाझावा-सान इथे, अशा दूरच्या ठिकाणी कशाला आला?” एंडो-सानने

उत्तर दिलं नाही. ते उभे राहिले आणि वाकून म्हणाले, ‘‘आजचा धडा आता इथेच संपवू या. अंधार पडत चाललाय. आपण गावात परत गेलेलं बरं.’’

मी त्यांच्या मागोमाग जंगलातून बाहेर पडत असताना मला जाणवलं की, मी त्यांचे विचार मला हव्या त्या दिशेने नेण्याचा प्रयत्न केला, पण त्यांनी सहजपणे मला उचलून गरगर फिरवलं होतं. माझं एक मन ते काय बोलले नाहीत याचा विचार करत होतं, तर दुसरं मन ‘आपल्याला एका उत्कृष्ट गुरूने निवडलं आहे, हे जास्त महत्त्वाचं आहे’ असं म्हणत होतं.

आमच्या मुक्कामाची व्यवस्था कानाझावाच्या घरी होती. जेवायच्या वेळी त्याची बायको माझे आणि एंडो-सानचे चहाचे आणि साकेचे कप सतत भरत राहून आमच्याकडे विशेष लक्ष देत होती. माझी काही जपानी व्यापाऱ्यांशी भेट झाली. ते सर्व तरुण होते. त्यांना मलाय भाषा बोलता येत होती आणि प्रत्येक जणात एक प्रकारचा कणखरपणा जाणवत होता. नंतर मी जेव्हा जपानी वकिलातीच्या कर्मचाऱ्यांबरोबर सराव करू लागलो तेव्हा माझ्या लक्षात आलं की, मला भेटलेल्या रबर-व्यापाऱ्यांचं बोलणं-चालणं उत्तम प्रशिक्षण घेतलेल्या सैनिकांप्रमाणे होतं.

दरोडेखोरांच्या नुकत्याच झालेल्या हल्ल्याबद्दल ते बोलत होते, ‘‘ही नवी शस्त्रं आम्हाला खूप उपयोगी पडतील.’’ एक जण म्हणाला, ‘‘आता आम्ही त्यांना सगळ्यांना साफ करून टाकू.’’

‘‘बऱ्याच जणांना आम्ही आधीच मारलं आहे.’’ साकेचा कप उंचावत दुसरा म्हणाला. सर्व जण हसले; पण आणखी साके घेतल्यावर वातावरणात जरा गंभीरपणा आला.

‘‘एंडो-सान, तुम्ही कुठले?’’ एकानं विचारलं.

‘‘तोरीजिमा गाव तोशी-सान.’’ एंडो-सान म्हणाले.

‘‘अतिशय सुंदर ठिकाण! मी एकदा तिथलं मंदीर सूर्योदयाच्या वेळी बघितलं आहे.’’ तोशी म्हणाला, ‘‘मला पुन्हा ते बघायला मिळालं, तर फार आवडेल. तुम्हाला घराची आठवण येत नाही का?’’ तोशी सर्वांकडे बघत म्हणाला. तो प्रश्न कोणा विशिष्ट व्यक्तीला उद्देशून असा नव्हता; पण सर्व जण एंडो-सानकडे बघू लागले.

‘‘येते ना. आपल्याला सर्वांनाच येत असणार. तुम्हालाही तुमचे कुटुंबीय, तुम्ही परतण्याची वाट बघणाऱ्या बायका-पोरांची आठवण येतच असणार.’’ एंडो-सान बोलले. त्याच्या शब्दांना किंचित दुःखाची किनार होती असं मला जाणवलं. ‘‘पण आपल्याला आपली कर्तव्यं पार पाडायची आहेत. ती आपण नीटपणे पार पाडली नाहीत, तर आपल्या देशाला, आपल्या कुटुंबांनासुद्धा धोका दिल्यासारखं होईल.’’ ते माझ्याकडे बघत म्हणाले. जणूकाही मला केव्हातरी त्याचा अर्थ समजेल या आशेनेच!

दुसऱ्या दिवशीची सकाळ एंडो-सान कानाझावाशी बोलणी करण्यात गुंतले होते. मी नदीच्या काठाने झुडपांमध्ये दडलेल्या मगरींवर नजर ठेवत फिरत होतो. मला धूर्त हरणाच्या मलाय गोष्टीची आठवण झाली. मगर हरणाचा पाय जबड्यात पकडते; पण हरीण तो त्याचा पाय नसून झाडाचं मूळ आहे अशी मगरीची खात्री पटवून आपला जीव वाचवतं.

गढूळ उथळ पाण्यात स्तब्ध उभे असलेले करकोचे माझ्यावर लक्ष ठेवून होते. वाऱ्याचा जोर जंगलाच्या बाहेरच्या कडेवरच्या झाडांची पानं हलतील एवढाच होता. आतली झाडं शांत होती.

विमानाचा आवाज माझ्याआधी करकोच्यांनी ऐकला. रॉयल ऑस्ट्रेलियन एअर फोर्सची दोन 'बफेलो' विमानं नदीवरून अगदी जवळून जात होती. करकोचे पंखांची फडफड करत नदीतून उडून झाडांवर जाऊन बसले. विमानं समुद्राच्या दिशेने निघून गेली. त्यांची कॉकपिटं उन्हात चमकत होती. माझ्या लक्षात न आलेली एक मगर चिखल उडवत नदीत पळाली.

मी एंडो-साननना कानाझावाच्या दुकानातून बाहेर पडताना बघितलं आणि त्यांच्याकडे गेलो. ''निघायची तयारी कर.'' ते म्हणाले, ''आणि आपल्याबरोबर एक नवा प्रवासी असणार आहे.'' आदल्या रात्री कानाझावाच्या घरी भेटलेल्या जपान्यांपैकी दोघे तिसऱ्या एका माणसाला एका लाकडी झोपडीतून धक्क्यावर घेऊन आले. त्या माणसाचे हात बांधलेले होते.

''हा तर जपानी दिसतोय.'' मी उद्गारलो.

''म्हणूनच त्याचा गुन्हा आणखी गंभीर आहे.''

एंडो-साननी स्पष्टीकरण देईपर्यंत मी थांबलो. ''यासुवाकीला कानाझावा-सानच्या दुकानातून चोरी करताना पकडलं आहे. बरेच दिवस तो हे करत होत.'' एंडो-सान म्हणाले.

''पण तो चोरी का करत होता?''

''त्याला काम सोडून पळून जायचं होतं, त्याची तो तयारी करत होता. त्याला त्याच्या देशासाठी रबर खरेदी करण्यासाठी नेमलं होतं; पण ते करण्याऐवजी तो इथल्या बायकांबरोबर वेळ घालवत होता आणि मग एकीच्या प्रेमात पडला. तिच्याबरोबर पळून जाता यावं यासाठी तो खाद्यपदार्थ आणि इतर गोष्टी चोरत होता.''

''आणि त्यासाठी त्याला शिक्षा करणार का?'' मी विचारलं.

''तू तुझे धडे उत्तम प्रकारे शिकला आहेस, पण कर्तव्य ही किती महत्त्वाची गोष्ट आहे हे तुला अजून समजायचं आहे.'' एंडो-सान म्हणाले.

''प्रेमापेक्षासुद्धा कर्तव्य महत्त्वाचं?'' मी विचारलं. परवा जेवणाच्या टेबलावर गप्पा मारताना एंडो-सान म्हणाले होते ते मला आठवलं, ''आपलं कर्तव्य पार

पाडलं नाही, तर आपण आपल्या देशाला, आपल्या कुटुंबाला धोका दिला असं होईल.'' जपानी लोक कर्तव्याला अतिशय महत्त्व देतात हे मला समजलं होतं, पण अनादि कालापासून असलेल्या मानवाच्या मूलभूत गरजांपेक्षाही ते जास्त महत्त्वाचं असणं योग्य आहे का, असा प्रश्न मला पडला.

माझ्या आवाजाला आलेली धार लक्षात येऊन त्यांनी शब्दातला कठोरपणा कमी केला.

''आमच्या जीवनपद्धतीत ते नेहमीच तसं आहे. ते कोणी टाळू शकत नाही.''

''मग आता त्याला काय करणार?''

''ते क्वालालंपूरला असलेले अधिकारी ठरवतील. त्याला बहुतेक जपानला परत पाठवतील.''

''त्याची आणि त्या बाईची पुन्हा भेट होईल का?''

एंडो-सानने मान हलवली आणि ते संपानमध्ये चढले.

चाच्यांची पर्वा न करता रात्रभर मासे पकडून परत चाललेल्या मच्छीमार बोटी आम्हाला भेटल्या. त्या बोटींवरची माणसं 'पेरानाकान' म्हणजे आमची बोट ओळखत होती असं दिसलं, कारण त्यांनी त्यांचे भोंगे दोन-तीनदा वाजवून कॅप्टन अल्बर्टसच्या नावाने आरोळ्या मारल्या. आम्ही पोर्ट स्वेटनहॅमच्या जवळ येत असताना उडणाऱ्या माशांचा एक थवा पाण्यातून उसळी मारून वर आला आणि काही क्षण आमच्याबरोबर राहून पुन्हा पाण्यात पडला. ते पुन्हा वर येतील या अपेक्षेने त्यांना पकडण्यासाठी मी बराच वेळ उभा राहिलो, पण त्यांनी निराशा केली.

यासुवाकी माझं निरीक्षण करत होता. एंडो-सानने त्याच्या हाताचे बंध काढून टाकायला सांगितलं होतं. तो जवळ उभा होता. ''मला तुझ्याबद्दल वाईट वाटतं.'' तो म्हणाला.

''का?'' मी उडते मासे पुन्हा दिसतील या आशेने डोळ्यांवर हाताने सावली करून समुद्राकडे बघत विचारलं.

''तू आमच्याबरोबर असण्याने काहीच चांगलं निष्पन्न होणार नाही.''

मी समुद्राकडे पाठ फिरवून त्याच्याकडे लक्षपूर्वक बघू लागलो. तो एडवर्डच्या वयाचा असावा, कदाचित थोडा मोठा. आतापर्यंत प्रवासात तो काहीही बोलला नव्हता – कदाचित त्याच्या प्रेयसीच्या विचारात मग्न असल्यामुळे असेल.

''तिचं नाव काय होतं?''

''तिचं नाव विचारणारा तूच पहिला; पण तिच्या नावाशी काय करायचंय?'' मी विचारलं याचा त्याला आनंद झाला असावा.

''मला कळलं तर बरं वाटेल.'' मी म्हणालो.

त्याने थोडा वेळ माझ्याकडे निरखून पाहिलं. "तिचं नाव अस्लिना."

"त्या गावातली मुलगी का?"

त्याने नकारार्थी मान हलवली, "खेड्याजवळच्या छोट्या विमानतळावर तिचे वडील कँटीन चालवतात. विमानं गेलेली तू बघितली असशील. ती रोज उडतात."

मला एक नकाशा सापडला होता आणि कानाझावाच्या दुकानात मी त्याचा अभ्यास केला होता. आम्ही जिथे रात्री राहिलो ते गाव इपोपासून एका तासाच्या अंतरावर होतं. नकाशामध्ये खेड्याच्या पूर्वेला अर्ध्या तासाच्या अंतरावर एक धावपट्टी दाखवली होती. कानाझावाने तिला लाल रंग दिला होता.

"तू आपल्या कामात टाळाटाळ करण्याइतकी ती चांगली होती का?" मी विचारलं.

"तिला किंवा तिच्या लोकांना धोका द्यावा लागेल अशा कामात मला राहायचं नव्हतं." तो म्हणाला.

"धोका द्यावा लागेल असं? म्हणजे काय?" मी विचारलं; पण त्याने समुद्राकडे तोंड फिरवलं होतं. त्याच्या चेहऱ्यावर वेदना दिसत होती.

"तुझं तिच्यावर खरं प्रेम असलं पाहिजे." वाईट वाटून मी म्हणालो. मी आतापर्यंत कधीही असा भावुक झालो नव्हतो. इझाबेल अनेकदा त्यावरून आम्हाला बोलायची, पण आम्ही तिची टिंगल करायचो. प्रेम हे फक्त तरुण मुलींनाच वाटतं, असं मला नेहमी वाटे, पण इथे एक हुशार तरुण पुरुष प्रेमात पडलेला होता आणि त्याची भयंकर किंमत आता तो मोजत होता – त्याची प्रतिष्ठा धुळीला मिळाली होती आणि प्रेयसीपासूनही कायमची ताटातूट झाली होती.

"तुला कधी असं कोणी भेटलंय की, जे तुला अगदी जवळचं वाटतं, अगदी छान, असं की त्याच्यापुढे तू दुसऱ्या कशाचीही पर्वा करणार नाहीस? असं माणूस की ज्याला काही न सांगतासुद्धा ते तुला पूर्ण अंतर्बाह्य ओळखतं?"

मी त्याच्याकडे बघितलं. त्याला निश्चितपणे काय म्हणायचं होतं ते मला समजेना.

"तसं मला अस्लिनाबद्दल वाटतं आणि कर्तव्य?" त्याच्या आवाजात कडवटपपणा आला. "कर्तव्य ही कल्पना राजे आणि सेनापती यांच्यासारख्या लोकांनी निर्माण केली. दुसऱ्यांनी त्यांच्या इच्छेनुसार वागावं यासाठी. जेव्हा 'कर्तव्य' बोलतं तेव्हा सावध राहा, कारण बहुधा तो दुसऱ्या कुणाचा आवाज असतो. अशा लोकांचा की, ज्यांना तुमच्या हिताशी काही देणं-घेणं नसतं."

मी त्याला आणखी काही विचारणार होतो तेवढ्यात एंडो-सान तिथे येऊन म्हणाले, "तुझं सामान आवर. आपण लवकरच पोर्ट स्वेटनहॅमला पोहोचू."

१

आम्ही पोर्ट स्वेटनहॅमला दुपारी उशिरा पोहोचलो. यासुवाकीला जपानी वकिलातीचे लोक घेऊन गेले. मी निरोप देण्यासाठी म्हणून हात हळूच हलवला, पण त्याने प्रतिसाद दिला नाही.

जपानी ड्रायव्हर असलेल्या एका कारने आम्ही तासाभरात क्वालालंपूरला पोहोचलो. मला माझी इथली शेवटची भेट आठवली. दहा महिन्यांपूर्वी मी माझ्या वडलांचा एकोणपन्नासावा वाढदिवस इथे साजरा केला होता, शहराच्या मध्य भागात असलेल्या क्रिकेट 'पडांग'च्या समोरच्या स्पॉटेड डॉग क्लबमध्ये. आता मैदानात खेळ सुरू होता. रस्त्यापलीकडच्या कोर्टाच्या इमारतीच्या मैदानावरच्या सावलीत बऱ्याच खेळाडूंची धावपळ चालली होती. कोण्या बॅट्समनने जोरात बॉल मारल्याचा 'ठाक्' आवाज आणि बॅट्समन धावत असतानाचा प्रेक्षकांचा आरडाओरडा माझ्या कानावर आला. मलायातल्या सर्वांत मोठ्या शहरातली ती एक नमुनेदार दुपार होती : इंग्रज मंडळी आपली गरम ऑफिसं सोडून 'स्पॉटेड डॉग'ला जाऊन जिन आणि टॉनिक घेणार, थोडं क्रिकेट खेळणार, मग घरी जाऊन स्नान करून रात्रीचं जेवण आणि नृत्य करण्यासाठी पुन्हा क्लबमध्ये येणार. ते एक समृद्धीचं, आनंदाचं अन् ऐष-आरामाचं जीवन होतं.

एकेकाळी मलायी संघराज्याच्या राज्यपालाचा निवास असलेल्या बंगल्यात बदल करून त्यात जपानी वकिलातीचं ऑफिस थाटलं होतं. प्रवेशद्वारापासून मुख्य इमारतीकडे जाणारा रस्ता दुतर्फा असलेल्या शिरीषाच्या वृक्षांच्या सावलीने आच्छादलेला होता. त्यावर पडलेल्या वाळक्या काड्या आणि झाडाची बोंडं यांचा गाडीच्या टायरखाली कर्रकर्र आवाज येत होता. दारावरच्या पहारेकऱ्याने आम्हाला सलाम ठोकला. सैनिकी गणवेशातल्या एका जवानाने आमच्या बॅगा आणि इतर सामान आत नेलं. ताबडतोब पंखा सुरू करण्यात आला. आम्ही बाहेर व्हरांड्यात येऊन बसलो नि बर्फ घातलेल्या काळ्या चहाचा आस्वाद घेऊ लागलो.

वकिलातीच्या समोर पळसाच्या झाडीने भरलेला उतार होता. 'कर्तव्या'च्या कल्पनेबद्दल विचार करत मी चहा घेत उभा होतो. ती कल्पना त्या वेळी तरी मला अगदी निरर्थक वाटत होती. कारण मग प्रत्येकाला जन्मत: मिळालेल्या निवडीच्या स्वातंत्र्याचं काय?

एंडो-सानकडे माझं शिक्षण सुरू झालं तेव्हा त्यांनी मला शिक्षण देण्याची जबाबदारी एकदा स्वीकारली की ती निभावणं किती महत्त्वाचं आणि कठीण असतं हे सांगितलं होतं. 'सेन्साय'ने शिष्य म्हणून आपला स्वीकार करावा म्हणून होतकरू विद्यार्थ्याला शिफारसपत्रं सादर करावी लागतात. एखाद्याचं गुरू व्हायचं म्हणजे त्यासोबत येणारं कर्तव्य आणि जबाबदाऱ्या यांचाही स्वीकार करावा लागतो याची नंतर मलाही जाणीव झाली होती. तरीही कर्तव्यं, सेनापती, सम्राट यांच्यासंदर्भात यासुवाकीने दिलेला इशारा माझ्या मनातून जात नव्हता. एका अस्वस्थ क्षणी मी उरलेला सर्व चहा तोंडात ओतला.

''आपल्याला मलायातले राजदूत साओतोमे अकासाकी-सान यांना भेटलं पाहिजे'' असं म्हणत खालच्या मजल्याकडे जाताना एंडो-साननी मला त्यांच्याबरोबर येण्याची खूण केली.

मुळात हा बंगला जरी अँग्लो-इंडियन पद्धतीने – रुंद व्हरांडे, उंच छत, असा बांधला होता, तरी त्याची सजावट पूर्णपणे जपानी पद्धतीने केलेली होती. कागदाच्या 'शोजी' पडद्यांनी खोल्या विभागल्या होत्या. चांगला उजेड येईल अशा ठिकाणी जपानी अक्षरात लिहिलेले पडदे टांगलेले होते आणि धुपाचा मंद सुगंध हवा शुद्ध करत होता. बुटक्या टेबलांवर जपानी पद्धतीने पुष्परचना केलेल्या फुलदाण्या ठेवलेल्या होत्या. ''या पुष्परचना साओतोमे-सानने स्वत: केलेल्या आहेत.'' एंडो-सान म्हणाले, ''त्यांच्या इकेबानाला टोकियोमध्ये बक्षिसं मिळाली आहेत.''

दुसऱ्या एका गणवेशधारी जवानाने सरकता दरवाजा उघडला. आम्ही आमच्या कापडी सपाता बाहेर काढून ठेवल्या नि आत गेलो. एका गंभीर माणसाचा फोटो सोडला तर खोली रिकामीच होती. एंडो-साननी फोटोसमोरच्या चटईवर गुडघे टेकून फोटोला वंदन केलं. मी केलं नाही, पण हा फोटो सम्राट हिरोहितो यांचा असणार असं मी गृहीत धरलं. आम्ही गुडघे टेकून वज्रासनात बसलो आणि साओतोमे-सानची वाट बघू लागलो. ते आले. सर्वांनी एकमेकांना अनेक वेळा वाकून अभिवादन केलं आणि आम्ही एका बुटक्या टेबलाभोवती बसलो.

चेहऱ्यावर स्मित नसेल तेव्हा वकीलसाहेब गंभीर, नव्हे जवळजवळ कठोर चेहऱ्याचे दिसत होते. स्मित करताना मात्र ते चारचौघांसारखे आणि सामान्य दिसायचे. गडद रंगाचा 'हकामा' आणि शेवंतीच्या फुलांची रुपेरी वेलबुट्टी असलेला 'युकाता' डगला परिधान केलेल्या वकीलसाहेबांच्या हालचाली ऐटबाज होत्या, तरीही ते एंडो-सानपेक्षा वयस्कर वाटत होते.

“ज्याच्याबद्दल मी ऐकलंय तो हाच का तुझा शिष्य?” माझ्याकडे स्मितहास्य करत बघत त्यांनी इंग्रजीत विचारलं. त्यांचा आवाज राईस पेपरसारखा पातळ आणि ठिसूळ होता. कोणाचेतरी आजोबा असावेत तसे ते वाटत होते.

“होय साओतोमे-सान” मी गरम साके त्यांना देऊ करावी, अशी खूण करत एंडो-सान उत्तरले.

“याची प्रगती कशी आहे?”

“फारच छान. शारीरिक आणि बौद्धिक दोन्हीकडे त्यानं उत्तम प्रगती केली आहे.”

यापूर्वी कधीही एंडो-सानने माझ्या सरावाविषयी मतप्रदर्शन केलेलं मी ऐकलं नव्हतं. आता ते वकिलांसमोर व्यक्त केलं. त्यामुळे मी सुखावलो. त्यामुळे साकेने चेहऱ्यावर आणलेल्या तजेल्यात भर पडली.

नंतर लगेच त्यांनी जपानीमध्ये बोलणं सुरू केलं. ते मी समजू शकतोय का याचा अंदाज वकीलसाहेब माझ्याकडे बघून घेत होते. त्यांचे उच्चार एंडो-सानपेक्षा जरा कठोर होते. काही वाक्यं कानांवरून गेल्यानंतर मला त्यांचं संभाषण समजण्यात काही अडचण आली नाही.

नंतर चिनी मातीच्या छोट्या बशांमध्ये जेवण आलं. प्रत्येक बशीत एक किंवा दोनच घास ठेवलेले होते. मला मरिनेटेड ईल, गोडसर चिकन आणि भात आणि सागरी वनस्पतीत गुंडाळलेली कच्ची मासळी फार आवडली. दोघेही जपानी गृहस्थ प्रत्येक घास आपल्या चॉपस्टिक्समध्ये धरून, त्याचं निरीक्षण करत त्याचा रंग, गंध, चव यांची स्तुती करत जणूकाही एखाद्या कलाकृतीचं परीक्षण करावं तसे चोखंदळपणे आस्वाद घेत होते. मला भूक लागली होती; पण माझं खाणं अधाशाप्रमाणे दिसणार नाही याची काळजी घेत मी खात होतो.

“पेनांगमध्ये परिस्थिती कशी आहे?” आपल्या चॉपस्टिक्स एका संगमरवरी दगडावर ठेवत साओतोमेने विचारलं.

“शांत आहे. आपले लोक सुखात आहेत. काळजी वाटावी असं काही नाही.” एंडो-सान उत्तरले. “आपले कर्मचारी आणि त्यांच्या कुटुंबीयांसाठी योग्य असं एक घर पेनांग हिलवर आम्ही बघितलं आहे. त्याचे फोटो मी आपल्याला नंतर दाखवीन. मला भरपूर मोकळा वेळ मिळतोय आणि त्याचा उपयोग आम्ही बेटावर हिंडण्यासाठी करत आहोत.”

साओतोमे-सानने स्मित केलं. “ओह, छान दिवस आहेत नाही?” ते इंग्रजीत म्हणाले. ते मला उद्देशून असावं असं माझ्या लक्षात आलं. त्यामुळे मी खाणं थांबवलं. का कोणास ठाऊक, पण हा माणूस इतका साधा नाही आणि आपण म्हणजे वाघापुढल्या उंदराप्रमाणे आहोत असं मला वाटलं.

"तुम्हाला माझ्याविषयी बरीच माहिती आहे असं दिसतं." नम्रतेचे सर्व नियम धाब्यावर बसवत मी त्यांना सरळ म्हणालो.

"आपल्या मित्रांविषयी आपल्याला चांगली माहिती असावी याबद्दल आम्ही दक्ष असतो." साओतोमे म्हणाले. "तुमचे वडील मलायातल्या सर्वांत मोठ्या कंपनीचे प्रमुख आहेत असं मी ऐकतो."

"सर्वांत मोठी नाही. ती आहे एंपायर ट्रेडिंग."

"आमच्या काही उद्योगपतींना मलायात रस आहे. त्यांच्याशी सहकार्य करायला तुमचे वडील तयार होतील का? त्यांच्याबरोबर भागीदारी करायला? तुमच्या वडलांच्या कंपनीचे भाग घ्यायला ते उत्सुक आहेत."

त्यांना काय जाणून घ्यायचं आहे, याचा मी अंदाज करू लागलो. मी काय उत्तर देतो त्यावर आमचं भवितव्य अवलंबून राहणार आहे, असं माझा आतला आवाज सांगू लागला. मी काळजीपूर्वक बोललो: "मला असं वाटतं की, असा प्रस्ताव आला तर ते त्यावर विचार करतील. कारण तुमच्या देशाच्या लोकांविरुद्ध काही ते असणार नाहीत; पण त्यांच्या वतीने मी बोलू शकत नाही. ते तुम्हीच त्यांना विचारलेलं बरं!"

साओतोमे मागे सरकून म्हणाले, "होय, मला वाटतं तसंच करावं लागेल." त्यांनी माशाचा आणखी एक तुकडा उचलला. "तुझं शिक्षण पुरं झालं की तू आमच्याबरोबर काम करशील का? ते संपायला अजून एक वर्षच राहिलं आहे, असं मी ऐकतो."

मी एंडो-सानकडे प्रश्नार्थक नजरेनं पाहिलं. "काय म्हणून?" मी विचारलं.

"दुभाषा म्हणून. युरोपियन आणि मलायन लोकांशी आमच्या वतीने संपर्क ठेवण्यासाठी म्हणून. आमचा संपर्क-अधिकारी म्हणून समज." साओतोमेने माझ्या मनातली चलबिचल ओळखली. "तू आत्ताच उत्तर द्यायला पाहिजेस, असं नाही. काम तुला आवडण्यासारखं असेल हे निश्चित."

"मी तुमच्या प्रस्तावावर विचार करीन" असं आश्वासन मी साओतोमेना दिलं. ते स्मित करून म्हणाले, "आता थोडा ईल तू आणखी घेशील का? तुला खूप भूक लागली होती, असं मला दिसलं."

'शोजी' दरवाजा उघडला. एक जवान गुडघे टेकून बसला आणि त्याने साओतोमेना वाकून अभिवादन केलं. त्याच्या शेजारी एक चिनी मुलगी होती. अंगात एक डगला, केसांचे दोन छोटे बुचडे. काही वेळ कोणीच काही बोललं नाही. मग साओतोमे म्हणाले, "तिचा चेहरा वर कर."

सैनिकाने मुलीच्या हनुवटीखाली बोट ठेवून चेहरा वर केला.

"तिचा डगला उघड."

त्याने हनुवटी सोडून मुलीचा डगला एका खांद्यावरून बाजूला ओढला. नुकताच आकार घेऊ लागलेला एक स्तन दिसला. साओतोमेने तिला न्याहाळलं. त्याच्या

चेहऱ्यावर एक स्मित झळकलं. त्याचा गळा धपापला. जिभेने ओठांच्या कोपऱ्यात स्पर्श केला.

मला ईलची चव गेल्यासारखी वाटली.

पुढले काही दिवस मला काहीच उद्योग नव्हता. एंडो-सानना साओतोमेबरोबर मीटिंग असायच्या. मी नुसताच भटकायचो. मी जरा हिरमुसला झालो, कारण मला एंडो-सानना शहर आणि माझ्या वडलांचं ऑफिस दाखवायचं होतं. मी एकटाच मध्यवर्ती व्यापारी भागात भटकलो. अनेक नवी दुकानं आणि लोकांची गर्दी बघून मी स्तिमित झालो. पेनांगप्रमाणेच या शहराचेसुद्धा वांशिक तत्त्वावर भाग पाडले होते. इथल्या चिनी लोकांशी बोलताना मला माझी जुनी कँटनीज भाषा आठवून वापरावी लागली. पेनांगच्या होक्किएन चिन्यांच्या उलट इथले बहुतेक सर्व लोक क्वांगतुंग प्रांतातून आलेले होते. इपोच्या जवळ क्वालालंपूर आणि किंता दरीच्या आसपासच्या भयानक कथील खाणींमध्ये काम करून श्रीमंत झालेल्या त्यांच्या नातेवाइकांचे उदाहरण डोळ्यांपुढे ठेवून ते आले होते.

मी चहाच्या दुकानात बसलो होतो. माझ्या मनात माझ्या आजोबांचे विचार आले. आईला इतकं पूर्णपणे तोडून टाकणारा माणूस कसा असेल असा मला प्रश्न पडला. आपल्या जातीच्या नसलेल्या माणसाशी लग्न करण्यात एवढं काय वाईट आहे? अशा गोष्टींशी जगाचा काय संबंध?

दुकानाचा मालक आला आणि त्याने मला काय हवं म्हणून इंग्लिशमध्ये विचारलं. मी कँटनीजमध्ये उत्तर दिल्यावर त्याच्या चेहऱ्यावर अपेक्षित असं आश्चर्य आणि तिरस्काराचे भाव उमटले. हीच माझी समस्या होती. चिन्यांना मी युरोपीय वाटे, तर युरोपीयांना मी आशियाई वाटे. असा मी एकटाच नव्हतो; मलायामध्ये 'युरेशियन' म्हणून ओळखली जाणारी मोठी जमातच होती; पण मला आपण त्यांच्यापैकी आहोत असंही वाटत नसे. एंडो-सान आणि इतर जपानी लोकांनाही इथे काहीसं असंच वाटत असावं. जपान्यांच्या चीनमधल्या कारवाया हा आता स्पॉटेड-डॉग क्लबात बसून बर्फाळलेली जिन पिणाऱ्या युरोपीय लोकांपासून ते रस्त्यावरच्या हातगाडीवाल्यापर्यंत सर्वांच्या चर्चेचा विषय झाला होता. त्यामुळे स्थानिक जपानी लोकांचा मलाया, चिनी, ब्रिटिश, अमेरिकन सर्वच लोक द्वेष करू लागले होते; पण मला त्यांची दुसरी बाजू पाहायला मिळाली होती – त्यांच्या राहणीचे सौंदर्य, निसर्गातल्या नश्वर, दुःखी गोष्टींना समजून घेण्याची क्षमता. अशा संवेदनशीलतेला काहीच किंमत नसावी?

मी साओतोमेबरोबर झालेलं बोलणं आठवून बघितलं. त्यांच्या बोलण्यामागे काहीतरी वेगळा अर्थ दडला असणार याबद्दल मला खात्री होती. जपान्यांचा आमच्या कंपनीशी स्पर्धा करणारी कंपनी स्थापन करायचा बेत होता की त्यांना माझ्या

वडलांना आमची कंपनी विकत घेण्याचा प्रस्ताव द्यायचा होता? आम्ही कंपनी कधीही विकणार नाही, याबद्दल मला खात्री होती. माझ्या वडलांचे विचार एक प्रकारे पेनांगच्या लोकांइतकेच पौर्वात्य होते. कंपनीची मालकी आमच्या कुटुंबाकडेच राहावी अशी त्यांची तीव्र इच्छा होती. ग्रॅहॅम हटनने ती विकायची परवानगी कधीच दिली नसती. कंपनी ताब्यात घेण्यासाठी जपान्यांना फक्त एकच मार्ग शक्य होता आणि तो म्हणजे बळाचा आणि त्याचा अवलंब त्यांनी केलाच असता, तर ब्रिटिशांनी ते कधीच खपवून घेतलं नसतं.

रेल्वेस्टेशनवरून मी मेऽई मावशीला फोन केला. सकाळची वेळ होती. प्लॅटफॉर्मवर नेहमीप्रमाणेच गर्दी आणि धावपळ होती. स्टेशनच्या इमारतीच्या उंच मिनारांवरच्या कांद्याच्या आकाराच्या सोनेरी घुमटांवर उन्हामुळे सोन्याचा मुलामा चढवल्यासारखा भास होत होता. स्टेशनची इमारत मी बघितलेल्या इमारतींमध्ये मला सर्वांत सुंदर वाटे. एंडो-सान बाकावर बसून साओतोमेने दिलेली एक फाइल वाचत होते. छपरावरच्या एका झरोक्यातून त्यांच्यावर पडलेल्या उन्हाच्या किरणांमुळे ते चमकत होते.

मी मावशीला सांगितलं की, मी इपोला उतरेन आणि मी तिच्याकडून आजोबांचा पत्ता घेतला. ''मावशी, आजोबांना मी येतोय म्हणून प्लीज कळवून ठेव.''

''अर्थात, मी त्यांना नक्की कळवेन. तू जातो आहेस म्हणून मला किती आनंद होतोय!''

''त्यांनी आईला अशा प्रकारे वागवणं चुकीचं होतं, असं मी त्यांना सांगणार आहे. आई-बाबांचं लग्न ही नक्कीच चांगली घटना होती.''

थोडा वेळ थांबून ती म्हणाली, ''त्यातून अनेक चांगल्या गोष्टी झाल्या. त्यांपैकी एक म्हणजे तू.''

एंडो-साननी मला हात केला. मी तिचे आभार मानून फोन ठेवला आणि आम्ही गाडीत चढलो.

प्रवास आल्हाददायक होता. मागे धावणारी हिरवाई, नि मध्येच येणारी छोटी खेडी. खेडी आली की, गाडीचा वेग कमी होत असे, मग खेड्यातली उघडीनागडी मुलं गाडीबरोबर पळायची आणि आम्ही खिडकी खाली करून त्यांच्याकडून खाण्या-पिण्याचे पदार्थ विकत घ्यायचो. एका भाताच्या शेतात म्हैस पाण्यात बसली होती, ती मी एंडो-सानना दाखवली आणि एकदातर एक हत्तीण आणि तिचं पिल्लू रूळ ओलांडत होते. त्यामुळे गाडी थांबवावी लागली. इपोच्या जवळ गाडी एका मोठ्या तलावातून जाते. तलावाचं पाणी इतकं शांत होतं की, पृष्ठभाग आरशासारखा चकाकत होता आणि त्यामुळे तलावावरून दहा मिनिटं गाडी जात होती तेव्हा

जणूकाही ती पाऱ्याच्या थारोळ्यातून जाते आहे की काय असं वाटावं. बगळे आमच्याबरोबर उडायचे, डब्यावर उंच जायचे आणि एक गिरकी घेऊन पुन्हा जमिनीवर जायचे. इपोचे प्रसिद्ध पांढरट राखी रंगाचे चुनखडीचे डोंगर दिसायला लागल्यावर मी म्हणालो, ''मला लवकरच उतरावं लागणार.''

''तू आपली काळजी घेशील ना?'' एंडो-साननी विचारलं.

''हो, असं वाटतंय. आतापर्यंत आपल्या जीवनात कधीच न आलेल्या व्यक्तीला भेटणं फार कठीण नसेल.''

''तू कडवटपणा दाखवू नकोस आणि त्यांची ओळख, त्यांचा सहवास होईपर्यंत त्यांच्याबद्दल मत बनवू नकोस.''

''मी त्यांना खरं ओळखू लागेन की नाही माहीत नाही.'' मी म्हणालो.

आजोबांशी संवाद साधण्याची कल्पना मला फारशी रुचली नव्हती आणि त्यांना भेटायला येण्याचा माझा निर्णय चुकीचा होता की काय असंही वाटू लागलं होतं. बंध निर्माण व्हावेत असं आमच्यात काहीच समाईक नव्हतं.

''आता पळ काढू नको.'' एंडो-सान म्हणाले, ''मला खात्री आहे की, तुझे आजोबा आपणहूनच त्यांची चांगली ओळख करून देतील आणि तेसुद्धा अगदी वेगळ्या प्रकारे.''

''तुमची त्यांची भेट झाली आहे. हो ना?'' मी अंदाजाने विचारलं.

''होय. मी त्यांना भेटलोय.'' यावर मी काहीच न बोलल्याचं त्यांना आश्चर्य वाटून ते म्हणाले, ''तुला 'कुठे' आणि 'कशासाठी' विचारायचं नाही?''

''तुम्ही भेटलात याला तसंच काही कारण असणार.'' मी म्हणालो. त्या दिवशी पेनांग हिलवर गेलो असताना मी त्यांच्यावर पूर्ण विश्वास ठेवायचं ठरवलं होतं. हे मी विसरणार नव्हतो. मी त्यांना तसं सांगितल्यावर त्यांच्या डोळ्यांमध्ये किंचित दुःखाची छटा आली.

''सुमीमासेन, आय ॲम सॉरी.'' थोड्या वेळाने ते म्हणाले. मी त्यांना 'सॉरी' कशाबद्दल असं विचारणार होतो, एवढ्यात गाडी इपो स्टेशनात शिरली. मी आमच्यापुढच्या टेबलावरच्या खाद्यपदार्थांची रिकामी पाकिटं टाकून दिली नि टेबल साफ केलं.

''तुला उतरायला हवं.'' माझी बॅग वरच्या रॅकमधून काढत ते म्हणाले, ''तुझ्याकडे पुरेसे पैसे आहेत का?'' खिशातून पैशाचं पाकीट काढत ते म्हणाले.

''हो. आहेत.'' त्यांनी दाखवलेल्या आपुलकीने मी भारावलो. ''माझे आजोबा मलायातल्या सर्वांत श्रीमंत लोकांपैकी एक आहेत. माहीत आहे ना?''

''तरीही हे थोडे पैसे ठेव. आपण पेनांगला भेटू. तिथे परत आलास की बेटावर ये.''

''बरं.'' मी म्हणालो आणि त्यांना ओझरती मिठी मारून प्लॅटफॉर्मवर उतरलो. मी एकदा वळून त्यांचा हात हलवून निरोप घेतला आणि स्टेशनच्या बाहेर पडलो.

१०

अपेक्षेप्रमाणे माझ्यासाठी एक कार थांबलेली होती. म्हातारा हिंदू ड्रायव्हर गाडीला टेकून उभा होता. मी बाहेर उजेडात येताच तो ताठ झाला. ''मिस्टर हटन?''

मी मानेने होकार दिला.

''तुमच्या आजोबांचं घर फार दूर नाही इथून'' दार उघडत तो म्हणाला.

मी यापूर्वी इपोला कधीच गेलो नव्हतो. शहराच्या जवळ किंवा खोऱ्यात आमच्या खाणी होत्या, तरीही वडलांनी आम्हाला इथे कधी आणलं नव्हतं. इपो हे मुळात एक छोटंसं खाणींचं गाव होतं. त्याच्यावर ताबा मिळवण्यासाठी पेराकच्या सुलतानाच्या मुलांची सतत भांडणं होत. त्यांच्या यादवीचा उपसर्ग ब्रिटिशांच्या संरक्षणाखालच्या शेजारच्या राज्यांना होऊ नये म्हणून ब्रिटिशांनी हस्तक्षेप केला. खाणींमध्ये काम करण्यासाठी चीनमधून मजूर आणले गेले आणि लवकरच खेड्याचं साध्याच पण बऱ्यापैकी मोठ्या गावात रूपांतर झालं. रेल्वेस्टेशन, शाळा, कोर्ट-कचेऱ्या, श्रीमंत लोकांचे बंगले हे सर्व आलं. गावाच्या सभोवती असणाऱ्या चुनखडीच्या डोंगरांमधल्या गुहांसाठी इपो प्रसिद्ध होतं. त्यांपैकी बऱ्याच गुहा पूर्वी जगाशी संबंध न ठेवता ध्यानधारणा करणाऱ्या ऋषी-मुनींनी वापरल्या होत्या. ते जग सोडून गेल्यावर त्या गुहांमध्ये त्या त्या ऋषींची मंदिरं बांधली जाऊन त्यांची देवांत गणना होऊ लागली.

गाव गरम आणि धुळीने भरलेलं होतं. झाडं जवळजवळ नव्हतीच. सभोवतालचे चुनखडीचे डोंगर उजेड आणि उष्णता गावावर परावर्तित करत होते. आम्ही गावातला रस्ता सोडून तांबून रोडवर आलो. या रस्त्यावच्या बहुतेक हवेल्या मजूर म्हणून येऊन श्रीमंत झालेल्या चिनी लोकांच्या होत्या. त्यांनी पैसा केल्यावर युरोपीय पद्धतीची घरं बांधली होती. त्यामुळे क्षणभर आपण पेनांगच्या नॉर्थम रोडवरच आहोत का, असं मला वाटू लागलं.

गाडी ज्या बंगल्याच्या आवारात शिरली तो पेनांगमधल्या बंगल्यांचाच नमुना होता – तसंच लाकूडकाम, तसंच उतरतं छप्पर; पण त्याचा रंग मात्र अगदीच

वेगळा होता. युरोपीय लोकं घरासाठी कधीही वापरणार नाहीत असा हलका पिवळा रंग संपूर्ण घराला लावला होता.

मी गाडीतून उतरलो तर समोर मावशी दिसली. ''तू इथे कशी?'' मी विचारलं.

''पेनांगपासून तीनच तास तर लागतात!'' ती म्हणाली, ''मी माझ्या वडलांना भेटायला आले आहे.''

तिने अशी 'चाल' खेळल्यामुळे मी जरा वैतागलो, पण तरीही तिथे कोणीतरी ओळखीचं बघून बरंही वाटलं. घर मात्र अंगावर आल्यासारखं वाटलं. दरवाजाच्या दोन्ही बाजूंना चौथऱ्यांवर बसलेले संगमरवरी सिंह, लाकडाचा जाड, तुरुंगातल्या कोठडीचा वाटावा असा सरकता दरवाजा. आत अंधार होता, पण संगमरवरी फरशांवरची फुलांची रंगीत नक्षी मंदपणे चमकत होती. केसांच्या वेण्या घातलेल्या आणि साध्या बारीक खुर्च्यांवर बसलेल्या चिनी माणसांच्या मोठ्या आकाराच्या तसबिरी भिंतीवर टांगलेल्या होत्या. हॉलच्या मध्यावर एक गोल जिना उतरलेला होता. हॉलच्या दोन्ही बाजूंना खोल्या होत्या.

मावशी मला एका खोलीत घेऊन गेली. तिथे दोन भिंतींना लागून समोरासमोर दोन-दोन रोझवूडच्या खुर्च्या होत्या. तिसऱ्या भिंतीला एक जुनं टेबल लावलेलं होतं. चौथ्या भिंतीवर तीन चित्रांचा एक ट्रिप्टिक लटकलेला होता. त्यावरच्या चित्रांत चिनी मॅडॅरिनच्या घरातली दृश्यं होती. त्याच्यासमोर मध्यावर खोल असलेला चौक होता. चौकाच्या चारी कोपऱ्यांवर हिरव्या रंगाचे, चिनी मातीचे उभे रांजण ठेवलेले होते आणि मधोमध एका लाकडी स्टँडवर एक बॉन्साय झाड.

एका नोकराणीने आम्हाला 'आयर्न गॉडेस ऑफ मर्सी' (दयेची लोहदेवता) नावाचा चहा दिला. पक्ष्यांचे आवाज आणि पाकोळ्यांची फडफड याशिवाय कुठलाही आवाज नव्हता. जरा दूर कुठेतरी खडकावर पडणाऱ्या पाण्याचा आवाज येत होता. त्याने वातावरणात थोडा जिवंतपणा आणून थंडावाही भासत होता. दाराबाहेर हालचाल झाली आणि आम्ही उठून उभे राहिलो.

ते एकटेच खोलीत आले. अंगावर चिनी मॅर्डरिन पद्धतीचा पोशाख होता. खू वू आन थोराड बांध्याचे होते. त्यांच्या कपड्यांमधूनसुद्धा दंडांचा पीळदारपणा जाणवत होता. याच हातांनी रोज अठरा-अठरा तास खाणीतून माती नि वाळू वाहण्याचं काम ते करत, असं मावशी आम्हाला सांगायची. ते साठ वर्षांचे आहेत असं मावशी म्हणाली होती, पण वय कितीही असलं तरी त्यांचं शरीर ठणठणीत होतं, हे मला जाणवलं.

पहिलीच भेट असल्यामुळे आम्ही एकमेकांना कुतूहलाने न्याहाळलं. त्यांचे केस पांढरे नि मऊ होते. मोठे आणि हुशारीची साक्ष देणारे त्यांचे डोळे चष्म्याच्या काचांमागे भराभर उघडझाप करत होते. गाढ शांतता आणि मावशीचा बळेच वेसण

घातलेला उत्साह, दोन्ही मला जाणवत होता. त्यांनी एका खुर्चीकडे अंगुलिनिर्देश केला. ''प्लीज, सिट डाऊन.'' त्यांच्या भरदार आवाजातून आत्मविश्वासाची प्रचीती येत होती. मी माझं आश्चर्य दिसू न देता बसलो. त्यांच्या बोलण्या-चालण्यात एक प्रकारचा कडकपणा होता, पण त्यांच्या मोकळ्या आणि भावपूर्ण स्मितामुळे तो बोचत नव्हता.

''तुझा प्रवास कसा झाला?'' त्यांनी विचारलं.

''साधा-सरळ.'' माझ्या आवाजातला उपरोध त्यांना जाणवू नये अशी आशा मी केली. त्यांनी माझ्यासाठी पुन्हा चहा ओतला. मग त्यांनी गळ्यातल्या चांदीच्या साखळीत ओवलेली, गवताच्या पात्यासारखी हिरवी आणि तेवढीच बारीक जेड स्फटिकाची पिन कपात क्षणभर बुडवली. बाहेर काढून तिच्याकडे बघितलं आणि ती पुन्हा कॉलरखाली ढकलून अंगरख्याच्या आत सोडली. त्यांची ही कृती अनेक वर्षांच्या सवयीमुळे अगदी सहज आणि नैसर्गिक वाटली. मावशीच्या ती लक्षातही आली नसावी.

आता ते माझ्याकडे मोकळेपणाने बघू लागले – माझ्यात त्यांचं काही वैशिष्ट्य दिसतं का त्याचा शोध घेत! 'इतरांसारखाच एक वृद्ध चिनी माणूस!' मला वाटलं; पण माझा अंदाज चुकला होता.

''तू खूपसा तुझ्या आईवर गेला आहेस.'' ते म्हणाले.

''लोक नेहमी म्हणतात की मी बाबांसारखा दिसतो.''

''मग काय बघावं हे त्यांना समजत नाही.'' ते ठामपणे म्हणाले.

''काय बघायचं?'' मी विचारलं.

''चेहरा कसा दिसतो याच्या पलीकडे काहीतरी अगदी सहज समजणारं आणि तरीही अदृश्य असं. कदाचित एखाद्या थंड रात्री घेतलेल्या श्वासाप्रमाणे काहीतरी?''

माझा चहा संपल्यावर ते उभे राहिले आणि म्हणाले, ''सध्या इपोमध्ये हवा कोरडी आहे. तुला उकडत असेल आणि तू दमलाही असशील. जा, जरा विश्रांती घे. जरा थंड हो. आपण पुन्हा रात्री भेटू.''

त्यांनी पुन्हा माझ्याकडे बघून स्मित केलं. मावशी मला दंडाला धरून वर नेत असताना ते बघत राहिले.

मावशी मला ज्या प्रकारे घेऊन गेली त्यावरून मला अंदाज आलाच. आम्ही जिना चढून वर गेलो आणि कॉरिडॉरमधून जाऊ लागलो. तिथे ठिकठिकाणी भिंतीला लागून अर्धवर्तुळाकार टेबलं, त्यांवर फुलदाण्या किंवा तीन म्हाताऱ्यांच्या प्रतिकृती होत्या. मावशीने नंतर मला सांगितलं की, ताओ धर्मात ते तीन म्हातारे म्हणजे समृद्धी, समाधान आणि दीर्घायुष्य यांची प्रतीकं होते.

तिने दरवाजा उघडला आणि मला आधी आत जाऊ दिलं. खोलीतलं फर्निचर युरोपीयन पद्धतीचं होतं. एक चार खांबी पलंग खोलीच्या मध्यावर होता. मच्छरदाणी गोळा करून त्याच्यावर टाकलेली होती. खिडकीपाशी ड्रेसिंग टेबल, कोपऱ्यात बालीच्या सागवानाची अलमारी, त्याच्या बाजूला एक बुटकं जड कपाट आणि पलीकडे वॉशबेसीन. मावशी काहीतरी बोलणार इतक्यात मी हात वर करून तिला थांबवलं नि म्हणालो, ''माझ्या आईची खोली.''

समोरच्या खिडकीकडे चालत जाताना पायाखालच्या फळ्या कर्रकर्र वाजत होत्या. उंच लाकडी दारं बाहेरच्या अरुंद बाल्कनीत उघडत होती. बाल्कनीच्या खाली वेली चढवलेल्या भिंतींनी बंदिस्त केलेली, बाहेरच्या जगाला दिसणार नाही अशी एक बाग होती. बागेच्या मधोमध एक कारंजं होतं. ते कुठेतरी निश्चित बघितलं आहे, असं मला वाटलं – कदाचित एंडो-सानचा ज्यावर विश्वास होता त्या दुसऱ्या जन्मात?

मी ते जरा जास्त काळजीपूर्वक बघितलं आणि माझ्या लक्षात आलं की, ते इस्तानामधल्या कारंज्यासारखं होतं.

आजोबा म्हणाले ते बरोबर होतं. हवा अगदी कोरडी आणि गरम होती आणि मागे खोलीत पाऊल टाकल्यावर बरं वाटलं. मी अलमारी उघडली, पण ती रिकामी होती.

''तिने तुझ्या वडलांशी लग्न केल्यावर त्यांनी सर्व सामान काढून टाकलं. तिचे कपडे देऊन टाकले, पुस्तकं इपो लायब्ररीला दिली.'' मावशी म्हणाली. ''एका दिवशी मी जेव्हा परत आले तेव्हा आता तुला दिसत आहे तशीच खोली रिकामी होती. मी तुझ्या आजोबांवर खूप चिडले.''

''आईला सांगितल्यावर ती काय म्हणाली?'' मी विचारलं.

''ती काहीच बोलली नाही. पण तुझ्या वडलांनी मला या कारंजाचं वर्णन करायला सांगितलं – ते कसं दिसतं. अगदी पाण्याचा आवाज कसा होतो, तेही. ''जितकं बारकाईने सांगता येईल तेवढं सांग'' असं म्हणाले आणि मग त्या वर्णनाप्रमाणे त्यांनी दुसरं एक बांधलं – तिच्या माहेरचं, तिच्या तरुणपणीचं काहीतरी तिच्याजवळ असावं यासाठी.''

कारंज्याच्या पाण्याचा आवाज ऐकत, त्याच्याजवळ प्रेमाने येणाऱ्या पक्ष्यांचे आवाज ऐकत आम्ही पलंगावर बसलो.

''तुला इथे झोपायला आवडेल?'' मावशीने विचारलं.

''हो, मी झोपेन.'' मी म्हणालो.

मला झोप छान लागली. कारंज्याच्या आवाजामुळे शांत वाटत होतं. मला जेव्हा जाग आली तेव्हा दुपारचं ऊन दाराच्या फळ्यांमधून आत येऊन जमिनीवर उन्हाचे पट्टे पडले होते. त्यांच्यावरून चालत जाताना तिथे किती गरम झालं होतं ते जाणवत

होतं. पंखा मंद गतीने फिरत होता. बाहेर पक्ष्यांचा किलबिलाट आणि शिट्ट्या ऐकू येत होत्या. चाफ्याचा उग्र गंध खोलीत भरला होता. मी घड्याळाकडे बघितलं. 'एंडो-सान पेनांगला पोहोचले असणार.'

एका नोकराणीने दारावर टकटक केलं नि आजोबा माझी वाट बघत आहेत असं सांगितलं. मी बेसिनमध्ये चेहरा धुऊन त्यांना भेटायला गेलो. माझ्या आईला जी वागणूक मिळाली त्याबद्दल मी माझी नाराजी त्यांच्याकडे व्यक्त करणार होतो. माझे वडील चांगल्या पतीसारखेच तिच्याशी वागले, हेही सांगणार होतो आणि मग "आपण पुन्हा भेटण्याचं काहीच कारण नाही. मी उद्या निघतो." असं सांगायचं माझ्या मनात होतं. मी माझं सामान अजून उघडलेलंही नव्हतं. त्यामुळे ते पुन्हा बांधायलाही वेळ लागला नसता.

"तू ताजातवाना झालेला दिसतोयस." ते म्हणाले, "खोली आवडली ना?"

"हो, छान होती. पाण्याचा आवाज आणि फुलांचा गंध यांच्यामुळे फार बरं वाटलं."

मला ती खोली देण्याची कल्पना त्यांचीच असावी का, असा प्रश्न माझ्या मनात आला. ते मला बाहेर बागेत घेऊन गेले नि छान वासाची, वेगवेगळ्या प्रकारची फुलं त्यांनी मला दाखवली. मी बघत होतो, पण त्यात मला चाफ्याचं झाड कुठे दिसलं नाही.

आम्ही कारंज्यापाशी आल्यावर त्यांनी विचारलं, "हे अगदी तसंच आहे का?"

पूर्वी मला त्यांच्या आवाजातली भावनांची नियंत्रित कंपने ओळखू आली नसती पण 'बरेचदा स्तब्धतेतही हालचाल असते आणि हालचालीत स्तब्धता असते' असं एंडो-साननी मला सांगितलं होतं. मला आता त्याची प्रचीती आली – दुःख, खेद आणि आशा यांचं अदृश्य मिश्रण! आजोबांनी जसं आवाजावर नियंत्रण ठेवलं होतं, तसंच ते दुखावले जाऊ नयेत म्हणून मीही माझ्या चेहऱ्यावरच्या भावांवर नियंत्रण ठेवण्याचा प्रयत्न करत होतो.

आईला प्रिय असलेल्या त्या कारंजाभोवती सावकाश फिरत मी त्याच्यावरच्या वृक्ष आणि पक्ष्यांचं कोरीवकाम तसंच मध्यावर असणारा, हातातल्या कुंभातून पाणी ओतणारा देवदूताचा पुतळा बघत होतो. बारीक लांबट लाल मिरच्यांसारखे दिसणारे चतुर पाण्याच्या वर तरंगत होते. मी आणि विल्यम लहान असताना 'इस्ताना'मधल्या कारंज्यावर असलेले चतुर आम्ही पकडले की, आई रागवायची, त्याची मला आठवण झाली.

तेव्हा मी सहा वर्षांचा होतो आणि विल्यम तेरा वर्षांचा. चतुर पकडून त्यांच्या शेपटीला दोरा कसा बांधायचा, हे मला त्यानं दाखवलं होतं. आमच्या निरुपद्रवी खेळाला आई उगीचच रागावते, असं आम्हाला त्या वेळी वाटायचं; पण आता मला त्यातलं दुःख समजलं आणि मी मनातल्या मनात 'आई, सॉरी' असं म्हटलं. तिला

ते ऐकू जाईल अशी मला आशा होती.

मी डोळ्यांची उघडझाप केली. आजोबांना म्हणालो, "हो, आमच्या घरचं कारंजं अगदी असंच आहे. त्याच्या पाण्याचा आवाजही असाच आहे."

आजोबा कारंज्याच्या काठावर बसले आणि त्यांनी त्यांच्या पावलांकडे बघितलं. त्यांनी पुन्हा वर बघितलं तेव्हा त्यांच्या चेहऱ्यावरचे भाव त्यांच्या शब्दातल्या प्रामाणिकपणामुळे हळुवार झाला होता : "खरंच, चांगलं झालं." ते म्हणाले, "मला बरं वाटलं."

रात्रीचं जेवण अगदी साधं होतं. जणू एखाद्या मठातलं! आजोबा माझ्याकडे विशेष लक्ष देत होते. त्यांच्या चॉपस्टिकने माझ्या वाडग्यात पदार्थ घालत होते. संध्याकाळच्या उन्हाने बागेला सोनेरी आवरण घातलं. 'मी उद्या परत जातो' असं त्यांना सांगायची मी स्वत:ला आठवण केली, पण माझा निश्चय पूर्वीपेक्षा जरा डळमळीत झाल्यासारखा वाटला.

बाईने टेबलावरच्या ताटल्या, भांडी वगैरे उचलून टेबल साफ केलं. नंतर ट्रेमध्ये सुबक कप आणि चहाची किटली आणून ठेवली. आजोबांनी हाताला झटका देऊन पंखा उघडला आणि मग मावशीला म्हणाले, "आम्हाला जरा एकटं सोडशील का?"

ती नकार देणार हे ओळखून आजोबा म्हणाले, "जा ताई." आणि तिचा नाइलाज झाला. ती उठून गेली तेव्हा तिच्या चेहऱ्यावर झिडकारलेल्या वाघिणीचा भाव होता. आजोबांना मात्र त्याची गंमत वाटलेली दिसला; त्यांचे वेगाने मिचमिचणारे डोळे सांगत होते. त्यांनी चहाच्या कपावरचं झाकण काढलं नि कपातून येणाऱ्या वाफेचा वास घेतला. मग गळ्यातली ती पिन काढून चहात बुडवली. मी निरीक्षण करत असल्याचं त्यांच्या लक्षात आलं. मी विचारलं, "तुम्ही हे असं काय आणि का करता? त्याने चहाची चव बदलते का?"

"त्याने मला विषाचा इशारा मिळतो."

"पण जेवायच्या वेळी तुम्ही अन्न तपासलं नाही?" त्यांची चूक पकडल्याचा आनंद होऊन मी म्हणालो.

"हे मी आता सवय झाली आहे म्हणून करतो आणि फक्त पेयांच्या बाबतीतच करतो आणि ती पिन बुडवल्यामुळे माझ्या चहाची चवही बदलते असं मला वाटतं."

त्यांनी ती पिन मला बघता यावी म्हणून माझ्यासमोर धरली. ती एक इंचापेक्षा थोडी लांब होती. तिचा फिका हिरवा रंग एखाद्या कोवळ्या पानातून सूर्यप्रकाश दिसेल तसा होता.

"तिचा खरंच उपयोग होतो?" मी विचारलं.

त्यांनी एक स्वप्नाळू स्मित केलं. काही वेळाने ते म्हणाले, "हो. खूप वर्षांपूर्वी

एकदा तिचा उपयोग झाला होता.''

''तुम्हाला ही कशी मिळाली?''

''आपण पहिल्यापासून सुरुवात करू या. मला तुझी सर्व माहिती आहे, पण तुला माझ्याविषयी काहीच माहिती नाही. हे बरोबर नाही. खरं की नाही?'' त्यांनी विचारलं.

''तुम्हाला माझ्याबद्दल सगळं कसं माहीत आहे?'' मी विचारलं.

'ते महत्त्वाचं नाही' अशा अर्थी त्यांनी हवेत हात उडवला. मला ते ओळखू आलं, कारण मलाही तसाच हात करायची सवय होती. माझ्यासारख्याच सवयी असलेलं दुसरं माणूस भेटल्याची मला गंमत वाटली.

''मी तुला माझ्याबद्दल सांगतो. अशा विचित्र, कठोर माणसाबद्दल, पोलादी हृदय असलेल्या तुझ्या या आजोबांबद्दल! तू चहा संपव. तो 'ब्लॅक ड्रॅगन' चहा आहे आणि मी काही तुला विष वगैरे देणार नाही.''

मावशीप्रमाणे मलासुद्धा त्यांची आज्ञा पाळावीशीच वाटली. त्या क्षणी आम्ही भूतकाळ मागे ठेवला आणि मी त्यांची गोष्ट ऐकू लागलो.

''बहुतेक लोकांची अशी समजूत आहे की, मी एक रांगडा, अडाणी मजूर होतो आणि खाणीत काम करून श्रीमंत झालो. मला आवडणार नाही किंवा वाईट वाटेल म्हणून 'माझी अशी समजूत नव्हती' असं म्हणू नकोस. मी पेनांगला आलो तेव्हा तीस वर्षांचा होतो. त्या वेळी चीनमधून लोंढेच्या लोंढे तिथे येत होते; पण त्यांच्यात आणि माझ्यात फरक होता. तो असा की, माझ्या बॅगेत सोन्याच्या लगडी होत्या; चिंग राजघराण्याच्या शेवटच्या दिवसांमध्ये राजाच्या खजिन्यातून घेतलेल्या. तुला चिंग राजघराण्याविषयी माहिती आहे का?''

मी त्यांना सांगितलं की, लिम काका मला चीन, तिथली अनेक राजघराणी, तिथला राजवडा यांविषयी गोष्टी सांगत असे. आधी मला त्या आवडायच्या, पण जसा मी मोठा होत गेलो तसा माझा त्यांतला रस कमी झाला.

''चीनमधलं ते शेवटचं राजघराणं!'' मी म्हणालो, ''त्यानंतर डॉ. सुन् यॅन् सेन् यांच्या नेतृत्वाखालच्या रिपब्लिकनांनी राजघराणं खाली ओढलं.'' माझ्या माहितीमुळे ते प्रभावित झालेले दिसले. ''म्हणून तुम्ही चीन सोडलं का?'' मी विचारलं.

''राजसत्ता गोबीच्या वाळवंटातल्या धुळीला मिळण्याच्या कितीतरी आधी मी चीन सोडला. त्या वेळेससुद्धा जे हुशार होते, त्यांनी ओळखलं होतं की, काळ बदलणार आहे. येणारी नवी लाट आम्ही जे जपत होतो ते सर्वच वाहून नेणार होती.''

त्यांनी चहाचा आणखी एक घुटका घेतला. ''तुला मी म्हातारा दिसतोय का?

नाही? तू फार धोरणी आहेस. मी कसाही दिसत असलो तरी मला वय झाल्याचं जाणवतं आणि तरी मला म्हातारा झाल्याचं जाणवेलच कसं, असं मी स्वत:ला विचारतो. मी तर इतिहासाला हुलकावणी दिली आहे आणि 'इतिहासाला हुलकावणी दिली' याचाच अर्थ काळालाही हुलकावणी दिली असा नाही का?''

''इतिहासाला कोणीही टाळू शकत नाही.'' मी म्हणालो.

''तू म्हणालास ते चुकीचं आहे'' ते म्हणाले, ''मला बरेचदा एका व्यक्तीची आठवण येते, जिला इतिहासातून काढून टाकलं होतं. अजून माझ्या दृष्टीसमोर त्याचा चेहरा येतो; 'फरबिडन सिटी'च्या प्रांगणात आम्ही पहिल्यांदा भेटलो तेव्हा होता तसाच! ही १९०६ची गोष्ट आहे; पण वाटतं, युगापूर्वी घडलं! आता प्रत्येकाला माहीत आहे की, पू यी हाच चीनचा शेवटचा सम्राट होता. वयाच्या तिसऱ्या वर्षी तो सर्प-सिंहासनावर बसला, पण त्याच्या आधीच्या सम्राटाबद्दल कोणालाही माहिती नाही. कोणालाही. मी सोडून.''

''त्याला इतिहासातून काढून टाकलं होतं, तर तुम्हाला त्याची माहिती कशी मिळाली?'' मी न राहवून विचारलं.

''मी त्याचा शिक्षक होतो.'' माझ्या चेहऱ्यावरचा अविश्वासाचा भाव बघून गंमत वाटत ते म्हणाले. ते चष्म्याच्या कडेवरून माझ्याकडे बघत होते. त्यांच्या ओठांवर एक मिश्कील हास्य होतं, ''तुला ऐकून आश्चर्य वाटेल की, एके काळी मी जुन्या चिनी तत्त्वज्ञानाचा पंडित म्हणून सन्मानाने ओळखला जात होतो आणि वयाच्या सत्ताविसाव्या वर्षी मी परीक्षक मंडळाचा सर्वांत तरुण सभासद होतो.

''माझ्या यशामुळे मी सर्वोच्च वर्तुळात पोहोचलो. माझी सम्राटांचा वारसदार वेन झू यांना शिक्षण देण्यासाठी नेमणूक झाली!''

''सम्राटांचा मुलगा?''

''नाही. तो त्यांचा मुलगा नव्हता. सतत काही ना काही आजार असल्यामुळे आणि मदिरा आणि मदिराक्षी यांच्या अतिरेकामुळे सम्राटांना संतती नव्हती. त्या वेळी चीनची खरी सत्ता – तुला ते माहीत असेल असं मी धरून चालतो – राजमाता झूक्झी हिच्या हातात होती आणि तिनेच तिच्या एका दूरच्या नातेवाइकाचा मुलगा वेन झू याला गादीचा वारसदार म्हणून निवडलं होतं.

''वेन झूचा शिक्षक म्हणून निवड झाल्यामुळे मला जरा धास्तीच वाटत होती. कारण मला माझी पत्नी आणि दोन मुलींना सोडून राहावं लागणार होतं. तुझी आई – यू लियान तर नुकतीच चालायला लागली होती.'' त्यांनी माझ्याकडे बघून स्मित केलं आणि ते पुढे म्हणाले, ''तुझी मावशी यू मेऽई फारतर सात वर्षांची असेल.''

''हो. पण तो तुमचा मोठा सन्मान होता.'' मी म्हणालो.

''खरं आहे. माझ्या वडलांना त्याचा फार अभिमान वाटला; पण आई मात्र

रडली, कारण तिला माझ्या जिवाची काळजी वाटू लागली. कारण अनेक जणांच्या कथा होत्या की, ते एकदा फरबिडन सिटीत गेल्यावर परत आलेच नाहीत. ज्या दिवशी मला राजवाड्यात राहायला जायचं होतं त्याच्या आदल्या रात्री ती माझ्या खोलीत आली आणि तिने आपल्या केसातून एक जेडची हेअर पिन काढली. ती तिला एका बौद्ध भिक्कूने दिली होती. ती तिने माझ्या हातात ठेवली आणि म्हणाली, "ही नेहमी जवळ बाळग. ती तुझा संकटातून बचाव करेल." आणि मग तिने मला छातीशी घट्ट कवटाळलं. तसं तिने अनेक वर्षांत केलं नव्हतं.

"पहाट झाल्यावर मी आणि माझे वडील रस्त्याला लागलो. रात्रीचे पहारेकरी आपले कंदील हलवत आणि आरोळ्या देत अजून गस्त घालत होते. थोड्याच वेळात वस्ती मागे पडली आणि आम्ही निर्मनुष्य भागातून जाऊ लागलो. आमच्या घोड्यांचा श्वासोच्छ्वास, दगडांवर त्यांच्या टापा आपटल्याचा आवाज आणि माझ्या स्वत:चा श्वासोच्छ्वास एवढेच आवाज माझ्या कानावर पडत होते. आमच्या मागे आकाशात रंग भरू लागला होता. समोर राजवाड्याची रूपरेषा काळोखात दिसू लागली. त्याची वर वळलेली असंख्य छपरं अंधूकपणे दिसू लागली.

"आणि मग जेव्हा राजवाड्यावर सूर्याची किरणं पडली तेव्हाच्या दृश्याने माझा श्वासच थांबला. आता सर्व बारीकसारीक गोष्टी स्पष्ट दिसत होत्या – प्रत्येक कमान, प्रत्येक खिडकी, छपरावरचं प्रत्येक सोनेरी कौल – सगळं काही! खांबांभोवती विळखे घालून एकमेकांचा पाठलाग करणाऱ्या ड्रॅगन आणि फिनिक्सच्या जोड्या स्वर्गीय शिल्पांत थिजल्या होत्या.

"आम्ही एका उंच पांढऱ्या भिंतीपाशी आलो. भिंतीवर ठिकठिकाणी उभारलेले ध्वज सकाळच्या वाऱ्यात फडकत होते. मुख्य दरवाजापाशी द्वारपालांनी आपले मोजे घातलेले हात वर करून आम्हाला थांबायचा इशारा केला. कोणीतरी आतून मूक आज्ञा दिल्याप्रमाणे दरवाजे उघडले गेले. आम्ही एका अरुंद बोगद्यातून पलीकडे उजेडात बाहेर पडलो. एका चौकीपाशी आम्ही घोड्यावरून उतरलो. तिथून पुढे आम्हाला चालत जावं लागणार होतं.

"शिरस्त्राण घातलेल्या सैनिकांच्या दोन रांगा ओलांडून प्रासादाच्या प्रचंड प्रांगणातून चालत जाताना आम्ही दोन किड्यांप्रमाणे भासलो असू. संगमरवरी पायऱ्या असलेल्या एका उंच जिन्याने आम्ही वर आलो. तिथे थोडा विचित्र दिसणारा एक माणूस उभा होता. मला तो वयस्क वाटला, पण त्याची त्वचा अजून तजेलदार आणि टवटवीत होती. माझे वडील पुढे झाले. त्याच्याशी अदबीने काहीतरी बोलले आणि वळून माझ्याकडे आले.

"ते म्हणाले, "तुला मास्टर चो राजवाड्यात घेऊन जातील. यापुढे तू राजघराण्याच्या संरक्षणाखाली असशील." नंतर वडलांचा आवाज जरा कठोर झाला. "आता

राजघराण्याचा सदस्य या नात्याने तुला त्यांची पथ्यं, त्यांचे नियम पाळले पाहिजेत. तुझी आई काय म्हणाली ते सगळं विसरून जा. तुला महिन्यातून एकदा तुझ्या कुटुंबीयांना भेटण्याची परवानगी आहे. त्याशिवाय परवानगी असेल त्यानुसार मीही येऊन तुला भेटत जाईन.''

''माझ्या मनातली धाकधूक चेहऱ्यावर न दिसेल अशी काळजी घेत मी मान डोलवली. त्यांनी माझे खांदे धरून माझ्याकडे बघितलं. आतापर्यंत कधीच इतकं जवळ येऊन त्यांनी माझ्यावरचं प्रेम व्यक्त केलं नव्हतं.

''मला नंतर समजलं की मास्टर चो तृतीयपंथी होता. अशा प्रकारच्या लोकांबद्दल मी अनेक कथा ऐकल्या होत्या, पण प्रत्यक्ष भेट झालेला हा पहिलाच! लहान असतानाच हिजडा झालेल्या व्यक्तीप्रमाणे त्याचे अवयव सडपातळ आणि त्वचा मुलायम होती. राजवाड्यातल्या सुबत्तापूर्ण जीवनाच्या खुणा त्याच्या शरीरावर दिसत होत्या.

''आम्ही रिकाम्या काळोख्या दालनांमधून जात होतो, पण कधीच एकटे नव्हतो. आजूबाजूला कुजबूज आणि हालचाली यांची जाणीव होत होती. उंच स्तंभ वर, काळोखात न दिसणाऱ्या छपराला जाऊन मिळत होते. पुढील दालनांमधला उजेड आणखी आणखी कमी होत जात होता. पावलांचा आवाज होत नव्हता. एकाएकी मला आईने बोलून दाखवलेली भीती खरी वाटू लागली. ती म्हणजे या भिंतींमध्ये खूप दु:ख बंदिस्त असावं, ही भावना.

''माझी छोटी खोली चांगल्या प्रकारे सजवलेली होती. घरातल्या माझ्या खोलीच्या अगदी विरुद्ध! मी माझं सामान खाली ठेवलं आणि मास्टर चोचे आभार मानले.

''त्याने मान थोडीशी तुकवली आणि मला सांगितलं की, वेन झू वेतांच्या दालनात न्याहरीसाठी माझी वाट बघेल.

''मी कपडे बदलले नि हसण्याचे आवाज येत होते त्या दिशेने आतल्या प्रांगणाकडे निघालो. वेताचं दालन तिथेच होतं. सर्व बाजूंना वेताच्या पुष्करिणींनी, झाडांनी बंदिस्त असलेल्या त्या दालनात मासे सोडलेल्या अनेक तळ्यांची साखळी होती. पुष्करिणी एकमेकींशी जोडलेल्या होत्या आणि त्यांच्यावर सुंदर कमानदार पूल होते. साखळीच्या मध्यावर एखाद्या दुर्मीळ फुलाप्रमाणे खरं दालन होतं. तिथे माझी त्या तरुणाशी भेट झाली. तो माझा शिष्य आणि पुढे कालांतराने मित्रही झाला.''

''तो कसा दिसत होता?'' मी विचारलं.

आजोबांचे डोळे जरा सौम्य झाले. ''तो दिसण्यात काही खास अजिबात नव्हता. साधा तरुण मुलगा. तुझ्याहून दोन-एक वर्षांनी लहान असा. त्याचा चेहरा जीवनातल्या वास्तवाचा परिणाम होऊन अजून निर्ढावलेला नव्हता. डोळे सावध, पण जिवंत आणि कुतूहलपूर्ण. ''माझे शिक्षक म्हणून पाठवलेले ते तुम्हीच तर!'' तो म्हणाला.

''तो काही तेव्हा सम्राट झालेला नव्हता. त्यामुळे मी त्याच्याशी अगदी

मोकळेपणाने वागायचो. ''होय. तुला अभ्यासात मदत करायला.'' मी म्हटलं.''

''त्यानं तोंड वाकडं केलं. ''मला अभ्यास अजिबात आवडत नाही. मी सम्राट झालो की अभ्यास बंद करणार!''

''मी त्याला म्हणालो, ''मला तुझं बोलणं पटत नाही.'' तो पटकन बोलला, ''म्हणूनच तर तुम्हाला पाठवलंय.''

''आम्ही झटपट न्याहारी उरकली. सकाळच्या प्रवासामुळे मला भूक लागली होती. पक्ष्यांची किलबिल आणि आमच्या चॉपस्टिक्सचा वाडग्यांवर होणारा आवाज यांव्यतिरिक्त सर्व शांत होतं. आधीच उशीर झाला होता. मी त्याला सांगितलं की, आजच आपण पहिला धडा घेऊ या. कन्फ्यूशियसच्या साहित्यातलं काहीतरी लिहू. शांघायच्या आंतरराष्ट्रीय वसाहतीतल्या पाश्चिमात्य सत्तांच्या अस्तित्वामुळे मी त्याला इंग्रजीसुद्धा शिकवणार होतो. मी परदेशी मिशनऱ्यांकडून इंग्रजी शिकलो होतो.

''राजवाड्याच्या बंदिस्त वातावरणातल्या सत्तेची उतरंड कशी आहे आणि तिच्यात आमचं स्थान कोणतं हे मला लवकरच समजलं. ते समजणं अतिशय महत्त्वाचं होतं. ज्याप्रमाणे जंगलातले नवजात प्राणी त्यांच्या भोवतीचं पर्यावरण आणि त्यातले धोके यांबद्दल पटकन शिकतात तशीच ही महत्त्वाची गोष्ट होती. कारण हा जीवन-मरणाचा प्रश्न होता.''

''तुमची कधी सम्राटांशी भेट झाली का?'' मी विचारलं.

''सुरुवातीला नाही.'' मान हलवत आजोबा म्हणाले, ''सम्राट जवळजवळ कधीच दिसायचे नाहीत. राजवाड्यावर नियंत्रण ठेवणाऱ्या हिजड्यांचा प्रमुख होता मास्टर चो. राजाच्या राण्या आणि रखेल्यांना फार मान नव्हता. कारण त्यांनी गादीला वारस देण्याचं त्यांचं कर्तव्य पार पाडलं नव्हतं. मला वेन झूबद्दल वाईट वाटू लागलं, कारण केवळ राण्यांना मूल झालं नव्हतं म्हणून तो गादीचा वारस होता. त्या सर्व व्यवस्थेत माझं स्थान वेन झूशी निगडित होतं.

''राजमाता झूक्सी ही सर्वेसर्वा होती. तिचा उल्लेख सर्व जण 'म्हातारी' म्हणून करत; पण सर्व जण तिला भिऊन असत. तिच्या प्रभावामुळे राजवाड्यातलं वातावरण भ्रष्ट आणि प्रदूषित झालं होतं. अगदी ती खात असलेल्या अफूप्रमाणेच. प्रत्येक जण तिचा हेर होता. राजवाड्यात काय चाललं आहे याची खडान् खडा माहिती तिला असायची. पाच महिने झाल्यावर मला महाराणीचं बोलावणं आलं. राजवाड्यातल्या एवढ्या गर्दीत माझ्याकडे लक्ष न जाणं साहजिक होतं.

''वेन झूच्या बाबतीत जरी मी बऱ्यापैकी कडक होतो तरी माझं एकटेपण आणि त्याच्या बाबतीत होणारं दुर्लक्ष यामुळे आमच्यातली मैत्री वाढू लागली होती. मर्दानी खेळांतल्या माझ्या नैपुण्याची वेन झूवर चांगली छाप पडली होती. रोज सकाळी राजवाड्याला जाग येण्यापूर्वी फार वावर नसलेल्या एका बागेच्या हिरवळीवर मी

व्यायाम आणि सराव करत असे. एके दिवशी व्यायाम करत असताना वेन झूने मला बघितलं आणि तो खेळ मी त्याला शिकवावा असा हट्ट त्याने धरला.''

''तुमच्यासारखा विद्वान माणूस युद्धकला कसा शिकला?'' मी विचारलं.

''कसा? मी सहा वर्षांचा होतो तेव्हा धुक्याचं आवरण असलेल्या काओलिन डोंगरावरच्या शाओलिन मंदिरात मला शिकायला पाठवलं होतं, माझी प्रकृती सुधारण्याचा शेवटचा उपाय म्हणून. मी लहान असताना पाप्याचं पितर होतो यावर तू विश्वास ठेवशील?'' आजोबा छातीवर मूठ आपटत म्हणाले, ''मला काय होत होतं ते कोणालाच कळत नव्हतं. देवाला नवस, मांत्रिक, सगळं काही करून झालं; पण गुण येईना. माझी आई माझी तब्येत सुधारेल या आशेने तासन् तास वेगवेगळ्या वनस्पती आणि न ऐकलेल्या प्राण्यांचं मांस उकळत बसायची. एके दिवशी तिनं रस्त्याने भटकणाऱ्या एका साधूला पकडून आणलं मला बघायला. त्याने सांगितल्यावरून महिन्याभरात मला दक्षिणेकडे त्या देवळात घेऊन गेले.''

''फारच कडक उपाय!'' मी बोललो.

आजोबांनी मान डोलवली. ''जगेल की मरेल अशी तब्येत असलेल्या पोराला कडक शारीरिक शिक्षण घ्यायला पाठवायचं? पण मला वाचवण्यासाठी माझ्या आईने ते धाडसही केलं.''

''ती तुमच्याबरोबर आली का?''

आजोबांनी मान हलवली. ''व्यापाऱ्यांचा एक जथा चालला होता. त्याच्या प्रमुखाच्या हवाली केलं मला. त्यानंतर दऱ्या-खोऱ्यांतून, दरोडेखोर असलेल्या जंगलांतून केलेला तो प्रवास अजून मला आठवतो. आम्ही देवळात पोहोचलो ते आठवतं. झाडांच्या सावलीत, विस्तीर्ण मैदानाच्या मधोमध त्या मंदिराची साधी आणि जुनी मुख्य इमारत होती; पण माझं लक्ष वेधून घेतलं ते चौफेर असलेल्या, ढगांत जाणाऱ्या उंच डोंगरांनी. डोंगराच्या चढावर जाणाऱ्या छोट्या पायऱ्या दिसत होत्या आणि गंमत म्हणजे त्यावरून हातात पाण्याच्या बादल्या घेऊन पटापट वर चढणाऱ्या साधूंच्या बारीक आकृती दिसत होत्या.

''तो त्या साधूंच्या शिक्षणाचा भाग असणार.'' मी माझा अंदाज सांगितला.

''हो, ते मला लवकरच समजलं.'' आजोबा म्हणाले, ''माझा आजार, अशक्तपणा यांची कुणीही गय केली नाही. प्रथम माझे केस कापून गोटा केला आणि दुसऱ्या दिवशी पहाटे उठून खांद्यावर कावड देऊन मला बाहेर हाकललं. वर असलेल्या एका धबधब्याचं पाणी आणण्यासाठी जात असलेल्या नवीन मुलांच्या रांगेत मीही सामील झालो. आम्ही सगळे मुंग्यांच्या रांगेप्रमाणे त्या निसरड्या पायऱ्यांवरून कावडी घेऊन वर-खाली जात होतो. मी अनेकदा घसरून पडलो. गुडघे फुटायचे; डोकं आपटायचं. रोज रात्री मी रडायचो. माझ्या बरोबरच्या मुलांनी मला त्रास नाही

दिला; पण कोडकौतुकही केलं नाही.

''कामं कधी संपायचीच नाहीत. दगडी टाकी भरून झाली की, मग देवळातल्या शाळेच्या खोल्या साफ करायच्या. देऊळ साफ करायचं, जळलेल्या उदबत्त्या काढून टाकायच्या. देवासमोर फळं नि फुलं ठेवायची. मग सुटका झाल्याप्रमाणे आम्ही भोजनगृहात जमायचो. तिथे गरम खीर आणि चहा अशी न्याहारी व्हायची. मी तिथे सहा वर्षं होतो, पण त्या काळात हे पदार्थ कधीही बदलले नाहीत.

''मग बुद्धाच्या शिकवणीवर धडे आणि त्यानंतर कधीही न संपणाऱ्या सूत्रांचं पठण करायचं. मात्र शाओलिन देवळात दिलं जाणारं कुस्तीचं शिक्षण मला फार आवडायचं; पण एक माणूस नसता तर ते झालं नसतं.''

''कोण तो?'' मी विचारलं. माझ्या अधीरतेमुळे त्यांना हसू आलं.

''पहिल्या आठवड्यातच डोंगरात लपलेल्या एका गुहेत मला नेण्यात आलं. आम्ही वर चढत होतो. धुक्याच्या पातळ पडद्यामुळे डोंगरमाथे आणि डोंगरावरच्या घळी अस्पष्ट होत होत्या. एक ससाणा आमच्या खाली तरंगत आला आणि ढगांमध्ये बुडाला.

''आम्ही गुहेत खूप आत गेलो आणि शेवटी एका भिंतीपाशी पोहोचलो. त्या देवळातल्या सर्वांत प्रसिद्ध भिक्कूने तिथे दहा वर्षं तपश्चर्या केली होती. बोधिधर्मो हा एक हिंदुस्तानी भिक्कू होता. त्याने चीनभर प्रवास कसा केला, हे मी वेन झूला सांगितलं होतं. या देवळात आल्यावर इथले भिक्कू कसे अशक्त आणि पुचाट आहेत हे त्यानं बघितलं. बरेचदा ध्यानधारणा करताना त्यांना झोपही लागायची हे सर्व त्याने बघितलं. त्यांची शरीरं नि मनं कणखर करण्यासाठी त्याने एक शिक्षणपद्धती सुरू केली. त्या देवळाच्या प्रभावाचा आणि कालांतराने झालेल्या नाशाचा हा पाया होता.

''तो कसा?'' भावी सम्राट वेन झूने मला विचारलं होतं.

''ते भिक्कू देशातले सर्वांत उत्तम योद्धे बनले. त्यांना जरी राजकारणात रस नव्हता, तरी त्यांच्या सामर्थ्याला आणि कौशल्याला घाबरून त्या वेळच्या सम्राटाने त्यांना नेस्तनाबूत करायचा प्रयत्न केला; पण राजाच्या सैन्याला देवळाच्या कडेकोट बंदोबस्ताचा भेद करता येईना. अखेरीस एक भिक्कू फितूर झाला. त्याने त्यांना देवळात प्रवेश करण्याचा एक गुप्त मार्ग दाखवला. त्यानंतर झालेल्या लढाईत सर्व भिक्कू आणि नवीन आलेले विद्यार्थी यांची कत्तल झाली; पण तरीही पाच वरिष्ठ भिक्कू पळाले आणि कालांतराने 'पाच पूर्वज' या नावाने ओळखले जाऊ लागले. त्यांच्याकडे देवळातलं सर्व ज्ञान होतं.''

''बोधिधर्माचं काय झालं?'' मी मध्येच विचारलं.

''वेन झूनेसुद्धा मला हाच प्रश्न विचारला.'' आजोबा म्हणाले, ''त्याला त्या भिक्कूबद्दल फारच कुतूहल होतं. त्यांचं पुढं काय झालं ते कोणालाच माहीत नाही,

मी त्याला सांगितलं. दहा वर्षं त्या गुहेत भिंतीकडे तोंड करून त्याने अखंड तपश्चर्या केली आणि नंतर आला तसा निघून गेला. गरुड ढगांत अदृश्य होतो तसा.

''बोधिधर्मो जिथे बसला होता त्याच जागी बसून मी भिंतीकडे कसा पाहत राहिलो ते मी वेन झूला सांगितलं. अशी एक दंतकथा आहे की, बोधिधर्मोला एकदा ध्यान करताना झोप आली. त्याचा त्याला इतका विषाद वाटला आणि राग आला की त्याने आपल्या पापण्या कापून टाकल्या, त्या पुन्हा कधीच मिटू नयेत म्हणून. अगदी खोल ध्यानावस्थेत असतानासुद्धा तो सजग आणि दक्ष राहू शकायचा. अंधारात, त्या गुहेत झऱ्याचे पाणी पडत असल्याचा, पाकोळ्यांच्या चीत्कारांचा मला आवाज आला आणि बाहेरून आलेला गार वाऱ्याचा झोत जाणवला.

''हे जेव्हा मी वेन झूला सांगितलं तेव्हा तो अस्वस्थ झाला. त्याला त्याची झोप प्यारी होती आणि शरीराला विनाकारण त्रास द्यायला तो तयार नसे. मलाही बोधिधर्मोच्या त्या निग्रहाचं आणि निष्ठेचं गूढ उकललं नव्हतं.

''पण बोधिधर्मोची कथा वेन झूला स्वस्थ बसू देईना. त्याने त्याच्या सेवकांना बोधिधर्मोबद्दल पुस्तकं मिळवायला सांगितलं. असं घडायला नको होतं; पण आम्हाला त्याची कल्पना नव्हती. कारण ती गोष्ट लवकरच महाराणींच्या कानावर गेली आणि मी वेन झूला बाहेरच्या जगाची ओळख करून देत आहे, असं तिला कळलं. ते तिला नको होतं.

''या भिक्कूचे उल्लेख चीनभर आहेत.'' खूप पैसे खर्च करून मिळवलेली पुस्तकं आणि इतर साहित्य वाचून काढल्यावर वेन झू मला म्हणाला, ''तो जपानलाही गेला. तिथे त्याची शिकवण स्थानिक श्रद्धा आणि प्रथांमध्ये समाविष्ट झाली.''

''त्याच्या आवाजातला आत्मविश्वास बघून मी आश्चर्यचकित झालो. ''तू काय करतोयस?'' त्याच्या पुस्तकांच्या ढिगाकडे बोट दाखवीत मी म्हणालो.

''वाचतोय'' तो म्हणाला.

''नाही. तू अभ्यास करतोयस.'' मी म्हणालो आणि तो हसला, ''इतरांना जे जमलं नाही ते तुम्ही करून दाखवलंत'' तो म्हणाला.''

''तुमच्या घरच्यांचं काय? तुम्हाला त्यांची आठवण नाही का आली?'' मी विचारलं नि त्यांचा चहाचा कप भरला.

''हो तर! खूप. महिन्यातून एकदा कुटुंबीयांना भेटायला जायची परवानगी मी मिळवायचो. तुझी आई आणि मावशी भराभर वाढत होत्या. ते आपल्याला बघायला मिळत नाही याबद्दल मला वाईट वाटायचं आणि राजघराण्याचा शिक्षक म्हणून मिळणारा मान खरोखरी महत्त्वाचा होता का असा प्रश्न मनात यायचा. माझे वडील, त्यांनी सांगितलं होतं त्याप्रमाणे वरचेवर मला भेटायला येत आणि येताना आईने बनवलेला एखादा पदार्थ किंवा तिने स्वत: शिवलेला एखादा कपडा घेऊन येत. ते

जास्त म्हातारे दिसू लागले होते. बाहेरच्या जगात होणारे बदल मला जाणवत. पाश्चिमात्य सत्ता चीनची चिरफाड करत होत्या; सम्राट असाहाय्य होता. देश कमकुवत झाला होता. कन्फ्यूशियसची एक उक्ती आहे 'जेव्हा स्वर्गाचा पुत्र कमजोर असतो तेव्हा देश कमजोर असतो' अगदी साधं पण विदारक सत्य! नाही का? माझे वडील भेटून गेले की काही काळ मला उदास वाटत असे. राजवाडा आणखी मोठा, रिकामा वाटायच. शांतता भयाण वाटायची.

''काळ हा एखाद्या कुंद खोलीत कोंडलेल्या धुरासारखा वाटत होता, न हालता अधांतरी राहणारा. एके दिवशी सकाळी मास्टर चो मला 'हॉल ऑफ टेन थाउजंड'मध्ये राजमातेच्या भेटीसाठी घेऊन गेला. हॉल जसा जवळ येऊ लागला तसे आम्ही अफूच्या वासावर तरंगत वर जात आहोत असं वाटू लागलं. भडक रंगाचे कपडे घातलेले, खिदळणारे हिजडे आणि इतर दासी यांच्या गराड्यात राजमाता बसलेली होती. आपल्या भेदक नजरेने तिने माझं निरीक्षण केलं.

''त्या वेळीही ती वयस्क होती; तिच्याजवळ असलेल्या, सोन्याची साखळी घातलेल्या मोठ्या कासवासारखीच. ते कासव तिने पाळीव प्राणी आणि संरक्षक ताईत म्हणून जवळ बाळगलं होतं. कासवाच्या पाठीवर गुंतागुंतीच्या रेघा आणि पवित्र शब्द रंगवलेले होते. एका शेगडीवर भांड्यामध्ये सूप गरम करायला ठेवलं होतं. त्यात उकळला जाणारा एक बेडूक तडफडत असताना दिसत होता.

''तिच्या मार्गात अडथळा आणण्याची माझी क्षमता ती अजमावत असावी. आम्ही एकमेकांकडे बघितलं. काही क्षणात मी माझी नजर खाली वळवली आणि तिचं समाधान झालं. तिच्यापुढे धरलेल्या चिलमीचा तिने एक झुरका घेतला. तिची बोटं घारीच्या पंजासारखी वक्र होती आणि नखं तर इतकी लांब होती की, त्यांची तारेप्रमाणे वेटोळी झाली होती आणि ती सोन्याच्या तारांनी बांधली होती. तिने एका बोटाने खूण करून मला जवळ येण्याची आज्ञा दिली. मी पुढे झुकलो.

''गादीचा वारस चांगल्या प्रकारे अभ्यास करेल याची काळजी घ्या. जगाची ओळख करून देणं हीसुद्धा तुमची जबाबदारी आहे.'' अगदी हळू पण जड झालेल्या आवाजात ती म्हणाली. तिच्या किंचितच उघडलेल्या तोंडातून बाहेर पडणाऱ्या धुराच्या ढगाप्रमाणे तिचा आवाज जड वाटला. ''त्याचे डोळे उघडा, पण फार नाही.''

''मी मान झुकवली आणि गुडघे टेकवून आज्ञा शिरसावंद्य मानल्याचं दाखविलं. माझ्या कृतीने मी माझ्या आईकडच्या लोकांच्या तोंडाला काळं फासल्याबद्दल माझा मलाच तिटकारा आला.''

''तुमच्या आईकडचे लोक?'' मला त्यांना मध्येच तोडायचं नव्हतं, पण माझ्या मनात इतके प्रश्न उभे राहिले होते की, त्यांचं स्पष्टीकरण आत्ताच घेतलं नाही तर

नंतर फारच गोंधळ झाला असता.

"माझी आई क्रांतिकारकांच्या घराण्यातून आली होती. त्यांना सरकार उलथून टाकायचं होतं. छळ आणि मृत्यू टाळण्यासाठी बहुतेक जण भूमिगत झाले होते. ती हान होती, ज्यांना इतिहासकार चीनचे खरे रहिवासी मानतात. बाहेरून आक्रमण करून विजयी झालेल्या सर्व लोकांविरुद्ध – त्यांत १६४४ मध्ये चिंग घराणं स्थापन करणाऱ्या मांचू लोकांचाही समावेश होता – त्यांनी लढा दिला होता. माझे वडील मांचू होते आणि तरी माझ्या आईने आपला वंश सोडून त्यांच्याशी लग्न केलं, त्या अर्थी तिचं त्यांच्यावर केवढं प्रेम असलं पाहिजे, याचं मला नेहमी कौतुक वाटायचं; पण मी तिचा भूतकाळ विसरणार नाही याची तिने काळजी घेतली होती आणि अगदी लहान असतानासुद्धा तिच्या लोकांची धाडसं आणि थोरवी ती माझ्या मनावर बिंबवायची. आणि आता दरबाराच्या मधोमध माझ्या आईची आणि तिच्या लोकांची शत्रू असलेल्या त्या थेरडीपुढे मी गुडघे टेकत होतो."

"पण तुम्ही भावी सम्राटाचे शिक्षक होता" मी म्हणालो.

"हिजड्यांमधले जे वृद्ध होते त्यांचं असं मत होतं की, वेन झूने सम्राट होणं महाराणीला फारसं पसंत नव्हतं. अर्थातच ते बोलून दाखवायचं कुणी धाडस करत नसत. तो तिचा फारच दूरचा नातेवाईक होता. त्यामुळे तो सम्राट झाल्यावर आपला त्याच्यावर फारसा प्रभाव राहणार नाही अशी तिची भावना होती. वेन झू म्हणजे तात्पुरती व्यवस्था होती. महाराणीच्या मनात दुसरी काही नावं होती, जी तिच्या जवळच्या नात्यातली होते आणि योग्य वेळी सम्राटपदासाठी त्यांना पुढे करायचं असा तिचा बेत होता. अशा अफवा सतत असायच्या. महाराणीच्या भेटीनंतर मला वेन-झूच्या आणि स्वत:च्या जिवाची काळजी वाटू लागली. पण ही भीती मी कधी दिसू दिली नाही. तो मोठ्या उलथापालथीचा काळ होता. १९०० सालच्या बॉक्सर बंडाच्या परिणामातून देश नुकताच सावरत होता."

ख्रिश्चन धर्म स्वीकारलेले स्थानिक लोक आणि परदेशी मिशनरी यांच्यावर 'रायचस अँड हार्मोनियस फिस्ट्स' (सदाचरणी आणि एकजूट मनगटे) या संस्थेच्या सभासदांनी केलेले हल्ले हे बंडाचं कारण होतं, असं मी कुठेतरी वाचलं होतं. हे लोक दुष्काळ, अन्नटंचाई आणि भूकंप यांचे बळी होते. पाश्चिमात्य देशांची चीनवरची पकडच या संकटांना कारणीभूत होती अशी त्यांची धारणा होती. या परदेशी खलनायकांमुळेच देशातली शांतता आणि सलोखा नष्ट झाला होता आणि म्हणून त्यांना देशातून हाकलून देणं हे बॉक्सर लोकांचं उद्दिष्ट होतं.

"त्यांना बॉक्सर का म्हणतात असा मला नेहमी प्रश्न पडतो." मी म्हणालो, "बॉक्सर म्हटलं की, हातात मोजे खालून इकडेतिकडे धावणारे मुष्टियोद्धेच डोळ्यांसमोर येतात."

''युरोपीय इतिहासकारांनी हे नाव त्यांना दिलं. आध्यात्मिक मंत्रांचा घोष आणि युद्धकलेचं शिक्षण या गोष्टी आपल्याला तलवारी आणि परदेशी लोकांचे 'अग्निबाण' यांच्यापासून अभेद्य बनवतील असा त्यांचा विश्वास होता.''

''ते हजारोंनी मेले असतील.'' मी म्हणालो.

आजोबांनी मान डोलवली. ''परदेशी – यांत जपानीसुद्धा आले – लोकांनी निर्णायक असा प्रतिहल्ला केला. त्यांनी उन्हाळी राजवाडा लुटला आणि मग जाळून टाकला; सम्राट आणि राजमाता यांना पेकिंग सोडून पश्चिमेला आठशे मैलांवर असलेल्या झियान या प्राचीन राजधानीला पळून जावं लागलं. त्या वेळेस सम्राटांबरोबर गेलेल्या रक्षकांमध्ये माझे वडील होते, त्यामुळे हे सगळं मला समजलं.

''अखेरीस चीनला परदेशी आक्रमकांशी तह करावा लागला आणि त्यांना आणखी प्रदेश देऊन नामुष्की पत्करावी लागली.

''एके दिवशी संध्याकाळी वेन-झू मला एका मोठ्या आणि शांत हॉलमध्ये घेऊन गेला. राजवाड्याचे अधिकारी त्याला 'हॉल ऑफ रिपेन्टन्स' म्हणजे 'पश्चात्ताप दालन' म्हणायचे. हॉलच्या मध्यावर एका आडव्या दांडीला रेशमी कापडाचा एक पंखा टांगलेला होता. तो वीस फूट रुंद होता. हस्तिदंताच्या काड्यांच्या बरगड्या असलेल्या त्या पांढऱ्या रेशमी पंख्याकडे मी नजर टाकली. त्याच्यावर काळ्या शाईने लिहिलेल्या उभ्या ओळी होत्या. मला ती नावं सहज वाचता आली : नानजिंग, तिएनात्सिन, हाँगकाँग, अमॉय अशी कितीतरी. पाश्चिमात्य देशांशी झालेल्या युद्धामध्ये चीनचा पराभव झाल्यावर झालेल्या अन्याय्य तहांमध्ये चीनला सोडून द्याव्या लागलेल्या शहरांची आणि बंदरांची ती यादी होती. जणूकाही ती दाखवून आमचे पूर्वज 'तुम्ही हे कसं होऊ दिलं?' असा जाब आम्हाला विचारत होते.

''कदाचित चीनचा भावी सम्राट या पदामुळे येणाऱ्या नाजूक स्थितीची कल्पना असल्यामुळे वेन-झू 'मला बलवान कर' अशी नेहमी देवाची प्रार्थना करायचा. ''मी सम्राट झाल्यावर माझे मित्र आणि सल्लागार म्हणून तुम्ही माझ्याबरोबर राहायचं'' असं तो मला अनेकदा म्हणे. ''आपला देश सामर्थ्यवान व्हावा म्हणून अनेक बदल करावे लागतील. पाश्चात्त्य देशांना आपली क्षमता दाखवावीच लागेल.''

''बॉक्सर बंडाच्या पूर्वी काही वर्षं त्या वेळच्या राजवाड्यात ज्या कल्पनांचं वारं आलं होतं, त्या कल्पनांचाच तो पुनरुच्चार करत होता. कन्फ्यूशियसच्या लिखाणाचा जरा संदिग्ध अर्थ काढून पाश्चिमात्य धर्तीवर देशाची सुधारणा करावी, असा विचार असलेल्या काही लोकांनी तत्कालीन सम्राटाला प्रस्ताव दिला होता.''

''तो सम्राटाने धुडकावून लावला असणार.'' मी म्हणालो.

''नाही. उलट सम्राटांनी त्यांना पाठिंबा दिला आणि त्यांनी सुचवलेल्या सुधारणा

अमलात आणण्यासाठी हुकूमही काढले; पण त्या सुधारणा काही प्रत्यक्षात आल्या नाहीत. त्यामुळे निराश होऊन सम्राट पुन्हा पूर्वीचं आळसाचं आणि ऐषारामाचं जीवन जगू लागला.

"आता पुन्हा सुधारणांचं नाव ऐकू येणार नाही असं मला वाटलं होतं, पण ती समजूत चुकीची निघाली. १९०८च्या वसंत ऋतूत, माझं राजवाड्यातलं दुसरं वर्ष चालू असताना त्या चळवळीचं पुनरुज्जीवन झालं. पुन्हा सम्राट जागे झाले, त्यांना नशा चढली – दारू किंवा अफूची नाही, तर सुधारणांची. बॉक्सर बंडात झालेल्या नामुष्कीच्या पार्श्वभूमीवर देशाचा, राजघराण्याचा तारणहार म्हणून आपल्याला इतिहासात स्थान मिळेल अशा स्वप्नांची! राजमातेच्या इच्छेविरुद्ध त्यांनी पुन्हा एकदा सुधारणांवर आधारित हुकूम काढले.

"सम्राटाच्या हुकमाचे पाठबळ मिळाल्यामुळे या नवीन सुधारणावाद्यांनी शांघाय, कँटन आणि पेकिंगमध्ये धुमाकूळ घातला. त्यांनी पाश्चिमात्यांच्या मालकीचे अफूचे कारखाने आणि साठे नष्ट करून टाकले.

"माझे वडील नेहमीप्रमाणे एकदा भेटायला आले असता त्यांनी मला या साऱ्यापासून दूर राहण्याचा सल्ला दिला. त्यांचा सल्ला मी वेन झूच्या कानावरही घातला, पण त्याने तो मानला नाही. तो नेमाने 'हॉल ऑफ रिपेंटन्स'ला जायचा, चीनच्या हातातून गेलेल्या प्रदेशांची आणि बंदरांची नावं सूत्रासारखी घडाघडा म्हणायचा आणि सुधारणावाद्यांनी चीनच्या उज्ज्वल भविष्यकाळाचं जे चित्र रंगवलं होतं ते डोळ्यांपुढे आणून "ती बंदरं एके दिवशी पुन्हा चीनची होतील. संपूर्ण देश पुन्हा आपला होईल." असं म्हणायचा. आपले हे विचार त्याने राजवाड्यातल्या सर्वांना जाहीर केले होते. सर्व तरुणांना असते तशीच प्रस्थापिताला धक्का देण्याची त्यालाही आवड होती. ते त्याचे प्रामाणिक विचार होते, अशी माझी खात्री होती; पण हेही खरं की, राजवाड्यात प्रामाणिकपणा हा नेहमीच गुण समजला जात नसे."

"राजवाड्यात तुम्ही इतके दिवस कसे राहिलात? फारच कोंडमारा होत असणार." मी म्हणालो.

"आम्ही दोघे बऱ्याचदा नजर चुकवून तासाभराकरता बाहेरच्या शहरात जायचो. मला लहानपणापासून माहीत असलेल्या रस्त्यांवरून, चहाच्या दुकानांवरून, कुंटणखान्यांवरून फिरायचो. भडकपणे चेहरे रंगवलेल्या बायका बाल्कनीत उभ्या राहून, सुवासिक हातरुमाल हलवून रस्त्याने जाणाऱ्यांना 'स्वर्गीय सुखाचा अनुभव घ्यायला या' म्हणून बोलवायच्या. रस्ते भिकारी, डोंबारी, फेरीवाले यांनी गजबजलेले असत. हवेत भाजलेलं मांस, उकळती मिष्टान्नं, तळलेला टोफू, तसंच कचरा, घाण या सर्वांचे वास असत. युद्ध आणि दुष्काळामुळे उत्तरेतून घरदार सोडून आलेले निर्वासित लोक रस्त्यात पडलेले असत. रस्त्यात अनेक भाषा ऐकू येत – मंगोलियाची,

गोबी वाळवंटातली, देशांतर्गत विविध प्रांतांच्या. हे सर्व विविध रंगांचे धागे विणले जाऊन मध्य राज्याचा गालीचा तयार झाला होता. हा जगाचा खरा मध्य होता. आम्हीच होकायंत्राचा शोध लावला होता. त्यामुळे आम्ही जगाच्या मध्यावर असणं योग्यच होतं.

"डोळ्यात भाव नसलेले, कशाचीही शुद्ध नसलेले अफीमी सुधारणावाद्यांच्या लाथा खात रस्त्यात दिसले तर आश्चर्य वाटत नसे. अफूचे अड्डे नष्ट केले गेले, परदेशी लोकांचे अफूचे कारखाने उद्ध्वस्त केले गेले, अफूच्या गोदामांना आगी लावण्यात आल्या, त्यातून निघणाऱ्या धुराच्या दाट लोटांमुळे शहरभर गोडसर वास पसरलेला असे. आकाशात जाणाऱ्या त्या धुरामुळे वर वास्तव्य असलेल्या देवांनासुद्धा नशा येणार नाही ना अशी शंका मला येई आणि तसं झालंही असावं, कारण देशात अनेक उत्पात झाले, संकटं आली. अनेक नशाबाज अशा आगींच्या भोवती गोळा होऊन धूर फुप्फुसात घेऊन फुकटची नशा मिळवण्याचा प्रयत्न करताना दिसत असत. यावर राजमातेची प्रतिक्रिया काय होते याची मला काळजी वाटत होती, कारण सुधारणावाद्यांमुळे तिचा प्रभाव कमी होत होता. पाश्चिमात्य लोक त्यांचे कारखाने आणि इतर मालमत्ता जाळली गेल्यामुळे भयंकर बिथरले होते आणि त्यांत राजमातेच्या स्वत:च्या मालकीचेही कारखाने आहेत हे सर्वश्रुत होते.

"अशाच आमच्या एका भेटीत आम्हाला एक हिजडा हातात एक लाकडी खोकं घेऊन एका जुन्या वस्तूंच्या दुकानात शिरताना दिसला. खोक्यातल्या वस्तू बघून दुकानदार आश्चर्यचकित झालेला दिसला. त्या वस्तूंसाठी त्याने हिजड्याला मोठी रक्कम देऊ केली.

"स्वत: श्रीमंत होण्यासाठी हिजडे जे काही विविध मार्ग अवलंबत असत त्यातला हा एक मार्ग आम्हाला माहीत झाला. नंतर सुधारणा राबवण्याच्या उत्साहात सम्राटाने राजवाड्यातल्या मूल्यवान वस्तू चोरून विकण्यास प्रतिबंध घालायचं ठरवलं.

"राजवाड्याचे हिशेब तपासले गेले. हिजड्यांमध्ये घबराट पसरली आणि त्यांच्यापैकी अनेक जण रात्री त्यांची सर्वांत मौल्यवान वस्तू – रसायनांमध्ये टिकवलेली त्यांची इंद्रियं – घेऊन पळून गेले. ती सोबत नसतील, तर स्वर्गात प्रवेश मिळणार नाही अशी त्यांची समजूत होती.

"स्वत:चा बचाव करण्यासाठी काही जणांनी त्यांच्या सहकाऱ्यांवर चोरीचे आळ घेतले; पण सर्वांत क्लेशकारक होती, ती त्यांच्या आत्महत्यांची संख्या. एखाद्या मोलकरणीने कामासाठी खोलीचं दार उघडावं आणि तुळईला लटकलेल्या देहाचे लोंबकळणारे पाय समोर दिसून किंकाळी फोडावी हे नेहमीचं झालं होतं आणि मला जरा घाबरवणारी गोष्ट होती ती अशी की, यांपैकी काही आत्महत्या नसून ते

राजमातेच्या आज्ञेवरून केलेले खून होते, अशी पसरलेली अफवा.

"आणि मग आमच्या कानावर अफवा आली की, राजमातेने गादीसाठी वारस म्हणून गुप्तपणे दुसऱ्याच एका मुलाला निवडलं आहे. ते मूल म्हणजे नुकतंच आईच्या दुधापासून अलग झालेलं एक तान्हं बालक होतं. त्यामुळे वेन झूला पाठिंबा देणारे लोक आता नव्या वारसामागे गेले. शोभादर्शक फिरवल्यावर काचेच्या तुकड्यांची नक्षी बदलावी त्याप्रमाणे राजवाड्यातली समीकरणं बदलली नि वेन झू एकटा पडला. नव्या वारसाची बातमी अजून जाहीर झाली नव्हती. मी वेन झूच्या मनातला राग आणि भीती शमवण्याचा प्रयत्न केला. वेन झूऐवजी लहान मुलाला वारस नेमणं हा वेन झूचा अपमान होता आणि त्याचा अर्थ आता वेन झू अनावश्यक झाला होता. इतकंच नव्हे, तर त्याचं अस्तित्वही गैरसोयीचं झालं होतं.

"बहुतेक हिजडे अजून वेन झू नाराज होईल असं वागत नसत. कारण 'कोणी सांगावं, उद्या परत वारं बदलायचं!' असं त्यांना वाटत असे. पण त्याची आताची नाजूक परिस्थिती न जाणण्याइतके ते राजकारणात कच्चेही नव्हते. त्यातील जे तरुण होते ते अजूनही आमच्याशी चांगले वागायचे. विशेषत: झिआयो ली – एक सडपातळ, सुंदर तरुण, ज्याचं वेन-झूवर प्रेम होतं. हे मला माहीत होतं. त्यानेच मला धोक्याचा इशारा दिला."

"त्याने कसला इशारा दिला?" आजोबा त्यांच्या विचारात बुडाले आहेत असं वाटताच मी त्यांना बोलतं करण्याचा हळूच प्रयत्न केला.

"मला अजून इतकं स्पष्ट आठवतं आहे! आश्चर्य आहे!" ते हळूच म्हणाले. मी त्यांच्याजवळ सरकलो. मला एक शब्दही चुकवायचा नव्हता.

"उन्हाळ्यातला गरम दिवस होता. पुष्करिणीतलं पाणी इतकं शांत होतं की, उडणारे चतुर पाण्यातलं प्रतिबिंबं बघून संमोहित होत होते. वेन झू माझ्याशी बुद्धिबळ खेळायला येणार होता. त्याची वाट बघत मी पुष्करिणींभोवतीच्या वाटेवरून फिरत होतो. इतक्यात झियाओ ली वेन झूचा निरोप घेऊन आला.

"आत्ता तो औपचारिक भाषेत बोलत होता. "युवराजांना आपल्याला कळवण्यास खेद होतो की, त्यांना सम्राटांनी सुधारणांविषयी चर्चा करण्यासाठी बोलावले असल्याने त्यांना आपल्याला भेटायला येता येणार नाही."

"मी तोंड वाकडं करत त्याला त्रासून म्हणालो, "तुला हे असं विचित्रपणे बोलायची गरज आहे का? साध्यासुध्या माणसाप्रमाणे बोलता येत नाही का?"

"आपण व्यवस्थित आहार घेतला पाहिजे, तसेच आपल्या आणि युवराजांच्यासुद्धा तब्येतीची काळजी घेतली पाहिजे. एकदा तब्येत बिघडली की सुधारणे कठीण!"

"त्याने वापरलेला 'सुधारणे' हा शब्द आणि त्याच्या बोलण्यात असलेला भीतीचा अंश जाणवून मी पंख्याने वारा घेणं थांबविलं. मी त्याच्या डोळ्यांत बघितलं

आणि माझ्या अंगावर काटा आला. उन्हाळ्याच्या गरमीवरून माझं लक्ष उडालं.

''बरोबर आहे'' मीही त्याचप्रकारे बोलत म्हणालो, ''आणि तूसुद्धा.''

''मी त्याच्यामागे बघितलं. काही दरबारी लोक पुलावर उभे राहून तळ्यात बघत होते. ''फक्त अन्नाबाबतच नव्हे, तर गोड बोलण्यामागील विषाबाबतसुद्धा खबरदारी घेणे आवश्यक आहे'' हिजडा म्हणाला.

''तो वळला आणि झपझप चालत नाहीसा झाला. मी माझ्या समोरच्या तबकातील फळांकडे बघू लागलो. ते माझं त्याच्याशी झालेलं शेवटचं बोलणं. कारण दोन दिवसांनी त्याचं मढं एका जुन्या विहिरीतून बाहेर काढण्यात आलं.

''तुम्हाला वेड लागलंय'' मी वेन झूला हिजड्याबरोबर झालेलं बोलणं सांगितल्यावर तो म्हणाला, ''कोणीही असं धाडस करणार नाही' तो म्हणाला. थोडा वेळ शांतता पसरली. असं धाडस करू शकेल अशी एकच व्यक्ती राजवाड्यात होती हे आम्हा दोघांनाही माहीत होतं.

''मी माझ्या आईने दिलेली जेड स्फटिकाची पिन काढली. आईला ती तिच्या घराण्याच्या पुरोहितांनी दिली होती. ते एकेकाळी शाओलिन मंदिरात शिक्षक होते आणि त्यांना ती 'पाच पूर्वजां'पैकी एकाकडून आली होती. अन्नात विष आहे की नाही हे तपासण्यासाठी तिचा वापर करत. विष असेल तर तिचा रंग बदलून गडद हिरवा होत असे.

''मी वेन झूला हे सांगितल्यावर त्याने मान डोलवली. माझा फारसा नव्हता, पण त्याचा यावर पूर्ण विश्वास बसला. कदाचित एव्हाना त्यालाही आपल्या जिवाची भीती वाटू लागली असावी. मला माझ्या इंग्रजीच्या धड्यांमधली एक विचित्र म्हण आठवली 'बुडत्याला काडीचा आधार'. तसा आम्हाला आता या 'काडी'चा आधार होता.

''यात बुडवून पाहा.'' वेन-झूने 'स्नेक्स टंग ग्रास' चहाच्या कपाकडे बोट दाखवलं. मी थोडा चहा एका कपात ओतला आणि त्यात पिन बुडवली. ती बाहेर काढली तेव्हा आमचा श्वास रोखलेला होता.

''ती गडद दिसत्येय का?'' त्याने विचारलं.

''मी तिचं काळजीपूर्वक निरीक्षण केलं. ''काही कळत नाही, पण मला वाटतं गडद झाली आहे. मला वाटतं ते आपल्याला अतिशय लहान मात्रांमध्ये विष देत राहतील.''

त्याने चिडण्याचा आव आणत आपली भीती लपवली.

''काहीच सांगता येत नाहीये?''

''मी काही विषाची चाचणी रोज घेत नाही'' मी म्हणालो.

''त्याने एक फुत्कार सोडला आणि तो निघून गेला. 'जर विष असेलच, तर त्याचं प्रमाण अगदी सूक्ष्म असणार' मी स्वत:ला समजावलं. त्यानंतर मी प्रत्येक

खाद्य-पेय पिनने आधी तपासून बघायचं ठरवलं; पण त्याआधी आम्ही एका व्यक्तीला सावध करणं आवश्यक होतं.

"मी सम्राटांना फक्त एकदाच आणि तेही जरा दुरूनच पाहिलं होतं, मी राजवाड्यात आलो त्यानंतर थोड्याच दिवसांनी. आता आम्ही त्यांच्या दालनात प्रवेश केल्यावर 'आपण बघितले ते हेच का' अशी शंका माझ्या मनात आली. त्यांची तब्येत चांगली सुधारली होती. अफू नित्य घेणाऱ्या व्यक्तींच्या चेहऱ्यावर एक फिकेपणा असतो. तो गेला होता, पण त्यांना जोरात खोकला मात्र येत होता. पूर्वी कोरड्या वाटणाऱ्या त्यांच्या त्वचेत जरा तजेला आणि मुलायमपणा आलेला वाटत होता. आम्ही कपाळ जमिनीवर टेकवून अभिवादन केलं आणि गुडघ्यांवर सरकत त्यांच्यापुढे गेलो."

"सम्राटांची भेट इतक्या सहज झाली नसेल." मी म्हणालो.

"वेन झूच्या बेधडकपणामुळेच ते शक्य झालं. दरबारी रीतिरिवाज आणि नियम धुडकावून तो सरळ सम्राटांच्या निवासात गेला आणि तत्काळ उत्तराची मागणी केली. बाहेर अंधार पडला होता. मधूनच रात्रीच्या पहारेकऱ्यांचे आवाज येत होते.

"सम्राटांनी काळजीपूर्वक शब्दांत सांगितलेला आमचा इशारा ऐकून घेतला. त्यांच्या चेहऱ्यावर उदास हसू आलं, पण बदलत चाललेल्या परिस्थितीचा त्यांना अंदाज आला होता असं दिसलं. मला त्यांची काळजी वाटू लागली. नुकत्याच काढलेल्या हुकमांच्या माध्यमातून आपला अधिकार वापरताना त्यांना आनंद झाला होता. दीर्घ काळात त्यांना आपला अधिकार वापरू दिला गेला नव्हता. आतासुद्धा तो केव्हा काढून घेतला जाईल, कदाचित कायमचाच, याची शाश्वती नव्हती.

"तुम्ही जे आरोप करत आहात त्याला पुराव्यांचं पाठबळ नाही आणि ज्यांच्यावर ते आरोप करत आहात त्यांची नावं तुम्ही सांगत नाही आहात. अशा परिस्थितीत मी काय करावं अशी तुमची अपेक्षा आहे?" ते म्हणाले.

"मी काहीच बोललो नाही, पण ज्या पद्धतीने वेन झूने मान वर केली त्यावरून तो काय बोलणार याची मला कल्पना आली. आता मागे वळून बघताना असं वाटतं की, मी त्याला बोलायला प्रतिबंध केला असता तर गोष्टी वेगळ्या प्रकारे घडल्या असत्या. त्याचा शिक्षक या नात्याने माझी चूक झाली असं मला वाटतं.

"माझे शब्द संदिग्ध वाटले असतील, तर मला क्षमा करा. मला असं म्हणायचं आहे की, आम्हाला राजमातेकडून विषप्रयोग होत आहे असा आम्हाला संशय आहे. आम्हाला असाही संशय आहे की, आपल्यावरही तसाच विषप्रयोग होत आहे."

"सम्राट आमच्याजवळ आले. त्यांनी वेन झूला उठवलं.

"मला सावध केल्याबद्दल धन्यवाद. आता तुम्ही झोपा." ते म्हणाले.

"आपल्या नशिबात काय आहे हे त्यांना आधीच माहीत होतं, असं आम्हाला

दिसलं आणि त्यामुळे आमच्या नशिबात काय आहे याचीही आम्हाला कल्पना आली. ते आम्हाला दरवाजात म्हणाले, ''तुम्हाला जो शोध लागला आहे त्यावरून तुम्ही एक धडा घ्या : तुमची मुलं तुमच्याकरता धोकादायक होतील असं कधीही होऊ देऊ नका.'' त्यांची दृष्टी चंद्राकडे होती; हसण्यात खिन्नता होती. ''राजमातेनेसुद्धा अनेक वर्षांपूर्वी हाच सल्ला दिला होता.''

''त्या रात्री मला नीट झोप लागली नाही. मी पिन घट्ट धरून ठेवली. देवाकडे 'माझं रक्षण कर' म्हणून प्रार्थना केली.

''त्यानंतर महिन्याभराने सम्राट आजारी पडले. परदेशी डॉक्टरांनी त्यांना तपासलं, पण त्यांना काहीच सापडलं नाही. त्यांना बरं वाटावं म्हणून त्यांना अफू द्यावी असं राजमातेने संगितलं. आणि ज्या दिवशी तिची आज्ञा अंमलात आणली त्या दिवशी राजवाड्याच्या प्रत्येक खोलीत मला तो गोडसर वास येऊ लागला. सुधारणेच्या चळवळीची मुंडीच उडवल्यासारखं होऊन ती बंद पडली. तिचे जे कार्यकर्ते वेळेत पळून जाऊ शकले नाहीत त्यांची कत्तल करण्यात आली.

''सर्प-सिंहासनावर नवा सम्राट येण्याची गरज होती आणि तो आपण असू शकणार नाही हे वेन-झूला पक्कं माहीत झालं होतं. एका रात्री सूपमध्ये बुडवल्यावर पिन काळी झाली आणि त्याने एक वेदनायुक्त उसासा सोडला. गेल्या कित्येक दिवसांप्रमाणे त्या दिवशीसुद्धा आम्ही सर्व अन्न फेकून दिलं आणि इथून कसं पळून जावं याचा मी विचार करू लागलो. इथे आपला खून होऊन आपला देह कुठल्यातरी विहिरीत फेकला जावा अशी माझी इच्छा नव्हती. मी माझ्या पूर्ण कुटुंबाला सुरक्षित ठिकाणी हलवण्याची गरज होती. ''तू माझ्याबरोबर चल'' असं मी वेन-झूला पुन:पुन्हा सांगितलं. तो भारल्याप्रमाणे पिनकडे बघत राहिला नि म्हणाला, ''आपण कुठे जाणार? चीनसारख्या मोठ्या देशात आपण तिच्यापासून आपला कसा बचाव करणार? आपल्याकडे पैसे नाहीत, मित्र नाहीत, तिची सत्ता अमर्याद आहे. ती आपल्या शोधून काढेल.''

''माझ्या आईचे काही मित्र आहेत. ते आपल्याला आसरा देतील आणि सुरक्षित जागा दाखवतील.'' मी म्हटलं.

''तुमच्या आईचे मित्र? ते तर क्रांतिकारक किंवा गुन्हेगार आहेत. त्यांना तर मला मरताना बघून आनंद होईल.''

''नाही. तू माझा मित्र आहेस हे पुरेसं आहे.'' मी त्याचे खांदे घट्ट पकडले, पण त्याने नजर फिरवली आणि म्हणाला, ''तुमच्या त्या प्रसिद्ध भिक्कूंविषयी मला परत सांगा.''

''ही गोष्टींमध्ये रमायची वेळ नाही. आपल्याला ताबडतोब कृती केली पाहिजे; आज रात्रीच!''

"मला इतकी भीती वाटत्येय! आपण कुठेही लपलो तरी ती शोधून काढेल." तो थोडा हसला. "आपण मेल्यावरसुद्धा ती आपला पिच्छा सोडणार नाही. आपल्याला कायम सावध राहिलं पाहिजे, मेल्यावरसुद्धा!"

"त्याने जेव्हा पिनवरून दृष्टी हलवली तेव्हा त्याचे डोळेही तेवढेच काळे झाले असल्याचं माझ्या लक्षात आलं. त्यात भीती भरली होती आणि आणखीही काहीतरी होतं, जे माझ्या लक्षात येत नव्हतं.

" "आपण आज रात्री निघू." बराच वेळ थांबून तो म्हणाला नि मला माझ्या डोक्यावरचं ओझं उतरल्यासारखं वाटलं. मी डोळे मिटले. माझं म्हणणं त्याला पटलं याचा मला आनंद झाला.

"मी खोलीत जाऊन कपड्यांचं एक छोटं गाठोडं बनवलं. संध्याकाळ झाल्यावर सर्वत्र सामसूम झाली. अचानक चंद्रसुद्धा मोठा वाटू लागला. मी हालचाल न करता वाट बघू लागलो. काही क्षणातच मला दुरून विव्हळणं ऐकू आलं.

"सम्राटांचा मृत्यू झाला होता. मी सामान आवरणं सुरूच ठेवलं आणि मग मी घाबरलो. मी माझं गाठोडं घेतलं आणि कंदील घेतलेल्या लोकांना टाळत सज्जातून जाऊ लागलो. प्रत्येक जण कुठेतरी चालला होता. रडण्याचा आवाज इतका मोठा झाला होता की, तो देशाच्या हद्दीपर्यंत ऐकू जावा. मी धावत वेन झूच्या खोलीकडे निघालो. खोलीत दिवे होते, पण ती रिकामी होती. टेबलावर त्याचं पत्र होतं. मी ते वाचलं. घडी घालून खिशात ठेवलं आणि 'हॉल ऑफ रिपेन्टन्स'कडे निघालो.

"अंधार होता, पण एक छोटी मेणबत्ती लावलेली होती. वाळवंटात सतत घोंघावणाऱ्या वाऱ्यासारखा रडण्याशिवाय दुसरा कसलाच आवाज मला ऐकू येत नव्हता. मी लाकडी उंबरठा ओलांडून हॉलमध्ये गेलो. खालच्या फळ्या कर्रकर्र वाजत होत्या. रेशमी कापडाचा टांगलेला पंखा अर्धा दुमडलेल्या स्थितीत खाली पडला होता. आकाशात उडताना एखाद्या मोठ्या बगळ्याला शिकाऱ्याचा बाण लागून त्याची हाडं मोडून तो जमिनीवर सपाट पडावा तसा तो दिसत होता.

"वेन झू खुर्चीवर बसलेला होता. त्याची पाठ माझ्याकडे होती. जमिनीवरच्या रक्ताच्या थारोळ्यावरून तो जिवंत नाही हे माझ्या लक्षात आलं. त्याचा एक हात टेबलावर होता आणि हातात सुरा होता. मी रक्ताच्या थारोळ्याच्या बाजूने त्याच्यासमोर गेलो.

"त्याने स्वत:चा गळा कापला होता. रक्तात भिजलेला त्याचा डगला अंगाला चिकटला होता आणि गळा कापण्यापूर्वी त्याने आपल्या पापण्या कापलेल्या दिसत होत्या. चेहरा रक्ताने माखला होता. डोळे उघडे होते, तो जिला घाबरायचा त्या राजमातेवर मृत्यूनंतरसुद्धा नजर ठेवण्यासाठी.

"मी त्याच्यापुढे गुडघे टेकले नि त्याला अभिवादन केलं. कारण सम्राट कुवांग सूचा मृत्यू झाल्यानंतर वेन झूचा मृत्यू होईपर्यंतच्या अल्प काळात तोच चीनचा

सम्राट होता; स्वर्गपुत्र!''

इथे आजोबा थांबले. दु:खावेगाने त्यांना बोलणं जड जातं आहे, हे माझ्या लक्षात आलं. त्यांचं सांत्वन करावं की गोष्ट पुरी करायला त्यांना उद्युक्त करावं असा प्रश्न मला पडला. घरात शांतता होती आणि चंद्रप्रकाशाने न्हाऊन निघालेलं बाहेरचं प्रांगण नाटक अर्धवट सोडलेल्या स्टेजसारखं दिसत होतं. ते खुर्चीतून उठले आणि त्यांनी जरा आळोखे पिळोखे देऊन शरीर ढिलं केलं.

''सम्राटांना मारण्याचा हुकूम राजमातेने दिला होता का?'' मला वेन झूच्या मरणाचं फार वाईट वाटलं.

आजोबांनी खांदे उडवले. ''ते कोणालाच कधी कळणार नाही, कारण कुआंग सूचा मृत्यू झाल्याच्या दुसऱ्याच दिवशी राजमातासुद्धा मरण पावली! ज्या लोकांना वेन झू नको होता त्यांना मला जिवंत ठेवणंही गैरसोयीचं होणार होतं. मी पळालो!

''त्या रात्री राजवाड्यात ऊर बडवून रडणाऱ्यांमध्ये मीपण सामील झालो. मी घरी वडलांना निरोप पाठवला. त्यांनी माझी पत्नी आणि दोन्ही मुलींना माझ्याकडे पाठवण्याची व्यवस्था केली. जरूर तिथे मी माझ्या आईचं नाव घेतलं आणि आम्ही हाँगकाँगला सुरक्षितपणे पोहोचलो. मी गाडीतून उतरून घाईने बोटीत चढत असताना गाडीवान म्हणाला, ''काळजी करू नका. तुमच्या आई-वडलांनासुद्धा लवकरच हाँगकाँगला पाठवू. त्यांची तुमची भेट लवकरच होईल.''

''मी तीन वर्षं थांबलो, पण ते काही आले नाहीत. मग आम्ही बोटीने मलायाला आलो. तिकडे राजमातेचा दूरचा नातेवाईक असलेल्या एका तीन वर्षं वयाच्या मुलाला गादीवर बसवण्यात आलं आणि चीनचा सर्वनाश झाला. तुला पाश्चात्त्यांच्या पुस्तकातली एक उक्ती माहीत आहे? 'ज्या देशाचा राजा बालक आहे आणि राजकुमार सकाळी मेजवानी झोडतात त्या देशाचं भवितव्य कठीण असतं.'

''राजसत्ता कायमची नष्ट झाली आणि सन् मत् सेन्च्या रिपब्लिकन लोकांनी प्राचीन हान चिनी सम्राटांच्या थडग्यांपुढे प्रार्थना करून त्यांना सांगितलं की, अखेरीस परकीय आक्रमकांची – गोरे आणि पिवळे यांची – चीनवरची सत्ता संपुष्टात आली आहे. हे झाल्यावर मगच मला खरं सुरक्षित वाटू लागलं. एव्हाना मलाया हेच माझं घर झालं होत. अगदी तुझ्या आजीलासुद्धा इथं आवडू लागलं होतं.''

''मावशी म्हणाली की मलायाला आल्यावर लवकरच आजी गेली.'' मी बोललो.

''माझ्या तिसऱ्या मुलाला जन्म देताना ती गेली. मुलगासुद्धा खूप अशक्त होता आणि फार दिवस जगला नाही.'' आजोबा म्हणाले.

त्यांनी एक जड नि:श्वास टाकला आणि 'गोष्टी संपली' हे मी समजलो.

''वेन झूच्या संबंधीची सर्व कागदपत्रं, पुरावे नाहीसे झाले. मी आणि त्याला जाणणारे काही थोडे लोक सोडले, तर त्याची इतिहासात नोंदही सापडणार नाही.

आणि कदाचित त्या लोकांपैकीसुद्धा फारसे कोणी हयात नसतील, त्यामुळे या नावाचा एक सम्राट होऊन गेला आणि मी त्याचा मित्र होतो हे माझ्याशिवाय कोणालाच माहीत नसेल.''

आजोबा बोलायचे थांबले. त्यांचे डोळे शून्यात होते, ''त्याच्याविषयी मी आतापर्यंत कोणालाही सांगितलं नव्हतं. माझ्या पत्नीला किंवा मुलींनासुद्धा; पण राजवाड्यात शिकलेले धडे अजून माझ्याबरोबर आहेत.''

पुढच्या चौकातल्या छोट्या (बॉन्साई) झाडाप्रमाणे मी निश्चल बसलो होतो. घरात कुठेतरी जाईच्या वासाची उदबत्ती लावली असणार. तिचा मंद सुगंध आमच्यापर्यंत पोहोचत होता.

'काय धूर्त माणूस आहे' माझ्या मनात आलं. मी त्या जादूच्या जेड स्फटिकाच्या पिनबद्दल विचारलं तेवढा धागा पकडून त्यांनी मला त्यांच्या इच्छेप्रमाणे फिरवलं होतं. एंडो-साननी शिकवलं असूनसुद्धा आजोबांनी रचलेल्या सापळ्यात मी सापडलो होतो; पण मला आजोबा आवडले होते. मी इपोला आलो तेव्हा एकमेकांवर आरोप करत बोलाचाली होईल असं मला वाटलं होतं. या भेटीनंतर त्यांना पुन्हा कधीही भेटायचं नाही अशा इराद्याने मी आलो होतो; पण दुपारच्या आमच्या कारंज्याजवळच्या गप्पा आणि आता सांगितलेली चमत्कारिक गोष्ट यांमुळे तेही सामान्य माणसासारखे आहेत, कोणी कडक हुकूमशहा नाहीत अशी मला जाणीव झाली. आता मला त्यांच्याशी तुटक वागता येणं शक्य नव्हतं. विशेषत: त्यांनी त्यांचा भूतकाळ माझ्याखेरीज दुसऱ्या कोणालाही सांगितलेला नाही, हे सांगितल्यावर.

आईला तोडून टाकल्याबद्दल हात जोडून ते माफी मागणार नव्हते आणि त्यांनी तसं करावं असा आग्रह धरण्याचाही काही उपयोग झाला नसता. आपल्या भूतकाळातला एक रोचक तुकडा माझ्याकडे उघडा करून त्यांनी एक प्रकारे तडजोड करायची इच्छा आणि तयारीच दाखवली होती.

त्यांनी माझा हात हातात घेतला. ''मी तुला ही लांबलचक कथा सांगितली याचं कारण तुला तुझा इतिहास माहीत पाहिजे. आपल्यामागे एक दीर्घ परंपरा आहे, हे तुला माहीत असलं की, तू परक्यांच्या परंपरांच्या मागे जाणार नाहीस.''

त्यांच्या म्हणण्याचा रोख एंडो-सानवर होता हे उघड होतं. मी काय काय करतो याची बित्तंबातमी यांच्यापर्यंत कोण पोहोचवतो असा प्रश्न मला पडला. ''मग मला तसंच करायचं आहे.'' मी थेट त्यांच्या डोळ्यात बघत बोललो. मी काय करावं किंवा करू नये हे त्यांनी मला सांगायचं कारण काय?

''तुला प्रश्न पडला असेल की, तुझ्या आईने तुझ्या वडलांशी लग्न करण्याच्या विरुद्ध मी का होतो. काय हा जुनाट मतांचा, हट्टी भयंकर म्हातारा असं तुला वाटलं असेल आणि मी तिच्या अंत्ययात्रेलासुद्धा आलो नाही.''

''तसं माझ्या मनात आलं होतं खरं.'' मी म्हणालो.

''मी तिला भेटायला गेलो. देवळात, स्मशानात तुझ्या आईच्या अस्थी आणि रक्षा भांड्यात ठेवताना तुझ्या वडलांना मी बघितलं होतं. मी तिची क्षमा मागितली, पण अर्थात त्याला खूप उशीर झाला होता.

''तिने तुझ्या वडलांशी लग्न करण्याचं मनात घेतलं तेव्हा तिने तसं न करावं म्हणून मी खूप प्रयत्न केला. तिचं त्यांच्याशी लग्न लागू देऊ नका, असा इशारा मला मिळाला होता.''

''इशारा? तो कोणी दिला?''

''पेनांगच्या सर्प-मंदिरातल्या एका ज्योतिषिणीने.''

मी श्वास रोखून धरला. एंडो-सानबरोबर मी त्या देवळात घालवलेला दिवस माझ्या डोळ्यांपुढे आला.

''तिच्या इशाऱ्यामुळेच मी ते लग्न थांबवण्याचा प्रयत्न केला आणि त्यात जेव्हा यश आलं नाही तेव्हा रागाने माझा ताबा घेतला.''

''तिचा इशारा काय होता?'' मी विचारलं.

आजोबांची नजर खाली गेली. त्यांनी हात मांडीवर ठेवले. ''ज्योतिषीण म्हणाली की, यु लियानचा मुलगा दोन्ही घराण्यांच्या नाशास कारणीभूत ठरेल.''

''पण म्हणजे तिने कोणाशीही लग्न केलं असतं तरी ते झालं असतं.''

''संमिश्र रक्ताचा मुलगा दोन्ही घराण्यांना शत्रूच्या स्वाधीन करेल.'' ते म्हणाले.

''शत्रूच्या? कोण शत्रू?''

''कोण ते तुला माहीत आहे. जपानी. त्यांचे मलायावर आक्रमण करायचे बेत चालू आहेत. त्यांच्या एका सर्वोच्च अधिकाऱ्याशी तुझी फार जवळीक आहे.''

''ते माझे फक्त शिक्षक आहेत.'' मी म्हणालो, ''मलायात ब्रिटिशांशी युद्ध केलं, तर तो जपान्यांचा मूर्खपणा होईल आणि एंडो-सान एक राजनैतिक अधिकारी आहे. लष्करी अधिकारी नाही.''

''आई-वडलांच्या खालोखाल आपल्यावर सर्वांत जास्त प्रभाव शिक्षकांचा असतो.''

''इतक्या वर्षांनी तुम्ही माझ्याशी बोललात त्याच्यामागे हेच कारण होतं का? ज्योतिषाच्या शब्दांवरून मला इशारा देण्याचं? ज्या शब्दांनी आधीच माझ्या आईला इतकं दुःख दिलं ते?''

त्यांनी मान हलवली. ''तुझ्या स्वतःच्या इच्छेच्या विरुद्ध कारण नसताना काही करायला मी तुला सांगत नाहीये. प्रत्येकाचं जीवन आपापल्या मार्गाने जातं, असं मी आता इतक्या वर्षांच्या अनुभवावरून शिकलो आहे. माझं आणि वेन झूचं उदाहरण घे. इतके इशारे मिळूनसुद्धा आमची जीवनं नशिबात लिहिलेल्या मार्गांनीच गेली. त्यांच्यात कोणीही बदल करू शकला नसता.'' त्यांनी निःश्वास सोडला आणि

ते ढगांनी भरलेल्या आकाशाकडे बघत प्रांगणाच्या टोकाला गेले.

माझ्याकडे वळून ते मला म्हणाले, "उशीर झालाय. झोप जा. मी उद्या तुला माझी बाग दाखवीन. इपोचे लोक म्हणतात की, ती शहरातल्या अगदी बेकार बागांपैकी एक आहे म्हणून; पण मला ते मान्य नाही!"

दुसऱ्या दिवशी सकाळी मावशी जेव्हा भेटली तेव्हा आजोबांनी मला एवढं काय सांगितलं याबद्दल तिला खूप उत्सुकता होती.

"आम्ही त्यांचं कुटुंब आणि आईविषयी बोललो." मी म्हणालो, "आमचं चांगलं जमतंय."

"तुमचं दोघांचं चांगलंच सूत जमलं आहे, हे मला दिसतंच आहे." ती जरा तिरकसपणे म्हणाली, "ते न चिडता इतका वेळ कोणाबरोबरही घालवत नाहीत."

माझ्या मनात तिच्या जीवनाबद्दल विचार आले. माझे वडील एकदा म्हणाले होते की, मावशीचे पती हेन्री हे मलाय आणि चिनी लोकांच्या दंग्यात मारले गेले होते. दोन्ही जमातींतल्या तणावामुळे अधूनमधून हिंसाचार आणि रक्तपात होत असत. मावशीला शाळेतून आणायला हेन्री जात होते, तेव्हा त्याच्या 'ऑस्टिन' गाडीला जमावाने घेरलं. त्यांनी गाडी उलथून टाकली आणि तिला आग लावली. तेव्हापासून मावशी एकट्यानेच जीवन कंठत होती.

ती मला 'पूर्वजांच्या दालना'त घेऊन गेली. तिथे दिवंगत पूर्वजांच्या नावाच्या छोट्या पाट्या उतरत्या पायऱ्यांवर ठेवलेल्या होत्या. त्यांच्यासमोर एक बुटकं रोझवूडचं टेबल होतं. त्यावर ठेवलेल्या उदबत्तीघरात जळलेल्या उदबत्त्यांच्या काड्या दिसत होत्या. तसंच संत्री, सफरचंद आणि पाव यांचा नैवेद्य असलेल्या तबकाभोवती तेलाचे तीन दिवे मंदपणे प्रकाश टाकत होते.

"या पाट्या इथे का ठेवल्या आहेत?" मी विचारलं. "त्यांच्यात गेलेल्या माणसांची राख तर नाही ना?"

मावशीने तीन उदबत्त्या लावल्या आणि काही मला लावायला दिल्या. "आपल्या कुटुंबातल्या मृत व्यक्तींचं स्मरण राहावं यासाठी या पाट्या आहेत. त्यांनी आपलं रक्षण करावं म्हणून आपण त्यांची पूजा करतो." तिने सोनेरी अक्षरं असलेली एक लाल रंगाची पाटी दाखवली. "ती तिथे दिसते आहे ती तुझ्या आईची आणि तिच्या जरा वर आहे ती हेन्री अंकलची."

"आमची भेट घडवून आणण्याबद्दल थँक्स!" मी हळूच बोललो. मी ते मनापासून बोललो होतो. तिनं स्मित केलं; पण ती म्हणाली, "त्यांनाही तुझे शब्द ऐकू येताहेत आणि ते तुझे आभार स्वीकारतील अशी मला खात्री आहे."

अखेरीस मी आजोबांकडे आठवडाभर राहिलो. त्यांनी अगदी उत्साहाने मला गावात फिरवून आणलं.

एके दिवशी संध्याकाळी आम्ही गावातल्या चौकातून जात असताना तिथे एक स्टेज उभारलेलं दिसलं. काहीतरी कार्यक्रम सुरू होणार होता. आम्हीसुद्धा त्या गर्दीत जाऊन उभे राहिलो. आमच्या मागे राक्षसी आकाराच्या उदबत्त्यांची ओळ होती. एक एक उदबत्ती सात फूट लांब आणि टेलिफोनच्या खांबाच्या जाडीची होती. त्यांच्यातून सुगंधी धुराचे लोट निघत होते. बऱ्याच खुर्च्या ठेवलेल्या होत्या, पण लोक उभे राहूनच बघत होते. सर्व खुर्च्या रिकाम्याच होत्या.

"हा काय प्रकार आहे?" मी आजोबांना विचारलं, "खुर्च्यांवर बसायची परवानगी नाही का?"

त्यांनी मान हलवली. मला एवढी साधी गोष्ट समजू नये असं वाटून त्यांच्या भुवया वक्र झाल्या. "भुकेलेल्या भुतांचा उत्सव आज सुरू होतो. दर वर्षी एक महिना भुतांना पृथ्वीवर वावरायला परवानगी असते. त्यांना मानवी जीवनातली मजा पुन्हा अनुभवायच्या असतात. बहुतेक भुतं निरुपद्रवी असतात, पण काही रागावलेली तर काही दुष्टही असतात. या भुतांना संतुष्ट ठेवण्यासाठी लोक प्रार्थना करतात. नैवेद्य दाखवतात. त्यासाठी व्यापारी, दुकानदार अशा सार्वजनिक समारंभांना त्यांच्या धंद्यावर संकट येऊ नये म्हणून वर्गणी देतात." रिकाम्या खुर्च्यांच्या रांगांकडे बोट दाखवून ते म्हणाले, "त्या खुर्च्या या अदृश्य पाहुण्यांसाठी आहेत. त्यावर कोणीही बसायचं नसतं."

पडदा वर गेला. प्रेक्षकांनी टाळ्या वाजवल्या. ते एक चिनी नृत्यनाट्य होतं. सर्व नटांच्या चेहऱ्यावर पांढरा रंग फासला होता आणि त्यावर कलापूर्ण अशी रंगोटी केली होती. पोशाख भरजरी आणि लाल रंगाच्या विविध छटांचे होते. शिरस्त्राणं अवजड आणि कलाकुसर केलेली. कर्कश संगीत. कलाकार उड्या मारत लुटुपुटुच्या लढती करत होते. उलट्या कोलांट्या उड्या आणि अतिउत्साही तलवार-युद्ध यांचा आनंद घेण्याचा मी प्रयत्न करत होतो, पण मानवी सुखांचा पुन्हा अनुभव घ्यायला आलेल्या आत्म्यांच्या गराड्यात आपण आहोत या जाणिवेने जरा बेचैन वाटत होतं. मी गर्दीतले चेहरे न्याहाळत यातला मानव कोण आणि तात्पुरता पाहुणा कोण याचा अंदाज घेण्याचा प्रयत्न करत होतो.

मी घरी परतायला निघणार त्याच्या आदल्या दिवशी आजोबांनी ड्रायव्हरला सुटी दिली आणि मला घेऊन गावाच्या बाहेर चुनखडीच्या खाणीकडे गेले. दुरून वाटल्या तशा त्या टेकड्या अगदीच उजाड नव्हत्या. झुडपं आणि काही झाडं शेवाळ्याप्रमाणे खडकाला चिकटलेली होती. काही ठिकाणी गवत आणि हिरवळ बऱ्यापैकी दाट

होती. गावातून बाहेर पडल्यावर अर्ध्या तासाने आकाशात ढग आले आणि पाऊस पडू लागला.

"मी या टेकड्यांमध्ये भटकायचो" आजोबा म्हणाले, "ते वरचं झुडूप दिसतंय – ते तिकडे आहे ते, दिसतंय तुला? – ते मांजरीच्या डोक्यासारखं दिसतं आहे ते? मी त्याच्या पलीकडे गेलो आणि तिथे मला एक गुहा सापडली. तिचं तोंड झाडाझुडपांमध्ये इतकं छान लपलं होतं की, त्या संध्याकाळी गुहेतल्या पाकोळ्या फडफडत बाहेर येताना मला दिसल्या नसत्या, तर मलाही ते सापडलं नसतं. माझ्या तरुणपणी मी जे दिवस त्या मठात आणि त्याच्या सभोवतीच्या गुहांमध्ये घालवले त्याची मला आठवण आली. गुहेच्या आत भिंतीवर लिहिलेलं दिसलं. ती बौद्ध सूत्रे असावीत असं मला वाटलं आणि मला बोधिधर्मोची आठवण आली. कोणी सांगावं, कदाचित तो इथेही येऊन गेला असेल! त्या काळी या टेकड्या भिक्कूंचं आवडतं ठिकाण होतं. मी ही टेकडी विकत घेऊन वर एक देऊळ बांधायचं ठरवलं. ते पाहा ते दिसतंय." ते बोट दाखवत बोलले.

आम्ही एका उंचवट्यावर पोहोचलो आणि विश्रांतीसाठी थांबलो. देऊळ खडकात बांधलेलं होतं. या भागातल्या आजूबाजूच्या देवळांच्या मानाने ते लहान नि साधं होतं आणि ते निर्मनुष्य आणि वापरात नसलेलं वाटलं."

"त्यात अजून कोणी राहतं का?" मी विचारलं.

"हे सोडून भिक्कू मोठ्या देवळांमध्ये गेले; पण मी अजूनही अधूनमधून येतो. का ते तुला दिसेल."

आम्ही जसे आणखी वर चढून गेलो तसं ते देऊळ दुसऱ्याच जगातलं वाटू लागलं. ते माणसांनी बांधलं असेल यावर माझा विश्वासच बसेना. आमच्या सभोवती इतकी शांतता होती की, वरून जाणारे ढगसुद्धा अंगावर चालून येत आहेत असं वाटत होतं.

प्रवेशद्वाराच्या भिंतींचा रंग विटून आजूबाजूच्या खडकांसारखाच झाला होता. दरवाजा असा नव्हताच. नुसतंच चौकोनी खिंडार होतं, गवताने आणि वेलींनी वेढलेलं. बाजूच्या भिंतीतल्या एका फटीत बी पडून पेरूचं झाड उगवलं होतं नि ते वाढून त्याच्या फांद्या वाट अडवत होत्या. त्या दूर करून आम्ही आतल्या छोट्या व्हरांड्यात आलो. पाकोळ्या फडफडत उडाल्या. त्यांचे पाय जमिनीवर घासून भिक्कूने जपमाळ भराभर ओढल्यावर येतो तसा आवाज झाला. मला अस्पष्ट मंत्रघोषाचा प्रतिध्वनी ऐकू आला. देऊळ शांत आणि रिकामं असूनसुद्धा त्यात कोणाचंतरी अस्तित्व आहे असं वाटत होतं.

"ये." आजोबा म्हणाले.

आम्ही एका बोगदेवजा व्हरांड्यात आलो. पावसाचं पाणी गळून त्याच्या भिंती बुळबुळीत झाल्या होत्या. बोगदा थोडा वर जात होता. जमीन ओबडधोबड असल्याने

एकदा माझा पाय अडखळला. काही अंतरावर पुढे गोलाकार उजेड दिसत होता तिकडे आम्ही जात होतो. शेवटी आम्ही सूर्यप्रकाशात आलो. मी डोळे बारीक करून आश्चर्यचकित होऊन मागे वळलो. बोगद्याचं मागचं तोंड वर्तुळाकार टेकड्यांच्या मधल्या भागात निघत होतं. माझ्या चेहऱ्यावरचे भाव बघून आजोबा हसले. बाहेर पडायला आम्ही आलो त्या बोगद्याशिवाय दुसरा मार्गच नव्हता. बोगद्याच्या तोंडाजवळच्या भिंती कड्यासारख्या उंच वर गेल्या होत्या नि बुळबुळीत झालेल्या होत्या. फक्त त्यांना चिकटलेली झाडंझुडपं आकाशाकडे जात होती. वर आकाश एखाद्या विवराप्रमाणे दिसत होतं. पावसाची भुरभुर डोक्यावर येत होती. ओल्या मातीचा आणि गवताचा गंध येत होता.

वर एक खडक जरा पुढे आला होता. तिथे त्यांनी माझा हात धरून नेलं. त्याच्या खाली भिंतीवर ते लिखाण दिसलं. ती अक्षरं वरपासून खालपर्यंत खडकाच्या ओबडधोबड पृष्ठभागावर इतक्या सफाईदारपणे आणि कलात्मकरित्या लिहिली होती की ब्रश आगीत बुडवून ती लिहिली की काय असं वाटावं.

मी त्या अक्षरांवरून बोटं फिरवली आणि अगदी आजही मला असं वाटतं की ते शब्द एका प्राचीन ज्ञानाचा आविष्कार होते. त्यांना स्पर्श केल्यावर ते जाणवत होतं, ते माझ्या हृदयात आहेत असं वाटत होतं.

मी अक्षरांवरून बोट फिरविताना आजोबा बघत होते. मी बोटाने अगदी शेवटच्या अक्षराच्या शेवटच्या फलकाऱ्यापर्यंत गेलो. इतका की, माझ्या बोटाचं टोक लाल झालं. मला थोडं गरम वाटलं आणि काहीतरी जळाल्याचा अंधूक वास आला.

"हे काय लिहिलं आहे?" मी विचारलं.

आजोबा खांदे उडवत म्हणाले, "मला कल्पना नाही; पण ते काय आहे ते माहीत असणं महत्त्वाचं आहे असं तुला वाटतं? ती अक्षरं तुझ्याशी बोलली. हो ना!"

मला त्यांचं म्हणणं पटलं.

त्यांनी आकाशाकडे बघितलं, "पाऊस आला हे फार बरं झालं. जेव्हा जेव्हा पाऊस पडायचा तेव्हा तेव्हा मी इथे येऊन बसायचो; त्या शब्दांच्या खाली बसायचो आणि खडकांच्या बाजूने पाणी जाताना बघत बसायचो. तू पाऊस आणलास त्याबद्दल मी तुझा आभारी आहे."

त्यांच्या बोलण्यात शब्दांतून सांगितला त्यापेक्षा वेगळा अर्थ भरलेला आहे, हे मला जाणवलं. मी त्यांना भेटायला आलो यामुळे त्यांना फार समाधान वाटत होतं आणि आता मी त्यांना जास्त चांगल्या प्रकारे समजून घेऊ शकेन, असं त्यांना वाटलं.

त्यांनी त्यांचा शर्ट काढला. त्यांच्या टणक स्नायूंवर वयाचा काहीही परिणाम झालेला दिसत नव्हता. "तू काही धडे घेतले आहेस, असं मी ऐकलं आहे. त्यातले काही तू मला दाखवलेस, तर मला बरं वाटेल."

मी भुवयांवर आलेले पाण्याचे थेंब बोटाने निपटून टाकले. वाकून त्यांना अभिवादन केलं आणि तयारीत राहिलो.

ते अतिशय चपळ होते – एंडो-सानपेक्षाही. त्यांनी मला मनगटाने मागे ढकललं. मी सर्व शक्तीनिशी त्याला विरोध केला. हातातून कळ सरकत वरपर्यंत गेली. त्यांचे बाहू दगडाप्रमाणे कडक होते. मी त्यांच्या गुडघ्याच्या खाली लाथ मारली. त्यांच्या चेहऱ्यावर वेदना दिसल्या. काही काळ त्यांच्या हातांची हालचाल थांबली. मी माझे हात त्यांच्या वर्तुळात नेले आणि त्यांना पकडू देऊन एक गिरकी घेऊन मी त्यांच्यावर 'कोटे गेझी' पकड केली.

त्यांचा तोल बिघडवून मी त्यांच्या बरगड्यांवर बाजूने एक जोरदार ठोसा मारला. पण ते जणू ग्रॅनाईटच्या लादीवर बुक्का मारण्यासारखं होतं. त्यांच्यावर त्याचा काहीही परिणाम झाला नाही. त्यांनी माझी पकड मोडली. संतुलन मिळवलं आणि माझ्या डोक्याकडे एक लाथ फेकली. ती मी हाताने रोखली, पण तिच्या जोरामुळे मी झोकांड्या खात मागे गेलो. त्यांच्या हल्ल्याला थेट प्रतिकार केला असता, तर माझे हात मोडणार हे जाणून मी पुढे झुकलो. जमीन निसरडी झाली होती, तरी पाय रोवून नुसत्या हातांनी ते लढत होते. मी दोनदा त्यांच्या किडनीवर लाथ मारली; पण त्याचा परिणाम म्हणून त्यांचा चेहरा आणखी कणखर झाला आणि त्यावर गंभीर स्मित आलं. मी त्यांचं एक मनगट मध्येच अडवलं. त्यांना पुढे खेचलं आणि माझी आवडती चाल 'इरिनिनगे' म्हणजे प्रवेश करणारा ठोसा मारला. मी माझे हात त्यांच्या हनुवटीच्या खाली आणले. डोकं वर उचललं; पण त्यांना माझा हेतू कळला. ते पटकन एक गिरकी घेऊन माझ्या मागे आले. हात बगलेतून काढून काखांमधून माझ्या मागेमागे आणले. गुडघा पाठीत खुपसला आणि माझ्या फुफ्फुसांतली हवा बाहेर पडली. त्यांनी त्यांची पकड आणखी घट्ट केली.

त्यांनी मला सोडलं. गार दमट हवा मी आत घेतली. माझं डोकं भणभणू लागलं. त्यांनी मला उठवलं. माझ्या पायांवरचं गवत झटकलं. त्यांनी शर्ट अंगात घातला. पाऊस आणि घाम यांच्यामुळे तो ताबडतोब त्यांच्या छातीला चिकटला.

त्यांनी मनगटावरच्या घड्याळात बघितलं. "तू सहा मिनिटं टिकलास. वाईट नाही. बहुतेक जण माझ्यापुढे चार मिनिटांच्यावर टिकत नाहीत. तुला उत्तम गुरू मिळाला आहे, हे मला दिसलं."

त्यांनी मला माझ्या चुका सांगितल्या. काय करायला हवं होतं ते सांगितलं. "इथे तू फार ढिला होतास. त्यामुळे मी तुझ्या पकडीतून सुटू शकलो. ती शेवटची पकड फारच भयंकर झाली असती, जर तू मला जवळ खेचलं असतंस तर; पण तू पोकळी ठेवलीस, त्यामुळे मी सुटून तुझ्या मागे जाऊ शकलो.

"तुझ्या ठोशांबद्दल आणि लाथांबद्दल बोलायचं, तर मला सांगायला वाईट

वाटतं, पण ज्याला लहानपणीच माझ्यासारखी तालीम मिळाली आहे, अशांवर त्यांचा काहीच परिणाम होणार नाही. ते अगदीच पुचाट होते; पण हेही खरं आहे की, आता तुला आमच्यासारखे फार लोक भेटणार नाहीत. आम्ही एका वेगळ्याच काळाचे अवशेष आहोत.''

थोडा वेळ गप्प राहून ते म्हणाले, ''तुला जीव घेण्याचं शिक्षण मिळालं आहे. तू ज्या प्रकारे लढलास त्यावरून ते मला जाणवलं.'' त्यांनी मान हलवली. मला त्यांना सांगावंसं वाटलं की, ते खरं नाही. एंडो-साननी सेंट जॉर्जस चर्चच्या बाहेर इशारा दिला होता की, ते मला जे शिकवत होते, त्याचा वापर जीव घेण्यासाठी करायचा नाही; पण त्या क्षणी तरी आजोबा म्हणाले ते मला पटलं.

दुसऱ्या दिवशी सकाळी आजोबा आणि मावशी मला पोहोचवायला स्टेशनवर आले. ''तू आलास म्हणून मला फार बरं वाटलं.'' ते म्हणाले, ''आपण फार काळ दूर राहिलो. तुला जेव्हा माझी आठवण येईल तेव्हा माझ्याबद्दल तुझ्या मनात चांगलेच विचार येतील, अशी मला आशा आहे.'' त्यांनी माझे हात हातात घेतले आणि त्यांच्यावरच्या त्यांच्यामुळे झालेल्या जखमा बघितल्या. ''माझ्यापेक्षा तुझे मिस्टर एंडो तुला जरा कमी कठोरपणे शिकवतील अशी मला आशा आहे. त्या हरवलेल्या सम्राटानंतर मी कोणालाच शिकवलं नाही.''

नव्याने मिळालेल्या एका मित्राचा निरोप घेताना मला वाईट वाटत होतं. ''आजोबा, तुम्ही मला विचार करण्यासाठी खूप खाद्य दिलं आहे. त्याच्यापुढे या दोन-चार जखमा म्हणजे काहीच नाहीत. तुम्ही मला भेटायला पेनांगला याल?''

माझ्या आमंत्रणामुळे ते सद्‌गदित झाले. ''माझ्या नशिबात काय आहे ते बघितलं पाहिजे, पण मला तुला भेटण्यासाठी पेनांगला यायला आवडेल. तू मला तुझ्या आईच्या चिरविश्रांतीस्थळी घेऊन जा. आपण तिच्यासमोर उभं राहू आणि मी किती वेडेपणा केला याची कबुली मी तिला देईन.''

''आपल्याला एकत्र आल्याचं बघून तिला फार आनंद होईल.'' मी म्हणालो, ''मला एक गोष्ट विचारायची आहे. तुमची चाफ्याची झाडं कुठे आहेत?''

आजोबा नि मावशीने एकमेकांकडे बघितलं. ''कारंज्याजवळचं झाड वाळल्यावर आम्ही काढून टाकलं. त्याला बरीच वर्षं झाली.'' ते म्हणाले, ''त्यानंतर ते आम्ही पुन्हा लावलं नाही. तुझ्या आईला त्याच्या फुलांचा वास फार आवडायचा.''

इथे आलो त्या दिवशी आलेला तो वास मला आठवला. माझ्या पूर्ण मुक्कामात त्या वासाचं अस्तित्व मला जाणवत होतं. आजोबांनी माझ्याकडे निरखून बघितलं आणि त्यांच्या चेहऱ्यावर एक मिश्कील स्मित झळकलं आणि माझ्यावर काहीतरी जादू झाली आहे याची जाणीव मला झाली.

गाडी स्टेशनातून निघताना मी डब्यात चढलो. गाडीने वळण घेईपर्यंत ते हात हालवत राहिले. मी माझ्या जागेवर बसलो आणि माझ्या मनात इतिहासातून काढून टाकलेल्या सम्राटाविषयीचे विचार आले.

११

फेरी बोट जशी बंदराच्या जवळ येऊ लागली आणि पेनांगच्या बुटक्या टेकड्या दिसू लागल्या, तशी आपल्याला घराची खूप ओढ लागली होती याची मला जाणीव झाली. मी एक वेगळीच व्यक्ती बनून परतत आहे असं मला वाटलं. मी क्वालालंपूरला जाण्यासाठी बोटीने निघालो काय, वाटेत अस्वस्थ करणारे अनुभव आले काय, नंतर आजोबांची भेट होऊन मला माझ्या वारशाचा एक नवा पैलू दिसतो काय, सगळंच आश्चर्यकारक!

लिम काका दिसल्याबरोबर आजोबांना माहिती पुरवणारा माणूस कोण, हे माझ्या ताबडतोब ध्यानात आलं. रिक्षावाल्याने मला इस्तानावर सोडलं तेव्हा त्याला अजिबात आश्चर्य वाटलेलं दिसलं नाही.

''मी सुखरूप पोहोचलो असं आजोबांना सांगितलंस, तर माझी काही हरकत नाही.'' मी म्हणालो.

तो जरा वरमून हसला आणि माझी बॅग माझ्या खोलीत घेऊन गेला. स्वयंपाकघरात एक मुलगी भांड्यात सूप ढवळत होती. तिने लाजत वर बघितलं. ''ही माझी मुलगी मिंग.'' लिम आत आल्यावर म्हणाला, ''तिला इंग्रजी फारसं येत नाही. तेव्हा तुला तिच्याबरोबर होक्किएनमध्येच बोलावं लागेल.''

सडपातळ बांधा, जरा मुलासारखी दिसणारी, केस वाईटरित्या कापलेले, डोळे वर तिरपे, काळे, टपोरे. आता ती जो खजूर भांड्यात घालत होती त्यासारखेच! ''तुम्हाला सूप देऊ का?'' तिने विचारलं.

''हो, बरं होईल.'' मी टेबलापाशी बसत म्हणालो आणि लिम काकालाही माझ्याबरोबर सूप घेण्यासाठी बोलावलं. ''लिम काका, तुम्ही कधीपासून आजोबांसाठी हेरगिरी करताय?'' मी हसू दाबत विचारलं.

''तुझं आणि आजोबांचं बरोबर जमलं का?'' त्याने विचारलं. मिंगने आमच्या वाडग्यांत सूप वाढलं.

"मी त्यांना खूप आधीच भेटायला हवं होतं." लिम काका आमच्या घरात केव्हा आला ते मी आठवू लागलो, पण ते आठवलं नाही. नक्कीच माझ्या जन्माच्या आधी असणार. मी त्यांच्या उत्तरासाठी थांबलो. माझं लक्ष दुसरीकडे वळवता येणार नाही हे लक्षात आल्यावर त्याने सांगितलं,

"तुझ्या आईचं तुझ्या वडलांशी लग्न झाल्यावर थोड्याच दिवसांनी मी इथे आलो. मी आधीच पेनांगमध्ये काम करत होतो. तुझ्या आजोबांनी मला मि. हटनकडे काम करण्यासाठी विचारलं. नाही म्हणायचा प्रश्नच नव्हता, कारण मी तुझ्या आजोबांना काही पैसे देणं लागत होतो. हे तू तुझ्या वडलांना सांगणार नाहीस ना?"

"मी काय करत होतो त्याबद्दल तुम्ही बोलू नका म्हणजे मीसुद्धा तुमच्याबद्दल काही बोलणार नाही." मी म्हणालो.

मिंगने सुपाचे वाडगे टेबलावर आणले. "चीनमध्ये परिस्थिती कशी आहे?" मी उत्सुकतेने विचारलं. का कुणास ठाऊक, पण तो देश मला आता पूर्वीइतका दूरचा, परका वाटेनासा झाला आणि हे आजोबांनी त्यांच्या स्वत:च्या इतिहासाविषयी मला सांगितलं त्यामुळे झालं याची मला जाणीव झाली.

लिम काकाने एक उसासा सोडला. "अगदी वाईट." तो म्हणाला.

"जपान्यांनी ताब्यात घेतलेल्या गावांमधून भयंकर बातम्या आल्या आहेत. नांजिंगची स्थिती सर्वांत वाईट!" मिंग बोलली नि तिने डोळे मिटले.

"काय झालं तिथे?" मी विचारलं. मांचुरियावर कब्जा करून १९३१ मध्ये तिथे कळसूत्री सरकार स्थापन केल्यावर उरलेल्या चीनवर आक्रमण करण्यासाठी जपान कारणच शोधत होता आणि चिनी आणि जपानी सैनिकी तुकड्यांची पेकिंगजवळ मार्कोपोलो ब्रिजवर ७ जुलै १९३७ ला चकमक झाल्यावर ते त्यांना मिळालंही. आता चीनच्या वायव्येकडच्या बहुतेक भागावर जपानचा ताबा होता.

मिंगने अगदी ताज्या घटना सांगितल्या आणि प्रथम माझा त्यांवर विश्वासच बसेना. जपानी लष्कराने परदेशी वार्ताहरांना बातम्या पाठवायला बंदी केली होती, तरी तिकडून पळून आलेले लोक आणि परदेशी मिशनरी यांच्याकडून त्यांच्या अमानुष क्रौर्याच्या कथा ऐकायला मिळत. तरीही कोणताही मानवी वंश इतका अमानुष, रानटी असू शकेल यावर मी विश्वास ठेवायला तयार नव्हतो. माझ्या चेहऱ्यावरचे भाव बघून मिंग म्हणाली, "तुमचा विश्वास बसो किंवा न बसा. त्याची मला फिकीर नाही, पण जपानी जेव्हा इथे येतील तेव्हा तुम्हाला सारं कळेलच."

आता मागे वळून बघितलं असता वाटतं की, प्रत्येकाला – प्रत्येक चिनी, प्रत्येक मलाय, हिंदुस्तानी सर्वांना खात्रीपूर्वक माहीत होतं की, जपान केव्हातरी मलायावर आक्रमण करणार. चिनी लोकांना भीती होती की, जपानी नांजिंगच्या कत्तलीची पुनरावृत्ती मलायात करणार, तर मलायी आणि हिंदुस्तानी लोकांना वाटत

होतं की, जपानी आपल्याला पारतंत्र्यातून मुक्त करतील. ब्रिटिश लोकांपैकी बहुतेकांचा सिंगापूरला असलेलं नौदल लक्षात घेता मलायावर हल्ला होईल यावर विश्वास नव्हता. माझ्या जीवनातल्या प्रत्येक बाबीप्रमाणेच याही बाबतीत कशावर विश्वास ठेवावा ते मला कळेना. सरकारी अधिकारी सांगत तितकं काही जपानी सैन्य बुद्दू नव्हतं, हे मला माहीत होतं; पण ब्रिटिश साम्राज्याशी टक्कर घेण्याइतकं ते ताकदवानही नव्हतं.

मिंग गावी लहानाची मोठी होताना लिमने क्वचितच तिला पाहिलं असेल, पण तरीही आता ते बोलत असताना बाप-लेकीच्या नैसर्गिक प्रेमाचा बंध किती घट्ट असतो, याचा प्रत्यय येत होता. गावच्या प्रमुखाच्या मजेदार गोष्टी मिंग सांगताना लिम खळखळून हसत होता. एक व्यक्ती म्हणून, माणूस म्हणून, पिता म्हणून इतकं मोकळेपणे आणि मनापासून हसताना मी त्याला प्रथमच बघत होतो. मला त्यांच्या जगात परक्यासारखं वाटू लागलं नि मी हळूच तिथून बाहेर पडलो.

मिंग आणखी काही दिवस तिथे राहिली आणि मग एके दिवशी सकाळी नाहीशी झाली. लिम काकाने तिला बालिक पुलाउच्या एका खेड्यात नातेवाइकांकडे सोडली. त्यानंतर बरेच दिवस लिम काका खूप आनंदी दिसायचा; एकदातर त्याने मला चिनी बॉक्सिंग शिकवायचंही कबूल केलं.

एंडो-सान बेपत्ता झाले होते. मी त्यांच्या बेटावर गेलो, पण घर बंद होतं. मी सरकतं दार उघडलं, पण आत नुसती शांतता होती. जमिनीवर एक फोटोंची बॉक्स पडली होती. जाण्यापूर्वी ते त्यातले फोटो भिंतीवर लावत असणार. मी ते फोटो बघितले – विशेषत: माझा पेनांगहिलवर चहाच्या टपरीपाशी काढलेला. मी किती वेगळा दिसत होतो त्यात! आताच्या मानाने अगदी निष्पाप, पोरगेलेसा. इतर फोटो समुद्रकिनारा, जंगल, खेडी यांचे होते. सगळे सारखेच दिसत होते, त्यामुळे मी ते बघणं सोडून दिलं. दुसऱ्या एका भिंतीवर त्यांनी मलायाचा नकाशा लावलेला होता. त्यावर आम्ही केलेला प्रवास आणि त्यांना जिथे जायचं होतं ती ठिकाणं लाल रंगात दाखवली होती. त्यांना सिंगापूरला जाण्याची इच्छा दिसली नाही, कारण त्यावर काहीच खूण केलेली नव्हती. एका शेल्फवर मला त्यांची चिठ्ठी सापडली ''मी पूर्व किनाऱ्याला जात आहे. सराव चालू ठेव.''

मी आजोबांकडे असताना मला त्यांची किती उणीव भासत होती ते माझ्या आता लक्षात आलं. ते माझ्या जीवनाचा अविभाज्य भागच झाले होते. त्यांच्याबरोबर सकाळ घालवणं, त्यांचं निरीक्षण करणं, त्यांचं बोलणं ऐकणं, त्यांच्या मूडचा, लहरींचा अंदाज करणं, या सर्वांची उणीव मला जाणवत होती. सूर्याच्या प्रकाशात चमकणारे त्यांचे केस, त्यांनी स्मित केलं म्हणजे चमकणारे दात, त्यांचा रांगडा

विनोद, त्यांच्या मनात लपलेलं दु:ख यांचा पुन्हा अनुभव घ्यायची मला उत्कंठा लागली होती. तरीही त्यांच्याविषयी बरंचकाही मला अजून माहीत नव्हतं. ते परत आल्यावर त्यांच्या जीवनाविषयी आणखी प्रश्न विचारायचं मी ठरवलं.

शाळेचं नवं सत्र सुरू झालं. एंडो-सान नव्हते हे एका परीनं बरंच होतं. कारण त्यामुळे मी शाळेचा अभ्यास करू शकत होतो आणि वडलांच्या अनुपस्थितीमुळे खाजगी किंवा सामाजिक समारंभांना उपस्थित राहण्याची जबाबदारी पार पाडू शकत होतो. माझे वडील आणि इतर कुटुंबीय पेनांगमध्ये नव्हते, तरीही जवळजवळ रोज कुठली ना कुठली आमंत्रणं येत होती. हटन कुटुंबातला मी एकटाच पेनांगमध्ये असल्याने त्यांचं प्रतिनिधित्व करावं अशी माझ्या वडलांची अपेक्षा होती.

एके दिवशी दुपारी अभ्यास संपल्यावर मी वडलांच्या कामाच्या खोलीत गेलो आणि त्यांच्या अवजड ओक टेबलावर पडलेला पत्रांचा ढीग चाळू लागलो. इझाबेलची मला आलेली दोन पत्रं होती. त्यात ते सर्व जण लंडनला कशी मजा करत आहेत याचं वर्णन होतं. पत्रं तिच्या उत्साहाने भरलेली असणार म्हणून मी ती आधी वाचली. माझी उणीव सर्वांना जाणवते आणि आम्ही लवकरच परत येऊ असं तिने त्यात लिहिलं होतं. बाकीची बहुतेक पत्रं समारंभाच्या आमंत्रणांची होती. त्यांना 'येऊ शकत नाही याबद्दल दिलगीर' असल्याची उत्तरं लिहून मी ती सरळ कचऱ्याच्या टोपलीत टाकली. कोणतं आमंत्रण स्वीकारायचं किंवा स्वीकारायचं नाही हे ठरवण्याचं थोडं स्वातंत्र्य मला होतं, पण क्रॉस कुटुंबाचं आमंत्रण स्वीकारावंच लागे. हे म्हणजे आजोबांनी सांगितलेल्या राजमातेच्या आमंत्रणाप्रमाणे होतं.

क्रॉस कुटुंब बऱ्याच बाबतीत आमच्यासारखंच होतं. तेसुद्धा पेनांगमध्ये अगदी सुरुवातीपासून होतं. त्यांची कंपनी एम्पायर ट्रेडिंग सबंध आशियात प्रसिद्ध होती आणि हाँगकाँगच्या जार्डिन माथेसनच्या तोडीची समजली जायची. कुटुंबप्रमुख हेन्री क्रॉस हे माझ्या वडलांच्या बरोबरीचे होते आणि दोघांची उत्तम मैत्री होती. दोघंही घरी परतून धंदा सांभाळायला लागण्यापूर्वी ऑक्सफर्डला होते.

हेन्री क्रॉस यांचं त्यांचा मुलगा जॉर्ज याच्या पंधराव्या वाढदिवसासाठी आमंत्रण आलं होतं. कंटाळवाण्या पार्टीला जावं लागणार म्हणून वैतागून मी एक नि:श्वास सोडला; पण गेलो नाही तर हेन्री क्रॉस यांच्या प्रतिष्ठेला बाधा आणल्याचा त्यांना मान न दिल्याचा अक्षम्य अपराध झाला असता.

पूर्वेत अनेक पिढ्या राहिल्यावर ब्रिटिश कुटुंबांपैकी बहुतेकांना 'प्रतिष्ठे'ची कल्पना समजू लागली होती. अगदी सोप्या शब्दांत 'प्रतिष्ठे'चा इथे अर्थ परस्परांविषयी आदर व्यक्त करणं हा होय. पण चिनी समाजात त्याला आणखी खोल अर्थ होता : जर हेन्री क्रॉस माझ्या वडलांच्या पार्टीला हजर राहिले (आणि ते न चुकता हजर

राहणारच) तर माझ्या वडलांची प्रतिष्ठा वाढणार. जर माझ्या वडलांनी अडचणीत असलेल्या एखाद्या नोकराला आपण मदत करत आहोत असं न दाखवता मदत केली, तर त्या नोकराच्या प्रतिष्ठेचं रक्षण झालं असं होईल आणि इतर नोकरवर्गासमोर त्यांची प्रतिष्ठा अबाधित राहील. व्यवहार आणि व्यक्तिगत नातेसंबंध याचं ते एक गुंतागुंतीचे मिश्रण होतं. त्याचं ज्ञान आईच्या दुधाप्रमाणे उपजतच मिळतं. इतरांना ते गोंधळात टाकतं. मी माझ्या आजोबांना भेटायला जाऊन त्यांची प्रतिष्ठा वाढवली आणि त्यांनीही मला स्वीकारून, त्यांची पूर्वकथा सांगून, त्यांची गुहा दाखवून त्याची परतफेड केली.

मला जॉर्ज क्रॉस फक्त बघूनच माहीत होता. तो माझ्यापेक्षा एका वर्षाने लहान होता. त्याचा भाऊ रोनाल्ड माझ्या वयाचा होता. आमच्या शाळा वेगळ्या होत्या आणि शिवाय सेंट झेवियर्स आणि पेनांग फ्री स्कूल यांमध्ये स्पर्धाही होती.

पार्टीच्या दिवशी मी जरा चांगले कपडे घालून लिम काका आमची डेम्लर घेऊन यायची वाट बघत पोर्चमध्ये होतो. रात्र दमट होती, रातकिड्यांची किरकिर जोरात होती आणि वारा छान होता। अशी रात्र अशा पार्टीसाठी फुकट घालवणं माझ्या जिवावर आलं होतं.

क्रॉस यांचा बंगला नॉरथॅम रोडवर – ज्याला लक्षाधीशांचा रस्ता म्हणत – त्यावर होता. स्थानिक लोक त्याला 'आंग-मो लोर' म्हणजे 'लाल केसाच्या लोकांचा रस्ता' म्हणत. क्रॉस यांच्या बंगल्यापुढे शेजारची थायलँडच्या ('सयाम'चं 'थायलँड' हे नामकरण मे महिन्यातच झालं होतं; पण पेनांगचे लोक अजून त्याला 'सयाम'च म्हणत.) वकिलातीच्या कार्यालयाची इमारत अगदीच लहान – गॅरेजसारखी वाटायची. संगमरवरी खांबांना बसवलेल्या, काळा आणि सोनेरी रंग दिलेल्या प्रचंड प्रवेशद्वारातून आत शिरून खडीच्या रस्त्यावरून आम्ही आत गेलो. पूर्ण पांढऱ्या रंगाची बंगल्याची इमारत प्रकाशझोतांमध्ये उजळली होती. दोन्ही बाजूंना मोठे स्तंभ असलेली ती इमारत इटालियन पद्धतीने बांधली होती. जेरी मॅक्स्वेलचा बँड जाझ संगीत वाजवत होता; हसण्याचे आवाज, काचेच्या ग्लासांची किणकिण बाहेर ऐकू येत होती. बंगल्याच्या मागे समुद्र आणि पलीकडे मलायाची मुख्य भूमी होती.

मी आत गेल्यावर लोकांचे नेहमीचे जरा कुत्सित कटाक्ष मला जाणवले. हेन्री क्रॉस यांनी माझं स्वागत केलं. उंच, मजबूत बांधा, कानशिलांवरचे केस पांढरे होत चाललेले आणि वर टक्कल. त्यांनी मैत्रीपूर्ण शेकहँड केला. माझं त्यांच्याशी चांगलं पटायचं.

''तुझे वडील परत कधी येणार आहेत? लंडनमध्ये फारच रमलेले दिसतात.''

''लवकरच येतील.''

"आल्यावर ते तुला ओळखणार नाहीत. तू बराच मोठा झाला आहेस. शाळा संपल्यावर तुझा काय करायचा बेत आहे? आता त्याला फार वेळ नाही."

"माहीत नाही." मी खांदे उडवत म्हणालो, "वेळ आली की बघेन." जॉर्जने शेकहँड केलं. मी त्याला वाढदिवसाच्या शुभेच्छा आणि भेटवस्तू दिली नि रोनाल्ड कुठे आहे म्हणून विचारलं.

"तो मित्रांना जागा दाखवत हिंडत असेल." जॉर्ज म्हणाला.

मी वळून पाहुण्यांचं निरीक्षण केलं. नेहमीप्रमाणे सर्व महत्त्वाच्या व्यक्ती होत्या – नगराध्यक्ष आणि त्यांची पत्नी, वेगवेगळ्या बँकांचे प्रतिनिधी, जर्मन, सयामी, डॅनिश, अमेरिकन आणि रशियन वकिलातींतले अधिकारी, स्थानिक चिनी आणि मलायी उद्योगपती, काही सोनेरी पिवळ्या पोशाखांतले मलायी राजपुत्र. इंग्लंडमधले एक प्रसिद्ध लेखकही दिसले. त्यांचं पुस्तक मी नुकतंच वाचलं होतं. मी त्यांच्याकडे जात होतो इतक्यात रोनाल्ड आला. त्याच्याबरोबर त्याचा मित्र चिनी व्यापारी संघटनेचे अध्यक्ष टोके यीप यांचा मुलगा यीप ची कोन होता.

"अरे! तू अगदी वेगळाच दिसायला लागलायस." रोनाल्ड म्हणाला.

"आपला स्वयंपाक आपण करून बघ. मग कळेल." मी हसत म्हणालो.

रोनाल्डने माझी त्याच्या मित्राशी ओळख करून दिली. पेनांग लहान बेट होतं आणि त्याला लोक 'कोन' म्हणतात हे मला माहीत होतंच. ते आत्ता रोनाल्डकडूनही कळलं. तो माझ्याकडे ज्या कुतूहलाने बघत होता, त्याने मी अस्वस्थ झालो. त्याच्या वयाच्या मानाने त्याचा आत्मविश्वास दांडगा वाटत होता. तो माझ्यापेक्षा वीतभर कमी उंचीचा होता; पण त्याचं शरीर जास्त गोळीबंद होतं. त्यामुळे तो जास्तच कणखर वाटत होता. त्याच्या बारीक काळ्या डोळ्यांमध्ये बुद्धिमत्तेची चमक होती आणि आपली मतं बरोबर आहेत हे सिद्ध करायची त्याला सवय असावी असं मला वाटलं. त्याने पांढरे कपडे घातले होते. पुढे मला समजलं की, तो दुसऱ्या रंगाचे कपडे वापरतच नसे. त्याचा हँडशेक घट्ट होता आणि तो ज्या प्रकारे मला न्याहाळत होता त्यामुळे मला तो आवडला नाही. मीही त्याच्याकडे न घाबरता सरळ बघितलं.

एवढ्यात रोनाल्ड दुसऱ्या एकाशी बोलायला गेला. कोन त्याच्याबरोबर जाता जाता मागे वळून माझ्याकडे बघतच होता. मला कोणीतरी हाक मारली. आल्फ्रेड स्कॉट मला बोलवत होते. माझे वडील लंडनला असताना हटन अँड सन्सचा कारभार सांभाळायची जबाबदारी त्यांनी मॅनेजर स्कॉटवर सोपवली होती. ते माझ्या आठवणीच्याही आधीपासून आमच्याकडे कामाला होते आणि माझे वडील कुठेही जाताना फक्त त्यांच्यावर जबाबदारी टाकून जायचे. अर्थात, कितीही खर्च आला तरी स्कॉटना तारेने माझ्या वडलांना रोज रिपोर्ट पाठवावा लागे.

"आज तुझ्या वडलांचा निरोप आला आहे." ते म्हणाले, "ते उद्या निघताहेत.

बोट धक्क्याला लागेल तेव्हा तू तिथे यावंस असं त्यांनी कळवलं आहे. बोट किती तारखेला पोहोचेल ते मी तुला कळवीन. आत्ता लक्षात नाही.''

''मिस्टर स्कॉट, तुम्ही म्हातारे होताय.'' आम्ही सर्व जण त्यांना 'मिस्टर स्कॉट' म्हणूनच हाका मारायचो. त्यांचं वय पन्नास-पंचावन्नच्या आसपास होतं. त्यांनी लग्न केलं नव्हतं. माझ्या वडलांनी त्यांना आमच्या कुटुंबाच्या जवळ आणण्याचा प्रयत्न करून बघितला होता, पण ते एकटं राहणंच पसंत करत. आपला मोकळा वेळ ते रबराच्या मळ्यांमध्ये घालवायचे.

''एक मिस्टर साओतोमे म्हणून कोणी आहेत, त्यांचाही फोन आला होता. ते तुला ओळखतात म्हणाले. तू त्यांच्यावर चांगलं इंप्रेशन पाडलं आहेस असं दिसतं.'' ते माझ्याकडे निरखून बघत म्हणाले. ''आपण एखादा जपानी भागीदार घेऊ का किंवा त्यांच्याबरोबर धंदा करू का म्हणून विचारत होते.'' मिस्टर स्कॉटच्या चेहऱ्यावर आश्चर्य दिसत होतं.

साओतोमेंनी आमच्या कंपनीमध्ये रस दाखवणं चालूच ठेवल्यामुळे मला जरा काळजी वाटू लागली. त्यांच्यापुढे त्या दिवशी जी मुलगी आणली होती तिचं पुढे काय झालं हे मला कळलं नव्हतं. मी एंडो-सानना विचारलं तेव्हा त्यांनीही नुसता हुंकार देऊन उत्तर टाळलं होतं.

''तुम्ही त्यांना काय सांगितलं?'' मी मिस्टर स्कॉटना विचारलं.

''मी त्यांना तुझ्या पणजोबांनी घालून दिलेलं तत्त्व सांगितलं की, 'हटन' हे आडनाव असल्याशिवाय कोणाही बाहेरच्या माणसाशी हातमिळवणी होणार नाही!''

त्यांच्या परखड उत्तरामुळे मी बिचकलोच. त्यांच्या विशिष्ट अशा पहाडी हास्यामुळे आजूबाजूचे लोक आमच्याकडे बघू लागले. ते दबलेल्या आवाजात म्हणाले, ''माझं या साओतोमेविषयी फारसं चांगलं मत झालं नाही. आपण आपलं धोरण बदलावं असा त्यांचा फारच आग्रह दिसला.''

''तुम्ही माझ्या वडलांना कळवलं का?''

त्यांनी मान हलवली, ''ते काही इतकं महत्त्वाचं नाही. ते परत आले की सांगेन त्यांना. एरवीसुद्धा त्यांना कळवण्यासारखं बरंच असतं.''

मला त्यांचा निर्णय पटला आणि तसं मी त्यांना सांगितलं. त्यांनी त्यांचं ड्रिंक संपवलं आणि ते घरी जायला निघाले. ''मला या पार्ट्या अजिबात आवडत नाहीत.'' जाता जाता ते म्हणाले.

जपानी राजदूत शिगेरू हिरोशी यांनी मला बघितलं आणि ते माझ्याकडे आले. ते पन्नाशीचे, बारीक अंगकाठीचे होते आणि आजारी असल्यासारखे दिसायचे. इथली हवा त्यांना मानवत नसावी. इतर अनेक जपान्यांप्रमाणे त्यांचे केस पूर्ण कापलेले होते. त्यांचा सूट जरा ढगळ वाटत होता.

"तू एंडो-सानचा देशी शिष्य आहेस ना? त्यांनी तुझं वर्णन बरोबर केलं होतं."

मी वाकून त्यांना अभिवादन केलं आणि एंडो-सान कुठे आहेत असं विचारलं. क्षणभर घुटमळून ते म्हणाले, "ते क्वालालंपूरला आहेत."

"पुन्हा? आताच तर तिथे जाऊन आले." त्यांनी थाप मारली होती, हे मला एंडो-सानच्या चिठ्ठीमुळे माहीत होतं. माझ्या प्रश्नाला उत्तर न देता हिरोशींनी माझ्या तालमीबद्दल विचारलं. नको असलेलं सत्य टाळायची त्यांची पद्धत मला माहीत होती. त्यामुळे मीही त्याविषयी आणखी प्रश्न विचारले नाहीत आणि त्यांची प्रतिष्ठा राखली.

आमचं संभाषण जपाननं चीन व्यापण्यावर गेलं. त्यांनी मला जपान कसा श्रेष्ठ आहे यावर भाषण देणं सुरू केलं. "आशियात सर्वोत्कृष्ट सैन्य आता आमचं आहे – शिस्तबद्ध, सराइत आणि सज्जन." आजूबाजूच्या लोकांनाही ऐकू जावं या हेतूने ते मोठ्याने बोलले.

"पण नानकिंगचं काय?" नांजिंगचं इंग्रजी नाव घेत मी विचारलं. पुढे अनेक वर्षांनंतर तिथे केलेले अमानुष अत्याचार आपल्याला माहीतही नाहीत, असं बहुतेक सर्व जपानी लोक दाखवू लागणार होते; पण माझा प्रश्न ऐकताच आजूबाजूचं संभाषण थांबलं नि लोक आमच्याकडे बघू लागले. तिथे काय घडलं हे हिरोशींना निश्चित माहीत असणार. ते दचकले आणि त्यांच्या चेहऱ्यावरच्या रेषा ताणल्या गेल्या.

"जपानी सैनिकांची तिथली वागणूक शिस्तबद्ध, सराईत आणि सज्जनपणाची होती का?" मी विषयाचा पाठपुरावा करणं सोडलं नाही.

अखेरीस ते हलले. त्यांनी त्यांचा ग्लास रिकामा केला आणि म्हणाले, "होय, अर्थातच! तसं नसायचं कारणच काय?"

आमच्या सभोवारच्या लोकांनी उपहास-रागाने फूत्कार सोडले, विशेषत: चिन्यांनी, हिरोशी संतापले.

मी त्यांना सोडून निघालो आणि समुद्रावर पोहोचलो. पलीकडच्या किनाऱ्यावरचे प्रॉव्हिन्स वेलस्लीवरील काही दिवे ताऱ्यांप्रमाणे चमकताना दिसत होते. चंद्र उगवला होता आणि तेलकट पाण्यात त्याचं प्रतिबिंब पडलं होतं. समुद्रात आत असलेल्या मच्छीमारी बोटींचे कंदील दारुड्यांप्रमाणे हेलकावत होते.

मी पुढे एक पुसट, भुतासारखी दिसणारी सफेद आकृती पाहिली. माझ्याप्रमाणेच त्या गर्दीत काहीही रस नसणारं असं हे कोण असावं, असा प्रश्न मला पडला. मी थोडा पुढे जाताच ती व्यक्ती वळून माझ्यासमोर आली. मी चालत राहिलो.

"तू त्या राजदूतापासून जरा जपून राहा. त्याची अशी फजिती केलेली त्याला आवडत नाही." कोन म्हणाला.

“तुला कसं माहीत?” त्याच्या बोलण्यातून जाणवलेल्या अहंभावामुळे मी चिडलो. मी त्याच्याजवळ गेलो; पण ती मी चूक केली.

त्याचा ठोसा कुठून आला ते दिसलं नाही. मी तो हुकवला, पण आपण थोडक्यात बचावलो हे मी समजलो. मीही एक ठोसा फेकला. त्याने तो अडवला आणि मी त्याला फिरवला नसता, तर माझं मनगट मोडलं असतं. आम्ही एकमेकांपासून हसत अलग झालो.

“तू अगदी निष्णात आहेस.” कोन म्हणाला.

“तूसुद्धा.” मी म्हणालो.

आम्ही सावधपणे रिंगणात फिरू लागलो. माझं हृदय धडधडत होतं. मी माझं मन कोरं केलं. त्याच्या कौशल्याची मला कल्पना नव्हती, पण त्याने ज्या प्रकारे मला बेसावध असताना पकडलं त्यावरून तो मला वरचढ असण्याची शक्यता होती. मी हळूच माझा पवित्रा बदलला आणि हात वर करून त्याला हल्ला करण्यासाठी मोठं लक्ष्य दिलं.

त्याने चढाई केली. माझ्या डोक्याकडे फेकलेले डावे – उजवे ठोसे मी उडवून लावले आणि त्याच्या क्षेत्रात गेलो. माझ्या कमरेची ताकद वापरून, एक गिरकी घेऊन मी सहजपणे त्याला वाळूत पाडलं. माझी लाथ त्याच्या चेहऱ्यावर बसणार होती, पण आता तो सावध होता आणि त्याने ती चुकवली. मी फार पुढे आलो होतो. त्यामुळे मी माझा पूर्ण देह त्याच्या अंगावर फेकला. मी त्याच्यावर आपटलो आणि आम्ही खाली पडून वाळूत लोळण घेतली. मी त्याच्यावर एक प्रहार केला आणि काही क्षण त्याची पकड झाल्याचा फायदा घेऊन मी त्याचं मनगट पकडलं आणि ते पिळून हाड मोडेल अशा पकडीत धरलं. त्याने हलायचा प्रयत्न केला की, त्याला भयंकर कळा यायच्या. मी त्याच्यावरचा दाब वाढवला.

“पुरे?” मी विचारलं.

“हो.”

मी त्याला सोडलं, पण त्याच्यावर लक्ष ठेवत सावधपणे मागे गेला. न जाणो त्याने पुन्हा हल्ला केला असता तर! वास्तवात आमच्या दोघांच्याही कौशल्याची पातळी एकच होती, पण एंडो-सानच्या कडक शिकवणीमुळे माझं मन जास्त बलवान होतं. ज्या क्षणी कोनने हल्ला केला तेव्हाच तो हरला होता; मी कितीही थांबायला तयार होतो. त्याने घाई केली आणि तो हरला.

तो उभा राहिला. त्याच्या डोळ्यांकडे बघितल्यावर जाणवलं की, त्याचं कुतूहल शमलं होतं आणि त्याची शंका खरी ठरली होती. तो माझ्यासमोर उभा राहिला आणि शब्दांशिवायच आम्ही एकमेकांना वाकून अभिवादन केलं. माझं आश्चर्य लपवण्याचा प्रयत्न मी केला नाही. आम्ही दोघेही आयकीजुत्सू शिकत होतो. शक्तीचं केंद्रीकरण करण्याची विद्या.

एंडो-साननी अनेकदा आमची शिकवणी संपल्यावर त्यांचे गुरू मोरीहाय उशिबा यांच्याबद्दल सांगितलं होतं. उशिबा हे दिसायला हळुवार, भेदक डोळ्यांचे आणि शीघ्रकोपी होते. त्यांच्या रागाचा पारा पटकन चढे, पण तितक्याच लवकर तो खाली येत असे. त्यांचं नाव आणि त्यांच्या सामर्थ्याविषयीची कीर्ती जपानभर आधीच पसरली होती. युद्धकलेत सर्वोच्च स्थानी असलेल्या गुरूंपैकी ते एक आहेत, असं युद्धकलांच्या इतर प्रकारांचे गुरुजनसुद्धा मानायचे. त्यांचा जन्म १८८० च्या आसपासचा. त्यांनी युद्धकलेच्या संकल्पनेत क्रांती घडवून आणली. उशिबा आपल्या शिष्यांना नेहमी सांगायचे की, त्यांच्या सामर्थ्याचं रहस्य प्रेमावर आधारित आहे : 'सर्वांवरचं प्रेम, विश्वाबद्दल वाटणारं प्रेम, तुम्हाला मारायला आलेल्या मारेकऱ्यावरचं प्रेम! कारण प्रेम म्हणजे विश्वाची शक्ती आणि सारं विश्व जर तुमच्याबरोबर असेल तर तुमचा पराजय कोण करू शकेल?'

मला असं बऱ्याचदा वाटायचं की, येशू ख्रिस्त जसा प्रेमावर भर द्यायचा, त्यासारखाच हा संदेश आहे. सुरुवातीच्या काळात आयकिजुत्सू अतिशय कठोर आणि निर्दयी होती. उशिबांनी नंतर त्यातल्या तंत्रांमध्ये बदल करून ती वर्तुळाकार केली. वर्तुळाकार हालचाली हे त्यांच्या सर्व तंत्रांचं मूळ होतं; परंतु त्या सुधारित तंत्रांची परिणामकारकता जराही कमी झाली नाही. मी जी तंत्रं एंडो-सानकडून शिकलो होतो ती मूळ आयकिजुत्सूनुसार होती. कारण एंडो-सानने जेव्हा जपान सोडला तेव्हा उशिबांचं त्यांच्या नव्या संकल्पनेवर काम सुरूच होतं. त्या संकल्पनांमुळे ते नंतर अमर झाले. कोनच्या हालचालींवरून त्याच्या 'सेन्साय'ची पद्धत एंडो-सानच्या पद्धतीपेक्षा जरा वेगळी होती, हे मला स्पष्ट दिसत होतं. त्या जास्त लयबद्ध आणि वर्तुळाकार होत्या. त्या वेळी माझ्या लक्षात आलं नाही, पण मी एका कलेतल्या उत्क्रांतीचा अनुभव घेत होतो.

"तू हे कुठे शिकलास?" मी विचारलं. तो एका चिनी उद्योगपतीच्या घराण्यातल्या असल्यामुळे त्याने जपानी युद्धकलेत इतकं निपुण असणं अपेक्षित नव्हतं.

"माझ्या सेन्सायकडून." तो म्हणाला. आश्चर्य म्हणजे तो माझ्याशी जपानीत बोलला. मला दारू चढली आहे की काय अशी मला क्षणभर शंका आली. तो अंगावरची आणि कपड्यांवरची वाळू झटकत उभा राहिल. त्याने शर्ट आत खोचला. तो त्याच्या पोशाखाबद्दल नेहमी दक्ष असणार. "कोण आहेत ते?" मला त्याच्याकडून आणखी माहिती हवी होती.

"तनाका-सान." माझ्या अधीरपणाची त्याला गंमत वाटत होती. "त्यांना तुला भेटण्याची इच्छा आहे." तो म्हणाला.

मी कोनला दुसऱ्या दिवशी पहाटे त्याच्या घरी भेटायचं आणि मग त्याच्या गुरूंकडे जायचं असं ठरलं. मला त्याच्या सेन्सायना भेटायचं होतं. आयकीजुत्सूमध्ये

प्रवीण असलेला आणखी एक माणूस आहे, हे समजल्यावर एंडो-सानना आनंद होईल याची मला खात्री होती.

आम्ही भरतीच्या रेषेच्या वरच्या बाजूला बसलो आणि थोडा वेळ इतर गप्पा मारल्या. एकाएकी कोन म्हणाला, ‘‘माझे वडील आणि मी तुझ्या आईच्या अंत्यविधीला गेलो होतो. मी त्या वेळी लहान होतो, पण अजून थोडं थोडं आठवतं.’’

मला त्याला त्या वेळी बघितल्याचं आठवेना. इतके लोक आले होते. त्यातले बरेच जण माझ्या वडलांच्या प्रतिष्ठेमुळे आले होते. ‘‘त्याला खूप दिवस झाले.’’ मी म्हणालो.

कोनने सांगितलं की, त्याची आईसुद्धा तो लहान असतानाच गेली. त्याच्या मनातली काळजीपूर्वक दडवलेली वेदना, पोरकं असल्याची भावना मला जाणवली आणि ती मला माझ्या भावनांसारख्यीच वाटली.

‘‘आय ॲम सॉरी. तुला कसं वाटत असेल याची मला कल्पना आहे.’’ मी म्हणालो.

‘‘हे तू बोलतोयस त्यामुळे त्याच्या खरेपणाबद्दल मला शंका वाटत नाही.’’

यावर काय बोलावं ते मला उमगलं नाही. त्याच्या चेहऱ्यावर एक स्मित येऊन गेलेलं मला दिसलं आणि मलाही थोडं हसू आलं. त्याच्या चेहऱ्यावरचं नियंत्रण गेलं आणि हळूहळू तोही हसू लागला.

त्या रात्री आम्ही समुद्रकिनाऱ्यावर खूप वेळ गप्पा मारत बसलो. त्या वेळेस आम्हाला जाणीव झाली नाही, पण ती आमच्या घनिष्ट मैत्रीची सुरुवात होती.

लिम काका जेव्हा मला कारने घरी घेऊन जात होता तेव्हा माझ्या लक्षात आलं की, कोनने मला एकही प्रश्न विचारला नव्हता. त्याला माझ्याबद्दल आणि बहुतेक एंडो-सानबद्दलसुद्धा सगळी माहिती होती असं दिसलं.

१२

दुसऱ्या दिवशी सकाळी कोन आणि मी 'तांजुंग टोकोंग' म्हणजे 'देवळाचं भूशिर' या ठिकाणी त्याच्या सेन्सायना भेटायला सायकलवरून गेलो. आम्ही ओशन पर्ल (महासागरातील मोती) देवळावरून निर्मनुष्य किनाऱ्यावरून गेलो. ते एक मच्छीमारांचं खेडं होतं. तिथले सर्व लोक हक्का वंशाचे होते आणि त्या देवळात तुआ पेक कोंग हा फ्रान्सिस लाइटच्याही पूर्वी येऊन पेनांगला स्थायिक झालेला यात्रेकरू उपासना करत असे. इतर अनेक यात्रेकरूंप्रमाणेच मरणानंतर लोकांनी त्याला देवत्व बहाल केलं होतं.

दोन्ही बाजूंना उंच रानटी गवत असलेल्या एका अरुंद रस्त्याने आणि मग उतार असलेल्या वाळूच्या रस्त्याने आम्ही पुढे गेलो. मला एकट्याला ती जागा नक्कीच सापडली नसती.

उताराच्या रस्त्याच्या तळाशी आम्ही एका लाकडी बंगल्यापाशी आलो. त्याच्या चारही बाजूंना ओसरी होती. वरती गवती हॅटप्रमाणे दिसणारं छप्पर होतं. एका बाजूला छपरावर वाकलेली दोन नारळाची झाडं होती. त्यांच्या पानांची वाऱ्यात सळसळ होत होती. आम्ही जवळ आल्यावर हिरवळीवर बसलेल्या खारी इतस्तत: पळत झाडांवर चढल्या.

हिदेकी तनाका पायऱ्यांच्या वर वाट पाहत होते. चेहरा निर्विकार होता, पण तुसडा भाव नव्हता. एंडो-सानप्रमाणेच त्यांचेही केस बारीक कापलेले नि पांढरे होते, पण ते अंगाने जरा आडवे होते.

''मी तुमचीच वाट बघतोय.'' ते जपानी भाषेत बोलले. मी खूप वाकून त्यांना अभिवादन केलं.

आम्ही समुद्राच्या बाजूला असलेल्या ओसरीत बसलो. समुद्राला ओहोटी होती. उघड्या पडलेल्या किनाऱ्यावर पक्ष्यांचे थवे वाळूत चोची मारून खाद्य शोधत होते. नजर पोहोचत होती तिथपर्यंत रिकामा किनारा पसरला होता. समुद्राचा तळ नुकत्याच

नांगरलेल्या शेतासारखा काळा दिसत होता. किनाऱ्यावर ठिकठिकाणी समुद्र आत गेल्यावर मागे राहिलेल्या पाण्याची डबकी दिसत होती. सगळा समुद्र कुठे गेला, असं वाटत होतं.

''कधी कधी समुद्र ओलांडून मुख्यभूमीपर्यंत चालत जाता येईल असं मला वाटतं.'' तनाका माझ्या दृष्टीच्या दिशेला बघत म्हणाले, ''चालत थेट घरी.''

''मोझेसप्रमाणे.'' मी म्हणालो.

ते जरा गोंधळल्यासारखे दिसले. जणूकाही मी एखाद्या मित्राचं नाव घेतलं आणि ते त्यांना आठवत नव्हतं. मग त्यांचा चेहरा उजळला, ''हो, बरोबर. ज्याने लाल समुद्र दुभंगला तो महापुरुष! छान गोष्ट आहे ती.'' त्यांनी कोनला चहा करायला सांगितला.

मला त्यांच्याबरोबर अगदी शांत वाटत होतं; पण त्यांच्या शांत आविर्भावाखाली एकटेपणाची भावना होती. मला ती ओळखता आली, कारण तीच एंडो-सानमध्येसुद्धा होती. इतका सारखेपणा असणारे दोन जपानी या बेटावर असणं किती आश्चर्यकारक होतं!

कोन गरम हिरवा चहा घेऊन आला. थोडा वेळ आम्ही त्याचा आस्वाद घेत बसलो.

''कोनने मला काल रात्रीच्या भेटीबद्दल सांगितलं. तू त्याला जमिनीवर कसं लोळवलंस ते. त्याला अजिबात आवडलं नाही.'' तनाका हसले, ''फार थोड्या लोकांनी त्याला हरवलं आहे. म्हणून मी त्याला सांगितलं की, दररोज झाझेनचा सराव कर. मनाचं सामर्थ्य हे केव्हाही शारीरिक बळावर किंवा व्याधींवर मात करू शकतं.''

''आपण माझ्या सेन्सायना ओळखता का?'' मी विचारलं. त्यांनी मान डोलवली. ''एंडो हयातो-सान. तोरीजिबाच्या प्रसिद्ध कुटुंबांपैकी एकातला.''

''तुम्हाला त्यांच्याविषयी फारसा आदर नाही का?'' मी विचारलं.

''आम्ही एकाच गुरूकडे शिकलो – उशिबा सेन्साय.''

ते आणखी काही स्पष्टीकरण देतील म्हणून मी थांबलो. एंडो-सानना जेव्हा एखाद्या गोष्टीवर चर्चा करायची नसेल, तेव्हा एंडो-सानसुद्धा असेच संदिग्ध उत्तर देत. मी त्यांच्याकडे बघत राहिलो. त्यांच्या या तंत्राने मी फसलेलो नाही हे दाखविण्यासाठी. तनाका हसले, पण आणखी काही बोलले नाहीत.

मी आतल्या आत एक निःश्वास सोडला आणि विचारलं, ''उशिबा सेन्साय कसे होते?''

''त्यांच्याइतका मृदू आणि प्रेमळ माणूस मी अजून बघितला नाही; पण भयंकर तापटसुद्धा. जपानमध्ये त्यांच्याइतका महान बुदोका – योद्धा अजून झालेला नाही. एंडो-सान त्यांच्या सर्वोत्तम शिष्यांपैकी एक होता आणि मीसुद्धा.''

"तुम्ही दोघे या बेटावर कसे आलात?"

"माहीत नाही. नशीब, माझ्याआधी काही महिने एंडो-सानने उशिबा सेन्सायचा निरोप घेतला. त्यांच्यात काही मतभेद होता. मी इथे आल्यावर काही महिन्यांनी मला कळलं की तो इथे आहे. तोपर्यंत मी स्थिरस्थावर झालो होतो. हे घर घेतलं होतं. मी आशियाभर प्रवास केला आणि कशी कोणास ठाऊक, पण या बेटाबद्दल मला आपुलकी वाटली. म्हणून मी इथे राहिलो." त्यांनी एक नि:श्वास सोडला, "शांतीच्या शोधात."

"आश्चर्य आहे. एंडो-साननीसुद्धा मला हेच सांगितलं, शांतीच्या शोधात."

"तू हे लक्षात घेतलं पाहिजेस की, जपान सध्या एका सामाजिक क्रांतीतून जात आहे. तिथे खूप द्वेष नि महत्त्वाकांक्षा आहेत; अगदी वाईट मिश्रण! लष्करवादी आणि साम्राज्यवादी युद्ध हवं म्हणून दबाव आणत आहेत. आमच्यापैकी काही जणांचा युद्धावर विश्वास नाही. त्यामुळे आम्हाला देशद्रोही, बहिष्कृत मानण्यात येतं आहे.

"मला सैन्यात भरती झालेल्या नव्या जवानांना प्रशिक्षण द्यायला सांगण्यात आलं. मारता यावं, खून करता यावेत यासाठी त्यांना आयकीजुत्सू शिकवायला सांगितलं. ज्याची मूळ कल्पनाच प्रेम आणि सुसंवाद यांच्यावर आधारलेली आहे ते आयकीजुत्सू! मला ते मान्य नव्हतं आणि माझ्या सेन्सायलापण. सरकारकडून पुढचा हुकूम येण्यापूर्वीच ते होक्काइडो बेटावर गेले, जगाशी संबंध तोडून टाकला आणि शेती करू लागले. मी जपान सोडायचं ठरवलं."

ते म्हणाले त्यापेक्षा त्यामागे काहीतरी जास्त असणार, असं मला निश्चित वाटत होतं, पण त्यांच्या अधिक न सांगण्याच्या इच्छेचा मान राखून मी गप्प राहिलो. त्यांनी कोनला आणखी पाणी उकळायला पाठवलं.

"तुला एंडो-सानबद्दल फार प्रेम आहे का?" मला आणखी चहा ओतत ते म्हणाले. तिथे ओसरीच्या सावलीत, पक्ष्यांचा आणि पानांचा आवाज ऐकत, वाऱ्याचा स्पर्श अनुभवत मला फार शांत, समाधानी वाटत होतं.

मी त्यांच्या प्रश्नावर थोडा विचार केला. "होय. मला त्यांच्याविषयी खूप आदर आहे. त्यांच्याविषयी गाढ भावना आहेत. ते कुठे असतील, आता काय करत असतील अशी आठवण आल्याशिवाय एकही दिवस जात नाही. त्यांच्यामुळेच मला जगण्यातील आनंद मिळत आहे..." मला माझ्या भावना शब्दांत सांगता येत नव्हत्या.

"हे चांगलं आहे. मला वाटतं शेवटी तुझं त्याच्यावरचं प्रेम त्याला वाचवेल."

"वाचवेल? कशापासून?"

त्यांनी नुसतं स्मित केलं आणि या विषयावर ते याहून जास्त बोलणार नाहीत

हे मी ओळखलं. एंडो-सानना त्यांच्या जपान सोडण्यापूर्वीच्या जीवनाबद्दल विचारण्याचा मी पुन्हा निश्चय केला.

तनाकांनी मला ठोसा मारायचा प्रयत्न केला. त्यांचं हलकं मनगट घार आकाशातून सावजावर जशी झेप घेईल तसं माझ्याकडे आलं. मी बसलेल्या स्थितीतच पटकन एका बाजूला कलून ठोसा चुकवला. त्यांनी त्यांचा हात मागे घेताना माझा हात त्यात अडकवला नि मी त्यांच्यावर चढाई केली. त्यांनी त्यांचं धड वळवून मला आणखी पुढे खेचलं नि माझा तोल घालवला. मी उकिडवा होऊन त्यांच्याकडे बाजूने एक लाथ फेकली आणि ती चूक होती हे मला ताबडतोब जाणवलं. त्यांनी ती सहज बाजूला केली आणि मला लाकडी जमिनीवर आपटलं. हे सर्व करताना ते 'सीझा' स्थितीतच निर्विकार चेहऱ्याने बसलेले होते.

''तुझं 'सुवारीवाझा'– बैठं तंत्र अजून कमकुवत आहे. त्याचा तू वरचेवर सराव कर. अशा बसलेल्या स्थितीतसुद्धा जर तू बलवान असशील, तर उभा असताना तू किती बलवान होशील याचा विचार कर.''

मी माझा राग आवरत असतानाच त्यांनी मला वर खेचलं; पण ते म्हणत होते त्यात तथ्य होतं, हे माझ्या लक्षात आलं. मी त्यांच्यापुढे वाकून डोकं जमिनीवर टेकलं. ''आपल्या मार्गदर्शनाबद्दल मी आभारी आहे.'' मी म्हणालो, ''आपण मला शिकवाल का?''

त्यांनी डोकं नकारार्थी हलवलं. ''तू आधीच एका सेन्सायकडे शिकत असताना तुला मी शिकवणं नीतीनियमांच्या विरुद्ध होईल.'' दारात उभ्या असलेल्या कोनकडे बघत ते म्हणाले, ''पण तुम्ही दोघे एकमेकांकडून शिकलात, तर ते कोणत्याही नियमाच्या विरुद्ध होणार नाही. माझं असं मत आहे की, तुम्ही दोघं मित्र झालात तर तुमचा दोघांचाही खूप फायदा होईल.''

कोन हसला आणि आम्हा दोघांनाही आदल्या रात्रीच्या भेटीची आठवण आली होती हे आम्ही ओळखलं. मला माझ्यासारखाच एक मित्र मिळाला होता.

तनाका गंभीर झाले होते. ''एंडो-सानने तुला चांगलं शिक्षण दिलं आहे. ते का दिलं हे शोधून काढणं हे तुझं काम आहे.''

एंडो-सानच्या गैरहजेरीबद्दल मला काळजी वाटू लागली होती. तेवढ्यात मला 'मी परत आलो आहे' अशी चिठ्ठी मिळाली. माशाने स्वच्छ पाण्यातून उडी मारावी तशी माझ्या मनाने उडी मारली आणि मला अगदी हलकं वाटू लागलं. मी ताबडतोब त्यांच्या बेटावर जायला निघालो. मी अधीरतेने झाडीकडे निघालो आणि घराजवळ येताच त्यांना हाक मारली.

ते उन्हाने काळवंडले होते आणि त्यामुळे त्यांचे केस आणखीनच चमकत होते.

''सुस्वागतम सेन्साय!'' मी ओरडलो. त्यांनाही माझ्याइतकाच आनंद झाला असणार, हे मला माहीत होतं. त्यांनी मला आत बोलावलं. आम्ही यज्ञकुंडासमोर बसलो.

''तुझं ठीक चाललं आहे ना?'' त्यांनी विचारलं.

''होय एंडो-सान.'' मी म्हणालो. माझ्या तनाकाबरोबरच्या संभाषणाची मला जरा रुखरुख लागली होती आणि त्याबद्दल एंडो-सानना सांगावं की नाही याचा मी विचार करत होतो. त्यांच्यापासून काहीही लपवायचं नाही, असं ठरवून मी त्यांना कोनच्या सेन्सायबरोबर झालेल्या माझ्या भेटीबद्दल सांगितलं. त्यांना फारसं आश्चर्य वाटलेलं दिसलं नाही, पण मी जेव्हा 'तुम्हाला तनाका-सानना भेटायला आवडेल का' असं विचारलं तेव्हा त्यांच्या आवाजातलं मार्दव गेलं.

''मला त्यांना भेटण्याची इच्छा नाही.''

''पण का? आपली कला एकच आहे. दोन्ही बुजुत्सूचेच प्रकार आहेत. आणि तुम्ही दोघंही एकाच गुरूकडून शिकला आहात.''

त्यांच्या आवाजात कोरडेपणा आला आणि 'आपण जरा जास्तच बोललो' याची मला जाणीव झाली.

''दोन्ही प्रकार सारखेच चांगले आहेत याबद्दल खात्री बाळग. हे लक्षात घे की, शेवटी ते एकाच कलेचे दोन प्रकार आहेत की वेगळ्या कलांचे आहेत हा प्रश्न नसून व्यक्तीचा प्रश्न असतो. उदाहरणार्थ तुला असं म्हणता येणार नाही की काल चिनी पद्धतीने जपानी पद्धतीचा पराभव केला. एक कला दुसऱ्या कलेचा पराभव कसा करू शकेल? 'पुष्परचनाकलेने चित्रकलेचा पराभव केला' असं तुला म्हणता येईल का? एक दुसऱ्याचा पराभव करू शकते ती फक्त व्यक्ती!

''पण तनाका-सानच्या हाताखाली शिकायला न मिळाल्यानं आपलं नुकसान होतं आहे, असं जर तुला वाटत असेल तर मी तुला सोडायला आनंदाने तयार होईन. एकाच विद्येसाठी दोन सेन्साय असू शकत नाहीत हे तुला माहीत आहे ना?''

मी त्यांच्या कठोर शब्दांनी व्यथित झालो. ग्रॅनाइटचे तुकडे अंगात घुसत आहेत असं वाटलं. ''नाही नाही सेन्साय, माझ्या बोलण्यामुळे तुमचा गैरसमज झाला याचं मला फार वाईट वाटतं. तुमचं शिष्यत्व सोडण्याचा विचार कधीच माझ्या मनात आलेला नाही.''

त्यांनी त्यांच्या आवाजात जरा मार्दव आणलं. खेद व्यक्त करण्यासाठी त्यांच्याकडून याहून अधिक अपेक्षा नव्हती, ''तुला कोन बराच दमदार वाटला का?''

मी मान डोलवली.

''आणि तरीही तू त्याला काबूत आणलास का?''

''त्या रात्रीच्या आमच्या लढतीनंतर मी त्यावर विचार केला आणि मला वाटलं की माझं मन त्याच्यापेक्षा जास्त बलवान आणि शांत आहे.'' तनाका-सानसुद्धा तेच म्हणाले होते.

एंडो-सानने एक प्रसन्न स्मित केलं. ''म्हणजे मी तुझ्यावर खर्च केलेला वेळ फुकट गेला नाही म्हणायचा. होय, मन! एकदा का तुम्ही मनावर नियंत्रण मिळवलंत की शरीर हतबल होतं. वरच्या पातळीवर बुजुत्सू हे मनांचं युद्ध असतं, हे लक्षात ठेव. आता मी नेहमी तुला ध्यानधारणा करण्याचा आग्रह का करतो, ते तुझ्या लक्षात येईल. जिथे तुला तुझं शरीर वाचवू शकणार नाही तिथे मन वाचवू शकेल. तू आपणहून इतका सराव करतोस याचा मला फार आनंद आहे. तू जो सराव केलास तो अमोल आहे. तुला स्वत:ला याची जाणीव झाली आहे की, तू स्वत: आवश्यक ते परिश्रम केले नाहीस – मग ते कशासाठीही असोत – तर दुसरं कोण करेल?''

त्यांचे शब्द मला भिडले. माझ्या आतापर्यंतच्या आयुष्यात माझे वडीलसुद्धा माझ्याशी अशाप्रकारे बोलले नव्हते. कोणीच बोललं नव्हतं. वज्रासनात बसून मी वाकून माझं कपाळ जमिनीला टेकलं; जेवढं खाली जाता येईल तेवढं, पण तरीही मला पूर्वी कधीही नव्हे इतक्या उंचीवर गेल्याप्रमाणे वाटत होतं.

एक प्रश्न माझ्या मनात उरला – ''जास्त वरच्या पातळीवर बुजुत्सू म्हणजे जर मनाची लढाई असेल तर सर्वांत वरची पातळी कोणती?''

त्यांनी क्षणभर डोळे बंद केले, ''ती म्हणजे कधीच लढाई न करणं.''

१३

युरोपातली परिस्थिती जास्त बिघडत चालली होती. थोड्याच काळात युरोपच्या चिरफळ्या करणारा, पोलंडवरच्या पँझर रणगाड्यांचा हल्ला हिटलरने सुरू केला. एके दिवशी संध्याकाळी मी एंडो-सानच्या बेटावर होतो. त्यांनी मला घरात बोलवलं. रेडिओवर बीबीसी ओव्हरसीज सर्व्हिस स्टेशन लावलेलं होतं. नेव्हिल चेंबरलेन यांचा आवाज रेडिओच्या खरखरीतून ऐकू येत होता. ब्रिटनने जर्मनीविरुद्ध युद्ध घोषित केलं होतं.

"तुझे कुटुंबीय सुरक्षित असतील का?" एंडो-साननी विचारलं. हेन्री क्रॉसकडच्या पार्टीनंतर थोड्याच दिवसांत आल्फ्रेड स्कॉट यांच्या सेक्रेटरीने मला हटन कुटुंबाच्या परतीच्या प्रवासाची माहिती दिली होती.

"त्यांनी दोन आठवड्यांपूर्वीच साउदम्प्टन सोडलं." मी उत्तरलो.

"समुद्रमार्गावर जर्मन पाणबुड्यांचा पहारा असणार." ते म्हणाले.

मी त्यांच्या कॅलेंडरवरची तारीख बघितली. "ते आता अर्ध्या वाटेत असतील; युरोपपासून सुरक्षित अंतरावर." मी मला वाटणारी काळजी लपवण्याचा प्रयत्न करत म्हणालो. प्रवासाचं अंतर फारच मोठं होतं. संरक्षण नसणारा भागही खूप मोठा होता. मला अपराधी वाटत होतं, कारण एरवी ते दोन महिन्यांपूर्वीच परतले असते, पण मी त्यांच्याबरोबर न जाण्याचं ठरवल्यामुळे माझी शाळा सुरू होण्याआधी परतण्याचं बंधन नव्हतं. त्यामुळे वडलांनी तिथला मुक्काम दोन महिन्यांनी वाढवला होता. वडलांकडून काही निरोप आला का हे स्कॉटना विचारायचं मी तेव्हाच ठरवलं.

आम्ही रेडिओवर बातम्या ऐकत राहिलो. ते सर्व इतक्या दूर घडत होतं की, त्याचा आमच्या इथल्या जीवनावर काही परिणाम होईल असं मला वाटलं नाही. आलेली बातमी एखाद्या मालिकेतल्या कथेसारखी वाटली. न्याहारी घेता घेता ऐकायची आणि तिचा पुढचा अधिक भयंकर भाग दुसऱ्या दिवशी येईपर्यंत विसरून जायची अशी.

आता शाळा सुरू झाली असली, तरी परतल्यावर एंडो-साननी माझ्या शिक्षणाचा वेळ आणि जोर आणखीच वाढवला होता; जणूकाही त्यांना एखादं अलिखित लक्ष्य गाठायचं होतं. शाळेच्या वेळेशी जमवून घेण्यासाठी त्यांनी मला संध्याकाळी उशिरा धडे द्यायचं कबूल केलं, पण माझ्यावर इतका ताण यायचा की माझी सहनशक्ती संपायची वेळ यायची. माझं मन मोकळं करायला कोनशिवाय दुसरं कोणीच नव्हतं.

कोनशी मैत्री झाल्यामुळे त्याचे वडील टोके यीप यांच्याबद्दलच्या कथा मला समजू लागल्या होत्या. त्या बराच काळ ऐकिवात होत्या, पण मी त्यांच्याकडे कधी लक्ष दिलं नव्हतं. ते रेड बॅनर सोसायटीचे नेते होते आणि लिम काकाला त्यांच्याबद्दल बोलायला गंमत वाटायची.

''लिम काका, तुम्ही एकदा या विषयावर बोलायला लागलात की, थांबतच नाही!'' एके दिवशी मी त्यांना म्हणालो, पण खरं म्हणजे मलाही उत्सुकता असायची.

मला असं समजलं होतं की, रेड बॅनर सोसायटी ही चिनी गुन्हेगारांची एक टोळी होती आणि 'ड्रॅगन-हेड' हे तिच्या नेत्याचं नाव होतं. चीनहून जुन्या काळात इथे आलेल्या लोकांपैकी अनेक जण या संस्थेचे सभासद होते. त्यांनी त्यांच्या चीनमधल्या टोळ्यांच्या प्रथा इथे आणल्या होत्या. नव्याने येणाऱ्या लोकांकडून फी घेऊन ते त्यांना मदत करायचे. मलायामधल्या १८८०नंतरच्या दशकातल्या पेराक युद्धांमध्ये या टोळ्याच जास्त प्रदेश मिळवण्यासाठी एकमेकांविरुद्ध लढल्या होत्या. सभासदांकडून वसूल केलेली खंडणी, वेश्याव्यवसाय आणि बेकायदा जुगार ही त्यांच्या उत्पन्नाची साधनं होती. अनेक जण स्वतंत्रपणे अफूची तस्करी करून अफूचे अड्डे चालवायचे.

''तुम्ही एखाद्या टोळीचे सभासद आहात का?'' मी लिम काकाला विचारलं 'आणि तू असा प्रश्न विचारूच कसा शकतोस?' अशा भावनेने तो माझ्याकडे बघत राहिला.

''टोके यीपला राग येईल असं काही करू नकोस.'' त्याने मला इशारा दिला, ''त्याची सत्ता सिंगापूरच्या गव्हर्नरपेक्षाही मोठी आहे असं लोक म्हणतात.''

''माझे आजोबा या लोकांच्या बरोबर आहेत का? आहेत ना? म्हणूनच तुम्ही त्यांच्याशी इतके निष्ठावान आहात की काय?'' पण लिम काकाने त्याला मोटारीचे काही भाग शोधायचे आहेत असं कारण सांगून उत्तर न देता काढता पाय घेतला.

एंडो-सानना कधी काम असलं तर तेवढ्या वेळात मी कोनच्या घरी जायचो. पिट् स्ट्रीट, लाइट स्ट्रीट आणि चायना स्ट्रीट या रस्त्यांनी व्यापलेल्या जॉर्जटाऊनमधल्या श्रीमंत चिनी लोकांच्या वस्तीत त्याचं घर होतं. पूर्वीच्या मांचू सरकारच्या वतीने सिंगारपूरला मुख्य राजदूत असलेल्या चेआँग फट् झे यांच्या 'ल मेसन ब्लाऊ' या

निवासस्थानापासून दोन घरं सोडून त्याचं घर होतं. माझ्या वडलांनी एकदा मला सांगितलं होतं की, १९१६ मध्ये जेव्हा चेआँग फट् झे वारले तेव्हा निघालेली त्यांची अंत्ययात्रा पेनांगच्या इतिहासातली सर्वांत मोठी अंत्ययात्रा होती आणि तेव्हा डच आणि ब्रिटिश सरकारांनीसुद्धा आपल्या वसाहतींमधले ध्वज अर्ध्यावर आणले होते.

''त्याच घरात १९२२ मध्ये माझी आणि तुझ्या आईची भेट झाली.'' ते मला म्हणाले होते, ''चेआँग फट् झेंच्या मोठ्या मुलाने गाजणाऱ्या पार्ट्या देण्याची त्यांची परंपरा पुढे चालू ठेवली आणि तिथेच एके दिवशी संध्याकाळी मी तुझ्या आईला नृत्य करताना बघितलं. मी तिच्यापाशी गेलो. ती हसली आणि आपल्या जोडीदाराला बिचाऱ्याला तसाच सोडून तिने त्या दिवशी फक्त माझ्याबरोबर नृत्य केलं.''

त्यांच्या डोळ्यांसमोर आई आली आणि त्यांच्या चेहऱ्यावर स्मित आलेलं दिसले. ''तिच्या सँडलची टाच मोडल्यावर तिने काय केलं माहीत आहे?'' ते म्हणाले, ''तिने सँडल काढून कोपऱ्यात टाकले. इतर बायका जरा वैतागल्याच आणि मग ती म्हणाली, ''तुम्हीसुद्धा तुमचे बूट काढून टाकून उमद्या माणसासारखं वागणार नाही आहात का?'' ''

''मग तुम्ही काय केलं?'' मी विचारलं.

''मीही बूट काढून टाकले आणि घरी जायची वेळ होईपर्यंत रात्रभर तिच्याबरोबर नाचलो.'' चमकत्या डोळ्यांनी ते म्हणाले.

'ल मेसन ब्लाऊ'ला ते नाव पडायचं कारण त्याच्या भिंतींना हिंदुस्तानातून आणलेल्या निळीने रंग दिला होता. त्यामुळे त्या रस्त्यावरचं कोनचं घर पटकन सापडलं.

घराच्या रुंद लाकडी दरवाजावर मी टकटक केलं. घराच्या भोवती चारी बाजूंनी एक उंच पांढरी भिंत होती. त्यामुळे आतलं काही दिसत नव्हतं. थोड्याच वेळात एका वृद्ध माणसाने मोठ्या प्रयासाने दरवाजा उघडला आणि उंबरठ्यावरून मी आत पाऊल टाकलं. माझ्या मागे दरवाजा बंद झाला नि त्याबरोबरच रस्त्यावरून येणारे आवाजही बंद झाले.

घर चिनी पद्धतीने बांधलेलं होतं. छपराची टोकं वर वळवलेली. लाल कौलांवर शेवाळं धरलं होतं. त्यावर कबुतरं बागडत होती. कोन दुसऱ्या मजल्यावरच्या बाल्कनीत आला आणि मी त्याला हात केला. तो धावत आत गेला.

त्याने मुख्य दार उघडलं नि मला आत घेऊन गेला. हॉलच्या दाराजवळ लाकडात कोरीवकाम केलेला, सोनेरी रंग दिलेला पडदा ठेवलेला होता. त्यामुळे बाहेरून आतलं दिसत नसे. छताच्या तुळयांमधून लाल कंदील लोंबत होते.

कोरीवकाम केलेल्या बुटक्या लाकडी स्तंभांवर चिनी मातीच्या कुंड्या किंवा स्फटिकाचे पुतळे ठेवले होते. माझ्या अनवाणी पावलांना मातीच्या फरशा गार लागत होत्या. बाहेरच्या उष्म्यातून आल्यावर आत थंड वाटत होतं.

कोनचे वडील टोके यीप पडद्यामागून बाहेर आले आणि त्यांनी माझ्याशी हस्तांदोलन केलं. त्यांचा हडकलेला कृश चेहरा आणि बुद्धीची चमक असलेले डोळे यांमुळे ते कन्फ्यूशियसच्या युगातले तत्त्वज्ञ वाटत होते. गावातल्या अनेक श्रीमंत, वयस्क चिनी माणसांप्रमाणे तेही नियमितपणे अफूच्या अड्ड्यांवर जात असत, अशी अफवा मी ऐकली होती. अफूचं नियमितपणे सेवन करणाऱ्याच्या चेहऱ्यावरचं मांस कमी होऊन त्वचा ताणली जाते असं मी ऐकलं होतं. त्यांच्या चेहऱ्याकडे बघितल्यावर त्यांच्याबद्दलची अफवा खरी असावी असं मला वाटू लागलं.

त्यांनी माझ्या वडलांची चौकशी केली आणि पूर्वी कोणत्यातरी बाबतीत त्यांची भेट झाली होती असं म्हटलं. ''आमच्याशी उघडपणे व्यवहार करणाऱ्या अगदी मोजक्या इंग्रज 'तुआन बेसार'पैकी ते एक आहेत.'' असं म्हणून मलाय लोक महान माणसांचा उल्लेख ज्या शब्दांनी करतात ते 'बिग बॉस' या अर्थाचं बिरुद त्यांनी त्यांच्यासाठी वापरलं. ''मी तुझ्या आई-वडलांच्या लग्नाला आलो होतो.'' ते म्हणाले.

ते तसे मोकळ्या स्वभावाचे वाटले आणि त्यांच्याशी शत्रुत्व असणाऱ्या माणसांना मारण्याची सुपारी ते देतात असं मी जे ऐकलं होतं ते खरं असेल का, याबद्दल मला शंका वाटू लागली. माझ्या मनातले विचार त्यांनी ओळखले की काय असं वाटून माझ्या अंगावर काटा आला.

''तुझ्या इपोच्या आजोबांना माझा नमस्कार कळव.'' असं त्यांनी म्हटल्यावर मी आणखीनच गडबडलो.

ते पुन्हा माझ्याकडे बघून हसले आणि आत निघून गेले. जग किती लहान आहे याचा प्रत्यय मला आला.

''काय छान आहे घर!'' अंगणातल्या चक्राकार जिन्याने वर जाताना मी कोनला म्हणालो. स्वयंपाकघरातून कामवाल्या बायकांचे आवाज ऐकू येत होते. कोयत्याने लाकडाच्या ठोकळ्यावर कशाचेतरी तुकडे करतानाचा आवाज येत होता आणि घरातून आलेल्या हवेच्या झुळकीबरोबर चुलीवरून उतरवलेल्या भाताचा वास आला. माझी चाहूल लागून एक कुत्रा भुंकला, त्याला कोणीतरी 'दियाम्ला!' म्हणून गप्प केलं.

''माझ्या वडलांनी ही जागा चेऑंग फट् झेंकडून घेतली. त्यांनी ती त्यांच्या बायकांपैकी एकीसाठी बांधली होती. ल मेसन ब्लाऊपेक्षा ही खूपच लहान आहे.''

''त्याला बायका तरी किती होत्या?''

''लग्नाच्या आठ.''

''शुभ आकडा'' मी म्हणालो.

''आम्ही चिनी तो शुभ समजतो. या घरात दहाच खोल्या आहेत. चेआँग घरात अडतीस होत्या. तेवढं सोडलं, तर त्याच कारागिरांनी बांधल्यामुळे इतर सजावट आणि वैशिष्ट्यं सारखीच आहेत.''

मला नेहमी माझी खोली अस्ताव्यस्त वाटायची, पण कोनच्या खोलीत पुस्तकांचा आणखीनच पसारा होता. त्याच्याकडे इंग्रजीव्यतिरिक्त चिनी भाषेतले ग्रंथही होते.

''या पसाऱ्याकडे लक्ष देऊ नकोस. चीनचा इतिहास आणि कला या विषयांवर माझ्याकडे बरीच पुस्तकं आहेत.'' तो म्हणाला, ''तनाका-सानकडे शिक्षण घ्यायला लागल्यापासून जपानी संस्कृतीवरची पुस्तकंही मी घ्यायला लागलो आहे.'' कोनने एका खुर्चीवर पडलेला ढीग हलवला आणि मला बसायला जागा केली. बाल्कनीत उघडणारं दार आणि मोठ्या खिडक्यांतून ऊन आत येत होतं. बाहेर वाँटॉन नूडल्स विकणारा फेरीवाला जात होता. त्याच्या आरोळ्या आणि लाकडी चमचे आपटून काढलेला टोक् टोक् आवाज कानावर येत होते.

''तुझी तनाका-सानशी भेट कशी झाली?''

''त्यांच्या घराच्या जवळच्या ओशन पर्ल देवळात 'जाळ बघायच्या' विधीच्या वेळेस.'' माझ्या चेहऱ्यावरचे प्रश्नार्थक भाव ओळखून कोन सांगू लागला: ''चिनी नववर्षाच्या चौदाव्या दिवशी रात्री माझे वडील देवळाचे एक विश्वस्त म्हणून एक विधी करतात. पवित्र कागद पेटवून तो एका पात्रात ठेवतात आणि त्यावर आणखी कागद टाकून त्याला वारा घालतात. मग देवळातले भिक्कू त्या ज्वाळा 'वाचून' नवीन वर्षाचं भविष्य सांगतात. अनेकदा भिक्कूची भविष्यवाणी ऐकण्यासाठी लोक देवळाबाहेरसुद्धा उभे राहतात. एकदा अशाच प्रसंगी मी तिथे असताना मारामारी सुरू झाली. ती तनाका-सानने आटोक्यात आणली. मी त्यांच्याकडे गेलो आणि मला तसं शिकवायची विनंती केली.''

''त्या रात्रीपासून तू त्यांच्याकडे शिकायला सुरुवात केलीस?''

कोनने नकारार्थी मान हलवली. ''आधी त्यांनी मला नकार दिला; पण ते कुठे राहतात ते मी शोधून काढलं आणि मग रोज शाळा सुटली की, त्यांच्या घरी जाऊन रात्र होईपर्यंत बाहेर उभा राहायचो. असे अनेक आठवडे मी केलं. मग अखेरीस त्यांनी 'हो' म्हटलं. तुझ्या बाबतीत कसं झालं?''

''माझ्या बाबतीत जरा सोपं होतं. एकदा एंडो-सान आमच्याकडे माझी होडी उसनी न्यायला म्हणून आले होते आणि मग त्यांनी मला शिकवायची तयारी दाखवली.''

''त्यांनी तुझ्यात काहीतरी बघितलं असणार. कोणतातरी गुण बघितला असणार.'' कोन म्हणाला.

मला हा विषय जरा बेचैन करायचा. एंडो-सानने मला शिष्य करायचं का ठरवलं हे मला कोडं होतं. त्यांनी आमचं बेट भाड्याने घेतलं आणि मग ते माझ्या जीवनाचा एक मोठा भाग बनले, हा केवळ योगायोग होता का?

"माझी त्यांची झालेली भेट, आपली भेट हे सगळे योगायोगानेच घडलं असं तुला वाटतं का?"

कोनने एका पुस्तकावर हात ठेवला, "तू कोणाला विचारतोस त्यावर ते अवलंबून आहे. काही लोकांच्या मते आपण पूर्वीच्या जन्मी काय केलं, काय निवडलं यांवर ते अवलंबून आहे."

"एंडो-सान एकदा बौद्धांच्या जीवन-चक्राबद्दल बोलले होते. माझा त्यावर विश्वास नाही. त्याच त्याच चुकांसाठी सतत किंमत देत राहणं योग्य नाही. नाही का?"

आणि मग कोन जे बोलला त्यावरून नवा जन्म जेव्हा सुरू होतो तेव्हा तो काही जण समजतात तितका निरागस असतो का असा विचार माझ्या मनात आला. "समस्या अशी आहे की, काही चुका इतक्या मोठ्या असतात, इतक्या गंभीर असतात की, त्यांची भरपाई आपल्याला अनेकदा करावी लागते आणि काही काळाने असं होतं की, आपण जन्मभर ही भरपाई कशासाठी करतोय हेसुद्धा आपल्या लक्षात राहत नाही किंवा समजत नाही. ते जर आठवणं शक्य असेल, तर त्या चुकीची दुरुस्ती ताबडतोब, अगदी त्या क्षणी करून टाकावी – ते पुन्हा विसरायच्या आत!"

तो उभा राहिला आणि म्हणाला, "आता गप्पा बास झाल्या. चल, आपण सराव करू या. तू शिकला आहेस त्यांपैकी काही डावपेच मला दाखव."

पसरलेल्या पुस्तकांची नि अस्वस्थ करणाऱ्या विचारांची ती खोली सोडून आम्ही खाली, त्याच्या सरावाच्या खोलीत गेलो; पण ते शब्द मी नंतर कधीही विसरलो नाही आणि मला ते नंतर एंडो-सानच्या मुखातून पुन्हा ऐकायला मिळाले.

"नीट लक्ष दे. आपण इथे जे करतो तो जीवन-मरणाचा प्रश्न आहे." एंडो-सान म्हणाले. त्यांचा उद्वेग त्यांच्या आवाजात जाणवत होता.

हल्ली आमचा राग अगदी नाकावरच बसलेला असायचा, भक्ष्य पकडण्यासाठी पटकन उडी मारून पाण्याच्या बाहेर यायला टपलेल्या माशासारखा. त्यांना काहीतरी तिखट उत्तर द्यावं असं माझ्या मनात आलं होतं, पण मनातल्या मनात त्यांना आणि स्वत:ला शिव्या देत तो विचार मी दाबून टाकला. हल्ली त्यांच्याकडून शिकताना मनात एक अस्वस्थतेची, अनिश्चिततेची भावना असायची. बरेचदा त्यांची तंद्री दुसरीकडेच लागत असे. कधी कधी त्यांचे डोळे माझ्याकडे असत, पण त्यांच्यात हरवल्यासारखा भाव असे. मग ते भानावर येत आणि दृष्टी दुसरीकडे फिरवत,

ज्यामुळे आपलंच काही चुकलं की काय असं मला वाटे. मग माझं मनही जे चालू असेल ते सोडून इतर ठिकाणीच भरकटायला लागायचं आणि माझी एकाग्रता नष्ट व्हायची. मग त्यामुळे ते आणखीच रागवायचे.

माझं शिक्षण आता ज्या पातळीवर पोहोचलं होतं, ती पाहता लक्ष एकाग्र नसणं धोक्याचं होतं. एका गाफील क्षणी एंडो-सानने माझ्या मनगटाची पकड घेऊन मला स्वत:वरून पलीकडे फेकलं. मला पटकन गतीच्या दिशेने शरीर वळवता आलं नाही, त्यामुळे माझं मनगट मुरगळून मला प्राणांतिक वेदना झाल्या.

मला दुखापत झाली आहे हे एंडो-सानना न सांगताच कळलं. त्यांनी घरातून त्यांचं औषधांचं खोकं आणलं. एका बाटलीत बोट बुडवून त्यातलं मलम माझ्या हाताला भराभर आणि जरा धसमुसळेपणानेच चोळलं. मी कळवळलो, पण लवकरच मनगट आतून गरम झालं.

"ते दोन-चार दिवसांत बरं होईल." असं म्हणून ते जेवणाची तयारी करायला आत निघून गेले. मी कपडे बदलले नि आत गेलो. जेवायला बसल्यावर माझ्या लक्षात आलं की, त्या दुखावलेल्या हाताने मला माझ्या चॉपस्टिक्सची हवी तशी हालचाल करता येत नव्हती. मी त्या जरा आपटून टेबलावर ठेवल्या आणि टेबलावरच्या बशा आणि सॉयसॉसचं भांडं हादरलं. त्यांनी माझ्याकडे बघितलं आणि ते माझ्याजवळ सरकले. त्यांनी सामन माशाचा एक तुकडा चॉपस्टिकने उचलला, एका हाताने माझी हनुवटी धरली आणि तो हलकेच तोंडात ठेवला. मी त्यांच्याकडे बघत तो हळूहळू चावला. त्यांनी चॉपस्टिक टेबलावर ठेवल्या आणि ते चहा घेऊ लागले.

शेगडीवर भांड्यात काहीतरी उकळल्याचा आवाज येत होता तेवढाच. ते माझ्या इतक्या जवळ होते की, त्यांचा श्वास मला जाणवत होता आणि माझा त्यांना. त्यांनी भरवणं पुढं चालू ठेवून माझ्यात अचानक निर्माण झालेली खळबळ शमवावी यासाठी मी थांबलो. त्यांचा श्वास ऐकताना मला जाणवलं की, याच्या पुढचं पाऊल माझ्यावर अवलंबून आहे. पुढच्या वाटेवर विचारपूर्वक निश्चयाने पाऊल टाकत मी पुढे झुकलो आणि त्यांनी पुढे केलेला दुसरा घास घेतला.

त्या क्षणी आमच्या नात्याला, खऱ्या नात्याला सुरुवात झाली. आम्ही गुरू-शिष्य या नात्याच्या मर्यादेपलीकडे गेलो होतो. त्या क्षणापासून ते मला बरोबरीच्या नात्याने वागवू लागले; पण आपल्या पूर्वीच्या आयुष्यात केलेली चूक पुन्हा होऊ नये यासाठी ते स्वत:वर नियंत्रण ठेवत होते, असं मला जाणवलं.

१४

माझ्या कुटुंबीयांचा घरी यायचा दिवस अपेक्षेपेक्षा लवकर आला. एके दिवशी सकाळी मी उठलो आणि आता घर पुन्हा हसण्या-खिदळण्याने भरणार, पार्ट्या, नृत्य, टेनिस पुन्हा सुरू होणार याची मला जाणीव झाली.

मी 'वेल्ड क्वे'ला धक्क्याच्या दारापाशी लिम काकाने चकाचक पॉलिश केलेल्या काळ्या डेम्लरजवळ वाट बघत उभा होतो. मी केळ्याचा केक खात खात माझ्या कुटुंबीयांना आणणारी पी अँड ओ कंपनीची बोट पेनांग बंदरात शिरताना बघत होतो. जाण्या-येण्याच्या प्रवासाचे आठ आठवडे धरून ते गेल्याला सहा महिने झाले होते. मी माझ्या एकांतवासाचा काळ मजेत घालवला होता आणि त्यांच्या येण्याने माझ्या नव्या दिनचर्येत अडथळा येऊ नये अशी मला आशा होती.

गोदीतला गदारोळ कानांवर आदळत होता. हमालांचं एकमेकांशी ओरडून बोलणं, फेरीवाल्यांच्या आरोळ्या, लोकांचे त्यांच्या आप्तेष्टांशी संवाद, कुत्र्यांचं भुंकणं, इकडेतिकडे पळणाऱ्या लहान मुलांना थांबवण्यासाठी त्यांच्या आई-वडलांनी मारलेल्या हाका. वर आकाशात समुद्रपक्षी घिरट्या घालत होते, मध्येच बंदरात शिरणाऱ्या एखाद्या बोटीचा भोंगा वाजत होता. एंडो-सान जवळ असते तर बरं झालं असतं, असं मला काही क्षण वाटून गेलं.

धक्क्यावर फिरणाऱ्या ऑस्ट्रेलियन सैनिकांची संख्या बघून मला थोडी काळजी वाटली. ते सर्व अगदी तरुण होते; चेहरे उष्म्यामुळे लाल झालेले, हिरव्या गणवेशावर घामाने भिजल्याचे छप्पे; पण मी अधिक अस्वस्थ झालो तो त्यांच्या चेहऱ्यावर कामगिरीवर निघाल्याचा जो भाव होता त्यामुळे. ते इथे कोणत्या कामगिरीवर आले होते हे त्यांना माहीत होतं, पण ते आम्हाला कळणार होतं की नाही, असा प्रश्न मला पडला. सिंगापूरच्या राज्यपालांनी मलायातल्या आम्हा लोकांना आश्वासन दिलं होतं की, त्या सैनिकांच्या उपस्थितीबद्दल काळजी करू नये, ते रबर आणि कथील यांच्या पुरवठ्यात खंड पडू नये म्हणून इथे असणार आहेत.

सभोवार एक दृष्टी टाकल्यावर त्यांनी पूर्ण सत्य सांगितलं होतं की नाही याबद्दल मला शंका वाटू लागली.

लिम काका बंदराच्या ऑफिसमधून परतला. ''बोट आत्ताच धक्क्याला लागत्येय'' तो म्हणाला. मला त्याच्याबद्दल आदर होत; तो धीराचा होता आणि रस्त्यावरच्या मारामारीचे काही डावपेचही त्यानेच मला शिकवले होते. आणि तो अतिशय मृदुभाषी आणि हळुवार स्वभावाचा होता. ''तू जपान्यांबरोबर इतका वेळ घालवतोस, हे तुझ्या वडलांना आवडणार नाही.'' मला त्याने पुन्हा आठवण करून दिली.

''त्यांना त्याचा सुगावा लागणार नाही याची आपण काळजी घेतली म्हणजे झालं. हो की नाही?'' मी म्हणालो, ''काही असो, एंडो-सान एक उत्तम शिक्षक आहेत.'' लिमला दोन दिवसांपूर्वी रात्री मी ठोसा मारला होता ती जागा तो चोळत होता, ते बघून मी म्हणालो.

''काल रात्री तुझं नशीब चांगलं होतं. मी जरा नशेत होतो.''

मी उपहासाने फुरफुरलो, ''तुम्ही नशेत नसाल तेव्हा पुन्हा एक लढत खेळायला मी तयार आहे.''

त्याने डोकं हलवलं नि म्हणाला, ''त्या जपान्याने तुला नीट शिकवलंय, हे मला कबूल आहे.''

मला आधी इझाबेल दिसली. तिच्या आयाने कितीदा रागावूनसुद्धा नेहमीप्रमाणे उतरणाऱ्यांच्या गर्दीतून पळत येत होती. तिचे केस मागे हवेत उडत होते. एकविसाव्या वर्षी ती फारच सुंदर दिसत होती. चेहऱ्यावर वडलांची स्पष्ट छाप होती. आम्हा दोघांत आणि वडलांच्यात बरंच साम्य होतं. एडवर्ड आणि विल्यम त्यांच्या आईवर गेले होते. इझाबेलने धावत येऊन मला मिठी मारली. लिम काका सूज्ञपणे बाजूला उभा राहून पुन्हा अबोल ड्रायव्हरच्या भूमिकेत गेला होता.

''तू किती वेगळा दिसतोयस!'' ती म्हणाली, ''आम्हाला तुझी फार आठवण येत होती.'' मी तिच्याशी खोटं बोलू शकत नव्हतो, त्यामुळे 'मलाही तुझी फार आठवण येत होती' असं मी म्हणालो नाही. तिने मला सोडलं आणि मागे वळून इतर लोक दिसतात का ते ती बघू लागली. ''ते बघ बाबा! त्यांनी मुलांना सामान आणायला पाठवलं आहे.''

नोएल हटन, माझे वडील धक्क्याच्या सावलीतून बाहेर उन्हात आले. डोक्यावर हॅट चढवत ते, इंच अन् इंच नमुनेदार इंग्रज माणसाप्रमाणे दिसत होते. ते सहा फुटाला एकच इंच कमी होते. बांधेसूद शरीर; पण आरामदायी जीवनामुळे थोडं पुढे आलेलं पोट. निळे डोळे, कणखर जबडा, कान किंचित बाहेर आलेले; ते अतिशय देखणे होते यात शंकाच नाही. केसही आता शुभ्र रुपेरी झाले होते.

त्यांनी आधी त्यांच्या आवडत्या कारकडे एक बारीक दृष्टी टाकली. आपल्या गैरहजेरीत तिच्यावर काही ओरखडे, पोचे आलेले नाहीत ना हे तपासलं. मग त्यांनी माझ्याकडे बघितलं. क्षणभर ते गोंधळल्यासारखे दिसले. दोन्ही भुवया मध्ये नाकाकडे झुकल्या. मग स्मित करून त्यांनी माझा हात हातात घेतला. मला त्यांचा परिचित गंध आला. नंतर अनेक वर्षांनी, युद्ध संपल्यावर, मला त्यांच्या खोलीत ते वापरायचे त्या बर्बेरीच्या आफ्टर-शेव्ह-लोशनची सीलबंद बाटली मिळाली आणि मी ती उघडली. तिचा तो वास इतका अनपेक्षित होता आणि अचानक आला की, ती बाटली माझ्या हातून खाली पडली. तिच्यातलं लोशन बाहेर पडून जमिनीवरच्या फळ्यांवर डाग पडले. एक क्षणभर वडील माझ्याबरोबर आहेत असं मला त्या वेळी वाटलं होतं.

"तू काही 'उद्योग' करून ठेवलेले नाहीस ना?" त्यांनी लिम काकाकडे बघत विचारलं. त्यांनी हलकेच मान डोलवली.

"अर्थात नाही." मी म्हणालो आणि पटकन लिम काकाकडे बघितलं.

त्यांनी माझ्या खांद्याभोवती हात टाकला आणि त्यांचं माझ्यावर प्रेम आहे याची मला पुन्हा खात्री पटली. मग मीही त्यांना तेवढंच प्रेम का देऊ शकत नव्हतो? माझ्या आईच्या मृत्यूमुळे आपण अनाथ असल्याची भावना माझ्यात निर्माण झाली होती त्यामुळे?

त्यांनी मला सोडलं आणि लिम काकाशी हस्तांदोलन केलं. "वेलकम होम सर." वडलांना त्याची होक्कियन भाषा चांगली येते हे माहीत असूनसुद्धा लिम काका वडलांशी फक्त इंग्रजीतच बोलायचा.

एडवर्ड आणि विल्यम त्यांचं सामान घेऊन हमालांच्या पाठोपाठ बाहेर आले. माझ्यातल्या फरकामुळे तेसुद्धा चकित झाले. विल्यमला तर मी तीन वर्षांनी भेटत होतो, पण त्याच्यात मला काही फरक वाटला नाही. तेच खोडकर हसू, त्याच उत्साहपूर्ण आणि चपळ हालचाली.

"काय खात-पीत नव्हतास की काय?" विल्यम म्हणाला. त्याने माझ्याशी हस्तांदोलन केलं नि खांद्यावर एक बुक्का मारला, पण या वेळी मी तो सहजपणे टाळून त्याचा हात पकडला. मी त्याचा पंजा मनगटामध्ये वाकवून त्याचे सांधे 'लॉक' केले आणि त्याला गुडघे वाकवायला भाग पाडलं.

"ए सोड, दुखतं ना!" तो म्हणाला.

मी सोडलं.

"हे कुठे शिकलास?" तो म्हणाला.

"आपला छोटू आता मारामारी करायला शिकलेला दिसतोय." इझाबेल म्हणाली, "चांगलं आहे." तिने पटकन माझ्या गालाचा मुका घेतला.

कारमध्ये त्यांच्या बोलण्याचा एकच विषय होता. तो म्हणजे युरोपातलं युद्ध! "आम्ही नशीबवान म्हणून योग्य वेळी निघालो. हिटलरच्या 'यू-बोटी' आपल्या खूप बोटी बुडवतायंत." वडील म्हणाले, "आपल्याला जरा कठीण काळ येणार आहे."

"ब्रिटनला त्यांच्या कारखान्यांसाठी जास्त कच्चा माल लागेल." मी अंदाज व्यक्त केला. पेनांगमधल्या व्यापाऱ्यांचं असं मत होतं की, युरोपातल्या युद्धामुळे मलाया मंदीतून बाहेर पडू शकेल. कथील, रबर आणि लोखंडाचे खनिज यांचे भाव भरपूर वाढतील.

"ते साहजिक आहे, पण हे जिन्नस युरोपपर्यंत पोहोचवणं फार कठीण होणार आहे." एडवर्ड म्हणाला.

"आपण इथे सुरक्षित असू." विल्यम म्हणाला, "युद्धापासून दूर." त्याच्या बोलण्यात जरा कडवटपणा होता आणि तो नाखुशीनेच पेनांगला परतला होता, असं मला जाणवलं. आपल्याला कंपनीत काम करण्यात रस नाही, हे त्याने अनेकदा स्पष्ट केलं होतं. फक्त वडलांच्या आज्ञेमुळेच तो हा आठ हजार मैलांचा प्रवास करून त्यांच्याबरोबर परत आला होता.

वडील ओठ घट्ट दाबून बाहेर बघत होते. "तू सैन्यात भरती होण्यापूर्वी एक-दोन वर्षं कंपनीत काम करावंस अशी माझी इच्छा आहे आणि निघण्यापूर्वी तू मला तसं कबूल केलं आहेस. तू लंडनला तुझ्या मित्रांवर जो पैसा उधळत होतास तो येतो कुठून हे तरी समजेल तुला."

विल्यमला ते बोलणं लागलं आणि त्यावर त्याने काही उलट उत्तर देण्याच्या आधीच मी शांततेचा भंग केला, "स्कापा फ्लोच्या आरमारी तळावरच्या गनिमी हल्ल्याचा 'स्ट्रेट्स टाइम्स'ने निषेध केला आहे."

"भोसडीचे जर्मन!" एडवर्ड म्हणाला, "सातशेपेक्षाही जास्त जणांचा जीव गेला ब्रिटिशांचा!"

जणूकाही ब्रिटिशांचे जीव जास्त मोलाचे!

"आणि जपान चीनमध्ये काय करतंय पाहा!" मागे वळून आमच्याकडे बघत वडील म्हणाले, "ते त्या देशाला फाडून खातायत. लिम, तुझ्या घरचे कसे आहेत?"

लिम काकाने आरशातून आमच्याकडे बघितलं, "ते सुरक्षित आहेत, असं वाटतं. माझी मुलगी आधीच इकडे आलीये."

"छान, तू तुझ्या बायकांनासुद्धा आणण्याची व्यवस्था कर. त्या इथे जास्त सुरक्षित राहतील. त्यांना पेनांगला कोणतीही इजा होणार नाही. सध्याच्या परिस्थितीत मलाया ही सर्वांत सुरक्षित जागा आहे."

मिंगने सांगितलेल्या कथा मला आठवल्या. गेले काही आठवडे लिम काका स्थानिक चिनी वृत्तपत्रांत आलेल्या जपान्यांच्या क्रूरपणाबद्दलच्या बातम्या मला कटाक्षाने दाखवत होता. मी त्याला 'ते बंद करा' असं सांगणार होतो, पण एका बाजूला मला त्या बातम्या ऐकण्याचीसुद्धा तीव्र इच्छा होती.

''ते मलायावर हल्ला करतील असं नाही ना वाटत?'' इझाबेलने प्रश्न केला.

वडील दूर बघत म्हणाले, ''मला वाटतं ते प्रयत्न करतील, पण हरतील. कोणाशीही सामना करायला सिंगापूर शस्त्रास्त्रांनी सज्ज आहे. त्यांनी तीस इंची तोफा समुद्रावर लावल्या आहेत. एखादी जपानी बोट गुपचूप आपल्या पाण्यात शिरत नाही ना याबद्दल खात्री करण्यासाठी ब्रिटिश विनाशिका समुद्रात गस्त घालत आहेत आणि आपण बघतोच आहोत, जिकडेतिकडे सैनिक आहेत. अगदी इथे पेनांगमध्येसुद्धा! आपण सुरक्षित आहोत.''

मलायातल्या इतर युरोपीयांचंही असंच मत होतं. वडलांच्या आत्मविश्वासाने दिलासा मिळून आम्ही तो विषय सोडला आणि त्यांच्या युरोप फेरीबद्दल बोलू लागलो.

''लंडनमध्ये मला सगळ्यात कशाची उणीव जाणवली माहीत आहे? आपण वाटेत राजूच्या 'मी रेबूस' स्टॉलपाशी थांबू या का?'' ते म्हणाले.

कारमधलं तंग वातावरण एकदम निवळलं. इझाबेल आणि एडवर्ड हसू लागले. 'हिंदुस्तानी नूडल्स' इतक्या आवडतात यावरून त्यांनी वडलांना चिडवलं. रस्त्यावरच्या स्टॉल्समध्ये आम्ही कधीच खात नसू. फक्त राजूचा स्टॉल त्याला अपवाद होता.

त्या वर्षाच्या उरलेल्या महिन्यांमध्ये जीवन पूर्वपदावर आलं. ते माझं शाळेचं शेवटचं वर्ष होतं. शालान्त प्रमाणपत्र परीक्षेसाठी मी मन लावून तयारी केली. मला अभ्यासाला वेळ मिळावा यासाठी एंडो-साननी माझ्या शिकवणीचे दिवस कमी केले. मला फार चांगले मार्क मिळाले – विशेषत: लॅटिन, गणित आणि इंग्रजी या विषयांत. घरातल्या बहुतेक जणांना फार आश्चर्य वाटलं; पण एंडो-सानना नाही. मन केंद्रित केलं, तर मी काय करू शकेन हे त्यांना माहीत होतं. त्यांनीच तर मला तसं शिक्षण दिलं होतं.

माझ्या वडलांना वाचनाची फार आवड होती. त्यांना त्यांच्या ग्रंथसंग्रहाबद्दल फार अभिमान होता. त्यांच्या सामानात लंडनहून आणलेले अनेक ग्रंथ होते. कंपनीच्या कामामुळे त्यांना अजून सामानातली पुस्तकं काढायला वेळ झाला नव्हता, पण त्यासाठी ते फार उत्सुक होते. डिसेंबरमधल्या एका रविवारी त्यांनी मला बोलवलं नि म्हणाले, ''आता वेळ आहे, तर तू मला पुस्तकं काढायला आणि लावायला मदत कर.''

मला त्यांना या कामात मदत करायला आवडेल हे त्यांना माहीत होतं, कारण पुस्तकं लावताना, योग्य जागी योग्य पुस्तक ठेवताना, वाचलेल्या पुस्तकावर ते का आवडलं किंवा आवडलं नाही यावर चर्चा करताना आमचे चेहरे आनंदाने सारखेच फुलायचे.

आम्ही जिथे पाहुण्यांचं आगत-स्वागत करायचो त्या खोल्यांपासून जरा दूर अशा पश्चिमेकडच्या कोपऱ्यात आमचा ग्रंथसंग्रह होता. मोठी असूनसुद्धा ती खोली शांत आणि आरामशीर होती. खिडक्या उघड्या होत्या. बाहेर फक्त पेनांगमध्ये असतो तसा स्वच्छ, उबदार नि जिवंत सूर्यप्रकाश होता. सुरूचं झाड वाऱ्याने डुलत होतं. त्याच्या फांद्यांमध्ये पंख फडफडवत चिमण्या नाचत होत्या.

खिडकीजवळ महोगनी लाकडाचं टेबल लावलेलं होतं. वडलांना काम करायचं असलं की, ते या टेबलाशी बसायचे. पुस्तकांचे कप्पे अगदी छतापर्यंत होते. एक भिंत मात्र पुस्तकांऐवजी वडलांनी जमवलेली फुलपाखरं आणि मलायन खंजीरं यांच्या कपाटांसाठी राखून ठेवली होती. ते त्यांचे छंद होते.

काचेचे दरवाजे असलेल्या लाकडी शो-केसेसमध्ये फुलपाखरं लेबलं लावून ओळीत ठेवली होती. त्यांच्या पंखांचे रंग अजून तसेच गडद असले, तरी त्या वाळलेल्या पंखांनी ती कधी उडू शकणार नव्हती. माझे वडील एक उत्साही फुलपाखरू-तज्ज्ञ होते. फुलपाखरं गोळा करण्यासाठी ते मलायाभर प्रवास करायचे. अगदी पर्जन्यारण्याच्या एका भेटीत आई आजारी पडेपर्यंत, ती आजारी पडल्यावर त्यांनी जाणं थांबवलं. आल्फ्रेड रसेल वॉलेसने १८५५ मध्ये शोधून काढलेलं राजा ब्रूकचं बर्डविंग हे फुलपाखरू शोधून काढण्याची त्यांची मनीषा होती.

आणि त्यांच्या शेवटच्या सफरीत ते त्यांना मिळालंही होतं. त्यांनी ते आता एका वेगळ्या, खास पेटीत ठेवलेलं होतं. त्याच्या उघडलेल्या पंखांची रुंदी जवळजवळ सात इंच होती. त्याच्या काळ्या पंखांवर चमकदार हिरव्या रंगात दातेरी डिझाइन होतं. आता मात्र वडील त्या काचेच्या पेट्यांजवळून जाताना त्यांच्याकडे बघतही नसत. त्या शेवटच्या सफरीनंतर त्यांनी फुलपाखरं गोळा करणं थांबवलं होतं. त्याऐवजी त्यांनी आपलं लक्ष 'केरिस' म्हणजे जावा आणि मलायातली पारंपरिक पद्धतीची खंजीरं गोळा करण्याकडे वळवलं होतं. त्यांच्या संग्रहात आतापर्यंत आठ खंजीर जमले होते.

आता ते त्या वळणदार खंजिरापाशी थांबले. प्रत्येक खंजिराचं नागमोडी पातं थिजलेल्या सापाप्रमाणे वाटायचं. हे 'केरिस' खंजीर माणसाच्या कोपरापर्यंतच्या हाताइतक्याच लांबीचं होतं. ते आत्ता ज्या खंजिराला न्याहाळत होते त्याची मूठ पुराणकथांतल्या कुणा प्राण्याच्या आकारातली होती; हस्तिदंती आणि हिरे जडवलेली. हा खंजीर त्यांनी आर्थिक अडचणीत सापडलेल्या मलायाच्या पदच्युत सुलतानाकडून

लंडनला जाण्यापूर्वी विकत घेतला होता. सुलतानाने त्यांना खंजिरामागची कथा सांगितली होती – प्रत्येक खंजिरात एक आत्मा वास करत असतो. त्याची रोज खाद्य-पेयांचा नेवैद्य दाखवून पूजा करावी लागते. तशी केली, तर तो मालकाचं संकटापासून रक्षण करतो; पण आता तो खंजीर एका युरोपीय व्यक्तीकडे जात असल्याने त्याचा 'आत्मा' एका मलाय बोमो म्हणजे मांत्रिकाकडून काढून घेतलेला आहे. त्यामुळे आता त्याची पूजा वगैरे करण्याची आवश्यकता नाही, असं सुलतानाने सांगितलं होतं.

वडलांनी तो खंजीर त्याच्या पेटीतून उचलला तेव्हा चेहऱ्यावर जो आदराचा भाव होता तोच एंडो-सानच्या चेहऱ्यावर त्यांची नागामित्सू तलवार उचलताना असायचा. आता माझीसुद्धा स्वत:ची तलवार असल्याने वडलांना पडणारी मोहिनी मी समजू शकत होतो. मी तो त्यांच्या हातातून घेतला आणि हवेत एक-दोन वार करून कसं वाटतं ते बघितलं. तो अगदी उत्कृष्टपणे बनवलेला होता. पातं लोखंड, निकेल आणि पोलादाच्या मिश्रधातूचं असल्याने त्याला काळपट तुकतुकीतपणा होता. मी खंजीर उभा धरला असताना त्याच्या नागमोडी पात्यावर सूर्यप्रकाश पडल्याने पात्यावरून धूर वर जात असल्याचा भास होत होता.

''तुला तो कसा वापरतात हे माहीत आहेसं दिसतंय?'' वडील म्हणाले. मी खांदे उडवले अन् खंजीर त्यांना परत दिला.

''मी त्याच्याबद्दल ब्रिटिश म्युझियममध्ये थोडं संशोधन केलं.'' ते म्हणाले. ''तो सुलतान खोटं बोलत नव्हता. हा खंजीर पाचशे वर्षांपूर्वी मजापहित साम्राज्याच्या काळात एका राजासाठी बनवला होता.'' तो त्यांनी भिंतीवर परत ठेवला आणि डोकं हलवलं. ''आपल्या आताच्या जगात अशी कोणती वस्तू आहे की, जी पाचशे वर्षांनंतरसुद्धा अस्तित्वात असेल आणि तिला ऐतिहासिक आणि दर्शनीय महत्त्व असेल?''

''माहीत नाही.'' मी म्हणालो, ''मी कधी असा विचार केलेला नाही.''

''तुला इतिहासात रस आहे. त्यामुळे तू तसा विचार कर.'' ते म्हणाले, ''अर्थात, हा सकाळी सकाळी उत्तर देता येईल असा सोपा प्रश्न नाहीये, हे मला मान्य आहे.''

ते एका उघड्या खोक्याकडे गेले नि म्हणाले, ''हे तुझ्यासाठी आहे.'' मी तो जड ग्रंथ त्यांच्या हातातून घेतला. वर्षभरापूर्वी 'स्ट्रेट्स टाईम्स'मध्ये एच.जी.वेल्सच्या 'द आउटलाईन ऑफ हिस्टरी'बद्दल मी वाचलं होतं. तेव्हापासून मी क्वालालंपूर आणि सिंगपूरच्या पुस्तकांच्या दुकानांना ते पाठवण्याची विनंती करत होतो, पण ते अजून मिळालं नव्हतं.

''तुम्हाला कसं कळलं?'' मी विचारलं. मी त्यांच्याकडे त्या पुस्तकाविषयी कधीच बोललो नव्हतो.

माझ्या चेहऱ्यावरचा आश्चर्याचा भाव बघून त्यांना गंमत वाटली. "मी तुझा बाप आहे. माहीत आहे ना?" ते म्हणाले. या साध्या विधानामागच्या भावना त्यांच्या आवाजातल्या आनंदामागून डोकावत होत्या. मला त्या जाणवल्या आणि मला समजलं आहे, हे त्यांना कळावं म्हणून मी माझ्या उत्तरात योग्य तो बदल केला. आम्हा दोघांनाही एकमेकांना काय म्हणायचंय ते समजलं होतं आणि तेवढं पुरे होतं.

"थँक यू!" मी म्हणालो, "मी ते आता वाचू का?"

"मुळीच नाही. आधी तू ही पुस्तकं ठेवायला मला मदत करणार आहेस." ते म्हणाले.

त्यांनी या वेळी खरेदी केलेल्या पुस्तकांची नोंद करण्यात आमची सकाळ गेली. काही पुस्तकांची मी टिंगल केली. ती का खरेदी केली याचं समर्थन करण्याचा प्रयत्न त्यांनी केला.

एक मोलकरीण सफाई करायला आली, पण आमच्या गप्पा आणि हसणं चाललेलं बघून ती गुपचूप निघून गेली.

"तू मावशीबरोबर त्या देवळात जाऊन आलास का?" त्यांनी विचारलं.

"हो, गेलो होतो."

"छान. मी तिला सांगितलं होतं, कोणत्याही परिस्थितीत तुला घेऊन जा म्हणून." मी मावशीचं ऐकलं याचा त्यांना आनंद झालेला दिसला.

"तुझा शाळेचा निकाल फार छान आहे. विल्यमचाही तेवढाच चांगला लागला असता, तर बरं झालं असतं."

"मी माझ्याकडून प्रयत्न केला." अभिमानामुळे थोडा लाजून मी म्हणालो. ते सहजासहजी कोणाची स्तुती करत नसत.

"तुला कोणत्या विद्यापीठात जायला आवडेल? तुझा रिझल्ट इतका चांगला असल्यामुळे तुला तुझ्या इच्छेप्रमाणे निवड करता येईल."

"मी अजून त्याचा विचार नाही केला." मी म्हणालो, "पण अजून वेळ आहे."

त्यांनी विचार करून मान डोलवली. "नाहीतरी तुला पुढच्या ऑक्टोबरपर्यंत थांबावंच लागेल आणि असंही तुला आत्ता पाठवणं धोक्याचं आहे."

स्थानिक शाळेत जाण्याचा एक गैरफायदा असा होता की, आमचं वर्ष आणि इंग्लंडमधल्या शाळांचं वर्ष वेगळ्या महिन्यात सुरू व्हायचं. त्यामुळे मला इंग्लंडमधल्या शाळांचं पुढचं वर्ष सुरू होईपर्यंत थांबावं लागणार होतं आणि युरोपातलं युद्ध किती काळ चालेल हे तरी कोणाला माहीती होतं?

पण त्या वेळची ती स्थिती मला आवडेल अशीच होती, कारण त्यामुळे माझं एंडो-सानकडचं शिक्षण निर्वेधपणे चालू राहणार होतं. आमचं नातं सहजपणे तोडण्यासारखं नव्हतं, हे एंडो-साननी बजावून सांगितलं होतं आणि मला माझी

जबाबदारी निभावून नेणं बंधनकारक होतं, याची मला जाणीव होती आणि मला अजून त्यांच्याकडून खूपच शिकायचं होतं.

"विल्यमप्रमाणे तू वेळ फुकट घालवू नकोस." वडील मला म्हणाले. "मधल्या काळात काय करावं याबद्दल तू काही विचार केला आहेस का?"

"थोडे दिवस मी कंपनीत काम करीन, एडवर्ड आणि विल्यमबरोबर." मी म्हणालो, "आपल्या कुटुंबाविषयीसुद्धा मला अजून खूप माहिती करून घ्यायची आहे."

ही कल्पना काही काळापासून माझ्या मनात घोळत होती आणि विल्यमने कंपनीत काम करण्याला वडील किती महत्त्व देत होते, तेही मला दिसलं होतं. कुटुंबाविषयी माहिती करून घ्यायची उत्सुकता माझ्यात आजोबांच्या भेटीमुळे निर्माण झाली होती. वडलांच्या चेहऱ्यावरचा आनंद बघून आपली निवड योग्य होती हे मी ओळखलं.

"वा! फारच छान! आपण तुझ्यासाठी काहीतरी काम शोधू."

दुपार होण्याच्या जरा आधी वडील म्हणाले, "छान, सगळं व्यवस्थित झालं. चल, आपण काही ड्रिंक्स घेऊ या."

"मला तुम्हाला काही सांगायचंय." पटकन ठरवून मी म्हणालो. मी बसलो नि माझ्या एंडो-सानकडच्या शिक्षणाबद्दल त्यांना सांगितलं. मी ते वडलांना सांगावं असा एंडो-सानचाही आग्रह होता. क्वचितच रागावणारे माझे वडील आत्ता रागावले.

"तो जपानी आहेत." आवाज चढवत ते म्हणाला.

"पण त्याला तुम्ही बेट भाड्याने दिलंय." मी म्हणालो. मी माझं मन सागर जिथे आकाशाला मिळतो तिथे नेलं. एंडो-सानची भेट होण्याआधी मी ओरडून उत्तर दिलं असतं.

"ते चीनमध्ये काय करत आहेत हे तुला माहीत आहे ना? त्याला तुझ्याकडून काय हवंय?"

"त्यांना मला त्यांच्या संस्कृतीची ओळख करून द्यायची आहे आणि स्वतःचं रक्षण कसं करावं हे शिकवायचं आहे."

"तुला त्याची काही गरज नाही आणि माझा त्या माणसावर विश्वास नाही."

"माझा आहे."

त्यांनी एक निःश्वास सोडला, "मी वडील म्हणून माझं कर्तव्य नीट पार पाडलेलं नाही; तू अगदीच मोकाट सुटलायस."

मी मान हलवली, "मी मोकाट नाही सुटलो. माझ्याकडे बघा! पूर्वी कधी नव्हती इतकी माझी तब्येत छान आहे. माझं मन धारदार आणि जास्त सावध झालं आहे. माझ्याकडे नीट बघा."

ते बसले आणि त्यांनी माझ्या डोळ्यांत रोखून बघितलं. त्यांच्या डोळ्यांमध्ये मला इतकी निराशा दिसली, की मलाच माझी दृष्टी वळवावीशी वाटली.

"तुझा जन्म झाला तेव्हा तुझ्या आईने माझ्याकडून एक वचन घेतलं होतं की, तिच्या वडलांनी तिच्यावर जसं नियंत्रण ठेवलं, तसं मी तुझ्यावर कधीही ठेवणार नाही; पण तू एका जपान्याची संगत धरतो आहेस हे कळल्यावर मी तसं वचन देण्यात चूक केली असं मला वाटतंय."

"तुमचं आईवर प्रेम असेल, तर तुम्ही आपला शब्द पाळायला हवा." त्यांनीच दिलेल्या माहितीचा माझ्या फायद्यासाठी वापर करत मी म्हणालो, "युद्ध काही इथे होणार नाहीये. काहीही होणार नाहीये. तुम्हीच तर असं म्हणालात." माझ्या मनात एंडो-सानचा आवाज ऐकू येत होता – 'प्रतिस्पर्ध्याचं बोलणं त्याच्यावरच उलटवा.'

काय बोलावं हे न समजून वडील गप्प राहिले आणि पुन्हा एकदा मी माझ्या मनाप्रमाणे करून घेतलंय हे मी समजलो.

"मी आजोबांना भेटलो." मी म्हणालो. 'मनाला बोट धरून न्या.' एंडो-सान म्हणायचे. वडलांनी उत्सुकतेने माझ्याकडे बघितलं. आत्तापुरते तरी मी त्यांचे विचार मला हवे तिकडे वळवले होते.

"कसे आहेत ते?"

"अजून खूप मजबूत आहेत." मी म्हणालो, "आमचं छान जमलं. मी त्यांना पेनांगला यायचं आमंत्रण दिलं आहे. पूर्वी जे झालं त्याबद्दल आणि आईला दिलेल्या वागणुकीबद्दल त्यांना दुःख होतंय."

"माझं तुझ्या आईवर प्रेम होतं." बाबा म्हणाले, "लोकांना वाटलं, मी इतर अनेकांसारखा आता 'नेटिव्ह' होणार; पण आमच्या एकमेकांबद्दल काय भावना होत्या ते लोक समजू शकले नाहीत."

"मला माहीत आहे." मी म्हणालो. अनपेक्षितपणे आमच्यात जो एक नाजूक बंध निर्माण झाला होता, तो मी पकडला. ते माझ्याशी आईबद्दल फारसं कधीच बोलत नसत आणि आत्ताही बोलताना ते अडखळत होते. त्यांनी फुलपाखरांवरची नजर काढून माझ्याकडे वळवली. तिच्यात वेदना होती, त्यांच्याकडच्या एखाद्या खंजिराने चुकून जखम व्हावी तशी!

"इतक्या गोष्टींवर मात करायची होती. आपण करू शकू, असं मला वाटलं होतं; पण ते किती कठीण जाणार आहे, ते तिला सुरुवातीपासूनच माहीत होतं. तरीही तिने माझ्याशी लग्न केलं. ज्या दिवशी तिने तिच्या वडलांना आमच्या लग्नाची तारीख सांगितली त्याच दिवशी त्यांनी तिचं सर्व सामान नोकरांकरवी बाहेर काढलं. नंतर ती त्यांना पुन्हा कधीही भेटली नाही." बाबा म्हणाले. त्यांनी पुढे सांगत राहावं अशी माझी इच्छा होती.

''इथल्या युरोपीय लोकांनी तिला वाईट वागणूक दिली आणि तिच्या लोकांनीही तिच्यासाठी दार बंद केलं; पण ती इतकी कणखर आणि न दबणारी होती की, ती जिवंत असताना मलाच तिचा आधार वाटायचा. तिला इतरांना त्यांची चूक दाखवून द्यायची होती.''

त्यांचा आवाज हळवा झाला. ''आपल्या घराजवळची नदी मी तुला कधी दाखवली नाही, नाही?''

''ती कुठे आहे ते मला माहिती आहे.'' मी फारसा तिकडे जात नसे. मला समुद्र जास्त आवडायचा. ती किती खास जागा होती हे वडलांनी त्या वेळी सांगितलं.

''ती आमची लपायची गुप्त जागा होती. मनस्ताप फार झाला की आम्ही तिथे जायचो. आम्ही नेहमी संध्याकाळी जायचो तिथे. तिने तिथे लावलेल्या चाफ्याच्या फुलांच्या वासाचा माग काढत. आम्ही होडी वल्हवत खाली जायचो. ती माझ्या छातीवर डोकं टेकून पडून राहायची. नदीकाठच्या झुडपांमध्ये काजवे चमकायला लागेपर्यंत आम्ही तसेच राहायचो. हजारो काजवे असायचे. अंधार उजळून टाकायचे. आम्हाला मार्ग दाखवायचे.''

मी डोळ्यांसमोर ते चित्र आणायचा प्रयत्न केला. दोन भिन्न प्रकृतीचे प्रेमिक, जगातलं त्यांचं स्थान शोधायचा प्रयत्न करत आहेत, त्यांच्याभोवती प्रकाशाचं संरक्षक कवच आहे.

''लग्नानंतर काही आठवड्यांनी एके दिवशी मी रात्री जरा उशिरा घरी पोहोचलो. घरात अंधार होता. काहीतरी भयंकर घडलं आहे असं वाटून मी आत धावलो.''

''काय झालं होतं?'' मी विचारलं. माझ्या आठवणीत इस्तानामध्ये नेहमीच दिवा जळत असायचा. अंधारात, रात्रीच्या आकाशाच्या पार्श्वभूमीवर इस्तानाची प्रचंड इमारत कशी दिसत असेल असा विचार माझ्या मनात आला.

''ती हातात मेणबत्ती घेऊन माझी वाट बघत होती. तिने ओठांवर बोट ठेवलं आणि मला वरच्या मजल्यावरच्या आमच्या खोलीकडे घेऊन गेली. दाराजवळ आल्यावर तिने मेणबत्ती विझवून टाकली आणि दार ढकललं. मी जे बघितलं त्यावर माझा विश्वासच बसेना!'' त्यांचा आवाज अगदी हळू झाला होता.

''तिने पलंगावर मच्छरदाणी सोडली होती आणि अंधारात तिने नदीवरून गोळा करून आणलेले शेकडो काजवे मच्छरदाणीवर सोडले होते.''

संकोचाने थोडेसे घुटमळून ते थांबले; पण त्यांना माझ्या चेहऱ्यावरचे समजुतीचे आणि उत्सुकतेचे भाव दिसले. थोडं थांबून ते म्हणाले, ''आम्ही त्या प्रकाशाच्या वर्षावाखाली ती रात्र काढली. त्या रात्री तुझं बीज रोवलं गेलं.''

मी खुर्चीत मागे टेकलो आणि डोळ्यांतले अश्रू लपवत एक दीर्घ उसासा सोडला. मी वर बघितलं, तर त्यांचे डोळेही मला पाणावलेले दिसले.

''दुसऱ्या दिवशी सकाळी तिने सर्व काजवे एका बरणीत भरले आणि नदीवर नेऊन सोडले.'' ते म्हणाले. त्यांच्या चेहऱ्यावरच्या दु:खी स्मितावरून त्यांना आईची आणि तिच्या खट्याळपणाची उणीव किती तीव्रपणे भासत होती याची मला कल्पना आली.

''मला बरेचदा वाटतं की, तुला सारं किती कठीण जात असेल. तू नेहमी आमच्यापासून दूर जाण्याचा, आमचा भाग न बनण्याचा प्रयत्न करतोस; पण तूसुद्धा एक हटन आहेस. ते तुला टाळता येणार नाही. आम्हाला सर्वांना तुझी उणीव किती भासली, याची तुला कल्पना आहे का?'' ते म्हणाले.

माझ्या डोक्यावर हात फिरवून त्यांनी माझे केस विस्कटले. ते मी अलीकडे त्यांना करू देत नसे. ते उठले आणि निघून गेले, मला लायब्ररीत त्यांच्या पुस्तकांच्या गराड्यात सोडून. मी कपाटांपुढून जात आतल्या पुस्तकांची नावं वाचू लागलो. हेरेडोट्सचं 'द हिस्टरीज', प्लॅटोचं 'सिंपोझियम', मॉमच्या लघुकथांचा संग्रह; सर्व महान ग्रंथ इथे होते; साहित्य, इतिहास यांपासून तत्त्वज्ञानापर्यंत सर्व विषयांवरचे! त्यांनी मला दिलेलं पुस्तक मी उघडलं. पण मला काही ते वाचवेना. त्यांच्या हळव्या शब्दांनी मला अस्वस्थ केलं होतं. मी त्यांना इतकी सारी वर्षं दुखावलं होतं, याची जाणीव मला झाली. ते आपल्या वैयक्तिक जीवनाबद्दल कधीही कोणाशी बोलत नसत. माझ्या जन्माची कथा सांगण्यासाठी त्यांना अनेक पायऱ्या खाली उतरून यावं लागलं असणार. सर्व आदर्श पित्यांप्रमाणे त्यांनी माझा पोरकटपणा शांतपणे नि सौजन्याने सहन केला होता. मी बसलो, पुस्तक बंद केलं आणि मी त्यांना दिलेल्या जखमांवर फुंकर कशी घालावी याचा विचार करू लागलो.

१५

मी माझी कहाणी सांगताना जरा थांबलो. मिचिको आकाशातला मंद चंद्रप्रकाश न्याहाळत होती. मध्यरात्र उलटून गेली होती. मिचिकोला येऊन आता एक आठवडा होऊन गेला होता. आमची दिनचर्या आता अगदी ठरीव झाली होती. रोज रात्री जेवणानंतर मी तिला माझ्या पूर्वजीवनाबद्दल सांगत राही.

मी तिच्याकडे बघत चहाचा घुटका घेतला. ती अतिशय सुंदर होती. अशा प्रकारे फक्त जपानी स्त्रियाच असू शकतात. बाहेरून कोमल, पण आतून पोलादासारखी कणखर!

''आपली नदीतली होडीची सफर...'' ती कुजबुजली, ''तुमचे आई-वडीलसुद्धा एकदा त्या जागी गेले होते आणि त्यांना दिसलेली दृश्यंच आपल्याला दिसली. मला असं वाटतं की, आपण बघितलेला काजव्यांचा प्रकाश तुमच्या आई-वडलांना दिसला तोच असेल. जसे काही तारे लक्षावधी वर्षांपासून प्रकाशत असतील, पण त्यांचा तो प्रकाश वाटेतल्या सर्व वस्तू उजळत आता या जगावर पोहोचला आहे.''

हे माझ्या लक्षात नव्हतं आलं; पण ती म्हणाली ते लक्षात घेता खरोखरीज ज्या प्रकाशस्रोताने माझ्या आई-वडलांना एकेकाळी रोमांचकारी आनंद दिला होता, त्यानेच मलाही काही दिवसांपूर्वीच्या त्या रात्री तसाच, पण मंद असा दिलासा दिला होता.

''तुम्हाला विश्रांती घ्यायची आहे का?'' मी हळूच विचारलं.

तिने डोळे मिटले. जेव्हा ते उघडले तेव्हा त्यांच्यात पाणी चमकत होतं.

''मला पुढे ऐकायला आवडेल, पण आज नाही. मला थकवा आला आहे.'' मी तिला उठायला मदत केली आणि तिच्या खोलीकडे घेऊन गेलो.

मला फार झोपेची गरज नाही असं वाटलं होतं, पण दुसऱ्या दिवशी सकाळी उठायला मला उशीरच झाला. मी बाहेर गेलो तेव्हा गच्चीत मिचिको आधीच आलेली होती.

"झोप चांगली लागली का?" मी तिच्या कपात चहा ओतत विचारलं.

तिने मान हलवली. अंगाला ताण देताना थोडंसं दुखल्याचा भाव तिच्या चेहऱ्यावर जाणवला. ती आल्या दिवसापेक्षा आणखीनच बारीक झालेली वाटली, त्यामुळे मला जरा काळजी वाटली.

"गोळ्यांचा आता उपयोग होत नाही का?"

माझ्या हातातून कपबशी घेताना तिच्या हातात कप बशीमध्ये खडखडला.

"मला अजिबात आवडत नाहीत गोळ्या. पण कधी कधी इतका त्रास होतो की, दुसरा इलाजच उरत नाही. 'झाझेन'चासुद्धा उपयोग होत नाही."

"सगळ्या डॉक्टरांना भेटून झालं?"

"सर्व डॉक्टर आणि तज्ज्ञ झाले; पण तुम्हाला कसं कळलं? हे कोणालाच माहीत नव्हतं." ती म्हणाली.

"तुमचं कमी झालेलं वजन, इतर बघत नाहीत तेव्हा तुम्ही गोळ्या घेता ते, तुमचा पेनांगचा प्रवास. लहान लहान गोष्टी." मी म्हणालो. एका वृद्ध आणि आजारी बाईला मी माझ्या जीवनातले कप्पे उघडून दाखवत होतो. यात माझी निश्चित भूमिका काय हे मला कळत नव्हतं.

"काळजी करू नका. तुमची कथा पूर्ण होईपर्यंत मी तग धरेन."

"मग मी काही गोष्टी गाळायचा प्रयत्न करेन." मी थोडा विनोद करायचा प्रयत्न केला. पण तिने मानेने नकार दिला.

"नाही, कृपया तसं करू नका. मला सर्वकाही ऐकायचं आहे. मला वचन द्या." ती म्हणाली आणि मी ते दिलं.

मी उठत म्हणालो, "आपण संध्याकाळी भेटू."

"हो. मी वाट बघेन." तीसुद्धा उठली आणि आम्ही एकमेकांचा निरोप घेतला.

"मला विचारायचं होतं...." ती बोलली.

"काय?" मी दरवाजात थांबून मागे वळून तिच्याकडे पाहिलं.

"तुम्ही एंडो-सानला पेनांगमध्ये दाखवलेल्या इतर काही जागा मला बघायला आवडतील. काळजी करू नका. मी त्याच्या बेटावर जाण्याचा आग्रह धरणार नाही. इतका काळ जाऊनही जखमा अजून ओल्या आहेत असं मला दिसतंय."

मी तिच्या विनंतीला होकार दिला. युद्धानंतरच्या काळात जेव्हा ते नसल्यामुळे जीवन सुनं सुनं वाटायचं तेव्हा मी त्यांतल्या बऱ्याच ठिकाणी पुन्हा जाऊन आलो होतो. तिथं अजून त्यांच्या अस्तित्वाच्या, तिथे येऊन गेल्याच्या काही खुणा दिसतील या आशेने मी गेलो, पण प्रत्येक ठिकाणी मला रितेपणाचाच प्रत्यय आला. माझ्या मनाच्या विश्वात मात्र त्या खुणा ठळक झाल्या होत्या.

बीच स्ट्रीटला माझ्या टेबलापाशी बसलो असताना माझ्या मनात विचार आला की,

एंडो-सानबद्दल मिचिकोला सांगितल्याने माझ्या मनात दाटलेले एंडो-सानचे प्रतिध्वनी बाहेर पडतील, त्यांची तीव्रता कमी होईल आणि कालांतराने ते पूर्णपणे लयाला जातील. असं होईल का? तसं व्हावं. त्यांनी कामयचं सोडून जावं असं एका मनाला वाटत होतं; पण दुसऱ्या मनाला ते कायम हवे असल्याने त्यांना जाऊ द्यायला ते तयार नव्हतं. आजोबांचे शब्द मला इतक्या मोठ्याने ऐकू आले की, ते खरोखरीच मागे उभे आहेत की काय हे बघायला मी खुर्ची मागे फिरवली. ''आई-वडलांच्या खालोखाल गुरू ही प्रत्येकाच्या आयुष्यातली सर्वांत प्रभावशाली व्यक्ती असते.'' आणि एंडो-सानचं स्थान माझ्यासाठी आई-वडलांपेक्षाही जास्त, गुरूपेक्षाही जास्त होतं.

''मिस्टर हटन?'' ॲडिलने हाक मारली.

मी आजोबांचा आवाज बंद करून वर्तमानात परतलो.

''काय आहे?''

''मिस पेनेलपी ची भेटायला आल्या आहेत. वार्ताहरसुद्धा आला आहे.''

''हो, हो, आधी मिस चीला आत पाठव.''

युद्धानंतर माझ्या ऑफिसच्या रस्त्यावर मला मालकांनी सोडून दिलेली अनेक घरं दिसत. त्यांचे मालक युद्धात मरण तरी पावले होते किंवा कँपमध्ये मेलेले होते किंवा बोटीने देश सोडून जात असता जपानी विमानांनी त्या बोटी बुडवल्याने मेले होते. युद्ध संपल्यावर काही कंपन्यांनी अशी घरं विकत घेतली आणि ती पाडून तिथे आधुनिक पद्धतीची दुकानं काढली. असं एखादं घर पाडताना बघितलं की, मला फार वाईट वाटायचं.

''तुम्हीच ती विकत का घेत नाही?'' एके दिवशी ऑफिसमध्ये आल्यावर आज आणखी एक घर पाडताना बघितलं म्हणून मी कुरकुर केल्यावर ॲडिलनं सुचवलं होतं.

''आणि ती घेऊन काय करू?''

तिने खांदे उडविले. ''ती दुरुस्त करून पूर्वीसारखी करा. लोकांना खुली करा किंवा त्यांचं वेगळ्या प्रकारच्या हॉटेलमध्ये रूपांतर करा.''

मी तिच्याकडे बघत राहिलो. आपण वेड्यासारखं बोललो असं वाटून ती वरमली. ''जाऊ द्या. विसरून जा मी काय बोलले ते. अगदीच वेड्यासारखं!'' ती म्हणाली.

''नाही, वेड्यासारखं नव्हे! फारच छान कल्पना आहे ही!'' मी म्हणालो.

मी 'हटन हेरिटेज ट्रस्ट' स्थापन केला आणि त्यानंतरच्या काळात जॉर्जटाऊनच्या दुकानांपासून नॉर्थम रोडवरच्या मोठ्या हवेल्यांपर्यंत अनेक इमारती वाचवल्या. त्यांपैकी अनेकांचं चीन आणि इंग्लंडहून कारागीर आणून पुनरुज्जीवन केलं. ते करताना मूळ इमारतीत ज्या प्रकारचा आणि रंगाचा दगड किंवा लाकूड वापरलं

असेल तसंच मिळवण्यासाठी आणि त्या मालावर कारागिरी करण्याचं शिक्षण आणि अनुभव ज्यांना आहे, असेच कारागीर शोधण्यासाठी मला अनेकदा (दूरचा प्रवास करून) चीनच्या आतल्या भागात जावं लागलं. काही लोक पोस्टाची तिकिटं जमवतात तसा मी जुन्या इमारती 'जमवू' लागलो.

तीन वर्षांपूर्वी टोके यीपचं घर, जे मांचू राजदूताने त्याच्या आठ राण्यांपैकी एकीसाठी बांधलं होतं, ते पाडणार होते. कोनच्या वडलांचं पुढे काय झालं ते मला कधीच कळलं नाही. युद्धानंतर ते बेपत्ताच होते. त्यांचं घर अगदीच पडायला आलं होतं. एका इंग्रज माणसाने आर्ट गॅलरी काढली. तो मेला तेव्हा बँकांनी घर विकायला काढलं. पेनांगमध्ये घरासाठी आतापर्यंत कधी कोणी दिली नसेल इतकी वरची बोली लिलावात मी बोललो.

"त्या लिलावामुळे मला बरेच शत्रू निर्माण झालेत." मी ॲडिलला म्हणालो, "पण ते घर मी मिळवलं."

टोके यीपच्या घराचं पुनरुज्जीवन करण्यासाठी मला खास आर्किटेक्ट शोधावा लागला. कारण त्या घराची रचना वेगळी होती आणि माझ्या नेहमीच्या टीमच्या परिचयाची नव्हती. पेनेलपी ची हिची मुलाखत वास्तुशास्त्राशी संबंधित एका मासिकात आली होती. ती वाचून मी तिला भेटायला बोलवलं होतं. लहानसर बांध्याची, चिनी, तिशीतली, चमकदार-हुशार डोळे असलेली अशी ती होती. तिच्या डोक्याप्रमाणेच हातातही वेगवेगळ्या रचनांचे नकाशे होते. उघडून दाखविण्यासाठी आणि नंतर प्रत्यक्षात आणण्यासाठी!

तिचं लाइथ स्ट्रीटला असणारं जुनं घर साधारण अशाच रचनेचं होतं. त्याच्यात तिने कसे बदल केले ते तिने मला दाखवले आणि मला ते आवडले.

ती आणि मी स्टोक-ऑन ट्रेंटला जमिनीसाठी लाद्या बघायला गेलो. मॅकफार्लेन अँड कंपनीच्या ग्लासगो इथल्या फाउंड्रीमध्ये मूळच्या लोखंडी जाळ्यांप्रमाणे नव्या जाळ्या करू शकेल असा कारागीर शोधण्यासाठी आणि दक्षिण चीनमधल्या होक्किएन प्रांतात छपराची कौलं दुरुस्त करू शकेल आणि तशीच नवी बनवू शकेल असा कारागीर निवडायला जाऊन आलो.

गाइां तत्त्व असं होतं : शक्यतो प्रत्येक नग मूळ उत्पादनाचाच असावा किंवा तो मिळत नसेल तर शक्य तितका मूळ नगासारखा दिसणारा असावा. लंडनहून परतल्यावर आम्ही लायब्ररीत बसून बोलत होतो तेव्हा वडलांनी मला विचारलेला प्रश्न सतत माझ्या मनात घोळत असे, 'आपल्या आताच्या जगात अशी कोणती वस्तू आहे की, जी पाचशे वर्षांनंतरसुद्धा अस्तित्वात असेल आणि तिला ऐतिहासिक आणि दर्शनीय महत्त्व असेल?' तेव्हा त्याचं मला उत्तर आलं नव्हतं.

आतापर्यंत ट्रस्टमध्ये किती आर्किटेक्ट आणि किती सल्लागार आले नि सोडून

गेले, हे डोळ्यांसमोर आलं की विश्वास बसत नाही; पण पेनेलपी ची आर्किटेक्ट मात्र होतीच. माझ्याप्रमाणेच पेनांगमधल्या जुन्या वास्तूंबद्दल तिला प्रेम होतं आणि त्यामुळेच माझा उतावीळपणा, चोखंदळपणा, अवास्तव अपेक्षा या सर्वांना तोंड देऊनसुद्धा ती टिकून राहिली होती.

ॲडिल तिला आत घेऊन आली. तिचं स्मित नेहमीप्रमाणेच प्रसन्न आणि न ढळणारं होतं. दुसऱ्या कोणत्याही आर्किटेक्टपेक्षा ती जास्त टिकली होती.

''कशी आहे प्रगती?'' मी विचारलं.

''जवळजवळ पुरं झालं आहे आणि ट्रस्टने आतापर्यंत केलेल्या पुनरुज्जीवनाच्या सर्व कामांमध्ये हे सर्वांत छान होणार आहे. जुन्या इमारतींच्या पुनरुज्जीवनासाठी युनेस्को आपल्याला सर्वांत उच्च पुरस्कार देणार आहे असं म्हणतात.''

''फारच छान आणि मी केलेलं हे शेवटचं नूतनीकरण असेल.''

''मला समजत नाहीये.''

''माझं वय झालंय आणि मी थकत चाललोय. मी फार पूर्वीच बंद करणार होतो, पण हे आत्ताचं काम – याच्याशी काही खास आठवणी जोडलेल्या आहेत.''

''या बेटाचा इतिहास जपण्यासाठी तुम्ही इतकं केलं आहे! ते काम थांबवणं ही फार दुःखाची गोष्ट ठरेल.'' ती म्हणाली.

''हल्ली मला असं वाटू लागलंय की, अखेरीस माणूस किती काळ इतिहासाला चिकटून राहणार?'' मी म्हणालो, ''मी काळाला पुढे जाण्यापासून थांबवण्याचा प्रयत्न करतोय आणि कदाचित ते अयोग्य आणि वेडेपणाचं आहे.''

''तुम्हाला आठवतं, तुम्ही हे घर विकत घेतल्यावर पहिल्या काही वेळा आपण आत गेलो ते?'' तिनं विचारलं. मला माझ्या नैराश्यपूर्ण मूडमधून बाहेर काढण्याचा तिचा प्रयत्न दिसला.

''हो! भयंकर होतं ते!'' तिने दाखविलेल्या आस्थेने गहिवरून मी म्हणालो.

खरेदीची कागदपत्रं झाल्यावर आठवड्याभराने मी टोके यीपच्या घराच्या लाकडी फाटकाबाहेर उभा राहिलो होतो. जणूकाही मध्ये वर्षं उलटलीच नव्हती. उजेड तसाच होता आणि दरवाजाची चौकोनी खिट्टी मी धरत होतो, तेव्हा वॉंटॅन नूडल्स विकणाऱ्या हातगाडीवाल्याची आरोळी आणि लाकडी चमचे आपटून त्याने काढलेला ठकठक आवाज माझ्या कानात शिरला. फेरीवाला माझ्यामागून पुढे गेला आणि तो आवाज हळूहळू ऐकू येईनासा झाला.

मी बागेत गेलो. आतापर्यंत मी अनेक पडकी, दुर्लक्षित घरं बघितली होती, पण दुर्लक्ष आणि गैरवापर यामुळे झालेली याची स्थिती बघून मला धक्काच बसला. अर्धं छप्पर गेलेलंच होतं. रेतीने भरलेल्या वाळलेल्या हिरवळीवर कौलांचे तुकडे पडले होते. रोजवूडचे दरवाजे काढून सरपण म्हणून वापरण्यासाठी नेलं होतं. रंगीत

काचांच्या खिडक्यांच्या काचा फुटल्या होत्या.

आतली दशा तर आणखीच वाईट होती. सोन्याचा वर्ख लावून कोरीवकाम केलेला लाकडी पडदा अर्धा तोडलेला होता आणि उरलेला भाग शेकोटीच्या जाळाने अर्धवट जळालेला होता. विजेची बटणं, दिवे, पंखे गेलेले होते. बटणांच्या जागी भिंतीत नुसते बुडखे उरले होते, न उमलणाऱ्या कळीसारखे!

तो दिवस आठवून मी मान हलवली. पेनेलपीनेसुद्धा ते आठवून स्मित केलं. ''आता ते अगदी वेगळं दिसतंय.'' तिच्या आवाजातला अभिमान दबण्यासारखा नव्हता.

''मला ते माझ्या एका मित्राला दाखवायचं आहे. ते तू केव्हा तयार ठेवू शकशील?''

''या आठवड्याच्या अखेरीस?''

''ठीक आहे.'' मी म्हणालो. ॲडिल आत आली आणि तिने मला स्थानिक वर्तमानपत्राच्या वार्ताहराबरोबरच्या मुलाखतीची आठवण केली. खरंतर मुलाखत द्यायला मी उत्सुक नव्हतो, पण संपादकाला हटन हेरिटेज ट्रस्टवर लेख लिहायचा होता.

''इतक्यात जाऊ नकोस.'' मी पेनेलपीला म्हणालो, ''यात तुझंही काम आहे.''

वार्ताहर एक तरुण आणि सौजन्यपूर्ण चिनी माणूस होता. आम्ही थोडा वेळ इतिहासाचं जतन आणि बेटाविषयीच्या समग्र आठवणी यांबद्दल बोललो; पण मुलाखतीची दिशा बदलली तसं मुलाखतीचा उद्देश वेगळाच आहे, असं माझ्या लक्षात येऊ लागलं.

''या वर्षी जपान्यांनी बेट सोडलं त्याला पन्नास वर्षं पुरी होताहेत. त्यातल्या तुमच्या भूमिकेचं समर्थन तुम्ही कसं कराल?''

''ते सगळं भूतकाळात जमा झालंय.'' मी म्हणालो.

''असं? काही लोकांच्या मते तुम्ही कसेतरी न्यायाच्या कचाट्यातून निसटलेले युद्ध-गुन्हेगार आहात. ही त्यांची भावना बरोबर आहे का?''

''त्याचा आणि ट्रस्टचा काहीही संबंध नाही.'' पेनेलपी उसळून म्हणाली.

मी एका दृष्टिक्षेपाने तिला गप्प केलं. मी माझा राग गिळला नि शांतपणे म्हणालो, ''तुमचं वय काय?''

मी रागाने उसळून त्याच्यावर हल्ला करेन अशी त्याची अपेक्षा होती. त्यामुळे तो गोंधळला. ''चौतीस.''

''म्हणजे त्या वेळी तुम्ही नव्हता. तुम्हाला माहीत नव्हतं आणि त्याचा तुमच्यावर प्रत्यक्ष परिणाम झालेला नाही. आधी वस्तुस्थिती काय आहे, हे समजावून घ्या.''

''अडचण अशी आहे मिस्टर हटन की, तुमच्याबाबतीत माहिती फारच आहे;

पण ती सर्व परस्परविरोधी आहे.''

''तुम्हाला हवं आहे ते सत्य त्यातच दडलेलं आहे.'' मी म्हणालो आणि तो आणखीनच गोंधळात पडला. मी उभा राहिलो, ''तुम्ही आता गेलेलं बरं! प्लीज.''

दरवाजात थांबून वार्ताहर म्हणाला, ''मला माफ करा; पण आमच्या संपादकाने हे प्रश्न विचारायला सांगितले होते.''

मी त्याला सहानुभूती दाखवली. संपादक माझ्याच वयाची एक स्त्री होती. त्या काळात जपान्यांच्या राज्यात तिचे फार हाल झाले होते आणि युद्धातल्या माझ्या भूमिकेबद्दल ती नेहमीच माझा तिरस्कार करत आली होती. तिच्या आजोबांवर हल्ला करून मारण्यात आलं तेव्हा मी तिथे नुसता उभा राहून बघत राहिलो आणि त्यांच्या घरातला पियानो घेऊन गेलो, असा तिचा आरोप होता.

वार्ताहराने त्याचा हात पुढे केला, ''माझे वडील आता अंथरुणाला खिळलेले आहेत आणि शेवटचे क्षण मोजत आहेत; पण मी तुम्हाला भेटायला जात आहे हे कळल्यावर त्यांची कृतज्ञतेची भावना तुम्हाला कळवायला त्यांनी सांगितली. जपानी मारेकरी पथकापासून त्यांचा आणि माझ्या आईचा जीव तुम्ही वाचवला होतात.''

''काय नावं होती त्यांची?''

त्याने ती सांगितली; पण मी म्हणालो, ''मला ती आठवत नाहीत. माफ करा.'' मी त्याचा हात हातात घेतला; जणूकाही त्याच्या माध्यमातून मी त्याच्या आई-वडलांशी संपर्क प्रस्थापित करू पाहत होतो.

''काही हरकत नाही. असे कितीतरी जण होते; पण तुम्ही एक चुकीचं बोललात. माझ्यावर प्रत्यक्ष परिणाम झालाच. कारण तुम्ही नसता, तर आज मी इथे तुमच्याशी बोलताना दिसलोच नसतो.''

मी त्याचा हात आणखी घट्ट धरला. ''काय झालं असतं आणि काय नाही ते कोण सांगू शकेल? पण तुमच्या संपादकांना एक सांगा की, तुम्ही म्हणता त्याप्रमाणे मी जर युद्ध-गुन्हेगार असलो, तरी मी पळून गेलेलो नाही. मी माझं पूर्ण आयुष्य इथेच राहिलो आहे. मी कधीच पळून गेलो नाही.''

मी 'इस्ताना'ला संध्याकाळी परतलो. स्वयंपाकघरात गेलो, तर मिचिको दोन्ही हातांनी बेसिन धरून त्यावर ओणवी झालेली, मनगटावरच्या नसा कातडी फाडून बाहेर येतील की काय असं वाटावं इतक्या फुगलेल्या, खोकल्याची उबळ आलेली. मी माझी ब्रीफकेस खाली टाकली आणि तिचे खांदे धरून तिला आधार द्यायचा प्रयत्न केला. बेसिनमध्ये रक्ताचे थेंब होते तसेच तोंडावरही दिसत होते. चेहरा पांढराफटक पडलेला. ओठांना लाल रंग लावलेल्या काबुकी कलाकाराप्रमाणे दिसत होती ती.

मी तिला खाली बसवलं. तिच्या तोंडावरचं रक्त पुसलं आणि तिला पाणी दिलं.

तिने ते न पिता टेबलावर ठेवलं. मारियाला रक्त दिसण्याआधीच मी बेसिन धुऊन टाकलं. जपानने देश व्यापला होता त्या काळात वाढलेल्या अनेक लोकांप्रमाणे मारियालासुद्धा रक्ताच्या दर्शनाचाही तिटकारा होता.

"त्यांनी बॉंब टाकले तेव्हा तुम्ही तिथे होता ना?"

"होय." प्रयासाने श्वास घेत हळू आवाजात ती म्हणाली.

तिला हव्या असलेल्या गोळ्या मी तिला दिल्या.

"यांचा काहीही उपयोग होत नाही आहे, हे मला दिसतं आहे. त्या मला लवकरच दगा देणार आहेत." ती म्हणाली.

"पाणी प्या. त्याने बरं वाटेल."

"थँक यू, फिलिप-सान." क्षीण आवाजात ती म्हणाली.

आम्ही बाहेर गच्चीत आमच्या नेहमीच्या जागी जाऊन बसलो. रोज रात्री काही तास तरी मी माझं दु:ख सांगून तेवढा वेळ तरी तिचं दु:ख विसरायला तिला मदत करत होतो. आधी मला भीती वाटत होती त्याप्रमाणे मिचिकोबरोबर घालवलेला वेळ फारसा कठीण गेला नाही. ते सारं क्लेशकारक होतं यात शंकाच नाही, पण तिला सांगण्यासाठी मला माझ्या लहानपणचे दिवस, मला किशोरावस्थेतून प्रौढत्वात नेणाऱ्या घटना आठवून सांगताना वयाचं ओझं फेकून दिल्याप्रमाणे वाटत होतं. काळाचं बंधन तोडल्यासारखं मोकळं वाटत होतं. माझ्या जीवनाने घेतलेल्या वेड्यावाकड्या वळणांकडे आश्चर्याने बघता येत होतं.

त्या दिवशी रात्री आम्ही नदीवर एक खास अनुभव घेतला होता : माझ्या जीवनाचा अंधारात गुडुप झालेला भाग काजव्यांनी उजळून टाकला होता. वार्ताहराने विचारलेला प्रश्न अप्रस्तुत किंवा उद्धटपणाचा नव्हता. मी माझी बाजू स्पष्ट करायचा, युद्धकाळात मला कोणत्या दिव्यातून जावं लागलं होतं ते सांगण्याचा प्रयत्न करायला हवा होता. पण ते दु:ख फार भयानक होतं, अपराधीपणाची भावनाही फार प्रबळ होती आणि प्रतिष्ठेचाही प्रश्न होता. स्वत:ची आणि घराण्याची प्रतिष्ठा डागाळू नये यासाठी आपल्या भावनांवर नियंत्रण ठेवण्याचं शिक्षण माझ्यावरच्या इंग्लिश आणि चिनी संस्कारांतून झालं होतं. माझ्या रक्तातल्या पूर्व नि पश्चिम अशा विरुद्ध बाजूंनी येणाऱ्या प्रवाहांचा असा संगम झाला होता की, त्यात भावना व्यक्त करण्याची माझी क्षमताच बुडून गेली होती. काय हा दैवदुर्विलास! पण आता ते सारं घरी अनपेक्षितपणे आलेल्या या अनोळखी स्त्रीला सांगितल्यामुळे मला कसं हलकं वाटत होतं. मात्र या सुखाच्या भावनेला धास्तीची किंचित किनारसुद्धा होती.

एक खरं, पेनांग, इथले लोक आणि त्यांनी माझ्या पूर्वेतिहासाबद्दल मानलेली गृहीतं यांचा प्रभाव मिचिकोवर नव्हता. त्यामुळे त्या धास्तीची मी फारशी पर्वा केली नाही. आता मी सर्वकाही तिला सांगून टाकणार, कितीही कठीण वाटलं तरी, याची

मला जाणीव होती. तिला सांगताना काही गोष्टींचा आघात कमी करण्यासाठी किंवा स्वत:विषयी अनिष्ट मत होऊ नये यासाठी काही गोष्टी जरा बदलून सांगाव्यात असा मोह होण्याचे प्रसंगही येत होते; पण आता आमची वयं लक्षात घेता तसं करण्याने काय साधलं असतं?

मिचिको पूर्वसूचना न देता आली होती, पण परकी नव्हती. ती एंडो-साानना ओळखत होती आणि आमच्या मनात सतत त्यांचाच विचार का असतो याचं उत्तर तिला माझ्या कहाणीतून कदाचित मिळेल.

१६

हटन अँड सन्समध्ये मी १९४०च्या सुरुवातीला काम करू लागलो. वडलांबरोबर राहून धंदा शिकू लागलो. आयुष्यात प्रथमच मला त्यांची खऱ्या अर्थाने ओळख झाली. ते एक कणखर आणि हुशार सौदेबाज होते, पण जरूर तिथे लवचीकताही दाखवायचे. मलायी व्यापाऱ्यांच्या अलिखित प्रथा आणि नियमांशी त्यांनी चांगल्या प्रकारे जुळवून घेतलं होतं तसंच चिनी व्यापाऱ्यांशीसुद्धा धंदा करण्यात ते वाकबगार होते. त्यांच्यावर दबाव केव्हा आणावा आणि त्यांच्या प्रतिष्ठेसाठी त्यांना जिंकू देऊन सर्वांनाच आनंदी कसं करावं हे त्यांना चांगलं माहीत होतं.

मी त्यांच्या वेळा पाळाव्यात अशी माझ्या वडलांची अपेक्षा होती, त्यामुळे मला एंडो-सानकडच्या भेटी कमी कराव्या लागल्या. आतापर्यंत रिकामी असलेली एक छोटी खोली त्यांनी मला माझं ऑफिस म्हणून दिली. ऑफिसातले कर्मचारी मला 'तुवान केचिल' म्हणजे 'छोटे साहेब' म्हणत आणि आम्ही ऑफिसच्या काचेच्या दरवाजातून आत जाताना शीख दरवान आम्हाला सलाम करे.

मी ऑफिसच्या इमारतीत प्रथम पाऊल ठेवलं तो एक वेगळाच अनुभव होता. लहान असताना मी कधी कधी वडलांना भेटायला ऑफिसमध्ये जायचो, त्यांच्या टेबलापाशी खेळायचो, पण आताचं हे जाणं वेगळं होतं. आता माझं एका परंपरेशी नातं जोडलं जात होतं; शंभर वर्षांपूर्वी जे पेनांगला आले त्यांच्या पंक्तीत मी माझी जागा घेतो आहे असं मला वाटलं. त्या काळ्या-पांढऱ्या संगमरवरी फरशा, ते सावकाश फिरणारे पंखे, ते मोठे गोल खांब आणि फक्त टाइप रायटर आणि टेलिफोनच्या आवाजाने भंग होणारी शांतता या सर्वांचा माझ्यावर परिणाम झाला आणि बाबांनी हेच आपलं घर का केलं होतं ते मला समजलं.

"इथे आपल्याला वेळ जाणवतो, नाही?" असं म्हणत त्यांनी माझीच भावना बोलून दाखवली.

"होय." मी म्हणालो. त्यांनी उगीचच माझी कॉलर नीट केली, टाय सरळ

केला. "चल, आता जाऊ आणि आज आणखी पैसे कमवू." ते म्हणाले.

"अस्सल चिन्यासारखे बोललात!" मी म्हणालो आणि ते हसले.

आम्ही ज्या ज्या वस्तूंचा व्यापार करत होतो त्यांची मी सखोल माहिती घेतली. मलायामध्ये आमचे तीस लाख हेक्टरवर रबराचे मळे होते, पेराक आणि सेरांगोनमध्ये कथलाच्या चार खाणी, लाकडाच्या वखारी, मिऱ्यांचे मळे, बोटींची एक कंपनी, फळबागा आणि इतर मालमत्ता होती. वडील दिवसभर फोनवर असायचे आणि त्यांची चटपटीत चिनी सेक्रेटरी मिसेस तेओ फाइली शोधत या खोलीतून त्या खोलीत सतत पळत असायची. आलेले रिपोर्ट वाचून मी वडील आणि मि. स्कॉट यांच्यासाठी त्यांचा सारांश लिहायचो आणि इंग्लंडला जाणाऱ्या निर्यातीची कागदपत्रं तपासायचो.

कधी मला वेल्ड क्वेच्या गोदामांमध्ये माल उतरवणाऱ्या मजुरांवर लक्ष ठेवायला पाठवत. ही गोदामं म्हणजे बंदराच्या समोर असलेल्या मोठ्या खोल्यांच्या रांगा होत्या नि ती काळोखी आणि गरम असत. त्यांच्यात मिरे, मिरच्या, लवंगा, दालचिनी, बडिशेप यांची पोती पत्र्याच्या छपरापर्यंत रचलेली असत. हे एक वेळ परवडणारं होतं; पण रबराच्या लाद्यांच्या गोदामांमध्ये तर आत जाणंही मला आवडत नसे. त्यांचा घाण वास केसांना आणि कपड्यालाही चिकटायचा. त्या गोदामांमधून मी बाहेर यायचो तो शर्ट घामामुळे अंगाला चिकटलेला, टाय काढून टाकलेला अशा अवस्थेत, मग ऑफिसात परत येऊन मिसेस तेओने बनवलेला चहा घटाघटा प्यायचो.

लवकरच माझी बंदरावरची फेरी रोजची झाली. कारण मलायन कम्युनिस्ट पार्टी हिन्दुस्तानी मजुरांशी बोलून त्यांना देशव्यापी संपावर जायला उद्युक्त करत होती.

एके दिवशी सकाळी मला वडलांनी त्यांच्या खोलीत बोलवलं. काही मिनिटांपूर्वीच मॅनेजर मिस्टर चिन यांचा त्यांना फोन येऊन गेला होता. ते घाबरल्यामुळे एवढ्या मोठ्याने बोलत होते की, त्यांचा फोनमधून येणारा आवाज मलासुद्धा ऐकू येत होता.

"हे लाल बावटावाले पुन्हा त्रास देत आहेत. मी काय करू?"

"मला वाटतं, सरकारने त्या पक्षाला बंदी घातली होती?" मी वडलांना विचारलं.

"त्यामुळे काही त्यांनी आपल्या कामगारांना त्रास देणं बंद होणार नाही." ते गोदामांकडे जाण्यासाठी अंगात कोट चढवत म्हणाले.

आम्ही बीच स्ट्रीट ओलांडून बंदराकडे जाईपर्यंत गर्दी जमायला लागली होती. माझ्या वडलांनी शिवी हासडली "अक्करमाशे!" लाकडी खोक्यावर उभा राहिलेला एक हिन्दुस्थानी माणूस ब्रिटिशविरोधी घोषणा देत होता. आम्हाला बघून त्याने आवाज आणखी चढवला, "हे बघा, तुमच्यावर जुलूम करणारे, तुम्हाला गुलामांप्रमाणे

वागवणारे, कुत्र्याचंसुद्धा पोट भरणार नाही इतका पगार देणारे, हेच ते लोक इकडे येताहेत.''

त्याच्याजवळ व्यवस्थित पोशाख केलेली काही चिनी माणसं काही न बोलता उभी होती. ''ते कम्युनिस्ट पार्टीवाले आहेत.'' वडलांनी मला कानात सांगितलं. आमचे काही मजूरसुद्धा त्या माणसाबरोबर घोषणा देत होते; पण वडलांना बघितल्यावर त्यांचे आवाज खाली आले नि मग थांबले. त्या शांततेत पुढाऱ्याचा आवाज आणखीनच कर्कश वाटत होता. त्याने हवेत मनगट उंचावलं, ''तुम्ही घाबरता कशाला? भित्र्यासारखे थरथर कापताय का?''

माझे वडील गर्दीच्या मध्यावर गेले. ''या कुरापतखोरांबरोबर ज्यांना जायचं असेल ते जायला मोकळे आहेत.'' ते कामगारांच्या मलाय भाषेत बोलू लागले. ''फक्त मग उद्या कामावर परत येऊ नका.'' त्यांनी तेच शब्द पुन्हा होक्कियनमध्ये उच्चारले नि वर्तुळात फिरून कामगारांच्या डोळ्यांत बघितलं. ''ज्यांना आपलं नशीब या माकडाच्या हातात द्यायचं असेल, त्यांनी माझ्या जागेतून आत्ताच्या आत्ता निघून जावं. त्यांची नावं सगळ्यांकडे पाठवली जातील. त्यांना कोणीही कामावर घेणार नाही, अशी व्यवस्था मी करेन.'' कामगारांमधून संतप्त आवाज आले.

एका चिनी मजुराने लाकडी पॅलेटवरून पोते उचलण्यासाठी कामगार वापरत तो वाकडा गज उचलला आणि तो धावत आला. वडील न घाबरता उभे राहिले. मी त्यांना बाजूला ढकलणार इतक्यात त्या मजुराने गज मारण्यासाठी हात वर उचलताच वडलांनी त्याच्या तोंडावर एक जोरदार ठोसा मारला. त्याचं नाक मोडलं. मजूर दोन्ही हातांत नाक धरून विव्हळत गुडघ्यांवर खाली बसला. त्याच्या हातातला गज फरशीवर पडला. इतर मजूर ओरडतच त्याच्या मदतीला धावले.

दुसरा एक मजूर साखळी फिरवत वडलांच्या भोवती फिरू लागला.

''मी त्याच्याकडे बघतो.'' मी वडलांना म्हणालो. ते मला 'गप्प राहा आणि बाजूला हो' म्हणतील असं मला वाटलं होतं; पण आश्चर्य म्हणजे ''जरूर, घे समाचार!'' असं म्हणून ते बाजूला झाले.

मी जवळ गेलो. मजूर डोलत घोषणा देऊ लागले. रुंद खांद्यांचा, त्याच्या नित्याच्या कामामुळे आपोआपच ताकदवान झालेला आणि केसांची शेपटी बांधलेला असा तो मजूर होता. अशा लोकांना शंभर रत्तल तांदळाची पोती सहज उचलून खांद्यावरून हसत, गाणी म्हणत वाहून नेताना मी बघत असे.

तो साखळी आणखी वेगाने फिरवू लागला. मी योग्य क्षणाची वाट बघत शांत राहिलो. मी पहिली चाल केली नाही, कारण त्याने चाबकाप्रमाणे साखळीचा फटका मारून माझा अर्धा चेहरा फाडला असता.

त्याने त्याच्या मनगटाला झटका दिला आणि साखळीचं टोक माझ्याकडे

झेपावलं, पण मी एका बाजूला कलून ते सहजपणे चुकवलं. त्याने साखळी मागे ओढून आणखी वेगाने, इंग्रजी आठाच्या आकड्याप्रमाणे हवेत फिरवली आणि फटका मारण्यासाठी हात वर करून तो थोडा मागे कलला. मी पुढे पाऊल टाकलं आणि हातांनी त्याला ढकलून त्याचा तोल घालवला. मी त्याच्या हातांना विळखा देऊन साखळी पकडली आणि तो पडत असताना त्याच्या मनगटांवर पकड घातली. मी त्याच्या मनगटाचे हाड मोडल्याचा आवाज सर्वांना ऐकू गेला. मजुराने एक आर्त किंकाळी फोडली आणि तो गोळी लागलेल्या जनावराप्रमाणे हात दुसऱ्या हातात धरून गुडघ्यांवर बसला. मी टाचेवर गिरकी घेऊन त्याच्या जबड्यामध्ये लाथ घातली, तेव्हा झालेला हाडं मोडल्याचा आवाज मनगट मोडल्याच्या आवाजापेक्षाही मोठा होता.

मजूर आणि कम्युनिस्ट पार्टीवाला स्तिमित होऊन बघत राहिले. पोलीस येताच ते जवळपासच्या गल्ल्यांमध्ये पळून पसार झाले.

माझे वडील माझ्याजवळ आले आणि माझे खांदे पकडून म्हणाले, ''ठीक आहेस ना?''

''हो.'' मी म्हणालो. प्रत्यक्ष हल्ला झाला तेव्हा मी अगदी शांत होतो, पण आता मला कंप सुटला आहे, हे लक्षात येऊन मी अस्वस्थ झालो. जे घडलं त्याची प्रतिक्रिया म्हणून माझ्या पोटरीचा स्नायू फुरफुरत होता. मी काही दीर्घ श्वास घेतले, त्यांना अगदी आत पोटाच्या तळापर्यंत खेचलं आणि मग मला परत या जगात आल्यासारखं वाटलं. आयुष्यात प्रथमच मी कोणाला दुखापत केली होती आणि मला थोडं अपराधी वाटत होतं; पण आनंदही होत होता.

मजुराचं नाक मोडतानाची वडिलांची प्रतिमा मनात ठसायला मला जरा कठीण जात होतं. मला वाटतं, आपले वडील कोणालातरी ठोसा मारतील, त्याचं नाक मोडतील हे मुलांना अपेक्षित नसतं आणि तसंच माझ्या बाबतीत वडलांचंही झालं असणार. त्यांचा कोणताही मुलगा मी जे केलं ते करेल, ही त्यांची अपेक्षा नसणार. त्यांनी माझ्याकडे बघितलं तेव्हा त्यांचे डोळे स्थिर होते. ''मिस्टर एंडोची शिकवणी?'' त्यांनी विचारलं.

मी मान डोलवली. त्यांनी डोकं हलवलं.

''आणि हे काय होतं?'' मी ठोसा मारण्याचा अभिनय करत विचारलं.

''ओह्, ते? ऑक्सफर्ड बॉक्सिंग कपर्स, १९११ : मी ट्रिनिटीसाठी वेल्टरवेट गटात खेळायचो.'' मारामारीचा तणाव निघून जाऊन मी हसलो. मी त्यांना ओझरती मिठी मारली आणि आम्हा दोघांना त्याचं जरा आश्चर्य वाटलं.

१९४० साल संपलं आणि नवीन वर्ष सुरू झालं. इतक्या झपाट्याने काळ गेला

होता, की मी जरा अस्वस्थच झालो होतो. युरोप आणि चीनमध्ये युद्ध सुरू असलं, तरी आम्ही आमच्या नेहमीच्या कामांमध्ये गुंतलेले होतो. ऑफिसमध्ये अजून खूप शिकायचं होतं आणि माझे वडील चोख काम करवून घेणारे होते. बऱ्याच वेळा ते उशिरापर्यंत काम करायचे आणि मीसुद्धा तसं करावं अशी त्यांची अपेक्षा असे. त्यांनी माझं एंडो-सानकडचं शिक्षण आता मान्य केलं होतं असं वाटत होतं, तरीपण त्यांच्यासोबतचं माझं काम संपण्यापूर्वी मी घरी जायला निघालो की, त्यांच्या चेहऱ्यावर नापसंतीच्या रेषा दिसत.

एंडो-सानचं कामसुद्धा अचानक वाढलं होतं. त्यांना बाहेरगावीसुद्धा बरेचदा जावं लागत होतं. त्यामुळे आम्हाला नियमितपणे सराव करणं कठीण झालं होतं. त्यामुळे जेव्हा ते असायचे तेव्हा मला थोडा जरी उशीर झाला तरी ते नाराज होत. बरेचदा माझी 'शिकवणी' चुकावी या हेतूनेच वडील मला उशिरा काम देत असत, हे मी ओळखलं होतं. एके दिवशी दुपारी मी त्यांच्या ऑफिसमध्ये जाऊन त्यांच्यासमोर बसलो.

''मला ज्या दिवशी एंडो-सानच्या शिकवणीला जायचं असतं त्याच दिवशी तुम्ही मला उशिरा बसावं लागेल असं काम देता.'' मी म्हणालो.

माझा आरोप त्यांनी अमान्य केला नाही. ''तू तिकडे कमी वेळ घालवलास तर बरं असं मला वाटतं. तुझ्या संगतीबद्दल लोक जे बोलतात ते माझ्या कानावर आलं आहे.''

''कोण बोलतं?''

''गावातले लोक. आपल्या धंद्यातले संबंधित लोक.'' त्यांचा रोख चिनी व्यापारी समाजाकडे होता, ज्यांच्याशी आमचा कित्येक वर्षं व्यवहार होता.

''आणि तुम्ही त्यांना काय सांगितलं?''

''की या गोष्टींशी त्यांचा काही संबंध नाही म्हणून.'' ते म्हणाले.

जरी मी त्यांच्यावर रागावलो होतो तरी त्यांनी माझी बाजू घेतलेली बघून मी सुखावलो. ''माझी एका जपानी माणसाबरोबर मैत्री आहे, याचा कंपनीवर काही परिणाम होतोय का?'' मी जरा मऊ आवाजात विचारलं.

''आत्ता तरी नाही.'' ते म्हणाले, ''पण केव्हातरी तुला एंडोकडचं शिक्षण आणि कंपनीची प्रतिष्ठा यापैकी एक निवडावं लागेल.''

''तशी निवड मला करता येणार नाही. कारण मी त्यांना शब्द दिला आहे की, त्यांनी शिकवण्यासारखं जेवढं आहे ते सर्व मी शिकेन आणि तुम्हीच आम्हाला अनेक वेळा शिकवलं आहे त्याप्रमाणे मी दिलेला शब्द मोडू शकणार नाही.'' मी उभा राहिलो. ''मला गेलं पाहिजे. माझ्या शिकवणीची वेळ झालीये.''

''मला फक्त आपल्या कंपनीची काळजी नाही वाटत'' ते म्हणाले, ''दोन विरुद्ध बाजूंमध्ये सापडून तुझे हाल झालेले मला बघायचे नाहीत.''

मी दारात होतो, पण थांबलो. ‘‘दोन्ही बाजूंचा समतोल राहील असं मी बघेन.’’ मनात वाटत होता त्यापेक्षा जास्त विश्वास दाखवत मी बोललो.

विल्यम जरी कंपनीत काम करायला आधी नाखूश होता, तरी आता कंपनीत बऱ्यापैकी रुळला होता, त्यामुळे त्याबाबतीत वडील समाधानी होते. वडील सांगतील त्याप्रमाणे करावं लागतं हे खरं म्हणजे त्याला आवडत नव्हतं, हे मला माहीत होतं. पण तो ते दिसू देत नव्हता.

शिवाय त्याला एक नवा छंद लागला होता. एका रविवारी दुपारी फार जोरात पाऊस पडत होता, त्यामुळे एंडो-सानकडे जाणं शक्य नसल्यामुळे मी घरीच होतो. तो एक छोटं खोकं घेऊन माझ्या खोलीत आला आणि ते माझ्या पलंगावर ठेवलं. ते उघडून त्याने कॅमेरा बाहेर काढला.

‘‘हे बघ’’ तो म्हणाला, ‘‘मी सिंगापूरला ऑर्डर दिली होती आणि शेवटी आत्ता तो आला.’’ मी तो ‘लायका’ त्याच्याकडून घेतला आणि त्याचं निरीक्षण केलं. एंडो-सानकडेही असाच कॅमेरा होता, पण तो जरा जुना होता. विल्यम ते खोकं टराटरा फाडत होता.

‘‘काय झालं?’’

‘‘वापरण्याच्या सूचनांचं पत्रकच नाहीये त्यात.’’

‘‘तू तरी कसा आहेस? बोटॅनिकल गार्डनमधलं माकड त्याच्याकडे फेकलेलं खाण्याच्या पदार्थाचं पाकीट जसं फाडेल तसं तू ते खोकं फाडतोयस.’’ वर्षापूर्वी लायब्ररीत वडील मला जे म्हणाले होते ते मला एकाएकी आठवलं : ‘‘तू नेहमी आमच्यापासून दूर राहतोस, आमच्यातलाच एक न बनण्याचा प्रयत्न करतोस.’’

‘‘हे बघ,’’ मी म्हणालो, ‘‘तो कसा वापरायचा ते मला माहीत आहे.’’ त्याचा विश्वास बसत नव्हता. पण मी त्याला दाखवल्यावर मला त्याची चांगली माहिती आहे, हे त्याला पटलं. एंडो-सानला कॅमेरा वापरताना बघून आणि मदत करूनही मला माहिती झाली नसती तरच आश्चर्य!

‘‘तू अगदी एक्स्पर्ट आहेस.’’ त्याने कबुली दिली.

‘‘तुझी ती खेळणी नि इतर काहीबाही बनवताना नाही का तू मला कामाला लावायचास! त्यातून शिकलोय थोडंसं.’’ मी म्हणालो.

‘‘आणि काही न करता नेहमी तू पळून जायचास.’’ विल्यम म्हणाला. ‘‘तू आपला एकटाच बीचवर तुझा वेळ घालवायचास.’’

तो जे बोलला नाही ते माझ्या लक्षात आलं. विल्यमला कोणत्याही यांत्रिक किंवा गुंतागुंतीच्या वस्तूंचं आकर्षण असे. एखादी नवी वस्तू त्याच्या हातात आली की, मी त्याच्या उत्साहात, आनंदात सामील होईन या अपेक्षेने तो ती मला दाखवायला

आणायचा, पण मी कधीच प्रतिसाद दिला नाही आणि मला आता अशी जाणीव झाली की, त्या वेळीसुद्धा मला ती वस्तू आवडावी हा त्याचा खरा हेतू नसे, तर आमच्यातल्या नात्याचा बंध घट्ट व्हावा हा हेतू असे. मला आता त्याला हे सांगायचं होतं की, माझी चूक मला आत्ता उमगली; पण इतकी वर्षं स्वत:भोवती उभारलेली भिंत मी तोडू शकलो नाही. मला एखाद्या कैद्याप्रमाणे वाटलं – माझ्या कोठडीतून लांबवरचं दिसत होतं, पण मी तिथे पोहोचू शकत नव्हतो.

आणि नाहीतरी मी ज्या विचित्र परिस्थितीत होतो ती विल्यमसुद्धा समजू शकला असता का? त्याचं जीवनातलं स्थान त्याच्या जन्मापासून निश्चित होतं. त्याला त्याची ओळख सिद्ध करण्यासाठी वर्गातल्या मुलांशी झगडावं लागलं नव्हतं. आजूबाजूच्या लोकांची, वडलांच्या मित्रांकडच्या नोकरांची 'आम्ही तुझ्यापेक्षा श्रेष्ठ आहोत' हे सांगणारी दृष्टी झेलावी लागली नव्हती. त्याला स्वत:च्या घरात पाहुण्यासारखं वाटलं नव्हतं.

मी नकळत विल्यमकडे रोखून बघत होतो, हे लक्षात येऊन तो अस्वस्थ झाला. मला त्याला सांगायचं होतं की, त्याचे प्रयत्न वाया गेले नव्हते; पण त्या क्षणी मी त्याला माझं जीवन एंडो-सानच्या शिकवणीमुळे कसं अंतर्बाह्य बदललं आहे – खरं म्हणजे माझ्या मनात माझ्या कुटुंबाविषयी जी भावना जागृत झाली आहे तीही त्यामुळेच झाली आहे – हे सारं सांगू शकत नव्हतो. माझ्या सेन्सायने माझ्यात निर्माण केलेला आत्मविश्वास विल्यमला ओळखू आला नसता. माझं शरीर सशक्त करताना एंडो-सानने कबूल केल्याप्रमाणे माझं मनसुद्धा कणखर बनवलं होतं. ती अशी प्रक्रिया होती की, जिच्यामुळे माझ्यामध्ये जीवनातल्या परस्परविरोधी गोष्टींच्या समन्वयातून संतुलन साधण्याची क्षमता निर्माण झाली होती.

विल्यम खिडकीपाशी गेला. ''आकाश मोकळं होतंय. चल, हा चालतो का ते बघू. नाहीतर तू त्याची वाट लावली असशील!''

उरलेली दुपार आम्ही बागेत घालवली. हा कॅमेरा एंडो-सानच्या कॅमेऱ्यापेक्षाही जास्त चांगला चालत होता. फोटो घेता घेता विल्यम म्हणाला, ''तू बाबांबरोबर काम करतो आहेस त्यामुळे मी खूश आहे. कारण आता आपण जेवायला बरोबर जाऊ.'' एडवर्ड बरेचदा पहांग, सेलंगोर किंवा क्वालालंपूरला गेलेला असायचा. युरोपमधल्या युद्धामुळे रबर आणि कथलाच्या मागणीत बरीच वाढ झाली होती. त्यामुळे आमच्यापैकी प्रत्येक जण अगदी इझाबेलसकट सगळे ऑर्डर भरणं, माल पाठवण्यासाठी वाहनांची व्यवस्था करणं, माल बोटींवर चढवणं अशा कामांमध्ये गुंतलेला होते.

''आता उजेड कमी होतोय आणि पावसाचे थेंबही पडल्यासारखे वाटताहेत'' मी तासाभराने म्हणालो. आम्ही त्याच्याकडच्या फिल्मचा पूर्ण साठा संपवला होता; पण निदान विल्यमला त्याचा कॅमेरा कसा वापरायचा ते कळलं होतं. आम्ही फाटकापासूनच्या

रस्त्यावरून घराकडे येत होतो आणि कारंजाजवळून गेल्यावर मी थांबलो आणि विल्यमला माझ्या आजोबांच्या भेटीविषयी सांगितलं.

"तुला आठवतं, आपण जेव्हा..."

"काजवे पकडायचो ते? हो" विल्यम म्हणाला, "आपण काय व्रात्यपणा करायचो नाही?"

"आईने आपल्याला कडक शिक्षा का केली ते मला आत्ता समजलं."

मी दिलेलं स्पष्टीकरण त्यानं ऐकलं आणि एक नि:श्वास सोडला.

"आय ॲम सॉरी." तो म्हणाला.

"मलाही वाईट वाटतं." मी म्हणालो. "पण आता फार उशीर झालाय."

त्याने माझ्या खांद्याभोवती हात घातला आणि दाबला. क्षणभर मी पुन्हा लहान झालो आणि तो मोठा भाऊ, खोड्या करून संकटात आणणारा, ज्याच्यामुळे वडील नेहमी विचारायचे, "आता तुम्ही दोघांनी काय उपद्व्याप करून ठेवलेत?"

मी हात वर करून म्हणालो, "पाऊस येतोय. कॅमेरा ओला होईल. चल, आत जाऊ."

विल्यम आणि मी जरी एकाच इमारतीत काम करायचो, तरी दिवसभरात आमची क्वचितच भेट व्हायची. त्याने सुचवलं की, आपण रोज दुपारचं जेवण कोपऱ्यावरच्या चिनी रेस्टॉरंटमध्ये सोबतच घेत जाऊ. बिलाचे पैसे नेहमी तो द्यायचा. "बाबा तुला ज्या चार दमड्या देतात त्यापेक्षा मी जास्त कमावतो. माझ्याशी वाद घालू नकोस. मीही याच वाटेने गेलोय." तो म्हणे. मी नेहमी त्या रेस्टॉरंटचे प्रसिद्ध बनाना पॅनकेक मागवायचो. "रोज तू तोच कचरा काय खातोस!" विल्यम म्हणायचा.

आम्ही रेस्टॉरंटमध्ये चांगलं टेबल मिळावं म्हणून जेवणाच्या वेळेच्या थोडे आधीच जात असू. एके दिवशी विल्यमला उशीर झाला. मी त्याची वाट बघत बसलो होतो. गर्दी होऊ लागली.

तो आल्यावर मी विचारलं, "काय रे, उशीर का झाला?"

तो अगदी उत्तेजित झालेला दिसत होता. "मी नेव्ही जॉइन करतोय! बाबांना सांगायचं काम तुझं. कसं ते तू बघ."

लंडनहून परत यावं लागणं विल्यमला आवडलं नव्हतं, हे मला माहीत होतं. त्याला आता वर्ष होऊन गेलं होतं. ऑफिसमध्ये त्याला कंटाळा येऊ नये म्हणून त्याच्या वाटची किचकट कामं मी स्वत:कडे घेतली होती. तरीही ही बातमी ऐकून मी निराश झालो. त्याला पेनांग सोडून जावं लागलं असतं, तर मला त्याची उणीव भासणार होती.

"तू मला का मध्ये घालतोस? ते भयंकर रागावणार!" मी म्हणालो.

"कारण तू सगळ्यात लहान आहेस त्यामुळे मी तुला सांगू शकतो. शिवाय तू त्यांचा लाडका आहेस."

"लाडका मी नाहीये. तो मान इझाबेलला जातो." मी म्हणालो, "तू असं का नाही करत? तिलाच..."

"ते आम्हाला मान्य नाही." विल्यम म्हणाला. म्हणजे त्याचं इझाबेलशी आधीच बोलून झालं होतं. "आणि मला वाटतं ते काही रागाने अगदी वेडे वगैरे होणार नाहीत. अरे, मला काही इंग्लंडला पाठवणार नाहीत. इथल्याच आरमारात मी असणार. तसंही मी म्हणालो होतो की, मी इथे वर्षभर काम करीन. त्याप्रमाणे मी केलं. म्हणजे मी माझा शब्द पाळलाय."

त्याने हात पसरून भोवती फिरवला. रेस्टॉरंटच्या फरशा तेलकट होत्या, सीलिंग फॅनच्या कडांवर धुळीचा थर होता, वेटर उद्धट होते, पण इथल्यासारखे चविष्ट पदार्थ दुसरीकडे मिळत नसत.

"तुझ्या लक्षात नाही आलं अजून? आता इथे फक्त म्हातारे लोक उरलेत. तरुण सगळे युद्धात लढायला गेलेत."

"मग तूच त्यांना सांग आणि माझ्या मते तू त्यांना सरळ सरळ सांग. आडवळणाने सांगितलेलं त्यांना अजिबात आवडत नाही."

"निदान मी सांगेन तेव्हा तिथे राहा."

मला आत्ताच जरा सुनं सुनं वाटू लागलं होतं, पण तरी एका गोष्टीची मला गंमत वाटली. हा माणूस कशालाही न घाबरता युद्धावर जायला निघाला होता, पण वडलांना भीत होता. त्याचा दीनवाणा चेहरा बघून मी त्याच्या विनंतीला होकार दिला.

"खरंच?" विल्यम म्हणाला, "तू राहशील?"

"हो, हो, मी हजर राहीन. आणि चला, आता सटकू इथून. ऑफिसात जाऊन काम करायचं आहे."

संध्याकाळी मी बाबांना बागेत फिरताना बघितलं. त्यांच्या जीवनाविषयी माझ्या मनात विचार आला. दोन्ही बायका गेल्यावर त्यांना किती एकाकी वाटत असेल? आमच्या लायब्ररीतल्या बोलण्यावरून त्यांचं माझ्या आईवर खूप प्रेम होतं आणि काही काळ त्या दोघांना या जगातली आपली खास जागा सापडली होती याबद्दल मला शंका राहिली नव्हती.

मी विल्यमला हाक मारली. "आत्ता सांगायला वेळ चांगली आहे."

आम्ही बाहेर गेलो. झाडलेली पानं गोळा करून माळी ती जाळत होता. कारंज्याजवळून नारळाच्या झाडांच्या रांगांखालून वाळूच्या रस्त्यावरून जाताना

पायाखाली बर्फाचा चुरा चुरडल्यासारखा वाळूचा कर्रकर्र आवाज येत होता. कारंज्याकडे नजर गेल्यावर नकळत माझ्या मनाने त्याची आजोबांच्या बागेतल्या कारंज्याशी तुलना केली. त्याने माझ्या आईला थोडीतरी शांती लाभली असेल अशी मला आशा वाटली.

मी मागे वळून घराकडे बघितलं. संरक्षण करणाऱ्या पुराणपुरुषाप्रमाणे त्याचं अस्तित्व दिलासा देणारं होतं. त्याच्या भौतिक आवाक्याबरोबरच त्याच्याशी निर्माण झालेला भावनिक बंध मला जाणवत होता. तसा तो विल्यमलाही जाणवत असेल का, असा प्रश्न माझ्या मनात आला.

आम्ही वडलांना हात केला.

मावळत्या सूर्यामुळे वातावरण केशरी झालं होतं, झाडांची पानं आणि गवत यांच्यावर सोन्याचा वर्ख पसरलाय की काय असं वाटत होतं. रस्त्याच्या कडेला लिलीच्या फुलांचा सुगंध दरवळत होता. वडील माशांना खायला घालत होते. त्यांनी उरलेले पावाचे तुकडे पाण्यात टाकले आणि हात झटकून म्हणाले, ''आता काय उद्योग केलाय तुम्ही दोघांनी?''

विल्यमने त्यांना सांगितलं. आधी अडखळत, मग मोकळा होत, भडाभडा बोलत, जणू नदीचा प्रवाहच! मी वडलांच्या चेहऱ्यावरचे बदलते भाव टिपत होतो. विशेषत: नदी जेव्हा समुद्राला मिळाली तेव्हाचे. आधी राग, मग वेदना, मग अलिप्तता. त्यांनी सावकाश मान हलवली. आपलं काम झालं. आता आपण सुरक्षित आहोत याची जाणीव विल्यमला झाली.

''मला वाटतं प्रत्येकाने त्याला जे योग्य वाटेल त्याप्रमाणे करावं.'' त्यांनी आम्हा दोघांच्या खांद्यावर हात टाकून आम्हाला जवळ ओढलं नि आम्ही घराकडे चालू लागलो. घरात पेटलेले दिवे कागदाच्या चिनी कंदिलांप्रमाणे दिसत होते; तितकेच नाजूक!

घरात शिरताच ते थांबले आणि म्हणाले, ''एक पार्टी करायची का?'' आम्ही बऱ्याच काळात पार्टी दिली नव्हती. ''आपण ती विल्यमच्या निरोपाची पार्टी करू. छानपैकी, भव्य अशी. कोण जाणे, असे दिवस पुन्हा येतील की नाही?''

त्यांच्या आवाजावरून मला असं जाणवलं की, युद्ध मलायात येणार आणि जुनं सर्वकाही बदलून जाणार असं त्यांना वाटायला लागलं होतं.

''तुम्ही सगळे इतके भराभर वाढताय.'' ते माझ्याकडून विल्यमकडे आणि त्याच्याकडून इझाबेलकडे बघत म्हणाले. इझाबेल जेवण लवकरच तयार होईल हे सांगायला आली होती, ''मला टेबल लावायला कोण मदत करणार?''

''मी येतो.'' मी म्हणालो. त्याच वेळी विल्यम माझ्याकडे बोट दाखवत ''हा येईल'' असं म्हणाला. शेवटी मी आमच्या कुटुंबात मिसळलो, या अर्थाचं स्मित वडलांच्या चेहऱ्यावर दिसत होतं.

एंडो-सान वरचेवर प्रवासाला जात होते, त्यामुळे आमच्या भेटी कमी झाल्या होत्या. परतल्यावर ते माझा सराव आणखी कठीण करायचे; पण सारखं बाहेरगावी जायला लागत असल्याने वकिलातीत त्यांनी जपानी राजदूताच्या अंगरक्षकांबरोबर माझ्या सरावाची व्यवस्था केली होती.

वकिलात घरापासून दूर, जेसलटन हाइट्स या उपनगरात, पेनांग टर्फ क्लबला लागून होती. मी सायकलवर तिथे गेलो. दारावरच्या पहारेकऱ्याने हाताने खूण करून आत जाऊ दिलं. मी हिरोशींची गाठ पडणार नाही याची काळजी घेत सायकल घेऊन मागे आमराईत लावली. 'दोजो' वकिलातीच्या इमारतीपासून जरा दूर, वेगळ्या इमारतीत भटारखान्याजवळ होता. तिथे जाताना किचनमधून येणाऱ्या वासांमुळे मला भूक लागली; पण दोजोतले माझे सरावाचे साथी बघितल्यावर माझी भूक पळाली.

ते सगळे राकट आणि गंभीर दिसले आणि ते रानटी आणि क्रूर असल्याचा अनुभवही लवकरच आला. ते सर्व जण लष्करातले होते. त्या दिवशी त्यांना अभिवादन करून सरावाला सुरुवात केल्यापासून मी खूप मार खाल्ला. मला माझी पद्धत बदलावी लागली. चेहऱ्यावर किंवा छाती किंवा पोटावर ठोसे मारण्याऐवजी कोनने दाखवल्याप्रमाणे डोक्याने त्यांच्या नाजूक दबाव-बिंदूंवर धडका मारणं सुरू करावं लागलं. हा बदल केल्यावर मी त्यांच्या पातळीवर पोहोचलो, पण प्रोकिनावा बेटावरून आलेले काही जण कराटेमध्ये (उघड्या हातांनी खेळायचं द्वंद्व) अगदी प्राणघातक होते. काही शतकांपूर्वी जेव्हा जपान्यांनी ओकिनावा बेट जिंकलं तेव्हा त्यांनी हत्यारं बाळगायला बंदी घातली. त्यामुळे तिथले शेतकरी रक्षणासाठी विळ्या-कोयत्यांसारखी शेतीची अवजारं वापरू लागले; पण त्यांचं आवडतं हत्यार म्हणजे अनेक वर्षांच्या कष्टांनी घट्टे पडलेले, दगडाप्रमाणे कडक झालेले त्यांचे हात! त्या हातांचा एखादासुद्धा फटका बसणं हा एक भयंकर अनुभव असे. सरावातला माझा मुख्य भिडू गोरो याने माझा बचाव तोडून माझ्या बरगड्यांमध्ये एक ठोसा मारल्यावर मी त्या लाकडी जमिनीवर कोलांट्या खात फेकला गेलो. काही सेकंद माझा श्वासच अडकला. छातीत एखादं जळजळीत रसायन ओतल्याप्रमाणे वेदना पसरली. आपल्याला उभं राहायचं आहे याची जाणीव होती. डोक्यात एंडो-सानचे शब्द घुमले – 'आपल्याला जमिनीवर पडून लोळण्याचं सुख अनुभवता येत नाही.'

गोरो हसला. "चिनी, त्यातही अक्करमाशा!" तो ओरडला. तो ओरडला आणि त्याच्या साथीदारांबरोबर सराव करण्यासाठी निघून गेला. मी उभा होऊन बाकावर बसलो. मला मळमळत होतं. इथे ओकारी होऊन आपली आणि एंडो-सानची शोभा नको म्हणून मी ओणवा होऊन बसलो. गोरो वकिलातीतला कर्मचारी होता. तो कोणत्या पदावर होता याची मला कल्पना नव्हती. तो तीस-पस्तीस वयाचा असावा.

त्याच्या चेहऱ्यावर असा एक गावरान भाव होता, ज्यामुळे माझ्या मनात त्याच्याविषयी घृणा आणि अविश्वास निर्माण झाला. तो कराटेचा खरा चाहता होता आणि लढतीचे इतर सर्व प्रकार तुच्छ मानायचा.

संध्याकाळी एंडो-सानने माझ्या छातीवर कापराचं मलम चोळलं. ''तुला सर्व प्रकारचे लोक भेटतील. काही चांगले असतील, काही गोरो-सानसारखे. सगळ्याला तुझी तयारी पाहिजे.''

कशासाठी तयारी पाहिजे हे मी विचारलं नाही. आत कुठेतरी मला ते उत्तर माहीत होतं.

ते आमचं संध्याकाळचं जेवण बनवत होते आणि मी बघत होतो. ज्या दिवशी ते समुद्रातून आले आणि माझं जीवन त्यांनी पूर्णपणे बदलून टाकलं तो दिवस मला आठवला. नंतरच्या काळात आम्ही एकमेकांच्या खूप जवळ आलो होतो. आमची एक स्नेहपूर्ण दिनचर्या बनून गेली होती; पण बाहेर कुठे आम्ही एकत्र दिसणार नाही याची काळजी आम्ही घेत असू. लोकांमध्ये जपानविरोधी भावना प्रखर होती आणि 'एक चायना' मोहिमेमुळे ती आणखी चेतवली जात होती; पण असे काही सामाजिक किंवा धंद्याशी संबंधित प्रसंग यायचे की तिथे आम्ही दोघेही असायचो. अशा वेळेस आम्ही औपचारिक संभाषण करायचो. आम्ही आमची अशी खास भाषा तयार केली आणि ती इतकी विकसित केली की, वरवर आम्ही गोदी कामगारांच्या मागण्यांबद्दल बोलत आहोत असं वाटावं, पण खरं म्हणजे आम्ही दोन दिवसांपूर्वीच्या सरावाबद्दल बोलत असू. त्यांच्या डोक्यावरच्या पांढऱ्या केसांची संख्या वाढत होती आणि ते थकल्यासारखे दिसत होते. त्यांच्याबरोबर घालवलेल्या संध्याकाळी, आम्ही कशाबद्दल बोललो ते मी आठवत होतो. त्यांनी माझ्या मनाची दारं उघडली होती आणि आपल्या मनाने ते उजळून टाकलं होतं. त्यांनी मलम लावल्याबद्दल मी त्यांचे आभार मानले.

''मला हा वास आवडतो.'' मी म्हणालो.

''त्याची सवय होऊ देऊ नकोस.'' ते म्हणाले. त्यांनी बाटली ठेवली नि माझ्याजवळ शेकोटीपाशी आले. ''कसल्या विचारात गढलायस?''

वकिलातीत मोठ्या संख्येने असलेल्या सैन्याविषयी मला त्यांना विचारायचं होतं. मला ज्या गोष्टींची काळजी वाटत होती त्यांत ही बाब सर्वांत पुढे होती. कॅंपाँग पांकोरला भेटलेले ते रबर खरेदी करणारे – ते खरोखरी काय करत होते? एंडो-साननी मला वेळोवेळी विचारलेले प्रश्न मी आठवण्याचा प्रयत्न करू लागलो. त्यांनी काढलेले ढीगभर फोटो मला आठवले. त्यांचे वरचेवर होणारे प्रवास. ते खरोखरी काय करत होते?

पण हे कसं विचारायचं? आणि मला खरी भीती वाटायची ती या प्रश्नांना

मिळतील त्या उत्तरांची आणि त्यांचा आमच्यातल्या संबंधांवर जो परिणाम होईल त्याची.

त्यांनी तोच प्रश्न पुन्हा विचारला; पण माझ्या मनातली शंका आणि प्रश्न कधीच बाहेर येणार नव्हते हे मला माहीत होतं. तरीही विचारावं असं एकदा वाटलं होतं, पण मी प्रयत्न केला नाही. आमचे संबंध इतके घट्ट होते की, माझं समाधान होण्यासाठी त्यांनी कोणतंही स्पष्टीकरण देण्याची गरज नव्हती. मला आधीच त्यांच्याविषयी प्रेम वाटत होतं; पण प्रेमाचा पूर्वीचा अनुभव नसल्याने तोपर्यंत मला त्याची जाणीव झाली नव्हती.

''तुम्हाला आठवतं? आपण पहिल्यांदा भेटलो तेव्हा समुद्र किती सुंदर दिसतो हे तुम्ही सांगितलं होतं?'' मी हळूच म्हणालो.

सरकत्या शोजी दरवाजातून, बाहेरच्या झाडांमधल्या फटींतून चांदण्यांनी भरलेलं रात्रीचं आकाश दिसत होतं. दूरवरून लाटांवरचा फेस रेतीवर धावत होता आणि फूत्कार करून रेतीत विरत होता.

त्यांनी स्मित केलं, पण त्यांचा आवाज दबलेला होता. ''मला आठवतं, तुझे डोळे तेव्हा भावुक होताना मला दिसले होते. दगडाचं मधात रूपांतर व्हावं तसं.''

नशेत असलेल्या फुलपाखरांसारखे विचार हेलकावत होते. त्यांची काळजी घेण्याबद्दल, त्यांच्यासाठी जेवण बनवण्याबद्दल, उरलेलं आयुष्य त्यांच्या मार्गदर्शनाखाली आणखी शिक्षण घेण्याबद्दलचे विचार नुसते विचारच राहणार होते, कारण चारचौघांत त्यांची नुसती ओळख दाखवणंसुद्धा धोक्याचं होतं.

''कसला विचार करतोयस?'' त्यांनी जांभई देत विचारलं.

जगरहाटीबद्दल विचार करत मी म्हटलं, ''फुलपाखरांचा.''

१७

मी कोनच्या घरी जाणं-येणं वाढवलं. शाळेत माझा कोणीच जवळचा असा मित्र नव्हता आणि आयुष्यात पहिल्यांदाच कोनसोबत तशी मैत्री जमण्याची शक्यता मला दिसली.

मी कोनकडून खूप काही शिकलो. आमच्या तंत्राचं विश्लेषण करण्यात आणि नवीन तंत्र शिकण्यात आम्ही अनेक संध्याकाळी घालवल्या. एंडो-सानपेक्षा तनाका-सानचा आयकीजुत्सू मला जास्त सफाईदार वाटला. त्यातल्या हालचाली मला शिकवलेल्या हालचालींपेक्षा जास्त वर्तुळाकार होत्या. याउलट कोनला माझ्या सरळ हालचाली जास्त जलद नि परिणामकारक वाटल्या. त्यामुळे आम्ही वर्तुळ आणि सरळ रेषा यांचं उत्तम मिश्रण साधू शकलो. मी त्याला वकिलातीच्या लोकांबरोबरच्या माझ्या सरावाबद्दल सांगितलं. तो म्हणाला, ''ते तर काहीच नाही. दर महिन्याला काही बेकायदा सामने होतात. त्यात तू भाग घेऊन बघ.''

''ते काय असतात?''

''गोदीतल्या एका गोदामात दर पंधरा दिवसांनी 'त्रिकूट' गटाचे लोक एक सामना लावतात. फी भरून कोणालाही भाग घेता येतो. सामन्यात कोणतेही नियम नसतात, कोणतीही बंधनं नसतात. तुम्ही अठरा वर्षांचे असू शकता, त्याहून कमी, नाहीतर जास्त वयाचे पुरुष, स्त्री कोणीही.''

''तू कधी त्यात भाग घेतलायस?''

''हो. एकदा. तनाका-सानला जेव्हा ते समजलं तेव्हा ते फार रागावले. 'शिकवणी बंद करीन' म्हणून मला इशारा दिला. मी ताबडतोब जाणं बंद केलं आणि तिथे कमावलेले पैसे त्यांच्या आज्ञेप्रमाणे एका देवळाला दान दिले.''

''आपण आपल्या गुरूंना प्रसन्न ठेवण्यासाठी काहीही करतो, नाही?'' मी म्हणालो आणि ते त्याला पटल्याचं दिसलं.

आम्ही अंगं पुसली आणि घामाने भिजलेले सरावाचे पोशाख बदलले.

"तू कधी कोणाला ठार मारलंयस?" मी नकळत प्रश्न केला. तो कोणत्या शब्दांत विचारावा याचा विचार करण्याआधीच.

त्याने त्याच्या कपड्यांची नीटपणे घडी घातली. "नाही. मी कोणालाही ठार मारलेलं नाही." तो म्हणाला, "पण ज्या अर्थी तू हा प्रश्न विचारलास त्या अर्थी तू मारलं असलं पाहिजेस!"

"नाही. मी मारलेलं नाही. पण एकाला इजा केलीये." माझी कबुलीसुद्धा नकळत, पटकन बाहेर पडली. आता ती परत घेऊन लपवणं शक्य नव्हतं. काय घडलं होतं, मी स्वत:चं नि वडलांचं रक्षण करण्यासाठी काय केलं होतं ते त्याला सांगितलं. "मला काळजी याची वाटतेय की, असं करण्याची माझी प्रवृत्ती होऊ नये."

"तू तसं करायला नको होतंस. एमसीपीचे सभासद फार धोकेबाज असतात. तू तुझ्या वडलांना सावध राहायला सांग."

"ते बदला घेतील असं वाटतंय तुला?"

त्याने मान हलवली, कारण तो सांगू शकत नव्हता. पण हे त्याला सांगितल्याने मला बरं वाटलं.

"पार्टीला ये. तुझे वडील आणि तनाका-साननाही घेऊन ये."

"येईन मी." तो म्हणाला, "पण आत्ता माझ्याबरोबर चल. तुला काहीतरी दाखवायचंय."

मी त्याच्या चेहऱ्यावरचा उत्तेजित भाव बघितला आणि त्याच्या मागोमाग गोल लोखंडी जिन्याने खाली अंगणात गेलो. आमच्या चाहुलीमुळे अंगणातली कबुतरं उडून वर वळचणीला जाऊन बसली. आम्ही बाहेर पडून मागे असलेल्या गॅरेजकडे गेलो. त्याने गॅरेजचा दरवाजा उघडला आणि आत असलेली कार उजेडात चमकली.

"माझा विश्वासच बसत नाहीये!" मी त्या एमजीकडे आश्चर्याने बघत म्हणालो, "तुझ्या वडलांची?"

"नाही, माझी! माझ्या वाढदिवसाची भेट. आवडली?"

"नशीबवान आहेस लेका." मी म्हणालो. मी कारच्या बैठ्या, गुळगुळीत अंगावरून हात फिरवला. त्याने टप उघडलं आणि उडी मारून तो आत बसला. त्याने इंजिन सुरू केलं आणि इंजिनच्या मंद आवाजाने गॅरेज घुमू लागलं.

"एक फेरी मारायची?"

आम्ही जॉर्जटाऊनमधल्या रस्त्याने सावकाश गेलो. सर्व लोकांच्या नजरा आमच्याकडे होत्या त्यामुळे आम्ही खूश होतो; पण समुद्रकिनाऱ्यालगत जाणाऱ्या रस्त्याला लागताच मात्र वेगाने जाऊ लागलो. वळणांवर वेग फार कमी न केल्यामुळे आम्ही दोन्ही बाजूंना फेकले जात होतो. एका बाजूला डोंगराचा कडा तर दुसऱ्या बाजूला

खोल खाली खडकांनी भरलेला समुद्र यांमुळे कोन सावध होता. कोन समोरच्या लष्कराच्या लॉरीला ओलांडून जात होता त्याच वेळी उजव्या बाजूने समोरून म्युनिसिपल बस आली. आम्ही अगदी शेवटच्या क्षणी पुन्हा डावीकडे सरकताना खडकांवर घासता घासता बचावलो. लॉरीतल्या सैनिकांनी ओरडून आम्हाला 'चिअर' केलं. मी मागे वळून त्यांना हात केला. त्यांना मागे टाकून झाडांच्या सावलीतून आम्ही झपाट्याने पुढे गेलो.

रस्त्यावर इतकी दाट सावली होती की, एखाद्या थंड, दमट वासाच्या बोगद्यातून जात आहोत असं वाटावं. झाडांच्या फटींमधून चमकणारा निळा समुद्र, त्यामधल्या पेनांग स्विमिंग क्लबच्या छोट्या छोट्या नावा चित्राप्रमाणे दिसत होत्या. कोन ड्रायव्हिंग छान करत होता आणि गाडी रस्त्याला घट्ट पकडून पळत होती; फांदीवरून जाणाऱ्या सुरवंटाप्रमाणे. आम्ही तांनुंग बंगा आणि बाटू फेरिंगीवरून रस्ता संपेपर्यंत पुढे गेलो. वाटेत 'इस्ताना' झपाट्याने मागे गेलेलं ओझरतं दिसलं. मग तो बे ऑफ रिफ्लेक्टेड लाइट्सला जाणाऱ्या एका कच्च्या रस्त्यावर गेला. टायर वाळूत रुतायला लागल्यावर तो थांबला.

मी एक श्वास सोडला. "हे म्हणजे..." मी डोकं हलवलं आणि हसलो. आम्ही गाडीतून उतरून समुद्राच्या हिरव्या लाटा बघत बीचवर बसलो. रक्तातल्या ॲड्रिनॅलिनचं प्रमाण हळूहळू ओसरत होतं. मासेमारांच्या बोटी किनाऱ्यावर रेतीत आणून ठेवलेल्या होत्या. त्यांच्यावर दोरीने बांधलेले करकोचे ओरडत होते. कोळी लोक जाळ्यांच्या जोडीला त्यांचाही उपयोग मासे पकडायला करत.

कोनचा चेहरा आनंदी आणि टवटवीत दिसत होता. आता मी म्हातारा झालोय. मधल्या काळात इतकं सारं घडून गेलंय; पण मला आजही तो तसाच आठवतोय – त्या दिवशी रहदारीचे सगळे नियम मोडून आम्ही मलाक्काची सामुद्रधुनी हिंदी महासागराला मिळते तिथे जाऊन जगाच्या एका टोकाला बसलो होतो तेव्हाचा.

"तुला माझ्या वडलांबद्दल माहीत असेलच. नक्कीच." कोनने अचानक विचारलं.

मी काय म्हणावं अशी त्याची अपेक्षा होती ते मला कळेना, त्यामुळे मी खरं ते बोललो, "मी ऐकल्यायंत काही अफवा."

"तू त्रिकुटांबद्दल ऐकलं आहेस का?"

"लिम काकाने काहीतरी सांगितलं होतं; पण तू सांगितलंस तर जास्त बरं."

त्याने एक दीर्घ श्वास घेतला आणि म्हणाला, " 'त्रिकुटं' ही इतिहासाची एक विचित्र अशी देणगी आहे. स्वर्ग, पृथ्वी आणि मनुष्य यांचं नातं दाखविण्यासाठी ते एक त्रिकोणासारखं चिन्हं वापरतात, त्यावरून हे नाव पडलं. मुळात चीनवरच्या मंगोल लोकांच्या आधिपत्याला विरोध करण्यासाठी ती अस्तित्वात आली. त्यांच्यावर बौद्ध तत्त्वज्ञानाचा मोठा प्रभाव आहे, कारण त्रिकुटांच्या संस्थापकांपैकी बहुतेक जण

बौद्ध भिक्कू होते; पण याव्यतिरिक्त इतर माहिती काळाच्या ओघात नाहीशी झाली. माझ्या वडलांच्या मते आपल्याला माहीत आहेत ती त्रिकुटं चिंग घराण्याच्या स्थापनेच्या काळातली आहेत. मांचू लोकांनी सतराव्या शतकात चीनवर आपलं प्रभुत्व स्थापन केलं तेव्हा त्यांनी सर्व प्रकारचा विरोध मोडून काढायचा प्रयत्न केला.''

कोन पुढे म्हणाला की, कालांतराने त्रिकुटांमध्ये गुन्हेगारी क्षेत्रातल्या माणसांनी शिरकाव केला. नंतर जसे चिनी लोक मोठ्या प्रमाणावर देशाबाहेर जाऊ लागले तसा त्रिकुटांचा प्रभाव नि सत्ता चीनच्या बाहेरसुद्धा जाणवू लागली. त्रिकुटांचे सदस्य एकमेकांना ओळख देण्यासाठी आणि संवाद करण्यासाठी हाताने ठरावीक प्रकारच्या खुणा वापरतात.

तो थांबला आणि मी त्याच्या बोलण्याचा अर्थ समजून घ्यायचा प्रयत्न करू लागलो. ते सारं गोंधळात टाकणारं होतं. गुप्त संघटना? फ्रीमेझन्ससारखी? माझे वडील गमतीने म्हणायचे की, मिस्टर स्कॉट त्यांचे सभासद आहेत.

ब्रिटिशांनी त्रिकुटांवर नियंत्रण मिळवण्यासाठी सर्वच गुप्त संघटनांवर बंदी घातली होती. अर्थात, त्याचा परिणाम काहीच झाला नाही. त्रिकुटं कोणताही कायदा मानत नसत. त्यांच्या गटप्रमुखांव्यतिरिक्त – ड्रॅगन हेड्स – कोणाचंही त्यांच्यावर नियंत्रण नसे.

''तुझे वडील ड्रॅगनहेड आहेत?'' मैत्रीची मर्यादा ओलांडून मी कोनला विचारलं. पण कोन आधीच मी सीमेपलीकडे येण्याची वाट बघत होता.

''ते 'रेड बॅनर' सोसायटीचे प्रमुख आहेत.''

हे नाव मी पूर्वी ऐकलं होतं आणि फक्त लिम काकांकडूनच नव्हे, मला आठवलं की, मागे केव्हातरी वर्तमानपत्रांमध्ये अशा सोसायट्या, आपलं प्रभाव क्षेत्र वाढवण्यासाठी त्यांचे आपापसात होणारे संघर्ष, हिंसा आणि त्यांमुळे निर्माण झालेली दहशत यांवर एक सविस्तर लेख आला होता. 'रेड बॅनर' सोसायटी तिच्या संघटनेबद्दल आणि निर्दयीपणाबद्दल प्रसिद्ध होती. तिचं मूळ चीनच्या होक्कियन भागात होतं आणि पेनांगमधले बहुसंख्य चिनी त्याच भागातले होते. ती सर्वांत प्रभावशाली सोसायट्यांपैकी एक होती.

''माझे वडील निवृत्त झाले की, मी ड्रॅगनहेड होईन. त्याचा आपल्या मैत्रीवर परिणाम होणार नाही अशी मला आशा आहे.'' कोन म्हणाला. आमची मैत्री संपुष्टात तर येणार नाही ना, अशी काळजी त्यात दडलेली होती.

मी भारावलो आणि त्याला विश्वास देण्यासाठी म्हणालो, ''कधीच नाही. मी शब्द देतो तुला.''

त्याला दिलासा मिळाल्याचं दिसलं; पण त्याने त्वरेने आपल्या भावना आवरल्या.

तो किती एकाकी आहे, त्याच्या वडलांच्या प्रसिद्धीमुळे त्याला फारसे मित्र मिळाले नव्हते याची मला जाणीव झाली. माझ्याप्रमाणेच त्यानेही स्वत:च्याच सहवासावर समाधान मानायचं ठरवलं होतं. मला आमच्यात खूपच साम्य आढळलं. विशेषत: एकट्याने वाटचाल करण्याचा निश्चय आणि त्यातून निर्माण झालेली स्वत:चं रक्षण स्वत:च करण्याची गरज, यांमुळे आमच्यात आतून निर्माण झालेला कणखरपणा.

''तुला एक दाखवतो'' तो म्हणाला. त्याने आपली बोटं एकमेकांत गुंफली. अंगठे वरच्या बाजूला निर्देश करणारे, तर करंगळ्या खालच्या बाजूला. मधली तीन बोटं एकमेकांत गुंफून मिटलेली अशी. ''ही खूण केलीस की, तुला माझ्या वडलांपर्यंत पोहोचता येईल. पुलाउ टिकूसचा बाजार आमच्या नियंत्रणाखाली आहे. तिथे ही खूण ज्याला दाखवशील त्याला तुझी आज्ञा मानावीच लागेल.''

मी बोटांची तशी रचना करण्याचा सराव केला. ''हे तू मला का सांगतोयस?''

''तुला कधीही मदतीची गरज लागली, तर ही खूण कर. मदत मिळेल.''

''मला कधी गरज भासेल असं वाटत नाही.'' मी म्हणालो.

''शिकून ठेव. वेळ सांगून येत नाही.'' तो म्हणाला.

त्याने मला हे गुपित सांगितल्यामुळे आमच्यात एक अव्यक्त असं मित्रत्वाचं, बंधुत्वाचं नातं निर्माण झालं होतं. ते शब्दांनी सांगायची गरज नव्हती आणि त्यामुळे ते अधिकच गाढ झालं होतं.

''चल,'' तो म्हणाला, ''आपण गावात जेवायला जाऊ आणि ही घे.'' चावी माझ्याकडे फेकत तो म्हणाला, ''आता तुझी पाळी.''

अंधार पडला की, जॉर्जटाऊन म्हणजे एक वेगळंच जग व्हायचं. आणि कोन मला जिथे घेऊन गेला तशी जागा मी रात्री कुठेच बघितली नव्हती. आम्ही कार लावली आणि चालत बिशप स्ट्रीटला गेलो. दुकानांच्या बाहेरच्या पाच फूट रुंदीचे पदपथ कंदिलाच्या उजेडात खाद्यपदार्थ बनवणाऱ्या फेरीवाल्यांनी व्यापले होते. गावातल्या या भागात रात्री जाणं धोक्याचं आहे, असं मला सांगण्यात आलं होतं, पण आता सोबत कोन असल्याने भीती नव्हती.

''वा! व्हाइट टायगर! तुम्ही इथे येऊन आज आमचा सन्मान केलात.'' माशाची कढी विकणाऱ्या माणसाने कोनला वडलांची खुशाली विचारली. त्याने त्याच्या खांद्यावर टाकलेल्या टॉवेलने तेलकट टेबल पुसलं. आम्ही रस्त्याच्या कडेला ठेवलेल्या बाकावर बसलो. बनियन घातलेला एक लठ्ठ माणूस कढईतल्या उकळत्या तेलात पिठाच्या पट्ट्या सोडत होता. त्यांना सोनेरी रंग आला की, फूटभर लांबीच्या चॉपस्टिक्सनी त्या उचलून बाहेर काढत होता. या 'यो-चार-क्वे' आम्ही माशाच्या कढीत बुडवून खाणार होतो. पातीचे कांदे, छोटे अख्खे कांदे, तिळाचं तेल,

आल्याच्या चकत्या हे सारं त्या कढीवर सजावट म्हणून घातलं जाणार होतं.

''तुला तो 'व्हाइट टायगर' का म्हणाला?'' मी विचारलं.

कोनने खांदे उडवून त्याच्या शर्टाकडे बोट दाखवलं. ''मला पांढरे कपडे आवडतात म्हणून असेल कदाचित.''

''आणि टायगर?''

तो माझ्या प्रश्नाने वैतागलेला दिसला. मी त्याला हातांनी थोपवलं.

''ओळखलं मी. नाही सांगितलंस तरी चालेल.''

''खा आता.'' तो म्हणाला.

''ती बाई आपल्याकडे बघून हसत्येय का?'' मी विचारलं. लाल चेआँगसॅम घातलेली एक तरुण चिनी बाई आमच्याकडे बघून रुमाल हलवत तिच्या दरवाजात उभी होती. मागून येणाऱ्या प्रकाशात तिची बाह्यरेषा दिसत होती.

कोनने वळून बघितलं, ''ती वेश्या आहे आणि ती तुला बोलवते आहे.''

''अच्छा, मला वाटलं तुझी कोणी मैत्रीण आहे.''

आम्ही मागवलेले पदार्थ आले आणि आम्ही त्यांच्यावर आधाशीपणे तुटून पडलो. गरम आणि कुरकुरीत 'योचार क्वे' कढीमध्ये बुडवून खायला फार मजा येत होती. ''मला आणखी एक वाटी कढी!'' मी हॉटेलवाल्याला ओरडून सांगितलं. तिचाकी रिक्शा ओढणारे आले आणि त्यांनी त्या रस्त्याच्या कडेला उभ्या केल्या. ते आमच्या आजूबाजूला बसले. त्यांच्या मोठमोठ्याने ओरडून, प्रेमात शिवीगाळ करत चाललेल्या गप्पांमुळे वातावरण एकदम जिवंत झालं.

''त्यांच्यासारखा बस.'' कोन म्हणाला.

''काय? कसं?'' मी त्यांचं निरीक्षण केलं. ते बसताना एक पाय गुडघ्यात मुडपून गुडघा टेबलाला टेकवून बकाबका खात बसले होते. तो गुडघा टेबलावर टेकाडासारखा दिसत होता.

''नगराध्यक्षाकडच्या पुढच्या पार्टीच्या वेळी असा बसेन.'' मी म्हणालो.

वेश्येच्या घरातून अचानक आरडाओरडा ऐकू येऊ लागला आणि दचकून आम्ही उभे राहून बघू लागलो. एका पुरुषाचा मोठ्याने ओरडल्याचा आवाज येत होता, ''गेट आऊट! बाहेर नीघ!''

घराचा झुलता दरवाजा उघडला आणि एक मध्यवयीन इंग्रज धडपडत फूटपाथवर आला आणि खांबावर आपटला. तो लोळत असतानाच आतून एक चिनी तरुण आला आणि त्याने इंग्रजाच्या डोक्यावर लाथ मारली.

''बास, बास!'' कोन ओरडला आणि त्याने पुढची लाथ अडवली. चिनी माणसाने हात मागे घेतला, मूठ वळली, पण तेवढ्यात त्याने कोनला ओळखलं.

''मास्टर कोन, माफ करा, पण हा आंग-मो फार त्रास देत होता.''

"त्याला मी बघतो!" कोन म्हणाला. त्या माणसानं त्याचं म्हणणं मानलं आणि एक शब्दही न बोलता तो घरात निघून गेला. आमच्या भोवतीच्या रिक्षा ओढणाऱ्यांनी खाणं पुढे सुरू केलं.

कोनने त्या ब्रिटिश माणसाला धरून आमच्या टेबलाशी आणलं, बसवलं आणि कपभर चहा दिला. बळेबळेच चहा पाजल्यावर तो जरा भानावर आला.

"मला वाटतं तुम्ही माझा जीव वाचवलात, पण तुम्ही आहात कोण?"

"जेवायला आलेले दोन मित्र" मी म्हणालो.

"तुम्ही मला माझ्या हॉटेलवर सोडाल का?"

मी ओरडून बिल मागितलं आणि तो इंग्रज माझ्याकडे जरा रोखून पाहत आहे असं मला वाटलं.

कारमध्ये जाताना त्याने त्याचं नाव मार्टिन एजकूम्ब असं सांगितलं. "शहराच्या त्या भागात तुम्ही काय करत होता?" मी विचारलं.

"एक युरोपीय असूनसुद्धा तुम्ही इथली भाषा चांगली बोलताय!"

माझ्या प्रश्नाकडे दुर्लक्ष करून तो म्हणाला.

"माझी आई चिनी होती." मी म्हणालो. मी त्याला माझं नाव सांगितलं. डोळे बारीक करत तो म्हणाला, "नोएल हटनचा मुलगा?"

"होय."

"आणि तुम्ही?" त्याने कोनकडे बघत विचारलं. कोनने त्याचं नाव सांगितलं.

"हा कोणाचा मुलगा आहे हेसुद्धा माहीत असेल तुम्हाला?" मी जरा तिरकसपणे विचारलं.

"टोके यीपचा मुलगा." एजकूम्ब म्हणाला.

"मला वाटतं आता 'तुम्ही कोण' विचारायची आमची पाळी आहे." मी म्हणालो.

"मला ई अँड ओ ला घेऊन चला." पुन्हा माझ्याकडे दुर्लक्ष करत एजकूम्ब म्हणाला.

'ईस्टर्न अँड ओरिएंटल हॉटेल'ला पोहोचल्यावर तिथला शीख दरवान बलवंत सिंगने अदबीने, चेहऱ्यावर काहीही आश्चर्य न दाखवता नाकातून रक्त वाहत असलेल्या एजकूम्बला आधार देत वर त्याच्या खोलीत नेलं.

कोनने थोडा बर्फ फोडला, तो एका टॉवेलात घातला नि एजकूम्बला दिला. खोली आलिशान होती. बाल्कनीच्या खाली पोहण्याचा तलाव आणि त्यापलीकडे समुद्र होता. रात्रीचा वारा जमिनीवरून नारळीच्या झाडांमधून समुद्राकडे वाहत होता. समुद्राच्या लाटांवरचा पांढरा फेस चमकत होता, पूर्ण गोल चंद्र अगदी जवळ असल्याप्रमाणे वाटत होता.

''तुम्ही दोघे आणखी कोणत्या भाषा बोलता?'' बर्फाचा टॉवेल हलकेच नाकाला लावत एजकूम्बने विचारलं. कोनने मान हलवली, एजकूम्बच्या हातातला बर्फाचा टॉवेल काढून घेतला आणि त्याच्या नाकावर जोरात दाबला. तो एकदम किंचाळला, ''ब्लडी हेल! सोड, सोड!!''

''उगाच ओरडू नका. असं करूनच रक्त थांबेल.''

मी तोंड फिरवून हसू दाबलं. त्याने पुन्हा तोच प्रश्न विचारला.

''मला होक्किएन, इंग्लिश, मलाय आणि थोडं कँटनीज बोलता येतं; पण हिन्दुस्तानी भाषा येत नाहीत आणि माझ्या या मित्राला या सगळ्या आणि शिवाय मँडॅरिन येते.''

''आणि आम्हाला दोघांनाही जपानी बोलता आणि लिहिता येतं.'' कोनने पुस्ती जोडली.

मी हे कसं विसरलो, याचं मला आश्चर्य वाटलं. कदाचित मनात खोल कुठेतरी हे सांगायची लाज वाटली असावी; पण हेही खरं होतं की, माझी एंडो-सानशी एवढी जवळीक झाली होती की, ते कोणत्या देशाचा आहेत असा विचार मनात येतच नसे आणि आम्ही आपोआपच जपानीत किंवा इंग्रजीत किंवा दोन्हीचं मिश्रण करत बोलायचो. मला जपानीही चांगलं बोलता येतं, हे कोनने सांगितलेलं ऐकून माझं मलाच आश्चर्य वाटलं.

''हे विलक्षण आहे!'' एजकूम्ब म्हणाला, ''मग आपली आजची भेट नशिबानेच ठरवलेली होती, असं म्हटलं पाहिजे.''

'याला काय म्हणायचं आहे?' या अर्थी मी आणि कोनने एकमेकांकडे बघितलं.

''तुम्ही 'फोर्स १३६'बद्दल ऐकलं नसेल'' एजकूम्ब बोलू लागला, ''तेव्हा तो काय आहे ते मी तुम्हाला सांगतो; पण मला आधी हे सांगितलं पाहिजे की, ही अतिशय गोपनीय गोष्ट आहे आणि इथून बाहेर पडल्यावर तिचा तुम्ही दुसऱ्या कोणाकडेही उच्चार करता कामा नये. समजलं?''

मला तिथून निघून जावंसं वाटत होतं, कारण मला ते गुपित ऐकण्याची इच्छा नव्हती; पण तेवढ्यात कोन म्हणाला, ''हो, आम्हाला समजलं.''

''ही ब्रिटिश सैन्याने निर्माण केलेली तुकडी आहे. परराष्ट्र खात्याला तसं वाटत नसलं, तरी आम्हाला वाटतंय की, जपान मलायावर हल्ला करण्याची शक्यता आहे. अर्थात, आम्ही स्वस्थ बसलेलो नाही. त्यांनी हल्ला केलाच, तर विरोध करण्यासाठी आम्ही 'पिछाडीच्या तुकड्या' बनवत आहोत आणि त्यासाठी निवडक लोकांची भरती करत आहोत.''

''संघटित विरोधी मोहीम'' मी म्हणालो. माझ्या डोळ्यांसमोर स्पष्ट चित्र आलं. या योजनेच्या धाडसाचं मला कौतुक वाटलं, पण फसवणूक झाल्याचा खेदही

वाटला. कारण याचा अर्थ मलायावर हल्ला होणार, त्यात मलाया पडणार, अशी शक्यता ब्रिटिश सरकारला आधीपासूनच वाटत होती आणि तरीही 'मलायावर हल्ला होणार नाही आणि झालाच तर सिंगापूरचा तोफखाना तो परतवून लावेल' असं आम्हाला रोज सांगितलं जात होतं.

''ज्यांना मलाय, तामीळ, इंग्लिश किंवा स्थानिक चिनी बोलीभाषा बोलता येतात अशा लोकांच्या शोधात आम्ही आहोत.'' एजकूम्ब म्हणाला.

''आणि पुढे काय?'' कोनने विचारलं. त्याला त्या योजनेची इतकी भुरळ पडलेली पाहून त्याला एजकूम्बपासून दूर न्यावं असं मला वाटू लागलं. मला आता जाणीव झाली की, आम्हा दोघांत एक मोठा फरक होता. तो म्हणजे कोन आदर्शवादी होता आणि मी नव्हतो. माझ्या मते एजकूम्ब आणि अठराव्या शतकात मलायाला मजूर म्हणून पाठवण्यासाठी भारतातल्या गावोगावी जाऊन जास्तीत जास्त लोक मिळवण्याचा प्रयत्न करणारे दलाल यांच्यात काहीही फरक नव्हता.

''खेड्यातले लोक आणि जंगलातल्या जमातींबरोबर हातमिळवणी करण्यासाठी या तुकड्या जंगलात राहतील. त्या शत्रूविषयीची माहिती गोळा करतील आणि बहुतेक त्याच्याविरुद्ध घातपात करण्याचाही प्रयत्न करतील.'' एजकूम्ब म्हणाला.

''आणि तुम्हाला आम्हाला भरती करायचं आहे.'' कोनने विचारलं.

''तुम्ही दोघं त्यासाठी अगदी योग्य आहात. तुम्हाला इतक्या सर्व भाषा येतात. तुम्हाला जपानी बोलतासुद्धा येते! आम्ही तुम्हाला सगळं शिक्षण देऊ. तुम्हाला त्यात काहीच कठीण वाटणार नाही. हातघाईची मारामारी, थोडं बंदूक चालवायचं शिक्षण आणि जंगलात जिवंत राहण्याची कला.''

बोलणं जे वळण घेत होतं ते मला आवडलं नाही. मी उभा राहिलो आणि कोनला म्हणालो, ''आपण दिवसभर काही ना काही करत होतो, त्यामुळे मी दमलोय. घरी जायचं?''

''आम्ही तुम्हाला कळवू मि. एजकूम्ब'' कोन म्हणाला. एजकूम्बने आपला टेलिफोन नंबर कागदावर लिहून कोनला दिला.

''फार वेळ विचार करू नका. आता फार वेळ नाहीये.'' एजकूम्ब म्हणाला आणि त्या क्षणी तो पूर्ण भानावर होता.

१८

वाटेत कोन गप्प होता. इस्तानाला कारमधून बाहेर पडताना मी कोनला विचारलं, ''तुला त्या एजकूम्बबद्दल काय वाटतं?''

त्याने इंजिन बंद केलं. ''तो प्रामाणिक वाटला मला. त्याने दिलेल्या आमंत्रणाचा मी विचार करीन. तुला काय वाटतंय?''

''काही सांगता येत नाही. अर्थात याच्याबद्दल मला एंडो-साननाही विचारता येणार नाही. मला विचार करावा लागेल.''

एजकूम्बच्या प्रस्तावाने मला अस्वस्थ केलं होतं. त्याला आधीच काही लोक मिळाले होते, याचा अर्थ मलायातल्या काही विचारी लोकांना युद्ध होणार अशी शक्यता अधिक वाटत होती.

''मला कळव.'' कोन म्हणाला आणि त्याने गाडी चालू केली.

''कळवीन. पार्टीला यायची आठवण ठेव.'' तो निघाला तेव्हा मी म्हणालो. मी पोर्चमध्ये उभा राहून दूर जाणाऱ्या त्याच्या गाडीकडे बघत राहिलो.

मला कोनबरोबर एजकूम्बविषयी पुन्हा बोलायचं होतं, पण तशी संधीच आली नाही. इझाबेल आणि मी पार्टीच्या तयारीत पूर्णपणे बुडालो होतो आणि मध्ये थोडा वेळ मिळाला तेव्हा 'कोन घरी नाही' किंवा 'तो त्याचा मित्र रोनाल्ड क्रॉस याच्याकडे गेला आहे' असं कळलं.

मीसुद्धा भविष्याचा विचार तात्पुरता तरी सोडून दिला. शँपेन आणि इतर वस्तूंची खरेदी करण्यासाठी कोल्ड स्टोअरेज कंपनी आणि व्हाइटअवे लेडलॉ ॲण्ड कंपनीकडे आमच्या फेऱ्या चालू होत्या. सिंगापूरला रॉबिन्सन कंपनीत फोन करून ताज्या ऑस्ट्रेलियन स्ट्रॉबेरी वेळेवर पाठवायला सांगणं, घराची साफसफाई करवून घेणं, घरातली प्रत्येक वस्तू पुसणं अशा गोष्टींमध्ये आम्ही गुंतलो होतो.

काम खूप असल्याने मिंगला मदतीला बोलवता येईल का, असं आम्ही लिम काकाला विचारलं, त्याप्रमाणे ती दुसऱ्या दिवशी आलीही. खेड्यातल्या वास्तव्यामुळे

तिच्या चेहऱ्यावरची काळजी आणि भीतीचा भाव गेला होता, हे बघून मला फार बरं वाटलं. तिचं एका कोळ्याच्या मुलाशी लग्न ठरलं होतं आणि त्यामुळे ती खूश दिसत होती.

आमंत्रणाच्या यादीत घालण्यासाठी इझाबेलने मला एका माणसाचं नाव दिलं.

''हे यादीत घाल.'' असं म्हणत तिने मला एक चिठ्ठी दिली.

''पीटर मॅकॲलिस्टर?'' मी तिच्याकडे प्रश्नार्थक नजरेने बघत वाचलं, ''कोण आहे हा? तुझ्या शूटिंग क्लबमधला की काय?''

''त्याच्याशी तुला काय करायचंय? यादीत घाल म्हणजे झालं.''

''ठीक आहे, पण तू कोणाही पुरुषाला आणलेलं बाबांना आवडत नाही हे लक्षात ठेव.''

''पीटर हा 'कोणीही' नाही आणि बाबांना तो आवडेल.'' ती म्हणाली.

''मग हा पीटर आहे तरी कोण?''

''तो के एल लॉ बॅरिस्टर आहे.'' ती म्हणाली, ''आणि त्याचं वय सतेचाळीस आहे.''

''अच्छा, अस्सं का? मग त्याचं नाव घातलंच पाहिजे.''

''आपण ही पार्टी देतोय याचा मला फार आनंद होतोय.'' आम्ही प्रिचर्ड्समध्ये टेबलांवर पसरायच्या चादरी निवडायला गेलो होतो, तिथून बाहेर पडताना ती म्हणाली. तिला मदत करण्यासाठी मी सकाळची रजा घेतली होती.

''खरंय, आपल्या शेवटच्या मोठ्या पार्टीला खूपच दिवस होऊन गेलेत.'' मी म्हणालो.

''हेही छान वाटतंय.'' आमच्या दोघांकडे बोटं दाखवत ती म्हणाली, ''असा एकत्र वेळ घालवणं.''

''मलाही मजा येतेय; पण खरं म्हणजे इतर अनेक महत्त्वाची कामं करता आली असती.'' मी गंभीर चेहरा करून म्हणालो, पण ते नाटक चांगलं न वठल्याने दोघंही एकदम खळखळून हसलो.

दुपारच्या जेवणाची वेळ व्हायला अजून तासभर होता. त्यामुळे आम्ही ईस्टर्न अँड ओरिएंटल हॉटेलमध्ये ड्रिंक घ्यायला जायचं ठरवलं. तिथे आत गेल्यावर एजकूम्ब अजून इथे असेल का, असा विचार मनात येऊन मी सभोवार दृष्टी टाकली. आमची भेट झाल्याला आठवडा होऊन गेला होता. त्याच्या प्रस्तावावर इझाबेलचं मत घ्यावं, असं मला फार वाटत होतं, पण एजकूम्बला शब्द दिलेला होता त्यामुळे मी बोललो नाही.

तिने समुद्राच्या बाजूला व्हरांड्यात एक टेबल निवडलं. चिकाचा पडदा गुंडाळलेला होता आणि अंगावर पडलेलं ऊन आणि वारा जणू हवा आणि प्रकाशापासून बनवलेल्या मलमांप्रमाणे वाटत होतं.

ई अँड ओ हॉटेल सार्कीस बंधूंच्या मालकीचं होतं. ते दोघं आर्मेनियन होते आणि सिंगापूरचं रॅफल्स हॉटेलही तेच चालवत होते. हॉटेलमध्ये राहून गेलेल्यांची यादी अभिमान वाटावा अशी होती. नोएल कॉवर्ड आणि सॉमरसेट मॉम यांच्या दर्जाच्या व्यक्ती इथे राहून गेलेल्या होत्या.

"ते आपल्याकडे आले होते एकदा, तुला आठवतंय?" इझाबेल म्हणाली.

"कोण?" हातातलं मेन्यू आणि एजकूम्बविषयीचे विचार यांमुळे माझं पूर्ण लक्ष नव्हतं.

"सॉमरसेट मॉम, वेड्या, तुझं लक्ष नव्हतं. बाबांनी एक छोटी पार्टी दिली होती त्यांच्यासाठी; पण त्यांनी कधी आपल्याबद्दल काही लिहिलंच नाही म्हणून मी खट्टू झाले होते. बहुतेक आपण फार बोअरिंग वाटलो असू त्यांना. तू त्या वेळी खूपच लहान होतास."

"खरं आहे! आपण म्हणजे अगदी बोअरिंग कुटुंब आहोत." समुद्रात काही मुलं पोहत होती. छत्रीखाली बसलेल्या पारंपरिक काळ्या-पांढऱ्या पोशाखातल्या त्यांच्या आया त्यांच्यावर लक्ष ठेवून होत्या. मुलांचे हसण्या-खिदळण्याचे आवाज वाऱ्याबरोबर इकडे येत होते.

"तू नेहमी असा दिसला पाहिजेस." इझाबेल म्हणाली.

"कसा दिसलो पाहिजे?" मी तिच्याकडे बघत म्हणालो.

"अगदी असाच!" ती म्हणाली, "तू हल्ली आनंदी दिसतोस. नक्की कसं म्हणावं तेच मला कळत नाही, पण तू आता आमच्यात आला आहेस असं वाटतं."

"मी नेहमीच तुमच्यात होतो." मी म्हणालो.

"नाही, तू अंतर राखून असायचास. कदाचित लियान आँटीच्या मृत्यूनंतर थोडं कठीण गेलं असेल." ती माझ्या आईचा उल्लेख करून म्हणाली.

माझ्या वडलांनी १९२२ मध्ये दुसरं लग्न केलं तेव्हा इझाबेल चार वर्षांची होती आणि १९३० मध्ये तिचा मृत्यू होईपर्यंत तिने विल्यम आणि इझाबेलची काळजी घेतली होती. एडवर्डची माझ्या आईशी फार जवळीक झालीच नाही; पण इझाबेल मला एकदा म्हणाली होती की, यु लियान तुझ्यापेक्षा माझी आणि विल्यमचीच आई होती, कारण तिची आठवण राहावी इतके आम्ही मोठे होतो.

"मला तिची फक्त तुटक, पुसट आठवण आहे." मी म्हणालो.

मान हलवून ती म्हणाली, "माझ्या खऱ्या आईची तर तेवढीसुद्धा आठवण नाही मला. घरातले तिचे फोटो आणि पेंटिंग्ज तुझ्याएवढेच मलाही परके वाटतात. एका दृष्टीने तेही बरंच म्हणायचं, कारण मुळात आठवणच नाही. त्यामुळे उणीव भासायचा प्रश्नच येत नाही."

मला तिच्या आवाजात एक अनपेक्षित कोरडेपणा जाणवला आणि ती काय

बोलली याचा मी क्षणभर विचार केला. तिच्या आवाजातल्या कडवटपणामुळे मी चमकलो. त्या वेळी मला तिच्या खऱ्या व्यक्तिमत्त्वाचं दर्शन झालं. स्वत:च्या अकारण रागामुळे गोंधळून त्या रागाला झाकण्यासाठी सतत हसून नवनव्या उत्तेजना देणाऱ्या गोष्टी शोधणारी आणि इतरांचं लक्ष स्वत:कडे वेधण्याचा प्रयत्न करणारी इझाबेल!

मी मान हलवली, ''पण तेही तितकंच वाईट आहे. आतमध्ये नेहमी एक पोकळी जाणवते.''

ती हातातला वाइनचा ग्लास दोन्ही हातात रवीप्रमाणे घुसळत होती, कुंभार मातीच्या गोळ्याला आकार देतो तशी. ''कदाचित तू म्हणतोस ते बरोबरही असेल. स्मृती ही फार चमत्कारिक गोष्ट आहे. मला आईची आठवण नाही असं मी जे म्हटलं याचा अर्थ ती इथे आठवत नाही.'' ती कपाळाकडे बोट दाखवत म्हणाली. ''आणि तरी....'' ती पुन्हा ग्लासला आकार देऊ लागली.

''आणि तरी ती तुला इथे जाणवते.'' मी हृदयावर हात ठेवत म्हणालो.

मी तिचे ग्लास घुसळणारे हात थांबवले आणि त्यांच्यावर माझे हात ठेवून घट्ट दाबले, ''त्याला 'आठवण' नाही म्हणत इझाबेल, ते प्रेम आहे.''

तिने पापण्यांची उघडझाप केली आणि त्यांवरून बोट फिरवलं, अश्रू लपवण्यासाठी. त्या काही क्षणांमध्ये आम्ही एकमेकांना आपल्याविषयी जेवढं सांगितलं, तेवढं आधीच्या कित्येक वर्षांत सांगितलं नसेल. आपल्या जवळच्या लोकांना एका वेगळ्या प्रकाशात, जास्त स्पष्टपणे ओळखता येणं हा मोठं होण्याचा एक भाग आहे का?

''तू अगदी पोक्त माणसाप्रमाणे बोलतोयस.''

ती माझी थट्टा करत होती, पण मी तिकडे दुर्लक्ष केलं. ती पुढे वाकून खालच्या आवाजात म्हणाली, ''ही महान दिव्यदृष्टी तुला तुझ्या जपानी गुरुजींकडून मिळाली का?''

''तुला त्यांच्याबद्दल बाबांनी सांगितलं असणार.'' मी म्हणालो.

''फिलिप तुझा स्वभाव नेहमीच अबोल, गूढ होता. माझ्या आणि विल्यमच्या कानावर इकडून तिकडून आलं आहे ते. कोण आहेत ते?''

माझ्या आणि एंडो-सानच्या संबंधांबद्दल वडील सोडून आमच्या कुटुंबातल्या कोणाशीही मी बोललो नव्हतो. आम्ही प्रत्येक जण आपापलं जीवन जगण्यात मग्न असायचो. त्यामुळे माझं एंडो-सानकडचं नियमित शिक्षण कोणाच्याही लक्षात न येता चालू राहिलं होतं. एंडो-सानबरोबर राहून मला जे ज्ञान झालं ते माझ्यासाठी अमूल्य होतं आणि मी त्याबद्दल इतर कोणाशी चर्चा करायला तयार नसे, कारण तसं केल्यास त्यातली शुद्धता, शक्ती कमी होईल अशी भीती मला वाटे.

"त्यांनी आपल्याकडून बेट भाड्याने घेतलं आहे. त्याच्यावर त्यांनी एक छोटंसं घर बांधलं आहे. तुम्ही सगळे इथे नव्हता तेव्हा माझी आणि त्यांची भेट झाली." मी इझाबेलला अगदी जुजबी माहिती दिली.

"जपान्यांबरोबर मैत्री ठेवणं धोक्याचं आहे, माहीत आहे ना तुला?"

आमच्यातल्या संभाषणाचा रोख बदललेला पाहून मी जरा नाराज झालो. ती दुसऱ्या कोणाचंतरी मत व्यक्त करत होती आणि कदाचित त्याच्याच शब्दांत हे स्पष्ट होतं.

"असं म्हणायला तुला कोणी शिकवलं? पीटरने?" मी म्हणालो.

नजर खाली वळवून ती जरा लाजली. "पीटरच्या बऱ्याच लोकांशी ओळखी आहेत आणि त्याच्या कानावर बऱ्याच गोष्टी येतायंत." ती म्हणाली.

"कोणत्या प्रकारच्या गोष्टी?"

"हेच, की जपानी मलायावर हल्ला करणार आहेत. अनेक वर्षांपासून त्यांचे हेर इथे आहेत; गावांमध्ये, किनाऱ्यावरच्या छोट्या खेड्यांमध्ये, लष्करी दृष्टीने महत्त्वाच्या अशा ठिकाणी. ते व्यापारी, दुकानदार, रबर खरेदी करणारे, मच्छीमार अशा स्वरूपात असतात. तुझा मित्र त्यांच्यापैकी एक नाही अशी मी आशा करते."

"नाही, माझी अगदी खात्री आहे की, माझा जपानी मित्र 'त्यांच्यापैकी' नाही. तू ऐकलेल्या या सर्व गोष्टी केवळ अफवा आहेत. बरं, आता जेवायची वेळ झालीच आहे. तू खायला काही मागवणार आहेस की नाही?"

मी माझ्या छोट्या केबिनमध्ये होतो. वडील त्यांच्या खोलीतून बाहेर आले. "पार्टीची तयारी कुठपर्यंत आली आहे?" त्यांनी विचारलं.

मी प्रिंटरकडून नुकत्याच आलेल्या आमंत्रण पत्रिकांचं खोकं त्यांना दाखवत म्हणालो, "पाहुण्यांची नावं लिहायची आहेत."

"मिस्टर एंडोंना एक आमंत्रण पाठव आणि जपानी राजदूतालासुद्धा." ते म्हणाले, "पेनांगमधल्या इतरही काही जपानी लोकांना बोलवायचं मी ठरवलं आहे."

त्यांची ही चांगुलपणाची कृती मला आवडली होती, पण तरीही मी विचारलं, "पण ते शहाणपणाचं होईल का? आपण अनेक चिनी व्यापाऱ्यांनासुद्धा आमंत्रणं देणार आहोत." मी त्यांना स्थानिक उद्योगपतींची यादी दिली.

जपानी सैन्याने कँटन घेतल्याला एक आठवडाच झाला होता. मिंगसुद्धा तिच्या आईच्या काळजीमुळे अबोल झाली होती – "तुझी आई नक्की गाव सोडून गेली असेल आणि सुरक्षित असेल" असं सांगून इझाबेलने तिची समजूत घालण्याचा प्रयत्न चालवला होता. पेनांगमधला चिनी समाज आणि 'एंड चायना' मोहिमेच्या

लोकांनी मिरवणूक काढून मलायातल्या जपान्यांच्या विरोधात निदर्शनं करून 'सर्व जपान्यांना मलायातून परत पाठवा' अशी मागणी केली होती. चिनी व्यापारी संघटनेच्या वतीने त्यांचे अध्यक्ष या नात्याने कोनच्या वडलांनीसुद्धा तशाच मागणीचं निवेदन नगराध्यक्षांना दिलं होतं आणि त्यांनी ते पुढे सिंगापूरला गव्हर्नरकडे पाठवायला नकार दिल्याने ते चिडलेले होते. एका स्थानिक वृत्तपत्राच्या संपादकाने ते निवेदन मिळवून ते आणि त्यावर सह्या केलेल्या लोकांची नावं वृत्तपत्रात प्रसिद्ध केली. त्यामुळे संघटनेला काहीच महत्त्व नाही, हे जगजाहीर झालं होतं. याचा चिनी समाजाच्या प्रतिष्ठेवर परिणाम झाला होता.

बाबांनी ज्या प्रकारे स्मित केलं ते मला रुचलं नाही. ''ते तुझे मित्र आहेत. तेव्हा काही गडबड होणार नाही हे बघण्याची जबाबदारी तुझी.''

हे मी कसं काय करणार याचा मी विचार करू लागलो.

''आणि हे बघ, तुझे आजोबा आणि मावशी यांना आमंत्रण पाठवायला विसरू नकोस हं.'' ते जाता जाता म्हणाले.

पार्टी ऑक्टोबर १९४१च्या शेवटल्या शनिवारी ठेवली होती. माझ्या वडलांनी अंदाज केल्याप्रमाणे ती त्या वर्षीच्या मोठ्या पार्ट्यांपैकी शेवटची असणार होती. तिला मुहूर्त तर चांगला लाभला होता; विल्यम नेव्हीतल्या शिक्षणातून दोन दिवस रजा काढून पार्टीच्या आदल्या दिवशी दाखल झाला. तो येत आहे असं त्याने आम्हाला आधी कळवलं नव्हतं. आम्ही रात्री जेवायला टेबलाशी जमलो असता तो अचानक तिथे आला. बाबांनी ग्लास वर करून विल्यमचं स्वागत केलं. इझाबेलने आनंदाने आरोळी ठोकली.

विल्यम अजून आरमाराच्या गणवेशात होता. आम्ही त्याला मागे-पुढे वळून तो गणवेश दाखवायला लावला. एडवर्डच्या डोळ्यांत मला असूयेची झाक दिसली. बाबांच्याही ती लक्षात आली.

''मला सिंगापूरला असलेल्या एका युद्धनौकेवर पाठवलं आहे.'' विल्यम म्हणाला, ''बिस्मार्कला बुडवणारी एच.एम.एस. प्रिन्स ऑफ वेल्स; आरमाराचा मानबिंदू. पुढल्या काही महिन्यांसाठी तीच माझं घर असेल.''

त्याचे बारीक कापलेले केस आणि उन्हाने करपलेला चेहरा यांवरून आम्ही त्याची थट्टा केली. ''आणखी एक सांगायचं म्हणजे,'' तो माझ्याकडे बघत म्हणाला, ''आम्हाला हाताने लढण्याचंसुद्धा शिक्षण दिलं आहे. छोटू, आता मी केव्हाही तुझ्याशी सामना करू शकतो.''

आम्ही गमती-गमतीत त्याची चेष्टा-टवाळी केली.

इझाबेल म्हणाली, ''शट् अप विल्यम!''

''तर मग माझ्या पार्टीची तयारी कुठपर्यंत आली आहे?'' विल्यमने विचारलं.

मी ब्रेडचा एक तुकडा त्याच्याकडे फेकला, इझाबेल हसली आणि तिनेही एक तुकडा फेकला. मग एडवर्ड आणि वडलांनीही तेच केलं.

"पार्टी तुझ्यासाठी आहे असं तुला कोणी सांगितलं?" मी विचारलं.

"बरं, मग मी आपला सिंगापूरला परत जातो. बऽरं, बऽरं, आता ब्रेड फेकू नका. बाकी आम्ही तिथे नेहमी तेच खात असतो. अगदी कंटाळा आलाय."

तो त्याच्या नेहमीच्या जागी बसला आणि भुकेला असल्याप्रमाणे भराभरा खाऊ लागला आणि आम्ही खलाशांच्या टेबल मॅनर्सबद्दल शेरे मारू लागलो. जशी रात्र सरू लागली तसे आम्ही ताटं बाजूला सारून गप्पा मारू लागलो. गप्पांना रंग चढू लागला. बाबांच्या चेहऱ्यावर समाधानाचा भाव दिसत होता. त्यांचा चेहरा मृदू झाला आणि त्यांच्या सुंदर डोळ्यांमधला कठोरपणा नाहीसा झाला. मी जमलेल्या सर्वांकडे बघितलं. प्रत्येकाच्या चेहऱ्यावर तेच समाधान दिसत होतं. मी माझ्या मनात डोकवून पाहिलं आणि तिथेही मला आनंद नि समाधानच दिसलं. बाबांनी माझ्याकडे बघितलं आणि मान डोलवली. इतकी वर्षं इतरांपासून अंतर ठेवत, स्वतःच्या एकाकी मार्गाने जात राहिल्यावर मी माझ्या कुटुंबात परतलोय, हे आम्हा दोघांना जाणवलं होतं. हे फक्त विल्यमचं घरी परतणं नव्हतं, ते माझंही घरी परतणं होतं.

१९

सर्व योग्य लोकांना पार्टीचं आमंत्रण पाठवलं गेलं होतं – पेनांगमधले ब्रिटिश राज्यकर्ते, यात नगराध्यक्ष आणि त्यांची पत्नी, उच्च पदावरचे सनदी अधिकारी, सैनिकी आणि आरमारी अधिकारी, काही लेखक आणि संगीतकार, स्थानिक वर्तमानपत्रांचे संपादक आणि बेटाचा खरा कारभार जे चालवायचे ते चिनी उद्योगपती, अनेक धनिक आणि ब्रिटिश 'तुआन बेसार' आणि शिवाय मी आमंत्रण दिलेले जपानी लोक. जमलेल्या लोकांमध्ये मित्र आणि शत्रू दोन्ही असणार होते.

आम्ही सर्व तयारीवर शेवटचा हात फिरवत असताना इझाबेल धास्तावलेली होती. ग्लासांना पॉलिश करताना तिचे हात कापत होते. त्यामुळे मला ते तिच्या हातून काढून घ्यावे लागले.

"हे काय? पेनांग शूटिंग क्लबची पाच वेळची चँपियन तू, तुझे हात कापावेत? असल्या कापऱ्या हातांनी तुझा नेम लागलाच कसा?"

"ओ, शट् अप." ती म्हणाली.

ती वर तिच्या खोलीत गेली आणि मला हसू आलं; पण मला तिचा हेवाही वाटला. कारण ज्याच्याविषयी खूप काही वाटावं असं कुणी तिला भेटलं होतं. आज त्याची वडलांशी आणि पार्टीतल्या इतर लोकांशी ती ओळख करून देणार होती. माझं दुपारचं पोहणं झाल्यावर काही राहून तर गेलं नाही ना, हे पाहण्यासाठी मी सर्व व्यवस्थांवर पुन्हा नजर फिरवली. एंडो-सान येणार होते. त्यामुळे मला जरा काळजी वाटत होती; ते असताना मी कसा वागेन याची. मला शिगेरु हिरोशीला आमंत्रण द्यावं लागलंच होतं आणि हेन्री क्रॉसच्या पार्टीत झालेल्या प्रकाराबद्दल तो मला कधीही माफ करणार नव्हता, याची मला खात्री होती. शिवाय कोन, त्याचे वडील टोके यीप, कोनचे सेन्साय तनाका आणि माझे आजोबा आणि मेऽइ मावशी हेही असणार होते. दुपार ओसरू लागली तसा दुपारचा उष्मा जाऊन संध्याकाळचा गारवा येऊ लागला. तलावात नुसतं बसून काही उपयोग नाही असं वाटू लागलं आणि

इझाबेलचा तणाव ही थट्टा करायची गोष्ट नव्हती, हे मला एकदम जाणवू लागलं.

संध्याकाळ हळुवार होती. गडद निळ्या आकाशात गुलाबी शेंदरी रंगांची उधळण झाली होती. ढगांचे लांबट पुंजके तरंगत होते. गगनात आणि झाडांमध्ये रातकिड्यांचा संवाद सुरू होता. पक्ष्यांचे थवे चिवचिवाट करत घरी परतत होते. बंगल्यात येण्याच्या रस्त्यावरचे झाडांवर टांगलेले चिनी कंदील प्रचंड मोठ्या पाणीदार मोत्यांप्रमाणे दिसत होते.

माझे वडील आणि मी सर्वांत वरच्या पायरीवर पाहुण्यांच्या स्वागताला उभे होतो. इतर युरोपीयांप्रमाणे ते ठरलेला पांढरा कोट घालत नसत. त्यांनी नेहमीचा काळा कोटच घातला होता. केसांची एक बट डाव्या भुवईवर आली होती.

बागेमध्ये वाद्यवृंद वाजवत असलेल्या आयर्व्हिंग बर्लिनच्या गीताचे सूर कानावर येत होते. येणाऱ्या पाहुण्यांशी हस्तांदोलन आणि विचारपूस करण्यातून उसंत मिळेल तेव्हा आम्ही एकमेकांशी बोलत होतो.

''फार छान काम केलंय तुम्ही'' वडील म्हणाले.

''इतक्या पार्ट्यांना जाऊन आल्यावर ते फारसं कठीण गेलं नाही.'' मी म्हणालो.

''तुझ्या आईला तुझा खूप अभिमान वाटला असता.'' ते अनपेक्षितपणे म्हणाले.

''आपल्या दोघांचाही तिला अभिमान वाटला असता.'' मी म्हणालो, ''तुम्ही त्या दिवशी लायब्ररीत जे काही बोललात त्याबद्दल थँक्स.''

''मला तुझा अभिमान वाटतो.'' ते गंभीरपणे म्हणाले आणि त्यांनी माझा हात हातात घेतला. आयुष्यात प्रथमच मला वाटलं की, आम्ही एकमेकांचे भाग आहोत आणि एंडो-सानकडून मिळालेल्या शिक्षणातून आलेल्या अंतर्दृष्टीमुळे मला हे पक्कं जाणवलं की, त्यांनी माझ्यावर नेहमीच प्रेम केलं होतं, अगदी माझ्या जन्मापासून आणि ज्या काळात मी त्यांच्यापासून आणि कुटुंबातल्या इतरांपासून दूर राहत होतो तेव्हासुद्धा. एंडो-सानने मला दिलेल्या सर्वांत मूल्यवान भेटींपैकी ही एक होती – प्रेम करण्याची आणि दुसऱ्याचं आपल्यावरचं प्रेम ओळखण्याची क्षमता.

मी डोळ्यांत येणारे अश्रू परतवून लावले आणि त्याच क्षणी अगदी दिलेल्या वेळेवर जपानी राजदूताची कार पोर्चमध्ये आली. गाडी चालवणाऱ्या गोरोला मी ओळखलं, पण त्याने ओळख दाखवली नाही. राजदूत शिगेरो हिरोशी यांनी क्रॉसच्या पार्टीच्या वेळी घातलेला कोटच आताही घातला होता. एंडो-सानने माझी त्यांची ओळख करून दिली नि आम्ही दोघांनीही आपण प्रथमच भेटत आहोत असं दाखवलं. पण तो अभिनय होता – प्रतिष्ठा जपण्यासाठी – हे मला माहीत होतं. मी त्यांच्या प्रश्नांना जपानी भाषेतच उत्तरं दिली. त्यामुळे वडलांवर छाप पडेल हे मला माहीत होतं. मग हिरोशींनी इंग्रजीत बोलायला सुरू केलं.

''गुड ईव्हिनिंग मिस्टर हटन.''

"ईव्हिनिंग मिस्टर हिरोशी." वडील म्हणाले.

"हे माझे सहायक मिस्टर हयातो एंडो."

वडलांनी एंडो-सानकडे अर्थपूर्ण नजरेनं बघितलं आणि म्हणाले, "आपण पूर्वी भेटलो आहोत."

"होय, आपण भेटलो आहोत." एंडो-सान उत्तरले.

मी एंडो-सानना वाकून अभिवादन केलं, "गुड ईव्हिनिंग सेन्साय."

"मी इथे एकटा थांबेन. तू पाहुण्यांना आत घेऊन जाशील?" वडील मला म्हणाले.

मी पाहुण्यांना घरातून मागे बागेत घेऊन गेलो. मला एंडो-सानजवळ सोडून हिरोशी पुढे गेले. एंडो-सानसुद्धा फार छान दिसत होते – राखी रंगाचा सूट, जांभळा टाय, चमकदार रुपेरी केस. मी जवळून जाणाऱ्या वेटरच्या ट्रेमधून शँपेनचे दोन ग्लास उचलले. मी त्यांचा सिगार पेटवला आणि त्यांनी वर अंधारात धुराचं वलय सोडलं.

एक हिंदुस्तानी वेटर जवळून गेला, त्याच्या दिसण्यातलं काहीतरी मला खटकलं आणि मी त्याला थांबवणार होतो इतक्यात एंडो-सान बोलले: "कसा आहेस? अगदी शक्य नसेल तेव्हा चालेल, पण इतर वेळी सराव चुकवू नकोस."

मी त्यांना सांगितलं होतं की, पार्टीच्या कामामुळे मला आठ दिवस शिकवणीला येता येणार नाही म्हणून. "पण मला तुमची आठवण येत होती." मी त्यांना सांगितलं.

"मलाही तुझी आठवण येत होती."

एवढ्यात वडील तिथे आले. एंडो-साननी वाकून त्यांना अभिवादन केलं. वडलांनी किंचित मान झुकवली. "तुमचं बेट कसं आहे?" त्यांनी विचारलं.

"अगदी शांत." माझ्याकडे उपरोधाचा दृष्टिक्षेप टाकत एंडो म्हणाले, "माझ्याकडून इतक्यात ते परत घ्यायचा विचार तर नाही ना?"

"नाही, नक्कीच नाही. तुमचा बराच प्रवास चाललाय असं मी ऐकतो?"

"आम्ही निरुपद्रवी आहोत, असं तुमच्या सरकारी अधिकाऱ्यांना पटवायचा प्रयत्न करत आहे. कंपन्यांच्या मालकांना भेटून एकत्रितपणे एखादा धंदा काढता येईल का ते बघतोय. जपानला मलायात गुंतवणूक करायची इच्छा आहे."

"माझ्याबरोबर काही प्रस्तावांबाबत चर्चा करण्याची साओतोमे यांची इच्छा आहे, असं मला समजलं." वडील म्हणाले, "पण हटन अँड सन्सची मालकी पूर्णतया आमच्या कुटुंबाकडेच राहावी असा माझ्या आजोबांचा कटाक्ष होता. आमचे कोणीही भागीदार नाहीत आणि धंदा विकायचाही आमचा विचार नाही."

"होय, प्रसिद्ध ग्रॅहॅम यांचं धोरण. मी साओतोमे-सानना कळवीन. ते नक्कीच निराश होतील." एंडो-सान म्हणाले.

"मलायावर हल्ला करायचा जपानचा बेत आहे का?" वडलांनी विचारलं. ते

आजूबाजूला ऐकू गेलं असणार, कारण अनेक जण वळून आमच्याकडे बघू लागले.

"मला कल्पना नाही. ते सारं माझं सरकार ठरवतं. मी फक्त एक य:कश्चित नोकर आहे.'' एंडो-सान म्हणाले. त्यांनी उत्तर देताना आयकीजुत्सूचं तत्त्व वापरलं होतं.

मी हळूच वडलांच्या हाताला स्पर्श केला. त्यांनी मान डोलवली आणि माझ्याकडे बघून स्मित केलं. "आज रात्रीपुरता आम्ही त्यावर विश्वास ठेवू.'' दरवाजातून येणाऱ्या लोकांच्या एका घोळक्याने त्यांचं लक्ष वेधून घेतलं. "तुझे आजोबा आलेले दिसताहेत. चल, आपण त्यांचं स्वागत करू.''

मला बरेचदा असा प्रश्न पडायचा की, वडलांची आणि आजोबांची भेट झाली की, ते कसे वागतील? ज्यांनी एकमेकांना दुखावलं होतं आणि जिच्यावर दोघांचंही प्रेम होतं तिलाही दुखावलं होतं, ते दोघं आत्ता एकमेकांना किती सभ्यपणे भेटत होते, ते मी बघत होतो.

"मिस्टर हटन,'' आजोबा म्हणाले.

"मिस्टर खू,'' तितक्याच निर्विकारपणे वडील म्हणाले. पार्टीचं आमंत्रण आजोबांना देऊन आणि आजोबांनी ते स्वीकारून परस्परांचा मान राखला होता. आजोबांनी उघडपणे कधीच माफी मागितली नसती; पण ते आले यात सर्व आलं हे मान्य करून वडलांचा आवाज बदलला – धंद्याची बोलणी करताना आपल्या मनाप्रमाणे होत आहे असं बघितल्यावर होई तसा. "तुम्ही आलात त्यामुळे मला फार आनंद झाला.''

"बरेच दिवसांत नातवालाही भेटलो नव्हतो. म्हटलं जाऊन यावं.''

"हो, बरेच दिवस झाले.'' वडील माझ्याभोवती हात लपेटत म्हणाले आणि मग माझ्या लक्षात आलं की, त्यांनी ही पार्टी माझ्यासाठीसुद्धा ठेवली होती; तिच्या निमित्ताने तुटलेली नाती पुन्हा जोडली जातील या हेतूने.

ते दोघं बराच वेळ एकमेकांना न्याहाळत राहिले. दोघांच्याही मनात माझ्या आईचे विचार, त्यांच्या तिच्याबद्दलच्या आठवणी आल्या असणार.

मी पुढे होऊन आजोबांचा हात हातात घेतला. "मावशी कुठे आहे?''

"तिला अटक झाली आहे.'' ते म्हणाले.

"काय?'' वडील आणि मी एकदम म्हणालो.

"हं, काही विशेष नाही.'' इपोला मी बघितलं होतं तसे खांदे उडवत ते म्हणाले, "तिने निदर्शनात भाग घेतला होता. 'एड चायना' मोहिमेच्या लोकांबरोबर, जपान्यांविरुद्धच्या. पोलिसांनी त्यांना जायला सांगितलं, पण ते गेले नाहीत. मी तिला सोडवून आणायची तयारी दाखवली, पण ती 'नको' म्हणाली. तिने तिची दिलगिरी कळवायला मला सांगितलंय. आजची ही तरुण मंडळी!'' असं म्हणून त्यांनी एक नि:श्वास सोडला. मावशीचंसुद्धा आता वय झालंय हे त्यांच्या गावीही नव्हतं.

त्यांची आजोबांशी ओळख करून देण्याबद्दल विल्यम आणि इझाबेलने मला बजावलं होतं, म्हणून मी त्यांना शोधायला निघालो. ती दोघं स्वयंपाकघरात नोकरांवर देखरेख करत होती. इझाबेलने एडवर्डलाही हाक मारली आणि ते तिघेही माझ्या मागे आले.

ते जरा नर्व्हस झाले होते. हे मी समजू शकत होतो. आजोबांनी राखाडी रंगाचा मँडॅरिन पद्धतीचा डगला घातला होता आणि ते हलले की तो चमकत होता. त्याच्या बाह्यांना चांदीची किनार होती. चमकदार डोळ्यांवरच्या त्यांच्या झुपकेदार भुवयासुद्धा रुपेरी झाल्या होत्या. त्या कपड्यांत ते कणखर आणि आटोपशीर दिसत होते.

ओळख करून दिल्यावर पुढे काय बोलावं हे कोणालाच न सुचल्याने एक अस्वस्थ शांतता आली. अखेरीस इझाबेलने मार्ग काढला, ''लियान मावशी गेल्यापासून आम्हाला तिची उणीव नेहमी भासते. ती आमचं खूप प्रेमाने करायची. मी तिला माझ्या आईच्या जागीच मानत होते.''

किंचित मान तुकवून आजोबा म्हणाले, ''तिच्याबद्दल तुम्हाला इतकं प्रेम वाटतं हे बघून मला फार बरं वाटलं.''

''आम्हीसुद्धा तुम्हाला आजोबा म्हटलं तर चालेल का?'' इझाबेलने विचारलं.

आजोबांना आश्चर्य वाटलेलं दिसलं. ''नाही, नाही.'' ते म्हणाले. मला दुखावल्यासारखं वाटलं. आपल्याकडून यांचा अपमान झाला की काय असं वाटून इझाबेलला धक्का बसला.

पण मी त्यांना नीट ओळखलं नव्हतं. ''तुम्ही मला आ-कोंग म्हणालात, तर मला जास्त आवडेल.'' 'आजोबा' या अर्थाच्या होक्किएन शब्द वापरून ते म्हणाले आणि त्यांनी स्मित केलं. दुखावलं गेल्याची माझी भावना त्यांच्याबद्दलचं कौतुक आणि प्रेम यांत बदलली. इझाबेल आणि विल्यमलाही बरं वाटलं. त्यांनी निरोप घेतला आणि ते परत स्वयंपाकघराकडे गेले. मी आजोबांना बाहेर हिरवळीवर टेबलं मांडली होती तिथे घेऊन गेलो.

नोकर स्वयंपाकघरातून वेगवेगळ्या पदार्थांच्या थाळ्या बाहेर आणून ठेवत होते. आम्ही इंग्लिश आणि मलायन दोन्ही पदार्थांचा बेत केला होता. वडलांनी त्यांचे नेहमीचे आवडते पदार्थ घातले होते – इंडियन माशाची आमटी, बीफ रेंडांग, नारळी भात, करी कापितान, आसाम लक्सा, फ्राइड टेओ, रोजाक आणि मी रेबूस. मी काही स्थानिक फेरीवाल्यांना बोलावलं होतं. ते आपापल्या गाड्या घेऊन आले होते नि हिरवळीवर आपले पदार्थ बनवत होते. 'साते' विकणारा चिकन आणि बीफचे तुकडे सळ्यांना लावून शेगडीवर भाजत होता. त्याचा वास येत होता. गोड्या तेलात बुडवलेला गवती चहाचा बोळा त्यांच्यावरून फिरवला की, जाळ एकदम मोठा होऊन आजूबाजूच्या झाडांवर त्याचा प्रकाश पडायचा आणि तोंडाला पाणी सुटेल

असा वास हवेत पसरायचा.

आजोबांनी वेटरकडून शँपेनचा एक ग्लास घेतला आणि म्हणाले, ''तुझे जपानी शिक्षक कुठे आहेत? मला त्यांना भेटायचंय.''

मी एंडो-सान कुठे दिसतात का ते शोधू लागले. ते काही जपानी उद्योगपतींच्या घोळक्यात होते. मी तिकडे जाताच मला बघून ते बाजूला होऊन माझ्याबरोबर आले.

''आपण आधी भेटलोय मिस्टर एंडो, नाही का?'' आजोबांनी विचारलं.

एंडो-सानने मान डोलवली. ते हात हलवत असताना मी काहीतरी हलताना बघितलं. काहीतरी अस्पष्ट होताना आणि पुन्हा स्पष्ट होताना बघितलं. मला नशा आली आहे की काय अशी शंका आली, पण मी अजून वाईन घेतलीच नव्हती.

''माझ्या नातवाला तुम्ही शिकवताय ना?''

''होय.'' एंडो-सान म्हणाले. ''त्याला शिकायची मनापासून इच्छा आहे त्यामुळे शिकवायला बरं वाटतं. त्याच्यासारखा विद्यार्थी मिळाला हे फार चांगलं झालं. मी इतक्या ठिकाणी गेलोय, पण त्याच्याइतकी क्षमता असलेला दुसरा कोणी अजून मला भेटलेला नाही. तो फार लवकर शिकतो.''

''जणूकाही त्याला पूर्वीच्या जन्मात आधीच शिक्षण मिळालं असावं, असा ना?''

एंडो-सानचा चेहरा किंचित फिका झाला.

''तुमचा अशा गोष्टींवर विश्वास आहे का मिस्टर खू?''

''हो, आहे.''

''मग तुम्हाला हेही माहीत असेल की, काही गोष्टी थांबवता येत नाहीत आणि त्या होतील तशा घडू द्यायच्या असतात, त्यांचा परिणाम काहीही झाला तरी.''

''एखाद्याच्या प्राक्तनात जो मार्ग त्याच्यासाठी लिहून ठेवला असेल तो काही चुकत नाही.'' आजोबा म्हणाले.

त्यांचं असं विचित्र संभाषण ऐकून मी जरा अस्वस्थ झालो. हे म्हणजे दोन भिक्कूंची शून्याच्या अस्तित्वाबद्दल चर्चा करण्यासारखं वाटत होतं. एंडो-सानने मला सर्प मंदिरात जे सांगितलं होतं ते मला आता आठवलं. आता ते खूप दिवसांपूर्वी होऊन गेल्याप्रमाणे वाटत होतं.

''आता त्याच्यापुढे जे आयुष्य आहे त्याला तोंड कसं द्यावं हे तुमच्या नातवाला जितक्या उत्तम प्रकारे शिकवता येईल तितका मी माझ्याकडून प्रयत्न केला.'' एंडो-सान म्हणाले.

''मला समजलं; पण आपल्या दोघांनाही माहीत आहे की, ते कधीच पुरेसं होत नाही, नाही का? अशा अनेक गोष्टी असतात की, ज्यांच्यावर ताबा कसा मिळवायचा हे कधीच शिकवता येत नाही.''

''ते त्या व्यक्तीची ताकद, त्याचं धैर्य आणि त्याची गरज किती निकडीची आहे

यावर अवलंबून असतं.''

आजोबांना ते आवडलं नाही. ''हे बरोबर नाही मिस्टर एंडो.''

''ते माझ्या हातात नाही मिस्टर खू.'' एंडो-सान म्हणाले आणि मला त्यांच्या आवाजात असह्य दु:ख जाणवलं.

''तुम्ही दोघं कशाविषयी बोलत होतात?'' एंडो-सान दुसरीकडे गेल्यावर मी आजोबांना विचारलं. आजोबांचं लक्ष नव्हतं असं दिसलं. मी त्यांच्या हाताला हळूच स्पर्श केल्यावर ते भानावर आले.

''आम्ही दैवाबद्दल बोलत होतो.'' शेवटी ते म्हणाले, ''ते कोणीही कसं टाळू शकत नाही याबद्दल.''

''ते बोलले त्यावर तुमचा विश्वास बसलेला दिसतोय.''

''तो खरं तेच बोलला; पण तो त्याचा जसा उपयोग करेल त्यामुळे तो धोकादायक ठरेल.''

''तुम्ही काय बोलताय ते मला काही कळत नाहीये आजोबा.''

''त्याने कधी तुला तुझ्या पूर्वीच्या जन्मांविषयी सांगितलंय?''

''होय, एकदा.''

''आणि?''

''माझा त्यांच्यावर विश्वास आहे.''

''पण तुला काही शंका आहेत.''

आमचं संभाषण ज्या दिशेने जात होतं ते मला आवडलं नाही. आजच्यासारख्या सुंदर रात्री मला माझा भूतकाळ किंवा भविष्यकाळ यांविषयी ऐकायचं नव्हतं. ''चला माझ्याबरोबर'' मी त्यांची बाही धरून म्हणालो.

मी त्यांना कारंज्याजवळ घेऊन गेलो. घरातल्या दिव्यांचा उजेड वाहत्या पाण्यावर पडून ते शँपेनसारखं दिसत होतं. त्यांनी कारंज्याला एक प्रदक्षिणा घातली. मी इपोला त्यांच्या घरी घातली तशीच.

''तू खोटं नव्हता बोललास.'' ते म्हणाले, ''मला काहीच फरक दिसत नाहीये.''

''ती तिकडे वर तिची खोली होती.'' मी दुसऱ्या मजल्याकडे बोट दाखवत म्हणालो. ''तिला तिच्या खिडकीतून कारंजं दिसायचं. त्याचा आवाजही स्पष्टपणे ऐकू यायचा.''

''तू जरा मला एकटा सोडशील का?'' त्यांनी विचारलं आणि ते कारंज्याच्या काठावर बसले.

''तुम्हाला बरं वाटतंय ना?''

त्यांनी स्मित केलं आणि म्हणाले, ''जा, तुझ्या वडलांना मदत कर. मी तुझ्याशी नंतर बोलेन.''

आता सगळे पाहुणे एकदम यायला लागले होते. त्यामुळे मी पुन्हा बाबांच्या शेजारी जाऊन उभा राहिल्यावर त्यांना हायसं वाटलं.

''नगराध्यक्ष आणि त्यांची पत्नी; वर्तमानपत्राचा संपादक मंकी हारग्रीव्ह्ज आणि आता येताहेत टोके यीप आणि त्याचा मुलगा. मजा येणार आहे आज रात्री!''

माझं त्यांच्या बोलण्याकडे लक्ष नव्हतं. एंडो-सान आणि आजोबांचं संभाषण माझ्या मनात घुमत होतं. त्याचा अर्थ लावायचा मी प्रयत्न करत होतो.

टोके यीप आणि कोन त्यांच्या कारमधून उतरले आणि पायऱ्या चढून वर येत त्यांनी वडलांशी हस्तांदोलन केलं आणि मग कोन म्हणाला, ''आम्हाला तुम्हाला काही महत्त्वाचं आणि तातडीचं सांगायचं आहे.''

मी त्यांच्या चेहऱ्यावरचा भाव पाहिला आणि वडलांना म्हणालो, ''मी विल्यम आणि एडवर्डना इकडे पाठवतो पाहुण्यांच्या स्वागतासाठी आणि मी तुम्हाला लायब्ररीत भेटतो.''

मी लायब्ररीत पोहोचलो तेव्हा वडील खिडकीत टेबलाला रेलून उभे होते. मी आत आल्यावर त्यांनी दरवाजा बंद केला. ''काय झालंय?'' मी कोनला विचारलं.

''कम्युनिस्टांनी तुमच्या घरात बॉंब ठेवला आहे, असं आम्हाला कळलंय.''

''नक्की कुठे?''

कोनने मान हलवली. ''आम्हाला फक्त एवढंच माहीत आहे की, तुम्ही त्यांच्यावर जो बळाचा वापर केला त्याचा बदला घेण्यासाठी ते असं करताहेत. पार्टीला खूपजण येणार आणि त्यांना जे जिवंत नको आहेत ते सर्व त्यात असणार – नगराध्यक्ष, तुवान, पेपरवाले. पहिल्या पानावर यावी अशी बातमी येईल.''

''आपण पाहुण्यांना जायला सांगायचं का?'' मी विचारलं.

''त्याने घबराट होईल.'' वडील म्हणाले.

कोनला आणि त्याच्या वडलांना ही माहिती कशी मिळाली हे मी त्याला विचारलं नाही. माझा कोनवर विश्वास होता. शिवाय त्यांना विचारलं असतं तर तो त्यांचा अपमान झाला असता. त्यांनी त्यांचे सभासद कम्युनिस्टांमध्ये पेरलेले असावेत.

''आपण जरा नीट विचार करू या. जिथे गर्दी जास्त असेल तिथे ते बॉंब ठेवतील. आधी हिरवळीवर बघायला हवं. आपण प्रत्येक जण वेगवेगळा भाग घेऊन सगळं घर तपासू.'' वडील म्हणाले.

''आमची काही माणसं तुमच्या फाटकाच्या बाहेर थांबली आहेत. त्यांना मदतीला घेतलं तर चालेल का?'' टोके यीपने विचारलं.

''अगदी जरूर आणि मग त्यांना पार्टीसाठी थांबायला सांगा.'' वडील म्हणाले. एकदा पार्टी सुरू झाली की, ती चालू राहायलाच हवी.

कोन माझ्यामागे बाहेर आला. घराचा परिसर छान सजलेला आणि पाहुण्यांनी भरलेला होता. सर्व पाहुण्यांनी पांढरे कोट आणि पांढरे शर्ट घातले असल्यामुळे ते एकसारखेच वाटत होते. त्या पांढऱ्या रंगात अधूनमधून नीळा, लाल, भगवा पोशाख केलेल्या स्त्रिया विखुरलेल्या होत्या.

आम्ही आधी टेबलांच्या खाली बघायला सुरुवात केली. टेबलांवर स्टार्च केलेल्या पांढऱ्या चादरी पसरलेल्या होत्या. त्यावर मांडलेले शँपेनचे ग्लास जणू स्फटिकाच्या फुलांच्या एखाद्या ताटव्यासारखे भासत होते. कोन पहिल्या टेबलाखाली रांगत गेला आणि गुडघ्यावरची धूळ झटकत बाहेर आला. ''इथे नाहीये.'' तो म्हणाला. ''तो कसा दिसतो हे माहिताये तुला?'' मी विचारलं.

कोनने 'हो' म्हटलं याचं मला आश्चर्य वाटलं नाही.

''अजून आठ टेबलं आहेत.'' असं म्हणत आम्ही पुढच्या टेबलापाशी गेलो. आम्ही सर्व टेबलांच्या खाली रांगून तपासलं. काही पाहुणे आम्ही काय करतोय ते बघू लागले. काहींनी विचारलंही. 'माझ्या बहिणीच्या कुत्रीचं पिलू शोधतोय' असं सांगून आम्ही वेळ मारून नेली.

''काही मिळालं का?'' वडील स्वयंपाकघरात भेटले तेव्हा त्यांनी विचारलं. मी मान हलवली. पण माझ्या डोक्यात काहीतरी शिरू पाहत होतं. मी त्याला आत आणायचा प्रयत्न करत होतो, पण यश येत नव्हतं. त्याचा पाठलाग करण्याचा उपयोग नव्हता. मला माहीत होतं की, मी मन शांत केलं की ते परत येईल.

''आम्ही बागा, गॅरेज, नोकरांच्या खोल्या तपासल्या.'' टोके यीप म्हणाला, ''कुठे तसं काही दिसलं नाही.''

''कदाचित अजून तो ठेवला नसेल.'' कोन म्हणाला, ''तो अजून कोणाकडे तरी असेल आणि योग्य जागा आणि योग्य वेळ मिळण्यासाठी थांबले असतील.''

टोके यीपने सिगार पेटवला आणि म्हणाला, ''आपल्याला डोळे उघडे ठेवले पाहिजेत.'' मी त्याच्या सिगारचा धूळ टाळण्यासाठी हलकेच बाजूला झालो. त्या क्षणी मला तो आठवला. थोड्या वेळापूर्वी मी एंडो-सानबरोबर बोलत असताना दिसलेला हिंदुस्तानी वेटर! त्यानं (त्या वेळीही) माझं लक्ष विचलित केलं होतं.

''तो त्या दिवशीचा धक्क्यावरचा हिंदी माणूस आठवतो?'' मी वडलांना म्हणालो, ''जो ओरडून आपल्या कामगारांना चिथवत होता, तो? त्याला मी मघाशी बघितलं. तो वेटरच्या पोशाखात आहे.''

''आम्हाला दाखव.'' टोके यीप म्हणाले. त्यांनी कोनकडे बघितलं. आम्ही पुन्हा बाहेर पार्टीमध्ये गेलो.

''तनाका-सान आले आहेत.'' मी कोनला म्हणालो.

''आत्ता वेळ नाही.'' असं म्हणत त्याने त्याच्या सेन्सायला हात केला आणि आम्ही पुढे गेलो. एक-दोन वेटर मला त्या 'वेटर'सारखे वाटले, पण ते दुसरेच

निघाले. संगीत धुंद करणारं होतं. मी मांडीवर ताल धरत, ज्यांना धक्का लागेल त्यांची माफी मागत पुढे जात होतो.

"अजून कुत्रं शोधताय?" एका पाहुण्याने विचारलं.

"नाही, ते मिळालं. आता एका वेटरला शोधतोय." मी म्हणालो. इझाबेल आम्हाला हात करत होती; पण तिच्याकडे दुर्लक्ष करून आम्ही घरात गेलो. आजोबांनी माझ्या खांद्यावर हात ठेवून विचारलं, "काही गडबड आहे का?"

"मी नंतर सांगेन तुम्हाला." असं म्हणून आम्ही पुढे गेलो. कोनने खूण केली "तो पाहा" तो वेटर घरात येत होता. बागेतल्या दिव्यांच्या उजेडात त्याचा चेहरा आम्हाला स्पष्ट दिसला आणि 'हाच तो धक्क्यावरचा माणूस' म्हणून मी त्याला ओळखलं. कोन त्याच्यामागे जात मला म्हणाला, "आपल्या दोघांच्या वडलांना घेऊन ये लायब्ररीत."

मी धावत बाहेर गेलो. दोघंही ओळखीच्या लोकांच्या गराड्यात होते. बाबांनी मला बघितलं. मी त्यांना माझ्या मागे यायची खूण केली. दोघंही माझ्या मागे आले.

"तो सापडलाय." मी म्हणालो. आम्ही लायब्ररीत गेलो. तो वेटर खुर्चीत बसलेला होता. त्याचा गाल सुजला होता, पोमेड लावून डोक्यावर चापून बसवलेले त्याचे कुरळे केस आता अस्ताव्यस्त होऊन डोळ्यांवर आले होते. कोनकडे कोणतंही हत्यार नसतानाही त्याने त्या वेटरला जसं हादरवलं होतं, त्याचं मला कौतुक वाटलं. आम्हाला त्याच्याकडे येताना बघून वेटर खुर्चीत आणखी अंग चोरू लागला.

"हा रामनाथन. आधी म्हणाला की माझं बोलणं त्याला कळत नाहीये." कोन म्हणाला, "पण मग त्याला उपरती झाली. तो बॉंब अजून मागच्या पोर्चमध्ये आहे. कोणी तो उचलायच्या आत तो घेऊन ये."

"ते मी बघतो." असं म्हणून टोके यीप बाहेर गेला.

बाबा वेटरजवळ जाऊन म्हणाले, "मी माझ्या कामगारांना इतका वाईट वागवतो की तुम्ही आम्हाला मारून टाकावं?"

"जोपर्यंत मालक आहेत आणि कामगार आहेत तोपर्यंत, हो!" रामनाथन उत्तरला.

"हे तुमचं नेहमीचं उत्तर आहे. मला तुझं स्वतःचं मत हवं आहे. तुला स्वतःचं मत नाही का?" बाबांनी हताशपणे हात वर केले. "ब्लडी बोल्शेविक! तुम्ही सगळे देशद्रोही आहात."

वडलांच्या बोलण्याने संतापून वेटरने एक शिवी हासडली. "फुकी माक्! मला देशद्रोही म्हणता? तुमच्या कुत्तरड्या मुलाकडे पाहा. तो देशद्रोही आहे!"

वडलांनी त्याला एक फटका मारला, पण पुन्हा मारण्यासाठी त्यांनी उगारलेला हात मी धरला.

"तू काय बोलतोयस?"

कोन उभा राहिला आणि म्हणाला, ''रामनाथन, नीट ऐक. तू सगळं काही सांग, नाहीतर मी या सगळ्यांना बाहेर जायला सांगेन आणि मग तू आणि मी. बाहेरचं संगीत आणि पार्टीचा आवाज यात लायब्ररीतून तुझ्या ओरडण्याचा आवाज बाहेर जाणार नाही आणि तुला दिसतंच आहे की, इथे टोकदार आणि धारदार वस्तूंची उणीव नाही.'' कोन वडलांच्या खंजिरांच्या संग्रहाकडे बोट दाखवत म्हणाला. कोनचा आवाज किती करडा आणि क्रूर होऊ शकतो, ते मला प्रथमच कळलं आणि पॉरिज विकणारा हॉटेलवाला त्याला 'सफेद टायगर' म्हणाला होता त्याची आठवण आली.

''मला पैसे पाहिजेत.'' रामनाथन म्हणाला, ''तुम्हाला समजायला हवं की बाँब फुटला नाही याचा अर्थ मी 'बोललो' हे त्यांना समजणार. ते मला मारायला येतील. मला पैसे आणि मद्रासला सुरक्षितपणे जाण्याची व्यवस्था एवढं पाहिजे.''

''ठीक आहे.'' वडील म्हणाले, ''मी पैसे देईन आणि टोके यीप तुझ्या प्रवासातल्या सुरक्षिततेची व्यवस्था करतील.''

''तुला बॉब ठेवायला कोणी सांगितलं?'' कोन म्हणाला.

''कोण असेल असं तुम्हाला वाटतं?'' असं म्हणत रामनाथनने माझ्याकडे बोट दाखवलं, ''तुझे मित्र, तुझे जपानी मित्र.''

मी वडलांना बाजूला ढकललं. ''कोण? कोणते मित्र?'' मी आवाजावर नियंत्रण ठेवून बोललो. आवाजात जराही कंप आला नाही.

''तुम्ही सगळे मूर्ख आहात.'' रामनाथनने डोकं हलवलं, ''ते लवकरच येतील नि तुम्हा सगळ्या युरोपीयांना लाथा मारून बाहेर काढतील.''

''ते प्रचार करतात तो तुला खरा वाटतो की काय? की जपान आम्हाला हाकलून देऊन देश लोकांच्या स्वाधीन करतील? की सगळ्यांची भरभराट होण्यासाठी ते आशिया सह-समृद्धी क्षेत्र निर्माण करतील? ते सगळं काही स्वत:साठी घेतील. ज्यांच्यावर त्यांनी इतके क्रूर अत्याचार केले त्यांना भागीदार करून घेणार नाहीत.'' माझे वडील थकलेल्या आवाजात म्हणाले.

''चूक आहे. ते आम्हाला युरोपीयांपासून मुक्त करतील आणि तुमच्यापैकी प्रत्येकाला ते मारून टाकतील.''

''तुला हे काम कोणी दिलं? त्याचं नाव काय?'' मी विचारलं.

''मला माहीत नाही.'' माझी कीव आली आहे असा भाव असलेलं छद्मी हास्य करत रामनाथन म्हणाला, ''ते तुझे मित्र आहेत. त्यांनाच का नाही विचारत?''

या वेळेस त्या छद्मीपणे हसणाऱ्या वेटरला मारण्यासाठी मी हात वर केला आणि वडलांनी तो धरला.

२०

आम्ही लायब्ररीतून बाहेर येत असताना आम्हाला शोधत आलेला विल्यम भेटला.

"अरे, तुम्ही कुठे आहात? सगळे जण तुम्हाला शोधतायत. बाबा, इझाबेलला तुमची कोणाशीतरी ओळख करून द्यायची आहे आणि तुझीसुद्धा. मी दुसरीकडे जायला निघालेला बघून त्याने माझा दंड धरला. आम्हाला लोकांच्या पलीकडे टोके यीप दिसला. त्याने आमच्याकडे बघून मान डोलवून परिस्थिती नियंत्रणाखाली असल्याची खूण केली. इझाबेल पाहुण्यांच्या गर्दीतून वाट काढत आमच्याकडे येत होती. तिच्या मागून येणारा माणूस म्हणजे तिने मला आमंत्रणांच्या यादीत ज्याचं नाव घालायला सांगितलं होतं तोच असणार, हे मी ओळखलं.

पीटर मॅक्ॲलिस्टरशी हस्तांदोलन करताना बाबांचा चेहरा जरा गंभीर झाला. तो उंच होता, रुंद छाती, पोट थोडंसं पुढे आलेलं. त्याच्या शेजारी इझाबेल लहान मुलीसारखी दिसत होती. तिच्या चेहऱ्यावर तणाव होता आणि वडलांनी तिच्याकडे बघून स्मित केलं, तरी तो कमी झाला नाही. कारण वडील कुटुंबातल्या कोणाचाही चारचौघांत पाणउतारा करणार नाहीत हे आम्हाला माहीत होतं. आता त्या क्षणी मॅक्ॲलिस्टरशी ते अगदी सभ्यपणे बोलले असते, कठोर शब्द पार्टीनंतर ऐकावे लागणार होते; पण या वेळी इझाबेल दबून जाणार नाही असं मला वाटत होतं.

त्यांना सोडून मी दुसरीकडे गेलो. वडलांना मारायच्या प्रयत्नामागे खरोखरीच एंडो-सानचा हात असेल का असा विचार माझ्या मनात येऊन गेला. मी त्यांना हिरवळीच्या टोकावर सुरूच्या झाडाखाली एकटंच उभं राहून बेटाकडे पाहत असलेलं बघितलं. त्यांना बॉंब-प्रकरणाची काही माहिती असेल, यावर माझा विश्वास बसत नव्हता.

"तुझे वडील चांगले आहेत." मी त्यांच्यापाशी गेलो तेव्हा ते म्हणाले. आम्ही चालत तरणतलापाशी गेलो. शेकडो कागदी कमळांमध्ये ठेवलेले तेलाचे दिवे मी

त्यात ठेवले होत. त्यामुळे पाणी चमकत होतं. सभोवतीसुद्धा विविध पुतळ्यांपाशी मेणबत्त्या लावलेल्या होत्या आणि वाऱ्यामुळे ज्योती हलून पुतळे जिवंत वाटत होते.

वर आलेल्या चंद्रापुढे ताऱ्यांचं चांदणं फिकं वाटत होतं. इस्तानापासून मैलभरावर असलेलं दीपगृह अथांग समुद्रात प्रकाशझोत फेकत होतं. रामनाथन जे बोलला ते एंडो-सानला सांगायचं नाही, असं मी ठरवलं. मी झाझेनचं तंत्र वापरून पार्टीचे येणारे आवाज मनातून एक एक थर करून काढून टाकले. त्यामुळे आता फक्त आम्ही दोघंच उरलो आहोत असं वाटू लागलं.

''फिलिप-सान'' आमच्या मागून हाक आली. ते तनाका होते. कोनचे सेन्साय. मी वाकून त्यांना अभिवादन केलं.

''तनाका-सान कोनबानवा'' मी म्हणालो. त्यांनीही मला अभिवादन केलं आणि ते एंडो-सानना म्हणाले, ''कसे आहात? बरेच दिवस झाले आपली भेट होऊन, नाही?''

''मी छान आहे. होय, खूप दिवस झाले. उशिबा सेन्साय कसे आहेत?''

''त्यांची काही खबर नाही. आमचं शेवटी बोलणं झालं ते ते होक्काइडोला जाण्यापूर्वी.''

''होक्काइडो?''

''त्यांना युद्धापासून दूर जायचं होतं. लष्करी अधिकाऱ्यांपासून, मंत्र्यांपासून; कारण लष्करात भरती होणाऱ्या जवानांना त्यांनी शिकवावं म्हणून ते सारे त्यांच्यावर दबाव आणत होते.'' तनाका म्हणाले, ''आपली भेट झाली, तर तुम्हाला देण्यासाठी त्यांनी माझ्याकडे एक निरोप दिला आहे.''

जणूकाही हे सारं त्यांना अप्रिय पण अपेक्षित होतं, असं दर्शवणारा नि:श्वास त्यांनी सोडला.

''ते म्हणाले होते की, तुम्ही जे करताय ते आता त्यांना उमजू लागलं आहे; पण याचा अर्थ त्यांची त्याला संमती आहे असा नव्हे. तुमचं तुमच्या कुटुंबाच्या बाबतीत कर्तव्य आहे; पण त्यांनी शिकवलेल्या मार्गापासून तुम्ही ढळू नये. ते तुम्हाला नेहमी त्यांचे शिष्य मानतील.''

एंडो-साननी काहीच प्रतिक्रिया दाखवली नाही.

''तुमचे ओटो-सान कसे आहेत?'' तनाकांनी विचारलं. मी काळजीपूर्वक त्यांचं बोलणं ऐकत होतो. त्यातला एकही शब्द मला चुकवायचा नव्हता. एंडो-सानने त्यांच्या वडलांविषयी फारसं कधी सांगितलं नव्हतं.

''ते अलीकडे आजारी होते. त्यातून बरे होत आहेत. सरकार त्यांची चांगली काळजी घेतं आहे. त्यांना हवी तेवढी औषधं पुरवत आहे. तुम्ही दाखवलेल्या काळजीबद्दल धन्यवाद!'' एंडो-सानच्या बोलण्याच्या पद्धतीवरून त्याला या

विषयावर पुढे चर्चा करण्याची इच्छा नव्हती असं दिसत होतं, पण तनाकांनी त्याकडे दुर्लक्ष केलं.

"आपल्या सम्राटांनी सेनापतींचं ऐकायला नको होतं." तनाका म्हणाले, "तुमचे वडील त्यांना जे योग्य वाटलं त्यावर ठाम राहिले, परिणामाची पर्वा न करता, हे योग्यच होतं. आता सर्वांचे किती हाल होत आहेत पाहा. चीनमधलं युद्ध लवकर संपेल का?"

"मला कल्पना नाही, पण संपेल अशी आशा आहे."

"मित्रा, तू घरी परत जायला हवं." तनाका म्हणाले.

"मी सरकारशी करार केला होता आणि माझ्या वडलांची सुटका होईपर्यंत तो मी पाळेन." एंडो-सान म्हणाले, "माझ्या कुटुंबीयांना सांगा की, माझ्यावर नजर ठेवायला तुम्हाला सांगायची आवश्यकता नाही."

"मी हे केवळ ते सांगताहेत म्हणून करत नाहीये. आम्हाला सर्वांना तुमची काळजी वाटते. तुमच्या कुटुंबाच्या बाहेरच्या व्यक्तींनासुद्धा."

एंडो-सान काहीच बोलले नाहीत. त्यांचं संभाषण संपलं होतं हे स्पष्ट होतं. त्यांनी वाकून एकमेकांना अभिवादन केलं आणि तनाका मागे गर्दीत जाऊन नाहीसे झाले.

"तुम्ही तुमचे वडील, तुमचं कुटुंब यांबद्दल तुम्ही कधी फारसं सांगितलेलं नाही." मी म्हणालो.

"सांगेन एके दिवशी" त्यांचे डोळे अजून तनाकाच्या पाठमोऱ्या आकृतीवर होते. भानावर येऊन त्यांनी घड्याळात बघितलं आणि म्हणाले, "हिरोशी-सानना आणि मला आता निघावं लागेल."

"तुम्हाला माझ्या वडलांच्या भाषणाला मुकावं लागेल. तुम्ही थांबा त्यासाठी. त्यांची भाषणं खुसखुशीतपणाबद्दल प्रसिद्ध आहेत." त्यांचा चेहरा काळजीपूर्वक न्याहाळत मी म्हणालो. मला नको असताना पुन्हा माझ्या मनात पाल चुकचुकली की, खरोखरीच यांना बाँबविषयी माहीत असेल का? आणि मला मळमळायला लागलं.

त्यांनी मान हलवली, "आम्हाला उद्या लवकर ऑफिसमध्ये जावंच लागणार आहे. पण आम्हाला आमंत्रण दिल्याबद्दल धन्यवाद!"

"हिरोशी-सान येणार नाहीत असं मला वाटलं होतं."

"का?"

"माझ्याकडून एकदा त्यांचा अपमान झाला होता." मी त्यांना हेन्री क्रॉसच्या पार्टीत झालेल्या संभाषणाबद्दल थोडक्यात सांगितलं.

एंडो-सान असुरी आनंद झाल्याप्रमाणे हसले. "तू फार खट्याळपणा केलास."

"जपान मलायावर आक्रमण करेल?" मी विचारलं.

"हो." त्यांनी न घुटमळता उत्तर दिलं.

या एका शब्दाने माझं जगच बदललं. रामनाथन म्हणाला त्याप्रमाणे 'आशियातल्या राष्ट्रांच्या उत्कर्षासाठी परस्पर सहकार्य' अशासारख्या गोड शब्दांत घोळून त्यांनी सांगितलं नाही.

"केव्हा?" मी विचारलं.

"मला माहीत नाही, पण ते सगळं झपाट्याने होईल."

त्यांनी समुद्राकडे तोंड केलं, "पण तुला काळजीचं कारण नाही. तू आणि तुझे कुटुंबीय सुरक्षित राहाल, याची मी खात्री देतो; पण तुम्ही सर्वांनी सहकार्य करायला हवं."

"तुम्हाला हे आधीपासून माहीत होतं, हो ना?" मी माझा राग न दाखवण्याचा प्रयत्न करत विचारलं.

त्यांची नजर माझ्या नजरेला भिडली आणि मी एक पाऊल मागे झालो.

"तुम्ही मला शिकवलेल्या त्या उदात्त ध्येयांचं, तुमच्या सेन्सायने तुम्हाला शिकवलेल्या ध्येयांचं काय झालं? प्रेम आणि शांती आणि सुसंवाद? त्यांचं काय झालं?"

त्यांच्याकडे उत्तर नव्हतं. "तुझे आजोबा..." एवढं बोलून ते थांबले. मग म्हणाले, "आम्ही सगळे पूर्वी कसे राहत होतो, हे मी तुला एकदा सांगितलं होतं. ते तुला आठवतं अजून?"

मला आठवलं. आम्ही सर्पमंदिरातून परत आल्यावर किनाऱ्यावर फिरायला गेलो होतो. ओहोटी सुरू झाली होती, त्यामुळे ओल्या वाळूत आमच्या मागे आमच्या पावलांचे ठसे उमटत होते. त्यांनी मला विचारलं होतं, "मी तुला पहिल्यांदा भेटलो तेव्हा तुला काय वाटलं?"

"जणूकाही आपली आधी ओळख होती. एखाद्या समारंभात भेटलो असू असं वाटलं, पण तसं नसणार हे मला माहीत होतं. नाही. काहीतरी वेगळंच वाटलं होतं. काळ आक्रसल्याप्रमाणे."

"आपली खूप खूप पूर्वी ओळख होती, अनेक जन्मांपूर्वी आणि आपण एकमेकांना अनेक जन्म ओळखतोय."

ते थांबून मागे वळले होते आणि आमच्या रेतीतल्या पाऊलखुणांकडे बोट दाखवत म्हणाले होते, "आपण आता वर्तमानात उभे आहोत. ते आपले होऊन गेलेले जन्म आहेत. आपली पावलं काही काही ठिकाणी कशी एकमेकांत मिसळली आहेत ते दिसतंय?" मग पुन्हा वळून त्यांनी पुढे पसरलेल्या कोऱ्या रेतीकडे बोट दाखवलं होतं आणि म्हणाले होते, "आणि हे आहे याच्यापुढचं आयुष्य, पुढचे जन्म. आपली पावलं पुन्हा एकमेकांत मिसळतील."

"तुम्हाला कसं माहीत? इतकी खात्री कशी?"

"मी ध्यान लावलं की, मला दिसतं दृश्य आणि क्षणिक प्रकाश आणि एकदम जाणवणारी भावना. काही कटानाप्रमाणे तीक्ष्ण तर काही जेमतेम जाणवणारी."

"आपल्या आयुष्यांची अखेर कशी झाली?" मी कुतूहलानं विचारलं होतं.

त्यांनी समुद्राकडे दूरवर नजर टाकली होती आणि म्हणाले होते, "दु:खात, अपूर्ण, असमाधानी; आणि म्हणूनच आपल्याला पुन्हा पुन्हा आयुष्य जगावं लागतं – भेटण्यासाठी, आपल्या आयुष्यांचा गुंता सोडवण्यासाठी."

माझा त्यांच्या शब्दांवर विश्वास बसला नव्हता. आपल्या जीवनावर स्वत:चं नियंत्रण नसणं ही कल्पना भयानक वाटली. दुसऱ्याने आधीच लिहून ठेवलेला मजकूर आपण नुसतं नक्कल करण्यासारखं. तो नवेपणा, पुढचं पान उलटायची उत्सुकता आणि उलटल्यावर नव्या पानावर नवं काही लिहिण्याचा उत्साह हे सर्व कुठे होतं त्यात?

पार्टीच्या आवाजांनी मी भानावर आलो. "त्याचा आणि मलायावरच्या आक्रमणाचा काय संबंध?"

"त्याचा अर्थ आपल्याला काहीही बदलता येत नाही. सर्वकाही आधीच ठरलेलं असतं आपल्यासाठी."

"माझा नाही विश्वास बसत यावर." मी म्हणालो.

"आपली भेट झाली तो केवळ योगायोग होता असं तुला वाटतं का? ती इतकी क्षुल्लक गोष्ट मानतोयस का तू?"

मी असाहाय्यपणे मान हलवली, "मला माहीत नाही. मला फक्त एवढंच कळतं की, तुमचा देश माझ्या देशावर हल्ला करणार आहे."

"मलायावरच्या अतिक्रमणाचा अर्थ आपण पुन्हा एकमेकांचे शत्रू बनणार आहोत. आपलं दु:ख भोगणं आणि पापमुक्त होणं हे चक्र पुन्हा सुरू होणार आहे. हेच तुझ्या आजोबांना म्हणायचं होतं."

पाहुण्यांचं हसणं, खिदळणं, ग्लास एकमेकांना भिडवणं हे बघत ते थांबले. "पण तू नेहमी एक गोष्ट लक्षात ठेवलीस, तर मला आवडेल, एकमेकांशी मरेपर्यंत लढलो तरीही." ते म्हणाले, "माझं तुझ्यावर प्रेम आहे आणि मी तुझ्यावर खूप खूप काळ प्रेम केलं आहे हे लक्षात ठेव." त्यांनी हात पुढे करून माझ्या खांद्याला हळुवारपणे स्पर्श केला. ते घराकडे बघत म्हणाले, "ती तुझी खोली का?" आमच्या समोरच्या खिडक्यांकडे भुवई उंचावून त्यांनी विचारलं.

"हो."

"मला बघता येईल?"

एंडो-सानना मी पहिल्यांदाच आमचं घर दाखवत होतो, पण तळमजल्यानंतर

जिन्यावरून वर जाताना मी पूर्वी केलेल्या वर्णनांवरून ते प्रत्येक खोली बरोबर ओळखत होते. आम्ही वर माझ्या खोलीत गेलो. मी खिडक्या उघडल्या. वाऱ्याने जाळीदार पडदे वर उडाले. खाली बँडवर 'मून ग्लो'चं संगीत वाजवत होते. त्यांनी शेल्फांवरच्या पुस्तकांना स्पर्श केला आणि माझ्या जपानी अक्षराची थट्टा केली. ''तुझ्यात सुधारणा होत्येय.'' मी लिहिलेले कागद पुन्हा टेबलावर ठेवत ते म्हणाले. त्यांनी दुसरा एक कागद उचलला आणि हसले. त्यांच्या आवाजातला आनंद मला जाणवला.

''तू मुसाशीच्या चित्राची नक्कल करण्याचा प्रयत्न करतोयस असं दिसतंय.'' ते म्हणाले. मी त्यांच्या खांद्यावरून ते कोणतं चित्र आहे ते बघण्याचा प्रयत्न केला. ते बोधिधर्मोचं चित्र होतं. आजोबांनी त्याच्या आणि त्या विस्मृत सम्राटाबद्दल सांगितलेल्या गोष्टीने मला बराच काळ झपाटलं होतं.

''कुठलं मुसाशीचं चित्र?'' मी विचारलं.

''माझ्या घरी आहे ते, दारुड्याचं!'' ते म्हणाले.

''नाही.'' मी म्हणालो, ''हे चित्र एक चिनी भिक्कू बोधिधर्मो याचं आहे. ज्याने जागं राहण्यासाठी आपल्या पापण्या कापून टाकल्या होत्या. माझ्या आजोबांनी त्याची गोष्ट मला सांगितली.''

''फिलिप, त्या दान्हीही एकच व्यक्ती आहेत.'' ते म्हणाले.

एका क्षणात माझ्या लक्षात आलं की, एंडो-सानने नक्कल केलेल्या चित्राचीच मीसुद्धा नकळत नक्कल केली होती आणि क्षणभर, सर्व गोष्टी, सर्व लोक आणि सर्व काळ हे काही ना काही प्रकारे कसे जोडलेले असतात हे मला उमजलं. सूर्यापेक्षाही जास्त तेजस्वी अशा सोनेरी प्रकाशाने माझी खोली भरून टाकली आणि सगळं इतकं स्वच्छ, स्पष्ट वाटत होतं की, एक नि:श्वास टाकून मी डोळे बंद केले नि हृदयाच्या आठवणीत ते साठवण्याचा प्रयत्न केला. मला अगदी शांत वाटत होतं, सर्वव्यापक ज्ञानात मी वरवर चढू लागलो. मला सर्वकाही दिसलं, आरंभापासून अखेरपर्यंत आणि मग पुन्हा एका नव्या आरंभाकडे आणि एका युगाइतक्या वाटणाऱ्या क्षणानंतर ते नाहीसं झालं – ती पूर्ण स्पष्टता, पूर्ण समाधान. त्या वेळी मला कल्पना नव्हती, पण ते मी उरलेलं आयुष्यभर शोधणार होतो आणि त्यात मला यश येणार नव्हतं.

एंडो-सान माझ्याकडे निश्चल दृष्टीने बघत होते, ''सातोरी, साक्षात्कार!'' ते कुजबुजले.

मी एंडो-सानना निरोप द्यायला गेलो नाही, पण पाहुण्यांमध्ये फेरी मारली. त्यांचे चेहरे, त्यांचे हावभाव, हालचाली... माझ्या खोलीतल्या अनुभवांवर मला हे सर्व विचित्र आणि थंड वाटत होतं. लवकरच झपाट्याने सर्व काही बदलणार आहे याची त्यांना अजिबात कल्पना नव्हती.

लकी फॉर्च्यून कॅनिंग फॅक्टरीचा मालक रॉबर्ट लो याला शँपेन चढली होती आणि त्या भरात तो चायनीज चेंबर ऑफ कॉमर्सच्या जपानविरोधी अर्जावर सह्या करणाऱ्यांची नावं वर्तमानपत्रात छापल्याबद्दल 'संपादक मंकी हारग्रीव्ह्ज'ला शिव्या देत होता. मंकीलासुद्धा तेवढीच चढलेली होती. त्याने लोला एक फटका मारला आणि दोघंही खाली पडले. इतर पाहुणे मागे सरून त्यांना जागा करून देत होते. त्या दोघांच्या मारामारीतून ते सगळेच आपल्या भावना व्यक्त करत होते हे मला माहीत होतं; पण मी इतका थकलो होतो की, मी त्यांची दखल घेतली नाही.

एक जपानी फोटोग्राफर या मारामारीचे फोटो घेत होता. त्याच्यावर एका चिनी व्यापाऱ्याने हल्ला केला आणि मारामारीचं लोण पसरून वाईट परिस्थिती निर्माण झाली. आणखी चिनी आणि जपानी लोक दोन्ही बाजूंना मिळून तुंबळ मारामारी सुरू झाली. लोक ओरडू लागले आणि अशा परिस्थितीत मी काय करावं याचा मी विचार करत होतो. एवढ्यात बंदुकीच्या बारचा आवाज आला.

सर्व जण थांबले. शांतता पसरली. ते कुठे बघत आहेत ते बघून मी मागे वळलो. बाल्कनीमध्ये, खालून येणाऱ्या प्रकाशझोतात पांढऱ्याशुभ्र स्कर्टमधली इझाबेल उभी होती. तिच्या हातात तिची विंचेस्टर रायफल होती. ती ओरडली, ''बस्स करा! माझ्या वडलांची पार्टी तुम्हाला उधळायची आहे का?''

मी हसलो! माझ्यातला तणाव पूर्णपणे नाहीसा झाला होता. कोणीतरी तिचा फोटो घेतला त्या वेळी फ्लॅशबल्ब उडाला. आजोबांनी टाळ्या वाजवायला सुरुवात केली आणि मग सर्व जण टाळ्या वाजवू लागले. बँडने संगीत पुढे सुरू केलं आणि वेटरने येऊन कचरा साफ केला.

''तुला चढली आहे काय?'' कोनने माझ्यामागून येत मला विचारलं, ''तू जरा हरवल्यासारखा दिसतोयस.''

''मला तसंच वाटतंय.'' मी म्हणालो. तो भेटल्याने मला आनंद झाला होता. ''तुझे वडील कुठे आहेत?''

टोके यीप आजोबांशी बोलत उभे होते, तिकडे त्याने बोट दाखवलं.

''ते दोघं मित्र आहेत?'' मी विचारलं.

''ग्रेट वॉरपूर्वी त्यांची हाँगकाँगमध्ये भेट झाली होती.''

''म्हणजे आपण एकाच कुटुंबातल्यासारखे आहोत.'' मी म्हणालो आणि पुन्हा मला तो माझ्या खोलीतल्या साक्षात्काराचा क्षण आठवला आणि सर्व जण एकाच सूत्रात कसे जोडलेले आहेत याचा प्रत्यय आला. ''बाँबची सूचना दिल्याबद्दल थँक्स! तू माझ्या वडलांचा आणि इतरांचाही जीव वाचवलास. मी हे कधीही विसरणार नाही.''

''मीसुद्धा विसरणार नाही.'' कोन म्हणाला, ''माझ्या वडलांनी तुला सांगायला

सांगितलं आहे की, आम्ही काही दिवस मिस्टर हटनवर लक्ष ठेवू. त्यांच्या सुरक्षिततेची काळजी घेऊ.''

मी त्याच्याकडे एक दीर्घ नजर टाकली. त्याच्या, आमच्या भविष्याविषयी मला जरा काळजी वाटत होती, ''मला आज असं समजलं आहे की, जपानी सैन्य लवकरच मलायात उतरणार आहे.''

''मला माहीत आहे.'' तो म्हणाला, ''त्यावरून मला तुला एक विचारायचं आहे,'' आजूबाजूला कोणी नाही याची खात्री करून तो पुढे म्हणाला, ''तू काय ठरवलं आहेस? एजकूम्बच्या योजनेबद्दल?''

मी मान डोलवली. आमचा दोघांचा निर्णय एकच असेल का, असा विचार माझ्या मनात येऊन गेला. गेले एक-दोन आठवडे मी त्यावर विचार करत होतो. एक-दोनदा तर एंडो-साननाही विचारावं असं वाटून गेलं; पण ते शक्य नव्हतं हे मला माहीत होतं. मला त्यांना अडचणीत आणायचं नव्हतं. त्यांच्या देशाने मलायावर आक्रमण केलंच, तर त्यांना 'फोर्स-१३६'बद्दल सांगणं त्यांचं कर्तव्य झालं असतं. तसं न करणं देशद्रोह झाला असता आणि सांगितलं असतं तर माझा विश्वासघात झाला असता. आज त्यांचे शब्द ऐकून मी त्यांना सांगितलं नाही, हे बरं झालं असं वाटून माझ्या ओठावर कडवट हसू आलं. त्याच वेळी मी त्यांच्यापासून एक गुपित ठेवलं आहे याचा खेदही झाला. बदल झाला होता आणि तो मला नकोसा होता.

''त्याला सामील व्हावं असं तुला वाटतं का?'' मी विचारलं.

''मी त्यासाठी अगदी योग्य आहे आणि तूसुद्धा. जिवंत राहण्यासाठी आवश्यक ती कौशल्यं आहेत आपल्याजवळ.''

''तनाका-सानच्या लोकांच्या विरुद्ध जायला तुला कसं वाटेल?''

''मला माझ्या सेन्सायबद्दल खूप आदर आणि प्रेम आहे, जसा तुला तुझ्या सेन्सायबद्दल आहे; पण युद्ध होणारच आहे. जपान्यांनी जे चीनमध्ये केलं तसंच ते इथेही करणार असतील, तर माझ्या घराचं रक्षण करण्यासाठी मी काहीही करेन. तसं करणंच योग्य होईल. तनाका-सान हे समजून घेतील याची मला खात्री आहे आणि त्यामुळे आमच्या नात्यात कोणताही बदल होणार नाही. येणाऱ्या युद्धात त्यांचा कोणताही सहभाग नाहीये.''

मलाही एंडो-सानबद्दल हेच म्हणता आलं असतं की, त्यांचा युद्धात काहीही सहभाग नसता, तर किती बरं झालं असतं! पण त्यांनी आजच रात्री त्यांना जे सत्य माहीत होतं ते, त्यांचा खरा हेतू मला सांगितला होता.

''तू सामील व्हायला तयार होशील अशी मला आशा आहे.'' कोन म्हणाला, ''आपण आम्हाला एकाच तुकडीत घाला असं सांगू शकू.''

“सांगता येत नाही. मला विचार करायला वेळ हवा.” मी म्हणालो, “ती एवढी चांगली कल्पना नाही असं मला वाटतं. मला इथेच राहून माझ्या कुटुंबाची काळजी घेतली पाहिजे.” मी हे बोललो तेव्हाच मला तसं आतून वाटलं. कदाचित मला आधी जो साक्षात्कार झाला त्याचा एक भाग म्हणून असेल, पण मी जे सांगितलं की माझ्या कुटुंबाला मी त्यांच्याजवळ असण्याची गरज होती, ते खरं होतं.

“ठीक आहे. मी एजकूम्बला अजून कळवत नाही.” तो म्हणाला आणि त्याने हात पुढे केला. तो मी हातात घेतला नि घट्ट दाबला. त्याला माझ्या मनातली भीती, घालमेल यांची कल्पना आली नि तो म्हणाला, “मित्रा, धीर धर. मजबूत राहा. आपल्याला सर्वांनाच तसं राहायला लागेल, लवकरच.”

तो त्याच्या वडलांकडे गेला. आम्ही दोघंही तेव्हा अठरा वर्षांचे होतो.

नोएल हटन आधीच गर्दी असलेल्या स्टेजवर गेले आणि बँडने संगीत संपवलं. त्यांनी गायकाच्या हातातून मायक्रोफोन घेतला नि म्हणाले, “आपण सर्व आलात, त्याबद्दल धन्यवाद.”

गर्दीचा गोंगाट हळूहळू बंद झाला. काही जणांनी टाळ्या वाजवल्या. “आज मला हे भाषण करणं अशक्यच झालं असतं. त्याचं कारण मी सांगू शकत नाही. आपल्या आमंत्रणपत्रिकांवर असं म्हटलं होतं की, आजची रात्र माझा मुलगा विल्यम, जो नेव्हीत दाखल झाला आहे, त्याच्यासाठी आहे; पण त्या व्यतिरिक्त आणखी काही कारणंही आहेत. ही रात्र आपणा सर्वांसाठीसुद्धा आहे. आपली मुलं, भाऊ, वडील, मित्र-मैत्रिणी जे जे सैन्यात दाखल झाले आहेत त्यांच्यासाठीसुद्धा आहे. त्यांपैकी काही जणांना आधीच जगाच्या पाठीवर कुठे कुठे पाठवण्यात आलं असेल आणि म्हणून ते इथे आपल्याबरोबर नाहीत. आपण प्रार्थना करू या की, ते सुरक्षित राहतील नि लवकर परत येतील.”

लोकांनी टाळ्या वाजवून आणि ग्लासांवर सुऱ्या आपटून आपली सहमती दर्शवली.

“आजची रात्र आपल्यापैकी त्यांच्यासाठीसुद्धा आहे, जे मागे राहून देशाचा आर्थिक कारभार चालू ठेवतील, आपलं मनोधैर्य वाढवतील. आपले कुटुंबीय पेनांगच्या रस्त्यांमध्ये, आपल्या मळ्यांमध्ये, आपल्या घरांमध्ये मुक्तपणे, कोणतंही दडपण न राहता वावरू शकतील, अशा दिवसांची तयारी करत राहतील.”

त्यांच्या नजरेने गर्दीत मला टिपलं. माझ्याकडे बघून एक डोळा मिचकावत ते म्हणाले, “आणि आता माझे कुटुंबीय मिस्टर खू यांच्याकडून ही भेट.”

पाच झगझगीत अग्निबाण आमच्या वर आकाशात गेले, जणूकाही दुसऱ्या दिवशीचा प्रकाश खाली यावा म्हणून आकाश फाडणाऱ्या तलवारीच! ते वरवर

जात राहिले, जणूकाही चांदण्यांमध्ये त्यांना आपली जागा घ्यायची होती. शेवटी गती मंदावत ते आकाशात थांबले आणि तिथे त्यांचा स्फोट होऊन त्यातून असंख्य अग्निफुलांची कारंजी उडाली, एका ठिणगीतून दुसरी निघत होती, फुटत होती. या आतषबाजीने पाहुण्यांचे आकाशाकडे वळलेले चेहरे उजळून निघाले. लोकांनी टाळ्या वाजवून, शिट्ट्या वाजवून, ओरडून आनंद व्यक्त केला.

त्याच क्षणी मला माझ्या पोटाने सांगितलं की, तू पूर्ण संध्याकाळभर काहीही खाल्लेलं नाहीस. मी मागे वळलो एवढ्यात मागून कोणीतरी आल्याचं मला जाणवलं.

''म्हाताऱ्याची झोपेची वेळ झालीये.'' आजोबा म्हणाले.

''तुम्ही मला याबद्दल सांगितलं नाही.'' मी आकाशाकडे बोट दाखवीत म्हणालो.

''तुला सरप्राईज!'' त्यांच्या चेहऱ्यावरील आनंद लपत नव्हता.

''थँक यू.'' मी म्हणालो. माझे आभार फक्त आतषबाजीसाठीच नव्हते, हे त्यांच्या लक्षात यावं असं मला वाटलं.

त्यांनी माझ्या शब्दांचा अर्थ सहज जाणला. ''मला तुझे भाऊ आणि बहीण आवडले. इंग्रजांमध्ये दिसणारा शिष्टपणा नाही त्यांच्यात आणि मला एकदम तीन नातवंडं मिळाली.''

''नातवंडं असणं इतकं महत्त्वाचं आहे का?'' चिनी लोक नातवंडं असण्याला फार महत्त्व देतात हे मला माहीत होतं. कारण नाहीतर त्यांच्या थडग्यांची काळजी कोण घेईल आणि पुढच्या जीवनात कामी यावं म्हणून अन्न नि कागदी पैसे कोण ठेवेल? पण मला त्यांचं मत ऐकायचं होतं.

''तू उद्या मला भेटशील का? मी तुझ्या मेऽइ मावशीच्या घरी उतरलोय.''

''हो.'' त्यांनी आताच उत्तर द्यावं हा आग्रह धरण्याचा काही उपयोग नव्हता हे मला माहीत होतं. ते त्यांच्या पद्धतीने केव्हातरी सांगणार होते, हे नक्की!

''दुपारच्या आधी ये.'' असं म्हणून ते वळले आणि घरात गेले.

२१

सूर्याची उष्णता माझ्या बिछान्यावर पुढे पुढे येत माझ्या डोळ्यांवर आली आणि समुद्रपक्ष्यांच्या चीत्कारांनी मला जाग आली. पार्टी केव्हा संपली ते काही मला आठवत नव्हतं. मी झोपलो तेव्हा पहाटेचे दोन वाजले होते एवढंच आठवत होतं. मी आता घड्याळात बघितलं – सकाळ होऊन बराच वेळ झाला होता.

मी उठलो, आळोखेपिळोखे दिले आणि बाहेर बाल्कनीत गेलो. खालच्या डच फरशांवर पाय भाजत होते. लॉनचा उकिरडा झाला होता. खेळून झाल्यावर टेबलावर टाकलेल्या पत्त्यांप्रमाणे खुर्च्या इतस्तत: पडल्या होत्या. मांडवाच्या पताका वाऱ्यात फडफडत होत्या. वाऱ्यामुळे ग्लासेस एकमेकांवर आपटत होते. समुद्र इतका चकाकत होता की, त्याला रंग असा नव्हताच; नुसता चमकणारा मोठा कागदच पडला आहे की काय असं वाटावं!

किचनमध्ये मिंग न्याहारीची तयारी करत होती. ती माझ्यासाठी चहा बनवू लागली.

"फार छान झाली पार्टी!" मला चहाचा कप देत ती म्हणाली. "मी आमच्या गावी असं काही बघितलेलंच नाही."

"थँक यू. ते काम तू करायची गरज नाही. बाई करेल." ती टेबल आवरू लागलेली पाहून मी तिला म्हणालो, "तुझं लग्न कधी आहे?"

तिच्या होणाऱ्या नवऱ्याचे विचार तिच्या मनात आले असावेत; तिच्या मोठ्या स्मितामुळे तिचे डोळे जवळजवळ दिसेनासेच झाले. "आम्ही अजून ज्योतिषिणीला विचारलेलं नाही. ती आम्हाला एक चांगली तारीख देईल. तुमची इच्छा असेल, तर तुम्हाला आमंत्रण पाठवू."

"इच्छा आहे." मी स्मित करत म्हणालो, "कोणत्याही ज्योतिषाला विचारा, फक्त त्या सर्पमंदिरातल्या बाईला नको."

"का? तिला का नको?" आश्चर्याने भुवया वर करत तिने विचारलं. "ती सबंध

मलायात सर्वांत उत्तम समजली जाते. सयाम, ब्रह्मदेश इतक्या दुरून लोक येतात तिला विचारायला.''

''माझ्यावर विश्वास ठेव. मी खात्री देतो.''

''ठीक आहे आणि हो, मी विसरलेच होते. तुमचे आजोबा तुम्हाला न्यायला गाडी पाठवणार आहेत.''

''मग त्यांना तिष्ठत ठेवणं बरं नाही.'' मी उठत म्हणालो, ''चहाबद्दल आभार. तुझ्या लग्नाच्या आमंत्रणपत्रिकेची वाट बघेन.''

चायना स्ट्रीटला जिथे रस्ता मिळतो तिथे क्वान यिन टेंगपाशी कार थांबली. क्षमेच्या देवतेच्या देवळाच्या पटांगणात निळी-जांभळी कबुतरं, उदबत्त्या विकणारे, फुलांची दुकानं आणि दर्शनाला आलेल्या भाविकांची गर्दी होती. शेकडो उदबत्त्यांपासून निघणाऱ्या धुराच्या पडद्यामुळे देऊळ पुसट होत जाणाऱ्या आठवणींसारखं वाटत होतं; एका क्षणी वाऱ्याने धूर बाजूला झाला की, स्पष्ट दिसायचं तर पुन्हा धुराने जोर केला की पडद्याआड जायचं. आम्हाला धुराने भरलेल्या आतल्या भागात जायचं आहे असं मी समजून चाललो होतो, पण आजोबा म्हणाले, ''आपण पुढे जाऊ या.''

रस्त्यावरचं वातावरण डोळ्यात साठवत ते धीम्या गतीने चालू लागले. डाव्या बाजूला एक हिंदू देऊळ गेलं. त्याच्या प्रवेशद्वारावर नि गोपुरावर देवादिकांच्या दगडात कोरलेल्या आणि भडक रंगात रंगवलेल्या मूर्ती होत्या. पुजारी वाजवत असलेल्या छोट्या घंटांचा आवाज बाहेर येत होता. फेरीवाले त्यांच्या मालाने लादलेल्या हातगाड्या आणि सायकली ढकलत आणि आरोळ्या देत आमच्या बाजूने पुढे किंवा उलट्या दिशेने जात होते. कॅम्बेल स्ट्रीटला आल्यावर रस्ता जरा अरुंद झाला. तिथून आम्ही कॅनन स्ट्रीटवर आलो. दुकानांपुढच्या पाच फुटी जागेत मुलं खेळत होती, वृद्ध पुरुष आणि स्त्रिया लाकडी स्टुलांवर आपापल्या नातवंडांवर लक्ष ठेवत जगाचंही निरीक्षण करत बसल्या होत्या. घरांच्या पहिल्या मजल्यांच्या भिंतीतून रोवलेल्या बाबूंवर वाळत घातलेल्या कपड्यांमुळे रस्त्यावर ऊन आणि सावलीचे पट्टे तयार झाले होते.

''आपण एखाद्या किल्ल्यातल्या चक्रव्यूहातून चाललोय असं वाटतं आहे नाही?'' मी विचारलं.

''हा किल्लाच आहे. रस्त्यांच्या चक्रव्यूहाचा वापर करून खुबीने लपवलेला. या भागाला फक्त एकच मोठं प्रवेशद्वार आहे. मी तुला बाजूच्या छोट्या दरवाजातून आणलं. तू 'खू' लोकांच्या गल्ल्या-बोळांमध्ये आहेस.''

मी या भागात कधीच आलो नव्हतो. हा बेटावरल्या चिनी भागाचा मध्य होता आणि मला पूर्णपणे नवा होता. माझं आतापर्यंतचं सगळं आयुष्य युरोपीय मुलांमध्ये

गेलं होतं; पण कोपऱ्यावरच्या दुकानातली बाई जे ओरडून बोलली ते किंवा चोर-पोलीस खेळणाऱ्या मुलांनी परस्परांना आईवरून दिलेल्या शिव्या मी समजू शकत होतो. ती थोडीशी बेचैन करणारी भावना होती; जणूकाही मी दीर्घकाळ झोपेत होतो आणि आत्ताच जागा होत होतो. भाषा कळत होती, पण तिच्यामागच्या जीवनपद्धतीचं ज्ञान नव्हतं.

पहिल्या मजल्यावर असलेल्या एका लाकडी दुकानाच्या खालून गेल्यानंतर आम्ही एकदम उजेडात आलो. दगडी पटांगणात मध्यभागी अशी एक इमारत होती की जणूकाही ती चिनी पुराणकथांमधून आणली आहे असं वाटावं.

''ती इमारत काय छान दिसत्येय!'' मी म्हणालो, ''काय आहे ते?''

''ते लिओंग सान योंग (सर्पाचं टेकडीवरील देऊळ) आहे. खूंच्या कुळसंस्थेने ते बांधलेलं आहे.''

कुळसंस्था म्हणजे काय ते त्यांनी मला समजावून सांगितलं. प्रत्येक चिनी माणूस हा कोणत्या ना कोणत्या घराण्याचा असतो. बहुतेक त्याच्या मूळच्या खेड्यावरून किंवा त्याच्या कुटुंबाच्या नावावरून त्याचं घराणं कळतं. जिथे चिनी लोक चीनबाहेर स्थायिक झाले तिथे त्यांनी अशा संघटना स्थापन केल्या. त्या संस्थांचा उद्देश त्यांच्या सभासदांना संरक्षण देणं, आपासातले तंटे सोडवणं आणि आपल्या समाजाच्या कल्याणासाठी योजना राबवणं हा होता. या संघटना आपल्या समाजाच्या मुलांना शिक्षण देणं, वैद्यकीय मदतीची व्यवस्था करणं आणि मृतांच्या अंत्यविधीची सोय करणं ही कामंही करायच्या. प्रत्येक संघटना धार्मिक उत्सवांचं आयोजन करायची. स्थावर मालमत्ता आणि व्यापार-उद्योगात गुंतवणूक करायची आणि त्यातून त्यांना त्यांचे विविध कार्यक्रम करण्यासाठी लागणारा पैसा उपलब्ध व्हायचा.

''मी जेव्हा मलायात आलो तेव्हा सर्वांत आधी इथे आलो. मी इथल्या थोरामोठ्यांचा सल्ला घेतला आणि त्यांनी देऊ केलेलं साहाय्य कृतज्ञतेच्या भावनेने स्वीकारलं. या देवळाच्या सभोवारची मालमत्ता देवळाची आहे. आपल्याला भेटलेल्या बहुतेक सर्व लोकांचं आडनाव एकच आहे. इथे दुसरा कोणी राहणार नाही.''

देवळाच्या दाराच्या बाजूंना असलेल्या रक्षणकर्त्या दगडी सिंहांना मी जाता जाता थोपटलं.

''तुला ते पटांगण आठवतं? मी तुला सांगितलं होतं ते – जे ओलांडून मी आणि माझे वडील 'फरबिडन सिटी'त म्हणजे प्रतिबंधित नगरात गेलो होतो ते? या पटांगणाकडे पाहून मला त्याची आठवण झाली. फक्त हे खूप लहान आहे.'' आजोबा म्हणाले.

अनेक थर असलेलं देवळाचं छप्पर कोपऱ्यांनी वर उचललेलं होतं. शिखांच्या

मिशांप्रमाणे कोरीव पुतळे, ड्रॅगन्स, फिनिक्स पक्षी, मुली, पुराणातले वीर, देवदेवता, पऱ्या, संत, जनावरं, झाडं, राजवाडे अशी नाना प्रकारची कोरीवकामं नाजूकपणे केलेली, चिनी मातीच्या बाहुल्यांमध्ये दाखवतात तसे बारकावे असलेली – भुवया, कपड्यांमधल्या चुण्या, ड्रॅगनवरचे अगदी लहान लहान खवले असं बरंच कोरीवकाम असलेली नक्षी वरून आमच्याकडे बघत होती.

छपराच्या पुढे आलेल्या छज्जामध्ये आणखी कोरीवकाम होतं. ते तसंच खांबांवर वाढवून खालपर्यंत नेलं होतं. जणू खोलात खोल महासागरात शेकडो वर्षं बुडवून एखाद्या पौर्वात्य अॅटलांटिसप्रमाणे पोवळी आणि सागरी वनस्पतींसकट बाहेर काढलेली इमारत! पण तरीही ती इमारत या देवळावरच्या रंगीत कोरीवकामापुढे फिकीच वाटली असती. वर्षानुवर्षं जाळलेल्या उदबत्त्या आणि मेणबत्त्यांच्या धुराने आणि लोटलेल्या काळामुळेसुद्धा काळ्या झालेल्या तुळयांना ठिकठिकाणी टांगलेल्या, लाल अक्षरांची वेलबुट्टी असलेल्या गोल कंदिलांचे गोंडे उष्णतेमुळे मंद हलत होते.

आम्ही पायऱ्या चढून वर गेलो नि उदबत्त्यांचा वास येत होता त्या दिशेने उदासवाण्या गाभाऱ्यात गेलो. पाकोळ्या आत-बाहेर करत होत्या.

एका वयस्क पुजाऱ्याने आमचं स्वागत केलं. त्याला पोक आलेलं होतं, सुरकुतलेल्या चेहऱ्यावरच्या जाड, काळ्या चष्म्यातून तो माझ्याकडे नि:संकोचपणे टक लावून बघत होता. बहुतेक चिनी न दिसणारा मी तिथे कसा हा प्रश्न त्याला पडला असावा.

''व्वा, मिस्टर खू!'' त्याने आजोबांचं स्वागत केलं आणि आजोबांनी पुढे केलेलं 'आंग पो' म्हणजे पैशांचं लाल पाकीट आनंदाने स्वीकारलं.

''मिस्टर खू!'' आजोबांनी त्याला अभिवादन केलं.

आम्ही मुख्य मंडपात उभे होतो. वर मोठ्या डोळ्यांनी आमच्यावर नजर ठेवणारे देव होते, पण आमच्यावरती टांगलेल्या उदबत्त्यांच्या धुराने त्यांची चकाकी कमी झाली होती. आजोबा म्हणाले, ''मी तरुण असताना 'फरबिडन सिटी'मध्ये या जागेला फारसं महत्त्व दिलं गेलं नसतं.'' मी मात्र वर दिसणारे वटारलेले क्रुद्ध डोळे, अंगावर येणारं त्रिशूळ आणि उगारलेल्या रुंद पात्याच्या तलवारींचे वार टाळण्याच्या प्रयत्नात होतो.

''जुनी माणसं सांगतात की, हे देऊळ काहीच नाही. मूळ देऊळ याच्याहून भव्य आणि सुंदर होतं; पण ते जाळून टाकलं.''

''कोणी जाळलं?''

''ते कोणालाच माहीत नाही; पण असं म्हणतात की मूळ इमारतीचं सौंदर्य आणि श्रीमंती थाट यांमुळे देव रागावले. म्हणून त्यांनीच ते नष्ट केलं.'' ते वेदीच्या टोकापर्यंत चौथऱ्यावरून बोट फिरवत गेले. त्यामुळे हवेत उडणारी धूळ धुराप्रमाणे

दिसत होती. भिंती, छप्पर, खांब, तुळया, दारं, खिडक्या सर्वांवर, सर्वत्र कोरीवकाम, पुतळे, चित्रं, लिखाण होतं.

दुसरा एक पुजारी आमच्याकडे आला.

''मिस्टर खू,'' तो आजोबांना म्हणाला.

''मिस्टर खू, हा माझा नातू.'' आजोबा म्हणाले. या पुजाऱ्याने त्याला वाटणारं कुतूहल पहिल्या पुजाऱ्यापेक्षा जास्त सफाईने लपवलं होतं.

या पुजाऱ्याने पूर्वजांचा कक्ष दाखवला, त्यातल्या छतापर्यंत ठेवलेल्या आमच्या पूर्वजांच्या राखेच्या डब्या दाखवल्या. शेजारच्या खोलीत एक भिंत चौकोनी संगमरवरी फरशांनी भरली होती. फरशांवर चिनी भाषेत आणि आश्चर्य म्हणजे काही ठिकाणी इंग्रजीतसुद्धा नावं लिहिलेली होती. बऱ्याच नावांपुढे त्या माणसांच्या पदव्यासुद्धा होत्या. मला त्या यादीत काही एम.डी., अनेक डॉक्टर, काही एल.एल.बी. आणि एक क्यू.सी. (क्वीन्स क्रॉस – इंग्लंडच्या राणीने दिलेला मान) सुद्धा दिसले.

''हे सगळे खू आहेत. मीही माझं नाव तिथे घालून घेतलं आहे. ते बघ.'' त्यांनी बोट दाखवलं तिकडे मी बघितलं. ''माझ्या नावाखाली आहे ते तुझ्या आजीचं, त्याखाली तुझ्या मावशीचं, नंतर तुझ्या आईचं आणि त्याच्या खाली आहे ते तुझं नाव.'' त्यांनी आमच्या नावाला 'खू' जोडलं होतं – खू-हटन. मला कुणीतरी आधी अर्ध्यात दुभागून नंतर पुन्हा जोडल्याप्रमाणे वाटलं. मधली जोडखूण जपानी भाषेसारखी होती आणि नंतर मला कळलं की चिनी भाषेतसुद्धा ती तशीच असते. पुन्हा एकदा मला एकमेकांना जोडलं जाण्याचा अनुभव, जसा आदल्या दिवशीच्या रात्री माझ्या खोलीत आला, तसा आला. ओझरताच, पण पहाटेच्या दवाप्रमाणे जागं करणारा.

''तुला जेव्हा हरवल्यासारखं वाटेल, या जगात किंवा काळाच्या प्रवाहात कधीही, तेव्हा तू कोण होतास याची आठवण कर म्हणजे तुला तू कोण आहेस ते कळेल. हे सगळे लोक म्हणजे तूच होतास आणि तू म्हणजे तेच आहेत. तुझ्या जन्मापूर्वी मी तू होतो आणि मी गेल्यावर तू मी होशील. हाच कुटुंबाचा अर्थ.''

त्यांनी माझे हात हातात घेतले नि म्हणाले, ''मी तुला मागे जी गोष्ट सांगितली ती आणि हे देऊळ, तुला शिकवण्याजोगं माझ्याकडे एवढंच आहे.''

मी त्यांच्यापुढे मान झुकवली. त्यांनी ज्या प्रकारे माझं पुनर्नामकरण केलं होतं त्याने मी भारावून गेलो होतो.

''मिस्टर एंडो हे मनाचे फार चांगले आहेत; पण जे काही घडतं आहे त्यामुळे ऐहिक जगाच्या मायेमुळे तेही गोंधळलेले आहेत. त्यामुळे त्यांना मार्ग सापडत नाहीये.''

''ते कुठे चालले आहेत?'' मी विचारलं.

आजोबा क्षणभर जरा दु:खी दिसले. ''त्यांना घरी जायचं आहे, आपल्या सर्वांप्रमाणेच.''

'घरी' याचा अर्थ एंडो-सानचं जपानमधलं समुद्राकाठचं गाव नाही एवढं आता मला समजायला लागलं होतं.

''पण ते हरवलेले आहेत आणि तू तरुण असल्यामुळे त्यांना घरी नेण्याची जबाबदारी आता तुझ्यावर आहे.''

आजोबांना एंडो-सानविषयी एवढी माहिती कशी असा प्रश्न मला अनेकदा पडायचा, कारण त्यांचं म्हणणं पूर्णपणे बरोबर होतं. त्याचं उत्तर शोधताना मला त्यांनी सांगितलेली गोष्ट पुन:पुन्हा आठवायची – त्या काळातल्या राजवाड्यातल्या त्यांच्या जीवनाबद्दलची. 'फरबिडन सिटी' म्हणजे 'बंदी असलेलं शहर'. बंदी कशाची आणि कोणाला? त्याच्या दारावरचे पहारेकरी हात वर करून काळाला थांबवू शकत होते का? त्या भिंतींच्या आत ते काय शिकले? लोकांच्या स्मरणात नसतील, काळाच्या स्मरणात नसतील अशा त्या खोल्यांमध्ये त्यांनी काय बघितलं?

पार्टीनंतरचे दिवस संथपणे जात होते, दिशाहीन स्थितीत. विल्यम जाण्याची तयारी करत होता, आपला कॅमेरा आणि फोटोग्राफीचं साहित्य सामानात घालत होता तेव्हा, किंवा आम्ही बागेत बसून बर्फ घातलेला चहा घेत गप्पा मारत होतो तेव्हा किंवा तलावात पोहत असताना हे सर्व लवकरच संपणार आहे असं कुठेतरी वाटायचं. विल्यमला त्याची एच.एम.एस. प्रिन्स ऑफ वेल्सवर नेमणूक झाल्याचं पत्र आलं होतं आणि तो जाण्याचा दिवस येणार म्हणून आम्ही वाट बघत होतो, तो दिवस येणारच नाही या आशेने.

आजोबा मावशीकडे उतरले होते. ते जवळजवळ रोज यायचे. आमचं सर्वांचं त्यांच्याशी छान जमायचं; अगदी एडवर्डचंसुद्धा. त्याचा वडीलकीचा तोरा तो त्यांच्यापुढे चालवू शकत नव्हता. स्थानिक लोकांपेक्षा युरोपीय लोक वरच्या दर्जाचे आहेत असा एडवर्डचा प्रामाणिक समज होता. त्याच्या अशा समजांना धक्का लागलेला बघताना मला आनंद होत असे. मीसुद्धा इतकी वर्षं अशाच चुकीच्या समजुती घेऊन जगलो होतो. त्या चुकीच्या आहेत याची जाणीव जसजशी होत गेली तसा माझ्या मनातला आजोबांबद्दलचा आदर वाढत गेला. एका बाजूला मला एडवर्डची कीव यायची : माझे आजोबा त्याचे कोणीच नव्हते आणि त्यामुळे तो त्यांचं काहीच देणं लागत नव्हता; पण माझ्या एका भागाला – आईकडून आलेल्या भागाला – असं वाटे की, केवळ आजोबांचं वय बघता, त्यांचा मान राखायलाच हवा, त्यांच्याविषयी आदर दाखवायलाच हवा.

आजोबांना न्यायला त्यांचा ड्रायव्हर यायच्या वेळेस थोडं आधी आजोबा मला त्यांच्याबरोबर समुद्रावर फिरायला घेऊन जात आणि तो थोडा वेळ आम्ही दोघंच असायचो. लवकरच ते क्षण जपून ठेवावेत असं मला वाटू लागलं.

"मी लवकरच इपोला परत जाणार आहे." एके दिवशी दुपारी आम्ही समुद्रावर उभे राहून एंडो-सानच्या बेटाकडे बघत होतो तेव्हा ते म्हणाले, "पण पुढे मला इथे जास्त दिवस यायला आवडेल."

"मेऽइ मावशीचं घर लहान वाटत असेल, तर तुम्ही आमच्याबरोबर राहा."

त्यांनी मान हलवली, "प्रत्येक माणसानं आपापल्या घरीच राहावं. विशेषत: तो माझ्यासारखा चक्रम असेल तर नक्कीच. माझं आर्मेनियन स्ट्रीटवरचं घर पुन्हा उघडायचा माझा विचार आहे."

"तुमचं इथे घर आहे?" मी विचारलं. मावशीच्या बोलण्यात हे पूर्वी कधीही आलं नव्हतं.

"होय. माझं मलायातलं पहिलं घर. माझ्या खाणींना जवळ पडेल म्हणून आम्ही इपोला गेलो, त्याआधीचं. ते मी कधीच विकलं नाही."

"मग आईने माझं मधलं नाव आर्मेनियस ठेवून तुम्हाला तेव्हाच क्षमा केली आहे." तिने ठेवलेलं हे नाव मला अजिबात आवडत नसे; विचित्र वाटायचं. मी लहान असताना वर्गातल्या मुलांनी नावावरून केलेली माझी टिंगल मला अनेक वर्षं सहन करावी लागली होती. ते मला 'व्हर्मिनस (किडका) आर्मिनियस' म्हणून चिडवायचे आणि आपण मोठा विनोद करत आहोत असं त्यांना वाटायचं; पण हे नाव ठेवून माझ्या आईला तिच्या संबंध तुटलेल्या वडलांना संदेश पाठवायचा होता हे उमगून माझं दु:ख जरा हलकं झालं.

"मला तसं कधी वाटलं नाही, पण कदाचित तू म्हणतोस तसं असेलही." आजोबा म्हणाले, पण त्यांना ते पटलेलं दिसलं नाही.

"तुम्हाला अजूनही बाबा आवडत नाहीत का? तुम्ही नेहमी ते येण्याच्या थोडे आधी निघून जाता." मी म्हणालो.

"तू फार हुशार आहेस. अरे, अनेक वर्षांचा कडवटपणा असा इतक्या सहजासहजी जात नाही. आमचं जुळायला जरा वेळ लागेल. आता भेटलो की निदान आम्ही बोलतो तरी. दोन मांजरांसारखे भांडत नाही."

"त्यांचं आईवर पूर्णपणे प्रेम होतं, यावर तुम्ही विश्वास ठेवा," मी म्हणालो. रात्री चमकणाऱ्या काजव्यांचं दृश्य नकळत माझ्या डोळ्यांपुढे आलं.

ते एकाएकी वृद्ध वाटू लागले आणि त्यांना आधार द्यायचा मोह टाळणं मला जरा कठीणच गेलं. "त्यामुळे तर जे काही घडून गेलं, जो काळ मी वाया घालवला तो, तिचा मृत्यू, त्याचं दु:ख हे सारं सहन करणं जास्तच कठीण होतंय. खरं की नाही?" त्यांनी विचारलं.

ते म्हणाले ते खरंच होतं. त्यांना दिलासा मिळेल असं मी काहीच बोलू शकत नव्हतो. आईच्या मृत्यूपासून त्यांनी किती दु:ख सोसलं होतं त्याची मला जाणीव

झाली होती आणि ते कधीच कमी होणार नाही हेही मला माहीत होतं. कोणालाही इतक्या दु:खाचं ओझं वाटायला लागावं, हे मला भीतिदायक वाटलं. कारण जर ते आणि एंडो-सान म्हणायचे ते खरं असलं असतं की, प्रत्येकाला आपलं दु:ख पुढच्या जन्मी पुढे न्यावं लागतं, तर एवढी साठलेली दु:खं कोणी कसा सहन करू शकेल?

आणि सर्वांत वाईट गोष्ट म्हणजे आपल्या अगदी जवळच्या माणसाचंसुद्धा असं दु:ख आपण वाटून कमी करू शकत नाही. शेवटी चुका आपल्या असल्याने त्याची फळंसुद्धा आपल्याला एकट्यालाच भोगावी लागतात.

विल्यमचा जायचा दिवस लवकरच आला. त्याला निरोप देणं सर्वांना फार जड गेलं. आम्ही त्याला पोर्चमध्ये निरोप दिला तेव्हा तो गणवेशातच होता. त्याच्या दोन मोठ्या हँडबॅगा त्याच्या पायापाशी होत्या, जणू मालकाला न सोडणारे विश्वासू कुत्रेच! तो खुशीत दिसला; डोळ्यांत चमक, तेल लावलेले चकाकणारे केस.

बाबांनी त्याचे खांदे घट्ट पकडले. ''मला तुझा अभिमान वाटतो विल्यम.''

विल्यम जरा मागे सरला आणि त्याने घराकडे नजर टाकली. एका टोकापासून दुसऱ्या टोकापर्यंत त्याने घर न्याहाळलं, वरच्या खोल्यासुद्धा. मग त्याने वळून सर्वत्र दृष्टी टाकली; बाग, माझ्या आईचं कारंजं, बाबांची माशांची पुष्करिणी, फुलांनी डवरलेली फुलझाडं. कदाचित तो ज्या मोहिमेवर चालला होता तिचं गांभीर्य आणि सध्याच्या जीवनातलं प्रेम आणि सुबत्ता त्याच्या आता लक्षात येऊन तो एकदम शांत झाला होता; त्याच्या डोळ्यांत दु:खाची झाक होती. मग एकदम निघायला उशीर झालेला असूनसुद्धा त्याने बॅगेतून कॅमेरा काढला आणि लिम काकाला आमचा सर्वांचा एकत्र असा फोटो काढायला सांगितलं.

आजोबा मुद्दाम हजर राहिले होते. त्यांनी विल्यमशी हस्तांदोलन केलं आणि मग त्याला मिठी मारली. एडवर्ड आणि इझाबेलनेसुद्धा त्याला मिठी मारली. बाबा आपल्या चमकदार निळ्या डोळ्यांनी हे सर्व बघत उभे होते. माझी पाळी आली तेव्हा मीसुद्धा विल्यमला घट्ट मिठी मारली. त्याचं जाणं मला असह्य होणार होतं.

''सगळ्यांची नीट काळजी घे.'' तो माझ्या कानात कुजबुजला.

''मी घेईनच. तू नीट राहा.''

त्याने त्याचा कॅमेरा मला दिला. ''माझ्यासाठी ठेव. छान फोटो काढ आणि जेव्हा शक्य होईल तेव्हा मला पाठव. मी परत येईन तेव्हा आपण कुठेतरी ट्रिप काढू या. प्रॉमिस?''

''होय, मी करीन.'' मी म्हणालो.

लिम काका डेमलरमधून विल्यमला घेऊन जाताना आम्ही तिथेच उभे राहून

बघत राहिलो. त्याने मागे वळून हात केला. नोएल हटनने त्यांच्या तिन्ही मुलांना जवळ घेतलं आणि आम्ही बराच वेळ तसेच राहिलो.

आर्मेनियन स्ट्रीटवरचं दोन मजली घर उंच आणि अरुंद होतं. बाहेर एक साधं लोखंडाचं फाटक होतं. आता अनेक वर्षं आजोबा तिथे राहत नव्हते; पण त्यांनी कधीही त्याच्याकडे दुर्लक्ष केलेलं दिसत नव्हतं. देखभाल करणाऱ्या माणसाला त्यांनी ते लवकर राहण्यायोग्य करायला सांगितलं. केवळ माझ्या सहवासासाठी आजोबा इथे राहायला येणार होते, हे शब्दांनी न सांगताही त्यांना आणि मला माहीत होतं आणि त्याबद्दल मी त्यांचा ऋणी होतो.

''तुमच्या इपोच्या घराएवढं भव्य नाहीये हे.'' मी त्यांना पहिल्यांदा भेटायला गेलो तेव्हा म्हणालो.

''मला काही मोठ्या घराची आवश्यकता नाही. माणूस जसा वयाने मोठा होत जातो तसं आपलं जीवन साधं व्हावं असं त्याला वाटू लागतं.'' ते म्हणाले, ''हे आता माझ्यासाठी उत्तम आहे.''

त्यांनी त्यांच्या लहानशा बागेवर दृष्टिक्षेप टाकला. आम्ही आंब्याच्या झाडाखाली बसलो होतो. पिकलेल्या आंब्यांचा गोड वास हवेत पसरला होता. ''खरं म्हणजे इथे जिथून मी सुरुवात केली तिथे परत यायला मला बरं वाटतंय. तुझ्या आईला इथल्या हिरवळीवर खेळायला खूप आवडायचं.''

काम संपलं की, त्यांना भेटायला जाणं, त्यांच्याबरोबर बसून गप्पा मारणं हा आता माझा रोजचा कार्यक्रमच झाला होता. संध्याकाळनंतर रात्र होताना मला फार आवडे. माझ्या पहिल्या भेटीत रीतीप्रमाणे मी टेबलापाशी त्यांच्यासमोर बसलो; पण ते एकदम त्रासून म्हणाले, ''नाही, नाही. इथे माझ्याजवळ बस.'' त्यामुळे मग मी नेहमी त्यांच्या बाजूला बसू लागलो. मग ते मला आज घरी काय झालं ते आणि 'विल्यमची काही खबर' म्हणून विचारायचे. मग मी त्यांचा चहा ओतायचो. पहिल्यांदा मी जेव्हा चहा ओतला आणि कप भरत आला तेव्हा त्यांनी हाताच्या पहिल्या आणि मधल्या बोटांची पहिली पेरं टेबलावर हळूच उलटी आपटली. जेव्हा जेव्हा मी चहा ओतायचो तेव्हा तेव्हा ते असं करायचे. शेवटी एकदा न राहवून मी त्यांना त्याबद्दल विचारलं.

''आपल्याला सेवा देणाऱ्या माणसाचे आभार मानण्याची ती आमची पद्धत आहे. ती सर्व चिनी लोकांना माहीत आहे.''

''मला माहीत नाही.''

''ही पद्धत केव्हा आणि कुठे सुरू झाली हे कोणालाच माहीत नाही.'' ते सांगू लागले, ''असं म्हणतात की, चीनच्या एका राजाने ठरवलं की, आपण सामान्य

माणसाप्रमाणे रस्त्यावर जाऊन लोकांचं जीवन कसं चाललं आहे ते पाहावं. त्याला वेष किंवा रूप बदलण्याची गरज नव्हती. कारण सामान्य माणसाला राजा कधी दिसायचाच नाही! त्यामुळे तो कसा दिसतो हे कोणाला माहीतच नव्हतं. त्याने आपल्या दरबारातल्या एक विश्वासू प्रधान बरोबर घेतला. ते एका चहाच्या दुकानात गेले. चहा आल्यावर राजा म्हणाला की, आज मी तुला चहा ओततो.''

''त्यात गैर काहीच नाही.'' मी म्हणालो. आजोबांनी बोट दाखवून मला गप्प केलं.

''तसं करणं म्हणजे देवाने घालून दिलेल्या प्रथेच्या विरुद्ध जाणं होतं. त्यामुळे प्रधान तसं करायला तयार होईना; पण राजापुढे त्याचं काही चाललं नाही. राजा चहा ओतू लागला. प्रधानाला राजापुढे गुडघे टेकून मुजरा करता येईना, तेव्हा त्याने हाताची दोन बोटं वाकवून ती टेबलावर हळूच आपटणं सुरू केलं, नेहमीच्या मुजऱ्याचं प्रतीक म्हणून.''

मी माझी दोन बोटं वळवून ती टेबलावर आपटून बघितली. वळलेली बोटं गुडघे टेकून बसलेल्या माणसाप्रमाणे वाटली खरी.

''किंवा 'तुम्ही माझ्या कपात पुरेसा चहा ओतला आहे' हे सांगण्याची एक सोयीची पद्धत म्हणूनही असेल.'' आजोबा म्हणाले.

''आता तुमच्या बोलण्यावर विश्वास ठेवावा की नाही मला कळत नाही.'' मी म्हणालो. ते जरा गंभीर झाले. ''मी आणि वेन झू जेव्हा कधी चोरून बाहेर जायचो आणि चहाच्या दुकानात जायचो तेव्हा तोही 'मी चहा ओतणार' असं म्हणायचा आणि मी याच पद्धतीने आभार व्यक्त करायचो. इतिहासाची पुनरावृत्ती कशी होते हे लक्षात येऊन आम्ही हसायचो.''

थोडा वेळ शांतपणे चहा घेतल्यावर आजोबांनी विचारलं, ''शेजारच्या घराची गोष्ट तुला ठाऊक आहे का?''

''नाही.'' मी म्हणालो आणि त्यांच्या कपात पुन्हा चहा ओतला. त्यांनी एक मिश्कील हास्य केलं आणि त्यांचा गंभीरपणा गेलेला बघून मला बरं वाटलं. ''ते डॉ. सनयत्सेनच्या चायनीज नॅशनल पार्टीच्या मलायन शाखेचं म्हणजे 'तुंग मिंग हुई'चं मुख्य ऑफिस होतं.'' ते म्हणाले. इतिहासाने आमची केवढी थट्टा केली होती! एकेकाळी ड्रॅगन सिंहासनाच्या वारसदाराचे शिक्षक असलेले माझे आजोबा ते सर्व नष्ट करण्यात मोठी भूमिका बजावणाऱ्या माणसाच्या तळाच्या शेजारी राहत होते.

''कँटनच्या १९११ मधल्या उठावाची योजना त्यांनी इथेच आखली आणि त्याच कारणामुळे मी हे घर घेतलं.'' असं म्हणत ते मोठ्याने हसू लागले.

''तुम्ही त्यांना एकदा आमंत्रण दिलं पाहिजे.'' त्यांच्या विनोदाची गंमत वाटून मी म्हणालो. ते पुन्हा गंभीर झाले.

“ते अजून जिवंत आहेत की नाहीत हे मला माहीत नाही. चीनला परतून त्यांनी सरकारचं नेतृत्व केलं. पण देशात यादवी माजली, त्यामुळे जपानला तो जिंकणं एवढं सोपं झालं.”

“तुम्हाला चीनची आठवण येते का?”

“हो, पण मला जुन्या चीनची खरी आठवण येते. नवीन चीनमध्ये मला स्थान नाही. कदाचित युद्ध संपल्यावर मी भेट देईनही. तुला माझ्याबरोबर यायला आवडेल?”

“हो. मला जपानलासुद्धा भेट द्यायला आवडेल.”

“आणि हल्ली मिस्टर एंडो कसे आहेत?”

“माझी आणि त्यांची क्वचितच भेट होते हल्ली. ते खूपदा बाहेर असतात आणि जेव्हा इथे असतात तेव्हा ते कायम कामात व्यग्र असतात.”

त्यांनी आपल्या अनुभवी दृष्टीने माझ्याकडे बघितलं नि म्हणाले, “तुला त्यांच्याशिवाय चैन पडत नाही, खरं ना?”

मी मानेने होकार दिला, “बरेच दिवसांत त्यांनी मला शिकवलेलं नाही. मला वाटतं, त्यामुळे माझ्यातील सफाईदारपणा कमी होतोय. अर्थात, मी जपानी वकिलातीत सराव करतो रोज.” मी म्हणालो.

“पण त्याला त्यांची सर नाही. हो ना?”

“हो.”

त्यांनी मान हलवली. “जपानने हल्ला केला की तू काय करशील?”

“माहीत नाही.” मी म्हणालो, “कदाचित हल्ला करणारही नाहीत.”

“तुझी भेट झाल्यापासून तू खूप हुशार आहेस हे माझ्या लक्षात आलं आहे आणि तू तसा असणारच, कारण अखेरीस तुझ्यात माझं, तुझ्या आईचं आणि तुझ्या वडलांचं रक्त आहे. अशा मिश्रणातून कोणी षंढ निर्माण झाला असता, तर मला फारच दुःख झालं असतं आणि शिवाय तू मिस्टर एंडोकडूनही खूप शिकला आहेस आणि त्यांचा हेतू काहीही असला तरी त्यांच्याविषयी मला आदर आहे.” माझ्याकडे झुकून ते पुढे म्हणाले, “म्हणून आता तू तुझे डोळे उघड. त्या वेड्या भिक्कूसारखं – ज्याने आपल्या पापण्याच कापून टाकल्या, तसे आणि मग तुला काय दिसतं ते बघ.”

त्यांच्या बोलण्यातल्या तीव्रतेने मला जरा धक्काच बसला. मी जे दृष्टीआड करायचा प्रयत्न करत होतो त्यावर त्यांनी बरोबर बोट ठेवलं होतं. आत कुठेतरी मला असं निश्चित माहीत होतं की, जपान हल्ला करणार आहे. माझी एंडो-सानशी पहिली भेट झाली तेव्हापासून सर्व खुणा स्पष्ट होत्या आणि आम्ही त्या दिवशी पेनांग हिलवर सापांच्या वेलाखाली हॉटेलात बसलो असताना एंडो-सान काय म्हणाले होते तेही माझ्या लक्षात होतं – ‘न बघण्याची लोकांची प्रचंड क्षमता...’ आणि मी

सर्वांत जास्त व्यथित होण्याचं कारण म्हणजे पार्टीच्या दिवशी रात्री एंडो-सानने मला दिलेली कबुली.

आणि मला आजोबांबद्दल आदर होता. मला त्यांच्याविषयी प्रेम वाटत होतं त्यामुळे सत्य मान्य करण्याची वेळ आली होती, याची मला जाणीव झाली. मी त्यांना एंडो-सानने केव्हाही हल्ला होईल असं सांगितल्याचं सांगितलं. पण सत्य मान्य केलं, तरी आता पुढची वाट कशी काढायची हे मला समजत नव्हतं. ''काय करावं ते समजत नाही.'' मी म्हणालो.

''तुला लवकरच काहीतरी निर्णय घ्यावा लागणार आहे. प्रत्येकाच्या आयुष्यात अशी वेळ कधीतरी येतेच; पण मला तुझ्याबद्दल खरोखरीच काळजी वाटते.'' ते म्हणाले.

''का?''

''तू जो कोणता मार्ग निवडशील तो पूर्णपणे योग्य नसेल.'' ते म्हणाले, ''तीच तुझ्या बाबतीतली दु:खाची गोष्ट आहे.''

''तुम्ही बोललात त्याचा मला फारच उपयोग होईल.'' उपरोधामागे माझी काळजी लपवत मी म्हणालो.

''पण तू तरून जाशील.'' ते म्हणाले, ''तुला आयुष्यभर तेच करावं लागलं आहे. या ठिकाणी मिश्र आई-वडलांचा मुलगा म्हणून वाढणं ही सोपी गोष्ट नाही याची मला जाणीव आहे; पण तेच तुझं बलस्थान आहे. तू वेगळा आहेस हे मान्य कर, तू दोन्ही जगांचा आहेस याचा स्वीकार कर आणि तुला हे जेव्हा असह्य होईल तेव्हा हे माझे शब्द आठव : तुझ्या जीवनाचे दोन भाग आहेत याची तुला सवय झाली आहे. जीवनातल्या विविध गोष्टी एकत्र आणून त्यातून एखादी नवी आणि संपूर्ण अशी गोष्ट निर्माण करण्याची कुवत तुझ्यात आहे. तिचा वापर कर.''

मी त्यांच्याकडे आश्चर्याने बघत राहिलो. त्यांनी माझ्या जीवनाची वैशिष्ट्यं अशा प्रकारे स्पष्ट केली होती की, त्याचा मी विचारही केला नव्हता. त्याची बरीच अंगं त्यांनी फार सोपी असल्याचं भासवलं असं मला वाटलं, पण क्षणभर तरी माझ्या जीवनाचा मार्ग, माझं अस्तित्व यांना अर्थ आहे, असं वाटून गेलं.

''तुझ्या मते तुझ्या आईने ती ज्या रस्त्यावर वाढली त्याचं नाव तुला दिलं.'' ते म्हणाले, ''मला तसं वाटत नाही. त्याला वेगळंच कारण होतं असं मला नेहमी वाटत आलं आहे.''

त्यांनी ते स्पष्ट करावं यासाठी मी थांबलो.

''मी तुला सांगितलं होतं की, चीन सोडल्यावर मी तीन वर्षं हाँगकाँगला होतो. तिथे मी एका मिशनरी शाळेचा आश्रय घेतला आणि तिथे मी पाश्चिमात्य लोकांचा देव आणि त्याचा मुलगा यांच्याबद्दल सर्व शिकलो. तो मुलगा, ज्याने जगाचा उद्धार

केला. तिथे एक डच माणूस होता. तो धर्मशास्त्रात पारंगत होता. त्याचं नाव होतं फादर मार्टिनस. त्याने जेकोबस हरमेंझ नावाच्या सोळाव्या शतकातल्या दुसऱ्या एका डच माणसाच्या शिकवणुकीबद्दल मला सांगितलं.

"सनातनी ख्रिश्चन लोक हरमेंझला पाखंडी मानायचे, कारण त्याचं म्हणणं होतं की, एखाद्याला मोक्षप्राप्ती होते ती त्याच्या स्वत:च्या इच्छेने होते; देवाच्या कृपेने नाही. माणसाचं जीवन, त्याचं मोक्षाला जाणं किंवा नरकात जाणं हे त्याच्या जन्मापूर्वीच ठरलेलं असतं, या कल्पनेच्या तो विरुद्ध होता."

मी चुळबुळ करू लागलो. आजोबांनी माझ्याकडे एक करडा कटाक्ष टाकला नि पुढे म्हणाले, "तो म्हातारा पंडित मला काय सांगायचा प्रयत्न करत होता ते मला नीट कधीच समजलं नाही, हे मला मान्य आहे; पण माझा हरमेंझच्या सिद्धान्तावर विश्वास बसला नाही, तरी स्वत:च्या इच्छेची कल्पना मला गूढ वाटली. माणसाच्या जीवनाचा मार्ग आणि मुक्ती हे आधीच ठरलेलं असतं असं माझं मत होतं. तुझी आई जरा समजण्याइतकी मोठी झाल्यावर आणि तिला त्या ज्योतिषिणीचं भाकित सांगितल्यावर तिच्याशी या विषयावर मी बरेचदा चर्चा करायचो. तिला ते अजिबात पटायचं नाही."

"या हरमेंझचा आणि माझा काय संबंध?"

"कालांतराने जॅकोबस हरमेंझचं नाव लॅटिनमध्ये जेकोबस आर्मिनियस असं भाषांतरित केलं गेलं. त्याच्या शिकवणीला आता 'आर्मेनियनिझम' असं म्हणतात. तुझं हे नाव निवडून तुझ्या आईला मी आणि ज्योतिषीण दोघांनाही चुकीचं ठरवायचं होतं."

"आपल्याला नेहमी निवडीची संधी असते. ठरलेलं असं काहीच नसतं." मी म्हणालो.

"तुझ्या आईनेही जवळजवळ याच शब्दांत मला सांगितलं होतं; पण आपल्यापुढे काही थोडेच पर्याय येतात याचा अर्थ ते आधीच कोण्या दुसऱ्या शक्तीने नियंत्रित केले आहेत, असा नाही का होत?"

"मग जगण्याला अर्थच काय उरतो?" त्यांचं म्हणणं न पटून मी म्हणालो.

"तो मला स्वत:ला समजला की मी तुला सांगेन." ते म्हणाले. त्यांनी माझा हात हातात घेतला. "तुझी आई एक असामान्य आणि अदम्य इच्छाशक्ती असलेली स्त्री होती. ती म्हणत होती ते बरोबरही असेल कदाचित. पण एक गोष्ट निश्चित, ती म्हणजे तिने तुला नुसतं रस्त्याचं नाव ठेवलं नसेल."

त्यांनी चहाचा शेवटचा घोट घेतला. "मी फार बोलतो, नाही?" ते म्हणाले, "आता मला भूक लागली आहे. चल, मला गाडीवरचं खायचं आहे. लोक म्हणतात ते अगदी खरं आहे : पेनांगसारखे गाडीवरचे पदार्थ अख्ख्या मलायात मिळणार नाहीत."

जवळजवळ रोज होणाऱ्या आमच्या भेटींमुळे आमच्यातली औपचारिकता जाऊन जवळीक निर्माण झाली होती. मी उभा राहिलो आणि खोट्या तिरस्काराने त्यांच्या पोटावरून हात फिरवला. ''हे वाढत चाललंय. तुम्ही इथे फक्त एवढंच करता – बसणं, बोलणं आणि खाणं.''

''माझ्या पोटाला हात लावू नकोस.'' ते खोटं गुरगुरत बोलले; पण माझ्या खट्याळपणामुळे झालेला आनंद त्यांच्या डोळ्यांत दिसत होता.

रात्री झोपायला जाण्यापूर्वी घराच्या समोर व्हरांड्यात बसून गप्पा मारायचा असा आमचा रोजचा कार्यक्रम झाला होता. व्हरांड्यात जरा गार असायचं. घराच्या भोवती जरा गारवा राहण्यासाठीच घराभोवती चारी बाजूंना ओसऱ्या होत्या. बायकांच्या गुंडाळलेल्या केसांप्रमाणे बांबूचे पडदे गुंडाळून वर बांधले होते. पायाशी, डास दूर जावेत यासाठी कॉइल पेटवून ठेवलेली होती.

विल्यम गेल्याला तीन आठवडे झाले होते. इझाबेल आम्हाला पीटर मॅकॲलिस्टरबद्दल सांगत होती. मी कठड्यावर रेलून ऐकत होतो. बाबा वर्तमानपत्र वाचत होते. इझाबेलच्या बोलण्याकडे त्यांचं लक्ष नसावं. इझाबेल क्वालालंपूरच्या त्या बॅरिस्टरच्या फारच प्रेमात पडली होती, असं मला जाणवत होतं. तो तिला आदल्या दिवशी रात्री पेनांग स्विमिंग क्लबवर नृत्य करण्यासाठी घेऊन गेला होता नि त्या दिवशी सकाळी त्याने तिला परत सोडलं होतं. बाबा भयंकर रागावले होते. विचार आणि भावना उद्दीपित करणारं रात्रीचं सौंदर्य अजून तिच्या चेहऱ्यावर दिसत होतं. सर्व बापांप्रमाणेच नोएल हटनचंही तिच्या निवडीबद्दल समाधान झालं नव्हतं.

''पीटर मला त्याच्या बोटीने समुद्राची सफर करायला नेणार आहे.'' इझाबेल म्हणाली. तिच्या वरवर दिसणाऱ्या उत्साहाच्या खाली बाबा काय म्हणतील ही भीती जाणवत होती. ''आणि मी त्याच्याबरोबर जाणार आहे.''

पण बाबा काही बोलण्याआधीच लिम काकाचा आवाज ऐकू आला.

''मिस्टर हटन?'' त्याने 'मी आत येऊ का' या अर्थी विचारलं.

तो पायरीवर उभा होता. बाबांनी त्याला बोलावलं. या व्यत्ययामुळे इझाबेलला हायसं वाटलं. ''वाचलीस.'' मी आवाज न करता, ओठांची हालचाल करून तिला म्हणालो. तिने एक डोळा मिचकवला. तिच्यात सहसा न दिसणारी धास्तीची भावना मला जाणवली.

लिम काकाने बाबांच्या हातात एक पाकीट दिलं. ''माझ्या मुलीचं एक डिसेंबरला लग्न आहे, त्याची ही आमंत्रणपत्रिका. तुम्ही आलात तर तो आम्हाला सन्मान वाटेल.''

''आम्ही सगळे?'' मी हसत विचारलं. लिम काकाने मान डोलवली.

"तो आमचा सन्मान होईल." पत्रिका माझ्याकडे देत बाबा म्हणाले.

चिनी लोकांच्या सर्व आमंत्रणपत्रिकांप्रमाणेच ही पत्रिका आणि पाकीटसुद्धा लाल रंगाचं होतं. लाल रंग हा शुभ, आनंद, सुदैव यांचं द्योतक मानला जातो. पत्रिकेला चंदनाचा मंद सुगंध होता आणि मी ती हातात घेतल्यावर माझ्या हातांनाही तो लागला. म्हणजे मिंगच्या लग्नासाठी ज्योतिष्याला दिवस सापडला होता तर! मी लिम काकाकडे बघून स्मित केलं. त्याच्या चेहऱ्यावरचा आनंद बघून मला बरं वाटलं. "आम्हाला आनंद वाटेल यायला." मी म्हणालो.

तो गेल्यावर इझाबेलला एक दीर्घ श्वास घेताना मी बघितलं आणि ती काय बोलणार याची मला कल्पना आली.

"पीटरला माझ्याशी लग्न करायचं आहे."

"तो तुझ्यापेक्षा वयाने खूप मोठा आहे." बाबा म्हणाले. "आणि त्याची बायकांबाबतची प्रसिद्धी माझ्या कानावर आली आहे, तेव्हा त्याच्याबरोबर बोटीवर जाणं वगैरे तू विसरून जा."

त्यांच्यात बोलाचाली सुरू झाली. मी उठून खाली समुद्रावर गेलो. एंडो-सानच्या बेटावर झाडीतून एक प्रकाशकिरण दिसला. माझी आणि त्यांची काही दिवसांत भेट झाली नव्हती. अचानक त्यांना जाऊन भेटावं अशी मला इच्छा झाली.

मी बोटहाऊसमधून नाव बाहेर काढली आणि पलीकडे बेटावर गेलो.

त्यांच्या घरात एकच दिवा होता. दार उघडं होतं. मी चालत मोकळ्या समुद्राच्या बाजूला गेलो. खडकावर उभी असलेली त्यांची आकृती मला दिसली. त्यांच्या हातात एखादा तारा चमकावा तसा झगझगीत उजेड दिसला आणि समोर दूरवर समुद्रात उत्तर म्हणून दुसरा एक दिवा चमकला.

मी आवाज न करता माझ्या नावेकडे परतलो. त्यांना भेटायची इच्छा एकाएकी नाहीशी झाली होती.

२२

मी जपानी वकिलातीत चिठ्ठी पाठवून एंडो-सानबरोबरचा सराव रद्द केला. या क्षणी तरी मला त्यांना कसं तोंड द्यावं हे कळत नव्हतं. मी स्वत:ची आणखी फसवणूक करू शकत नव्हतो. त्यांनी त्यांच्या देशाचा आगच्यावर हल्ला करण्याचा बेत असल्याचं कबूल करणं ही एक गोष्ट होती आणि त्यांना त्यात प्रत्यक्ष भाग घेताना बघणं ही वेगळी गोष्ट होती. ते त्या खडकावर उभे राहून समुद्रात कोणालातरी दिव्याने गुप्त संदेश पाठवत आहेत, हे दृश्य सारखं माझ्या डोळ्यांपुढे येत होतं. ते काय करत होते, याबद्दल आता माझी खात्री झाली होती आणि त्या कामात नकळत माझ्याकडून झालेल्या मदतीबद्दलसुद्धा.

कोनचे सेन्साय तनाका ही एकच व्यक्ती आता मला मदत करू शकतील, असं मला वाटलं म्हणून मिंगच्या लग्नाच्या आदल्या दिवशी त्यांना जाऊन भेटायचं मी ठरवलं.

त्यांच्या तानुंग टोकोंग इथल्या घरी जाऊन मी बाहेर ओसरीत थांबलो. मी 'वाऱ्याची घंटा' वाजवली आणि 'तनाका-सान' अशी हाक मारली.

मच्छरदाणीचं कापड लावलेला दरवाजा उघडला नि तनाका-सान बाहेर आले. "ओह, बरं झालं तू आलास. मी तुझाच विचार करत होतो. तू वेळेवर आलास."

आम्ही ओसरीत बसलो. या वेळी त्यांनी चहा आणला नाही. "माफ कर, पण सगळं सामान मी बांधून ठेवलंय." ते म्हणाले.

"तुम्ही चाललात? घरी चाललात?"

"नाही. आयर इतमच्या भोवतालच्या डोंगरातल्या मठात आश्रय घ्यायचं मी ठरवलं आहे."

"युद्ध होणार असं तुम्हालासुद्धा वाटतं?" मी विचारलं.

"युद्धं नेहमीच होणार." तनाका म्हणाले.

"तनाका-सान, एखाद्या नवख्या भिक्कूसारखे बोलू नका."

हे मी बोललो आणि माझ्या उद्धटपणाने मलाच धक्का बसला. मी त्यांची माफी मागितली.

ते माझ्याजवळ आले आणि त्यांनी माझा चेहरा न्याहाळला. "काय झालंय?"

मी त्यांना एंडो-सानच्या कारवाया आणि त्यांनी माझा कसा वापर करून घेतला ते सर्व सांगितलं. एंडो-सानना ओळखणाऱ्या कोणालातरी, जो मलाच दोष देणार नाही अशा माणसाला सर्व सांगितल्यामुळे मला एकदम हलकं वाटू लागलं.

तनाकांनी डोळे मिटले आणि ते झोपलेत की काय असं वाटू लागलं, पण ते म्हणाले, "तुझं कुटुंब आणि तुझं घर यांच्याबाबतीतलं तुझं कर्तव्य हे तुझ्या सेन्सायच्या बाबतीतल्या कर्तव्याएवढंच महत्त्वाचं आहे. तुझी मन:स्थिती मला समजते. विशेषत: एंडो-सानच्या बाबतीत."

"तुमच्यात आणि एंडो-सानमध्ये एवढं वैर असतानाही तुम्ही असं कसं म्हणू शकता?"

त्यांनी आश्चर्याने डोळे उघडले. "वैर? अजिबात नाही!"

"पार्टीमध्ये तुम्ही एकमेकांशी जेमतेम दोन-चार शब्दच बोललात."

"त्याचा अर्थ आम्ही संवाद साधला नाही असा नाही. एंडो-सान हा माझा सर्वांत मोठा मित्र आहे आणि पुढेही राहील. तुझी आणि कोनची मैत्री बघितली की मला आमच्या लहानपणच्या मैत्रीची आठवण येते."

"मग झालं काय?"

तनाका काही वेळ वाऱ्याने वाजणाऱ्या नळ्यांच्या घंटीचा आवाज ऐकत होते. इतकी शांतता होती की, मला त्यांचा श्वासोच्छ्वास ऐकू येत होता. त्या क्षणी आक्रमण करणारं एक सैन्य धान्याचे पेव फुटावेत तसं देशात पसरण्याच्या तयारीत होतं, यावर माझा विश्वास बसेना.

शेवटी ते म्हणाले, "एंडो-सानच्या वडलांचे मवाळ विचार सम्राटांच्या विचारांशी जुळणारे नव्हते. त्यामुळे त्यांना दरबारातल्या पदावरून काढून टाकलं गेलं. कुटुंबाची नामुष्की झाली आणि ते तोरीजिमाला स्थलांतरित झाले. तिथे त्याच्या वडलांनी व्यापारउद्योग सुरू केला."

त्यांच्या विषयाला बगल देण्याच्या धोरणामुळे मी वैतागलो आणि या भेटीतच तनाकांकडून सत्य काय आहे ते समजून घ्यायचा निर्धार केला, कारण पुन्हा संधी मिळाली नसती. त्यामुळे मी ठाम आवाजात म्हणालो, "हे सगळं मी पूर्वीच ऐकलं आहे. तुम्ही खरोखर इथे का आलात? त्यासाठी जगाच्या पाठीवर इतकी ठिकाणं असतानाही तुम्ही पेनांग का निवडलंत? तुम्ही मला एकदा सांगितलं होतं, पण ते खोटं होतं याबद्दल मला शंका नाही."

त्यांनी एक अपराधी स्मित केलं, पण त्यांचे डोळे दु:खीच राहिले. त्यांनी माझी

परिस्थिती ओळखली आणि सत्य आणि पूर्ण सत्य कळल्याशिवाय माझं समाधान होणार नाही हे त्यांना समजून चुकलं.

"तुला पूर्ण मोकळेपणाने मी सांगितलं नाही याबद्दल माफ कर!" ते म्हणाले, "जपानने आपला प्रभाव चीनमध्ये वाढवायला सुरुवात केल्यावर एंडो-सानच्या वडलांनी जाहीररीत्या सरकारवर हल्ला केला आणि जपानमध्ये सरकारवरचा हल्ला म्हणजे सम्राटांवरचा हल्ला मानला जाऊ शकतो. त्यांना तुरुंगात टाकलं गेलं आणि मग ते आजारी पडले. एंडो-सानची आई आपल्याच कोशात गेली. एंडो-सानचे लहान भाऊ आणि बहिणी यांची काळजी घेण्याची जबाबदारी तो स्वत: आणि त्याची बहीण उमेको यांच्यावर पडली."

इकेबाना कलाकार जसा पुष्परचना करताना त्याला हवा असलेला परिणाम साधण्यासाठी फुले काढतो, हलवतो, काढून टाकतो, तशा प्रकारे तनाका थांबले. "एंडो-सानची आईशी कधीच जवळीक नव्हती; पण तरीही तिच्या मानसिक स्थितीचा त्याच्यावरही परिणाम झाला. ती उन्हात बसायची, तळ्याकडे बघत बसायची नाहीतर शेतकरी भातशेती करत असतील त्यांच्याकडे बघत राहायची. मी तिला वरचेवर भेटत असे. कधी कधी ती तिच्या झोपणाऱ्या मुलांना किंवा मला गाणं म्हणायची."

एंडो-सानने मला नागामित्सू तलवार दिली, तेव्हा मी त्यांना म्हणून दाखवलेल्या कवितेचे शब्द मला आठवले आणि त्या कवितेचा त्यांच्यावर इतका का परिणाम झाला ते मला समजलं.

"एंडो-सानच्या वडलांची तब्येत ढासळली. एंडो-सानने खूप प्रवास केला होता, हे सरकारला माहीत होतं. त्यांनी त्याच्या अनुभवाचा फायदा करून घ्यायचं ठरवलं. त्याच्या वडलांना वैद्यकीय मदत देण्याच्या बदल्यात त्याने सरकारसाठी काम करावं असा प्रस्ताव त्यांनी मांडला. एंडो-सानची इथल्या वकिलातीत नेमणूक झाल्यावर त्याच्या वडलांनी – अरिताकी-सान यांनी मला बोलावणं पाठवलं. त्यांना भेटायला मी तुरुंगात गेलो आणि त्यांनी माझ्याकडे एक मोठं मागणं मागितलं."

"त्यांनी तुम्हाला एंडो-सानना शोधून काढायला सांगितलं आणि त्यांच्या शोधात तुम्ही इथे आलात." मी म्हणालो. माझी समजूत बरोबर निघाली.

"आधी मी नकार दिला. मग एंडो-सानची बहीण उमेको हिने माझी विनवणी केली आणि मिचिको म्हणून एक तरुण मुलगी होती. तिचं एंडो-सानवर खूप प्रेम होतं आणि माझं..." ते थांबले.

"आणि तुमचं तिच्यावर प्रेम होतं." मी त्यांचं वाक्य पुरं केलं.

"मिचिकोची माझ्याबद्दल तशी भावना नव्हती, हे मला माहीत होतं; पण माझ्या तिच्यावरच्या प्रेमामुळे मी तिला वचन दिलं की, एंडो-सान जिथे जाईल तिथे मी

त्याची काळजी घेईन आणि एंडो-सान माझा मित्र होता म्हणूनही. अरिताकी-साननने माझं मन वळवण्यासाठी आमच्या सेन्सायनाही गळ घातली. माझ्या सेन्सायचं मत होतं की, एंडो-सानला त्यांच्या शिकवणीची सतत आठवण करून द्यावी लागते. ते काम मी करतो. म्हणून त्याला मी इथे असलेलं आवडत नाही.''

''पण आता तुम्ही सोडून जाऊ शकत नाही. एंडो-सानना मित्राची सर्वांत जास्त गरज आत्ता आहे.'' मी म्हणालो.

''त्याने इथे काम सुरू केल्यावर तो कसा बदलला आहे, ते मी पाहिलं आहे. आता आमचे आदर्श, आमचे विचार भिन्न आहेत. माझ्या देशाने सुरू केलेल्या युद्धाचं मी समर्थन करू शकत नाही. आता आमचे मार्ग वेगळे होत आहेत. मी आता यापुढे त्याच्यावर नजर ठेवणार नाही. मी प्रयत्न केला, पण त्याने इतर सर्वांपासून स्वत:ला बंद करून घेतलं आहे.''

''तुम्ही पळ काढता आहात.'' मी विश्वास न बसून म्हणालो, ''तुम्ही तुमची जबाबदारी टाळताय.'' हा फार गंभीर आरोप होता; पण वस्तुस्थिती अगदी स्पष्ट होती. तनाकांनी तो अमान्य केला नाही; पण ते स्तब्ध बसून राहिले, मुखवटा घातल्यासारखे भावरहित चेहरा करून.

''जगात युद्ध चालू असताना तुम्ही ते टाळून जाऊ शकणार नाही तनाका-सान.''

त्यांनी माझ्या डोळ्यांत बघितलं, ''आणि माझ्या तरुण मित्रा, तूसुद्धा तुझ्या नशिबापासून पळू शकणार नाहीस. मला आता तुझा निरोप घेतला पाहिजे.''

''आपली पुन्हा भेट होईल की नाही?''

''नक्की होईल. हा सगळा वेडेपणा संपेल. पुन्हा शांतता आणि सलोखा प्रस्थापित झाला की तुला आणि एंडो-सानला मी इथेच भेटेन.''

''मी काय करावं तनाका-सान?'' मी विचारलं.

''तुला काय वाटतं?''

मला उत्तर देता आलं नाही. त्यांनी माझ्याकडे बघत एक दु:खी आणि सहानुभूतीपूर्ण स्मित केलं. ''तू काय करावंस हे तुला आधीच माहीत आहे.'' ते म्हणाले.

मी त्यांचं मन वळवण्याचा शेवटचा प्रयत्न केला. ''तुम्ही त्यांचे मित्र आहात, तुम्ही थांबायला हवं.''

त्यांनी मान हलवली, ''त्याला आता माझी गरज नाही. त्याला तू आहेस आता.''

लिम काकाच्या आमंत्रणपत्रिकेच्या मागे छापलेल्या नकाशाप्रमाणे आम्ही जात होतो. त्याचं गाव शहरापासून तीस मैलांवर, बेटाच्या आग्नेय टोकावर होतं.

स्थानिक लोक त्याला बालिक पुलाउ म्हणजे बेटाची पिछाडी म्हणायचे. बाबा गाडी चालवत होते. चेहरा गंभीर. तोच भाव इझाबेलच्या चेहऱ्यावरही. पीटर मॅकअ‍ॅलिस्टरशी तिच्या लग्नाच्या प्रस्तावाची चर्चा कशी झाली होती हे कोणी खास सांगायची गरज नव्हती.

मी वेगळ्याच विचारात असल्यामुळे माझं त्यांच्याकडे लक्ष नव्हतं. तनाकांनी दिलेल्या माहितीतून एंडो-सानच्या पेनांगमधल्या वास्तव्याचा एक वेगळाच पैलू मला समजला होता आणि त्यामुळे माझी आधीच दोलायमान असणारी स्थिती आणखीनच विचित्र झाली होती. हे म्हणजे प्रत्येक धड्याच्या शेवटी एंडो-सान मला फेकत असत, तसं होतं. मी पडायचो, पटकन उठायचो आणि लागलीच माझ्यावर दुसऱ्याच तंत्राचा वापर व्हायचा जेणेकरून माझ्यातला रक्तप्रवाह उलटा झाल्यासारखा वाटून चक्कर यायची आणि आकाश कुठे आहे, जमीन कुठे आहे हेही समजायचं नाही.

माझी मन:स्थिती आहे त्याहूनही जास्त बेचैन होईल, हे माहीत असूनसुद्धा मी मनातला गोंधळ दूर होईपर्यंत एंडो-सानशी संपर्क टाळायचं ठरवलं. त्याला किती काळ लागेल याची कल्पना नसल्याने माझं मन आणखीनच जड झालं.

जंगलातून एवढं अंतर जाण्यापेक्षा बेटाच्या किनाऱ्याने आधी पश्चिमेला जाऊन मग दक्षिणेला जायचं ठरलं. रस्ता टेकड्यांच्या पायथ्यावरून वर-खाली होत किनाऱ्याला समांतर जात होता. आमच्या खालच्या बाजूच्या झाडीचा गडद हिरवा पट्टा निळ्या समुद्राला किनाऱ्यावरच्या पांढऱ्या फेसाच्या दोऱ्याने शिवून टाकल्याप्रमाणे वाटत होता. आमच्या वरच्या बाजूच्या झाडीतल्या जमिनीवर मधूनमधून आलेले प्रकाशाचे तुकडे चित्रकाराने आपला ब्रश निष्काळजीपणे झटकावा त्याप्रमाणे दिसत होते. गाडीच्या उघड्या खिडक्यांमधून येणाऱ्या वाऱ्याबरोबर ओली माती, ओली पानं आणि समुद्र यांचा मिश्र वास येत होता.

रस्त्यावर खेळणाऱ्या नागड्या पोरांना टाळत, सावकाशपणे आम्ही मलाय कँपाँग मागे टाकलं. कार बघितली की, मुलं ओरडून गिल्ला करत. आमच्या जाण्यामुळे बावरलेले पक्षी जवळच्या झाडांवरून उडून मागच्या झाडांवर जात होते. बाजूच्या कड्याला जंगली ऑर्किड्स लागली होती. तेलुक बहांगला रस्ता जंगलात अदृश्य होत होता. नारळाच्या आणि हुरियनच्या मळ्यांमधून आम्ही दक्षिणेला जाऊ लागलो.

रस्त्याच्या कडेला गावकऱ्यांनी लावलेल्या पाट्या बघत आम्ही मुख्य रस्ता सोडून कँपाँग डुगाँगला पोहोचलो. सोनेरी अक्षरंस लिहिलेले लाल कापडी फलक वाऱ्यात हेलकावत होते. जांभळ्या रंगाच्या खास पोशाखातल्या लिम काकाने आमचं स्वागत केलं. आम्ही आल्यामुळे त्याला खूप आनंद झालेला दिसला. युरोपीय असे आम्ही एकटेच होतो.

"हे मिस्टर चुआ, मुलाचे वडील." लिम काकाने ओळख करून दिली. "ते खेड्याचे प्रमुख आहेत." चुआ पन्नाशीतले होते. सौम्य चेहरा, हनुवटीवर दाढी, बळकट हात.

बाबांनी त्यांच्याशी हस्तांदोलन केलं. "तुमच्या मुलाला दक्षिण पर्वताप्रमाणे दीर्घ आयुष्य लाभो आणि पूर्वेच्या सागराप्रमाणे अफाट संपत्ती मिळो!" होक्कियनमधला पारंपरिक आशीर्वाद त्यांनी दिला.

चुआला आश्चर्य वाटलं आणि मोठ्याने हसून तो म्हणाला, "आपली प्रतिष्ठा इतकी उच्च का ते आता मला कळलं मिस्टर हटन."

खेड्याची वस्ती साधारण पाचशे होती. मासेमारी आणि आजूबाजूच्या बागांमधून काम करणं यांवर त्यांची उपजीविका चालायची. आम्ही लाकडी धक्क्याकडे जात असताना लोक कौतुकाने बघत होते. जेव्हा आणि जशा फळ्या मिळतील तसा धक्का बांधला होता असं दिसलं. आम्ही चालताना तो जरा हालत होता. आमच्या सावल्या पडून खालच्या स्वच्छ निळ्या पाण्यातले बारीक माशांचे थवे दूर जात होते.

इझाबेलने धक्क्यावर पाय ठेवायला नकार दिला. "त्या लटपटत्या फळ्यांवर मी नाही जाणार. मी तुझ्या आजोबांबरोबर गावात चक्कर मारून येते." ती म्हणाली.

मी आणि बाबा त्या वेड्यावाकड्या धक्क्याच्या टोकापर्यंत गेलो. हवा गरम असूनसुद्धा त्यांनी सूट घातला होता आणि मलाही घालायला लावला होता. मी हॅट काढून हातात घेतली आणि धक्क्याला आधार देण्यासाठी समुद्रात लावलेल्या रबराच्या झाडाला टेकून उभा राहिलो. आकाश स्वच्छ निळं होतं. सर्व होड्या आत होत्या. धक्क्याच्या दोन्ही बाजू खुंटांना दोराने बांधलेल्या. उन्हात वाळत ठेवलेल्या खाऱ्या माशांच्या आणि कोळंबीच्या वासाने मला एंडो-सानबरोबर बोटीने क्वालालंपूरला जाताना वाटेत खेड्यावर थांबलो होतो त्याची आठवण आली.

"तुला काय वाटतं?" वडलांनी विचारलं.

"कशाबद्दल?" ते कशाबद्दल बोलत होते त्याचा अंदाज मी करू लागलो.

"तुझी बहीण."

एंडो-सानच्या आणि माझ्या संबंधाबद्दल मला बाबांना कधी सांगता येईल की नाही याबद्दल मला शंका वाटली. कदाचित इझाबेल आणि पीटरचाही पूर्वजन्मीचा काही संबंध असावा. "तिचं त्याच्यावर प्रेम आहे आणि त्याचंही तिच्यावर आहे असं वाटतं." मी म्हणालो.

"तेवढं एकच कधीच पुरेसं होणार नाही."

"मग कधीच काहीच पुरेसं होणार नाही."

"तिने अजून वेळ जाऊ दिला पाहिजे. ती अजून लहान आहे."

''तिच्याकडे आता जास्त वेळ नाहीये.'' मी त्यांना एंडो-सानने मला जे म्हटलं होतं त्याबद्दल सांगितलं. ''मॅकॲलिस्टरला एकतर सोडून जायला सांगतील, नाहीतर जपानी त्याला कैदेत टाकतील.''

''मिस्टर एंडोंना ते काय बोलतात त्याची कल्पना नाही. मलायात युद्ध होणार नाही.'' ते समुद्राकडे बघत म्हणाले. मला समुद्रात दिव्याने खुणा करणारे एंडो आठवले आणि भीती वाटली. पेनांग बेट घ्यायला इतकं सोपं होतं! एखाद्या मुलं पळवणाऱ्याने गादीवर झोपलेलं लहान मूल न्यावं इतकं!

''मॅकॲलिस्टरशी बोला. तो कसा वाटतो बघा. जिच्यावर आपलं प्रेम आहे तिच्या वडलांना आपण आवडत नाही हे माहीत असलेल्या माणसाला कसं वाटतं हे तुम्हाला माहीत आहे.'' मी म्हणालो.

''ते बघ,'' समुद्राकडे बोट दाखवत ते म्हणाले. माझं बोलणं त्यांनी ऐकलं नसावं असं वाटलं. डॉल्फिनचा थवा विजेसारखा आमच्या समोरून गेला. त्यातले काही मासे उडी मारून पाण्याच्या वर येऊन पुन्हा पाण्यात पडत होते. त्यांनी केलेले 'क्लिक् क्लिक्' आवाज आमच्यापर्यंत पोहोचले.

''मला नेहमीच फार आवडतात.'' बाबा म्हणाले, ''मला जर पुन्हा जन्म मिळाला तर डॉल्फिन व्हायला आवडेल. सतत महासागरात पोहायचं, मानवाला दिसणार नाहीत अशी दृश्यं बघायची.'' त्यांचा आवाज हळुवार झाला होता, डोळ्यांतला भाव बदलला होता, डोळ्यांतल्या प्रकाशाचा निळेपणा एखाद्या उबदार, सौम्य द्रवासारखा खोल निळा झाला होता.

त्यांच्यातल्या या स्वप्नाळू पैलूच्या दर्शनाने मला जरा भीतीच वाटली. कारण आतापर्यंत आम्हाला परिचित असलेली त्याची प्रतिमा समोर येणारी कोणतीही समस्या सोडवू शकणारी व्यवहारी व्यक्ती अशी होती. त्यांची व्यवहारी बाजू त्यांना जीवनात तारून नेईल आणि स्वप्नं ते जेव्हा सुरक्षित झोपेत असतील तेव्हाच पडतील अशी आशा मी केली.

इझाबेल आम्हाला हाका मारत होती, त्यामुळे आम्ही मागे फिरलो. ''आणि जिच्यावर आपलं प्रेम आहे तिच्या वडलांना आपण आवडत नाही हे माहीत असलेल्या माणसाला कसं वाटतं हे मला चांगलं ठाऊक आहे.'' बाबा म्हणाले.

लग्नाचे विधी चिनी पद्धतीप्रमाणे झाले. मिंगने सोनेरी-जांभळ्या रंगाचा डगला घातला होता आणि तिचा चेहरा गोंडेदार लाल बुरख्यामागे लपला होता. तिला लाल लाकडी पालखीतून नवऱ्याच्या घरी नेण्यात आलं. तिथे ती सासू-सासऱ्यांच्या पुढे गुडघे टेकून बसली नि त्यांना चहा देऊन 'मी तुमची आज्ञा पाळेन' असं वचन तिने दिलं. ती माझ्या समोरून जाताना तिने मान वळवून मला बघितलं. मी ओठ हलवून

तिला शुभेच्छा दिल्या. तिने किंचित मान डोलवली आणि ती पुढे गेली.

इझाबेल माझ्याकडे बघून हसली. तिने माझा हात दाबला आणि म्हणाली, "सर्वकाही ठीक होईल."

नेहमीच्या प्रथेप्रमाणे जेवणाचा बेत जोरदार होता. आम्ही गावाच्या सार्वजनिक हॉलमध्ये ठेवलेल्या चाळीस टेबलांपैकी एकापाशी बसलो. त्या सगळ्या समारंभाचा लिम काकाला किती खर्च आला असेल असा प्रश्न आमच्या मनात आला. इझाबेलने मेन्यू हातात घेतला.

"हे काय लिहिलंय?" तिने मला विचारलं.

"भाजलेलं भरलेलं डुकराचं पिल्लू, शार्कच्या कल्ल्यांचं सूप, उकडलेला आल्यातला मासा, ॲबॅलॉन कालव, तीळ लावून भाजलेली कोंबडी, मँडॅरिन पद्धतीचं संत्र्यातलं बदक. जवळजवळ सर्वकाही." मी माझं जपानी भाषेचं ज्ञान वापरून चिनी वाचून सांगितलं. चिनी बँड आणि फटाके यांच्या आवाजाने मी हैराण झालो होतो. आमच्या टेबलाशी दोन रिकाम्या जागांवर कोन आणि टोके यीप बसले. कोनला बघून मी खूश झालो. त्यानंही सूट घातला होता, पण त्याच्या आवडत्या पांढऱ्या रंगाचा.

लाकडी स्टेजचे पडदे बाजूला झाले आणि एक नाटक सुरू झालं. एऱ्हू आणि इपा यांचे आवाज, झांजा आणि ढोल-ताशांचा धडधडाट वरच्या पट्टीत गाणाऱ्या गायकांना साथ देत होता.

एकदा अचानक खूप वरचा स्वर आल्यावर बाबा एकदम बिचकले आणि आम्ही सगळे हसलो.

"सॉरी!" त्यांनी टोके यीपकडे बघून म्हटलं. त्यांचा चेहरा शरमेने लाल झाला होता.

"तुम्हाला हा ऑपेरा अजिबात माहीत नाही असं मी समजलो तर चूक नाही ना?" टोके यीपना गंमत वाटून ते म्हणाले. बाबांनी मान हलवली.

"हे सर्वांत लोकप्रिय अशा नाट्यांपैकी आहे 'द बटरफ्लाय लव्हर्स.' कथा फार दुःखद अशी आहे."

इझाबेल पुढे झुकून म्हणाली, "आम्हाला सांगा ना!"

"फार फार पूर्वी चीनमध्ये लेडी झू या मुलीला उंच डोंगरात असलेल्या एका शाळेत जायचं होतं. अर्थात, मुलगी असल्यामुळे तिला शाळेत जाता येणार नव्हतं. तिने घरी राहून घरातली कामं करावीत आणि नंतर वडील निवडतील त्या नवऱ्याशी लग्न करून त्याची काळजी घ्यावी अशी अपेक्षा होती."

"चांगली रीत आहे. चालू ठेवली पाहिजे." मी इझाबेलकडे बघत हसत म्हणालो.

"फिलिप, तू गप्प बसशील का?" ती म्हणाली.

"लेडी झू ही फार हट्टी मुलगी होती इझाबेल. तुझ्यासारखी – म्हणजे मी ऐकलंय त्यावरून!" टोके यीप म्हणाले. त्यांचे डोळे मिश्कीलपणे बारीक झाले होते.

"अगदी बरोबर!" छातीवर हातांची घडी करून मागे रेलत बाबा म्हणाले.

इझाबेलने बाबांकडे लटक्या रागाने बघितलं, "टोके यीप, तुम्ही पुढे सांगा हो!"

"मी म्हणालो तसं, लेडी झूला आपल्याला काय हवं ते बरोबर माहीत होतं. म्हणून आपल्या आई-वडलांच्या नकळत तिने मुलाचे कपडे चढवून शाळेत प्रवेश मिळवला. तिथे तिचं लियांग नावाच्या एका मुलावर प्रेम बसलं. लियांगला तिची खरी ओळख नव्हती. तीन वर्षांनी त्यांचा अभ्यासक्रम संपायला आला. एकमेकांचा निरोप घेण्याची वेळ आली, तेव्हा लेडी झू लियांगला म्हणाली, "तू माझ्या धाकट्या बहिणीशी लग्न करावंस अशी माझी इच्छा आहे."

बहिणीला मागणी घालण्यासाठी त्याने वर्षभराने तिच्या घरी यावं असं तिनं त्याला सुचवलं. त्याप्रमाणे वर्षानंतर लियांग तिच्या घरी आला आणि तेव्हा त्याला कळलं की, तिची बहीण वगैरे कोणी नसून लेडी झूलाच त्याच्याशी लग्न करायचं होतं. तिने आपलं खरं रूप उघड केलं आणि तो तिच्या प्रेमात पडला. त्यांच्या मनाचं मीलन झालं आणि आपल्याला यापुढच्या आयुष्यात सर्व सुखदु:खात साथ देणारा जिवाभावाचा साथीदार मिळाला असं त्यांना मनोमन वाटलं.

"काही दिवसांनी लेडी झूने पूर्वी केलेली लबाडी तिच्या आई-वडलांना कळली आणि तिच्या कुटुंबीयांची मान खाली गेली. प्रेमिकांना एकमेकांना भेटण्याची बंदी केली गेली. दोघांना आपापल्या घरांमध्ये बंद केलं गेलं. दुसरं एक स्थळ बघून घाईघाईने लेडी झूचं लग्न ठरवलं गेलं. लियांग विरहाने व्याकूळ झाला. त्याची तब्येत बिघडली, खालावत चालली आणि शेवटी त्याचा अंत झाला.

"लेडी झूला तिच्या लग्नाच्या दिवशीच ही बातमी कळली आणि ती धावत लियांगच्या थडग्याकडे गेली. तिथे तिने असा आणि इतका शोक केला की देवांनासुद्धा वाईट वाटावं. आकाशात ढग जमून जोरात वारा सुटला आणि मोठं वादळ आलं. आतापर्यंत असं भयंकर वादळ कोणी बघितलं नव्हतं. वीज कडाडली, लियांगचं थडगं उघडलं आणि लेडी झूचे आई-वडील आणि लग्नाला आलेले पाहुणे तिथे पोहोचत असतानाच तिने स्वत:ला थडग्यात झोकून दिलं.

"थडग्यातून दोन फुलपाखरं बाहेर पडली. या जगातलं दु:खं मागे टाकून, एकमेकांच्या जवळ राहून उडत ती आकाशाकडे गेली."

"अशा गोष्टींवर आधारित नाटक लग्नाच्या वेळी करणं म्हणजे विचित्रच आहे." बाबा म्हणाले. मी त्यांच्या आठवणींच्या सागरात डोकावून बघितलं. फुलपाखरं गोळा करायचा त्यांनी सोडलेला छंद, त्यामुळेच तर त्यांना, आईला आणि मलाही केवढे परिणाम भोगावे लागले होते!

बाबांनी चटकन दाबून टाकलेली वेदना टोके यीपच्याही लक्षात आली असावी. ते म्हणाले, "हो, पण नोएल, खरा मुद्दा तुमच्या लक्षात आलेला दिसत नाही. यावरून आपण कोणता बोध घ्यावा? कितीही अडथळे आले, तरी प्रेम त्यांच्यावर मात करतंच, हा आणि प्रेम कालातीत आहे. ते तुम्ही, मी, आपण सर्व जण गेल्यावरसुद्धा जिवंत राहतं, अमर असतं. हा लग्नाच्या प्रसंगी अगदी समर्पक असा संदेश आहे, नाही का?"

एंडो-सानचे शब्द मला आठवले आणि मला टोके यीपचं बोलणं पटलं.

शेवटचं पक्वान्न संपल्यावर मी आणि कोन हॉलच्या बाहेर पडलो. सूर्य आकाशात तरंगत होता. त्याची किरणं ढगांच्या चाळणीतून जमिनीवर पोहोचत होती, बोटं समुद्रात बुडवून त्याचं पाणी चाचपावं तशी.

खेड्यातल्या धुळीने भरलेल्या रस्त्याने आम्ही चालू लागलो. बाहेर एकही माणूस नव्हता. सर्व जण लग्नाची मेजवानी आणि त्यासोबतचं मद्यपान यांचा पुरेपूर आस्वाद घेण्यासाठी हॉलमध्ये थांबले होते. आम्ही आलो तेव्हा आमचा नवा, वेगळा वास घेत आमच्याभोवती फिरणारी रस्त्यावरची कुत्री आता सावलीत झोपली होती.

किनाऱ्यावर पोहोचल्यावर आम्ही थांबलो आणि वाऱ्याचा आस्वाद घेऊ लागलो. आम्ही बूट काढले. पायाखालची वाळू अनवाणी पायांना भाताच्या गरम भुशासारखी लागत होती. हॉलमध्ये खूप गरम होतं आणि मी ब्रँडीचे बरेच ग्लास रिचवले होते.

कोनच्या पूर्ण पांढऱ्या पोशाखामुळे तो मूर्तिमंत शुद्ध वाटत होता. पांढऱ्या शर्टावरचं लाल टायचं टोक वाऱ्याने वर उडालं की, सापाच्या फण्याप्रमाणे वाटत होतं.

"मी तुझ्या उत्तराची वाट बघतोय." त्याच्या आवाजात किंचित नाराजीची छटा होती. "फोर्स १३६ मध्ये सामील व्हायचं की नाही याबद्दल तू काही ठरवलंस की नाही?"

"मला माफ कर." मी म्हणालो, "मला नाही तुझ्याबरोबर येता येणार. मला इथेच राहावं लागेल. मला माझ्या घरच्या सर्वांच्या सुरक्षिततेची काळजी घ्यावी लागेल आणि इथे राहूनच मला ते करावं लागेल. जंगलात आलो, तर काळजीमुळे मला काही सुचणार नाही." त्याच्या चेहऱ्यावरची विरस झाल्याची भावना मला दिसत होती आणि आपण त्याला साथ दिली नाही, अशी खंत मला वाटत होती.

"तू तनाका-सानना भेटायला गेला होतास ना!" कोन म्हणाला, "त्यांनी तुमचं झालेलं बोलणं मला सांगितलं."

मी माझी परिस्थिती समजावून सांगण्याचा प्रयत्न केला. तो मला थांबवून म्हणाला, "एवढं मनाला लावून घेऊ नकोस. तू घेतलेला निर्णय योग्यच असणार, याबद्दल मला विश्वास आहे. तुझ्या कुटुंबीयांच्या दृष्टीने तू इथे असणं आवश्यक आहे."

मी मान डोलवली. त्याची निराशा होऊनसुद्धा त्याने माझी परिस्थिती समजून घेतली याने मला फार बरं वाटलं. कोनचा तो एक मोठा गुण होता. अनेक गोष्टी त्याला न सांगता समजत असत.

"जेव्हा जपानी सैन्य पेनांगमध्ये घुसेल त्यानंतर माझ्या वडलांना तुझ्या वडलांचं रक्षण करता येणार नाही. आता असलेले अंगरक्षक काढून घ्यावे लागतील, याची तुला जाणीव आहे ना?" कोनने विचारलं.

"अर्थात! त्यांनाही त्यांच्या घरच्या लोकांकडे बघावं लागेलच. म्हणूनच मला राहायला हवं. माझ्या वडलांना मारण्याचा जो प्रयत्न झाला त्याची एंडो-सानना कल्पना नाही, याची मला खात्री वाटते; पण क्वालालंपूरच्या साओतोमेचा आमच्या कंपनीवर डोळा आहे."

थोडा वेळ आमच्यापैकी कोणीच काही बोललं नाही. मला त्याच्याजवळ असल्याने, त्याच्याशी मैत्री असल्याने बरं वाटलं. कारण तो आता मला माझ्या दोन्ही भावांपेक्षा जवळचा होता.

"तू जाण्यापूर्वी आपली भेट होईल ना?" मी विचारलं. इथे समुद्राकाठी इतकं शांत वाटत होतं की, आमच्या जगापासून दूर असलेल्या या ठिकाणी जितकं जास्त वेळ राहता येईल तितकं मला हवं होतं.

"मला नाही वाटत!" कोन म्हणाला.

"कदाचित तुमच्या सुरक्षिततेच्या नियमाच्या विरुद्ध होईल ते, पण तुला कुठे पाठवलं आहे ते तू मला कळवशील का?" मी विचारलं.

"मी मार्ग काढेन." तो म्हणाला आणि ते मी कोणालाही सांगता कामा नये ही अट बोलून दाखवण्याची त्याला आणि मलाही आवश्यकता वाटली नाही. मी हात पुढे केला. तो त्याने त्याच्या हातात घेतला.

"काळजी घे." तो म्हणाला.

"घेईन. तूही धोक्यापासून सावध राहा." मी म्हणालो. "मी देवळात तुझ्यासाठी प्रार्थना करीन."

तो हसला, "तू आधी स्वत:ची काळजी घे. तू चिनी होत चालला आहेस."

जीवनाच्या दोन बाजूंचा विचार मनात येऊन मी स्वत:लाच प्रश्न केला – 'त्यात काही वाईट नाही, नाही का?'

मिंगने कपडे बदलून एक भडक लाल रंगाचा चेऑंगसाम घातला होता. ती आणि तिचा नवरा प्रत्येक टेबलापाशी जाऊन पाहुण्यांचे आल्याबद्दल आभार मानत होते. प्रत्येक टेबलाशी त्याला शुभेच्छा म्हणून पाहुण्यांबरोबर मद्याचा घोट घ्यावा लागत होता. त्यामुळे आमच्या टेबलापाशी पोहोचेपर्यंत त्याला चांगलीच 'चढली' होती.

“हा आहोक” नवऱ्याचा दंड धरत इझाबेलकडे बघून मोठं स्मित करत मिंग म्हणाली. नवऱ्याच्या नावाचा अर्थ ‘सुदैवी’ असा होता आणि त्या दिवशी मिंगला त्याच्या शेजारी बघून तो यथार्थ आहे असं मला वाटलं. तो बुटका होता, त्याच्या डोक्यावरचे केस काट्यांप्रमाणे होते आणि सतत समुद्रावर असल्यामुळे त्याची त्वचा काळी पडलेली होता. त्याचे हात लांब, पीळदार होते. होडीवर भक्कम पाय रोवलेला, जाळे ओढणारा तो, असं चित्र माझ्या डोळ्यांपुढे उभं राहिलं. त्याच्यात आणि त्याच्या वडलांमध्ये अजिबात साम्य नव्हतं.

“अभिनंदन!” बाबा आहोकचा हात हलवत म्हणाले.

“तुमच्या शुभेच्छांबद्दल धन्यवाद.” मिंग म्हणाली आणि मग माझ्याकडे बघून हसत म्हणाली, “सर्व जण तुझ्याबद्दल विचारत आहेत – “तो वेगळा दिसणारा मुलगा कोण?” ”

“मी कोण आहे ते तू सांगायला हरकत नाही; पण फक्त चांगल्या गोष्टीच सांग.” मी म्हणालो.

“त्याच सांगितल्या.” ती म्हणाली.

“आता आम्हाला निघायला हवं. उशीर होतोय.” मी म्हणालो, “तुम्हाला खूप मुलं होऊ देत आणि खूप आनंदात राहा.” ती हसून पुढच्या टेबलापाशी गेली. आता ती पुन्हा भेटेल असं मला वाटलं नाही. तिला आता तिचं स्वत:चं जीवन असणार होतं.

खेड्यातून कारने बाहेर पडताना मी पुन्हा सर्वांना – एंडो-सानसह – सुख लाभावं अशी मनातल्या मनात प्रार्थना केली. मी इतक्या तन्मयतेने प्रार्थना केली की, मी डोळे उघडले की जपानच्या किनाऱ्यावर समुद्रातून वर आलेल्या प्रचंड मठाप्रमाणे माझ्या इच्छाही मूर्त स्वरूपात उभ्या राहतील असं मला वाटलं. पेनांगचं नि पेनांगच्या लोकांचं रक्षण करणारे देव सावध राहावेत, अशीही मी प्रार्थना केली.

भाग २

१

माझे वडील हटन कुटुंबाची एक जुनी प्रथा कटाक्षाने पाळायचे. ती म्हणजे आठवड्याची सुरुवात. दर सोमवारी सकाळी न्याहारीसाठी सर्वांनी एकत्र जमायचं.

आठ डिसेंबर १९४१च्या सोमवारी आम्ही खाली न्याहारीसाठी आलो तेव्हा आदल्या रात्री आम्ही झोपलेलो असताना कोणत्या घटना घडल्या याची आम्हाला जराही कल्पना नव्हती. बाबांच्या थरथरत्या हातात वर्तमानपत्र होतं. त्यातली बातमी ते वाचून दाखवताना आम्ही दिङ्मूढ होऊन ऐकत होतो. त्या दिवशी रात्री सव्वा बारा वाजता जपानच्या अठराव्या डिव्हिजनचं सैन्य सयामच्या आखातातून मलायाच्या ईशान्य कोपऱ्यावरच्या कोटा बारु इथे उतरलं होतं. त्यानंतर एका तासात पर्ल हार्बरवर हल्ला झाला. तोपर्यंत मी ते नाव ऐकलंही नव्हतं.

सिंगापूरवर मोठ्या प्रमाणावर हल्ला अपेक्षित होता, तो झाला नव्हता. त्याऐवजी जपान्यांनी मलायाच्या पाठीच्या कण्यावरचं, शेकडो मैल लांबीचं, अभेद्य समजलं जाणारं पावसाळी जंगल पार करून, अनेक डोंगर चढून-उतरून येणं पसंत केलं होतं. या डावपेचाचा सल्ला कोणी दिला असावा हे मला माहीत होतं. ती आयकिजुत्सूतली एक नमुनेदार खेळी होती. सिंगापूरच्या सैन्याला समोर, प्रत्यक्ष तोंड न देता बाजूला, पूर्व किनाऱ्यावर उतरायचं. मी आजोबांना भेटण्यासाठी इपोला गेलो तेव्हा एंडो-सान त्या भागात गेले होते.

त्या दिवशी सकाळी घरातल्या नोकरांचं नेहमीचं, हळू आवाजातलं एकमेकांशी होणारं संभाषण बंद होतं. एंडो-सानना कळलं असावं का आणि असल्यास त्यांची प्रतिक्रिया काय असेल, असा प्रश्न माझ्या मनात येऊन गेला. इझाबेलच्या चेहऱ्यावरून तिच्याही मनात तोच विचार आला असावा असं वाटून मी तोंड फिरवलं.

मी ऑफिसच्या खिडक्या उघडल्या आणि खाली रस्त्याकडे एक दृष्टिक्षेप टाकला. त्यांनी मला युद्धाशी, जपानच्या महत्त्वाकांक्षेशी जोडलं होतं आणि या जाणिवेने मला डोक्यावर प्रचंड ओझं आल्याप्रमाणे, समुद्राच्या तळाशी असल्यासारखं

वाटू लागलं. जणूकाही आपली ओळखच आता बदलणार असं वाटलं. मी श्वासोच्छ्वास झाझेन पद्धतीने करू लागलो, पण त्याचा काही उपयोग झाला नाही.

इंग्लंडच्या सिंगापूरस्थित पूर्वेकडच्या आरमाराचे प्रमुख ॲडमिरल सर टॉम फिलिप यांनी जपानी आरमाराशी सामना करायला दोन युद्धनौका पाठवल्या. एच.एम.एस. रिपल्स आणि एच.एम.एस. प्रिन्स ऑफ वेल्स या दोन बोटी ब्रिटिश आरमारी दलाच्या सर्वोत्कृष्ट बोटीपैकी होत्या. रेडिओवरून येणाऱ्या युद्धाच्या बातम्या ऐकण्यासाठी आम्ही रेडिओकडे कान करून होतो. दोन्ही बोटी जपानी विमानांनी बुडवल्या, हे आम्हाला दुसऱ्या दिवशी समजलं. सहाशे जणांना जलसमाधी मिळाली होती. विल्यम सुरक्षित आहे की नाही हे कळायला काहीच मार्ग नव्हता.

ऑफिसमध्ये वडलांनी फोन ठेवल्याचा आवाज मी ऐकला. मी त्यांच्या खोलीत गेलो. दुःखाने व्याकूळ झालेला त्यांचा चेहरा बघताच मी समजून चुकलो.

अखेरीस दरवाजात उभ्या असलेल्या माझ्याकडे त्यांचं लक्ष गेलं. ''सिंगापूरहून आरमाराच्या ऑफिसचा फोन होता.'' ते म्हणाले.

''विल्यम?'' मी हळूच विचारलं.

''जपानी विमानांनी त्यांच्या बोटीचा पूर्ण नाश केला.'' बाबांनी मान खाली करून तळहातात आपला चेहरा लपवला. काय करावं ते न सुचून मी क्षणभर तसाच राहिलो. मग त्यांच्या मागे जाऊन मी त्यांच्या खांद्यावर हात ठेवला. खिडकीतून खालच्या रस्त्यावरच्या गाड्यांची रहदारी दिसत होती. समोरच्या धक्क्यावरून एक बोट निघत होती. तिचा भोंगा वाजला. असे वेगवेगळे आवाज इतकी वर्षं आमच्या रोजच्या जीवनाचं अंगच झालं होतं.

मी आणखी विचार न करता सूत्रं हातात घेतली. कर्मचाऱ्यांच्या प्रश्नांना बगल देत मी ''परिस्थिती स्पष्ट होईपर्यंत ऑफिस बंद राहील.'' असं सांगून टाकलं. त्यांना पूर्ण पगार दिला जाईल असं आश्वासनही मी दिलं. मी क्वालालंपूरला एडवर्डला फोन करून पेनांगला यायला सांगितलं आणि मग मी वडलांना घरी घेऊन गेलो. वरच्या आरशातून लिम काका माझ्याकडे बघत असल्याचं माझ्या लक्षात आलं आणि त्याच्या मुलीचे शब्द मला आठवले – 'जपानी लोक येतील आणि आपल्याला त्रास देतील.' मी त्याच्या नजरेला नजर देणं टाळलं आणि बाहेर बघू लागलो.

''काय झालंय?'' इझाबेलने व्हरांड्यातल्या खुर्चीवरून उठत विचारलं. तिच्याबरोबर पीटर मॅकॲलिस्टरसुद्धा होता. तोही उठून उभा राहिला.

''विल्यम गेला.'' मी म्हणालो. आम्हाला जे कळलं होतं ते मी तिला सांगितलं. ती काहीच बोलली नाही, पण तिची वेदना जाणून मॅकॲलिस्टरने तिला आधार दिला.

मी घरात जाऊन वडलांसाठी व्हिस्की घेऊन आलो. त्यांनी माझ्या हातातून

ग्लास घेऊन तो संपवला आणि काळजीपूर्वक टेबलावर ठेवला. "तुझा भाऊ गेला, गेला! त्याची बोट बुडाली!" मला त्यांचं डॉल्फिन व्हायचं स्वप्न आठवलं आणि ते डॉल्फिन बनून समुद्राच्या तळाशी आपल्या गेलेल्या मुलाला शोधत हिंडत आहेत असा क्षणभर भास झाला.

इझाबेलने मॅकॲलिस्टरच्या छातीवर डोकं ठेवलं नि ती हळूहळू रडू लागली. आम्ही उभे होतो. आकाशात ढग तरंगत होते, बागेतली फुलं वाऱ्यात डोलत होती, झाडांची पानं सळसळत होती. बाबांच्या डोळ्यावर केसांची एक बट आली होती. माझा हात पुढे झाला आणि मी ती हळुवारपणे मागे केली.

मृत व्यक्तीचं कलेवरच नसेल तर अंत्यविधी कसा करणार? फक्त एक शोकसभा आणि एका संपूर्ण सुखी जीवनाची आठवण करून देणारे पोकळ शब्द! बाबांनी मला व्यवस्था करायला सांगितली, "मला शक्य होणार नाही." ते म्हणाले, "तुझ्यावर ही जबाबदारी टाकताना मला वाईट वाटतंय."

"मला समजतंय बाबा. तुम्ही वाईट वाटून घेऊ नका."

"मला इतर कुटुंबांबरोबर सामाईक समारंभ नकोय." ते म्हणाले. ज्यांचा मुलगा गेला, असं पेनांगमधलं आम्ही एकटंच कुटुंब नव्हतो, कारण विल्यमबरोबर इथली अनेक मुलं गेली होती. त्यामुळे संपूर्ण बेटावरच दुःखाची छाया पसरली होती.

ज्या दुकानांमधून मी विधीसाठी सामानाची खरेदी केली त्या दुकानदारांनी सहानुभूती दर्शवली. "तुमच्या दुःखात आम्ही सहभागी आहोत, असं तुझ्या वडलांना सांग." असं अनेक जण म्हणाले. मी त्यांचे आभार मानले.

सरकारने विल्यमच्या व्यक्तिगत वस्तू आमच्याकडे पाठवल्या. खोकं उघडल्यावर आत एक पाकीट मिळालं. त्यात मी घेतलेले आणि त्याला पाठवलेले फोटो होते. बाबांनी ते चाळले आणि त्यातला एक आम्हाला दाखवला. तो फोटो विल्यम इस्तानातून सिंगापूरला गेला तेव्हा काढलेला होता. तो लिम काकाने घेतला होता. त्यात आम्ही सर्व जण आनंदात हसत होतो.

सेंट जॉर्ज चर्चमधल्या शोकसभेत इझाबेल सतत रडत होती आणि मॅकॲलिस्टर तिला धीर देत होता. निर्विकार चेहऱ्याने बसलेल्या बाबांच्या दोन्ही बाजूंना मी आणि एडवर्ड बसलो होतो. एंडो-सानना आता न भेटण्याचा निर्णय मी घेतला होता, तरीही ते उपस्थित राहतील अशी मला आशा होती. 'आता तुम्ही शत्रू आहात.' मी त्यांना मनात म्हटलं होतं, 'तुम्ही म्हणालात ते किती खरं होतं! दुःख आणि वेदना यांचं चक्र आता सुरू झालं आहे.'

आमच्या विनंतीवरून सभा थोड्या वेळाचीच ठेवण्यात आली होती. माझ्यामागे बसलेल्या लोकांमध्ये मागच्या बाजूला एंडो-सान दिसले. आमची दृष्टिभेट झाली. मी मान हलवून डोळे मिटले – ते इतके थकले होते, इतके थकले होते! विल्यमच्या

मृत्यूची बातमी कळल्यापासून मी फार वेळ झोपलोच नव्हतो, याची मला जाणीव झाली. विल्यमने शेवटी घर सोडलं तेव्हाचे त्याचे शेवटचे शब्द आणि आमचे आता अपुरे राहणारे प्रवासाचे बेत मला आठवले. त्याच्या अशा जाण्याच्या दु:खामुळे माझ्यातलं त्राण गेल्यासारखं झालं. मी पडतो की काय असं मला वाटू लागलं. एंडो-सानने दाखवलेल्या त्या दूरच्या ठिकाणी माझं मन नेण्याचा मी प्रयत्न केला आणि त्यासाठी मला बरेच कष्ट करावे लागले. मनाचं ते द्वंद्व थकवा आणणारं होतं. मी कसातरी तग धरून राहिलो आणि दु:खाच्या लाटा परतवण्यात यशस्वी झालो. मी माझ्या समोरच्या बाकाला घट्ट धरून राहिलो आणि वडील आणि उरलेल्या भावाप्रमाणे चेहऱ्यावर धीर आणण्याचा प्रयत्न करू लागलो. कुटुंबाने अनेक पिढ्या जपलेल्या प्रतिष्ठेला मी तडा जाऊ देणार नव्हतो. ते ओझं हलकं करण्यासारखं किंवा कोणाशी वाटून घेण्यासारखं नव्हतं.

आम्ही चर्चमधून घरी आलो. कुटुंबातल्या इतर मृत व्यक्तींच्या नामशिला चर्चमधल्या कब्रस्तानात त्यांच्या दफनाच्या ठिकाणी लावलेल्या होत्या. विल्यमच्या बाबतीत त्याची शिला चर्चमध्ये न लावता इस्तानाच्या पूर्वेकडच्या कोपऱ्यात लावावी अशी वडलांची इच्छा होती. मी एक लाकडी पेटी आणली होती. बाबा, इझाबेल आणि एडवर्डला विल्यमशी संबंधित कोणतीही वस्तू पेटीत ठेवायला मी सांगितली.

शिला लावण्यासाठी जमिनीत खड्डा खणला होता. खोकं बंद करण्यापूर्वी मी विल्यमचा लायका कॅमेरा पेटीत ठेवला. मग ती खड्ड्यात अलगदपणे ठेवण्यात आली, एखाद्या बाळाला पाळण्यात ठेवावं तशी आणि मग तिच्यावर माती पसरण्यात आली. मी मनातल्या मनात भावाला निरोप दिला.

माझे आजोबा वडलांच्या जवळ गेले. दोघे समोरासमोर उभे होते. ''ती गेली तेव्हा तुम्हाला कसं वाटलं असेल ते मला आता कळलं.'' बाबा म्हणाले.

''असा प्रसंग कोणत्याही बापावर येऊ नये!'' आजोबा बोलले. त्यांनी माझ्याकडे एक काळजीयुक्त दृष्टिक्षेप केला. मी किंचित मान झुकवून माझा धीर गेलेला नाही असं दर्शवलं. ते वडलांपुढून सरकून मला म्हणाले, ''मला आता इपोला जुन्या घरी परत गेलं पाहिजे, तयारी करायला आणि नोकरांना लपण्यासाठी सुरक्षित जागेची व्यवस्था करायला.''

''तुम्ही किती दिवस जाणार?'' मी विचारलं.

''सांगता येत नाही.''

''लढाई सुरू झाली की, तुम्हाला इथे परत येणं सोपं जाणार नाही.'' मी म्हणालो. ते इथे जवळ असावेत असं मला वाटत होतं.

''तुम्ही जाऊ नका.''

त्यांनी मान हलवली, ‘‘मी इपोच्या घरी नसलो, तर मी कुठे असेन, हे तुला माहीत आहे. मी तिथे सुरक्षित असेन.’’

त्यांनी पेनांगमध्येच राहावं यासाठी मी आणखी कारणं शोधत होतो, पण हात वर करून त्यांनी मला थांबवलं. ‘‘तू तुझ्या मावशीची आणि तुझ्या कुटुंबाची काळजी घ्यायला हवी.’’ त्यांनी आपले बाहू पुढे केले आणि मी त्यांना मिठी मारली, ते आता पुन्हा कधीच भेटणार नाहीत, ही भावना मनातून घालवून टाकण्याचा प्रयत्न करत.

वरती आकाशात टेहळणी विमानं घिरघिरत होती. पेनांगच्या लोकांमध्ये घबराट पसरली होती आणि ते गाव सोडून जाऊ लागले होते. सिंगापूर सुरक्षित, अभेद्य आहे अशा विश्वासामुळे बरेच लोक तिकडे निघाले होते, तर काही जण थेट हिंदुस्थानला जायला निघाले होते; पण मी तनाकांना म्हणालो होतो त्याप्रमाणे सर्व जगातच युद्ध माजलं, तर त्यापासून कसं आणि कुठं दूर जाणार?

रात्री उदासवाण्या जेवणानंतर बाबा म्हणाले, ‘‘तुम्ही सर्व जण सिंगापूरला जा. तिथे सुरक्षित राहाल.’’

‘‘तुम्हाला मागे ठेवून आम्ही कुठेही जाणार नाही.’’ इझाबेल म्हणाली. एडवर्डने आणि मी त्याला दुजोरा दिला.

‘‘आपण सर्व जण जाऊ या.’’ मी म्हणालो.

पण बाबांनी त्याला ठामपणे नकार दिला. ‘‘कंपनी चालवण्यासाठी कोणीतरी इथे राहायला लागेल.’’ असं म्हणून त्यांनी सर्वांची तोंडं बंद केली. ‘‘हे आपलं घर आहे आणि सारं आयुष्यभर ते आपलं घर राहील. मलायी लोक जात नाही आहेत, चिनी, हिंदी सोडून जात नाहीयेत. मी त्यांना सोडून जाणार नाही. जर मी गेलो, तर मला इथे पुन्हा कधीही राहता येणार नाही.’’

‘‘पण जपानी काय करू शकतात ते आपण ऐकलं आहे. बायका इथे सुरक्षित नाहीत.’’ एडवर्ड इझाबेलकडे बघत म्हणाला.

‘‘मी जाणार नाही एडवर्ड!’’ ती म्हणाली.

‘‘कंपनी सुरक्षित राहील, आपण सगळे सुरक्षित कसे राहू हे बघितलं पाहिजे.’’ बाबा म्हणाले. ते माझ्याकडे वळले.

‘‘आपली निष्ठा न जाता आपण सुरक्षित कसे राहू, हे तू बघशील? एंडो-सानशी बोलशील?’’

मला त्यांना सांगावंसं वाटत होतं, ‘हे युद्ध आहे. निष्ठेबद्दल इतकी काळजी का करता?’ मी मान हलवली.

‘‘आपल्याला खात्रीपूर्वक सुरक्षितता हवी असेल, तर जपान्यांना सामील व्हावं

लागेल. त्यांना आपली कंपनी हवी आहे. त्यांना पूर्ण मलाया हवा आहे.''

''ते अजिबात मान्य होणार नाही.'' एडवर्ड माझ्याकडे रागाने बघत म्हणाला, ''त्यांच्याशी अजिबात संधान बांधायचं नाही.''

''कसंही झालं तरी केव्हातरी त्यांचं सैन्य जॉर्जटाऊनला येऊन पोहोचलं की, ते कंपनी घेतीलच.'' मी म्हणालो.

''आपले जवान त्यांना पिटाळून लावतील.'' बाबा म्हणाले; पण त्यांच्या बोलण्यात फार विश्वास जाणवत नव्हता.

मी माझी संधी ओळखली आणि सूत्रं हातात घेऊन ठामपणे त्यांचं मत माझ्याकडे वळवलं, ''आपण काही पावलं तर उचललीच पाहिजेत. काही झालं तर म्हणून.''

बाबा खुर्चीत मागे रेलून बसले आणि म्हणाले, ''एडवर्ड, उद्या आपल्या खाणींना आणि मळ्यांना फोन करायला लाग. सर्व मॅनेजरना सगळा मालाचा साठा आणि यंत्रं नष्ट करायला सांग. आणि तू,'' ते इझाबेलकडे वळून म्हणाले, ''तुझे केस बारीक कापून घे. विल्यमचे कपडे घालायला लाग; पण इथे सुरक्षित आहे याची खात्री होईपर्यंत तू पेनांग हिलला राहा.'' इझाबेलने तक्रार करण्यासाठी तोंड उघडताच ते पुढे म्हणाले, ''तू एक शब्द जरी बोललीस तरी तुला सिंगापूरला पाठवेन.''

गेल्या काही दिवसांच्या विमनस्क अवस्थेनंतर बाबा सावरल्यासारखे वाटले, त्यामुळे मला बरं वाटलं.

नंतर मी किनाऱ्यावर गेलो. नुकताच मुसळधार पाऊस येऊन गेला होता. त्यामुळे पायाखालची रेती ओली आणि रेशमी वाटत होती. काळे ढग वेगाने बेटाच्या आतल्या भागाकडे पळत होते. समुद्राकडलं आकाश मोकळं होत होतं. चंद्र आधीच बाहेर आलेला होता, पण मावळत्या सूर्याच्या तेजापुढे तो फिका दिसत होता. काही पक्षी किनाऱ्याला समांतर उडत होते, तर काही रेतीत चोची मारून खेकड्यांची, जवळजवळ न दिसतील इतकी लहान पिल्लं पकडत होते. मला ती दिसत नव्हती, पण किनाऱ्यावरून पळताना रेतीत त्यांच्यामुळे निघत असलेल्या रेघोट्या पाहून जणूकाही एखादा अदृश्य हातच काही लिहीत आहे असं भासत होतं.

हवेत गारवा होता. आताच पडून गेलेल्या पावसाचे जलबिंदू – जणू ढगांना बारीक किसणीवर किसल्यासारखे दिसणारे – हवेत रेंगाळत होते. एकुलती एक मानवाकृती पायांवर रेशमी तागा उलगडावा त्याप्रमाणे येणाऱ्या लाटा पावलांवर घेत, किनाऱ्यावर उभी होती. पाण्यातला गारवा अनुभवत मी त्यांच्याकडे गेलो.

''आकाशात जणूकाही आग पेटली आहे!'' ते म्हणाले.

मी बघितलं. ते तसंच दिसत होतं. सूर्याने क्षितिजावरून आकाशात लाल-नारिंगी रंग उधळले होते. अधूनमधून आकाशात झगझगीत पण मुक्या ठिणग्या उडत होत्या.

''ते काय आहे?'' मी विचारलं.

''हवाई चढाई! जपानी आणि ब्रिटिश विमानांची स्वर्गीय लढाई.''

मी निर्विकारपणे बघत राहिलो. हे सर्व अविचारी, खूप दूरचं, आपला संबंध नसलेलं वाटत होतं.

ते वळले. पाठीवर ऊन, चेहऱ्यावर सावली. त्यांना बेटावरून अंधारात दिव्याच्या साहाय्याने खुणा करताना बघितल्यापासून मी त्यांना भेटलो नव्हतो.

''माझ्या भावाच्या शोकसभेला आल्याबद्दल धन्यवाद!'' मी म्हणालो.

त्यांनी माझ्या गालाला हळुवार स्पर्श केला, ''जे खरोखरी आपल्या मनात नसेल ते बोलू नये. आपण स्वत:शी प्रामाणिक राहावं. तुला कदाचित मला दुखवावंसंही वाटत असेल.'' त्यांनी नि:श्वास सोडला, ''मी तुला दोष देत नाही.''

''पण मला तुम्हाला दोष द्यायचा आहे. तुम्ही माझ्याशी खोटं बोललात. तुम्ही माझा वापर केलात, माझं या बेटाबद्दलचं ज्ञान वापरलंत. तुम्हाला वेगवेगळ्या जागांचे फोटो काढायचे होते म्हणून तुम्ही मला सारं दाखवायला सांगितलंत आणि तुमची गेल्या वर्षीची कोटा बारूची ट्रिप. मला आता कळलं आहे.'' मी त्यांच्या हातापासून दूर सरत म्हणालो, ''आणि इतर सर्व गोष्टी, त्याही खोट्या आहेत ना?''

ते व्यथित झाले. त्यांनी त्यांचे हात वर केले. जणू माझी समजूत काढायला; पण मी दूर सरकताच ते खाली पडून त्यांच्या बाजूला लोंबकळू लागले.

''मी यापुढे तुमच्यावर विश्वास ठेवू शकणार नाही एंडो-सान.''

''विल्यमच्या पार्टीच्या वेळी मी बोललो ते शब्द आठव.'' त्यांनी बोलायला सुरुवात केली, पण ते मध्येच थांबले.

पार्टीच्या वेळी ते काय बोलले होते ते मी आठवू लागलो. ते म्हणाले होते, 'आपण लवकरच विरुद्ध बाजूंना असू; पण मला तुझ्याबद्दल काय वाटतं ते कधीही विसरू नकोस.' पण त्यानी माझं समाधान होईना.

''जे योग्य होतं ते करणं मला का जमलं नाही?'' मी विचारलं.

''जमेल जमेल, मित्रा, जमेल.'' ते म्हणाले.

तिकडे समुद्रात त्या ठिणग्या अधिकच तेजस्वी आणि जास्त वेळ दिसू लागल्या, पडणाऱ्या ताऱ्यांप्रमाणे आकाश उजळवत!

२

मी टोके यीपच्या घराकडे चाललो होतो. विमानांची एक तुकडी माझ्या डोक्यावरून गेली आणि त्यांनी मागे पांढऱ्या पाकळ्यांचा माग सोडला. त्या पाकळ्या हळूहळू तरंगत खाली येत होत्या. त्यातल्या काही पाकळ्या झाडांच्या पानांवर पडून फडफडू लागल्या आणि त्यांनी पक्ष्यांना कोड्यात टाकलं. बाकीच्या रस्त्यावर, हिरवळीवर पडल्या. त्यातली एक मी उचलली.

तो कागदाचा तुकडा होता आणि त्यावर इंग्रजी, चिनी, मलाय आणि तामीळ भाषांमध्ये मजकूर छापला होता. 'शांततेने शरण या आणि जपानी सैन्याचे स्वागत करा' असा संदेश त्यांत होता. बंदरावर सिंगापूरला जाण्यासाठी बोटींवर चढणाऱ्या लोकांची तुफान गर्दी होती.

मी दारावरची घंटा वाजवली, पण कोणी आलं नाही. मी दार ढकलून आत गेलो आणि कोनचे वडील उभे होते तिथे गेलो. ते विचारमग्न होऊन त्यांच्या बक्षिसं जिंकणाऱ्या पांढऱ्या ऑर्किड्सकडे बघत होते. मला पाहून ते भानावर आले.

"तू कोनला शोधत असशील ना?" ते म्हणाले.

"तो कुठे आहे ते त्याने तुम्हाला सांगितलं असेल, या आशेवर मी होतो."

त्यांनी मान हलवली. "तो गेला. त्याच्याकडून काही निरोप आलेला नाही आणि येईल असं वाटतही नाही. बस तू." मी एका खोक्याच्या कडेवर बसलो.

"तो मला कळवेल असं म्हणाला होता." मी म्हणालो. त्यांनी मान डोलवली.

"तुम्ही त्याला थांबवायचा प्रयत्न केला नाही का?"

"नाही. कसा करणार? आता प्रत्येकाने आपापला मार्ग निवडायची वेळ आलेली आहे. हे सगळ्यांना आणि विशेषत: तुला माहीत असायला हवं."

"तुम्ही कुठे सुरक्षित ठिकाणी जाणार नाही का?"

त्यांनी मान हलवली. "मलासुद्धा इथे माझ्या मार्गाने गेलं पाहिजे." क्षणभर पन्नाशीचे असूनही ते खूपच म्हातारे भासले. "आणि मीही गेलो, तर कोन परतेल तेव्हा

इथे कोण असेल?''

''कोन खूपसा तुमच्यासारखा दिसतो.'' शांततेचा भंग करण्यासाठी मी बोललो. आमच्यात बोलण्यासारखं फारसं कधीच नव्हतं; पण मी केलेल्या तुलनेने ते सुखावल्यासारखे वाटले. मला वाटतं, वडलांना खूश करण्याचा हा एक चांगला मार्ग आहे. विमानं पुन्हा एकदा आकाशात चक्कर मारताना आम्हाला दिसली.

''तो माझा एकुलता एक मुलगा आहे.'' ते म्हणाले, ''विल्यमबद्दल मला वाईट वाटतं.'' ते पुढे म्हणाले, ''माझा मुलगा गेला तर माझी काय स्थिती होईल, देवच जाणे. मला जगणंच अशक्य होईल.''

''या युद्धातून आपण सगळे जिवंत राहू की नाही काही कळत नाही.'' मी म्हणालो.

जरासं छद्मी हास्य करून, भुवया उंचावून ते म्हणाले, ''जर कोणी वाचलंच, तर तो तूच असशील याबद्दल मला शंका नाही आणि हे केवळ तुझ्या गुरूच्या प्रभावामुळे नाही. मी मिस्टर एंडोंना ओळखतो आणि शिष्य म्हणून ते कोणा बुळ्याची निवड करणार नाहीत, हे तर उघड आहे. तू आम्हाला सर्वांना चकित करणार असं मला वाटतं.''

आमच्या गप्पांना लागत असलेलं वळण मला न रुचून मी खोक्यावरून उठलो. त्यांचं बोलणं बोचरं होतं.

''मला आता गेलं पाहिजे. कोनबद्दल काही समजलं तर मला नक्की कळवा.''

उत्तरेकडून पुढे येणाऱ्या जपानी सैनिकांनी केलेल्या कत्तलींच्या बातम्या सतत आमच्या कानावर येत होत्या आणि वडील त्याबद्दल काही बोलत नव्हते तरी त्यांच्या चेहऱ्यावरची भीती मला जाणवत होती. त्यांनी त्यांच्या खोलीतल्या कपाटातून बंदूक काढून तीत गोळ्या भरून ती सहज हाताशी येईल अशी ठेवली. त्यांचा लायब्ररीतल्या खंजिरांचा संग्रहसुद्धा तिथून काढून टाकण्यात आला होता. उत्तर मलायामधल्या आमच्या कथलाच्या खाणी आणि रबराचे मळे जपान्यांनी ताब्यात घेतले होते, पण आमची कंपनी बाबा कधीही जपान्यांच्या हवाली करणार नाहीत, याची जाणीव मला झाली होती. मला त्यांच्या सुरक्षिततेबद्दल भीती वाटू लागली आणि ती वाढली. एके दिवशी संध्याकाळी आम्ही घरी आलो तेव्हा एक लष्करी कार पोर्चमध्ये उभी असलेली दिसली. लाल वर्तुळ असलेला पांढरा ध्वज मोटारच्या बॉनेटवर फडकत होता.

''बास्टर्ड्स!!'' लिम काकाने गाडी पुरी थांबवायच्या आधीच गाडीतून बाहेर पडत बाबा उद्गारले. त्यांच्यापाठोपाठ धावतच मी घरात गेलो. आम्ही हॉलमध्ये पोहोचताना बोलण्याचे आवाज ऐकू आले आणि जपानी कॉन्सुलेटमधले अधिकारी

गोरो आणि आणखी एक माणूस जिन्याने खाली येताना बघून मी थबकलो. आम्हाला बघितल्यावर ते अर्ध्या जिन्यातच थांबले.

"माझ्या घरातून चालते व्हा!" वडील म्हणाले.

गोरोच्या मागे एक जपानी माणूस होता आणि माझ्या मनात एक भीती उभी राहिली. उघडझाप न करणारे बारीक डोळे, आखूड मिशा, अगदी बारीक केस! मला जास्त भीती वाटली ती तो सैनिकासारखा दिसत होता म्हणून नाही, तर तो साध्या वेषात होता, गणवेशात नव्हता म्हणून. माझ्या ताबडतोब लक्षात आलं की, तो माणूस उत्तर मलाया सोडून पळून जाणाऱ्या असाहाय्य लोकांची कत्तल करणाऱ्या केंपायताय या जपानी गुप्त पोलीसदलाचा होता. मी वडलांना आवरण्याच्या उद्देशाने त्यांच्या खांद्यावर हात ठेवला.

" तुमचं हे सगळं आता फार काळ राहणार नाहीये." गोरो म्हणाला, "फुजिहारा-सानला हे फार आवडलं आहे."

मागचा माणूस गोरोशी जपानी भाषेत बोलला. मला ते चांगलं समजलं, पण गोरोने भाषांतर करून सांगितलं.

"एकदा तुम्ही पळून गेलात की तुमची कंपनीसुद्धा घेणार."

"आम्ही कधीच पळून जाणार नाही." बाबा म्हणाले.

"तुम्ही काय करता याची आम्हाला फिकीर नाही. आम्ही तुम्हाला सर्वांना कँपमध्ये पाठवू किंवा मारून टाकू." माझ्याकडे बोट दाखवून तो पुढे म्हणाला, "या तुमच्या अर्धचिनी मुलालासुद्धा."

काहीतरी करून त्यांना शांत करणं जरुरीचं होतं. मी कमरेत वाकून त्यांच्याशी नरमाईच्या सुरात बोलायला लागणार एवढ्यात इझाबेल बाबांची बंदूक घेऊन तिथे आली आणि तिने बंदूक गोरोवर रोखली.

"माझ्या वडलांनी तुम्हाला जायला सांगितलं आहे. मी पुन्हा बोलणार नाही."

"इझाबेल," मी ओरडलो, "बंदूक ठेव."

गोरो आणि तो माणूस इझाबेलला हवे तितके पटकन हलले नाहीत. तिने त्यांच्या मागे, भिंतीत एक गोळी घातली. प्लास्टरचा धुरळा आणि लाकडाच्या कपच्या त्यांच्या अंगावर उडाल्या. गोरोने त्या माणसाला पलीकडे घातलं आणि इझाबेलवर नजर ठेवत ते जिना उतरले आणि घराच्या बाहेर पडले. आता त्यांच्या मानापमानाच्या समजुतीनुसार ते केव्हातरी इझाबेलवर सूड उगवणार याबद्दल मला खात्री होती.

इझाबेल अजून बंदूक रोखून उभी होती. मी तिच्याकडे वळलो.

"मी त्यांचा रोष ओढवून न घेता सगळं नीट केलं असतं." मी म्हणालो.

"तू नेहमी त्यांची बाजू घेतोस." माझ्याइतक्या रागात ती बोलली.

“मी तसं काही करत नव्हतो. मला तुला सुरक्षित ठेवायचं होतं.” मी उत्तरलो, “आता तुझ्यामुळे आपण सगळे धोक्यात आलो आहोत.”

“जपान्यांशी सलगी कोण करतं आहे? तू जी दीनवाण्या प्रकारे त्यांची अजीजी करत होतास, ते तुझं तूच ऐकायला हवं होतंस! त्यांच्यापुढे लाळ घोटायला लाज नाही वाटली?”

“बस करा!” वडील म्हणाले, “बंदूक ठेवून दे! आणि तू अजून इथे कशी? तू ‘हिल’वर लपलेली असायला हवी होतीस.”

“मी नोकरांना सामान बांधायला मदत करत होते. मी त्यांच्याबरोबरच निघणार होते.”

आम्ही सर्वांनी पेनांगच नव्हे, तर मलाया सोडून जायला पाहिजे असं पूर्वी कधी नाही इतक्या निकडीनं मला वाटू लागलं. आता जपान्यांनी आमची नावं काळ्या यादीत घातली होती आणि इथे राहिलो असतो तर ते आम्हाला सोडणार नव्हते.

“आपण आता इथे सुरक्षित नाही.” मी म्हणालो, “आपण ताबडतोब सिंगापूरला गेलं पाहिजे.”

वडील ते मानायला तयार नव्हते. “आम्ही सोडून जाणार नाही. तुला जायचं असेल तर जा. या कुटुंबाचा भाग होणं तुला आजवर समजलेलं नाही! ते जर तुला कळलं असेल, तर तू आमच्या बाजूने उभं राहायला पाहिजेस!” ते थांबले आणि एकदम दु:खी दिसू लागले. “मला माफ कर. मी असं बोलायला नको होतं. आय ॲम सॉरी.”

दीर्घ शांततेनंतर मी बोललो, “मी राहणार आहे. हे घर माझंही आहे. माझं एकुलतं एक घर. मी राहणार; पण माझ्या अटींवर.” एवढं बोलून मी तिथून निघालो. आता कोणता पर्याय निवडायचा ते स्पष्ट झालं होतं. खरोखरीच शेवटी सगळं इतकं सोपं आणि सरळ होतं.

मी सायकलने जपानी वकिलातीत गेलो. रस्त्यात वाहनांची खूप गर्दी होती. अनेक गाड्या मोठमोठ्या ट्रंका घेऊन जात होत्या. विमानातून टाकलेली जपानी पत्रकं इकडेतिकडे उडत होती. काही दिवसांपूर्वी मी एका चिनी माणसाच्या अंत्यविधीला गेलो होतो, त्याची मला आठवण झाली. विधी करणारा भिक्कू हवेत कागदी पैसे उधळत जात होता आणि दुपारच्या त्या गरम हवेत ज्यांच्यासाठी ते उधळले जात होते त्या आत्म्यांप्रमाणेच ते कागद हेलकावे खात पृथ्वीवर येऊन विसावत होते. धावणाऱ्या गाड्यांमुळे, वर-खाली उडणाऱ्या त्या कागदांमुळे आता मला ते सारं आठवलं आणि मला भीती वाटू लागली. मी माझ्या देशाचा, घराचा अंत्यविधी बघत आहे असं वाटत होतं.

वकिलातीच्या दारावरच्या पहारेकऱ्याला 'मला एंडो-सानना भेटायचं आहे' असं मी सांगितलं. त्याने दरवाजा उघडला नि मी आत गेलो. रहदारीचा आवाज येत नव्हता; त्याला इथे प्रवेश नव्हता. जपान सरकारने ही जागा महायुद्धापूर्वी ब्रिटिशांशी जरा चांगले संबंध असताना घेतली होती. त्या काळात ब्रिटन आणि जपानमध्ये करार झाला होता त्यानुसार जपानच्या आरमाराला मलायाच्या समुद्रात गस्त घालण्याची परवानगी होती. ही तरतूद अखेरीस ब्रिटिशांनाच भोवली, कारण त्यामुळे जपानच्या आरमाराला त्या प्रदेशाची चांगली माहिती झाली.

वकिलातीच्या बागेत बराच पैसा आणि श्रम खर्च करून स्वप्नातल्या जपानची प्रतिकृती बनवलेली होती. आतापर्यंत अनेकदा मी तिथून गेलो होतो, पण तिच्याकडे कधी माझं लक्ष गेलं नव्हतं; पण आज बाहेरच्या जगात एवढा विध्वंस चालला असताना मला थांबून तिचं सौंदर्य डोळ्यात साठवावं असं वाटलं.

एका डबक्याच्या काठी असलेलं बांबूचं झाड वाकून पाण्यावर झुकलं होतं. मासे उड्या मारून त्याची चुंबनं घ्यायचा प्रयत्न करत आहेत, असं वाटत होतं. डबक्याच्या काठावर वाकून एक व्यक्ती माशांना खायला घालत होती. तिला पाहताच मी सायकल जवळच्या झाडाला टेकवून हिरवळीवरून उतरत तिच्याकडे गेलो. मला बघताच ते हसले. त्यांनी हातातल्या ब्रेडचे उरलेले तुकडे डबक्यात टाकले आणि पँटला हात पुसत ते उभे राहिले.

"आता काय पराक्रम करून ठेवलायस तू?" त्यांनी विचारलं.

माझे वडील मला आणि विल्यमला उद्देशून जे शब्द वापरायचे तेच त्यांनी वापरले होते आणि 'माझ्या जीवनात जे काही घडतं ते माझ्या जन्मापूर्वीच ठरलेलं आहे' हा विचार मी मनातून प्रयत्नपूर्वक काढून टाकला. युद्धाच्या तणावामुळे असं होत असावं असं मला वाटलं. या युद्धाने माझ्या साऱ्या जीवनालाच तडे गेले होते.

"मला तुमच्याशी आणि हिरोशी-सानशी बोलायचं आहे." मी म्हणालो. एंडो-साननी मान डोलवली आणि मी त्यांच्यामागोमाग वकिलातीच्या इमारतीत शिरलो. बागेच्या मानाने इथे बरीच धावपळ आणि उत्साह होता. हातात कागदपत्रं घेतलेल्या, हिरव्या गणवेशातल्या लष्करी अधिकाऱ्यांची ये-जा चालली होती. मला हिरोशींच्या ऑफिसमध्ये नेण्यात आलं. त्यांनी वर बघितलं, माझ्या मागे असलेल्या एंडो-सानना बघितलं आणि चटकन लपवलेली विजयाची चमक मला त्यांच्या डोळ्यांत दिसली.

"मला तुमच्या सरकारसाठी माझी सेवा सादर करायची आहे." मी म्हणालो, "क्वालालंपूरच्या ऑफिसातले वकील साओतोमे-सान याला संमती देतील असा मला विश्वास वाटतो."

सायलकवर येताना मी या शब्दांचा अनेकदा बोलून सराव केला होता. तरीही

इथे ते उच्चारायला मला कठीण गेलं. मी असा मार्ग निवडत होतो की, ज्यात माझे सर्व कुटुंबीय वाचण्याची सर्वांत जास्त शक्यता होती आणि तो निवडायला मी नक्की तयार होतो. युद्ध चालू होतं आणि निश्चितच मला कोणी दोष दिला नसता आणि सगळं संपल्यावर हे कोणाच्या लक्षातही राहिलं नसतं.

''या बेटाचा दैनंदिन कारभार चालवण्याच्या कामात मदत करायला तुला सांगावं, असा आमचा विचार होताच.'' हिरोशी मला बसण्याची खूण करत म्हणाले, ''आमची धोरणं राबविण्यासाठी आवश्यक असणारं भाषांचं ज्ञान आणि आमच्या संस्कृतीची ओळख तुला आहे.''

''तो मला मदत करू शकेल.'' एंडो-सान म्हणाले.

''माझी एक विनंती आहे. तुम्ही मलायाचा ताबा घ्याल, तेव्हा माझ्या वडलांना त्यांची कंपनी चालवू द्या.''

''सर्व व्यापार-उद्योग हे जपान सरकारच्या अधिकाराखाली येतील; पण मिस्टर हटन यांचं ज्ञान आणि अनुभव उपयुक्त ठरतील.'' हिरोशी म्हणाले, ''तुमच्या कुटुंबाच्या कंपनीमध्ये त्यांना आणखी कोणती भूमिका करता येईल ते आम्ही बघू.''

ते टेबलामागून उठून माझ्याजवळ आले आणि त्यांनी माझ्या खांद्यावर हात ठेवला. ''तू वकिलातीचा सदस्य होणार असल्यामुळे तू सर्वांत आधी जी गोष्ट करायला हवी ती म्हणजे आदर दाखवणं!'' त्यांनी मला भिंतीवर टांगलेल्या सम्राटाच्या फोटोकडे वळवलं. काय करायचं ते मला माहीत होतं; त्यामुळे मी फोटोपुढे वाकून अभिवादन केलं.

३

बाबांनी मला सांगितलं होतं की, इझाबेल पेनांग हिलला जाण्यापूर्वी तिने तिची छबी शक्यतो जास्तीत जास्त बदलली आहे की नाही याची खात्री कर. आमच्या नोकरांपैकी एक बाई इतर नोकरांचे केस कापून थोडे पैसे मिळवत असे. किचनच्या बाहेरच्या पटांगणात ती इझाबेलचे केस कापत असताना मी तिथे उभा राहून बघत होतो.

इझाबेल एका उंच स्टुलावर बसली होती आणि तिच्या खांद्याभोवती 'स्ट्रेट्स टाइम्स'चे कागद गुंडाळले होते.

''हे विचित्रच आहे!'' ती कुरकुरली.

''बाबांची आज्ञा.'' मी म्हणालो.

तिने उत्तर दिलं नाही. आमचं घर ताब्यात घेण्याची धमकी देणाऱ्या त्या दोघा जपान्यांशी झालेल्या बोलाचालीच्या प्रसंगावरून आमच्यातले संबंध जरा ताणलेले होते. मला तिचे शब्द अजून सलत होते. ते अयोग्य होते, त्यामुळे तिला माफ करणं मला अजून जमलं नव्हतं.

''हे सगळं तुझ्याच भल्यासाठी आहे. तू जितकी पुरुषासारखी दिसशील तितकी जास्त सुरक्षित राहशील.'' मी म्हणालो. ''मी तुझ्या खोलीत विल्यमचे कपडे काढून ठेवले आहेत. हे काम संपलं की ते घाल.''

तिला सोडून मी घरात गेलो.

आखूड केस आणि विल्यमचे कपडे यांमुळे ती विल्यमच वाटत होती. तिला बघून विल्यमचं नसणं फार जाणवलं. ''अरे देवा!'' बाबा उद्गारले. एडवर्डसुद्धा गप्प राहिला. किंचित हसून इझाबेलने आम्हाला आमच्या उदासवाण्या मूडमधून बाहेर काढण्याचा प्रयत्न केला. पीटर मॅकॲलिस्टरने तिला आलिंगन दिलं. मला उदास वाटून मी तोंड फिरवलं. मी जपान सरकारबरोबर काम करणार असल्याची बातमी बाबांना कशी सांगायची, याचा घोर मला लागला होता.

“जपानी सैन्यापासून वाचण्यासाठी आणखी लोक पळून जात आहेत.” मॅकऑलिस्टर म्हणाला. तो आता जास्त वेळ इस्तानातच राहून बाबांशी गप्पा मारत असे. आमच्या जीवनातलं त्याचं अस्तित्व आता बाबासुद्धा हळूहळू स्वीकारायला लागले होते. “मला धक्क्यावर त्यांच्यापैकी काही लोक भेटले. त्यातले बहुतेक जण जेमतेम एक सूटकेस घेऊन पळत होते.”

“काही जणांची इथे व्यवस्था करता येईल.” बाबा म्हणाले.

मॅकऑलिस्टरने मान हलवली, “त्यांना पेनांगमध्ये थांबायचंच नाहीये. त्यांना शक्य तितकं दूर जायचं आहे. इतकंच काय, ‘तुम्हीही इथून जा’ असं ते म्हणत होते.”

जपान्यांच्या विजयाच्या बातम्या सतत येत होत्या. संपूर्ण पूर्व किनारा तसंच उत्तरेकडचे थायलंडच्या सीमेजवळचे पेर्लिस आणि केलांतान प्रांत जपान्यांनी काबीज केले होते. ब्रिटिश सरकार किती गाफील होतं, जपानच्या आक्रमणाच्या योजनेकडे त्यांनी किती निष्काळजीपणे दुर्लक्ष केलं होतं हे इतिहासकार सांगणारच होते; पण आतातरी देश सोडून पळणाऱ्यांचा पूर लोटला होता आणि त्यात मलायात स्थायिक झालेले युरोपीय बहुसंख्येने होते.

“मी जाणार नाहीये पीटर, मी आधीच सांगितलं आहे.” बाबा म्हणाले. त्यांनी माझ्याकडे बघितलं, “आपल्यासाठी काम करणाऱ्या लोकांना जपान्यांच्या तोंडाशी देऊन आपण गाशा गुंडाळून पळून गेलो, तर आपण त्यांना तोंड कसं दाखवणार?”

एंडो-सानच्या लोकांचा उल्लेख करण्यातला फरक माझ्या लक्षात आला होता. नेहमीप्रमाणे ‘जपानी लोक’च्या ऐवजी ‘नॅप्स’ किंवा बहुतेक वेळा ‘भोसडीचे जपानी’ असं म्हटलं जाऊ लागलं होतं.

“भोसडीचे जपानी आता देशभर सायकलवर हिंडत आहेत असं दिसतं.” मॅकऑलिस्टर म्हणाला. मी काही बोललो नाही. क्वालालंपूरहून परतताना ट्रेन जेव्हा दमट, निबिड जंगलातून जात होती तेव्हा माझं एंडो-सानशी झालेलं बोलणं मला आठवलं.

पायथ्याशी नेचे आणि दाट गवत यांची गचपण झालेल्या मोठमोठ्या वृक्षांच्या बाजूने गाडी जात असताना एंडो-सान म्हणाले, “अशा जंगलात शिरणंसुद्धा अशक्य!” अनेक वडा-पिंपळांच्या वृक्षांच्या तळाशी मोठमोठी मुळं आणि वेली यांनी उंच भिंतीच तयार झालेल्या होत्या.

“तसंच काही नाही,” मी म्हणालो होतो, “इथे राहणारे लोक पायी जातात किंवा सायकलवर फिरतात. आपल्याला दिसत नाहीत, पण जंगलात पायवाटा असतात. विल्यमने मला एकदा सांगितलं होतं की त्यांचे नकाशेसुद्धा मिळतात जंगलखात्यात.”

“ते नकाशे सहजपणे मिळतील?”

"मिळत असतील. मी विचारीन." मी म्हणालो आणि इपोहून परतल्यावर ते नकाशे मिळवून मी एंडो-सानना दिलेसुद्धा.

मॅकॲलिस्टरने इझाबेलला जवळ घेतलं. "मला तुला उद्या निरोप देता येणार नाही डार्लिंग. मला के.एल.ला परत जाऊन कंपनीत काय चाललं आहे ते बघितलं पाहिजे."

"काही काळजी करू नकोस," मी म्हणालो, "मी आहे तिच्याबरोबर."

"तुझ्या बहिणीची काळजी घे." तो म्हणाला, "ही बारीक डोळ्यांची सायकलवर फिरणारी माकडं आपला देश बळकावत आहेत, खरंच वाटत नाहीये."

"हो, पण त्यात त्यांना यश येतं आहे, नाही का?" बाबा म्हणाले.

बाबांचा असा आग्रह होता की, घरच्या आणि ऑफिसमधल्या नोकरांपैकी ज्या स्त्रिया होत्या त्यांनी इझाबेलबरोबर पेनांगच्या टेकडीवर लपून राहावं; पण बहुतेक सर्वांनी ही सूचना साभार नाकारून आपापल्या कुटुंबासमवेत राहणंच पसंत केलं. काही जणींची मात्र आमच्याबरोबर यायला मान्यता होती.

"मिंग काय करणार आहे?" लिम काका आम्हाला कारने टेकडीवर जायच्या रोपट्रेनच्या पायथ्याच्या स्टेशनकडे घेऊन जात होता तेव्हा मी त्याला विचारलं.

"ती तिच्या खेड्यात सुरक्षित आहे आणि तसंही ते शहरापासून खूप दूर आहे जपान्यांचं लक्ष जायला."

"आणि तुम्ही?"

"मी अर्थातच मिस्टर हटनबरोबर राहणार." तो म्हणाला. माझ्या वडलांवरची त्याची निष्ठा वादातीत होती, पण इथं राहायचं खरं कारण माझ्या आजोबांनी कधीतरी त्याच्यावर केलेले उपकार असावेत अशी मला शंका होती. त्याबद्दल मी त्याला खूप खोदून खोदून विचारायचा प्रयत्न केला होता, पण यश आलं नव्हतं.

स्टेशनवर बॅगा आणि खाद्यपदार्थांच्या थैल्या घेतलेल्या लोकांची मोठी रांग होती. बायका-मुलींना टेकडीवर पाठवायची कल्पना सुचलेले आम्ही एकटेच नव्हतो असं दिसलं.

"हे लोक तरी निदान पळून गेलेले नाहीत." इझाबेल म्हणाली.

मी काही बोललो नाही. आमच्यात निर्माण झालेल्या दुराव्याच्या वेदना मला जाणवत होत्या. ती तडजोड करण्याचा प्रयत्न करत होती, याची मला जाणीव झाली; पण माझ्या मनात अजून धुमसत असलेल्या रागामुळे मी प्रतिसाद दिला नाही.

गर्दीत इंग्लिश, चिनी आणि मलायी बायका होत्या. इंग्लिश स्त्रियांनी त्यांच्याबरोबर

त्यांचे कुत्रेही आणले होते. निरोपाचे बोल, रडणं वगैरेंमुळे निर्माण झालेल्या गदारोळात त्यांच्या भुंकण्याची भरच पडत होती. बाबा बायकांशी बोलायला गेले.

"किती भयंकर आहे!" बाबा त्या बायकांशी बोलत असताना इझाबेल म्हणाली, "माणसांपेक्षा कुत्र्यांची जास्त काळजी घेणाऱ्या या बायकांची कमाल आहे."

"तुम्ही इंग्रज लोक शेवटी सगळे सारखेच असता!" मी विचार न करता बोललो. तिने माझ्या दंडावर हलकेच बुक्का मारला. माझ्या एखाद्या बोलण्याबद्दल निषेध नोंदवायचा असला की ती असं करत असे. माझा तिच्यावरचा राग किंचित कमी झाला.

"त्या दिवशी जे झालं त्याबद्दल मला वाईट वाटतंय." माझ्या हातात हात गुंतवून मला जवळ ओढत ती म्हणाली. "तू म्हणत होतास ते बरोबर होतं. आपण त्यांच्याशी बोलूनच त्यांना घराबाहेर काढायला हवं होतं."

मी तिचं बोलणं हातानं उडवून लावलं. आमच्यात निर्माण झालेला दुरावा हळूहळू कमी होत होता. "आपण सगळेच भावनेच्या भरात होतो."

"तू नव्हतास." ती म्हणाली, "मला तुझा फार हेवा वाटतो. तुझं भावनांवर जसं कठोर नियंत्रण आहे, तसं माझं नाही. विल्यम नेहमी म्हणायचा की, आपल्या सर्वांत तू जास्त अलिप्त आणि गडबडून न जाणारा आहेस. सर्वांत जास्त 'इंग्रज' आहेस."

तिच्या बोलण्याने मी अवाक झालो. मी आमच्या कुटुंबात आपली नेमकी जागा कोणती, आपण कुठे बसतो या विवंचनेत असायचो, त्याचा अर्थ मी थंड आणि भावनारहित आहे असा यांनी घेतला होता. मला उपरोधाने हसावंसं वाटत होतं.

रांग जशी पुढे सरकू लागली तसे बाबा आले, त्यांनी इझाबेलला जवळ घेतलं नि म्हणाले, "काळजी घे आणि मला वाटतं एकदा सगळं जरा स्थिरस्थावर झालं की, तू पीटरशी लग्न करावंस."

इझाबेलने त्यांना घट्ट मिठी मारली, "थँक यू बाबा."

ते बाजूला झाले आणि आमच्याबरोबर आलेल्या आमच्या घरातल्या नोकराण्यांना उद्देशून म्हणाले, "तुम्ही सुरक्षित राहाल अशी मला आशा वाटते. मी तुमच्या सुरक्षिततेसाठी प्रार्थना करेन. देव तुमची काळजी घेवो."

त्यांनी त्यांचे आभार मानले. काही जणींनी डोळे टिपले. ते माझ्याकडे वळून म्हणाले, "यांची काळजी घे. मी तुला आणायला उद्या सकाळी गाडी पाठवेन." ते शांत झाले. "त्या दिवशी मी जे काही बोललो, ते जपानी घरात आले होते तेव्हा..." ते बोलू लागले.

मी त्यांना थांबवून म्हणालो, "तुम्ही अधिक काही बोलायची गरज नाही बाबा."

त्यांनी माझ्याकडे उपकृत नजरेनं बघितलं आणि ज्याची मी जन्मभर वाट बघत होतो त्या उत्कटतेने त्यांनी मला छातीशी घट्ट धरलं. "तू फार चांगला आहेस!"

ते म्हणाले आणि त्यांनी हलकेच माझ्या गालाचा मुका घेतला.

आम्ही सर्व जण डब्यात बसेपर्यंत ते बघत राहिले. दारातल्या गर्दीमुळे सरकते दरवाजे बंद होत नव्हते. अखेर दारात उभ्या असलेल्या एका महिलेला – ती जवाहिऱ्याची बायको सौ. रायली होती – सामानासकट खाली उतरावं लागलं. डबा जरा हलला, थोडा खाली सरकला आणि मग हळूहळू वर खेचला जाऊ लागला. आम्ही वरच्या दांडीला धरून उभे होतो. बसायच्या सर्व जागा गुबगुबीत, मध्यमवयीन बायकांनी व्यापल्या होत्या आणि गर्दी असलेल्या पिंजऱ्यात पक्षी जसे फडफडतात तशा त्या जोराजोराने स्वत:ला वारा घेत होत्या. गाडी रुळांवर आवाज करत हळूहळू वर जात होती.

वर पोहोचल्यावर आम्ही स्टेशनच्या बाहेर पडत होतो तेव्हा लढाऊ विमानांची एक तुकडी वरून गेली आणि जॉर्जटाऊनवर उतरू लागली. मी मोजली, तर ती पन्नासपेक्षा अधिक होती. त्यांच्या पंखांवर जांभळी वर्तुळं रंगवलेली होती आणि ती उघड्या जखमांसारखी भासत होती. चंदेरी रंगाची, माशांसारखी ती विमानं खाली गेल्यावर ठिपक्यांप्रमाणे दिसू लागली. थोड्याच वेळात बंदरातून धुराचे लोट येताना दिसले.

"ते शहरावर बॉंब टाकताहेत!" इझाबेल म्हणाली, "देव त्यांचं वाटोळं करो."

धुरांचे लोट वाढू लागले. शहरावरून जाऊन विमानांनी आणखी बॉंब टाकले. बंदरामध्ये असलेला आरमाराचा छोटा काफिला नुसता गरगर फिरत होता. एखाद्या गोंधळलेल्या बदकाप्रमाणे त्यातल्या काही बोटींना आगी लागल्या, स्फोट झाले आणि त्या बुडू लागल्या. आमच्या भोवतीच्या बायका घाबरल्या. एक बाई "मला घरी जायचंय" असं किंचाळू लागली. "ते आता आपल्यामागे येतील, आपल्यावर बॉंब टाकतील." ती ओरडली.

"ती म्हणते ते बरोबर आहे." इझाबेल म्हणाली, "ते टेकडीवर बॉंब टाकू लागले तर?"

"ते नाही येणार." मी म्हणालो. मला एंडो-सानना आवडलेलं ते घर आठवलं, जिथून सभोवरच्या सर्व महासागरांचं दृश्य दिसत होतं, विशेषत: दुर्बिणीतून तर अगदी स्पष्टपणे.

माझ्या आवाजातला ठामपणा लक्षात येऊन इझाबेल पुढे काही बोलली नाही. आम्ही 'इस्ताना केचिल'मध्ये गेलो. सामान ठेवून झाल्यावर मी तिला 'मी एक फेरी मारून येतो' असं सांगून बाहेर पडलो.

एंडो-सानना इथे आणून 'हिल'चं सौंदर्य दाखवलं होतं त्याला खूप दिवस झाल्यासारखं वाटत होतं. आता त्यांच्या सर्व कृतींचा अर्थ मला समजायला लागल्यावर मला अतिशय उदास वाटू लागलं. आश्चर्य म्हणजे मला त्यांचा राग येत

नव्हता, फक्त अपेक्षाभंगाचं दु:ख होतं. जणूकाही हे असं होणार हे मला माहीतच होतं. त्यांनी माझ्या भोळेपणाचा गैरफायदा घेतला होता, पण त्याचबरोबर मला ज्ञान, शक्ती आणि प्रेम दिलं होतं. त्यांनी एवढा विश्वासघात केलेला असूनसुद्धा मला राग येत नव्हता, यावरून माझ्यातच काही दोष आहे की काय अशी शंका मला येऊ लागली होती. की माझं झाझेनमधलंच शिक्षण एवढं परिणामकारक झालं होतं की, इझाबेल म्हणाली त्याप्रमाणे मी निर्विकार झालो होतो?

एंडो-सानना आवडलेल्या घराच्या रस्त्याच्या फाट्यापाशी पोहोचल्यावर रस्ता सोडून मी गवताळ उतारावरून खाली जाऊ लागलो. तिथूनसुद्धा बंदरातून आणि शहरातून येणारे धुराचे लोट दिसत होते. बाबा आम्हाला सोडल्यावर म्हणाले होते त्याप्रमाणे थेट घरी गेले असतील असं मी मनाला समजावलं आणि त्यांची काळजी न करण्याचा प्रयत्न करू लागलो. घराचं मागचं फाटक जवळ आलं तसा मी वाकून रांगत पुढे जाऊ लागलो. फाटक गंजलं होतं आणि त्याच्यावर वेली चढल्या होत्या. ते हलवून मजबूत असल्याची मी खात्री करून घेतली आणि त्यावर चढून मी पलीकडे गेलो.

घर रिकामं दिसत होतं, तरीही मी थोडा वेळ एका गुलाबाच्या झुडपामागे दबा धरून बसलो. नंतर मी धावत जाऊन घराच्या भिंतीला चिकटून उभा राहिलो. मी खिडकीतून आत बघण्याचा प्रयत्न केला, पण काचा काळ्या केलेल्या असल्याने अतलं दिसू शकलं नाही. भिंतीला चिकटून मी कोपऱ्यापर्यंत पुढे गेलो आणि तिथे थांबलो. तिथे हिरवळीवर छोट्या क्रेनसारखा दिसणारा एक लोखंडी मनोरा होता. त्याच्यावर एक जाळीची चौकोनी अँटेना फिरत होती. ती किडे पकडण्यासाठी नसून रेडिओ-संदेश ग्रहण करण्यासाठी आहे हे मला माहीत होतं. अँटेनाच्या जवळच एका खांबावर माशाच्या शेपटीप्रमाण पांढरा ध्वज फडकत होता. ध्वजाच्या शुभ्रपणामुळे त्यावरचं जांभळं वर्तुळ आणखीनच भडक दिसत होतं. पलीकडच्या बाल्कनीतला दरवाजा उघडल्याचा आवाज झाला, बुटांचे आवाज, सिगरेट-लायटरचा आवाज आणि नंतर बोलण्याचा आवाज. सिगारेटचा पुसट वास आला. मी लपलो होतो तिथून मला दोन माणसं दिसत होती. दोघंही साध्या वेषात होते.

''आरमाराला संदेश मिळाला का?''

''हाई, कर्नल किटायामा.'' एका तरुण माणसाचा आवाज.

''बाँबहल्ला यशस्वी झाला?''

''हाई, कर्नल किटायामा.''

''जनरल यामाशिताना कळवा.''

ऐकलं तेवढं पुरे झालं असा विचार करून मी गुपचूप आल्या वाटेने परत फिरलो.

इझाबेलचा निरोप घेऊन पहाटे लवकरच मी निघालो. आदल्या संध्याकाळी आम्ही दोघं मेणबत्तीच्या उजेडात बसलो आणि रात्रभर जागून गप्पा मारल्या. असं आम्ही पूर्वी कधीच केलं नव्हतं.

''प्रेमात पडलं म्हणजे काय वाटतं?'' मी तिला विचारलं, ''तू इतके वेळा प्रेमात पडली आहेस – आधी त्या स्ट्रेट्स ट्रेडिंगमधल्या मुलाच्या, मग त्या अमेरिकन लेखकाच्या, मग त्या ऑस्ट्रेलियन शेतकऱ्याच्या...''

''यादीला अंत नाही ना?'' तिने एक वाकडं स्मित केलं. ''त्यांच्याबद्दल मला त्या वेळी जे वाटलं, ते आता मला पीटरविषयी जे वाटतं त्याच्या तुलनेत काहीच नाही.'' ती म्हणाली, ''पीटरमध्ये अनेक दोष आहेत – आपल्या प्रत्येकात असतात – पण प्रेम आपल्याला त्यांच्याकडे दुर्लक्ष करायला शिकवतं. त्याच्यातल्या चांगल्याकडे बघायला लावतं. हे मी पूर्वी करू शकले नसते. जरा दोष दिसला की, मी त्याला सोडून द्यायची; पण आता तसं नाही आणि हो, तो जे 'बारीक डोळ्यांची माकडं' असं काहीतरी म्हणाला त्याबद्दल माफ कर.''

मी ते हाताने उडवून लावलं आणि तिच्या ग्लासात आणखी वाईन ओतली. इझाबेलने तिच्या स्वभावानुसार जपान्यांपासून लपतानासुद्धा जीवनातल्या चांगल्या गोष्टींची कमतरता जाणवू नये याची काळजी घेतली होती.

''तुझ्यापेक्षा वयाने इतक्या मोठा असलेल्या माणसात तू काय बघितलंस?'' मी विचारलं.

तिला उत्तराची जुळवाजुळव करायला जरा वेळ लागला. मला कळत होतं की, तिच्या मनात आधी एक उत्तर आलं होतं, पण ते बरोबर न वाटून तिने ते रद्द केलं आणि मग दुसरं तयार केलं.

''मला त्याच्यातला सूज्ञपणा, आपण कोण आहोत आणि आपल्याला आयुष्यात काय हवं आहे हे माहीत असणं आवडलं. त्याच्याकडे पैसा खूप आहे, पण मला त्याचं आकर्षण नाही.''

''प्रेमात इतर गोष्टी मिसळल्या की ते प्रेम राहत नाही!'' बाबांचं आवडतं वाक्य उद्धृत करत मी म्हणालो.

''ते आपल्याला 'किंग लियर' वाचून दाखवायचे त्यातलं आहे हे वाक्य! चला, आपल्यापैकी एकालातरी काहीतरी समजलं असं म्हणायला हवं.'' ती तिरपा कटाक्ष टाकीत म्हणाली.

त्या क्षणी मी माझा जपान सरकारबरोबर काम करण्याचा निर्णय तिला सांगण्याचं ठरवलं. ती समजून घेईल, अशी मला खात्री वाटली. प्रथम तिला धक्का बसला आणि मग ती खूप संतापली.

''तू असं कसं केलंस? ते किती रानटी आहेत हे माहीत असूनसुद्धा?''

"आपल्या कुटुंबाचे हितसंबंध सुरक्षित ठेवता येतील असं मला वाटतं."

ती बराच वेळ गप्प होती. आमच्यातला तणाव, जो स्टेशनवर दूर झाला होता, तो पुन्हा निर्माण होणार अशी मला भीती वाटली. तिने एक निःश्वास सोडला, "तू वेडा आहेस. माझ्या छोट्या भाऊराया!" ती म्हणाली, पण कडवटपणे नाही. मला तिच्या डोळ्यात कीव दिसली. "त्यांच्यासाठी काम करायचा नुसता विचारसुद्धा करायच्या आधी मी जीव देईन."

आम्ही ब्लॅक-आऊटसाठी लावलेले पडदे बाजूला सारले आणि बागेत गेलो. आमच्या उघड्या पावलांखाली हिरवळीवरचे दवबिंदू चुरडून रात्रीचा तिखटसा वास येत होता, जणू आम्ही मसाल्यांच्या गालिचावरून चाललो होतो. क्षणभर युद्ध सुरू झालेलं नसून आम्ही सुट्टी घालवायलाच इथे आलो आहोत असं मला वाटलं.

खाली शहरातले दिवे विझवलेले होते आणि अजूनही जोरात उसळलेल्या आगींचाच प्रकाश दिसत होता. मधूनमधून आगीला नवं भक्ष्य मिळालं की ज्वाला उसळून वर येत आकाशात लाल-पिवळा रंग भरून ताऱ्यांना निष्प्रभ करून टाकत होत्या.

"घरी सगळे सुखरूप असोत." इझाबेल म्हणाली. मी शाल तिच्या खांद्यांभोवती गुंडाळली. तिने माझ्या डोळ्यांत बघितलं आणि ती माझ्या अंगावर रेलली.

"ते सुरक्षित राहतील." मी म्हणालो आणि जणूकाही स्वतःला समजवायला, ते शब्द मी पुन्हा उच्चारले, "ते सुरक्षित राहतील."

बाबा आणि मी काही दिवस थांबून मगच ऑफिसला गेलो. कारण परिस्थिती स्थिर होईपर्यंत ऑफिस उघडू नये असा इशारा आम्हाला मिळाला होता. पोलीस, गोदी कामगार, सरकारी अधिकारी आधीच परागंदा झाले होते. भरपूर लुटालूट चालू होती. 'हिल'वरून गावातले धुराचे लोट बघणं वेगळं आणि झालेलं नुकसान प्रत्यक्ष बघणं वेगळं. जॉर्जटाऊनमधल्या रस्त्यांची दुर्दशा झाली होती. दुकानांना आगी लागल्या होत्या आणि फायर ब्रिगेडच उद्ध्वस्त झाल्याने त्या तशाच धुमसत होत्या. रस्त्यात प्रेतं पडली होती. मृतांपैकी बरेच लोक विमानं बघायला म्हणून बाहेर आल्याने मशीनगनच्या गोळीबाराला बळी पडले होते. उंदीर निर्भयपणे वावरत होते. एक भयंकर वास हवेत भरला होत; त्यात जळणाऱ्या लाकडाचा आणि रबराचा वासही मिसळला होता. मला ती दुर्गंधी सहन होत नव्हती.

हटन अँड सन्सच्या इमारतीला काही झालं नव्हतं, पण तिच्यामागच्या गुथी या स्कॉटिश रबर कंपनीचं छप्पर उडालं होतं.

आम्ही दरवाजा उघडला आणि हवी असलेली कागदपत्रं खोक्यांमध्ये भरू लागलो. जपान्यांना मदत होईल असे कागद नष्ट करू लागलो.

“काय झालं?” माझ्या चेहऱ्यावरची चलबिचल लक्षात येऊन बाबांनी विचारलं.

मी मान हलवली. “काही नाही.” माझ्या उत्तरातला खोटेपणा त्यांच्या लक्षात येणार नाही अशी मी आशा केली. खरं म्हणजे माझ्या मनात परस्परविरोधी भावनांचा गोंधळ चालला होता. आता मी एंडो-सानचा मदतनीस होतो, त्यामुळे जपान्यांना मदत होईल अशी कागदपत्रं फाडताना ‘आपण जपान्यांना धोका देत आहोत’ असं मनात येत होतं; पण जपान्यांबरोबर काम करायचं कबूल करून मी माझ्या बेटावरच्या लोकांनाही धोका देत होतो. पुन्हा एकदा माझी रस्सीखेच होत होती. दोन्ही बाजूंनी होणारी कुतरओढ, प्रत्येक जण माझ्याकडून करत असलेली संपूर्ण निष्ठेची अपेक्षा हे सारं कधी थांबणार होतं? माझा मी संपूर्ण, एकसंध आहे, ही भावना माझ्या वाट्याला कधी येणार होती?

“तुला बरं वाटतंय ना?” बाबांनी पुन्हा विचारलं.

“गेलेल्या दिवसांचे विचार मनात आले एवढंच!” मी हातातला कागद चटका बसायच्या आत आगीत टाकत म्हणालो.

“गोष्टी पूर्वीसारख्या कधीच होणार नाहीत.” ते म्हणाले, “छान दिवस होते ते, नाही?”

“फार छान दिवस होते!” मी म्हणालो, “सोडून जाणारे युरोपीय लोक कालांतराने हेच म्हणतील. एडवर्ड कुठे आहे?”

“तो पीटरबरोबर के.एल.ला परत गेला. ते त्यांच्या सगळ्या फाइली नष्ट करताहेत.”

मी खिडकीपाशी गेलो. जॉर्जटाऊनचा विध्वंस हृदयविदारक होता. बंदरात उभ्या असलेल्या बोटींवर जागा मिळेल या आशेने लोकांचा ओघ बंदराकडे लागला होता.

वडलांनी त्यांच्या घड्याळाकडे बघितलं, “चल, आपण धक्क्याकडे जाऊ या.” ते म्हणाले.

“कशासाठी?”

“तुला असं काहीतरी दाखवतो जे पाहायचा प्रसंग पुन्हा येऊ नये.”

आम्ही ऑफिसला कुलूप लावून वेल्डक्वेवर गेलो. मी डोकं वर ठेवून आजूबाजूला पडलेल्या प्रेतांकडे न बघता नजर समोर ठेवून चालत होतो. स्थानिक लोकांच्या गर्दीतून वाट काढत आम्ही धक्क्याच्या गेटपर्यंत पोहोचलो. ते बंद होतं. दारावर एक सैनिक उभा होता.

“नोएल हटन आणि त्याचा मुलगा.” बाबा सैनिकाच्या हातात एक कागद देत म्हणाले.

सैनिकाने त्याच्याकडच्या कागदावर तपासलं आणि गेट उघडलं.

“तुमचं सामान कुठे आहे सर?”

“आम्हाला सामान लागणार नाही.” बाबा म्हणाले. आम्ही स्वेटनहॅम धक्क्यावर प्रवेश केला. पळून जाणाऱ्या सैनिकांनी बंदर पद्धतशीरपणे नष्ट केलं होतं. जिकडेतिकडे दगडधोंड्यांचे ढीग पडले होते. पेनांगच्या संपूर्ण आरमाराचे अवशेष दिसत होते. बुडलेल्या बोटींची पाण्याच्या वर आलेली टोकं, जी जहाजं समुद्राच्या तळाशी गेली नव्हती त्यांचे जळलेले सांगाडे त्यांपैकी अनेक अजूनही जळत होते आणि त्यांतून धुराचे लोट आकाशात जात होते. इतर जळलेलं सामान आणि प्रेतंसुद्धा पाण्यावर तरंगत होती.

धक्क्यावर एक जुनं जहाज बांधलं होतं. तिकडे लोकांचा मोठा लोंढा निघाला होता. बायका रडत होत्या. मुलं किंचाळत होती. अनेक जणांकडे एकच बॅग होती आणि ते सतत मागे बघत होते. गर्दीत लष्करी आणि मुलकी दोन्ही पेशांचे लोक सारख्या प्रमाणात होते. इथे सर्व युरोपीय होते. ते मला परके वाटत होते.

एक वयस्क जोडपं चार कुत्र्यांना घेऊन आलं होतं. त्यांना विल्यमच्या वयाच्या एका सैनिकाने थांबवलं.

“माफ करा सर, पण तुम्हाला यांना घेऊन बोटीवर चढता येणार नाही.” तो म्हणाला.

बाई पुरुषाकडे बघून म्हणाली, “डार्लिंग, आपल्याला त्यांना सोडता येणार नाही. त्यांना जपान्यांच्या तावडीत देता येणार नाही.”

“आम्हाला यांना घेऊन जाऊ द्या. ही चांगली शिकवलेली कुत्री आहेत. ती कोणाला त्रास देणार नाहीत.” पुरुष म्हणाला. त्या जोडप्याच्या धमक्या आणि विनंत्यांना न जुमानता तो सैनिक कणखर राहिला. शेवटी जोडप्यातला पुरुष स्त्रीच्या कानात काहीतरी कुजबुजला. स्त्रीने त्याचा दंड धरला नि मान डोलवली. ती दोघं कुत्र्यांशी हळू आवाजात बोलली आणि त्यांना थोपटलं. पुरुषाने स्त्रीचं चुंबन घेतलं आणि ती बोटीचा जिना चढू लागली. ती दिसेनाशी झाल्यावर त्याने खिशातून रिव्हॉल्वर बाहेर काढलं. लोकांच्या गर्दीतून वाट काढत तो कुत्र्यांना धक्क्याच्या टोकाला घेऊन गेला. थोड्या वेळाने तो बोटीत चढण्यासाठी परतला तेव्हा तो एकटाच होता आणि त्याचे गाल अश्रूंनी भिजलेले होते.

“त्या गेटवरच्या माणसाने तुम्हाला सामानाबद्दल का विचारलं?” मी नानांना विचारलं.

“मला मिलिटरीकडून सामान घेऊन बोटीने सिंगापूरला जायचा हुकूम आला होता. प्रवासाचे पास पाठवले होते.” ते म्हणाले, “ ‘कोणाही स्थानिक नोकरांना किंवा मित्रांना कळू देऊ नका’ असंही त्यात म्हटलं होतं. ब्रिटिश राज्यकर्ते मलायी लोकांना जपान्यांच्या तावडीत देत आहेत. आपण सगळे पळून जात आहोत. मिस्टर स्कॉटसुद्धा गेले. हेन्री क्रॉसने त्याच्या मुलांना ऑस्ट्रेलियाला पाठवलं.”

ते धक्क्याच्या कडेला उभे होते. स्ट्रेट्स स्टीमशिप कंपनीच्या 'एस एस पांकोर'ची उंच कूस एखाद्या अंगावर येणाऱ्या लाटेप्रमाणे उभी होती.

"माझा यावर विश्वासच बसत नाही. हा असा शेवट होणार का?"

"आपणही जातोय का?" शेवटी त्यांना माझं म्हणणं पटलं की काय असं वाटून मी विचारलं.

त्यांनी मान हलवली. "नाही, अशा रीतीने नाही. कधीच नाही. आपण इथेच राहणार. आपण झेंडा फडकवत राहू. आपण आपल्या कुटुंबाचं नाव कलंकित करणार नाही. आपला चेहरा काळा करणार नाही."

जन्मभर पेनांगला राहून त्यांची विचारसरणीसुद्धा पौर्वात्यांसारखी झाली की काय अशी शंका मला आली.

"ही शेवटची बोट आहे. ही गेली की आपलं आपल्यालाच बघायचं आहे." ते म्हणाले.

गर्दी आम्हाला धक्के देत बोटीच्या जिन्याकडे जात होती. त्यांना बोटीत चढताना पाहून मला उदासवाणं वाटत होतं. लवकरच सर्व जण बोटीत चढले. खाली उरलो फक्त आम्ही दोघंच.

बोटीने जिना उचलल्यावर त्यांनी माझ्या दंडाला धरलं. मला एकाएकी वाटलं, धावत जाऊन तो जिना पकडावा, 'मला बोटीवर येऊ द्या, माझ्या जीवनाचं जे वाटोळं झालं आहे त्यापासून मला दूर जाऊ द्या' असं म्हणावं; पण मी तो आवेग दाबून टाकला. बोटीचा भोंगा वाजला आणि इंजिनाचा हादरा जाणवून बोट सुरू झाली. डेकवर उभे लोक खाली आमच्याकडे बघत होते. रंगीबेरंगी पताका, फुगे, हसणं काहीच नव्हतं. आईचा हात धरून उभ्या असलेल्या एका लहान मुलाने त्याचा हात वर केला आणि आमच्याकडे बघून निरोपादाखल हलवला. मीही पुढे काठाजवळ सरकून, हात हलवून त्याला निरोप दिला. ते निरोप देत होते फक्त या भूमीलाच नव्हे, तर एका जीवनपद्धतीला, आयुष्यातल्या एका कालखंडाला! मला वाटलं की, त्या वेळी त्या छोट्या मुलालासुद्धा असं जाणवत होतं की, तो खेळला, मोठा झाला ते दिवस आता पुन्हा येणार नाहीत.

माझ्या वडलांनी गुपचूप सिंगापूरला जायचं नाकारलं, पण इतर अनेक युरोपीयांनी ते स्वीकारलं. एवढा मोठा ब्रिटिश मुलकी आणि लष्करी समाज नोकराचाकरांना आणि मित्रांना वाऱ्यावर सोडून एका रात्रीत नाहीसा झाला. त्यांनी केलेल्या विश्वासघाताची भावना लोकांतून कधीच पुसली जाणार नाही. या घटनेमुळे ब्रिटिशांच्या कीर्तीला कलंक लागला, त्यांचा चेहरा काळा झाला, याबद्दल शंकाच नाही.

बेटावर भयाण वाटू लागलं. जपानी सैनिकांच्या तावडीत सापडू नये यासाठी स्थानिक लोकांपैकी अनेक जण दूरच्या खेड्यांकडे किंवा जंगलात निघून गेले. जे

राहिले ते गोंधळलेले, भेदरलेले होते.

नंतरच्या काही दिवसांत रस्त्यांवर बॉंबफेक होऊन अनेक इमारती पडल्या आणि शेकडो लोक मृत्युमुखी पडले. एकदा मी ऑफिसमध्ये कागदपत्र नष्ट करत बसलो असताना बाहेर स्फोट झालेला ऐकू आला आणि जाणवलाही. स्फोट मैलभर दूर झाला असणार, पण त्याने पूर्ण इमारत हादरली. रस्त्यावरून घाण वास येत असूनसुद्धा हवा येण्यासाठी मी खिडकी उघडी ठेवली होती. तिच्यातून बाहेर बघितल्यावर ब्रिटिश सैन्याच्या छावणीतून धुराचे लोट येताना दिसले. वर आकाशात जपानी विमानं शिकारी पक्ष्यांप्रमाणे घिरट्या घालत होती. रस्त्यांतले लोक किंचाळू लागले. आणखी स्फोट झाले. घराच्या खिडक्यांची तावदानं फुटून काचेचे तुकडे उडत होते. युद्ध सुरू झाल्यापासून प्रथमच मला खरी भीती वाटली. धुराबरोबर स्फोटकांचा उग्र वास आला आणि मी खिडकी बंद केली. मला श्वास घेता येईना आणि विचारही करता येईना.

फोन वाजला आणि मी दचकलो. फोनच्या घंटेचा आवाज त्या वातावरणात इतका विचित्र वाटला! तिकडे सगळं शहर पडत होतं आणि इकडे फोनची घंटा वाजत होती. मी फोनकडे बघत राहिलो. शेवटी मी तो उचलला.

तो एंडो-सानचा होता. ''तू ऑफिसमध्ये काय करतोयस?''

''जरा साफसफाई करत होतो.'' मी क्षीणपणेच म्हणालो.

''घरी जा. गावात आता सुरक्षित नाही. लवकरच सैन्य येईल. आत्ताच्या आत्ता नीघ.'' त्यांनी फोन ठेवला.

सैन्य गावात येत होतं. असं होणार हे मला अपेक्षितच होतं, पण तरीही ते शक्य नाही असंही वाटत होतं. आमचंही सैन्य होतं, शस्त्रास्त्रांनी सज्ज आणि प्रशिक्षित. 'ते निश्चितच प्रतिकार करतील की नाही!' असंही वाटून गेलं.

आणखी एका स्फोटाने मी हादरलो. तो जास्त जवळ झाल्यासारखा वाटला. पुन्हा एक स्फोट झाला. मला आता घरी जाणं भागच होतं. 'बाटु फेरिंगीवर तर बॉंब टाकला नसेल त्यांनी!' अशी शंका माझ्या मनात आली. मी धावत रस्त्यावर गेलो आणि परत ऑफिसमध्ये जाऊन लपून बसावं असं मी ठरवलं.

रस्त्यावर खड्डे पडले होते. काही मोटारी त्यात पडल्या होत्या, त्यांची आकाशाकडे असणारी पिछाडी बघून मला बंदरात अर्धवट बुडालेल्या बोटींची आठवण झाली. रस्त्यात रक्ताचा सडा पडला होत. ते गोठून एंजिन-ऑईलसारखं घट्ट झालं होतं. सभोवारच्या खिडक्यांच्या काचा फुटून त्यांचा चुरा प्रेतांवर विखुरला होता, जणू स्फटिकांचा पाऊसच!

जोरात वाऱ्याचा आवाज आला, डोळे दिपवणारा प्रकाशझोत दिसला आणि एम्पायर ट्रेडिंगच्या इमारतीच्या छपराचा एक भाग हवेत उडाला. मी जमिनीवर

फेकला गेलो. मी उकेमी तंत्राने पडून पुन्हा पायांवर उभा राहिलो. स्फोटामुळे मी जरा सैरभैर झालो. कानात दडे बसले.

मी आमच्या इमारतीच्या मागे असलेल्या आमच्या पंजाबी दरवानाच्या टपरीकडे गेलो. त्याची सायकल तिथे असायची. तो शहर सोडून पळून गेला तेव्हा ती मागे सोडून गेला असेल अशी मला आशा होती. त्याचं इतर सर्व सामान गेलं होतं. फक्त त्याची खाट, कॅन्व्हासची घडीची गादी आणि सायकल राहिली होती.

शहर सोडून पळणाऱ्या लोकांच्या रिक्षांच्या गर्दीतून वाट काढत मी सायकलवर निघालो. प्रत्येकाच्या मनात एकच ध्येय होतं, जंगलात जायचं किंवा दूर खेड्यात जाऊन लपायचं. सूर्य माझ्या खांद्यांना चटके देत होता. घामामुळे शर्ट अंगाला चिकटला होता. मी मागे आणखी काही स्फोट झालेले ऐकले.

मला पूर्ण रस्त्यात एकही लष्करी अधिकारी भेटला नाही. सगळे कुठे गेले होते की पळून गेले होते हे कळायला मार्ग नव्हता. कोणीतरी रस्त्यात टाकलेली एक गवती टोपी मी उचलली. दुपारच्या उन्हापासून जरा संरक्षण मिळालं असतं. सभोवतीच्या लोकांच्या चेहऱ्यावरची भीती बघून मला वाईट वाटलं.

एस्प्लनेड आल्यावर मी थांबला; इतरही थांबले होते. समुद्रावर बहुधा बटरफील्ड तळावरची दोन ब्रूस्टर बफेलो विमानं जपानी विमानांशी जोरदार झुंज देत होती, पण जपानी विमानांची संख्या खूप जास्त होती. ट्रेसर गोळ्या इकडेतिकडे उडत होत्या. एका बफेलो विमानाचा स्फोट होऊन त्याला आग लागली. ते खाली पडत असताना आगीने अधाशीपणे पूर्ण विमानाला लपेटलं. ते समुद्रात पडलं, त्याचा मोठा आवाज झाला नि मागोमाग समुद्राच्या पाण्याला उकळी आल्याप्रमाणं झालं.

उरलेलं बफेलो विमान कललं आणि निघून गेलं आणि मनातल्या मनात त्याला पाठिंबा देणाऱ्या सर्वांनी एक नि:श्वास सोडला. नंतर अनेक वर्षांनी मला कळलं की, आमच्या हवाई दलापैकी तेवढी ती दोन जुनी विमानंच उरली होती; जपानच्या अद्ययावत हवाईदलाचा सामना करायला!

पुढे काही दिवसांनीच मला कळलं की, उत्तरेतल्या जपान्यांच्या विजयाची मालिका बघून इथेही तेच होणार या अपेक्षेने ब्रिटिश आधीच सोडून गेले होते. मागे फक्त थोडेसे कनिष्ठ अधिकारी राहिले होते. बाकीचे सर्व जण बोटीने सिंगापूरला निघून गेले होते.

मी इस्तानाला पोहोचलो तेव्हा बाबा व्हरांड्यात येरझारा घालत होते. ''थँक गॉड, तू सुखरूप आहेस तर!'' ते म्हणाले, ''मी तुला फोन करण्याचा प्रयत्न केला, पण लाइन डेड झाली होती.''

''गावातले रस्ते आता अजिबात सुरक्षित नाहीयेत.'' मी त्यांना वाटेत बघितलेल्या हवाई लढाईबद्दल सांगितलं. त्यांनी निराशपणे मान हलवली.

"इझाबेलचा कुठूनतरी फोन आला होता." ते म्हणाले, "हिल-स्टेशनवर बॉंबफेक झाली."

"हे विचित्र आहे. कारण हिलवर जपान्यांचं रेडिओ-स्टेशन आहे."

"तिथे त्यांचं रेडिओ-स्टेशन आहे हे तुला कसं माहीत?" त्यांनी विचारलं. त्यांच्या आवाजाला धार होती.

"मी बघितलंय." मी म्हणालो.

"मग 'बेल रेतिरो' त्यांचं लक्ष्य असलं पाहिजे." ते म्हणाले. 'बेल रेतिरो' हे नगराध्यक्षांचं सरकारी निवासस्थान होतं.

"इतर नोकरमंडळी घरी गेली का?" मी विचारलं.

"नाही." ते म्हणाले.

"मला वाटतं, त्यांनी सध्या इथे राहिलेलंच बरं. हवाईहल्ले थांबले की मग त्यांना आपापल्या घरी किंवा नातेवाइकांच्या घरी जाता येईल." मी म्हणालो.

त्यांना ते पटलं; पण सर्वांना विचारल्यावर थोडेच राहायला तयार झाले. ज्यांना मी लहानपणापासून ओळखत होतो, असेही काही जण माझ्याकडे संशयाने बघू लागले. माझ्या वडलांच्या ते लक्षात आलं आणि ते गेल्यावर ते मला म्हणाले, "तू जपान्यांना मदत करत आहेस असं त्यांना वाटतंय."

"तुम्हालाही तसंच वाटतंय का?" मी विचारलं.

ते थोडा वेळ गप्प राहिले आणि मग म्हणाले, "हो. कदाचित मि. एंडोंना कुणा माहितगाराकडून पेनांग आणि मलायाबद्दलची काही माहिती हवी होती आणि तू ती पुरवली असशील."

मी एका खुर्चीत धपकन बसलो आणि दोन्ही हात चेहऱ्यावर ठेवले. त्यांना सांगायला ही वेळ योग्य होती असं मला वाटलं, "जपान सरकारने ताबा घेतल्यावर मग मी त्यांच्यासाठी काम करणार आहे." मी म्हणालो. मी शांतपणे, सावकाश बोलायचं ठरवलं होतं, तरीही शब्द अडखळतच बाहेर पडले.

बाबांनी मान खाली घातली आणि डोळे मिटले. त्यांचे खांदे पराभवाने पडले. त्यांच्या अपेक्षाभंगामुळे माझ्या हृदयात खंजीर खुपसल्यासारख्या वेदना झाल्या. आतापर्यंत ते खंबीरपणे उभे होते. पण आता जपान्यांना जे शक्य झालं नाही ते मी करून दाखवलं. त्यांच्या अस्मितेवर मी घाव घातला होता. ते आता असुरक्षित, उघड्यावर असल्यासारखे झाले होते.

"एकूण मिस्टर एंडोने तुला हेच शिकवलं. त्याने तुला असं घडवलं की, तू आम्हा सर्वांना दगा दिलास; पेनांगच्या सर्व जनतेला!" ते बोलले आणि निघून गेले. 'हे आपण काय केलं!' याचा विचार करत मी बसून राहिलो.

४

जपानी सेना जेव्हा जॉर्जटाऊनमध्ये शिरली तेव्हा त्यांना कोणताही विरोध झाला नाही. ब्रिटिश सैन्य आधीच निघून गेलं होतं आणि त्या घाईत त्यांनी विमानतळ आणि इंधनसाठा तसाच ठेवला होता, घरात येणाऱ्या नव्या मालकाला भेट ठेवावी तसा!

आम्ही रात्री आळीपाळीने घरावर पहारा करत होतो. पूर्ण बेटाचा वीजपुरवठा बंद केला गेला होता. लुटालूट फक्त गावापुरतीच मर्यादित राहील अशी वडलांची खात्री होती, तरीही सुरक्षित वाटावं यासाठी आम्ही पहारा ठेवून होतो.

सकाळ झाल्यावर मी बाहेर जाण्याचे कपडे घातले आणि सायकलवर जॉर्जटाऊनला निघालो. हिरवळीवरचं आणि झाडाच्या पानांवरचं दव आणि रस्त्यावरची शांतता यांमुळे माझं मन ठिकाणावर आलं.

रस्ते अगदी शांत होते. हातगाडीवाल्यांचे स्टोव्ह पेटवण्याचे आवाज, दुकानं उघडताना दरवाजांचा होणारा खडखडाट, काहीच नव्हतं. अगदी रस्त्यातली कुत्रीसुद्धा दबल्याप्रमाणे वाटत होती. बंदरात गोदी कामगारांचा आरडाओरडा नव्हता, समुद्रातल्या बोटींच्या वर्दळीचा आवाज नव्हता. एकतर धाडसी किंवा मूर्ख असेच लोक बघायला म्हणून बाहेर पडले होते. मी रस्त्याच्या कडेला उभ्या असलेल्या एका घोळक्यात सामील झालो.

सैन्याची तुकडी येत असल्यासारखा बुटांचा आवाज येऊ लागला. तो वाढू लागला आणि बंदराकडे जाणाऱ्या रस्त्यावर जपानी सैनिकांच्या रांगा दिसू लागल्या. घोळक्यापैकी काही लोकांनी टाळ्या वाजवल्या, कारण आपण ब्रिटिशांच्या गुलामगिरीतून मुक्त झालो अशी त्यांची भावना होती. जपान्यांनी देशाचा कारभार मलायाकडे सोपवण्याचं आश्वासन दिलं होतं. कोणीतरी घरी बनवलेला ध्वज फडकवला.

ज्यांच्याबद्दल मी इतके दिवस नुसता ऐकत होता, त्यांना अखेरीस मी आज प्रत्यक्ष बघत होतो. या गबाळ्या पोशाखातल्या, गावठी दिसणाऱ्या सैनिकांनी ब्रिटिशांचा पराभव केला यावर माझा विश्वासच बसेना.

भोंगळ पँटी, उंच रबरी बूट, चिखलाचे डाग पडलेले ढगळ शर्ट, मानेवर झापड असलेल्या कळकट कापडी टोप्या, कमरेला बांधलेल्या पाण्याच्या बाटल्यांवर आपटणाऱ्या तलवारी! कूच करताना दिवसातून फक्त एकदाच पाणी पिण्याची परवानगी त्यांना होती. त्यांचे कपडे जंगलातून जाण्यास योग्य असे होते.

औपचारिकरीत्या बेटाची शरणागती दर्शवण्याच्या समारंभासाठी मी नगराध्यक्षाच्या अधिकृत निवासस्थानी उपस्थित राहावं अशी एंडो-साननी विनंती केली होती. मी गर्दीतून निघून मुख्य दरवाजाकडे जाणाऱ्या रस्त्याला लागलो. नगराध्यक्षाची बायको तिच्या मर्जीतल्या सामाजिक संस्थांसाठी ज्या बागेत पार्ट्या द्यायची तिथून जाणाऱ्या, दुतर्फा शिरीषाचे वृक्ष असलेल्या रस्त्यावरून सैनिकांच्या पलटणी आत येत होत्या. माझ्या मनात नाजूक कपांवर चमचे आपटल्याची किणकिण, पार्टीतले गोंगाट, मधूनच हसण्याच्या लकेरी, थुयथुयणारं कारंजं असे आवाज येऊ लागले.

निवासाच्या इमारतीच्या मुख्य दरवाजासमोर हिरवळीवर खुर्च्या मांडल्या होत्या. तिथे मी एंडो-सानच्या शेजारी बसलो. हवा छान होती. बागेतल्या गवतावरचे दवबिंदू सूर्यकिरणांमध्ये काही क्षण हिऱ्यांसारखे चमकून वाफ होऊन वातावरणात मिसळत होते.

नगराध्यक्षांच्या कर्मचारीवर्गापैकी थोडेच लोक उरले होते. त्यांचे कुटुंबीय पहिल्या बोटीने पेनांग सोडून गेले होते.

''तुझ्या वडलांना तुझी लाज वाटेल.'' मी जपान्यांच्या रांगेत बसताना बघून नगराध्यक्ष मला म्हणाले.

''त्यांना माझी लाज वाटेल, तशीच बेटाच्या रक्षणाची जबाबदारी न पाळता पळून गेलेल्या ब्रिटिश सैन्याच्या भ्याडपणाचीही वाटेल.'' मी म्हणालो.

पलटण हिरोशींच्या समोर थांबली आणि तिच्या प्रमुखाने वाकून हिरोशींना अभिवादन केलं. हिरोशी आमच्याकडे वळले आणि आशियातल्या युद्धासंदर्भात जपानहून सेनापती जनरल तोमोयुकी यामाशिता यांच्याकडून आलेलं पत्रक वाचू लागले.

नगराध्यक्ष आणि त्यांचे सहकारी यांच्या क्रुद्ध नजरांकडे दुर्लक्ष करत मी अनुवाद केला.

त्या दिवसापासून मी 'जपान्यांचा कुत्रा' म्हणून स्थानिक लोकांमध्ये ओळखला जाऊ लागलो. खरंतर माझी तिथे गरज नव्हती, कारण हिरोशी, एंडो-सान आणि लष्करी अधिकारी या सर्वांना इंग्रजी चांगलं बोलता येत असे; पण मला ब्रिटिश लोकांच्यापुढे उभं करणं ही जपान्यांची एक हुशार चाल होती. एका लष्करी फोटोग्राफरने मी हिरोशींच्या जवळ उभा असतानाचे फोटो वर्तमानपत्रात देण्यासाठी घेतले.

आम्ही उभे राहिलो आणि युनियन जॅक आणि पूर्वेकडच्या वसाहतींचा गडद निळा ध्वज कोणत्याही उपचाराशिवाय खाली उतरवले गेले. जपानचा पांढऱ्या कापडावर रक्ताचा ठिपका असल्यासारखा ध्वज हळूहळू वर चढवला गेला आणि लष्करी बँडने 'किमिगायो' वाजवलं. एंडो-साननी मला त्याचे शब्द पूर्वी शिकवले होते, पण मी ते म्हटलं नाही. त्यानंतर नगराध्यक्ष आणि त्यांच्या सहकाऱ्यांना युद्धकैद्यांच्या छावणीकडे नेण्यात आलं. मी निर्विकारपणे पाहत होतो. त्यांचं पुढे काय झालं हे शोधण्याचा मी प्रयत्न केला नाही.

जॉर्जटाऊनमध्ये लुटालूट करणाऱ्यांना शिक्षा करण्याचं काम जपान्यांनी लगेच सुरू केलं. खबऱ्यांनी कोणी दाखवताच त्यांना पकडण्यात येई आणि त्यांचं डोकं उडवण्यात येई. त्यांची मुंडकी रस्त्याच्या कडेला बांबूंवर लावण्यात आली. त्यात काही निरपराध लोकांचाही बळी गेला. त्यांच्याशी पूर्वीचं वैर असलेल्या लोकांनी असा सूड उगवला होता. आमची स्वयंपाकीण बाई आ जिन, जी आमच्याबरोबरच राहिली होती, ती बाजारातून काहीतरी घेऊन आली होती. किचनमधून इतरांना घाबरवून टाकेल असं तिचं ओरडणं ऐकू आलं.

"जपान्यांनी दोन तरुण पोरांना एका मोटर सायकलच्या दुकानातून चोरी करताना पकडलं आणि चौकात, पोलीस चौकीच्या समोर त्यांची डोकी उडवली. तुम्हाला दिसतील ती. अजून ती बांबूंवर लावून ठेवली आह." भीती व्यक्त करणारे इतरांचे उद्गार ऐकू आले आणि आ जिन पुढे बोलू लागली, "ऐयो, पुलाउ टिकूस मार्केटमध्ये डुकरं कापतात तसं रक्त वाहत होतं. मी सांगते, हे जपानी म्हणजे जनावरं आहेत!" इतक्यात दरवाजापाशी मी ऐकत होतो ते तिनं बघितलं आणि पिशवी घेऊन ती मागच्या अंगणात गेली.

संचारबंदी लागू झाली आणि ती मोडणाऱ्यांना तिथेच गोळ्या घातल्या जाऊ लागल्या. अन्नधान्य आणि पुरवठ्याच्या पदार्थांचं रेशनिंग सुरू झालं आणि ती दुकानं सरकारने ताब्यात घेतली. काही कंपन्यांच्या मालकांना – त्यात हटन अँड सन्स होती – कामकाज चालू ठेवायची परवानगी देण्यात आली. त्यांचा माल जपानला युद्धाच्या कामासाठी पाठवण्यात येत होता. यामुळे बाबा संतापलेले होते.

एडवर्ड किंवा मॅकॲलिस्टरकडून काहीच खबर नव्हती. "ते सुखरूप आहेत अशी मला आशा आहे." एंडो-साननी बोलवलेल्या एका मिटिंगसाठी जात असताना ते म्हणाले. पेनांगमधल्या ज्या कंपन्यांचे मालक किंवा मॅनेजर बेट सोडून सिंगापूरला गेले नव्हते त्यांना या मीटिंगसाठी बोलवलं होतं. "तू आता पेनांगमधल्या दुसऱ्या क्रमांकाच्या अधिकाऱ्याबरोबर काम करत आहेस आणि कदाचित संपूर्ण मलायातल्या पाचव्या क्रमांकाच्या!" ते म्हणाले, "मला वाटतं मला आता तुला पूर्वीच्या पगारावर नोकरी देता यायची नाही."

त्यांच्या या विनोद करण्याच्या दुबळ्या प्रयत्नाला मी किंचित हसून प्रतिसाद दिला. माझ्या निर्णयामागचा विचार त्यांना आता कदाचित थोडा समजायला लागला असेल, अशी मला आशा वाटली.

"आय ॲम सॉरी. मी आधी तुमच्याशी बोलायला हवं होतं." मी म्हणालो.

"ते आता होऊन गेलं आहे. शिवाय काहीही झालं तरी तू हेच केलं असतंस." ते म्हणाले. आमच्यातल्या किंचित विनोदाचा आणि मायेचा क्षण त्यांच्या आवाजातल्या कडवटपणामुळे निघून गेला.

एकेकाळी नगराध्यक्ष बेटाच्या कारभारासाठी वापरायचा त्या मीटिंग रूममध्ये आम्हाला नेण्यात आलं. सैनिक फर्निचर आणि पेट्या हलवत होते. जपानी वकिलातीचे शासकीय विभाग ते इथे हलवत होते. एम्पायर ट्रेडिंगचे प्रमुख हेन्री क्रॉसनी आम्हाला अभिवादन केलं. सध्याच्या परिस्थितीतसुद्धा नेहमीप्रमाणेच ते उत्तम पोशाखात होते आणि त्यांच्या उंच आणि धिप्पाड शरीरयष्टीमुळे ते खोलीतली सर्वांत अधिकारी व्यक्ती आहेत, असं वाटत होतं – एंडो-सान येईपर्यंत.

मी त्यांच्याशेजारी बसलो आणि सभोवार नजर फिरवली. कंपन्यांचे मालक, मॅनेजर, बँकर्स, उद्योगपती आलेले होते. त्यांतल्या बऱ्याच जणांना मी ओळखत होतो. ते इस्तानावर झालेल्या पार्ट्यांना येत असत. त्यामुळे त्यांच्याकडच्या पार्ट्यांना मला आमंत्रण असे. मी टोके यीपकडे बघून मान किंचित झुकवली. नंतर समोर दृष्टी ठेवली.

"मला जपान सरकारने सत्तेच्या हस्तांतरणात मदत करणे, भाषांतर करणे आणि सांस्कृतिक गोष्टींमध्ये मार्गदर्शन करणे यांसाठी नेमले आहे." मी बोलू लागलो. धिक्काराची अपेक्षित कुजबूज झाली, पण मी तिकडे दुर्लक्ष केलं. "माझ्या बाजूला मिस्टर हयातो एंडो आहेत, त्यांना एंडो-सान म्हणावे अशी त्यांची इच्छा आहे. ते उप-राज्यपाल आहेत. पेनांगचे नवे राज्यपाल शिगेरु हिरोशी यांना अचानक क्वालालंपूरला जावे लागले. आपल्याला कदाचित माहीत नसेल की, क्वालालंपूरने काल समर्पण केले. त्यामुळे त्यांनी माफी मागितली आहे."

सर्वांच्या चेहऱ्यावर धक्का आणि अविश्वासाचे भाव जाणवले. बाबा माझ्याकडे रागाने बघत होते. के.एल.च्या शरण येण्याची बातमी मी त्यांना सांगितली नव्हती आणि त्यांच्या मनात एडवर्डचा विचार आला असणार.

□"तुला हे माहीत होतं आणि तरीही तू मला सांगितलं नाहीस? तुझा भाऊ तिथे आहे आणि मी त्याच्या काळजीत आहे हे माहीत असूनसुद्धा!" ते म्हणाले.

"कोणालाही काही सांगायचं नाही अशी माझी त्याला आज्ञा होती." एंडो-सान त्यांना शांतपणे म्हणाले. मला दोघांकडेही बघायचा धीर झाला नाही; मी टेबलाकडे बघू लागलो.

"आज आपण इथे जमलो आहोत, ते बेटाच्या पुनर्वसनात आपला कसा सहभाग असेल याचा विचार करण्यासाठी." एंडो-सान जपानी भाषेत भराभर बोलले. मी त्याचं सावकाश भाषांतर केलं. वडलांचं लक्ष दुसरीकडे वेधल्याबद्दल मी त्यांचे मनातल्या मनात आभार मानले. मी सर्वांचे चेहरे न्याहाळत होतो – बाबांचा सोडून. सर्व जण मुरलेले व्यापारी असल्यामुळे त्यांनी आपल्या मनातली खळबळ उत्तम प्रकारे लपवली होती.

मी एंडो-सानना दुभाषाची आवश्यकता का आहे म्हणून विचारलं होतं. ते म्हणाले, "मला त्यांची उत्तरं दोनदा ऐकायची आहेत. मला समजत नाही असं वाटल्यावर ते किती बोलतात हे बघितलंस की, तुला आश्चर्य वाटेल!"

त्यांचं म्हणणं खरं होतं आणि त्याने माझं समाधान झालं; पण माझ्या लक्षात येऊ लागलं की, जपानी प्रचाराचं माध्यम म्हणून माझा खरा उपयोग करून घेतला जाणार आहे.

"लष्करी अधिकाऱ्यांनी तुमच्या धंद्याचा कारभार पूर्णपणे बघावा अशी जनरल यामाशिता यांची योजना होती; पण सैनिक चांगले व्यापारी किंवा उद्योगपती नसतात असं माझं वैयक्तिक मत आहे. म्हणून मी सुचवलं की, आपण फक्त सल्लागार नेमावे आणि तुमचा धंदा चालवण्यात तुम्हाला मदत करावी."

हेन्री क्रॉसने सर्वांचं मनोगत मांडलं, "ते मान्य होण्यासारखं नाही. सल्लागारांचे अधिकार काय असतील?"

"पूर्ण अधिकार. सर्व गोष्टी व्यवस्थितपणे चालाव्यात हे तुम्ही बघायचं."

"आम्ही नकार दिला तर?"

"मग तुमची इथली उपस्थिती अनावश्यक ठरेल आणि तुम्हाला तुरुंगाच्या छावणीत पाठवलं जाईल. तिथली स्थिती तुम्ही आता उपभोगत आहात एवढी चांगली नसेल."

त्यानंतर सगळं सुरळीतपणे पार पडलं. "तुझं काम केलंस." मीटिंगनंतर एंडो-सान म्हणाले. त्या अवजड ब्रिटिश फर्निचरपुढे ते शोभत नव्हते. "तुला किती मनस्ताप होत असेल याची मला कल्पना आहे. निदान आता त्यांना सहकार्य करण्यातलं शहाणपण कळलं आहे."

हे सहकार्य नसून सक्ती आहे, असं मला म्हणावंसं वाटत होतं; पण ते इतकं उघड होतं, की सांगण्याची गरज नव्हती. त्यांचं उदासवाणं स्मित बघून मी गप्प राहिलो.

"तुझं कुटुंब सुरक्षित राहील." ते डोळे चोळत म्हणाले.

"मला तेवढंच हवं आहे."

"शेवटी सगळं चांगलं होईल. सगळ्याची भरपाई होईल." ते माझ्या डोळ्यांत बघत म्हणाले, "तू रस्ता चुकणार नाहीस अशी मला आशा आहे."

जपानी सैन्य आगेकूच करत दक्षिणेला थेट जोहोर बारुला पोहोचलं. जोहोरच्या सामुद्रधुनीवरचा पूल पार करून सिंगापूरमध्ये जाऊन धडकलं. फेब्रुवारी १९४२च्या १५ तारखेला रेडिओवर राज्यपालांनी आत्मसमर्पण केल्याची बातमी आली. जनरल आर्थर पर्सिवालला मलायाचा मिलिटरी कमांडर जनरल यामाशिता तोमोयुकी याच्यापुढे हजर करण्यात आलं.

फोर्ड कारखान्यात शरणपत्रावर सह्या करण्यात आल्या आणि त्या प्रसंगीचा, सिंगापूरच्या शरणागतीचा फोटो जगभरातल्या वर्तमानपत्रांमध्ये छापून आला. जपानचं राष्ट्रगीत आणखी एकदा वाजवण्यात आलं. जपानी राजवट सुरू झाली होती.

''जनरल यामाशिताने शपथ घेतल्याप्रमाणे जपानच्या सम्राटांना त्यांच्या वाढदिवसाचा नजराणा म्हणून सिंगापूरची भेट दिली.'' हिरोशी अभिमानाने म्हणाले.

एंडो-साननी मला एकदा सांगितलं होतं की, हिरोहितो तरुण असताना एंडो-सानच्या कुटुंबाच्या समुद्रकाठी असलेल्या बंगल्यात उन्हाळ्यात अनेकदा आले होते. त्यांना सागरी जीवशास्त्रात फार रस होता आणि ते समुद्रात चालत वेगवेगळे नमुने जमवायचे. मला प्रश्न पडला की, वाढदिवसाची भेट म्हणून दुसऱ्या देशाला संपवावं अशी इच्छा त्यांना कशी झाली.

बरेच दिवसांत मेऽइ मावशीची खबर नव्हती त्यामुळे मला काळजी वाटू लागली आणि ती बँकॉक लेनमधलं तिचं घर सोडून गेली की काय अशी शंका मला आली. मी सायकलवर तिच्या घरी जायला निघालो. रस्त्यात सैनिकांची वर्दळ होती. वाटेत माझीसुद्धा ठिकठिकाणी थांबवून चौकशी केली गेली. एंडो-सानने दिलेल्या ओळखपत्रामुळे मला अडचण येत नसे आणि इतरांइतकं वाकावंही लागत नसे. एका चेक पॉइंटवरून मी पुढे निघत होतो तेव्हा एक माणूस सैनिकापुढे वाकायचं विसरला म्हणून त्याने त्या माणसाला रायफलच्या दस्त्याने मारलं. जपानी सैनिकांच्या आरोळ्यांकडे दुर्लक्ष करून मी बळेच पुढे गेलो. या प्रसंगावरून तो माणूस धडा घेईल, असा मी विचार केला. तो धडा घेईल. आम्ही सगळेच घेऊ.

मी मावशीच्या घराचं दार वाजवलं. खिडक्या बंद होत्या, लाकडी झडपाही बंद केलेल्या होत्या. काही दिवसांपूर्वीच रस्त्यांवर वर्दळ असायची, आवाज असायचे; आता फरक जाणवत होता. आता रस्त्यावरची मांजरंसुद्धा गेली होती.

''मावशी, मी आहे.'' मी दाराच्या फटीतून ओरडलो. रस्ता वाटला तेवढा निर्मनुष्य नाहीये, असं मला वाटू लागलं. कारण आजूबाजूच्या घरांमधले लोक दारा-खिडक्यांच्या फटींमधून बघत आहेत, हे मला जाणवलं. मी पुन्हा दार ठोठावलं.

दार उघडलं गेलं आणि मी आत गेलो. अंधारात मला तिचा चेहरा दिसला –

दुखापत झालेला आणि रंग गेलेला. माझ्या डोक्यात एकदम रागाची तिडीक आली. ''सैनिकांनी केलं?'' मी विचारलं.

चेहऱ्यावरच्या दुखापतींमुळे तिने सावकाश मान डोलवली. मी तिला खाली बसवलं आणि तिचं काळजीपूर्वक निरीक्षण केलं. ''तू बरी आहेस ना? औषध आणायचंय का?''

''नाही, नाही. मी ठीक आहे.'' ती म्हणाली. सुजलेल्या चेहऱ्यामुळे तिचं बोलणंसुद्धा नीट येत नव्हतं.

''काय झालं?''

''एका जपानी सैनिकापुढे योग्य पद्धतीने वाकले नाही.''

''तुझ्याकडे खायचं-प्यायचं पुरेसं आहे की नाही?'' मी विचारलं.

''भरपूर आहे.''

''तू आमच्याकडे राहायला चल.'' मी म्हणालो, ''मी तुझं सामान बांधायला लागतो.''

तिने मान हलवली, ''मी खरंच ठीक आहे. मला तुझ्याबरोबर येता येणार नाही. मला इथे कामं आहेत.''

''तू तुझ्या शिकवणीच्या मुलांची काळजी करणं सोडून दे. ती सगळी सध्या कुठेतरी लपून बसली असतील.''

तिनं माझं ऐकलं नाही. मीही मग जास्त आग्रह केला नाही.

''आजोबा कसे आहेत? त्यांचं काही पत्र आलं आहे का?''

''ते उत्तम आहेत. जपान्यांनी अजूनतरी त्यांना त्रास दिलेला नाही. कायम घरातच राहतात.''

''बरं झालं. त्यांना भेटायला जाण्यासाठी मला ट्रॅव्हल परमिट मिळेल का ते बघतो.''

तिने माझ्याकडे रोखून पाहत विचारलं, ''मी असं ऐकलंय की तू जपान्यांसाठी काम करतोयस म्हणून?''

''आपल्या कुटुंबाला वाचवायचा तो चांगला उपाय वाटला. आजोबा नव्हते का म्हणत की कुटुंब म्हणजे सर्वकाही?''

''सावध राहा. अनेक लोकांना हे पटणार नाही.''

''मला आणि माझ्या कुटुंबीयांना धोका आहे, असं सुचवतेयस का तू?''

तिनं उत्तर दिलं नाही.

''त्या लोकांना सांग की, मी जपान्यांबरोबर सहकार्य करायचं ठरवलं याचं हेही एक कारण आहे की, शक्य तेवढा रक्तपात टाळावा.'' मी म्हणालो.

''मी त्यांना सांगेन, पण हे नुसते शब्द झाले.''

"याचा अर्थ तू आता माझी मदत घेणार नाहीस का?"

"मला वाटतं की थोडे दिवस तू इकडे न आलेलं बरं. शेजारी-पाजारी घाबरलेले आहेत आणि ते सांगतील."

मी खुर्चीवरून उठलो. नाकारलं गेल्याच्या भावनेने माझ्यातलं त्राण निघून गेलं होतं.

"मी समजलो." मी म्हणालो, "मी जाईन बाहेर."

मी तिचा हात हातात घेतला. "मी चुकीचं करतोय असं तुला वाटत असेल, पण मी तुझी काळजी घेईन असं आजोबांना वचन दिलं आहे आणि मी तुला वाऱ्यावर सोडणार नाही."

५

खूप प्रयत्न करूनसुद्धा मला एडवर्ड आणि पीटर मॅकऑलिस्टरचा शोध लागला नाही. तुरुंगात टाकलेल्या हजारो युरोपीयांमध्ये ते कुठेतरी असावेत. इझाबेल टेकडीवरून खाली आली होती. ती फारच काळजीत होती. बाबांनासुद्धा एडवर्डची फार काळजी वाटत होती आणि त्याचा त्यांच्या खाण्यापिण्यावर परिणाम झाला होता. विल्यम गेल्यानंतर त्यांचं वजन बरंच कमी झालं होतं.

''मला काही करता येणं शक्य नाही. क्वालालंपूर साओतोमे-सानच्या अधिकाराखाली आहे.'' मी एंडो-सानकडे मदतीसाठी गेलो तेव्हा ते म्हणाले. हिरोशी त्यांच्या खोलीत जोरात खोकताना ऐकू आलं. एंडो-सान बिचकले.

''मी त्यांना फोन करू शकतो का?''

''मला वाटतं त्यांना प्रत्यक्ष भेटणं अधिक योग्य होईल.''

''तसं असेल तर मला तुमच्याकडून प्रवासाचा पास लागेल.''

''त्याची तुला गरज नाही. तुला दिलेल्या ओळखपत्रावर तुला कुठेही प्रवास करायला आडकाठी येणार नाही. जरा दे तर ते मला.''

त्यांनी एका ड्रॉवरमधून एक लाकडी खोकं काढलं आणि त्यातून एक छोटा लाकडाचा ठोकळा काढला. त्याला लाल शाई लावून त्याचा छाप त्यांनी ओळखपत्रावर उमटवला. ''हे माझं वैयक्तिक सील आहे. तुला कोणी थांबवलं, तर हे दाखव. तुला कोणतीही अडचण येणार नाही.''

''थँक यू सेन्साय.''

माझ्या बोलण्यातल्या किंचित खवचटपणाकडे त्यांनी दुर्लक्ष केलं.

''तुला त्यांचा शोध लागेल अशी मला आशा आहे; पण ते युद्धकैदी आहेत हे लक्षात ठेव.''

''ठेवेन.''

मी बाहेर पडत होतो तेवढ्यात त्यांनी मला थांबवलं, ''स्वयंपाकघरातल्या सर्व

नोकरांना सांग की, हिरोशी-साननी वापरलेली सर्व भांडी वेगळी ठेवा आणि ती इतरांसाठी वापरू नका आणि ती रोज पूर्णपणे निर्जंतुक करत जा.''

''बरं. डॉक्टरांना शंका होती त्याप्रमाणे क्षय निघाला का?''

''हाई!'' त्यांना दुःख झालं होतं असं वाटलं. ''देशावर राज्य करणाऱ्यांची आज्ञा पाळताना आपल्याला हे सर्व धोके पत्करावे लागतात.''

पेनांग हिलवरून परतल्यावर इझाबेल काळजीने वेडी झाली होती. ती सतत येरझारा घालत असे. स्वभाव चिडचिडा झाला होता. तिचे बारीक केस आणि ढगळ कपड्यांमुळे ती ओळखू आली नसती तरीही आम्ही तिला घराबाहेर पडण्याची बंदी केली होती. मी क्वालालंपूरला जात आहे हे कळल्यावर तिने माझ्याबरोबर येण्याचा हट्ट धरला.

बाबांनी सौम्य शब्दांत, पण ठामपणे नकार दिला. ''नाही, तुला नाही जाता येणार. ते फारच धोक्याचं आहे. सैनिक देशभर धुमाकूळ घालत आहेत.''

बलात्कार आणि हत्यांच्या बातम्या रोज येत होत्या. सैनिकांना वाटेत ज्या बायका-मुली दिसत त्यांच्यावर आधी बलात्कार करून नंतर त्यांच्या पोटात बायोनेट खुपसून कोथळा बाहेर काढणं हे प्रकार सर्रास होऊ लागले होते.

''मी त्यांना शोधण्याचा पूर्ण प्रयत्न करीन.'' मी तिच्या खांद्यावर थोपटत म्हणालो. तिने माझ्या हातावर हात ठेवला.

ट्रेन-वाहतूक आता सुरू झाली होती; पण तिकिटासाठी लष्कराकडे जावं लागायचं आणि गुप्त पोलिसांना सर्व माहिती द्यावी लागायची.

बाहेरच्या खेड्यापाड्यांमध्ये फारसा फरक पडलेला दिसत नव्हता. बटरवर्थ स्टेशन सोडल्यावर लवकरच वादळी पाऊस सुरू झाला आणि मी खिडकी बंद केली. झाडांची पानं खिडकीच्या काचेवर फराटे ओढत होती त्यामुळे बाहेरचं दृश्य तुटक तुटक दिसत होतं.

मला अधूनमधून झोप लागत होती. आजूबाजूला चिनी व्यापारी होते. त्यांनी प्रवास-परवाने मिळवले होते. दबलेल्या आवाजात त्यांच्या धंद्याबद्दलच्या गप्पा चालल्या होत्या. काळा बाजार जोरात होता आणि भाववाढ होऊ नये म्हणून जपान मोठ्या प्रमाणावर नोटा छापत होतं. त्या वेळी प्रथमच 'बनाना नोट्स' हे शब्द मी ऐकले. जपान ज्या नोटा छापत होतं त्यावर केळीच्या झाडाचं चित्र असायचं, म्हणून त्यांना 'बनाना नोट्स' असं नाव पडलं होतं. 'त्या नोटा वापरून एक केळंसुद्धा येत नाही' असं ते म्हणत होते.

त्यांना माझ्याविषयी बरंच कुतूहल वाटत होतं. मला डुलकी आली की, ते

आपसात होक्कीयनमध्ये चर्चा करत होते – मी युरोपीय असावा की नाही याबद्दल. मी डोळे उघडले आणि होक्कियनमध्ये त्यांचं शंकासमाधान केलं. त्यांना बसलेल्या धक्क्याने माझी चांगलीच करमणूक झाली.

"तुम्ही के.एल.ला कशासाठी चाललात?" एकाने विचारले.

"माझा भाऊ कुठे आहे ते जपान्यांना विचारायला."

त्यांचे चेहरे गंभीर झाले. "तुला तो सापडणार नाही. सगळ्या युरोपीयांना सिंगापूरला नेलं आहे किंवा सयामला पाठवलं आहे."

"सयामला का? तिथे अजून जपानी गेलेले नाहीत."

"हो, पण त्यांनी आपल्या प्रदेशाचं रक्षण करण्यासाठी करार केला आहे. त्याबद्दल त्यांनी जपान्यांना उत्तरेत रेल्वेलाईन टाकायची परवानगी दिली आहे." त्याचा आवाज एकदम हळू झाला. "त्या रेल्वेबद्दल मी भयंकर गोष्टी ऐकल्या आहेत. फारच भयंकर!" त्याने डोकं हलवलं नि आजूबाजूच्या प्रवाशांकडे सहमतीसाठी बघितलं.

"तुम्ही के.एल.ला कोणाला भेटणार?" एकाने विचारलं.

"साओतोमे." मी म्हणालो.

तेवढ्यात गाडी बोगद्यात शिरली, त्यामुळे काही काळ मी त्यांचे चेहरे बघू शकलो नाही किंवा गाडीच्या घुमण्याच्या आवाजात त्यांचं बोलणंही ऐकू शकलो नाही; पण गाडी बोगद्यातून बाहेर पडल्यावर मला ज्याने प्रश्न विचारला तो माणूस म्हणाला, "तुम्ही त्या माणसापासून सावध राहा. तो फार धोकेबाज आहे. त्याच्या आवडी-निवडीसुद्धा वेगळ्याच आहेत. त्याला दुसऱ्याचे हाल झालेले बघायला आवडतं."

मला पूर्वी साओतोमेबरोबर घेतलेल्या जेवणाची आठवण झाली. तेव्हा ती मुलगी त्याला दाखवण्यात आली होती. त्यांची त्या वेळच्या ईलची चव आठवली. "मी काळजी घेईन" असं म्हणून मी त्याचे आभार मानले.

एंडो-साननी माझी भेट ठरवली होती. मला साओतोमेकडे नेण्यासाठी एक लष्करी गाडी आली होती. वकिलातीच्या इमारतीच्या शांत मार्गिका आणि पॉलिश केलेल्या सज्जामध्ये मी पुन्हा एकदा जात होतो. मात्र या वेळी मला त्यांच्या ज्या ऑफिसात नेण्यात आलं, त्याच्यासमोर फक्त खडक आणि दगडगोटे वापरून बनवलेली एक लहानशी बाग होती. अकासाकी साओतोमे बागेतले दगडगोटे हलवत होते. त्यांचा आवाज जॉर्जटाऊनच्या रस्त्यांवर माह्-यॉंग खेळणारे त्यांच्या दगडी ठिकऱ्या एकत्र मिसळताना येई तसा येत होता. हीच बहुतेक झेन गार्डन असावी. एंडो-सान त्यांच्या घरी असलेल्या अशा बागेचं नेहमी वर्णन करायचे, त्यावरून मी अंदाज केला. दगडांत निर्माण केलेल्या लाटा आणि वर्तुळं महासागरामधल्या लाटांप्रमाणे दिसतात आणि त्यामुळे मन शांत होतं असं ते म्हणत.

मी बागेकडच्या दरवाजापाशी थांबलो. वाऱ्याची एक मोठी झुळूक येऊन झाडांची

वाळलेली पानं हवेत उडाली आणि खाली येत बागेतल्या दगडांच्या लाटांवर विसावली.

"ते बघ!" ते म्हणाले, "कालचक्रात अडकलेले आत्मेच जणू नाही?"

"मला ती दगडाच्या भरतीत अडकलेली जहाजं वाटताहेत."

"आपली जशी इच्छा असेल तसं आपण बघतो." असं म्हणत त्यांनी तो वाळू चाळायचा तारांचा पंजा एका खुंटीला टांगला. ते बागेला वळसा घालून आले. त्यांच्या लाकडी खडावांचा आवाज ऐकायला फार छान वाटत होता. पुन्हा एकदा मला त्यांच्या देखणेपणाची जाणीव झाली, पण त्याचबरोबर त्यांच्या जिभल्या चाटण्याच्या सवयीमुळे चिखलात अर्धवट लपलेल्या मगरीचीही आठवण आली.

"मी कैद्यांची पूर्ण यादी तपासली. त्यात तुझ्या भावाचं किंवा पीटर मॅकॲलिस्टरचं नाव आढळलं नाही."

"के.एल.च्या शरणागतीच्या दिवशी ते इथेच होते."

"त्या काळात खूप गोंधळ होता. कदाचित आमच्या नजरेतून ते सुटले असतील किंवा ते सिंगापूरला पळून गेले असतील."

मी मान हलवली, "तसं वाटत नाही."

त्यांनी हात पुढे करून माझे गाल थोपटले. त्या अनपेक्षित स्पर्शाने माझ्या अंगावर काटा आला आणि ते हसले, "तुझं तुझ्या भावावर खूप प्रेम आहे असं दिसतं." ते म्हणाले.

मी स्तब्ध उभा राहिलो. ते म्हणाले, "तुझ्या क्षमतेची मला चांगली जाणीव आहे. कदाचित तू माझी मानसुद्धा सहज मोडू शकशील. पण असं पाहा," ते हळूच हसले, "मला अशा शक्तीची गरज नाही." एका बारीक लाल रेषेप्रमाणे दिसणारं त्यांचं स्मित मला पुन्हा दिसलं.

ते माझ्याजवळ झुकले. मला त्यांच्या अंगाचा गंध आला. मला इस्तानामधल्या संध्याकाळी जाळल्या जाणाऱ्या पानांच्या वासाची आठवण येऊन मी सुखावलो. समर्पण करणं सोपं होतं, पण मी तोंड फिरवलं. ते थांबले. त्यांचा हात अजून माझ्या गालावर होता.

"नाही?" त्यांनी विचारलं.

"नाही."

"मी शिपायांना बोलवू शकतो, तुला माहीत आहे."

"तुम्ही तसं करणार नाही. तुम्हाला तुमच्या सावजाने आपणहून स्वाधीन झालेलं आवडतं. जबरदस्ती करण्यापेक्षा खुशी असली तर जास्त आनंद मिळतो."

त्यांनी गालावरून हात काढला. "तू कापतो आहेस. तू का नकार देतो आहेस कळत नाही. एंडो-सान माझ्यापेक्षा वेगळा आहे असं तुला वाटतं? तो तुझा सेन्साय

आहे म्हणून तो तुझ्यावर नजर ठेवेल, तुझं रक्षण करेल असं वाटतं?'' साओतोमेने मान हलवली. ''तुला वाटतं त्याहून अधिक तो आणि मी सारखे आहोत. मी काही दिवसांपूर्वी जसा होतो, तसा तो आता आहे. मी आहे तसा तो पुढे होईल.''

मी त्याच्याकडे का आकर्षित झालो त्याचं कारण त्याने स्पष्ट केलं; पण माझ्या मनात एंडो-सानचा विचार आला आणि माझ्या अंगात एकदम धीर आला आणि माझं साओतोमेबद्दलचं आकर्षण नाहीसं झालं.

''कदाचित दुसऱ्या जन्मी साओतोमे-सान.'' मी म्हणालो.

''मग मी वाट बघेन.'' ते म्हणाले, ''तुझा भाऊ आणि मॅकॲलिस्टर यांना चांगी तुरुंगात पाठवलं आहे आणि युद्ध चालू असेपर्यंत ते तिथेच राहतील. तुला आता त्यांच्यासाठी करता येण्याजोगं काही नाही.''

मी वाकून अभिवादन केलं नि त्यांना तिथे दगडांच्या बागेत, कालचक्रात अडकलेल्या जिवांच्या संगतीत सोडून तिथून निघालो.

मला आतल्या आत असं वाटत होतं की, साओतोमे खोटं बोलला होता. सत्य ही त्याच्यासाठी एक मौल्यवान वस्तू होती. तो ती अशीच देऊन टाकणार नव्हता. मी रेल्वे स्टेशनवर जाऊन माझं तिकिट बदललं आणि बाहेर उभ्या असलेल्या सायकलरिक्षांच्या रांगेतल्या एका रिक्षात बसलो.

''कुठे जाणार?'' रिक्षाचालकाने विचारलं. त्याच्या खांद्यावर एक कळकट टॉवेल होता.

''पुडु जेल.'' मी म्हणालो.

त्याचा चेहरा गोरामोरा झाला आणि त्याने चोरून आजूबाजूला बघितलं, ''ते जाण्यासारखं ठिकाण नाही.''

मी दुप्पट भाडं द्यायचं कबूल केल्यावर तो काहीतरी पुटपुटत तयार झाला. तुरुंग स्टेशनपासून फार दूर नव्हता, पण त्याने तिथे पोहोचायला बराच वेळ लावला. तुरुंगाच्या दाराशी पोहोचल्यावर मला सोडून परत जाऊ लागला. ''मी बाहेर येईपर्यंत इथे थांब. मी आणखी पैसे देईन.'' मी त्याला म्हणालो.

तो जरा अंतरावर एका रांबुतान झाडाखाली जाऊन थांबला आणि बघू लागला. मी तुरुंगाचा भक्कम दरवाजा ठोठावला. एक छोटी खिडकी उघडली. मी औपचारिक जपानीत म्हणालो, ''मला चीफ वॉर्डनना भेटायचं आहे.'' मी माझं ओळखपत्र समोर धरलं. ''मी पेनांगचा सांस्कृतिक अधिकारी असून मला उपराज्यपाल एंडो-सान यांनी पाठवलं आहे.'' सामान्य जपानी कर्मचाऱ्यावर अधिकारवाणीने बोललं की परिणाम होतो तसा त्याच्यावरही होईल या आशेवर मी होतो.

खिडकी बंद झाली आणि दरवाजा उघडला. मी आत गेलो आणि पहारेकऱ्याला

माझी झडती घेऊ दिली. दुसरा एक शिपाई आला आणि मला आत घेऊन गेला. मला घुसमटल्यासारखं वाटू लागलं. मी आत जात असताना मळकट टॉवेल कमरेला गुंडाळलेले एका विभागातले कैदी – त्यात मोठ्या संख्येने युरोपीय होते – गजांना धरून आमच्याकडे बघत होते. तुरुंगात खूपच जास्त कैद्यांना कोंबलं होतं. तिथल्या विचित्र घाण वासाने मला कसंसंच वाटू लागलं.

मला चीफ वॉर्डनच्या खोलीत नेलं. त्याच्या पाठीमागे असलेल्या खिडकीतल्या एका फुटलेल्या काचेतून आत आलेल्या उन्हाच्या किरणाने क्षणभर माझे डोळे दिपले. तो उभा राहिला आणि मी कमरेत खूप वाकून अभिवादन केलं नि माझी ओळख दिली.

मी माझ्या येण्याचं कारण सांगितल्यावर चीफ वॉर्डन मात्सुडा म्हणाला, ''एंडो-साननी तुमच्या भेटीबद्दल मला कळवलं नव्हतं.''

''ती माझी चूक आहे. त्यांचा पत्रव्यवहार मीच बघतो आणि मी अजून माझं काम शिकतो आहे. आपण त्यांच्याकडे तक्रार करणार नाही, अशी मला आशा आहे.'' मी म्हणालो.

''तुम्ही जपानी फार छान बोलता.'' तो म्हणाला.

''थँक यू! मला लहानपणापासूनच जपानी संस्कृतीबद्दल आकर्षण होतं. तिच्यापासून खूप शिकण्यासारखं आहे असं मला वाटायचं.''

''ते योग्यच आहे. कारण आम्ही एक सुसंस्कृत देश आहोत. तुम्ही शोधत आहात त्या कैद्यांची नावं काय आहेत?''

मी नावं सांगितली आणि म्हणालो की, त्या दोघांना कथील उत्पादन-क्षेत्रात चांगलं ज्ञान आणि अनुभव असल्याने त्यांची पेनांगला आवश्यकता आहे. त्याने एक जाड रजिस्टर उघडलं आणि त्याची पानं उलटू लागला. मी आपण फार अधीर आहोत असं न दाखवण्याचा प्रयत्न करत शांतपणे बसलो. एका पानावर बोट फिरवताना तो थांबला.

''मॅकॲलिस्टर पीटर, वय सत्तेचाळीस.'' त्याने वाचलं. नावाचा उच्चार करायला त्याला बराच त्रास झाला. माझ्या लक्षात आलं होतं की, जपान्यांना इंग्रजी बोलताना 'र'चा उच्चार करायला, तो 'रोल' करायला अडचण येत नसे, पण 'ल' आला की ते अडखळत आणि त्याचा 'र' असा उच्चार करत. चीफ वॉर्डनच्या बाबतीतही तेच झालं. गंमत म्हणजे चिनी लोकांच्या बाबतीत ही 'र' आणि 'ल'ची समस्या नेहमी उलटी असते.

मात्सुडा चष्म्यावरून माझ्याकडे बघत म्हणाला, ''तो इथे होता, पण त्याला सयामला पाठवण्यात आलं आहे, ब्रह्मदेशाच्या सीमेवर.'' माझी निराशा न दिसू द्यायचा मी प्रयत्न केला. त्याची बोटं पुढे गेली, ''हटन, हा तुमचा नातेवाईक आहे का?''

मात्सुडाला इंग्रजांच्या नावांबद्दल फार माहिती नसेल असं गृहीत धरून मी ''ते सहज आढळणारं नाव आहे – मात्सुडाप्रमाणे'' असं पटकन विचार करून मी म्हणालो.

तो हसला. ''हाई, या तुरुंगातच कर्मचाऱ्यांमध्ये दोन मात्सुडा आहेत. किती गोंधळ होत असेल कल्पना करा. आह, सापडलं. एडवर्ड हटन.'' त्याने रजिस्टरमधली नोंद वाचली. ''दोन आठवड्यांपूर्वी ब्रह्मदेश सीमेवर पाठवलं. मॅकॲलिस्टरच्याच तुकडीत.''

''त्या सीमेवर काय चाललंय?'' मी विचारलं.

''चीन आणि मलाया यांना जोडणारी रेल्वे बांधत आहोत. सैन्यदल आणि सामानाची वाहतूक करणं सोयीचं होईल ना?''

''मग या दोघांची पेनांगला बदली होण्यासाठी काय करावं?''

त्याने गाल खाजवला. ''तुम्हाला साओतोमे-सानच्या ऑफिसला लिहावं लागेल. कैद्यांची बदली करण्याचा अधिकार फक्त त्यांनाच आहे. त्यांना जनरल यामाशिताने अधिकार दिला आहे.''

आशेचा शेवटचा किरणही गेला. ''तुम्ही शोधता आहात ते दोघं जण दुर्दैवी आहेत. ब्रह्मदेश सीमेवरून कोणी जिवंत परतल्याचं अजून मी ऐकलेलं नाही.'' मात्सुडाने मान हलवली. त्याचं काम काहीही असलं तरी तो मनाने चांगला वाटला. युद्धाच्या क्रौर्याचा त्याच्यावर फारसा परिणाम झाला नसावा.

त्याच्या ऑफिसमधून तो माझ्याबरोबर तुरुंगाच्या दरवाजापर्यंत आला. पहारेकऱ्याने दरवाजा बंद करण्यापूर्वी तो म्हणाला, ''मात्सुडा हे फार प्रचलित नाव नाही. कर्मचाऱ्यांपैकी दुसरा मात्सुडा.'' इथे माझ्या डोळ्यांमध्ये बघत तो म्हणाला, ''माझा धाकटा भाऊ आहे. तुम्हाला मदत करता आली नाही याचं मला खरोखरीच वाईट वाटते. माझा भाऊ गेला तर मला फार वाईट वाटेल.''

मी वाकलो आणि म्हणालो, ''दोमो अरिगातो गोझाईमासू मात्सुडासान.''

त्याने वाकण्याऐवजी हात पुढे केला, ''तुम्ही जर आमच्याप्रमाणे वाकायचं शिकता तर मलाही तुमच्याप्रमाणे हस्तांदोलन करायला शिकलं पाहिजे गाई जिन!''

मी त्याचा हात हलवला.

मी आलेलं बघून इझाबेल धावत व्हरांड्यात आली. ''दोघांनाही ब्रह्मदेशात रेल्वेच्या कामावर पाठवलं आहे. आय ॲम सॉरी!'' मी म्हणालो.

तिचा तोल जातोय असं वाटलं, पण तिने स्वत:ला सावरलं. मी माझे हात पुढे केले पण ती हलली नाही.

''तुझे जपानी मित्र'' ती म्हणाली, ''पीटर आणि एडवर्ड त्यांचं काय वाकडं करू शकणार होते?'' माझे हात खाली पडले. रिकामे. ती निघून गेली.

''तू तुझ्याकडून सर्व प्रयत्न केलेस हे मला माहीत आहे.'' बाबा घरी आल्यावर म्हणाले. ते ऑफिसमध्ये जपानी लष्करी अधिकाऱ्यांबरोबर काम करत होते. ''ती तुला माफ करेल अशी मला आशा आहे.'' ते थोडा वेळ थांबले. मग आणखी काही बोलायचं नाही असं ठरवून ते त्यांच्या खोलीत निघून गेले.

मी शक्य ते सर्व प्रयत्न केले की नाही आणि मी आणखी काय करायला हवं होतं ते मला कळलं नाही. मी एंडो-सानना भेटायचं ठरवलं.

होडी किनाऱ्यावर ओढत आणताना मला बघून एंडो-सानना आनंद झाला. ''मला चैन पडलं नाही.'' ते म्हणाले, ''साओतोमे-सानने काही मदत केली का?''

''नाही. नाही केली.'' मी त्यांचा चेहरा न्याहाळू लागलो तेव्हा साओतोमेचे शब्द मला आठवले : 'मी होतो तसा तो आता आहे.' एंडो-सान कधीतरी त्यांच्यासारखे होतील? सुसंस्कृत, सभ्य आणि तरीही नसानसात एक प्रकारचा थंडपणा, क्रूरपणा असलेले? जो कधीतरी त्यांच्यावर पूर्णपणे कब्जा करेल असा?

''पण तरीही तुला त्यांचा ठावठिकाणा काढता आला. माझ्या सीलचा काही उपयोग झाला?'' मला पूर्ण ओळखत असल्याने ते म्हणाले.

''होय, त्यांना रेल्वेच्या कामावर पाठवलं आहे.''

त्यांनी श्वास घेतला. ''अरेरे, फार वाईट झालं.''

''तुम्हाला साओतोमेच्या... विशेष 'आवडीची' माहिती होती?''

''होय.''

''आणि तरी तुम्ही मला त्याच्याकडे पाठवलं?''

''तू खंबीर आहेस हे मला माहीत होतं आणि म्हणूनच तुझी बहीण तुझ्याबरोबर गेली नाही याचं मला बरं वाटलं. त्याला तू 'मिळाला' नसतास तर त्याने तुझ्या बहिणीची अपेक्षा केली असती आणि ती किती खंबीर आहे त्याची मला कल्पना नव्हती.''

''ते म्हणाले ते पूर्वी तुमच्यासारखे होते आणि काही काळाने तुम्ही त्यांच्यासारखेच व्हाल.''

''तुला काय वाटतं?''

''तसं होण्यास मी प्रतिबंध करावा अशी तुमची इच्छा आहे.''

''अखेरीस तू आता मोठा होतोयस.''

मला माझ्या क्वालालंपूरहून परतण्याच्या प्रवासाचा थकवा आता जाणवू लागला. वडील भेटले तेव्हाचे त्यांचे चेहऱ्यावरचे भाव माझ्या सहनशक्तीपलीकडचे होते. ''मी रात्री इथे राहिलो तर चालेल का?'' मी विचारलं.

''अर्थात. चल, आपण जेवण बनवू. मला रात्री खूप काम करायचं आहे. हल्ली हिरोशी-सानची गैरहजेरी बरीच वाढली आहे.''

"कशी आहे त्यांची तब्येत?"

"खराब होते आहे. मी त्यांना जपानला बदली मागून घ्या म्हणून सुचवलं, पण ते ऐकत नाहीत."

"त्यांना पेनांग हिलवरच्या घरी विश्रांती घेता येईल." मी विचार न करता बोललो.

एंडो-साननी माझ्याकडे निरखून बघितलं, "हिलवरचं घर? हो, ती कल्पना चांगली आहे."

दिवस संपत असताना झाडांच्या हलत्या फटींमधून घरात येणाऱ्या प्रकाशाकडे आम्ही चालू लागलो.

६

जपानच्या मलायावरच्या विजयानंतर काही महिन्यांत सर्व गोष्टी स्थिरस्थावर झाल्या, डबक्यातला गाळ खाली बसतो तशा. आमच्याभोवती भीतीचं वातावरण वेढून राहिलेलं होतं, पण सवयीने ते जाणवतही नव्हतं. एखाद्या दिवशी काहीतरी घडायचं आणि मग काही काळ डबकं ढवळल्यासारखा सगळा गाळ वर यायचा, आम्ही सर्व जण उत्तेजित व्हायचो, भीती पुन्हा डोकं वर काढायची.

रोज एंडो-सानना ऑफिसात नेण्यासाठी एक लष्करी ड्रायव्हर येत असे; मी त्यांच्याबरोबर जात असे. पूर्वी आमची असलेली काळी डेम्लर गाडी घेऊन रोज ड्रायव्हर यायचा आणि तिच्यातून आम्ही जायचो तेव्हा बाबा नि:शब्दपणे बघायचे. इझाबेलने माझ्याशी अबोला धरला होता, नोकरमंडळी माझ्याकडे दुर्लक्ष करत. इतका एकटेपणा मला पूर्वी कधी जाणवला नव्हता. त्यामुळे जपानी ऑफिसमध्ये गेलो की मला मोकळं वाटायचं. घरच्या लोकांपेक्षा तिथले लोक बरेच जास्त मित्रत्वाने वागायचे.

मला एंडो-सानच्या ऑफिसच्या बाहेर एक छोटं टेबल दिलं होतं. नगराध्यक्षाच्या कारकिर्दीतलं बरंच फर्निचर आणि शोभेच्या वस्तू अजून वापरात होत्या. माझ्या खुर्चीच्या मागे सम्राट हिरोहितो एका मोठ्या फटीतून माझ्या कामावर लक्ष ठेवून होते.

माझं काम लिखापढीचं होतं. कागदपत्रं तयार करायची आणि देशभरातून लष्करी आणि मुलकी अधिकाऱ्यांकडून आलेल्या पत्रांना उत्तरं तयार करायची. सिंगापूरहून सतत येत असलेल्या जपानी भाषेतल्या कागदपत्रांचं आणि हुकमांचं भाषांतर करण्याचं कामही मीच करत असे : 'शाळा पुन्हा उघडावी नि सर्व वर्गात जपानी शिकवावं' 'सर्वांनी जपानी ध्वजापुढे वाकावं' 'ऑफिसात, शाळांमध्ये रोजचं काम सुरू करण्यापूर्वी सर्वांनी मिळून 'किमिगायो' म्हणावं' इत्यादी अनेक. मला शिरच्छेदाची शिक्षा देणाऱ्या जाहीरनाम्याचंही भाषांतर करावं लागायचं. त्याचा मला

फार राग यायचा आणि मन उद्विग्न व्हायचं. या नोटिसा जॉर्जटाऊनमध्ये विविध सार्वजनिक ठिकाणी लावल्या जात. सर्व भाषांतरित कागदांच्या खाली माझं नाव यायचं. माझ्याप्रमाणे आणखी किती 'जाऊ-को' म्हणजे 'फितूर कुत्रे' मलायात काम करत असावेत असा प्रश्न बरेचदा माझ्या मनात येत असे.

काम संपल्यावर मी एंडो-सानबरोबर किंवा ते कामात असल्यास एखाद्या लष्करी अधिकाऱ्याबरोबर आयकीजुत्सूचा सराव करत असे. मला 'अक्करमाशा' म्हणणारा गोरो सहसा मला टाळत असे; पण त्याला दुसऱ्या अधिकाऱ्यांबरोबर सराव करताना मी बघत असे. तो अगदी निर्दय आणि चपळ होता. त्याच्या चाली हिंसक आणि मारण्याच्या हेतूने केलेल्या असत. माझी आणि त्याची सरावाची वेळ एकच येऊ नये असं मी शक्यतो बघत असे.

हिरोशींची तब्येत बरी असताना एक दिवस त्यांनी पेनांगमधल्या औद्योगिक आणि सामाजिक क्षेत्रांत उच्च स्थानी असलेल्या नेत्यांची बैठक बोलवली आणि सांगितलं की साओतोमेने क्वालालंपूरहून आदेश पाठवला आहे की, प्रत्येक प्रांतातल्या चिनी व्यापाऱ्यांनी सरकारला पाच कोटी डॉलर द्यावेत.

''हे काहीतरीच आहे!'' टोके यीप म्हणाले, ''इथे कोणाकडेही इतका पैसा नाही.'' इतरांनीही त्याला दुजोरा दिला.

''हे तुमची सम्राटांच्याप्रति निष्ठा दाखवण्यासाठी आहे. काही जपानविरोधी लोक आमच्याविरुद्ध कारवाया करत आहेत असं आम्हाला कळलं आहे. फुजिहारा-सान यांना अशी माहिती मिळाली आहे.'' बुटक्या आणि अबोल अशा केम्पायतायच्या प्रमुखाचा उल्लेख करून, खोकत हिरोशी म्हणाले. फुजिहारा हा तीक्ष्ण दृष्टीचा, पातळ जिवणी असलेला, त्यावर जहाल राष्ट्रवाद्यांना प्रिय असलेली एक इंच लांबीची मिशी ठेवणारा कणखर स्वभावाचा माणूस होता. गोरोबरोबर इस्तानात आला असताना इझाबेलने त्याच्यावर गोळी झाडली होती, हे तो विसरणार नव्हता हे लक्षात घेऊन मी त्याच्याशी संबंध टाळत असे. इस्ताना जप्त केलं जाणार नाही असं आश्वासन एंडो-साननी मला दिलं होतं, पण तरीही मला जपानी पोलिसांना तसं करायला कारण पुरेल असं काहीही करायचं नव्हतं.

केम्पायतायचे पोलीस अगदी कुप्रसिद्ध होते. किती निरपराध लोकांना रात्री-अपरात्री त्यांच्या बिछान्यातून ओढून नेऊन, त्यांच्यावर आरोप करणाऱ्या बुरखाधारी माणसांच्या त्यांच्याविरुद्ध साक्षी घेऊन त्यांनी नाहीसं केलं होतं. ते जाणून घ्यायची मला अजिबात इच्छा नव्हती. अशा घटना आमच्या जीवनातला गाळ ढवळून टाकत.

चिनी व्यापरी निघून गेले. त्यांच्या मनातला माझ्याबद्दलचा तिरस्कार मला जाणवला. त्यांच्या दृष्टीमध्ये मी चिनी होतो; पण भाकरीच्या तुकड्यासाठी लाळ घोटणाऱ्या कुत्र्यात आणि माझ्यात फरक नव्हता.

मी मीटिंगच्या खोलीतून बाहेर पडत असताना फुजिहारा गुपचूप माझ्याकडे येत आहे असं मला दिसलं. त्याला माझ्याकडून काय हवं असेल याचा विचार करत मी जरा तणावाखाली आलो.

"फिलिप-सान, तू फार हुशार मुलगा आहेस." तो ज्या प्रकारे हे बोलला त्यावरून केम्पायतायकडे माझ्या नावाचीसुद्धा एक फाईल आहे, याची मला जाणीव व्हावी असा त्याचा उद्देश होता. "तू माझ्यासाठी एक काम केलंस, तर मला फार आवडेल."

"जर ते माझ्या आवाक्यातलं असेल तर मी आनंदाने करीन." मी म्हणालो.

"मला माझ्या घरासाठी एक पियानो हवा आहे. चांगला पाहिजे. तुला जो सर्वांत उत्तम वाटेल असा." तो म्हणाला. "ज्याच्याकडे असेल त्याच्याकडून घे. ही माझी आज्ञा आहे, असं सांग त्यांना."

त्याने स्वत:साठी ज्या घराचा ताबा घेतला होता त्याचा पत्ता मला दिला. मला ते घर चांगलं माहीत होतं. ते थॉर्नटन कुटुंबाचं होतं आणि त्यांनी गाव न सोडता इथेच राहायचं ठरवलं होतं.

"या घरात राहत होते ते कुठे गेले?" मी विचारलं.

फुजिहारा माझ्याकडे बघून हसला आणि माझ्या अंगावर काटा आला. "तू आणि तुझं कुटुंब नशीबवान आहात म्हणून मला माझ्या आवडीचं दुसरं घर मिळालं." तो खोलीच्या बाहेर पडला आणि जाता-जाता म्हणाला, "पियानो मिळव. माझा सहायक गोरो तुला मदत करेल. एका आठवड्यात काम झालं पाहिजे."

मी बाबांशी बोललो आणि 'आम्ही आमचा पियानो फुजिहाराला द्यायला तयार आहोत' म्हणून सांगितलं. आमचा 'शूमन'चा पियानो घरासाठी अगदी योग्य होता. तो मुळात इझाबेलसाठी घेतला होत, पण तिला त्यात रस उरला नव्हता आणि गेल्या कित्येक वर्षांत त्याला तिने हातही लावला नव्हता. शूमन पेनांगच्या हवामानासाठी अगदी योग्य होता त्यामुळे पेनांगच्या लोकांमध्ये तो प्रिय होता. आधी बाबा तो द्यायला तयार नव्हते. माझ्या जपान्यांसाठी काम करण्याच्या निर्णयामुळे ते फार नाराज होते, पण जेव्हा त्याग करण्याची वेळ येते तेव्हा दुसऱ्याला त्याग करायला सांगण्याआधी स्वत: तो करणं उचित होईल, या विचाराने त्यांनी परवानगी दिली.

फुजिहाराला मी आमचा पियानो देत असल्याबद्दल सांगितल्यावर त्याला त्याने नम्रपणे नकार दिला. शूमन हा खालच्या दर्जाचा असतो असं त्याचं मत होतं. त्यामुळे आता दुसऱ्या कोणाकडे पियानो आहेत ते आठवून, ते बघण्यासाठी त्यांची वेळ घेणं याला पर्याय उरला नाही.

एका प्रसिद्ध कुटुंबातला मुलगा जपानने आपल्याकडे वळवला हे जगाला

दाखवण्यासाठी अशा कामांच्या माध्यमातून मला लोकांपुढे उभं करणं हा त्यांचा हेतू होता हे मला माहीत होतं.

पियानो बघण्यासाठी लोकांच्या घरांना होणाऱ्या आमच्या भेटी भीतिपूर्ण वातावरणात होत असत. त्यामुळे त्या कमी वेळात आणि जरुरीपुरतंच बोलून उरकायच्या असा माझा प्रयत्न असायचा; पण तसं क्वचितच घडायचं. माझ्याबरोबर नेहमी गोरो असायचा आणि त्याला अशा कामात असुरी आनंद मिळायचा. प्रत्येक ठिकाणी तो स्वत: पियानो वाजवून बघायचा. त्याची घट्टे पडलेली बोटं आणि निर्विकार चेहऱ्यावरून या माणसाकडे इतक्या उत्तम प्रकारे पियानो वाजवण्याची कला आहे, याचं मला आश्चर्य वाटायचं. तो पियानो वाजवतोय, बाजूला मी खाली मान घालून उभा आणि समोर त्या घरातले सर्व जण रांगेत, भेदरलेल्या स्थितीत उभे! त्यांना बसण्याची परवानगी नसे! हे एक विचित्र नि भयंकर चित्र दिसे. मला इपोमध्ये गावाच्या चौकात आजोबांबरोबर बघितलेलं भुकेल्या भुतांसाठी करतात ते नाटक आठवलं. गोरोसुद्धा कोण्या अदृश्य दुष्ट श्रोत्यांसाठी वाजवत आहे असं मला वाटायचं.

जिथे जिथे आम्ही गेलो तिथे तिथे गोरोचा हा ठरलेला क्रम असायचा. तो आत शिरायचा, 'पियानो दाखवा' म्हणून सांगायचा, मग अर्धा तास तो तीच ती गाणी वाजवून बघायचा. शेवटी चौदाव्या घरी मी कंटाळून त्याला विचारलं, "तुम्ही दुसरं कुठलं गाणं का नाही वाजवत?"

अपमान झाल्यासारखं वाटून त्याने वाजवणं थांबवलं. खुर्चीत मागे सरकून त्याने हात मांड्यांवर ठेवले, "फुजिहारा-सानचं असं मत आहे की, 'दास वोल्टेपेरियर्ट क्लावियर'मध्ये सर्वश्रेष्ठ अशी गाणी आहेत आणि माझंही तेच मत आहे. 'प्रेलुडियम उंड फुगे'– विशेषत: पहिल्या भागातली दोन गाणी – जी मी नेहमी वाजवतो – त्यांची सर्वांत आवडती आहेत आणि म्हणून ते ती नेहमी वाजवतात. त्यांना वाजवायला आवडतील ती गाणी वाजवून बघितल्याशिवाय हा पियानो किती चांगला आहे हे मला कसं कळणार?"

त्याची कारणमीमांसा आणि त्याचं सफाईदार जर्मन ऐकून मी आश्चर्यचकित झालो. "निदान तुला तरी आतापर्यंत माहीत व्हायला हवं होतं की, आमचा देश काही असंस्कृत रानटी माणसांचा नाही आहे." गोरो फुत्कारला.

गोरोचं बाकच्या संगीताबद्दलचं मत मी त्या पियानोच्या मध्यमवयीन चिनी मालकाला भाषांतर करून सांगितलं. 'घरात मी एकटाच आहे' असं जरी तो म्हणाला होता, तरी घरातल्या स्त्रियांचं अस्तित्व मला जाणवत होतं. त्यांना त्याने लपवलं असणार. आम्ही एखाद्या घरी गेलो की आम्ही आल्याची वर्दी मी शक्य तेवढ्या मोठ्या आवाजात द्यायचो. आम्ही खाली तळमजल्यावरच्या दिवाणखान्यात होतो. गोरो वाजवण्यात गुंतल्यावर मी वर छताकडे बघितलं; ते इतर अनेक

घरातल्याप्रमाणेच लाकडी फळ्यांचं होतं. एका फळीतल्या भोकामागे एक डोळा मला बघितल्यासारखा वाटला. मी तिकडे बघत आहे हे बघून घरमालक माझं लक्ष विचलित करण्याच्या उद्देशाने बोलला, "हे जपानी साहेब म्हणताहेत ते अगदी बरोबर आहे. बाकचं संगीत खरोखरीच दिव्य आहे."

"मी तुमचं मत विचारलं नव्हतं." गोरो इंग्लिशमध्ये म्हणाला. तो पियानोकडे वळून नवी रचना वाजवू लागला आणि जपानी लोकांचा सुसंस्कृतपणा ठसवण्यासाठी उत्कृष्ट जर्मनमध्ये म्हणाला, "प्रेलुडियम उंड फुगे पार्ट सिक्स, डी-मोल बीएमव्ही ८७५".

मी त्याच्याकडे दुर्लक्ष करून मन ध्यान लावायच्या वेळी करायचो तसं केंद्रित करण्याचा प्रयत्न केला, पण गोरोच्या वाजवण्यामुळे ते शक्य होत नव्हतं. इतक्यात अचानक गोरोने वाजवणं थांबवलं. मी चमकलो, कारण गोरोने याआधी कधीच वाजवणं असं मध्येच थांबवलं नव्हतं.

"आपण हा घेऊ." तो म्हणाला आणि उभा राहिला. त्याने पियानो थोपटला. "आतापर्यंत मी ऐकलेल्यांमध्ये हा सर्वांत उत्तम आहे." आधी माझ्याकडे आणि नंतर मालकाकडे बोट करून तो म्हणाला, "सांग त्याला. मला आणखी इंग्रजी बोलून माझी जीभ विटाळवायची नाहीये."

मी भाषांतर करून "गोरोची हा पियानो नेण्याची इच्छा आहे." असं सांगितल्यावर मालक म्हणाला, "हा बेकस्टाइन आहे. या बेटावर इतर कोणाकडेही असा नाही."

"हा याआधी कोण वाजवत असे?" गोरोने विचारलं.

"माझी नात. तिलासुद्धा बाकचं संगीत फार आवडे."

"त्या महान संगीतकाराच्या रचना या पियानोवर वाजवताना जाणवत होतं ते; पण हा किंचित बेसूर झाला आहे." गोरो म्हणाला. त्याच्या कपाळावर आठ्या पडल्या. "त्याची नीट काळजी न घेऊन तुम्ही याचा अपमान केला आहे."

त्याने त्या असाहाय्य माणसाच्या छातीवर दोन बुक्के मारले आणि बरगड्या तुटल्याचे आवाज मला स्पष्टपणे ऐकू आले. तो किंचाळला. मी पियानोच्या पलीकडून धावलो; पण तो धाडकन कार्पेटवर पडला आणि बेशुद्धच झाला. मला नुसतं बघत राहण्याशिवाय दुसरं काही करता आलं नाही. माझे डोळे छतातल्या भोकाकडे गेले आणि 'येऊ नका' हे सुचवण्यासाठी मी मान किंचित हलवली.

तो म्हातारा जिवंत राहावा यासाठी एकच मार्ग होता – तो म्हणजे आम्ही घरातून लवकरात लवकर निघून जाणं. म्हणजे आम्ही गेल्यावर त्याच्या घरातले लोक येऊन त्याला मदत करू शकले असते. गोरोवर हल्ला करायची तीव्र इच्छा मला होत होती, पण ती मी प्रयासाने दाबली आणि त्याला म्हणालो, "तुमचा देश असंस्कृत, रानटी माणसांचा नाही हे तुम्ही असं दाखवून देता का?"

त्याला माझ्या प्रश्नाने एवढा धक्का बसला की, त्याला पटकन उत्तर देता आलं नाही आणि याचा फायदा घेऊन मी म्हणालो, ''आपण आता निघावं असं मला वाटतं. ताबडतोब. मी पियानो न्यायला काही लोकांना पाठवेन.'' आणि मी त्या घरातून बाहेर पडलो. सुदैवाने गोरोसुद्धा माझ्या मागोमाग आलाच.

नंतर पियानो आणण्यासाठी पाठवलेल्या सैनिकांकडून मला समजलं की, तो माणूस वाचला नाही. गोरोच्या ठोशांनी त्याच्या हृदयाला दुखापत झाली होती. त्यांच्या गेलेल्या पियानोच्या बदली आमचा पियानो त्यांच्याकडे पाठवण्याचा माझा बेत मी रद्द केला, कारण गेलेल्या माणसाला परत आणणं शक्य नव्हतं.

फुजिहारा बेखस्टाईन पियानो बघून खूश झाला आणि त्याने मला त्याचं पियानोवादन ऐकण्यासाठी घरी बोलावलं. त्याचं आमंत्रण नाकारणं मला शक्य नव्हतं. कारण तो त्याचा अपमान झाला असता. गोरोने फुजिहाराच्या आवडत्या रचनांबद्दल व्यक्त केलेला अंदाज अगदी बरोबर होता. मला ते ऐकणं इतकं कठीण झालं की, काही दिवसांनी त्याने मला पुन्हा आमंत्रण दिलं तेव्हा मी ते नाकारलं. तो त्याने स्वत:चा अपमान समजला असणार.

माझ्या मनावर इतरही काही दडपणं होती. मॅकॲलिस्टर आणि एडवर्डकडून आलेली पत्रं मी इझाबेलला दिली, तरीसुद्धा तिचा माझ्याशी अबोला चालूच होता.

''ही पत्रं एंडो-सानना आज मिळाली.'' मी म्हणालो.

बाबांनी एडवर्डचं पत्र उघडलं आणि वाचलं, ''फार काहीच नाही. सेन्सॉरनी ओळीच्या ओळी काळ्या केल्या आहेत. तो ठीक आहे, पण मलायात नाही. हे आपल्याला आधीच माहीत होतं.'' त्यांनी पत्र मला दिलं. मधली मधली वाक्यं सेन्सॉरने काढून टाकल्याने ते तुटक झालं होतं.

''पीटर कसा आहे?'' त्यांनी इझाबेलला विचारलं.

''थोडी बातमी आहे. चांगली नाही.'' ती म्हणाली, ''तो थायलँडमध्ये आहे. हे कसं लिहिलं आहे बघा,'' पत्रात पीटरने खुबीने शब्दांची आद्याक्षरं SIAM येतील असं करून ते सुचवलं होतं.

''चतुर पीटर!'' बाबा म्हणाले. पीटरच्या चलाखीने त्यांच्या चेहऱ्यावर क्षणभर स्मित आलं. ''मिस्टर एंडोंना आभार कळव.'' इझाबेलने पत्राची घडी घातली. ती ते तिच्या खोलीत पुन्हा पुन्हा वाचणार होती. त्यातल्या शिल्लक राहिलेल्या प्रत्येक शब्दाचा आनंद घेणार होती.

''आणि पैसे देणाऱ्यांच्या यादीत माझं नाव घाल.'' वडील पुढे म्हणाले.

''का?'' ते बोलले त्यावर माझा विश्वास बसत नव्हता. ''ते फक्त चिनी व्यापाऱ्यांनीच द्यायचे आहेत.''

"जपानी लोक यायच्या आधी हे एक चांगलं शहर होतं. इथे युरोपीय, चिनी, मलायी, हिंदी सर्व जण मिळून काम करायचे. मी जपान्यांना आमचा एकोपा फोडू देणार नाही. मी चिनी नसलो तरी माझा वाटा उचलेन. प्रत्येकाने काहीतरी दिलं तरच ती रक्कम उभी करता येईल."

"जपान्यांबरोबर मी काम करतोय त्याचा उद्देश हा होता की, तुम्हाला अशा मागण्यांतून वगळलं जाईल." मी म्हणालो. मला माझा राग आवरणं कठीण जात होतं. "या मूर्खपणात जर तुम्हाला सामील व्हायचं असेल, तर मी कशाला त्यांच्याबरोबर काम करायचं?"

"तू जे करतोयस त्याला देशद्रोह म्हणतात. तू तुझ्या स्वतःच्या इच्छेने, स्वतःच्या बुद्धीने त्यांच्याबरोबर काम करायला गेला आहेस, तेव्हा तुझ्या कृतीचं समर्थन करायला कधीही आमचं कारण सांगू नकोस."

"आपण सर्व सुरक्षित राहण्याचा, आपली कंपनी सुरक्षित राहण्याचा हा एकच मार्ग आहे हे तुम्हाला दिसत नाही का?"

"नाही."

"युद्ध टिकणार नाही." इझाबेल म्हणाली, "ब्रिटिश सैन्य पुन्हा येईल."

मी तिच्याकडे दयेने बघितलं, "ते आधीच गेले आहेत इझाबेल. ते आपल्याला उघड्यावर टाकून, न सांगता निघून गेले. ते कदाचित पुन्हा हल्ला करतीलही, पण दरम्यानच्या काळात आपल्याला परिस्थितीशी जुळवून घ्यायला नको का?"

मी बाबांकडे बघितलं, "तुम्ही एकदा म्हणाला होतात की, मी स्वतःला आपल्या कुटुंबाचा भाग समजत नाही म्हणून. मी असं कशासाठी करतोय असं तुम्हाला वाटतं? लोकांनी मला 'जपानी कुत्रा' म्हणावं हे मला आवडतं असं तुम्हाला वाटतं?"

त्यांनी उत्तर दिलं नाही. या प्रश्नाला उत्तरच नव्हतं. ते फक्त एडवर्डचं पत्र हातात धरून त्यावर अंगठा घासत राहिले.

पूर्वीचं नगराध्यक्षांचं घर जपान्यांच्या इच्छेप्रमाणे सजवलं गेल्यावर मला तिथे होणाऱ्या मेजवान्यांचं आमंत्रण आलं. मी पोर्चमध्ये ड्रायव्हर गाडी घेऊन यायची वाट बघत उभा होतो आणि बाबा काहीही न बोलता, ओठ घट्ट दाबून बघत होते.

त्या इमारतीत लष्करी आणि मुलकी, दोन्ही विभागांची कार्यालयं आली होती. इमारतीच्या बाह्यरूपात जपानी ध्वजांची रांग सोडली, तर दुसरा मोठा फरक केलेला नव्हता. आत केलेल्या बदलांमुळे मला वाईट वाटलं. विल्यम डॅनिएलने १८८०च्या सुमारास काढलेली पेनांगच्या दृश्यांची सुंदर चित्रं काढून त्यांच्या जागी जपानच्या सम्राटांच्या गुणांचं वर्णन करणारे कापडी फलक लावण्यात आले होते. इतिहासाच्या जागी प्रचार आला होता.

मी हॉलमध्ये फिरत फिरत लष्कर-प्रमुख कर्नल ताकुमा निशिदा यांच्याशी बोलू लागलो. बोलताना मी म्हटलं, ''सिंगापूरऐवजी मलायाच्या ईशान्य किनाऱ्यावर उतरायची योजना फारच हुशारीची होती.''

त्यांनी मी केलेली स्तुती सभ्यपणे स्वीकारली, ''माझ्या सैनिकांना हैनान बेटावर उष्णता आणि दमटपणाची सवय झाली होतीच आणि आम्हाला इथली माहिती मिळण्याची फार चांगली व्यवस्था होती.''

मी एक खडा टाकला, ''त्यासाठी आपण हयातो एंडो-सान यांचे आभार मानायला हवेत.''

''खरं आहे. आमच्या सैन्य उतरवायच्या जागा एंडो-साननी निवडल्या आणि असा सल्ला दिला की,आम्ही डिसेंबर ते फेब्रुवारीच्या काळात कारवाई करावी, कारण त्या काळात पावसाळा असतो, समुद्र खवळलेला असतो त्यामुळे त्या काळात आम्ही चढाई करू अशी कोणीही अपेक्षा करणार नाही.''

मला शिसारी आली. कारण मी त्यांना एकदा माझ्या वडलांबद्दल सांगितलं होतं की, बाबा तरुण असताना एकदा त्यांनी पावसाळ्यात कोटा बारुच्या खवळलेल्या समुद्रात होडी घातली आणि ते जवळजवळ वाहूनच गेले होते. लाटांमुळे त्यांची होडी उलटली आणि ते एक दिवसभर तरंगत राहिले आणि दुसऱ्या दिवशी सापडले. त्यांच्या आई-बाबांनी त्यांची आशाच सोडली होती.

कर्नल निशिदा वाइनचे घुटके घेत म्हणाले, ''मला विचाराल, तर एंडो-सान नसते, तर जनरल यामाशितानानी तुमच्या देशावर इतक्या सहजपणे विजय मिळाला नसता. त्यांना मिळालेल्या 'मलायाचे वाघ' या प्रसिद्धीचं निदान काही श्रेय तरी एंडो-सानना दिलं पाहिजे. अर्थात हे फक्त आपल्यातच ठेवा.''

''अर्थात!'' मी म्हणालो.

आता माझ्या लक्षात आलं की, एंडो-सान आणि माझ्यात एक अव्यक्त देवघेव झाली होती – माझ्या माहितीच्या बदल्यात त्याने मला संरक्षण द्यायचं.

या वेळी मात्र ध्यानधारणेचा उपयोग झाला नाही. माझ्या मनात विचारांची मालिकाच सुरू झाली. माकडं झाडाच्या एका फांदीवरून दुसऱ्या फांदीवर जशी उडी मारतात तसं माझं मन एका विचारावरून दुसऱ्या विचारावर उडी मारू लागलं. मी एंडो-सानना ''मला हिरोशींना भेटायचं आहे.'' असं जेव्हा म्हणालो तेव्हा त्यांना माझा हेतू समजला होता. मला त्यांच्यासाठी का काम करायचं आहे असंही त्यांनी विचारलं नव्हतं. कधी कधी मला असं वाटायचं की, म्हणूनच त्यांनी मला आयकिजुत्सू शिकवायला सुरुवात केली. माझा विश्वासघात करण्याच्या बदल्यात मला अशी क्षमता दिली की, मी स्वतःचं आणि माझ्या कुटुंबाचं रक्षण करू शकेन. त्या कारणांसाठीच मला त्यांच्याशी आणि ते देत असलेल्या धड्यांशी एकनिष्ठ राहण्याची आवश्यकता वाटली.

एखादी विझायला आलेली ज्वाळा मध्येच काही काळ प्रखर होते तसा अधूनमधून माझ्या मनातला संभ्रम पेटायचा आणि केवळ माझ्या ध्यानधारणेच्या शिस्तबद्ध आचरणामुळेच माझा त्यांच्याविषयीचा आदर आणि प्रेम टिकून राही.

'अखेरीस एक दिवस असा येईल की, त्याचासुद्धा उपयोग होणार नाही आणि मग काय होईल कोण जाणे?'

७

एके दिवशी एका मारलेल्या कुत्र्याचं मढं आमच्या पुढच्या पायऱ्यांवर टाकलेलं आढळलं. तिथूनच आम्हाला मिळणाऱ्या धमक्यांना सुरुवात झाली. एका नोकराणीने ते प्रथम बघितलं आणि ती किंचाळलीच. आम्ही न्याहारी घेत होतो ती सोडून बाहेर आलो. मी पायाने तो देह सरकवला, त्याच्या खाली रक्ताने माखलेली एक चिठ्ठी होती.

''जपान्यांच्या कुत्र्यांनो, जिवाची काळजी घ्या!'' वाचून मी ती चुरगळून टाकली. बाबा आणि इझाबेल काही न बोलता बघत होते. ''काही नाही, पोकळ धमकी!'' मी प्रयत्नपूर्वक त्यांच्या डोळ्याला डोळा देत म्हटलं.

''त्या कुत्र्याची विल्हेवाट लाव.'' बाबा म्हणाले.

दोन दिवसांनी रात्री मला त्यांनी झोपेतून उठवलं. ''काय झालं?'' मी विचारलं, ''किती वाजलेत?''

''घराला आग लागली आहे.''

मी त्यांच्या पाठोपाठ धावत खाली गेलो. हॉलमध्ये एका कोपऱ्यात खिडकीच्या खाली जाळ दिसत होता. तो वरचं शेल्फ आणि पडद्यांना चाटत होता. आम्ही स्वयंपाकघरातून पाणी आणून आग विझवली.

''इतरांना आता उठवण्याची गरज नाही.'' ते म्हणाले. त्यांनी खिडकीकडे बोट दाखवलं. जमिनीवर पडलेला एक काचेचा तुकडा चंद्राच्या प्रकाशात चमकत होता.

''मला हे मिळालं.'' आपल्या गाऊनच्या खिशातून एक चुरगळलेला कागद काढून मला देत ते म्हणाले. *'तुम्हाला सोडणार नाही.'*

''तूच ठेव ही.'' बाबा म्हणाले, ''आणि कर काहीतरी. आम्हा सर्वांचे जीव धोक्यात आणण्याचा तुला काही अधिकार नाही.''

सकाळपर्यंत माझ्या मनाचा निश्चय झाला होता. मी हिरोशींचं दार ठोठावलं, ''मला माझ्या इथल्या नोकरीचा राजीनामा द्यायचा आहे.''

त्यांनी मान वर करून माझ्याकडे बघितलं. ते किती बारीक झाले होते ते बघून मला धक्काच बसला. हल्ली ते खूप वेळ चालणाऱ्या मीटिंगांमधून लवकर निघून जायचे आणि शक्य तो मीटिंगना येणंच टाळायचे; पण मीटिंगमध्ये काय चर्चा झाली हे त्यांना माहीत असायचं.

''का?'' त्यांनी विचारलं.

''मला मारून टाकण्याच्या धमक्या येत आहेत. माझ्या कुटुंबीयांना येत आहेत.''

''धमक्या आपणा सर्वांना येत असतात. त्यांनी असं घाबरून जायचं नसतं.'' ते उठले आणि त्यांनी एंडो-सानना आत बोलवलं, ''आपल्या तरुण मित्राला सम्राटांची सेवा सोडून द्यायची आहे.''

''मला तुमची धोरणं आणि आतापर्यंत तुम्ही जे केलंत ते पटत नाही.'' मी म्हणालो, ''लुटारूंचा शिरच्छेद करण्याची गरज नव्हती. चिनी लोकांना लेबर कँपमध्ये पाठवायची गरज नव्हती.''

''ते लोक आमच्या सरकारविरुद्ध काम करत होते. आम्हाला विरोध करायचा कट करत होते. त्यांना पकडणं गरजेचं होतं. असं नेहमीच होतं. जेव्हा एक राजवट जाऊन दुसरी येते तेव्हा असे विरोधी गट तयार होतातच. तुझ्या कोवळ्या मनाला आमच्या पद्धती जरा क्रूर वाटत असतील, पण ते आवश्यक असतं.'' हिरोशी म्हणाले.

''मी तुम्हाला खूप मदत केली आहे. माझी फक्त एवढीच विनंती आहे की, मला आता मुक्त करा.''

हिरोशींनी त्यांचा चष्मा काढला आणि त्याच्या काचा पुसू लागले. ''तुझी बहीण इथल्या तरुणांना आमच्याविरुद्ध भडकवत असते, असं केम्पायतायकडून कळूनसुद्धा अजून तुझं कुटुंब सुरक्षित आहे. तू या बेटावरचा सर्वांत प्रसिद्ध फितूर आहेस. तुला इतक्या सहज आम्ही सोडू असं वाटतं का? त्याने आमची नाचक्की होईल. आम्ही तुला जगणं कठीण करू. मारण्यात आलेल्या लोकांपैकी अनेकांची नावं तू दिली होतीस, असं आम्ही पसरवलं तर लोकांचा आमच्यावर विश्वास बसणार नाही का? कोणाचाही बसेल.''

त्यांचे थंड आणि नेमके शब्द ऐकून मला माझ्या हृदयात त्यांच्या मागच्या फळीवर ठेवलेली सामुराई तलवारच खुपसली गेल्याप्रमाणे झालं. मी एंडो-सानकडे बघितलं. त्यांनी मान हलवली.

माझा पूर्ण पराभव झाला होता. मी जरासं वाकून बाहेर पडलो. हिरोशींच्या चेहऱ्यावरचं स्मित मला मागे वळून न बघताही दिसत होतं.

आता मला एकाच माणसाकडे जाणं शक्य होतं. मी पुलाउ टिकूस मार्केटमध्ये गेलो. तिथे दात पुढे असलेला एक तरुण केळी विकत होता. अन्नाचा तुटवडा होता

आणि लोक पेज आणि बागेतली रताळी आणि सुरण खाऊन दिवस काढत होते. अनेक जण जपान्यांना टाळण्यासाठी पुलाउ टिकूसच्या जंगलात जाऊन लपले होते. ज्यांना कुठेच जाता येत नव्हतं असे थोडे लोक सोडले, तर गाव रिकामं झालं होतं. मी पन्नास जपानी डॉलरची नोट देऊन दोन केळी विकत घेतली. 'बनाना नोटा' देऊन 'बनाना' घेतली!

''मला टोके यीपना आज भेटायचं आहे.'' मी त्याला म्हणालो, ''त्यांना माझं नाव सांग.'' मी माझं नाव त्याच्या कानात सांगितलं. त्याने आपल्याला ऐकू न आल्यासारखं केलं. ''भेटीसाठी सुरक्षित जागा बघ.'' असं म्हणून मी कोनने दाखविल्याप्रमाणे हाताने ड्रॅगन हेडची खूण करेपर्यंत त्याने माझ्याकडे दुर्लक्ष केलं.

पण खूण बघताच माझ्याकडे नव्या आदराने बघितलं आणि मान डोलवली.

कामावरून घरी जाताना माझ्या दोन बाजूंनी दोघं जण माझ्या जरा मागून सायकलवर येत असलेले मला दिसले. मी माझा वेग जरा कमी करून त्यांना माझ्या बरोबरीने येऊ दिलं. ते माझ्याजवळ सरकताना बघून मी जरा घाबरलो. मला धमक्या देणाऱ्या लोकांनी त्या प्रत्यक्षात आणण्यासाठी त्यांना पाठवलं आहे की काय, अशी शंका आली.

''तुमचा निरोप पोहोचला. रविवारी सकाळी गोदीमध्ये या.'' एवढं बोलून ते सायकलवर एकमेकांशी बोलत निघून गेले.

त्यांनी मला संपानवर चढवलं. संपान बशीच्या आकाराचं आणि तेवढंच सपाट होतं. पाचूसारख्या हिरव्या सागरातल्या लाटांचं दुधाच्या सायीसारखं पांढरं पाणी आत येईल की काय असं वाटत होतं. केडाचे निळसर जांभळे डोंगर मला एका जाड रेषेसारखे दिसत होते. मासळीचा वास कोंदलेल्या एका घाणेरड्या ट्रॉलरवर आम्ही चढलो. निसरड्या डेकवर मी कोनच्या वडलांसमोर उभा होतो. आमच्या भोवती वेगवेगळ्या ठिकाणी 'रेड बॅनर' सोसायटीचे सैनिक त्यांच्या पुढाऱ्याचं रक्षण करण्यासाठी उभे होते.

''तुला मला भेटायचंच होतं, तर तू सरळ घरी का नाही आलास?'' ते म्हणाले.

''ते सुरक्षित नव्हतं.'' मी माझी परिस्थिती त्यांना थोडक्यात सांगितली. ''माझा एक प्रस्ताव आहे. मी जपान्यांबरोबर काम करताना मला जी माहिती मिळेल ती मी तुम्हाला देत जाईन.'' माझ्या हाताखालून जी कागदपत्रं गेली होती त्यावरून त्रिकुटांकडे जपान्यांचा विरोध करण्यासाठी लागणारी संघटना होती, हे मला माहीत झालं होतं. त्यांनी जपानी दारुगोळ्यांच्या साठ्यांवर बॉंबफेक केली होती आणि केम्पायताय त्यांची फाइल बनवत होते.

''आम्ही तुझ्यावर विश्वास कसा ठेवावा? तू जपान्यांना मदत करतोस हे सर्वांना माहीत झालं आहे.''

''माझ्या कुटुंबीयांचे जीव, माझा जीव, आम्ही कुठे राहतो हे तुम्हाला माहीत आहे. मी धोका दिला, तर मला कुठेही लपता येणार नाही, हे मला माहीत आहे. तुमच्या मुलाला माझ्याबद्दल विचारा.''

ते काहीही बोलले नाहीत. त्यांचा अंगरखा वाऱ्यावर फडफडत होता. आमची शेवटची भेट झाली त्या वेळेपेक्षा आता ते जास्त वयस्क वाटत होते. वृद्ध माणसांमध्ये दिसतो तसा अशक्तपणा त्यांच्यात जाणवला. ते अजून अफूच्या अड्ड्यांना भेटी देतात, असं मी जपानी खबऱ्यांकडून ऐकलं होतं.

''माझ्या कुटुंबीयांना कोणतीही इजा व्हायला नको एवढं मला हवंय. मला जपान्यांबरोबर काम करणं थांबवता येणार नाही, हे मी तुम्हाला स्पष्ट करतो. त्यांनी माझ्या कुटुंबीयांना कैदेत टाकण्याची, त्यांना त्रास देण्याची धमकी दिली आहे; पण मला आणि माझ्या कुटुंबीयांना देण्यात येणाऱ्या धमक्या थांबल्या पाहिजेत असं संघर्ष करणाऱ्यांना सांगा.''

त्यांनी संमतीदर्शक मान डोलवली. ''ठीक आहे. मी धमक्या थांबवण्याची आज्ञा देईन.''

''मी माझी भूमिका पार पाडीन.'' मी वचन दिलं.

''हे असलं सर्व करायला तू अजून फार लहान आहेस.'' ते म्हणाले.

''युद्ध आपल्या बळींमध्ये निवड करत नाही. कोनही त्याच्यापरीने हेच करतो आहे.''

''होय, ते खरं आह.'' त्यांच्या डोळ्यात एक दु:खी छटा आली.

''त्याची काही खबर?''

माझ्यावर विश्वास ठेवावा की नाही या विचाराने ते जरा घुटमळले. ''त्याचा ठावठिकाणा सांगावा असं मला वाटत नाही.'' ते म्हणाले, ''पण जाण्यापूर्वी त्याने मी तुला सांगावं म्हणून मला बजावलं होतं. तो इपोच्या बाहेर, जंगलात, एका कँपमध्ये आहे. भूमिगत बंडखोरांनी मलायन कम्युनिस्ट पार्टीशी हातमिळवणी केली आहे. त्याच्या गटाने जपान्यांच्या कारवायांमध्ये खीळ घातली आहे.'' त्यांनी खेदाने मान हलवली. ''ते फार पुढे जाणार नाहीत अशी मला आशा आहे कारण तसं झालं तर जपानी हात धुऊन त्यांच्यामागे लागतील.''

ते डेकच्या कडेला गेले. बोटीच्या पंख्याने समुद्राचं पाणी फेसाळ पांढरं होत होतं. ''जपान्यांनी मागितलेले पैसे जमवण्यात तुझ्या बाबांनी लावलेल्या हातभाराबद्दल आमचे आभार सांग.'' ते म्हणाले, ''त्यांना त्याची वाच्यता करायची नाही हे मला माहीत आहे.''

''मी त्यांनी पैसे देण्याला विरोध केला होता.'' मी म्हणालो.

''त्यांनी पैसे दिले म्हणून तुमच्याविरुद्धच्या धमक्या प्रत्यक्षात आणल्या गेल्या नाहीत. निदान तुझे वडील तरी या देशाचे सच्चे पुत्र आहेत.''

त्यांनी मला कठड्यापाशी बोलावलं. आम्ही पाण्यात बघितलं आणि मी आपोआप एक पाऊल मागे घेतलं. समुद्र वरवर छान हिरवा दिसत होता, पण पृष्ठभागाच्या थोडंसंच खाली फिकट पारदर्शक जेलीफिशचा मोठा कळप आपल्या मोठ्या भुजा – काही तर आठ ते दहा फूट लांबीच्या – पसरून विहार करत होते. ते महिन्यात काही ठरावीक दिवसांमध्ये दिसायचे आणि बेटाच्या आसपास पोहणाऱ्यांसाठी मोठा धोका ठरायचे. मी ते पूर्वीही बघितलं होतं, पण इतक्या मोठ्या संख्येत नव्हे. ते हजाराच्या आसपास असावेत. ते पाण्यात इकडून तिकडे फिरताना त्यांची धपधपणारी डोकी बघण्यासारखी होती. एकदा मला एक जेलीफिश चावला होता, त्याची आठवण झाली. ती वेदना इतकी असह्य होती की, मी जेमतेमच किनाऱ्याला परतू शकलो होतो.

"सुंदर आहेत, नाही?" टोके यीप म्हणाले. "एखाद्याला यातला एखादा मासा चावला तर तो वाचेल; पण तो अशा पाण्यात पडला तर जिवंत राहणार नाही."

"कोणी पाण्यात पडायचं कारणच नाही." त्यांच्या डोळ्याला डोळा देत मी म्हणालो.

"आपण तशी आशा करू या." ते म्हणाले.

सूर्यप्रकाश जाण्याच्या बेतात होता. आकाशात चांदण्यांची संख्या वाढू लागली होती. मी एंडो-सानच्या बेटाकडे नाव वल्हवत जात होतो. आपण एखाद्या चिकट द्रवातून वल्हवतोय, हा प्रवास संपणारच नाही, असं वाटत होतं. माझ्या एका भागाला मी झाझेनच्या खोल स्थितीत गेल्याचं आणि आपण वल्हं धरलं नसल्याचं जाणवत होतं.

पावसामुळे नवीन आलेल्या, पाचूप्रमाणे चमकणाऱ्या गवतात मी गुडघे टेकून बसलो होतो. मंद वारा झाडांचे शेंडे हलवत, त्यांचा गंध माझ्यापर्यंत पोहोचवत होता. त्याच्यावर स्वार झालेल्या सागराच्या गंधामुळे तोही जवळच असल्याची जाणीव होत होती आणि वर ढग आकाशाला घासून चालल्याचा जणू आवाज ऐकू येत होता. प्रकाश अनैसर्गिक वाटावा इतका प्रखर होता. उन्हात एक सावली आली. मी मान वर करून एंडो-सानच्या चेहऱ्याकडे बघितलं. त्यांच्या चेहऱ्यावर प्रेम आणि दुःख यांचं मिश्रण होतं, पाऊस आणि वाऱ्यासारखं! त्यांच्या अंगात सोनेरी किनार असलेला खास काळा मेन-त्सुके डगला होता. खांद्यावर राजचिन्हे होती आणि तो शोगून तोकुगावा इयासूचा 'दायम्यो'– योद्धा होता, हे मला माहीत होतं. त्यांचे पांढरे केस मागे वळवून सामुराई पद्धतीने बांधलेले होते आणि हातात जिवंत वाटावी अशी कटाना होती.

ती त्यांनी 'हाप्पो' पवित्र्यात वर उचलली. दोन्ही हात उजव्या खांद्यावर, पाय

गुडघ्यात पुढे वाकवलेले. मैदानात गर्दी जमली होती. झेंडे, पताका फडकत होत्या. त्यांच्या फडकण्याचा आवाज उन्हाळ्यासाठी स्थलांतर करणाऱ्या बगळ्यांच्या पंखांच्या फडफडीप्रमाणे वाटत होता.

ते बोलले आणि त्यांचा आवाज पूर्ण मैदानात घुमला. 'तोकुगावा शोगूनच्या विरुद्ध कट रचल्याबद्दल तुला देहान्ताची शिक्षा दिली आहे. तुझा 'सेप्पुकू'चा हक्क काढून घेण्यात आला आहे. तुझ्या कुटुंबीयांची बिरुदं आणि मालमत्ता जप्त करण्यात आली असून सगळ्यांचा शिरच्छेद करण्यात आला आहे.'

पण त्यांचे डोळे! ते दुसऱ्याच गोष्टी बोलत होते. आमच्यातल्या घडलेल्या गोष्टी, ज्या आता होणं शक्य नव्हत्या अशा. घट्ट मिटलेले त्यांचे ओठ त्यांनी डोक्यावर धरलेल्या तलवारीच्या पात्याप्रमाणे, बारीक रेषेप्रमाणे दिसत होते; पण त्यांच्या अश्रूंनी भरलेल्या डोळ्यांमध्ये त्यांचं माझ्यावरचं प्रेम मला दिसत होतं.

मी मान वर करून ती त्यांच्या तलवारीच्या वाराच्या मार्गात आणली आणि मी स्पष्टपणे आणि कणखरपणे बोलता यावं म्हणून माझा कापणारा आवाज सावरून म्हणालो, ''मित्र कायमचे दूर होतात. जंगली बदकं ढगात लुप्त होतात तसेच.''

त्यांचा आवडता कवी मात्सुओबाशी याच्या हायकूमधल्या त्या ओळी होत्या. त्यांनी श्वास घेतला आणि कटाना विजेप्रमाणे खाली येताना सूर्यकिरणांचेही तुकडे झाल्याप्रमाणे वाटलं होतं. पुढच्याच क्षणी मी मैदानावर हवेत होतो. माझा देह वेटोळं होऊन पडताना मी बघितला. त्यावर एंडो-सान वाकले होते. जीवन आणि मृत्यूला वेगळं करणाऱ्या पडद्यातूनसुद्धा त्यांना होणारं दु:ख मला जाणवत होतं. मला त्यांचं सांत्वन करायचं होतं. 'इतकं मनाला लावून घेऊ नका' असं सांगायचं होतं; पण आता त्यांच्यापर्यंत पोहोचणं माझ्या शक्तीच्या बाहेर होतं.

मी बोटीत खाली बसलो. माझे हात वल्ह्यांभोवती आवळले गेले, चेहऱ्यावर घामाचा थर जमा झाला होता. मी एंडो-सानच्या बेटाच्या किनाऱ्यावर होतो, तिथे कसा पोहोचलो ते मला समजलंही नव्हतं. माझे सर्व अवयव थरथरत होत, जणूकाही एकमेकांपासून अलग व्हायचा प्रयत्न करत होते. आठवणीतल्या त्या वेदनेमुळे माझ्या मानेची आग होत होती. श्वास घ्यायचा प्रयत्न केला, तर घुसमटल्यासारखं झालं.

मी डोळे उघडले. ते माझ्याजवळ चिंताग्रस्त होऊन उभे होते. त्यांनी मानेवर एका जागी – जिथे त्यांनी सतराव्या शतकात मला कापलं होतं – हळुवारपणे स्पर्श केला आणि त्वचा आक्रसली. नीरव शांतता होती. फक्त लाटांचा आणि नाव तळाला घासल्याचा आवाज येत होता.

''तुला बरं वाटत नाहीये का?''

''होय.'' मी एक दीर्घ श्वास सोडत बोललो. त्या क्षणी जरी ते पटायला अवघड

गेलं, तरी मला असं जाणवलं की, या जीवनाशिवाय आणखीही एक जीवन असतं. आमच्या सर्व पूर्व जन्मांमध्ये मी त्यांच्यावर प्रेम केलं होतं आणि त्या प्रेमाची परिणती दुःख आणि मृत्यूमध्येच झाली होती, प्रत्येक जन्मात.

"आता तुला दिसतंय?" त्यांनी हळुवारपणे विचारलं.

"माझा शिरच्छेद का केला? मी काय केलं होतं?"

"तू बंडखोरांना माहिती पुरवून शोगुनच्या सरकारला धोका दिला होतास."

मी आता ज्या अनुभवातून गेलो होतो, त्यावर मला विश्वास ठेवायचा नव्हता. कारण ते खरं मानणं म्हणजे आजोबांनी आर्मेनियन स्ट्रीटच्या त्यांच्या घरी माझ्या नावाची जी पूर्वपीठिका सांगितली होती, ती बरोबर होती हे मान्य करण्यासारखं होतं; पण हा संपूर्ण अनुभव इतका खरा होता आणि त्यात मला आतल्या आत जाणवलेल्या वेदनांमुळे मी हादरलो होतो.

"किती जन्मांमध्ये आपण एकमेकांचा पाठलाग केला आहे? दोन? तीन?" मी विचारलं.

"त्याचा काय संबंध?"

मी मान हलवली, "फक्त या जन्माचा या जीवनाचाच संबंध आहे एंडो-सान. योग्य निर्णय घेण्याची इच्छाशक्ती हवी."

त्यांनी मला नावेतून बाहेर यायला मदत केली. "तू आमच्यासाठी काम करत राहिलास तर बरं होईल. तू जोपर्यंत हिरोशी-सानला उपयोगी असशील तोपर्यंतच मी तुझं रक्षण करू शकेन. आमचं लष्कर ज्या गोष्टी करत आहे त्या सर्व मला पटतात असं नाही; पण हिरोशी-सान म्हणत होते ते खरं आहे – प्रत्येक सत्तांतराच्या वेळी उलथापालथ होतेच आणि आपलं शक्तिप्रदर्शन करूनच परिस्थितीवर नियंत्रण मिळवता येतं. आम्ही भित्रेपणा दाखवला, तर फार काळ टिकणार नाही.

"हे उशिबा सेन्सायना मान्य झालं असतं का?" मी विचारलं.

त्यांनी मान हलवली, "कधीच नाही."

"मग तुम्ही का करताय हे?"

"हे माझं कर्तव्य आहे आणि नशीब आहे. मी चीन, हिंदुस्तान, हिमालयाचा पायथा इकडे का गेलो? शेवटी इथे का येऊन पोहोचलो? कारण तू इथे आहेस. कारण शेवटी आपल्याला मुक्ती मिळवण्याची वेळ आली आहे.

"या वेळी," माझे खांदे घट्ट धरत ते म्हणाले, "या वेळी संतुलन आणि सुसंवाद असेल. यासाठीच मी तुला एवढं मनापासून शिकवलं आहे. तुला कडकपणे वागवलं आहे. कारण तसं करूनच तू मला तुल्यबळ होशील."

त्यांनी मला सोडलं. मी एक पाऊल मागे घेतलं आणि वाळूत पडलो. "मी तुमच्यावर कधीही हात उगारणार नाही एंडो-सान."

“असं? अगदी तुझ्या कुटुंबीयांना धमक्या आल्या, दुखापत झाली, अगदी ते मारले गेले, तरीही? तुला पाळता येणार नाहीत अशी वचनं देऊ नकोस.”

त्या संध्याकाळी त्यांनी त्यांची कटाना माझ्याविरुद्ध अगदी बिनदिक्कतपणे चालवली आणि मीही तसाच प्रतिसाद दिला. आमच्या मनात एवढा राग, एवढी भीती होती! त्या भावनाच आमच्या हालचालींना इंधन पुरवत होत्या आणि त्यांतूनच मोकळ्याही होत होत्या. मला मागे दाबत त्यांनी माझ्यावर पुन:पुन्हा चढाई केली आणि तेही अशा तीव्रतेने की, जणूकाही त्यांना माझ्यावर त्यांचा ठसा उमटवायचा होता; त्यांच्या आत्म्याचा भाग मला द्यायचा होता. माझ्या तलवारीनेसुद्धा त्यांचे हल्ले तितक्याच बुभुक्षितपणे झेलले आणि ढग जसे सूर्यासाठी खुले होतात तसंच मीही स्वत:ला खुलं केलं.

८

पाऊस हळुवारपणे पडत होता. खिडकीतून पेनांग हिल आणि तिच्या खालच्या टेकड्या धुक्याच्या शालीत गुरफटलेल्या दिसत होत्या. समुद्राचा फेस किनाऱ्यावरच्या खडकांवर यावा तसे डोंगरावर टेकलेले ढग दिसत होते. एरवी हवा स्वच्छ असताना डोंगरावर दिसणारे बंगले ढगांच्या थरांत बुडाले होते, भरतीच्या पाण्यातल्या शिंपल्यांप्रमाणे! जणूकाही त्यांना खालच्या गावांपासून स्वत:ला दूर ठेवायचं होतं. तीन वर्षांपूर्वी आलेल्या जपान्यांची दखल घ्यायची नव्हती. दुर्दैवाने मला तसं करणं शक्य नव्हतं.

मी ऑफिसमध्ये असताना एका क्लार्कने मला ती फाईल आणून दिली. 'सूक चिंग' या शब्दांचा काय अर्थ असेल याची मला कल्पना नव्हती, पण तो रिपोर्ट वाचू लागल्यावर त्यामागचा हेतू माझ्या लक्षात आला. ते कागदपत्र हिरोशींकडे एक तासापूर्वी आलं होतं. ऑफिसातल्या मुलींच्या बोलण्याचा, टाइपरायटरांचा, वाजणाऱ्या फोनचा असे विविध आवाज कानावर पडत होते. अगदी हटन अँड सन्सच्या ऑफिसात बसून रबर पाठवण्याच्या ऑर्डरचे कागद बनवत असल्यासारखं वातावरण होतं; फरक इतकाच की सर्व कारभार जपानी भाषेत चालला होता!

मला गारठल्यासारखं वाटलं; पण त्याचं कारण पडणारा पाऊस हे नव्हतं. सूक चिंग मोहिमेअंतर्गत जे चिनी नागरिक आणि व्यापारी जपान-विरोधी गटांचे सभासद होते, असा संशय होता त्यांना पकडून लेबर कँपमध्ये पाठवणार होते. मलायातल्या प्रत्येक प्रांतात ही कारवाई करण्याचा आदेश होता. जपानच्या चीनवरच्या आक्रमणाला कडक विरोध दाखवणाऱ्या स्थानिक चिनी लोकांवर असा सूड उगवण्यात येणार होता.

हिरोशी माझ्या खोलीत आले. "तू तो रिपोर्ट वाचलास? जनरल यामाशितांकडून थेट आलेला आदेश आहे."

मी मान डोलवली. त्यांनी आणखी काही कागदांची चळत माझ्या हातात दिली.

''ही पहिल्या फेरीतल्या लोकांची नावं. त्याची कॉपी करून फुजिहारा-सानकडे पाठवून दे.''

''हो.'' मी म्हणालो; पण मनात मात्र या लोकांना कसं वाचवावं याचा विचार करू लागलो.

दिवसभराचं काम कसंबसं उरकून मी टोके यीपच्या भेटीची व्यवस्था केली. नेहमीप्रमाणे आम्ही ट्रॉलरवर भेटलो. जपानी आरमाराच्या बोटी हल्ली टेहळणी करत असत. त्यामुळे आम्हाला जास्त काळजी घ्यावी लागत होती.

''या लोकांना उद्यापर्यंत पकडण्यात येणार आहे.'' असं म्हणून मी यादीतली पाठ केलेली दहा जणांची नावं सांगितली. ते सर्व मध्यमवयीन चिनी व्यापारी होते. एकएक नाव ऐकताना टोके यीपला धक्का बसत होता. त्यांचे त्यांच्याशी चांगले संबंध होते. आपली पाळी कधी येणार असाही विचार त्यांच्या मनात आला असावा!

''या सर्वांची नावं स्ट्रेट्स टाइम्सने प्रसिद्ध केलेल्या यादीमध्ये होती. त्यांनी जपानच्या चीनवरच्या आक्रमणाविरुद्ध अर्ज दिला होता.'' त्यांच्या लक्षात आलं.

''त्यांना पळून जायला सांगायला हवं.'' मी म्हणालो.

''त्यामुळे तुला धोका आहे, कारण नावं फुटली होती हे फुजिहाराच्या लक्षात येईल.''

''तो धोका मला आता पत्करला पाहिजे.'' मी म्हणालो.

''आम्ही तुझ्यावर हल्ला करू. तोच एक मार्ग आहे.'' ते म्हणाले.

मी समजलो. आतापर्यंत त्यांच्या हस्तक्षेपामुळे माझ्यावर जपानविरोधी गट हल्ला करत नव्हते. मला हात लावायचा नाही, असा त्यांना आदेश होता. ते बदलावं लागणार होतं.

''तुमचे सर्वांत उत्तम लोक पाठवा,'' मी म्हणालो, ''तरच ते खरं वाटेल.''

''तुझी इतकी तयारी आहे?''

''मी एकदा तुमच्या मुलाला हरवलं आहे.''

ते पुढे बोलले नाहीत. त्यांच्या डोळ्यात कौतुकाचा भाव दिसला. ''मग मी माझे खास लोक पाठवेन. त्यांना फार गंभीर इजा करू नकोस.''

फुजिहारा माझ्यापेक्षा हुशार आणि धूर्त होता. त्याने त्याच रात्री कारवाई केली. टोके यीपने यादीतल्या तिघांना सावध केलं होतं. त्यांना न्यायला केंपायताय यायच्या आधीच ते बेट सोडून गेले. दुसऱ्या दिवशी तो माझ्या खोलीत आला तेव्हा संतापलेला होता.

''तू ती यादी कोणाकोणाला दाखवलीस?'' तो ओरडला.

''फक्त तुम्हालाच. का?'' काय झालं असावं याची कल्पना नसल्याने मी माझी भीती लपवत म्हणालो.

''त्यांना कोणीतरी कळवलं होतं. यादीतले तीन जण मिळाले नाहीत. ते पळून गेले होते. त्यांची घरं रिकामी होती.''

''तुम्ही त्यांना आज पकडणार असं मला म्हणाला होतात.'' मी म्हणालो.

''तू माझ्यापेक्षा जास्त हुशार आहेस, अशा भ्रमात कधीही राहू नकोस.'' तो म्हणाला.

तो गेला आणि माझी निराशा वर आली. फक्त तीन जण पळाले होते. इतरांचं काय झालं ते कळायला मला मार्ग नव्हता; पण ते मला कळेल अशी फुजिहाराने व्यवस्था केली. दुपारच्या थोडं आधी तो पुन्हा आत आला.

''चल माझ्याबरोबर.'' तो म्हणाला.

चेहऱ्यावर कोणतेही भाव न येऊ देता मी त्याच्याबरोबर केम्पायतायच्या मुख्य ऑफिसात गेलो. पेनांग रोडला असलेल्या पूर्वीच्या पोलीस मुख्यालयाचा दक्षिणेकडचा भाग जपानी गुप्त पोलीसखात्याने त्यांच्या ऑफिसासाठी ताब्यात घेतला होता. आम्ही दोन जिने चढून गेलो. युद्धामुळे टंचाईची स्थिती असूनसुद्धा वरच्या मजल्यांवरच्या व्हरांड्यांना लोखंडी जाळ्या लावल्या होत्या. मी त्या बघत असल्याचं पाहून फुजिहारा म्हणाला, ''आमच्या कैद्यांना वरून उडी मारता येऊ नये म्हणून त्या लावल्या आहेत. त्यांनी केव्हा मरायचं ते फक्त आम्ही ठरवतो.''

तो मला एका खिडकी नसलेल्या खोलीत घेऊन गेला. दोन केम्पायताय अधिकारी बसले होते. ते माझ्याहून थोडेसेच मोठे असतील. एका माणसाला खुर्चीला बांधून ठेवलं होतं. मी त्याला ओळखलं. तो विल्सन लो होता; लाकडाचा व्यापारी आणि 'एड चायना कँपेन'च्या संस्थापकांपैकी एक; जोसेफ लो याचा मुलगा. विल्सनला मारहाण करण्यात आलेली दिसत होती. त्याचे डोळे सुजले होते. नाकातोंडातून रक्त ओघळत होतं.

''आपले वडील कुठे आहेत हे या कैद्याला माहीत नाही, असं तो म्हणतोय.'' केम्पायतायचा अधिकारी म्हणाला.

''ते ठीक आहे. कारण आता पुढे काय होतंय ते या आपल्या मित्राने बघावं अशी माझी इच्छा आहे.'' माझ्याकडे बघत फुजिहारा म्हणाला.

त्यांनी विल्सनला उचललं आणि ओढत फरफटत बाहेर घेऊन गेले. आम्ही त्यांच्या मागोमाग इमारतीच्या एका चौकात गेलो. कैद्यांचे शिरच्छेद करायचे स्तंभ उन्हात दिसत होते. स्तंभांच्या सावल्या मागे, उन्हाच्या घड्याळाप्रमाणे पडल्या होत्या. माझं हृदय धडधडू लागलं. मी एंडो-सानने शिकवलेल्या दीर्घ श्वसनाचा अवलंब करून स्वत:ला शांत करण्याचा प्रयत्न केला.

त्यांनी विल्सनला जमिनीवर ठेवलं. जवळच एक पाण्याचा नळ आणि त्याला लावलेली रबरी नळी होती. विल्सनचं तोंड जबरदस्तीने उघडून त्यांनी रबरी नळी त्याच्या घशात घातली आणि नळ उघडला. नाकातोंडातून पाणी बाहेर येऊन विल्सन उडाला. दुसऱ्या अधिकाऱ्याने नळी पुन्हा लावली.

''तो मघाशी पाणी मागत होता.'' फुजिहारा म्हणाला.

विल्सनचं पोट फुगलं. विल्सनने धडपडणं सोडून दिलं होतं आणि तो निपचीत पडून होता. वेदनांनी त्याचे डोळे गुरांच्या डोळ्याप्रमाणे दिसत होते.

''पुरे!'' फुजिहारा म्हणाला. नळ बंद केला गेला. एका अधिकाऱ्याने विल्सनच्या पोटावर पाय दिला. पडू नये म्हणून दुसऱ्या अधिकाऱ्याच्या खांद्याचा आधार घेऊन तो पूर्णपणे पोटावर उभा राहून उड्या मारू लागला.

विल्सनच्या किंचाळ्या आणि बाहेर येणारे पाणी यांचं भयानक मिश्रण झालं. मी वर सूर्याकडे तोंड फिरवलं.

फुजिहाराची कल्पकता अमर्याद आहे हे मला समजत चाललं होतं. कैद्यांचे हाल करण्याच्या नवनवीन पद्धती तो शोधून काढत असे आणि पुढील काही दिवसांत त्या सर्व मला बघायला मिळाव्यात अशी व्यवस्था त्याने केली. प्रत्येक वेळी त्याच्यापुढे हार जाऊ नये या निर्धाराने मी स्वत:च्या वेदना न दाखवता सर्व दृश्य बघत असे. अनेक कैद्यांना संगिनीच्या सरावासाठी जिवंत लक्ष्य म्हणून वापरण्यात येत असे. हे चालू असताना कोणाही अधिकाऱ्याने आवाज करायचा नाही अशी फुजिहाराची आज्ञा होती; पण तो स्वत: हलकेच गाणे गुणगुणत या सर्व प्रकारांची 'मजा' लुटत असे. मला त्याची बोटेही हालताना दिसायचा, पियानो वाजवल्याप्रमाणे. रात्री कैद्यांच्या किंकाळ्या आणि फुजिहाराचे गुणगुणणे माझ्या कानात घुमून मला झोप येत नसे.

विल्यम लोच्या मरणानंतर एका आठवड्याने गोरो माझ्याकडे आला. ''चल.'' तो म्हणाला.

''कुठे?'' मी विचारलं. माझ्या पोटात गोळा आला. घामाने ओले झालेले हात मी पँटला पुसले. केंपायतायच्या अधिकाऱ्याकडून बोलावणं येणं जपानी कर्मचारीसुद्धा टाळायचे.

''फुजिहारा-सानचा हुकूम. प्रश्न विचारू नकोस.''

आम्ही रोल्स रॉइसमधून निघालो. ती एका चिनी व्यापाऱ्याने जिवाच्या बदल्यात दिली होती. थोड्या थोड्या वेळाने तो माझ्याकडे वळून बोलायचा. बहुतेक वेळ तो माझ्याकडे दुर्लक्षच करत होता; पण अगदीच उद्धटपणे वागत नव्हता. आमच्या मागे वीस सशस्त्र सैनिकांनी भरलेली एक लॉरी येत होती. आम्ही बालिक पुलाउवरून पुढे हिरव्यागार जंगलातून जाऊ लागलो. सकाळी पडून गेलेल्या पावसाचं पाणी

झाडांच्या पानांवरून गळत होतं, जणूकाही झाडंही रडत होती! हळूहळू शेती दिसू लागली. पुढे एका मळ्यातली नारळाची झाडं दिसत होती. त्यानंतर तो हिरवा पट्टा समुद्रकिनाऱ्याच्या करड्या पट्ट्याला जाऊन मिळाला. एका लहान टेकडीवरून आम्ही खाली एका खेड्यात आलो. जपानविरोधी गटांना ही जागा अगदी आदर्श आहे – 'जवळच समुद्र, सभोवार घनदाट जंगल!' माझ्या मनात आलं. 'अन्नधान्य भरपूर!' पण मग रस्ता ओळखीचा वाटू लागला. मला घाम फुटला. इथून मी पूर्वी गेलो होतो. मला क्षणभर एंडो-सानकडे जाताना नावेत जसा भास झाला होता तसाच होतोय की काय असं वाटलं; पण हे आता प्रत्यक्षात घडत होतं.

आम्ही एका कच्च्या रस्त्यावर आलो आणि एका झोपडीच्या सावलीत खेळत असलेल्या मुलांना मागे टाकून पुढे गेलो. मुलं एवढी मोठी वाहनं आ-वासून बघत होती. एका लहान मुलाने मला हात केला. मी त्याला प्रतिसाद दिला नाही. माझा हातच काय, कुठलाच अवयव हलू शकत नव्हता. मिंगच्या लग्नासाठी जिथे आम्ही आलो होतो त्या कॅम्पाँग डुगाँग खेड्याकडे जाणाऱ्या लाकडी कमानीखालून आम्ही गेलो.

मी कारमधून सावकाश उतरलो. इंजिन बंद झाल्यावर एक नीरव शांतता जाणवली. कुत्रीसुद्धा गप्प होती. खेडूत इतर साधारण खेडुतांसारखेच दिसत होते. काही वयस्क, काही माझ्या वयाचे. सर्व जण त्यांच्या निवांत जीवनात अचानक आलेल्या झंझावाताने घाबरलेले दिसत होते. ते बारीक आणि कुपोषित होते, पण युद्धापूर्वी रस्त्यात मला रोज अशी माणसं दिसायची. ते पेनांग बेटाचे रहिवासी होते आणि मीही त्यांच्यापैकी एक होतो आणि ते त्यांना माहीत होतं. 'जपान्यांना फितुर झालेल्या माझ्याबद्दल त्यांना काय वाटत असेल? त्यांना लग्नाच्या वेळची आठवण असेल का?'

गोरोने गावच्या सरपंचाला पुढे येण्याचा हुकूम दिला. तो त्याच्या झोपडीतून बाहेर आला. त्याने मला बघितलं. मला त्याचं नाव आठवलं – चुआ – पण ते आठवलं नसतं तर बरं झालं असतं. मागे लॉरीतून सैनिक उतरू लागले आणि भीतीची पहिली लाट पसरली.

''सगळ्या लोकांना इथे बोलव, ताबडतोब.'' गोरो ओरडला, ''सांग त्यांना.'' मला पुढे ढकलत तो म्हणाला. मी त्याच्या हुकमाचं भाषांतर केलं. चुआ वाकून एका मुलाच्या कानाला लागून कुजबुजला आणि तो मुलगा पळाला. सैनिक घरा-घरापाशी जाऊन दारावर लाथा मारून लोकांना बाहेर काढू लागले. कोंबड्या आणि कुत्री इतस्तत: विखुरली. थोड्याच वेळात सर्व गाव गोळा झाला. गर्दीत मिंग दिसली. मला पाहून तिचा विश्वास बसेना.

गोरो त्याची यादी जपानीत वाचू लागला. मी अनिश्चितपणे उभा होतो. गोरोने

घसा साफ करत माझ्याकडे बघितलं. मी गोरो बोलला त्याचं क्षीण आवाजात भाषांतर केलं. ''मलायाचे लष्करी सेनापती जनरल यामाशिता यांच्या हुकमावरून – जे लोक लमायन्स पीपल्स अँटी-जापनीज आर्मीला मदत करत आहेत त्यांना अटक करण्यासाठी हे लोक आले आहेत.''

लॉरीमधून एक साधे कपडे घातलेला बुरखाधारी माणूस खाली उतरला. त्याच्या बुरख्याला फक्त डोळ्यांसाठी दोन भोकं होती. त्यातून त्याचे डोळे इकडेतिकडे बघताना दिसत होते. गोरोने त्याला गर्दीत जायला सांगितलं. तो सावकाश चालू लागला. लोकांनी त्याला वाट दिली. तो जसा काही पुरुषांच्या तसंच स्त्रियांच्या खांद्यावर स्पर्श करू लागला, तशा किंकाळ्या, रडारड सुरू झाली.

बुरखेवाला मिंग आणि तिचा नवरा आहोक यांच्याकडे जाऊ लागला. मी तिच्याकडे बघितलं. ती तोंडावर हात ठेवून रडू लागली. कारण त्या माणसाने आहोकला स्पर्श केला होता. त्या माणसाने दाखवलेल्या पुरुष आणि स्त्रियांना सैनिक धरून ओढत वेगळं करू लागले. याचा अर्थ अगदी स्पष्ट होता.

आहोकला पकडलं आहे असं दिसल्यावर चुआ धावत माझ्याकडे आला. ''आम्ही कोणालाही मदत केली नाहीये.'' तो म्हणाला, ''त्यांना सांग. तुम्ही माझ्या मुलाला घेऊन जाऊ शकत नाही. त्याने काहीही गैर केलेलं नाही. यांपैकी कोणीच काही केलेलं नाही.''

मी गोरोशी बोललो. त्याने नुसते खांदे उडवले.

''काका, प्लीज.'' मी चुआला म्हणालो, ''त्यांना जाऊ द्या. प्लीज, तुम्हाला इतर लोकांचं रक्षण करायला हवं.''

''तू हे का करतो आहेस?'' त्याने विचारलं, ''मला तू आठवतोस. तू हटनसाहेबांचा मुलगा ना? तू आमच्यापैकीच आहेस.'' माझ्याकडे उत्तर नव्हतं.

''माझ्या मुलाचं काय होईल?'' चुआने विचारलं.

''त्याला तुरुंगात टाकतील.'' मी म्हणालो.

त्याला बहुतेक जपानी सैनिक युद्धात कसे वागतात हे माझ्यापेक्षा जास्त चांगलं माहीत होतं. तो माझ्याकडे बघून म्हणाला, ''मला तुझ्या ज्ञानाची कीव येते.''

गोरोने त्याला बाजूला ढकललं, पण मी त्याचा हात धरून ठेवला. ''मला शक्य ते मी करतोय.'' मी म्हणालो.

''असशील कदाचित!'' त्याने मान डोलवली.

त्याने लोकांकडे तोंड वळवलं आणि मान खाली घातली. बुरखेवाल्याने स्पर्श केलेल्या तीस स्त्री-पुरुषांना लॉरीत चढवण्यात आलं.

मिंग धावत, किंचाळत पुढे आली. एका सैनिकाने दोनदा तिला थप्पड मारली आणि तरीही ती थांबत नव्हती, म्हणून तिला मारायला रायफल वर केली. मी तिच्या

पुढे जाऊन ढालीप्रमाणे उभा राहिलो "आय ॲम सॉरी" मी म्हणत राहिलो. ती आह होककडे जाण्यासाठी माझ्या मिठीत धडपडत होती. मी आ होककडे बघितलं. त्याच्या साध्या गोल चेहऱ्यावर गोंधळ होता. तो निरपराध होता. या काळात कसातरी तग धरून राहिला होता. कोणीतरी केम्पायतायला खूश करण्यासाठी खेड्यातल्या कोणत्याही मुलांची नावं दिली होती, त्यात त्याचंही नाव आलं होतं. मिंगने मला थप्पड मारली आणि मी भानावर आलो. चुआच्या गालांवरून अश्रू वाहत होते. तो तिला आवरायला म्हणून पुढे आला. पण तिने मला पुन्हा एक थप्पड मारली. मी हात सोडून तसाच उभा राहिलो. ती मला मारत राहिली.

गोरोला धीर निघेना. तो ओरडला, "तिलाही घ्या."

मला काहीतरी बोलणं भाग होतं. "नाही, तिला राहू द्या."

"तिला तिच्या नवऱ्याबरोबर जायची इतकी इच्छा आहे, तर येऊ द्या." त्याने त्याच्या एका माणसाला सांगितलं.

"तुम्ही असं करू शकत नाही. त्या माणसानं तिला दाखवलं नव्हतं."

"तू कोण मला सांगणार काय करायचं ते!" असं म्हणून त्याने त्याचं पिस्तूल माझ्या गालावर टेकवलं.

मी ते ढकलून त्याला धडक मारली. पिस्तुलाची गोळी झाडांमध्ये जाऊन ढलप्या उडाल्या. मी त्याचं मनगट धरून कोटे-गेशी पद्धतीने पकडलं आणि पिस्तूल त्याच्याच चेहऱ्याकडे वळवलं.

"कोणी हललं तर त्याचा मुडदा पाडीन मी." मी शांतपणे म्हणालो. माझ्या दिशेने येणारे केंपायताय अधिकारी थांबले. "हुकूम मागे घे." मी ओरडलो, "आत्ताच्या आत्ता!"

गोरोने सैनिकांकडे बघितलं. "तिला सोडा."

मी त्याचं पिस्तूल काढून घेतलं आणि त्याला सोडलं.

"फुजिहारा-सान आणि एंडो-सान यांना हे कळणार आहे." मनगट चोळत तो म्हणाला.

मी मिंगशी काहीतरी बोलायच्या प्रयत्नात होतो, पण काय बोलावं ते मला सुचलं नाही. लॉरीचं मागचं दार बंद झालं आणि लॉरी निघाली.

एक बाई किंचाळली आणि त्या आवाजामुळे कुत्री भुंकू लागली. तिला इतरांनी धरून ठेवलं. ट्रकमधल्या दाढी वाढलेल्या एका माणसाने तिच्याकडे बघून मान हलवली. मी मिंगला लॉरीपाशी घेऊन गेलो, पण तिचा हात नवऱ्यापर्यंत पोहोचू शकला नाही.

कारमध्ये बसून आम्ही लॉरीच्या मागे जाऊ लागलो. हलका पाऊस पडत होता. चार मैल गेल्यावर आम्ही झाडीत वळून एका मोकळ्या जागी आलो. चारी बाजूला गर्द झाडी होती.

"इथे काय करायचं आहे?" मी गोरोला विचारलं.

त्याने माझ्याकडे बघितलं. त्याच्या डोळ्यात चमक होती. "मला वाटलं तू रिपोर्ट वाचला असणार."

सैनिकांनी कैद्यांना लॉरीतून खाली उतरायला सांगितलं. ते एकामागून एक खाली उतरले. माझ्या पुढून जाताना त्यांनी माझ्याकडे पाहिलं. आ होक भेदरलेला होता. त्याने मिंगला वाचवल्याबद्दल मान डोलवून कृतज्ञता व्यक्त केली. एक तरुण बाई माझ्याकडे बघून थुंकली. सैनिकांनी कुदळी आणि फावडी द्यायला सुरुवात केली आणि काय होणार याचा मला थोडा अंदाज आला. माझ्या पायातली शक्तीच गेली.

कैद्यांना खणायला सांगण्यात आलं. खड्डे खोल होऊ लागले. शेवटी खणणाऱ्यांची डोकीसुद्धा खड्ड्यात दिसेनाशी झाली. मातीचे ढीग तयार झाले. काही जणांनी आणखी खणायचं नाकारलं. त्यांना शिपायांनी रायफलचे फटके मारले. माझ्याकडे पाहून थुंकणाऱ्या बाईने ओठ चावला, पण ती ओरडली नाही.

आपण स्वत:साठीच थडगं खणत आहोत याची त्यांना कल्पना होती? ते खणू कसे शकले? त्यापेक्षा खणणं थांबवून गोळी खाऊन मरणं बरं नाही का? की अजून त्यांना आशा होती की ही सर्व थट्टा चालली आहे म्हणून? की केव्हातरी सगळे शिपाई आणि गोरो खो खो हसतील आणि त्यांना परत लॉरीत चढायला सांगतील, असं त्यांना वाटत होतं?

खणणं थांबवण्याचा हुकूमसुद्धा दिला गेला नाही. गोरोने हाताने खूण केली आणि शिपायांनी गोळ्या झाडायला सुरुवात केली. चिनी नववर्षाच्या वेळी लावतात तसे, फटाक्यांच्या माळा लावल्यासारखे आवाज येऊ लागले. खणणारे कोसळून खड्ड्यातल्या ओल्या मातीत पडू लागले. आ होकला गोळी लागताच तो जरा उडाला. मी मन बंद केलं आणि आकाश आणि पृथ्वीच्या मध्ये नेऊन ठेवलं, जिथे पोहोचल्यावर मला या साऱ्यापासून सुटका मिळेल.

मी चेहऱ्यावर कोणतीही भावना दाखवली नाही. या लोकांपुढे मला ती दिसू द्यायची नव्हती. गोरोने माझ्याकडे बघून स्मित केलं, "चला, परत जाऊ या. मी भिजलोय आणि भूकही लागली आहे." त्याने सैनिकांना मागे राहून खड्डे भरून टाकायला सांगितलं.

कारमध्ये गोरोला नको असतानासुद्धा मी खिडकी अर्धी उघडी ठेवली होती. चुआचा आवाज माझ्या कानात घुमत होता. मिंगचा चेहरा डोळ्यांसमोर आला. आता कधीही मी तिच्या नजरेला नजर देऊ शकणार नव्हतो; पण तो प्रसंग मी टाळूही शकणार नव्हतो.

माझ्या अंगात संतापाच्या ज्वाळा पेटल्या होत्या. मी एंडो-सानवर विश्वास ठेवला होता. त्यांनी मारलेल्या थापांवर विश्वास ठेवला होता. अगदी पहिल्या

क्षणापासून ते खोटं बोलले होते. त्यांचं मला तत्त्वज्ञान सांगणं, माझा दृष्टिकोन विस्तारायला शिकवणं हे कशासाठी होतं? त्यांचा अभिमान जपण्यासाठी? आमचा पूर्वीच्या जन्मांमध्ये संबंध आला असेल म्हणून काय झालं? म्हणून या जन्मीसुद्धा माझ्या जीवनाचा त्यांच्या जीवनाशी गुंता व्हावा?

मला शिक्षा केली जावी अशी फुजिहाराची इच्छा होती, पण एंडो-साननी हस्तक्षेप केला. ''त्याला हे सर्व अजून नवीन आहे. तुम्हाला हवे होते ते लोक तुम्हाला मिळाले होते. गोरो त्याच्या आदेशाच्या बाहेर जात होता.''

फुजिहारा आम्हा दोघांकडे बघत होता, पण गप्प राहिला. शेवटी एंडो-सान त्याचा वरिष्ठ होता. त्याने हॅट घातली नि तो गेला. एंडो-सान त्याच्या टेबलामागून माझ्याकडे आले आणि त्यांनी माझ्या खांद्याभोवती हात टाकला. मी अंग न चोरण्याचा प्रयत्न केला. ''तू ठीक आहेस ना?'' त्यांनी विचारलं.

''तिथे तुम्हीच मला पाठवलं, हो की नाही?''

''होय.'' ते म्हणाले.

''का?''

''युद्धातलं क्रौर्य तुला कळावं म्हणून.'' त्यांनी काळजीच्या नजरेने माझ्याकडे बघितलं, ''तू ठीक दिसत नाहीस. बरं वाटतंय ना?''

मी धावत बाथरूममध्ये गेलो आणि बेसीनवर ओणवा होऊन भडाभडा ओकलो. त्यांनी आत येऊन मला टॉवेल दिला. तो धरून मी म्हणालो, ''उद्या मला कामाला येता येईलसं वाटत नाही.''

''मग घरी जा आणि जेव्हा बरं वाटेल तेव्हा ये.'' ते म्हणाले.

ते गेल्यावर मी नळ चालू केला आणि जी दोन बोटं घशात घालून मी ओकारी काढली होती ती धुतली. मला त्यांना फसवावं लागलं, कारण आता मी काय करायला हवं ते मला नीट उमगलं होतं.

कँपींग दुगाँगला काय घडलं ते मी टोके यीपला सांगितलं. मी त्याला तिथे पोहोचल्यापासून शेवटपर्यंतचं सर्व सांगितलं. त्याला भयंकर धक्का बसला आणि तोंडून नकळत एक शिवी बाहेर पडली.

''जपान्यांनी चीनवर केलेल्या आक्रमणाच्या वेळी आम्ही चीनला केलेल्या मदतीबद्दल हा सूड होता. ते सर्व चिनी लोकांना लक्ष्य बनवत आहेत; खेड्याखेड्यांतून, गावागावांतून.''

''मला त्यांना वाचवता आलं नाही.'' मी म्हणालो.

''मी चुआला ओळखतो. त्याचा मुलगा गेला यावर माझा विश्वासच बसत नाहीये.''

"ही नुसती सुरुवात आहे. मला कागदपत्रांवरून वाटतंय की, ही मोहीम वाढवण्यात येणार आहे. नुसती इथेच नाही, सर्व देशभर. तुम्ही काहीतरी केलं पाहिजेत."

"काय करावं ते मला सुचत नाहीये." टोके यीपशी माझी ओळख झाल्यापासून प्रथमच मी त्यांना अशा स्थितीत बघितलं.

आणि मग मला जाणवलं की, अगदी तीव्र भीतीपेक्षाही आणखी भयंकर अशी भावना असते आणि ती म्हणजे असाहाय्यता, आपण काहीही करू शकत नसल्याची जाणीव! एखाद्याने आपल्या खांद्याभोवती उबदार शाल पांघरल्यावर वाटावं तशी शैथिल्याची भावना माझ्यात आली. मी इतका दमलो होतो की, केव्हा एकदा बिछान्यावर पडतो असं झालं होतं. झोपून उठल्यावर युद्ध संपल्याची बातमी कळावी किंवा आज घडलेला प्रसंग एक वाईट स्वप्न होतं हे लक्षात यावं असं वाटत होतं. टोके यीप घाबरले होते, गोंधळले होते; पण मला पुढे जायचं होतं.

मी जाण्यासाठी कार मिळेल का म्हणून विचारलं. "तू कुठे जाणार? आधीच अंधार पडत चालला आहे. ते सुरक्षित नाही." त्यांनी हात वर केला. त्यांची हाडकुळी बोटं वाकून गरुडाच्या पंजाप्रमाणे दिसत होती, जणूकाही त्यांत मला थांबवायची शक्ती होती.

"आणि माझ्या वडलांना प्लीज निरोप द्या की, मला यायला उशीर होईल. मला अजून एक काम आहे."

ते समजले आणि त्यांचे हात त्यांच्या मांडीवर पडले. "काळजी घे." ते म्हणाले.

मी पुरुषभर उंचीच्या गवतातून जाणाऱ्या वाटेने कारने जाऊ लागलो. सूर्य मावळत होता. बारीक पाऊस पडत होता. बेडूक ओरडू लागले होते. मी खेड्याच्या कमानीतून आत गेलो. सकाळच्या प्रसंगामुळे भयाण शांतता पसरली होती. जणूकाही आणखी संकटं आत येतील या भीतीनेच घरांचे दरवाजे बंद होते. म्हातारा माणूस खाटेवर झोपेत कुशीवर वळावा त्याप्रमाणे धक्क्यावरून लाटा आणि वर-खाली होणाऱ्या होड्यांचा आवाज येत होता.

मी मिंगचं घर कुठे आहे ते आठवण्याचा प्रयत्न केला आणि तिकडे गेलो. लिम काकाला कळून तोही आला असेल का असं मला वाटून गेलं. खिडकीतला एक दिवा सोडला तर घरात अंधार होता. मी पडवीत जाऊन दारावर हळूच टकटक केलं. दिव्याच्या उजेडात सावल्या हलल्या आणि दार उघडलं. मला बघून ती एक पाऊल मागे झाली. तिच्या चेहऱ्यावरचे ओरखडे बघून मी अवाक झालो. शिपायांनी तिला इतके वेळा आणि इतकं जोरात मारलं होतं!

"मी सांगितलं ते चूक होतं. ते तुरुंगापर्यंत पोहोचले नाहीत." काय घडलं ते मी तिला सांगितलं. अपराधीपणाची भावना मला जन्मभर सोडणार नव्हती.

"मला कळलंय." ती म्हणाली.

"मी समजलो नाही?" मी म्हणालो.

तिने माझा गोंधळलेला चेहरा बघितला आणि मान हलवून ती गप्प राहिली. "मला चुआंना भेटलं पाहिज." तिने मान डोलवली आणि माझ्याबरोबर चुआचं घर दाखवायला आली. जाताना काय आणि कसं बोलावं याचा विचार मी करत होतो. विल्यम गेला तेव्हा माझ्या वडलांना झालेलं दु:ख मी बघितलं होतं. मी काहीच बोलू शकणार नव्हतो, हे मला माहीत होतं.

दारावर टकटक करताना जे घडलं ते सांगायचं असा मी विचार केला. दार उघडलं आणि चुआच्या चेहऱ्यावरून 'त्याला काही सांगायची गरज नाही' हे माझ्या लक्षात आलं.

"त्यांना नेलं तेव्हाच ते कधीही परतणार नाहीत हे आम्ही समजून होतो." चुआ म्हणाला. आम्ही त्याच्या साध्या जेवणघरात बसलो. दरवाजाच्या समोर भिंतीवर उंचावर देवघर होतं. त्यातून भरभराट, सुख आणि दीर्घायुष्य हे ताओ देवांचं त्रिकूट आमच्याकडे बघत होतं; माझ्या आजोबांच्या घरी होतं तसंच. चुआने काही उदबत्त्या लावल्या होत्या. त्यांच्या धुराच्या रेषा छताच्या पत्र्यात लुप्त होत होत्या. एक आखूड शेपटीची, तांबूस रंगाची मांजर ओरडत आत आली. तिचा माझ्या पायांना घासायचा इरादा दिसला, पण मग दिशा बदलून ती कोपऱ्यात जाऊन बसली.

"असं होईल हे मला समजायला हवं होतं." मी म्हणालो.

"तू काय करू शकला असतास? तुला ते थांबवता आलं असतं? तुला? एका फितुर कुत्र्याला?"

"लिम काकांना कळवलं?"

चुआने मान डोलवली. "तो उद्या सकाळी येऊन मिंगला तुमच्या घरी घेऊन जाईल. पण आता अंत्यविधीची व्यवस्था केली पाहिजे." त्याने नि:श्वास टाकला. त्याचा आवाज कापरा झाला. "अनेक अंत्ययात्रा!"

"माझा नवरा कुठे मेला?" मिंगने विचारलं. ती रडत होती, पण आता तिने डोळे पुसले, "आम्हाला जागा दाखवाल?"

मी चुआकडे बघितलं. तो बोलला, "मलाही माझ्या मुलाला बघायला आवडेल. पण मिंग, आपण उद्या सकाळपर्यंत थांबू या."

"मला आत्ता जायचं आहे. जरा थांबा इथे. मी घरी जाऊन काही गरम कपडे आणि दिवा घेऊन येते." तिने जाताना दरवाजा बंद केला. आम्हाला देवघराच्या खाली बसलेलं सोडून ती बाहेर पडली.

"ती ठीक आहे का?" मी विचारलं.

चुआ बंद दाराकडे बघत म्हणाला, "तुम्ही सकाळी गेल्यावर तो माणूस – जो मिंगला घेऊन जाणार होता तो – तीन सैनिकांना घेऊन परत आला."

गोरोने माझ्याविरुद्ध फुजिहाराकडे तक्रार केल्यानंतर तो बेपत्ता झाला होता. तो कँपाँग डुगाँगला कशासाठी परतला हे मला सांगायची गरज नव्हती. मी समजलो होतो. मी ओळखलं आहे हे चुआने ताडलं, पण तरी तो म्हणाला, "ते आले आणि त्यांनी तिच्यावर बलात्कार केला आणि मग त्यांनी तिला सांगितलं की, त्यांनी माझ्या मुलाला गोळी घालून मारलं. सर्वांना मारलं."

"या गुन्ह्याला शिक्षा आहे. आपण तक्रार केली पाहिजे. गोरो आणि त्या इतरांना शिक्षा होईल." मी म्हणालो.

त्याने त्याच्या मजबूत मनगटाने टेबलावर जोरात बुक्का मारला. त्या वेळच्या शांततेत तो आवाज मोठ्याने घुमला. "मूर्ख आहेस!" तो ओरडला, "तू आज ज्यात सामील होतास ते बघितल्यावरही अजून तुझे डोळे उघडले नाहीत?"

मी माझ्या गुडघ्यांकडे बघत राहिलो. मांजरीने हवेचा वास घेतला आणि ती निघून गेली.

आम्ही त्या अंधूक उजेडात चालू लागलो – मिंग, मी आणि ज्यांना त्यांच्या नातेवाइकांची अंतिम जागा बघायची होती ते गावकरी. अंधारात चाललेल्या आमच्या मिरवणुकीला मी कंदिलाच्या उजेडात पुढे नेत होतो. संताप, दुःख आणि अपराधीपणाची भावना माझ्याबरोबर चालत होत्या – माझ्या तुरुंगाच्या तीन भिंती!

आम्ही त्या मोकळ्या जागी पोहोचलो आणि मी थांबलो. ढगांनी आकाशात एक झरोका मोकळा केला होता. त्यातून अंधूक प्रकाश येत होता. जमीन नुकतीच नांगरल्याप्रमाणे दिसत होती. त्या विचित्र उजेडात गावकऱ्यांचं रडणं सुरू झालं.

"आ होक कुठे होता?" मिंगने विचारलं.

मी तिला आणि चुआला मैदानाच्या उजव्या टोकाला घेऊन गेलो. "तो इथे उभा होता."

ती गुडघे टेकून बसली आणि हातांनी माती उकरू लागली. "आता काही करता येणार नाही अंधारात," मी म्हणालो; पण तिने माती उपसणं चालूच ठेवलं.

चुआने तिला हळुवारपणे उभं करण्याचा प्रयत्न केला. "आपण सकाळी येऊ आणि सर्वांचे योग्य प्रकारे विधी करू. त्यांच्या आत्म्यांना शांती मिळण्यासाठी भिक्कूंना बोलवू."

"मी त्याला एकट्याला इथे पडू देणार नाही." ती म्हणाली.

"तो एकटा नाहीये. त्याचे मित्रही आहेत इथे. तो लहानपणापासून ज्यांना

ओळखायचा ते सगळे आहेत. चल मुली.'' असं म्हणत चुआने तिचा हात धरला. नंतर माझ्याकडे बघत तो मला म्हणाला, ''तुला आता घरी जाता येणार नाही. संचारबंदीची वेळ झाली आहे. मी तुला झोपायला जागा देतो. जमीन फार टणक वाटणार नाही ना तुला?''

मला पहाटेच्या थोडं आधीच जाग आली. थंडी वाजत होती. अंग आंबलं होतं. घर शांत होतं. देवघरात काचेच्या भांड्यात एक दिवा मंदपणे तेवत सोनेरी, प्रवाही प्रकाश देत होता; बुद्धाच्या प्रथेप्रमाणे! मला फार झोप लागली नव्हती. आणखी सैनिक पुन्हा येतील की काय ही शक्यता मनात होती. रात्रभर चुआच्या खोलीतून हलकेच रडण्याचा आवाज येत होता.

मी दार उघडून पडवीत आलो. छोट्या छोट्या डबक्यांतलं चमकणारं पाणी ड्रॅगनच्या पडलेल्या खवल्यांसारखं दिसत होतं. क्षितिजावर रंग बदलू लागला होता. समुद्रात मासेमारी करून परतणाऱ्या होड्यांमधले दिवे हेलकावत होते. रात्रभर पडलेल्या पावसामुळे हवेत गारठा आला होता. मी मिंगच्या घराकडे जाणाऱ्या रस्त्यावर आलो आणि तिच्या घरापाशी गेलो. घरातले सर्व दिवे चालू होते. मी थोडा वेळ दारापाशी थबकलो, पण मग धीर करून दारावर टकटक केलं. उत्तर आलं नाही. खेड्यातले लोक घराचे दरवाजे आतून बंद करत नाहीत, हे माहीत असल्यामुळे मी पायपुसण्यावर पाय घासून दार ढकललं.

तो छोटा हॉल होता. जमिनीवर लायनोलियम टाकलं होतं. स्वस्तातलं फर्निचर दिसत होतं. देवघरातले तेलाचे सर्व दिवे लावलेले होते. सगळं नीटनेटकं होतं. आदल्या रात्रीपेक्षा हे एकदम वेगळंच चित्र होतं. बेडरूमच्या दाराजवळ कपड्यांच्या पेट्या होत्या. मी घराबाहेर आलो आणि त्या 'मैदाना'च्या दिशेने चालू लागलो. काही वेळाने मी धावायला सुरुवात केली. रस्ता पावसामुळे निसरडा झाला होता आणि एकदा मी घसरून पडलोसुद्धा. अंगावर चिखल उडाला. उठून पुन्हा जोरात पळू लागलो. मैदानाकडे जाणारी वाट मी चुकणारच होतो. वाऱ्याने झाडं डोलून माझ्यावर थेंबांचा वर्षाव होत होता. मी मैदानात आलो आणि ती कुठे दिसते का ते बघू लागलो.

मैदान रिकामं होतं; सपाट होतं. पण एक मातीचा ढीग दिसत होता. मी तिकडे जाऊ लागलो. चालताना आपल्या पायांखाली मृतदेह आहेत अशी विचित्र भावना मनात आल्यावाचून राहिली नाही. मातीच्या ढिगापाशी खोल खड्डा होता आणि त्यात ती दिसली. तिने आ होकचा देह दिसेपर्यंत माती उपसली होती. त्याचा उपडा पडलेला देह तिने फिरवून पाठीवर केला होता. उघड्या डोळ्यांनी तो माझ्यातून आरपार अंतराळात बघत होता. ती त्याच्याशेजारी पडली होती. डोळे उघडे होते. हात त्याच्या देहाभोवती टाकला होता. मला दिसलं नाही, पण रक्ताचा वास आला.

मी खड्ड्यात उतरून तिचा हात धरला. तो रक्ताने निसरडा झाला होता. तिने आपलं मनगट कापलं होतं. अजून तिचा श्वासोच्छ्वास चालू होता. पापण्या जरा फडफडत होत्या. मी खिशातून रुमाल काढून तिच्या मनगटाला आवळून बांधला. काही क्षणातच तो लाल रंगाने थबथबला. तिने मान हलवली. ''माझ्याजवळ थांबा.'' ती पुटपुटली. मी तिचा हात धरला आणि चिखलात बसलो.

पहाट होत असताना तिची माझ्या हातावरची पकड घट्ट झाली. तिचे ओठ हलले. मी तिच्यावर झुकून विचारलं, ''काय?''

''आम्हाला एकत्र पुरा.''

मी तिला वचन दिलं आणि खणलेल्या मातीचा आणि ओल्या रक्ताचा वास आणि शुद्ध करणारा पावसाचा गारवा अशा स्थितीत मी सकाळ होण्याची वाट बघत बसलो.

मला फुलपाखरं कुठेच दिसली नाहीत.

मला गावकऱ्यांनी मिंगजवळून खड्ड्यातून ओढून बाहेर काढलं आणि रक्ताने थबथबलेले माझे कपडे बघून ते मागे हटले.

मी लिम काकाकडे बघितलं. मी त्याच्या नजरेला नजर देऊ शकत नव्हतो. मला बाजूला ढकलून तो खड्ड्याकडे गेला. त्याची दुःखाने, वेदनेने भरलेली किंकाळी ऐकू आली. चुआ त्याच्याशेजारी उभा राहिला आणि ते दोन्ही पिते गदगदून रडू लागले.

मी एका दगडावर बसलो. कोणीतरी येऊन मला चहाचा कप दिला. मी तो घेतला. थकव्यामुळे माझे हात कापत होते.

काही ताओ भिक्कू एका बाजूला अंत्यविधीची तयारी करू लागले होते.

''इतक्या लवकर?'' मी मला चहा देणाऱ्या माणसाला विचारलं. ''प्रेतं काही काळ ठेवायची असतात ना?''

''त्यांना वेळ नाही. इतर ठिकाणीसुद्धा त्यांना जायचं आहे.''

गर्दीतून माझे वडील पुढे आले. ते माझ्यापुढून खड्ड्याकडे गेले आणि त्यांनी लिम काका आणि चुआ यांना अलिंगन दिलं नि त्यांना खड्ड्यापासून बाजूला केलं. मला त्यांच्याकडे जायचं होतं; पण त्यांच्या चेहऱ्यावरून ते मला आता पारखे झालेत असं वाटलं.

९

टोके यीपने त्यांचा शब्द पाळला, कारण मला धमक्या येत राहिल्या आणि एकदा मी गावात चाललो असताना गुंडांच्या एका टोळक्याने माझ्यावर हल्ला केला. मी त्यांना पळवून लावलं; पण माझ्याही हातावर एक खोल घाव बसला. बाबा संतापले, ''तुला जपान्यांसाठी काम करणं आता थांबवलंच पाहिजे. इझाबेल किंवा आपल्या लोकांपैकी इतर कोणावर हल्ला झाला तर काय? त्यांनी पुन्हा आपल्या घराला आग लावावी असं तुला वाटतंय का?''

घरातलं वातावरण घुसमटून टाकणारं होतं. कँपाँग डुगाँगच्या घटनेनंतर माझे आणि बाबांचे संबंध फारच तणावले होते. त्यात धमक्यांची भर पडत होती; त्या पोकळ आहेत हे मला माहीत होतं तरी.

त्यांच्या मनात माझ्याबद्दल अत्यंत तिरस्कार निर्माण झाला होता. मला गप्प राहण्याशिवाय काही करता येत नव्हतं. मी टोके यीपबरोबर केलेला करार त्यांना सांगता येत नव्हता. फुजिहारा आणि केंपायतायची भयंकर कृत्यं बघितल्यावर मला मी काय करतो याबद्दल बाबांना शक्यतो काही कळू द्यायचं नव्हतं. मी स्वत:ला एका प्रतिधोकादायक आणि तणावपूर्ण स्थितीत नेऊन ठेवलं होतं – एका बाजूला मी माझ्या स्वत:च्या लोकांशी गद्दारी केली असं लोकांच्या मनावर ठसलं होतं, तर दुसरीकडे मी जपान्यांनाही धोका देत होतो. मला कोणाकडेही मन मोकळं करता येत नव्हतं. या परिस्थितीत कोन इथे आला असता तर मला खूप दिलासा मिळाला असता, असं मला फार वाटायचं.

कधी कधी मला वाटायचं की, आपलं जीवन जी वळणं घेतं आहे, त्यात जी गुंतागुंत निर्माण होते आहे त्यावर आपलं काहीच नियंत्रण राहिलेलं नाही. मी किती भयंकर गोंधळ करून ठेवलाय! माझं कुठे चुकलं होतं?

मिंगच्या मृत्यूनंतर महिन्याभराने मी टोके यीपला तनाकांच्या ताजुंग टोकोंग

इथल्या जुन्या घरी भेटावं असा निरोप मला मिळाला. मिंगच्या गावी झालेल्या हत्याकांडातल्या माझ्या सहभागाबद्दल मला शिक्षा करण्याचा हा डाव असू शकेल, अशी शंका येऊन मी सूर्यास्ताच्या एक तास आधीच तिथे जाऊन पोहोचलो. लवकर जाऊन मला त्यांचा बेत उधळता येणं शक्य होतं.

बंगला रिकामा होता आणि विस्तीर्ण समुद्राच्या पार्श्वभूमीवर तर तो आणखीनच भयाण वाटत होता. तनाका म्हणाले होते त्याप्रमाणे हे घर सोडून काळ्या पाण्याच्या टेकडीवरच्या त्यांच्या गुप्त ठिकाणी ते गेलेले दिसत होते. त्यांनी वायुघंटी काढून ठेवली नव्हती. तिच्या नळ्या वाऱ्याने गोल गोल फिरत होत्या. मावळणाऱ्या सूर्याची किरणं पडून त्या चमकत होत्या आणि जणूकाही प्रकाशाचेच रूपांतर संगीतात होत आहे असा आभास निर्माण होत होता. त्या चमकण्यामुळे माझे डोळे मिटले.

हिरवळीवरचं गवत वाढलं होतं. मी त्यात बसून घरावर नजर ठेवून कुठे काही हालचाल दिसते का ते न्याहाळू लागलो. माझ्या मागे झालेली सळसळ मला ऐकू आली नाही, पण कोणीतरी दबकत येत असल्याचं मला जाणवलं. मी येणाऱ्या हल्लेखोराला सामोरा जाण्यासाठी ताडकन उठून उभा राहिलो, तर तो दुसरा कोणी नसून कोन निघाला.

"तुला मला असा लपूनछपून कधीच पकडता येणार नाही." मी म्हणालो.

"तू ठरलेल्या वेळेच्या आधी येणार हे मला माहीत होतं." तो म्हणाला. तो जरा बारीक झालेला वाटला. डोक्याचा गोटा केलेला. फक्त हसण्यात काही फरक पडला नव्हता. त्याने नकळत डोकं खाजवलं आणि मी बघत आहे असं लक्षात येऊन म्हणाला, "सॉरी, उवा. त्यामुळेच केस कापावे लागले."

"असं रूप घेऊन तुला ई अँड ओ मध्ये आत घेणार नाहीत." मी त्याच्या भेटीमुळे झालेला आनंद न लपवता म्हणालो. तो स्वत: खरोखरीच आला आहे यावर माझा अजून विश्वास बसत नव्हता. "तू इथे कसा? मला वाटलं तुझे वडील भेटणार."

"मीच त्यांना ही भेट ठरवायला सांगितलं."

"काय झालं?"

"खूप काही घडलंय." तनाकांच्या घराकडे बोट दाखवत तो म्हणाला, "चहा घेणार?'

आम्ही व्हरांड्याच्या पायऱ्या चढत होतो, तिथे एक व्यक्ती उभी होती. एक तरुण स्त्री घरातल्या अंधारातून पुढे आली आणि मावळत्या सूर्याच्या कवडशात उभी राहिली. तिच्या गबाळेपणातूनसुद्धा तिचं सौंदर्य जाणवत होतं. तिच्या मोठ्या काळ्या डोळ्यांमुळे चेहरा बोलका वाटत होता. ती पूर्ण चिनी नव्हती; माझ्याप्रमाणे मिश्र मातापित्यांची होती.

''सू येन, मी ज्याच्याबद्दल तुला इतकं सांगितलं तोच हा माझा मित्र.'' कोन म्हणाला. त्याने आमची ओळख करून दिली आणि आम्ही आत जाऊन दरवाजा लावून घेतला. अंधाराची डोळ्यांना सवय व्हायला जरा वेळ लागला. तरीपण कोनने प्रत्येक खिडकीजवळ जाऊन पडदे नीट ओढून घेतले. त्याने एक मेणबत्ती लावली. आम्ही जमिनीवर बसलो.

''सू येन मलायन कम्युनिस्ट पक्षाची गनिमी सैनिक आहे. फोर्स १३६ आणि एम सी पी यांनी एकत्र येऊन जपान्यांशी लढण्याचा करार केला आहे.'' कोन म्हणाला.

''मला माहीत आहे. जपानी हेरांच्या रिपोर्टमध्ये ते होतं.'' मी म्हणालो.

फोर्स १३६ वर फारशी माहिती उपलब्ध नव्हती. जपानी हेरखात्याच्या अहवालात म्हटलं होतं की, हे दल ब्रिटिशांशी युद्ध सुरू होण्याच्या थोडं आधी स्थापन केलं गेलं. त्यात सर्व पेशांतल्या लोकांची भरती केली गेली – बेकरीवाले, शिक्षक, व्यापारी, कामगार – ज्या कोणाकडे उपयोग होईल असं कौशल्य असेल असं कोणीही. सर्वांना सिंगापूरला लष्करी प्रशिक्षण शिबिरांमध्ये जंगलातल्या गनिमी युद्धाचं शिक्षण दिलं गेलं. हा युद्धाचा एक क्रांतिकारी असा नवा प्रकार होता. नंतर या लोकांना मलायाच्या जंगलामध्ये विरोधकांच्या वेगवेगळ्या गटांमध्ये सोडण्यात आलं.

ही त्रोटक माहिती मला होती. कोनने सविस्तर माहिती दिली. ब्रिटिश सरकारने एम.सी.पी.बरोबर समझोता केला होता – त्यांनी फोर्स १३६ बरोबर जपान्यांवर हल्ले करावेत आणि त्या बदल्यात त्यांना हवी तेवढी काडतुसं किंवा दारुगोळा पुरवण्यात यावा.

युद्धात पूर्वीचे परस्परांचे शत्रूसुद्धा एकत्र येतात. मलायन कम्युनिस्ट पार्टी – प्रत्येक गोष्टीचं नाव संक्षिप्त करण्याची आवड असणाऱ्या ब्रिटिशांनी त्याचं एम.सी.पी. केलं होतं – १९२०च्या दशकात सक्रिय होती. मुख्यतः कथलाच्या खाणींमधले कामगार आणि रबर मळ्यांमधले मजूर यांचे मोठे संप त्यांनी घडवून आणले होते आणि ब्रिटिश सरकारने ते निर्दयपणे मोडूनही काढले होते. त्यामुळे एमसीपीची चळवळ भूमिगत झाली आणि त्यांनी केव्हा ना केव्हातरी देश ताब्यात घेण्याचा संकल्प केला होता.

आम्हाला फार चांगलं यश मिळत आहे, असं कोन म्हणाला. लष्करी तळ, तुरुंग, सरकारी कार्यालयं आणि वरिष्ठ अधिकाऱ्यांची निवासस्थानं यांच्यावर हल्ले केले गेले, बॉंब फेकले गेले किंवा त्या जागा यशस्वीपणे उद्‌ध्वस्त केल्या गेल्या. लहान शहरांच्या भोवती असणाऱ्या खेड्यांपैकी एखादं खेडं फोर्स १३६ला अन्नधान्य, औषधं पुरवत असे; पण त्यांच्यावर केंपायतायकडून भयानक सूड उगवला जात होता.

"मला त्याची चांगली कल्पना आहे." मी म्हणालो. मिंगच्या गावी आणि इतरही अनेक ठिकाणी जिथे मला गोरोबरोबर जावं लागलं होतं, तिथे काय घडलं हे मी त्याला सांगितलं. "ही मोहीम – ज्याला केंपायताय शुद्धीकरणाची मोहीम म्हणतात – अजून चालू आहे."

"तनाका-सेन्साय कुठे गेले ते तुला माहीत आहे का?" कोनने विचारलं, "ते म्हणत होते त्याप्रमाणे डोंगरात गेले का?"

"मला माहीत नाही, पण गेले असावेत."

"आणि तुझे सेन्साय?"

"ते पेनांगचे राज्यपाल आहेत."

कोनने डोळे विस्फारले. मी त्याला सगळं काही सांगून टाकायचं ठरवलं.

माझं सांगून झाल्यावर तो कडवटपणे हसला. "तनाका सेन्साय आणि मला कोडं पडायचं की, ते तुझ्यावर कसले संस्कार करत आहेत म्हणून. आत्ता समजलं. तू जेव्हा जेव्हा त्यांना बेट दाखवायला म्हणून घेऊन गेलास..." त्याने मान हलवली. "म्हणजे तू त्यांच्यासाठी काम करत आहेस हे खरं आहे तर! मी तसं ऐकलं होतं, पण त्यावर कधी विश्वास ठेवला नाही." 'केंपायताय' हा शब्द उच्चारला गेला नाही, पण तो आमच्यामध्ये घाण वासाप्रमाणे हवेत होता.

"मी केलं ते चुकीचं होतं, असं तुला वाटतं का?"

त्याने मान हलवली, "तुला तशीच काही कारणं असतीलच."

मी सू येनकडे एक नजर टाकली, पण कोनला विचारायचं ठरवलं, "एमपीसीबरोबर काम करणं कितपत शहाणपणाचं आहे?"

"जपान्यांबरोबर काम करण्याइतकं तरी आहे." सू येन म्हणाली.

"हिचा टोमणा बरोबरच आहे." मी म्हणालो, "पण तुम्ही इथे कशासाठी आला आहात? तुम्ही इथे सुरक्षित नाही."

"आम्ही पाच जण जंगलातून बाहेर आलो आहोत. आम्ही सगळे पेनांगमध्येच असणार, पण कुठे ते एकमेकांना माहीत नाही. आम्हाला दोन दिवसांत आमची कामगिरी करण्यासाठी एका ठरावीक ठिकाणी भेटायचं आहे."

"आणि तुम्हाला माझी मदत हवी आहे."

"लष्कराचं उत्तरेतलं मुख्य रडार आणि रेडिओ स्टेशन आम्हाला नष्ट करायचं आहे. ते टेकडीवर आहे असं तू मला मागे सांगितलं होतंस. ते निश्चित कुठे आहे ते आम्हाला हवं आहे."

मी उभा राहून खिडकीजवळ गेलो नि पडद्यांच्या फटीतून बघितलं. अंधार पडला होता. समुद्रसुद्धा दिसत नव्हता. फक्त जिथे लाटा किनाऱ्यावर येऊन विरत होत्या तिथे फेसाची पांढरी रेघ मधूनमधून चमकत होती.

''ते मला तुला सांगता येणार नाही.'' मी म्हणालो.

''ते फार महत्त्वाचं आहे. आम्हाला जपान्यांची ती दृष्टीच नाहीशी करायची आहे, म्हणजे आमच्या बोटी आणि विमानं त्यांच्या नकळत आत येऊ शकतील. ती आम्हाला रसद पोहोचवू शकतील आणि नंतर होणाऱ्या चढाईसाठी सुरक्षित मार्ग तयार होईल.''

''मला तुम्हाला ते स्टेशन नष्ट करू देता येणार नाही. तुम्ही ते केलं तर काय होईल माहीत आहे? पेनांगच्या लोकांवर भयंकर सूड घेतला जाईल. निरपराध लोकांचे हाल होतील आणि केंपायताय तुमच्या मागे लागून तुमचाही नायनाट करतील.''

''ती युद्ध जिंकण्याची किंमत असेल!'' कोन म्हणाला, ''आम्हाला दुसरा पर्याय नाही.''

''अर्थात आहे! कामगिरी सोडून द्यायचा पर्याय आहे.''

''त्याने तसं केलं तर एमसीपीचे पुढारी त्याला मारून टाकतील.'' सू येन म्हणाली.

''मग इथे पेनांगमध्ये लपा.''

''ते मला शक्य नाही.'' कोन हळूच म्हणाला, ''मी कामगिरी घेतली आहे आणि ती मी पुरी करणारच.''

मी डोकं दाबून धरलं, ''आधीच खूप लोक मेले आहेत.''

''सांग फिलिप, माझ्यासाठी...'' कोन म्हणाला, ''सांग मला ते स्टेशन कुठे आहे ते.''

त्याने एकदा माझ्या वडलांचा जीव वाचवला होता. मला त्याची आठवण करून द्यावी लागली नाही. त्यामुळे मी पेनांग टेकडीवरच्या एंडो-सानला दाखवलेल्या म्हणजे अप्रत्यक्षपणे जपानी सैन्याला सुचवलेल्या घराचा ठिकाणा त्याला सांगितला.

''तुम्हाला रोप ट्रेनने जाता येणार नाही. जपानी बॉंबिंगमध्ये स्टेशनचं नुकसान झालं आहे आणि तिथे पहारा आहे.'' मी त्याला सांगितलं.

''मग कसं जायचं?''

''तुम्ही मून गेटमधून चढून वर जा.'' ते कुठे होतं ते मी त्याला सांगितलं, ''लष्करी टेहळणी पथकांकडे लक्ष ठेवा.''

''तुझ्या सेन्सायला तू त्याच रस्त्याने नेलं असणार.'' त्याने अंदाज केला.

मी मान डोलवली, ''मला आता गेलं पाहिजे.''

कोन माझ्याबरोबर अंधारात रस्त्यापर्यंत आला. ''आपण पुन्हा इथे भेटता कामा नये.'' तो म्हणाला.

''पेनांग पडायच्या आधी काय झालं?'' मी उत्सुकतेनं विचारलं, ''मी तुला

भेटायला म्हणून आलो, तर तुझे वडील 'तू निघून गेला आहेस' असं म्हणाले.''

त्याने मला सांगितलं. मिंगचं लग्न झाल्यावर दुसऱ्याच दिवशी तो सिंगापूरला फोर्स १३६च्या मुख्य ऑफिसात एजकूम्बला भेटायला गेला. त्याला इतर अनेक लोकांबरोबर – त्यात पोलीस इन्स्पेक्टर, शेतकरी, खाणकामगार, शिक्षक, ज्यांना प्रदेशाची माहिती होती आणि काही स्थानिक भाषा बोलता येत होत्या अशांबरोबर घाईघाईत थोडं प्रशिक्षण दिलं गेलं.

''एजकूम्बने सांगितलं तसंच झालं. क्वालालंपूर पडलं त्याच दिवशी आम्हाला पॅरॅशूटने जंगलात एका मैदानावर उतरवलं. आधी तिथे असलेली एक तुकडी आम्हाला भेटली. तो विचित्र गट होता – फिकट अशक्त दिसणारे ब्रिटिश, चिडखोर चिनी कम्युनिस्ट, मनमिळाऊ गुरखे आणि तेमीर आदिवासी!

''पहिले काही आठवडे चांगले गेले. सगळं नवीन होतं. आम्हाला एखाद्या सहलीला गेल्यासारखं वाटत होतं; पण मग तो एक नेहमीचा कंटाळवाणा दिनक्रम झाला. सतत जागा बदलायची, कायम सावध राहायचं, कधी अन्नाची टंचाई! आणि मला वाटू लागलं की, आम्हा मूठभर लोकांमुळे युद्धाच्या स्थितीत कितीसा फरक पडणार आहे?

''पण सगळ्यात कठीण झालं जेव्हा पावसाळ्यात आठवडेच्या आठवडे सतत पाऊस कोसळत राहायचा, दिवसचे दिवस आम्हाला गळक्या तंबूत नुसतं बसून राहावं लागायचं आणि टेहळणीवर गेलो की, एखाद्या झाडाखाली रेनकोटात कुडकुडत बसायचं. मी तर सोडायचाच विचार करत होतो. काही जण तर वेडे झाले!'' तो बराच वेळ गप्प राहिला. ''ते सुरक्षिततेच्या दृष्टीने धोक्याचं ठरलं असतं त्यामुळे मला त्यांना गोळ्या घालून मारावं लागलं.

''एमसीपीचा प्रमुख चिन पेंग याने आम्हाला योंग क्वानला जाऊन मिळायला सांगितलं आणि मग जरा परिस्थिती सुधारू लागली. आम्ही त्याच्या लपण्याच्या जागी गेलो. तो आता आमचा तळ आहे. आज तारीख किती?''

मी त्याला सांगितली आणि तो गप्प झाला. तो वाकला आणि जमिनीवर काटकीने खरडून लिहू लागला. ''ऑक्टोबर १९४४.'' भूतकाळात दृष्टी लावत तो म्हणाला, ''म्हणजे मी आता तीन वर्षं बाहेर आहे.'' त्याने वर बघितलं तेव्हा मला त्याच्या डोळ्यात थकवा जाणवला.

''सगळं लवकरच संपेल.'' मी म्हणालो; पण ते पोकळ शब्द होते हे सांगायची गरज नव्हती.

योंग क्वानला प्रथमपासूनच कोन नावडता झाला. कम्युनिस्ट आणि त्रिकुटांचं शत्रुत्व होतं. ''मी योंग क्वानपेक्षा जास्त चांगला लढवय्या आणि सेनानी आहे हे गटातल्या लोकांच्या लक्षात आलं. आम्ही जपान्यांवर इतके यशस्वी हल्ले केले

आणि छापे टाकले की, मग आम्हाला काही महिने तसंच बसून राहावं लागलं. आम्ही अनेक महत्त्वाच्या लक्ष्यांवर यशस्वीपणे हल्ला केला. त्यांच्या ज्या छावण्यांवर आम्ही छापे टाकले तिथून आम्हाला बरंच खाद्य आणि औषधं मिळाली. मी आमच्या गटाला चांगल्यापैकी खायला प्यायला देऊ शकलो. मला सू येन भेटल्यावर परिस्थिती आणखी बिघडली. आमची मैत्री जमली आणि आम्ही तरुण आणि एकटे होतो त्यामुळे प्रेमात पडलो.''

''योंग क्वानची मैत्रीण?''

''हं.''

''मूर्ख आहेस! ती तुझ्याबरोबर कशाला आली आहे?''

''ती गर्भार आहे.''

''तुझ्यापासून?''

''माहीत नाही; पण गर्भपात करावा लागणार आहे. युद्ध किती दिवस चालेल सांगता येत नाही. ती जंगलात कशी काय बाळंत होणार?''

''तिला इथे ठेव. तिच्या मुलाची अशी विल्हेवाट लावणं बरोबर नाही.''

''मी तिला कसलीच सक्ती करत नाहीये. हा तिचाच हट्ट आहे.'' त्याने माझ्या चेहऱ्यावरचा भाव बघितला. ''तू त्याची काळजी करू नकोस. मी ते निस्तरायला समर्थ आहे. गावातल्या लोकांशी माझ्या ओळखी आहेत. आम्हाला हवी असलेली माहिती दिल्याबद्दल आभार. आता आपली फिट्टंफाट झाली.''

''होय.''

''माझ्याबरोबर चल. तोच योग्य मार्ग आहे. तुला माहीत आहे.''

''मला काही कळत नाहीये कोन.''

आमची पुन्हा भेट होणार होती की नाही, झाली तर कधी हे सांगता येत नव्हतं. एकीकडे त्याला त्याच्या कामगिरीत यश मिळावं म्हणून शुभेच्छा द्याव्यात असं वाटत होतं, पण दुसरीकडे त्याने ती पार पाडू नये अशी आशा वाटत होती. शेवटी मी काहीच न बोलता, वाकून त्याचा निरोप घेतला.

तीन दिवसांनी रडार स्टेशन उडवलं गेलं. ते दुपारच्या वेळी झालं. झालेला स्फोट जॉर्जटाऊनमध्ये ऐकू आला आणि दिसला. माझ्यातल्या एका भागाला आनंद झाला आणि कोनला सुरक्षितपणे बाहेर पडता आलं असेल अशी आशा वाटली; पण त्याबरोबरच मला भीतीनेही घेरलं. जपान्यांची प्रतिक्रिया निर्णायक आणि स्वैर होती. शहरात आणि आजूबाजूच्या गावांमध्ये नावं वाचण्यासाठी मला सारखं जावं लागत होतं. त्यांनी ज्या लोकांना घराबाहेर ओढून काढल होतं, ते निरपराध होते, हे मला माहीत होतं; पण काहीच करणं माझ्या हातात नव्हतं. एका परीने मला कोनचा राग आला, कारण त्याच्या कारवाईचे परिणाम मला भोगावे लागत होते.

आता तीव्र भीती माझ्या जीवनाचा भागच झाली होती आणि ती वाढतच होती. तिचा शिरकाव मी कधी होऊ दिला, कधी तिने चोरपावलांनी माझा ताबा घेतला ते कळलंच नाही. काही प्रसंग असे यायचे की, मला धडकी भरून श्वासोच्छ्वास करणंही कठीण व्हायचं. नसांमध्ये रक्त थिजलं आहे असं वाटायचं.

रोज मला गोरोबरोबर 'सूक चिंग' मोहिमेवर जावं लागत होतं आणि रोज तो मोहीम 'फत्ते' करून यायचा. मी आतल्या आत जळत होतो, त्याचा खून करावा असं वाटत होतं.

मी टोके यीपना पुरवत असलेल्या माहितीमुळे अनेकांचे जीव वाचवण्यातही माझी मदत झाली होती हे मला माहीत होतं; पण सर्वांना मला वाचवता आलं नव्हतं. फुजिहारा आणि केंपायतायना माझा संशय वाटू नये यासाठी त्या आगीत काही जणांच्या आहुती पडू देणं अटळ होतं. आता गुप्त पोलीस माझा पाठलाग करू लागले होते आणि तोही उघडपणे. मी एंडो-सानकडे कडक तक्रार केली.

"ते तुझ्या सुरक्षिततेसाठी आहे. जपान-विरोधी गटांचं तू लक्ष्य आहेस, याची तुला जाणीव आहे ना? आणि शिवाय माझ्यापासून लपवण्यासारखं तुझ्याकडे काही नाहीये, खरं ना?" 'टेकडीवरचं रेडिओस्टेशन उडवून देण्यात माझाही हातभार होता हे त्यांना कळलं असेल का?' ते आजमावण्याचा माझ्याकडे मार्ग नव्हता. माझ्या तिप्पट वय असलेल्या एंडो-सानकडे खूपच अनुभव, हुशारी, धूर्तपणा होता. त्यांनी मला पूर्णपणे भारून टाकलं होतं आणि निष्प्रभ केलं होतं; अगदी पहिल्या दिवसापासून.

एकदा त्यांच्याबरोबर इस्तानापासून मैलभर अंतरावर समुद्रकिनाऱ्यावर फिरत असताना मी विचारलं, "फुजिहारा-सान काय करत आहेत याची तुम्हाला कल्पना असेल ना?"

"होय, आहे."

"आणि तरी तुम्हाला काहीही वाटत नाही?"

"मला खूप लाज वाटते आणि दु:खही होतं; पण मला माझ्या जबाबदाऱ्या आहेत. मी बांधलेलो आहे आणि हे युद्ध आहे. आपल्याला कराव्या लागणाऱ्या प्रवासाचा हा एक भाग आहे आणि हो, तो खूप खडतर आहे."

जपानी विमानांचं एक टेहळणी पथक आमच्या डोक्यावरून गेलं. ते डासांप्रमाणे दिसत होतं.

"मी गेल्यावर तुला माझ्यातली कोणती गोष्ट सर्वांत अधिक आठवेल?" दूर जाणाऱ्या विमानांवर नजर रोखून एंडो-साननी विचारलं.

मी विचार केला. "माहीत नाही. आत्ता तुमच्याबद्दल काय वाटतं तेही सांगता येणार नाही, नंतरचा विचारच करता येणं शक्य नाही."

पहिल्या अटकसत्रानंतर वाट बघून, अंदाज घेत बेटावरचे लोक आता पुन्हा जरा स्थिरस्थावर होत होते. माझ्या सर्व ठिकाणी गोरोबरोबर जाण्यामुळे लोकांच्या मनात माझ्याविषयीसुद्धा दहशत निर्माण झाली होती आणि मी बाहेर पडलो की, लोकांची माझ्याविषयीची तिरस्काराची भावना मला जाणवू लागली होती.

रस्ते बहुतेक निर्मनुष्य असायचे. कारण बहुतेक लोक खेड्यांमध्ये किंवा जंगलात निघून गेले होते. तिथे जपान्यांशी कमीत कमी संबंध यायचा. जॉर्जटाऊनमध्ये असे अनेक रस्ते होते की, जिथली सर्व घरं बंद होती, त्यात राहणारे एकतर लपून राहण्यासाठी कुठेतरी गेले होते किंवा केंपायतायने नेले होते. अन्नधान्याचा तुटवडा होता. काळ्या बाजारातल्या किमती गगनाला भिडल्या होत्या. लोक घरामागच्या जागेत रताळी आणि सुरण लावू लागले होते. भाववाढ भयानक होत होती आणि सरकार 'बनाना नोटा' छापतच होतं. मला ऑफिसमधून अन्नधान्य आणि खाद्यपदार्थ न्यायची परवानगी होती, पण ते मी घरी नेणं बंद केलं कारण बाबा आणि इझाबेल त्याला स्पर्श करत नसत. मला राग येऊन काय करावं ते सगजेनासं व्हायचं. त्यांना जर माझ्याकडून कोणतीही मदत घ्यायची नव्हती, तर मी जपान्यांसाठी काम करण्याला काहीच अर्थ नव्हता. नोकरांनी बागेत लावलेल्या सुरण आणि रताळ्याच्या पानांची पेज ते खाताना मी मुकाट्याने बघत असे. हळूहळू मी बहुतेक संध्याकाळी एंडो-सानच्या बेटावरच काढू लागलो. मला त्यांच्या आधाराची वाटणारी गरज वाढू लागली आणि मी माझ्या मनातली एकटेपणाची भावना आणि संताप घेऊन त्यांच्याबरोबर काहीही न बोलता बसू लागलो. हे उफराटंच होतं. कारण या स्थितीचं कारणही तेच होते.

''केव्हातरी सर्वकाही ठीक होईल असं मला सांग.'' मी जेवण झाल्यावर भांडी आवरताना त्यांना म्हणालो.

''निश्चित होईल; पण तिथे पोहोचण्यासाठी तुला पूर्वीच्या आठवणी आणि काळ दोन्ही विसरावं लागेल.'' ते हळूच उत्तरले.

''तोपर्यंत मार्ग दाखवायला तुम्ही आहात.''

''फक्त कधी कधी. जसा आता आहे. कधी कधी तू एकटाच राहशील, कधी इतरांबरोबर जाशील, पण शेवटी मी तुझ्यासाठी थांबलेलो असेन, हे कधीही विसरू नकोस.''

''मी तुम्हालाच विसरलो तर?''

''आतापर्यंत तू विसरलेला नाहीस. तुझ्या आत जे आहे ते तू विसरू शकणार नाहीस आणि तुझ्यात मी आहे. जेव्हा तुला हरवल्यासारखं वाटेल तेव्हा तू स्वतःत डोकावून बघ आणि तुला तिथे मी दिसेन.''

''एंडो-सान, मला फार भीती वाटतेय. खूपच घाबरलेलो आहे मी. हे सगळं

सहन करायची माझ्यात शक्ती नाही.'' मी म्हणालो. ते जवळ आले आणि मला त्यांनी कवटाळलं. मी त्यांच्या शरीरातला आवाज ऐकत राहिलो; हृदयाची धडधड, फुप्फुसात जाणारी नि बाहेर पडणारी हवा, धमन्यांमधून वाहणाऱ्या रक्ताची सळसळ. क्षणाक्षणाला लय पावणारं आणि पुन्हा निर्माण होणारं विश्व तिथे होतं.

ते थोडे हसले तेव्हा त्यातही विषाद होता, ''मीसुद्धा घाबरलेलो आहे.''

त्यांनी मला हळुवारपणे दूर केलं आणि माझ्या हातात एक पत्र दिलं. ''हे मला आज मिळालं.'' ते म्हणाले, ''आय ॲम सॉरी.''

ते एडवर्डचं पत्र होतं. ''नाही!'' मी म्हणालो. मला थकल्यासारखं वाटू लागलं. युद्धाचा तिटकारा आला. ''मला त्यांना सांगावं लागेल.''

''तुझ्यावर पडलेल्या जबाबदारीचा मला जराही हेवा वाटत नाही.''

''काही ओझी तुमच्याकडूनच आली आहेत एंडो-सान. तुम्ही आणि तुमचे लोक.'' मी बाहेर पडलो. ''मला आता घरी गेलं पाहिजे.''

''अर्थात, तुला गेलंच पाहिजे.''

मी न्याहारीसाठी खाली टेबलापाशी बसलो नि बाबा आणि इझाबेलसाठी थांबलो. त्यांनी माझ्या चेहऱ्याकडे बघितलं आणि ते बसले. मी ते पत्र बाबांच्या हातात दिलं. त्यांनी ते वाचलं आणि घडी घालून म्हणाले, ''पीटर गेला. पळून जाताना मारला गेला. एडवर्डला वाटतंय की, तोही फार टिकेलसं नाही. उपासमार आणि अतिसार. औषधं नाहीत.''

इझाबेलने काटा घट्ट पकडला आणि त्याची टोकं टेबलावर खुपसली. मी तिचा हात धरायला म्हणून हात पुढे केला. ''मला हात लावू नकोस!'' असं ओरडत तिने काटा माझ्या मनगटात खुपसला. मी होणारी वेदना दाबून ठेवली.

''त्याचा दोष नाही इझाबेल.'' बाबा म्हणाले; पण त्यांच्या शब्दांत कर्तव्याची भावना जाणवत होता; विश्वासाची नाही.

''एडवर्ड मरतोय आणि हा त्याच्या मारेकऱ्यांना, त्या राक्षसांना मदत करतोय! त्यांना, ज्यांनी पीटरला मारलं!'' तिने खुर्ची ढकलली. ''चालता हो! चालता हो या घरातून. तुला यापुढे या घरात राहण्याचा हक्क नाही.''

''कदाचित तू काही दिवस दुसरीकडे राहिलास तर बरं होईल.'' बाबा म्हणाले, ''आपली निष्ठा कोणाशी आहे हे ठरेपर्यंत!''

मनगटाला काट्याच्या टोकांनी भोसकलं होतं तिथे चार रक्ताचे थेंब वर आले होते. हात गार पडल्यासारखा वाटत होता. जणूकाही हवेतल्या गारव्याने त्या भोकांतून शरीरात प्रवेश केला होता. बाबांचं हृदय पिळवटत होतं, हे मला कळत होतं आणि माझं त्यांच्यावर प्रेम होतं, त्यामुळे मी होकार दिला. ''हो, कदाचित ते

बरं होईल.'' मी म्हणालो. मी नॅपकिनची नीट घडी घालून तो टेबलावर ठेवला आणि तिथून बाहेर पडलो.

लोकांनी मला खोली भाड्याने द्यायला नकार दिला. हॉटेलं आणि गेस्ट हाऊसवाल्यांनी जागा रिकामी नसल्याचं सांगितलं आणि अशा प्रकारे जॉर्जटाऊनचे रस्ते फिरल्यावर माझ्या लक्षात आलं की, अशा स्थितीत मला कोणी जागा दिली तरी मी तिथे राहू शकणार नाही. माझ्याबद्दल लोकांच्या मनात तीव्र तिरस्कार खदखदत होता. लोक मला जरा वेळ रेंगाळूसुद्धा देत नव्हते. अगदी टोके यीपनेसुद्धा मी त्यांच्याकडे गेलो असता जागा द्यायला नकार दिला. ''मी तुला संरक्षण देत आहे हे मला लोकांना कळू द्यायचं नाही.'' असं ते म्हणाले, ''दोन्ही बाजूंनी खेळल्याचं हे मोल आहे. कालांतराने दोन्ही बाजू तुमच्यावर विश्वास ठेवत नाहीत.''

''पण तुमचा माझ्यावर विश्वास आहे, हे खरं ना?''

त्यांनी माझ्याकडे नुसतं बघितलं आणि दार लावून घेतलं.

मी मावशीच्या घरी गेलो. गेल्या काही वेळा मी तिच्याकडे गेलो तेव्हाप्रमाणेच आताही ती नाखुशीनेच दार उघडायला आली आणि मला आत घेऊन तिने पटकन दार लावून घेतलं. ''सगळं सुरक्षित होईपर्यंत तू इकडे येऊ नकोस असं मी तुला सांगितलं होतं.'' राग न लपवता ती बोलली. ती काहीतरी लपवतेय असं मला वाटलं आणि माझ्या लक्षात आलं की, तिच्याकडे कोणी पाहुणे आलेले होते.

''मी तुला राहायला जागा देऊ शकत नाही.'' ती म्हणाली.

''मला जागा पाहिजे आहे हे तुला कसं कळलं?'' मी विचारलं.

''रस्त्यात माझ्या कानावर आलं.'' ती म्हणाली, ''तू आता गेलास तर बरं. तुझं इथं असणं चांगलं नाही.''

मी बाहेर पडल्यावर वर बघितलं तेव्हा वरच्या सज्जात अंधारात कोणीतरी लपल्याचं दिसलं. इझाबेल. तिने बाहेर येण्याची वाट पाहत मी उन्हात उभा राहिलो. ती हलली. तिने माझ्याकडे बघितलं. बराच वेळ आम्ही एकमेकांकडे बघत राहिलो. तिला हात करण्यासाठी मी हात अर्धवट वर केला. तिने डोळे बंद केले नि ती घराच्या अंधारात निघून गेली.

मी रस्त्यावर जाऊन सायकल रिक्शा बोलावली. 'मी एंडो-सानना मला आसरा द्यायला सांगेन. खरं म्हणजे मी प्रथमच त्यांच्याकडेच जायला हवं होतं.'

एंडो-साननी त्या बेटाला कधीच नाव दिलं नव्हतं. मी त्यांना त्याचं कारण विचारलं.

''मला या बेटाला कधीच नाव द्यायचं नव्हतं.'' ते म्हणाले, ''तुझ्याभोवती बघ. या अशा जागेला काय नाव द्यावं?''

त्यांच्याबरोबर सराव करून झाल्यावर आम्ही समुद्रात पोहत होतो. आता आम्ही वाकलेल्या माडांच्या सावलीत पडलो होतो. वाऱ्यामुळे होणारी झावळ्यांची सळसळ शेकडो किडे ओरडल्याप्रमाणे वाटत होती. आम्ही काही न बोलता बगळ्यांना मासे पकडताना बघत होतो.

मागे मी ज्याच्यावर माझं नाव कोरलं होतं त्या खडकावर माझा हात पडला. काळ किती भराभर गेला होता! १९४५ साल लागून दोन महिने झाले होते. जपान्यांनी मलाया व्यापून चार वर्षं लोटली होती आणि मी त्यापूर्वी दोन वर्षं एंडो-सानना भेटलो होतो. आता आमचा दिनक्रम बऱ्यापैकी लागला होता. मी टोकेयीपचा खबऱ्या म्हणून काम करत होतो ते एंडो-सानना कळेल की काय अशी भीती मनात असायची.

मनात क्षणभर कोनचा विचार आला आणि तो सुरक्षित असावा अशी मी मनातल्या मनात प्रार्थना केली. त्यावरून तनाकांची आठवण आली आणि ते एंडो-सानवर लक्ष ठेवायला म्हणून पेनांगला आल्याचं म्हणाले होते, तेही आठवलं.

''मला एक सांगा, तुम्ही पेनांगला कशासाठी आलात?'' मी एंडो-सानना म्हणालो, ''मी तुम्हाला एकदा विचारलं होतं तेव्हा तुम्ही उत्तर दिलं नव्हतं. आतातरी सांगाल का?''

त्यांनी मान हलवली, ''नंतर केव्हातरी. हे सगळं संपल्यावर.''

माझा हिरमुसला झालेला चेहरा त्यांना दिसला. ''मी वचन देतो तुला की, मी सांगेन. योग्य वेळी.''

मी त्यांच्यावर पूर्ण विश्वास ठेवत आलो होतो. ती भावना कायम राहणार होती. जेव्हा त्यांच्या एखाद्या कृतीचा माझ्यावर परिणाम होणार होता, तेव्हा मला ती ताकद देणार होती.

''मी तुम्हाला तुमचं वचन खरं करायला लावेन.'' मी म्हणालो; पण त्यांचं बगळ्यांकडेच लक्ष होतं. माझे शब्द त्यांना ऐकू गेले नसावेत असं वाटलं.

१०

वातावरणात काहीतरी बदल झाला होता. काय ते निश्चित सांगता आलं नसतं; पण कोणतातरी नवीन घटक अलगदपणे येऊन आपला रंग पसरवत होता. भारतातून आणि ऑस्ट्रेलियातून रेडिओवरून पुन:प्रक्षेपित होऊन आलेल्या बातम्यांवरून पॅसिफिक महासागरात सुरू असलेल्या जपान-अमेरिका युद्धात जपानला जोरदार मार खावा लागत होता. मी गावात जेव्हा काही खरेदी करायला जायचो तेव्हा लोकांच्या चेहऱ्यावर जरा उत्साह दिसू लागला होता. दुकानदार पुन्हा जरा गुर्मीत बोलू लागले होते.

जपान्यांवर होणाऱ्या हल्ल्यांमध्ये वाढ झाली होती. त्यामुळे फुजिहाराचा थयथयाट चालू होता. तो रोज छापे मारून बातम्या पसरवणारे रेडिओ आणि प्रक्षेपक शोधून नष्ट करत होता. तरीही पेनांगमध्ये जपान-विरोधी गटांचं जाळं कार्यरत होतं आणि ते देशभर बातम्या आणि माहिती पोहोचवत होते, तसंच जंगलातून लढणाऱ्या गनिमांच्या टोळ्यांना अचूक माहिती देत होते. ती बहुतेक सर्व माहिती मी टोके यीपना आणि टोके यीप त्यांना देत असे. अर्थात टोके यीपना माझ्याशिवाय सरकारमधले आणखी दुसरे कोणी लोकसुद्धा माहिती पुरवत असणारच.

एखाद्या दिवशी कारवाईत फुजिहाराला प्रक्षेपक सापडला, तर तो निर्विकार चेहऱ्याने परतायचा. पण जर काही सापडलं नाही, तर तो अतिशय खराब मूडमध्ये असायचा. पण काही सापडो किंवा न सापडो, तो चार-आठ जणांना हमखास कैद करून आणायचा आणि मग त्याचे काही दिवस त्यांच्याबरोबर पोलीस मुख्यालयातल्या चौकात जायचे. गोरो त्याच्याबरोबर असायचा आणि पोट भरलेल्या वाघाप्रमाणे परत यायचा.

''तू आमच्याबरोबर यायला हवं.'' तो म्हणायचा, ''कधी कधी मी त्यांचा सरावासाठी उपयोग करतो.'' तो हवेत गुद्दे मारून दाखवायचा, ''जिवंत माणसाला मारण्यासारखं खरं समाधान दुसरं कशाने मिळत नाही.''

रोज टेलेक्सवर येणारी कागदपत्रं मी पाहत असे. त्यात एक नाव सतत चिवट झाडाप्रमाणे दिसायचं. जपान्यांशी लढणाऱ्या वेगवेगळ्या गटांमध्ये स्वत:ला 'सफेद वाघ' म्हणवणाऱ्या गटाला सर्वांत जास्त वेळा यश मिळत होतं. अखेरीस 'या गटाला काहीही करून नेस्तनाबूत करा' असा जनरल यामाशिताने आदेश दिला.

तो कोनचा गट असणार हे मला माहीत होतं. माझ्या खोलीत बसलो असता माझ्या मनात विचार आला 'फोर्स १३६ मध्ये सामील न होऊन आपण आयुष्यातली एक मोठी चूक तर केली नाही ना? तसं केलं असतं तर बाबा, इझाबेल आणि बेटावरचे इतर लोक मला देशद्रोही समजले नसते.'

मला त्यांचा आणि इस्तानाचा विरह फार जाणवायचा. दिवसातल्या प्रत्येक क्षणी माझ्या मनात त्यांचाच विचार असायचा. माझ्या मनातली अस्वस्थता एंडोसानना दिसू नये असा माझा प्रयत्न अस; सर्वकाही ठीक असल्याचा बहाणा मी करत असे; पण रोज संध्याकाळी मी इस्तानाकडे तोंड करून बेटाच्या किनाऱ्यावर उभा राहून त्या भव्य वास्तूकडे आणि मी जन्मलो तेव्हा त्याच्यासमोर लावलेल्या सुरूच्या झाडाकडे खिन्नपणे बघत बसे. कधी कधी उजेड चांगला असला, तर इस्तानाच्या हिरवळीवर मला एक आकृती येरझाऱ्या घालताना दिसायची. ते बाबा असत आणि त्यांना बघितल्यावर माझा जीव व्याकूळ व्हायचा.

फुजिहारा माझ्या ऑफिसात आला. त्याच्या मागे लिम काका होता. माझी छाती धडधडू लागली. तो किती म्हातारा दिसू लागला होता! केस पूर्णपणे पांढरे झाले होते आणि कपडे अंगावर ढगळपणे लोंबत होते. मिंगचा मृत्यू कालच झाला आणि त्याला आपणच जबाबदार आहोत अशी भावना माझ्या मनात घर करून होती.

"हा तुझा ड्रायव्हर ना? तो म्हणतो की त्याच्याकडे आपल्या उपयोगी अशी माहिती आहे." सावजाच्या गरम रक्ताच्या अपेक्षेने तो थरारला होता.

"लिम काका, तुम्ही जे काही सांगणार असाल त्याच्या परिणामांचा तुम्ही पूर्ण विचार केला आहे ना?" मी शांत दिसण्याचा आटोकाट प्रयत्न करत म्हणालो.

त्याने मला उत्तर दिलं नाही, पण कणखर आणि शांत आवाजात, जो सुरुवातीला जरा हलल्यासारखा वाटला, तो म्हणाला, "इस्तानामध्ये एक रेडिओ ट्रान्झिस्टर आहे आणि तिथे राहणाऱ्या कुटुंबातली मुलगी त्याचा उपयोग मुख्य भूमीवर काही लोकांना संदेश पाठवण्यासाठी करते अशी मला खात्री आहे."

"तो खोटं बोलतोय." मी पटकन म्हणालो, "त्याच्या मुलीच्या मरणाचा त्याच्या मनावर परिणाम झाला आहे."

"आपण प्रत्यक्षच बघू या." फुजिहारा म्हणाला, "तू आमच्याबरोबर यावंस असं मला वाटतं."

फुजिहारा त्याचे शिपाई गोळा करायला गेला. मी एंडो-सानच्या ऑफिसमध्ये जाऊन फुजिहाराच्या बेताबद्दल त्यांना सांगितलं.

''तो त्याच्या अधिकारात काम करतो आहे. त्याच्या कामात मी हस्तक्षेप करू शकत नाही.'' एंडो-सान म्हणाले.

''माझ्या बहिणीला वाईट वागणूक देणार नाहीत एवढं तरी बघू शकता!'' मी म्हणालो. युद्धात मलाया शरण जाण्यापूर्वी आमच्या घरात इझाबेल आणि फुजिहारा यांच्यात झालेली बोलाचाली एंडो-सानना माहीत होती, तरीही मी त्यांना त्याची आठवण करून दिली.

त्यांनी मान हलवली. ''फुजिहारा-सानला त्यांचा अधिकार सम्राटांच्या मलायातल्या प्रतिनिधींकडून मिळालेला आहे आणि त्यांनी...''

''साओतोमे,'' मी म्हणालो.

''या प्रकरणात व्यक्तिगत लक्ष घातलं आहे.'' फुजिहारा खोलीत येत म्हणाला, ''मी त्यांच्याशी आताच बोललो. आम्ही या हटन मुलीची जेव्हा जबानी घेऊ तेव्हा त्यांना स्वत: हजर राहायचं आहे.'' त्याने माझ्याकडे बघून स्मित केलं, आयुष्यात प्रथमच. ''तुझी बहीण! निघायचं?''

मी एंडो-सानना कळकळून मनातल्या मनात विनवणी केली, 'माझ्याबरोबर चला. निदान तेवढं तरी करा आणि मला बळ द्या.'

''मला वाटतं फुजिहारा-सान, मलाही तुमच्याबरोबर यायला आवडेल.'' एंडो-सान म्हणाले.

केंपायतायच्या चेहऱ्यावर विजयाचा आनंद आणि उन्माद दिसला आणि तो तयार झाला. ''तुम्ही आलात तर मला फार आनंदच होईल एंडो-सान. मी बाहेर थांबतो तुमच्यासाठी.''

''जरा माझा कोट घेऊन येतो?'' एंडो-सान म्हणाले. मी बाहेरच्या खोलीत जाऊन थांबलो. कानोसा घेतला आणि मी एकटाच आहे याची खात्री झाल्यावर टोके यीपना फोन केला. ''माझ्या बहिणीला तिच्या सर्व वस्तू नष्ट करायला सांगा. केंपायताय येत आहेत.''

पण बातमी चुकीची असणार असं मला वाटत होतं. 'इझाबेल कशाला जपानविरोधी गटांना सामील होईल? तिची त्यांच्यातल्या कोणाशी ओळखही नसणार आणि तसं करून स्वत: आणि कुटुंबावर संकट ओढवून घेण्याइतकी ती मूर्ख नाही.' बाहेर गाडीकडे घाईघाईने जात असताना मी मनाचं समाधान करत होतो; पण भीतीपुढे त्याचा काही उपयोग नव्हता.

इस्तानाला पोहोचेपर्यंत रस्त्यात मी फक्त गाडीच्या बॉनेटवरच्या ध्वजाकडे बघत होतो. आता दात नसलेल्या तोंडाप्रमाणे दिसणाऱ्या त्या दोन दगडी स्तंभांवरच्या

फाटकामधून आमच्या दोन गाड्या इस्तानाच्या पटांगणात शिरल्या. देशातले लोखंडी आणि इतर धातूचे खांब, रेलिंग वगैरे सर्वकाही काढून, जपान्यांनी ते वितळवून युद्धाच्या उपयोगासाठी नेलं होतं. बागेची दुर्दशा बघून मला वाईट वाटलं. झाडं-झुडपं मुक्तपणे वाढली होती, गवत माजलं होतं आणि त्यावर पालापाचोळ्याचे ढीग जमले होते. युद्धापूर्वी बाबांना या बागेचा फार अभिमान असे.

घराच्या सर्व खिडक्या बंद होत्या, फक्त एका खिडकीचं एक दार उघडं होतं, त्यातून पडद्याचं टोक वाऱ्याबरोबर आतबाहेर होत होतं, जणूकाही जीभ वाकडी करून मला वाकुल्या दाखवत होतं!

'हे माझंच घर का? ते मला ओळखेल की नाही?' असे विचार मनात येऊन मी गाडीपाशी क्षणभर थांबलो.

केंपायतायचे दोन अधिकारी पायऱ्या चढून गेले आणि त्यांनी दार वाजवलं. लिम काका समोर बघत होता. 'तो जेव्हा प्रथम नोकरीसाठी आला तेव्हा याच दारातून तो आला असणार.'

बाबांनी दार उघडलं. त्यांनी मला बघितलं आणि त्यांचे खांदे खाली झुकले. टोके यीपने त्यांना सावध केलं असेल, अशी मी आशा करत होतो.

फुजिहारा आत घुसला. "आम्ही घराची झडती घेण्यासाठी आलो आहोत. त्या माणसाची" लिम काकाकडे बोट दाखवत तो म्हणाला, "अशी खात्री आहे की, तुमची मुलगी शत्रूच्या लोकांना माहिती पुरवत आहे."

अधिकारी वरच्या मजल्यावर गेले. "नोकरांना बाहेर जाऊ देऊ नका." फुजिहारा त्यांना म्हणाला. मी त्यांच्या मागे जाणार होतो, पण एंडो-सानने माझ्या हाताला हलकेच स्पर्श करून मला थांबवलं.

बाबांची दृष्टी प्रथम लिम काकाकडे आणि नंतर माझ्याकडे गेली, पण त्यांच्या निळ्या डोळ्यांचा थांग लागत नव्हता. बोलण्यासारखं काहीच नव्हतं. घरात नीरव शांतता होती. फक्त वरच्या मजल्यावर दरवाजे उघडल्याचे आणि बंद केल्याचे आवाज येत होते. बाबांच्या लायब्ररीतून दरवाजे तोडल्याचा, काचा फुटल्याचा आवाज आला. बाबांच्या फुलपाखरांच्या संग्रहाची कपाटं तोडली होती त्यांनी; पण ते निर्विकार राहिले.

अधिकारी खाली आले. "वर कोणी नाही. काही सापडलं नाही."

"बोट हाऊस." लिम काका म्हणाला.

आम्ही पायऱ्या उतरून किनाऱ्यावर गेलो. माझ्या लहानपणी आम्ही इथे खेळताना वाहत असे तसाच आताही वारा झुळझुळ वाहत होता, पण या दु:खद प्रसंगी तो विचित्र वाटत होता. आम्ही बोट हाऊसकडे गेलो. ती एक लहानशी लाकडी झोपडी होती.

मी वापरायचो ती नाव आणि बाबा फार पूर्वी वापरायचे ती शिडाची होडी थोडं सामान मावेल एवढी मोठी होती. आम्ही सामान ठेवायचो त्या कपाटात त्यांना ते खोकं मिळालं. बाबांच्या होडीवरच्या छोट्या केबिनमध्ये इझाबेल लपलेली सापडली.

ते तिला बाहेर ओढत होते. ती लाथा मारून, ओरबाडून त्यांना विरोध करत होती. फुजिहाराने पुढे जाऊन मी त्याला थांबवण्याच्या आधा तिला दोन थपडा मारून वाळूत पाडलं

''आता कुठे आहे तुझी बंदूक?'' तोंडावर लाथ मारत त्याने विचारलं. बाबांनी इझाबेलकडे जाऊ नये म्हणून मी त्यांना धरून ठेवलं.

त्यांनी खोकं उघडलं. मी आतल्या आत शिवी हासडली. एक लहान ट्रान्झिस्टर, एक हेडसेट आणि मायक्रोफोन बाहेर पडले. एक कागदांचा गठ्ठासुद्धा बाहेर आला आणि त्यातले कागद वाऱ्यावर उडू लागले. केंपायताय अधिकारी लहान मुलांप्रमाणे कागद पकडण्यासाठी पळू लागले.

''नो!'' बाबांच्या तोंडून क्षीण उद्गार बाहेर पडला, ''लिम, तू हे काय केलंस? आणि कशासाठी?''

''तुमच्या मुलामुळे मिंग मेली मिस्टर हटन.'' लिम काका म्हणाला, ''त्याची ही शिक्षा.''

''ते तसं नव्हतं झालं!'' मी म्हणालो; पण माझ्याकडे कोणाचंच लक्ष नव्हतं.

''आता आम्हाला ठोस पुरावा मिळाला आहे.'' फुजिहारा म्हणाला, ''थँक यू मिस्टर लिम.''

''इझाबेल,'' मी म्हणालो. मी तिला हात धरून उठवलं. ''का? कशाला तुझा जीव धोक्यात घातलास?''

तिने माझ्याकडे इतक्या तिरस्काराने बघितलं की, मी बिचकून मागे सरलो. ''विल्यम आणि पीटर मेले. एडवर्ड तुरुंगाच्या कँपमध्ये रोज तीळ तीळ मरतोय. बाबा कंपनी आणि कामगारांना जिवंत ठेवण्यासाठी जिवाचं रान करताहेत. प्रत्येक जण आपापल्या परीने या जनावरांशी झगडतो आहे; तू सोडून प्रत्येक जण. तू सोपा मार्ग निवडलास; त्यांच्यासाठी काम करायचं. मला तुझ्याबद्दल फार वाईट वाटतं. कारण जेव्हा ब्रिटिश परतून तुझ्या मित्रांना लाथा मारून घालवतील तेव्हा हे घर, हे बेट, हा देश यात तुला कधीच स्थान मिळणार नाही. तेव्हा तुला आठवेल आणि तू काय केलंयस, हे अनेक लोक विसरणार नाहीयेत, हे लक्षात ठेव!''

साओतोमे आणि फुजिहारा तिची चौकशी करण्यासाठी टपून बसलेले आहेत, हे चित्र माझ्या डोळ्यांपुढे आलं. ''तुझं काय होणार आहे तुला कल्पना आहे? याचा काय परिणाम होईल याचा कधी विचार केलास?'' मी विचारलं.

''त्या रात्री थोड्याच दिवसांपूर्वी मी हिलवर तुला काय म्हणाले ते तुला आठवतं?''

मला आठवलं. पण जणूकाही मी ते कधीच विसरू नये म्हणून ती ते पुन्हा बोलली, ''मी त्यांच्याबरोबर काम करण्याचा विचारसुद्धा करण्याआधी जीव देईन.''

एंडो-सानने तिला ओढलं आणि म्हणाला, ''बस झाला हा फाजीलपणा. फुजिहारा सान, रेडिओ आणि इतर काय हवं ते तुम्ही गोळा करा म्हणजे परत जाता येईल. ऊन फार झालं आहे.''

इझाबेलने हिसका देऊन स्वत:ला सोडवून घेतलं आणि तिने बाबांना मिठी मारली, ''आय ॲम सॉरी!'' ती म्हणाली.

बाबांनी तिचं डोकं थोपटलं; केसांचा वास घेतला. ''तू योग्य तेच केलंस. तुला याच्यातून बाहेर काढायचा काहीतरी मार्ग सापडेल.''

मी एकटा उभा होतो, त्यांच्या वर्तुळाच्या बाहेर; आपल्याला आता त्यांच्यात जागा असू शकत नाही या जाणिवेने.

फुजिहाराने त्याच्या बॅगेतून कॅमेरा काढला आणि इकडेतिकडे फिरत, गाणं गुणगुणत तो फोटो काढू लागला. एंडो-सान अगदी हळूच इझाबेलला म्हणाले, ''तू पळायचा प्रयत्न करू नयेस.''

बाबांनी चमकून वर बघितलं. त्यांनी पुन्हा तेच शब्द उच्चारले, ''तू पळून जाऊ नयेस.'' त्यांनी हृदयच थोपटावं असं आपल्या कोटाच्या खिशावर थोपटलं. मला समजलं नाही, पण इझाबेल समजली.

बाबा डोळ्यातून येणारे अश्रू पुसत असताना ती त्यांच्यापासून दूर झाली. इझाबेलने एंडो-सानकडे बघून मान किंचित डोलवली. मग तिने माझ्याकडे बघितलं.

''मला क्षमा कर!'' मी क्षीण आवाजात म्हणालो. मला अचानक ती भयानक जाणीव झाली. तिने हात पुढे केला. तो मी बराच वेळ धरून ठेवला. तो सोडण्याची माझी इच्छा नव्हती; पण तिने तो ओढला नि वळून ती किनाऱ्यावर धावत सुटली. तिच्या चमकत्या आकृतीचं ओल्या रेतीत प्रतिबिंब पडत होतं, मागे पावलांचे ठसे उमटत होते. लाटा येऊन ते पुसून टाकत होते, पण ती धावताना नवे ठसे उमटवत होती, तेही पुसले जात होते. हे असं अनंत काळ चालू राहील की काय असं वाटावं अशी ती धावत होती. माझ्या डोक्यातलं जग शांत झालं होतं. मला फक्त तिचा श्वासोच्छ्वास ऐकू येत आहे असं वाटत होतं, कदाचित तो तिचा आणि माझा, दोघांचाही असेल! आम्ही एकत्र श्वासोच्छ्वास करत होतो आणि मला तिचा थकवा, भीती, आनंद सारं जाणवत होतं. तिच्यात एक वेगळाच हलकेपणा होता. पळताना तिचे पाय हलके होऊन रेतीला जेमतेम स्पर्श करून जणू वरचे वर उडत आहेत असं वाटत होतं.

एंडो-सानने ओरडून फुजिहाराला सावध केलं आणि मग कोटाच्या खिशातून पिस्तूल काढलं. मला पूर्वी कँपाँग पांकोरच्या जंगलात शिकवताना त्यांनी दाखवलं

होतं त्याच प्रकारे त्यांनी ते संथपणे वर उचललं. फुजिहाराने कॅमेरा टाकून त्यांना थांबवायच्या आत त्यांनी नेम धरला.

त्यांनी एकच गोळी झाडली. ती पळताना हळूच पुढे पडली. समुद्राच्या रेतीत विलीन झाल्याप्रमाणे. मी तिच्या दिशेने धावलो. लाटा तिच्या अंगावरून जात होत्या, तिचे केस आणि हात हलकेच हलवत होत्या, जणू ती जिवंत होती; पण एंडो-साननी गोळी झाडताक्षणीच ती मेली होती हे मला माहीत होतं. त्यांचा नेम कधीच चुकत नसे.

मी इझाबेलला पाण्यातून उचललं. एंडो-सानचा नेम इतका अचूक होता की, हृदयात गेलेल्या गोळीचं पाठीतलं भोक माझ्या आधी लक्षातही आलं नाही आणि इतक्या कौशल्याने त्यांनी गोळी मारली होती की, ती जखमेत बुचाप्रमाणे बसून रक्त येणंही बंद झालं होतं. फक्त मी उभा होतो तिथे पाण्यात एक भडक लाल रंगाचं वर्तुळ तयार झालं आणि येणाऱ्या लाटांनी विरलं, समुद्रात निघून गेलं. इझाबेल अगदी निष्कलंक दिसत होती; डोळे अलगद मिटलेले, पापण्यांच्या केसांवर पाण्याचे थेंब, किंचित उघडलेले ओठ.

मी तिच्या कपाळाचा मुका घेतला आणि पाणी पोहोचणार नाही इतकं वर नेऊन तिला अलगद वाळूत ठेवलं. जपानी अधिकारी तिथे येऊन पोहोचण्यापूर्वीच्या क्षणांमध्ये मी माझ्या वेदनांना वाट करून दिली. ज्या कृत्यांमुळे तिच्यावर आज ही पाळी आली ती कृत्यं तिने केली याला मीच कारणीभूत होतो. मनात भावनांचा खूप कोंडमारा झाला होता, त्यांचा उद्रेक होऊ पाहत होता. माझं तोंड उघडलं; पण आवाज बाहेर पडत नव्हता. ते मूक रुदन फक्त माझं मला आणि कदाचित तिला कळेल असं मला वाटलं.

'मी आतल्या आत किती यातना, दुःख सहन केलं होतं हे कुणी समजूच शकणार नाही. मग न समजलेल्या त्या दुःखाचा उमाळा इतरांना का दिसावा? त्या दुःखाचा अपमानच होईल तो!' असं मला वाटलं. म्हणून ते तसंच आतल्या आत दाबून ठेवायचं मी ठरवलं. इझाबेलच्या हृदयात रुतलेल्या त्या गोळीसारखा माझ्याही रक्ताचा थेंब मी कोणाला दिसू देणार नव्हतो.

मी सावकाश उभा राहिलो. माझे ओले झालेले कपडे नीट केले आणि कँपायताय अधिकाऱ्यांच्या समोर उभा राहिलो. माझ्या डोळ्यातले तीव्र भाव बघून ते मागे सरकले. क्षणभर कोणीच काही बोललं नाही. काय करावं ते कोणालाच सुचत नव्हतं. फुजिहारासुद्धा गप्प झाला होता. मी बाबांकडे बघितलं, पण त्यांचा चेहरा माझ्याप्रमाणेच अचल आणि निर्विकार झाला होता. फुजिहाराच्या आवाजाने मी भानावर आलो.

"तुम्ही तिला जाऊ दिलं! तिला मारायचं धाडस तुम्ही कसं केलं? साओतोमे-

सान आल्यावर त्यांना हे सर्व कळवलं जाईल!'' तो ओरडला. भावना दाखवताना त्याला मी प्रथमच बघत होतो आणि त्याचा स्वत:वरचा ताबा सुटायला इझाबेल कारणीभूत ठरली यामुळे मला किंचित बरं वाटलं.

''तुमचा कैदी पळून चालला होता, त्याला थांबवण्यासाठी मी गोळी घातली. साओतोमे-सानना अवश्य सांगा.'' एंडो-सान शांतपणे म्हणाला, ''आणि तिला तुम्ही कसं निसटू दिलं हे सांगणारा लेखी रिपोर्टसुद्धा मला त्यांना द्यावा लागणार आहेच.''

फुजिहाराने लाथेने रेडिओ उडवला. ''तिचं प्रेत घ्या. तिचं व्यवस्थित दफन करू देणार नाही. मला तिला ढिगावर फेकायची आहे.''

मी विरोध केला; पण एंडो-सान म्हणाले, ''गप्प बस. आता जास्त काही करता येणार नाही. देहाचं एवढं काय घेऊन बसलास? तुझी बहीण तर गेली!''

अशी ती गेली. त्यांनी तिचा देह उचलला आणि पायऱ्यांवरून वर नेला. आम्ही मागून आलो. मला बाबांना आधार द्यावा लागत होता, कारण ते चालू शकत नव्हते, पण वर पोहोचल्यावर ते माझ्यापासून दूर झाले. त्यांनी एंडो-सानना थांबवलं. त्यांच्यापुढे वाकून नंतर ते निघून गेले.

इझाबेलच्या कागदपत्रात केंपायतायला उपयुक्त असं काहीच मिळालं नाही; पण लिम काकाने ती ज्यांच्या संपर्कात असायची अशा दोघांची नावं त्यांना दिली. फुजिहाराने त्याच्या रागाचं नि निराशेचं उट्टं त्यांच्यावर काढलं. त्यांतलं एक नाव माझ्या मावशीचं होतं. त्याने तिचे हाल करताना मला सक्तीने बघायला भाग पाडलं. अगदी शेवटी फक्त ती किंचाळली, पण तिने त्यांना उपयोगी अशी काहीही माहिती दिली नाही.

ती मृत्युपंथाला लागली तेव्हा मी तिच्याजवळ बसलो. तिचं नाक मोडलं होतं, एक डोळा फुटला होता. मी तिला मिठीत धरून बसलो. तिला चमच्याने पाणी पाजलं.

''तू तुझ्या बहिणीला क्षमा केली पाहिजेस.'' ती क्षीण आवाजात बोलली. मी गोंधळून मान हलवली. ती म्हणाली, ''त्या दिवशी तू माझ्याकडे आसरा मागायला आलास तेव्हा तुला घालवायला इझाबेलने नव्हतं सांगितलं. नाही, तिला तसं मुळीच नको होतं. युद्धात कोणत्या प्रकारे मदत करता येईल हे बघायला म्हणून ती आली होती.'' ती श्वास घ्यायला थांबली, '' 'मला काहीतरी करायचं आहे. काहीही.' असं ती म्हणाली आणि म्हणून ती माझ्याकडे, तिच्या पूर्वीच्या गुरुकडे आली होती.''

''मी करत असलेल्या नुकसानाची भरपाई करण्यासाठी, घराण्याचं नाव राखण्यासाठी,'' मी बधिर होत म्हणालो.

''होय, मीच तिला सांगितलं की, आमचा रेडिओ लपवून त्यावर मद्रासहून

येणाऱ्या बातम्या सिंगापूरला प्रक्षेपित करत जा. लिमला हे सुरुवातीपासून माहीत होतं.''

अंग हलविण्याच्या प्रयत्नात तिला वेदना झाल्या आणि ती विव्हळली. ''युद्ध लवकरच संपेल.'' ती म्हणाली, ''रोज बातम्या येत आहेत. जपान संपला आहे.''

दरवाजा उघडला आणि फुजिहाराच्या सावलीमुळे खोलीत अंधार झाला. ते तिला बाहेरच्या चौकात घेऊन गेले. मी तिथेच दगडी फरशीवर बसून राहिलो. ते तिला ओढून नेत असताना तिचा हात माझ्या हाताला घासून सरकत गेला.

लिम काकाने मिंगच्या मृत्यूचा बदला घेतला होता. त्यानंतर तो आम्हाला पुन्हा कधी दिसला नाही. कोणी म्हणालं त्याचा खून झाला, तर कोणी म्हटलं माझे आजोबा त्याला धडा शिकवतील या भीतीने तो परागंदा झाला. मला वाटतं तो बहुतेक चीनला परत गेला असावा आणि 'त्याच्या शेवटच्या दिवसांत त्याला शांती लाभो' अशी मी प्रार्थना करतो.

माझ्या वडलांना आठ-दहा दिवस कैदेत ठेवलं. मी रोज दुपारी त्यांना फोर्ट कॉर्नवॉलिस तुरुंगात भेटायला जायचो, पण आमच्यात क्वचितच बोलणं व्हायचं. एंडो-सानने आपली सर्व मन:शक्ती पणाला लावून त्यांचा फुजिहाराकडून छळ होणार नाही, हे बघितलं.

त्यांना ठेवलं होतं ती कोठडी दमट नि गरम होती. पूर्वी तिथे ठेवलेल्या कैद्यांनी त्यांना मारण्यासाठी घेऊन जाण्यापूर्वी लिहिलेल्या संदेशांनी आणि नावांनी भिंती भरल्या होत्या. मी सूपचा डबा त्यांच्यापुढे ठेवला नि गुडघे टेकले. एक चिमणी वर दोन गजांमध्ये फडफडली, तिने आमच्याकडे मान वाकडी करून बघितलं आणि उडून गेली.

''ते तुम्हाला लवकरच सोडतील. फुजिहाराला आपल्याला खेळवायचं आहे. तुम्हाला त्या रेडिओबद्दल किंवा इझाबेल काय करत होती याबद्दल काहीही माहिती नव्हती.'' मी म्हणालो.

''ती म्हातारी म्हणाली होती ते खरं होतं,'' ते म्हणाले. ''तिने खरं तेच सांगितलं.'' ते हळूच हसले. त्यांना वेड लागतंय की काय असं वाटून मी घाबरलो. ''तू आमच्या सर्वांच्या अंताला कारणीभूत होणार आहेस.'' ते म्हणाले.

मला माझ्या आजोबांचे शब्द आणि सर्पमंदिरातल्या त्या ज्योतिषिणीचे बेजबाबदार शब्द आठवले. बेछूटपणे बोलून माझ्या जीवनाविषयी निष्कर्ष काढल्याबद्दल मी तिला शिव्या दिल्या. जे ठरवण्यात माझा कोणताही सहभाग नसतो त्या पूर्वसंचिताला मी शिव्या दिल्या आणि ज्या दिवशी माझी एंडो-सानशी भेट झाली त्या दिवसालाही मी शिव्या दिल्या.

बाबांनी माझा हात हातात घेतला. ''बिच्चारा माझा मुलगा!'' ते म्हणाले.

११

अकासाकी साओतोमे बटरवर्थला उतरले. नावेने बेटाच्या बाजूला मी त्यांचं स्वागत केलं. पावसाळी हवा होती. आकाश भरून आलं होतं. ढगात विजा चमकत होत्या. वाऱ्याने जमिनीवरचा कागद-कचरा उडत होता. साओतोमे अधिकाराच्या आवेशात फळीवरून खाली उतरले.

आम्ही एकमेकांना अभिवादन केलं, ''तुला अजूनही आमच्या सरकारचा एकनिष्ठ सदस्य म्हणून समजण्यात येत आहे. तुझ्या बहिणीबद्दल वाईट वाटलं, पण राजद्रोह्यांना दयामाया दाखवून चालत नाही.'' ते म्हणाले.

''मला फार वाईट वाटलं. तिला पळून जाताना गोळी घालावी लागली.''

ते थांबले. ''फुजिहारा-सानने हे मला सांगितलं नाही.''

''ते आता काही दिवसांपूर्वीच घडलं.'' त्यांच्या चेहऱ्यावरचा खट्टूपणाचा भाव बघून मला किळस वाटली. ''तुमची फेरी फुकट गेली असं वाटतं.'' मी म्हणालो.

''फुजिहारा तुला उगाच काहीतरी सांगतोय. मी इथे वाघ पकडायला आलोय.'' निराशेच्या मूडमधून वर येऊन ते हसले, ''चल, भिजायच्या आधी निघू या. मला हा देश आणि इथला कधीही न संपणारा पाऊस अजिबात आवडत नाहीत.''

बैठक मुख्य मीटिंगरूममध्ये झाली. तिथे फक्त हिरोशींनी बनवलेली इकेबाना पुष्परचना ठेवली होती. साओतोमेंना आवडणाऱ्या विरळ रचनेच्या ती अगदी विरुद्ध, दाट अशी होती. सर्व स्थानिक फुलं वापरली होती, पण जास्वंदी, नेचे आणि ऑर्किडचं मिश्रण बटबटीत वाटत होतं.

आम्ही खोलीत गेलो तेव्हा हिरोशी पुष्परचनेवरून हात फिरवत होते. खोकल्याने त्यांचं पूर्ण शरीर हादरत होतं. खोकल्याची उबळ वरचेवर येत होती. त्यांना क्षयाची बाधा झाली आहे हे आम्हा मोजक्या लोकांनाच माहीत होतं; पण इतर कर्मचाऱ्यांनासुद्धा त्याची कल्पना असावी. त्यांचं वजन इतकं कमी झालं होतं की, खोकताना त्यांच्या

बरगड्यांचा आवाज ऐकू यायचा. कधी कधी त्यांना अंथरुणातून उठताही येत नसे. त्यांच्या बहुतेक जबाबदाऱ्या आता एंडो-सान सांभाळत होते.

साओतोमे बसले आणि म्हणाले, "हिरोशी-सान, आम्हाला माफ करा, पण मला तुमची हवा नको आहे."

दीर्घ शांतता पसरली. फुजिहाराने त्याचा आनंद लपवण्याचाही प्रयत्न केला नाही. हिरोशींची कीव येऊन मलाच लाजल्याप्रमाणे वाटलं. मी टेबलाकडे बघत राहिलो. असा सर्वांसमोर अपमान करणं योग्य नव्हतं. त्यांनी खुर्ची मागे ढकलली, कागदपत्रं गोळा केली, अभिवादन केलं आणि आपल्या खोलीत जाऊन दार लावून घेतलं.

"छान." साओतोमे बोलू लागले, "आज आपण इथे एका त्रासदायक गटाच्या कारवायांना कायमचा पायबंद घालण्यासाठी जमलो आहोत. तो गट स्वत:ला 'सफेद वाघ' म्हणवतो. तो फोर्स १३६ आणि एमपीएजेएचा भाग असून आपलं गंभीर नुकसान करत आहे. आपल्या इथलं रडार स्टेशन त्यांनीच उडवलं याला पुष्टी देणारा रिपोर्ट माझ्याकडे आला आहे. त्यांच्यामध्ये आपला एक चांगला खबऱ्या घुसवलेला आहे."

साओतोमेने एंडो-सान आणि फुजिहारा यांना एक करड्या रंगाची फाईल दिली. त्यांनी हाताने खूण करून मला जाण्यास सांगितलं. "मी नेहमी मीटिंगला असतो." मी म्हणालो. त्यांचा काय बेत होता त्याची माहिती मला कोनसाठी हवी होती.

"पण आज नाही." साओतोमे म्हणाले.

मी खोलीतून बाहेर पडून दार लावलं. बाहेर गोरो उभा होता, त्याच्यापुढून मी माझ्या खोलीत जाऊन बसलो आणि शांतपणे विचार करू लागलो. शेजारच्या खोलीत हिरोशींना खोकल्याची मोठी उबळ आली होती. त्यांना काही मदत हवी आहे का, हे बघावंसं वाटलं म्हणून मी त्यांच्या खोलीकडे गेलो. दार उघडण्यासाठी मी नॉबवर हात ठेवताना माझ्या लक्षात आलं की, दार आधीच किंचित उघडं होतं. आतून बोलण्याचा आवाज येत होता. मी जरा गोंधळलो, कारण हिरोशींच्या खोलीतून साओतोमेंचा आवाज येत होता. साओतोमेंचं बोलणं जरा अस्पष्ट ऐकू येत होतं. "त्यांना आमिष म्हणून आपला माणूस त्यांना सांगेल की, मलायातला नंबर दोनचा जपानी अधिकारी त्यांच्या प्रदेशातून जाणार आहे. मला पकडण्यासाठी ते आले की, आपले सैनिक बाहेर येतील आणि त्यांना पकडतील. मला त्यांची धडं कापून क्वालालंपूरला पडांगमध्ये टांगायची आहेत, आपल्याशी लढण्याचा उद्धटपणा करणाऱ्या इतर गटांना इशारा म्हणून. म्हणजे मग त्यांना कळेल की, कितीही लढाया हरत असलो तरी आम्हीच या देशाचे मालक राहणार आहोत. मला त्या सफेद वाघाचं मुंडकं हवं आहे."

मला फुजिहाराचं हसणं ऐकू आलं आणि त्यापाठोपाठ हिरोशींची खोकल्याची उबळ. आता माझ्या डोक्यात प्रकाश पडला. आपल्या स्टाफच्या कामांवर नजर ठेवायची हिरोशींची ही युक्ती होती. त्यांनी मीटिंगच्या खोलीत मायक्रोफोन ठेवला होता. बहुतेक तो त्यांनी बनवलेल्या इकेबाना मध्ये दडवला असणार. कावेबाज माणूस! मला हसू आल्याशिवाय राहिलं नाही.

गेले काही दिवस पक्की पावसाळी हवा होती. दुपारपर्यंत छान हवा आणि मग पाऊस. चिकट आणि गरमही होई. पाऊस टाळण्यासाठी मी ऑफिसमधून लवकर बाहेर पडलो. त्यांची मीटिंग संपलेली नव्हती. सलाम करणाऱ्या पहारेकऱ्यांपुढून सायकलवर बाहेर पडताना माझ्या मनात विचारांचा कल्लोळ चालू होता. कोनच्या गटावर हल्ला होणार आहे याबद्दल त्याला कसं सावध करावं आणि त्याच्या गटात जपान्यांसाठी काम करणारा माणूस कोण असेल?

मी गावात आलो आणि सायकल एंपायर ट्रेडिंगच्या पायऱ्यांपाशी लावली. हटन अँड सन्सच्या खिडक्या बंद होत्या. बाबा सुटून येईपर्यंत ऑफिस बंद राहणार होतं. ऑफिसातले लोक आतुरतेने त्यांची वाट पाहत होते, कारण बाबा नसते तर जपान्यांनी त्या साऱ्यांना कधीच तुरुंगातल्या कँपमध्ये पाठवलं असतं. मी मागल्या गल्लीबोळांतून वळणं घेत, हुलकावणी देत पुढे गेलो. एका जुन्या दुकानापाशी थांबून मी दरवाजा जोरात खडखडवला. खूप वेळ झाला असं मला वाटलं आणि दरवाजा उघडला. मी आतल्या उदासवाण्या खोलीत प्रवेश केला. पिकून उतरलेल्या फळांसारखा अफूच्या धुराचा वास नाकात शिरला. मला चक्कर आली आणि सावरण्यासाठी मला खोल श्वास घ्यावे लागले. एक म्हातारी मला कुरकुरणाऱ्या जिन्यावरून वर घेऊन गेली. खोलीतून जिन्यापर्यंत पोहोचताना भिंतीवर लावलेली तंग-तोकडे कपडे घालून दारू विकणाऱ्या मुलींची भडक चित्रं मला दिसली. वरची जागा लाकडी पार्टिशन टाकून अनेक कप्प्यांमध्ये विभागली होती. एका खिडकीच्या फटीतून उन्हाची तिरीप आत येत होती. बाहेर होणाऱ्या कबुतरांच्या फडफडीमुळे आतली शांतता आणखीनच गाढ वाटत होती. श्वास आत ओढल्याचे आणि नंतर सोडलेल्या दीर्घ नि:श्वासांचे आवाज भुताटकीसारखे वाटत होते. दिवाणांवर सुस्तपणे पडलेल्या व्यक्ती धूर सोडत होत्या, मध्येच किंचित वळत होत्या, विव्हळणं आणि उसासे यांचे क्षीण आवाज अधूनमधून उमटत होते. अफूच्या अड्ड्यावरचं नित्याचं दृश्य!

धुराचा एक झुरका आत घेण्यासाठी खोल श्वास घेत टोके यीप समोरच्या दिवाणावर पहुडलेले होते. जेमतेम दहा-बारा वर्षांची, रंगवलेल्या चेहऱ्यामुळे प्रौढ भासणारी मुलगी त्यांच्यापुढे बसून एका तबकात अफूच्या बारीक गोळ्या वळत

होती. त्यांनी झुरके घेऊन चिलीम संपली की, ती त्यांच्याकडून घेऊन त्यात निर्विकार चेहऱ्याने ती पुन्हा गोळ्या भरून द्यायची. वर सावकाशपणे फिरणाऱ्या पंख्यांच्या वाऱ्यात त्यांच्या उरलेल्य केसांच्या बटा डुलत होत्या. पंख्यांच्या फिरण्याचा काहीच उपयोग नव्हता.

त्यांनी मला चिलीम देऊ केली. मी नाकारली. त्यांनी माझ्याकडे बघून एक छद्मी स्मित केलं, ''आज काय खबर आहे?''

''तुमचा मुलगा लवकरच मरणार आहे.'' मी हळूच बोललो.

ते हातातली चिलीम कुरवाळतच राहिले, त्यामुळे त्यांना ऐकू गेलं नसावं अशी शंका मला आली. मी पुन्हा बोलणार इतक्यात त्यांनी डोळे उघडले, ''माझा मुलगा अजिंक्य आहे.''

मी उपहासाने म्हटलं, ''तुम्ही नशेत दिसताय!''

त्यांनी माझ्याकडे एक कटाक्ष टाकला. चिलीम बाजूला ठेवून अंगाला एक झटका देऊन ते उठून उभे राहिले आणि मला पुढे, आणखी अंधारात असलेल्या एका खोलीत घेऊन गेले. दार बंद करून ते खाली बसले, ''तू आतापर्यंत माझ्याशी खोटं बोललेला नाहीस.'' ते म्हणाले, ''माझ्या मुलाला कोणता धोका आहे?''

मी त्यांना हल्ल्याची योजना आणि लपवलेले सैनिक यांच्याविषयी भराभर सांगितलं. ''तुमची माणसं पाठवून त्यांना सावध करायला हवं.'' मी म्हणालो.

''माझे लोक... जे कोणी उरले आहेत... सगळे म्हातारे आहेत... तरुण एकतर मेलेत किंवा मला सोडून दुसऱ्या त्रिकुटांमध्ये गेलेत. त्यांना मी निरुपयोगी कमजोर वाटलो. तू बघतोयसच...''

''टोके यीप, हा तुमच्या मुलाचा मामला आहे.'' मी अधीर होऊन म्हणालो. वाऱ्यात उडत जाणाऱ्या पानाप्रमाणे ते दिशाहीन झालेले दिसत होते. युद्ध संपेपर्यंत टिकतील की नाही असं मला वाटून गेलं.

त्यांनी माझ्या खांद्यांभोवती हात टाकला. ''मग माझं तुझ्याकडे एक मागणं आहे.''

त्यांना काय हवं होतं ते मी जाणून होतो. मी मान हलवून म्हणालो, ''नाही, मला त्याला वाचवता येणार नाही. माझ्याकडे त्यासाठीचं कौशल्यही नाही आणि कुवतही नाही. मी गेलो आहे हे एकदा जपान्यांच्या लक्षात आलं की, माझ्या कुटुंबाचं काय होईल?''

''मी तुला कोणीतरी जंगलात राहणारा वाटाड्या देतो.''

''नाही.'' मी जायला उठलो.

''तू त्याचा मित्र आहेस. तुला पर्याय नाही. दुसरं कोणीही हे करू शकणार नाही.''

उत्तर किनाऱ्यावरून जाणाऱ्या रस्त्यावर एका दगडी बाकावर मी एंडो-सानच्या

शेजारी बसलो होतो. ते ऑफिसातून आणलेले कामाचे कागद बघण्यात गुंतले होते. ऑफिसातलं वातावरण फारच कोंदट असायचं. त्यामुळे त्यांनी मला इकडे येताना 'बरोबर येतोस का' म्हणून विचारल्यावर मी आनंदाने तयार झालो होतो.

कोनला कसं सोडवावं याचा मी मनात विचार करत होतो. मी जंगलात लढण्याचं शिक्षण घेतलेलं नव्हतं; पण एंडो-सानकडून मी जे शिकलो होतो त्याचा तिथेही चांगला उपयोग झाला असताच. पण मी अनेक दिवस, आठवडे बेपत्ता झालो असतो, तर बाबांचं काय झालं असतं? मी अयशस्वी झालो असतो, तर मलाही कायम जंगलातच राहावं लागलं असतं आणि ते मला नको होतं.

ओहोटीमुळे समुद्राचं पाणी आत जाऊन किनारा उघडा पडला होता. खेकडे, शिंपले, कालवं, गोगलगायी वेचण्यात समुद्रपक्षी दंग होते. पायात गुडघ्यापर्यंत पोहोचणारे रबरी बूट घातलेले, कमरेवर वेताच्या टोपल्या लावलेले अनेक पुरुष आणि स्त्रियासुद्धा पक्ष्यांबरोबर त्याच कामात गुंतलेले होते. अभेद्य भासणारे ढगांचे कळप आकाशात जमू लागले, जणू जुन्या काळातल्या किल्ल्यांचे तट आणि बुरुज!

''तू कसल्यातरी विचारात दिसतो आहेस.'' एंडो-सान म्हणाले.

''तुम्ही मला भेटल्यानंतरच्या माझ्या जीवनाचा विचार करतोय.''

''कसं गेलं ते? चांगलं गेलं का?''

''हो, पण कधीकधीच.'' त्यांनी कागद बाजूला केल्यावर मी त्यांच्या हाताला स्पर्श केला. ''इतर काळात, नाही.''

''ते बघ,'' समुद्रापलीकडे बटरवर्थला पावसाची सुरुवात झालेली दिसत होती. एखाद्या चित्रकाराने असमाधानाने आपण काढलेलं चित्र पुसावं तशी किनारपट्टी दिसत होती. किनाऱ्यावर पावसाचे लाखो थेंब पडताना दिसू लागले.

''आपल्याला निघालं पाहिजे.'' उठत ते म्हणाले, ''नाहीतर भिजू.''

''नाही,'' मी त्यांचा हात धरला आणि ते पुन्हा खाली बसले. आम्ही आमच्या छत्र्या उघडल्या. पावसाची प्रचंड सर आली. पावसाच्या धारा काचेच्या तारांप्रमाणे अखंड, पण फाटणाऱ्या कापडाप्रमाणे खाली येत होत्या. किनाऱ्यावरची माणसं दिसेनाशी झाली. मागे दुकानवाल्यांनी दारं लावून घेतली. हवेतली उष्णता वाऱ्याने पळवून लावली. पाऊस आमच्यावर पडत होता; भोवती पडत होता. छत्र्यांवरून आमच्या मांड्यांवर पडत होता. ते काही क्षण आम्ही पाण्याने वेढलेलो होतो आणि जगात फक्त ते आणि मीच होतो.

''तुझा एखादा मित्र संकटात असला तर तू काय करशील?'' त्यांनी विचारलं आणि त्या प्रश्नामुळे माझं हृदय धडधडू लागलं.

''मैत्री किती दाट आहे त्यावर ते अवलंबून राहील, पण ती दाट असेल तर मित्राला वाचवलंच पाहिजे.'' त्यांचा हेतू काय असावा याबद्दल तर्क करत मी म्हणालो.

''कितीही धोका असला तरी?''

''होय. कितीही धोका असला तरी. तुमचे सेन्साय उशिबा असंच म्हणाले असते ना?''

''हेइ.'' ते म्हणाले.

संभाषण करताना आम्ही एकमेकांकडे बघत नव्हतो. आम्ही शांतपणे शेजारी बसलो होतो. एकमेकांच्या सान्निध्याची गोडी चाखत, जणूकाही पावसात युद्धाची सर्व वर्षं वाहून गेली होती आणि आमचं नातं पुन्हा केवळ गुरु-शिष्याचं झालं होतं.

आणि मग जितक्या झपाट्याने पाऊस आला तितक्याच वेगाने तो बेटावर निघून गेला. कुठे कुठे आसरा घेतलेले लोक बाहेर आले. रस्त्यावरचं वाफा निघणारं पाणी गटारात वाहू लागलं.

त्या अल्प काळातलं सौंदर्य आणि प्रेम, पाणी आणि शांतता यांनी भारलेल्या काही क्षणांत, जगापासून अलग असे पावसाच्या कोशात बाकावर बसलेलो असताना मला अखेरीस माझं ध्येय सापडलं. त्या क्षणी मी कोनला सावध करायचा निश्चय केला. आता एंडो-सानच्या संरक्षणाखाली न राहता इझाबेलप्रमाणे स्वत:च्या हिमतीवर पुढे जायचं मी ठरवलं. योग्य आहे तेच करायची वेळ आता आली होती. आता मी भीती, गोंधळ किंवा प्रेम यांच्यामुळे स्वत:ची दिशाभूल करून घेणार नव्हतो. माझ्या बाबतीत तरी एंडो-सानची शिकवण, वैश्विक सामंजस्य आणि संतुलन यांवर आधारित त्यांचं तत्त्वज्ञानही अयशस्वी झालं होतं. मी आता त्यांच्यावर विश्वास ठेवून वागणार नव्हतो आणि हा निर्णय घेतल्यावर मला सगळं स्पष्ट आणि सोपं वाटू लागलं. जणूकाही त्या पावसाच्या सरीने माझ्या बुद्धीवरचा मळ धुऊन टाकला, मन स्वच्छ केलं आणि मला एक निश्चित दिशा दाखवली.

त्याबरोबर मला हेही जाणवलं की, या निर्णयाची परिणती म्हणजे एंडो-सान आणि माझ्या सहजीवनाचा शेवट असणार होती, कारण त्यांनी मला शिकवलेली आणि जीवनभर जपलेली मूल्यं मी आता झुगारून देणार होतो आणि जर मी पकडला गेलो असतो, तर त्यांना माझ्यासाठी काहीही करता येणं शक्य होणार नव्हतं. पण आमची जी निरगाठ बसली होती ती आता तोडून टाकणं गरजेचं होतं. तरच मला पुढे जाणं शक्य होतं.

माझ्या डोळ्यांसमोर थेंब दिसले ते पावसाच्या पाण्याचे होते की आतापर्यंतच्या जीवनाचं अभिन्न अंग झालेल्या गोष्टींचा त्याग करावा लागण्यामुळे आलेले अश्रू होते? मला उत्तर जाणून घ्यायची इच्छा नव्हती.

एंडो-सान उभे राहत म्हणाले, ''तू इथे थांब. मला पुन्हा कामाला गेलं पाहिजे.''

त्यांचा स्वर वेगळाच होता. मी थांबलो. मी मागे टेकलो आणि ते कारमधून जाताना बघत राहिलो. मी खाली बघितलं, तर त्यांची ती करड्या रंगाची फाईल

राहिलेली दिसली. तिच्यावर पाणी पडून ती जनावराच्या कातडीप्रमाणे दिसत होती. मी आजूबाजूला नजर टाकली. माझ्याकडे कोणी बघत नाही याची खात्री करून मी ती उघडली. त्यांनी त्यातले बरेच कागद काढले असावेत, कारण साओतोमेने त्यांना दिली त्यापेक्षा ती आता बरीच पातळ दिसत होती.

मी कागद वाचले. प्रत्येकावर साओतोमेचं लाल सील होतं. त्यात मी हिरोशींच्या खोलीबाहेर जे ऐकलं ती आणि इतर बरीच माहिती होती.

कदाचित कोन आपल्या डावाला फशी पडणार नाही अशा भीतीने साओतोमेने कोनचे सेन्साय तनाका यांनासुद्धा पकडलं होतं. साओतोमे क्वालालंपूरला परत जाताना तनाकानाही घेऊन जाणार होते आणि जपानने मलायाचा ताबा घेतल्यावर आपण इथे असल्याची वर्दी न दिल्याच्या गुन्ह्यावरून आणि जपानच्या विरुद्ध काम करण्याच्या गुन्ह्यावरून त्यांचा शिरच्छेद करणार होते. हा आरोप निराधार होता आणि तो केवळ त्यांची सुटका करण्यासाठी कोनने पुढे यावे या उद्देशाने केलेला डाव होता.

संध्याकाळी मासेमारीसाठी समुद्रात जाणाऱ्या बोटींवरचे दिवे दूर जाताना दिसत होते. मी माझी नाव काढून समुद्रात घातली. मासे पकडण्यासाठी कोळी जसे जाळे फेकतो, ते इतस्तत: वाहते आणि त्यात सापडेल ते तो ओढून घेतो, तशी मी माझ्या डोक्यातल्या विचारांना मोकळीक दिली.

माझ्या मनात माझ्या दोघा भावांचा आणि इझाबेलचा विचार आला. एडवर्डचे तुरुंगाच्या कँपात चाललेले हाल आणि विल्यम आणि इझाबेलचे मृत्यू यांना काही प्रमाणात अप्रत्यक्षपणे माझा जपान्यांशी असलेला संबंध जबाबदार होता. 'जर एंडो-सानची भेटच झाली नसती तर आयुष्य काही वेगळंच झालं असतं' का असा प्रश्न मनात आला, पण त्याला उत्तर सापडलं नाही.

गेल्या काही आठवड्यातल्या घटनांभोवती मी एक अभेद्य भिंत उभी करून ठेवली होती, असं मला वाटत होतं. ती आता कोसळली आणि त्या सर्व घटनांनी अचानक आलेल्या भरतीप्रमाणे मला वेढून टाकलं. मी हताश झालो आणि त्यांच्याशी झगडण्यात काही अर्थ नाही हे लक्षात येऊन दु:खाच्या पूर्णपणे स्वाधीन झालो. त्या क्षणी मला माझ्या भविष्यात काय होणार आहे याची स्पष्ट कल्पना आली. मी कितीही जणांचे जीव वाचवले असले आणि यापुढे कसाही वागणार असलो, तरी मला कधीही मन:शांती लाभणार नव्हती. इझाबेल म्हणाली ते खरं होतं : मी कधीही विसरू शकणार नव्हतो.

ती रात्र मी एंडो-सानच्या बेटाच्या किनाऱ्यावरच काढली. त्यांना सामोरं जाण्याचं धारिष्ट्य माझ्यात नव्हतं. पहाटे मी घरात गेलो तेव्हा घरात शांतता होती. मी हाक मारली; पण ते त्यांची नाव घेऊन आधीच निघून गेले होते. मला मनोमन खूप

पोकळी जाणवली, पण मी सावरलो. माझी पसरलेली गादी मी गुंडाळून कपाटात ठेवली. घरात फिरून माझे कपडे गोळा केले. एंडो-साननी मला दिलेली नागामित्सू तलवार दिसत नव्हती, पण त्यांची स्वत:ची तलवार स्टँडवर होती. तिला बघून मनात विचार आला की, इतकी सुंदर वस्तू किती सफाईदारपणे मृत्यू आणू शकते!

मी किनाऱ्यावर येऊन नावेत बसलो. सूर्य उगवला होता, पण त्याचं ऊन ढगांनी शोषून घेतलं होतं. समुद्र खवळलेला होता; चुकून अंगावर पडणाऱ्या प्रकाशकिरणाला गिळून टाकत होता.

किनारा जवळ आल्यावर मी नाव इस्तानाकडे नेली. मी एकदा मागे एंडो-सानच्या बेटाकडे नजर टाकली. त्यावर पुन्हा माझं पाऊल पडेल की नाही असं वाटून गेलं.

इझाबेल जिथे किनाऱ्यावर पडली होती, त्या जागेजवळच नाव घासत किनाऱ्याला लागली. मी थोडं थांबून तिच्यासाठी प्रार्थना केली. वर झाडाकडे नजर टाकली आणि बाबा त्याला टेकून उभे असलेले दिसले. मला बसलेला धक्क्याचा भाव न लपवता मी पायऱ्या चढून त्यांच्याकडे गेलो. ते इतके म्हातारे दिसत होते; निर्जीव धाग्यांसारखे झडलेले केस, सुरकुत्यांच्या भोवऱ्यांमध्ये खोल गेलेले डोळे, माझं अवसान गळून पडलं. अतिशय प्रयत्न करून मी स्वत:ला सावरलं. "काही दिवस मला जावं लागणार आहे." मी म्हणालो, "आजोबांना भेटायला आणि काही गोष्टी सुधारायला."

"मला माहीत आहे. केव्हातरी ते प्रत्येकाला करावंच लागतं." ते म्हणाले, "आणि एक राहूनच गेलं..."

तुम्हाला काय म्हणायचं आहे ते मला समजलं नाही असं मी त्यांना सांगितलं.

"मी तुला नदीवर घेऊन जायचं कबूल केलं होतं, जिथे तुझ्या आईला आणि मला काजवे दिसले होते तिथे. मी तुला नेलं नाही."

"ठीक आहे. युद्ध संपलं की जाऊ, तेव्हा दाखवा." मी म्हणालो, "पण आता तुम्ही माझ्याबरोबर चला. तुम्हाला सुरक्षित राहता येईल अशा ठिकाणी नेतो."

त्यांनी मान हलवली. "जे करायला हवं ते कर आणि मग परत ये. मी इथेच असेन. तुझी वाट बघत. मग आपण बरोबर नदीवर जाऊ."

ते वाकले. त्यांच्याकडे फुजिहाराच्या माणसांनी फोडलेल्या फुलपाखरांच्या संग्रहाच्या पेट्यांचा रचलेला गठ्ठा होता. मोडलेली काचेची दारं त्यांनी काढून टाकली होती. त्यांनी आतून पसाभर वाळवलेली पाखरं काढली.

"त्यांना मुक्त करायची वेळ आली आहे." ते थांबले. वाऱ्याच्या दिशेसाठी त्यांनी झाडांच्या शेंड्यांकडे बघितलं आणि योग्य वारा मिळताच ती हलकी पाखरं ओंजळ वर करून वाऱ्यात ओतली. वाऱ्याने त्यांना आकाशात वर नेल्यावर सूर्याची किरणं पडून त्यांचे रंग जिवंत होऊन ती पुन्हा फुलांच्या शोधात जात आहेत असं वाटलं.

मीही त्यांच्याबरोबर वाकलो. दोघांनीही ओंजळी मागून ओंजळी पाखरं सोडली नि त्यांची हवेत वाऱ्यावर तयार झालेली साखळी समुद्राकडे जाऊन दिसेनाशी होईपर्यंत बघत उभे राहिलो. ती कायम उडत राहोत अशी मी मनोमन प्रार्थना केली.

''एक उरलंय.'' ते म्हणाले. त्यांच्या हातात राजा ब्रूकबर्डविंग फुलपाखरू होतं. आई आजारी पडण्याच्या आधी ते हेच शोधत होते. काचेच्या तुकड्यांमुळे त्याच्या मोठ्या पंखांचे काही ठिकाणी तुकडे झाले होते; पण अजूनही ते सुंदर आणि जोमदार दिसत होतं.

त्यांनी माझा हात उघडून ते माझ्या तळहातावर ठेवलं, ''याचं तू हवं ते कर.''

मी त्याच्या पंखांना स्पर्श केला. ते अजून मऊ आणि मखमली लागत होतं. बाबांच्या डोळ्यांतले भाव बघून काय करायचं ते मला उमजलं. मी त्यालाही हवेच्या प्रवाहात सोडून दिलं. त्याने दीर्घ काळ न वापरलेले त्याचे पंख पुन्हा पसरल्यासारखे वाटले. त्याच्याकडे बघत असताना बाबांनी माझ्या खांद्यावर हात ठेवला. ते वर वर जात दिवसाच्या प्रकाशात दिसेनासं झालं.

जपान्यांनी मारलेल्या लोकांची प्रेतं जाळणाऱ्या माणसाला मी लाच देऊन मावशीचा देह वेगळा जाळायला सांगितलं होतं. इझाबेलच्या बाबतीत मात्र मला असं करता आलं नव्हतं. या आठवणीने माझा पुन्हा संताप झाला. तिचा देह बेपत्ता झाला होता.

मी एंडो-सानच्या ऑफिसमध्ये जाऊन त्यांना सांगितलं की, माझ्या मावशीच्या मृत्यूची बातमी माझ्या आजोबांना देणं आणि अंत्यविधीसाठी तिची रक्षा त्यांच्या स्वाधीन करणं हे माझं कर्तव्य आहे.

''मला समजतंय.'' ते म्हणाले, ''पुन्हा एकदा सांगतो, तुला या सगळ्याला तोंड द्यावं लागतं आहे, याचं मला वाईट वाटतं. हे फार असह्य असं ओझं आहे.''

सकाळचा प्रकाश खिडकीतून त्यांच्या खोलीत येऊन त्यांच्या मागे असलेल्या त्यांच्या देशाच्या झेंड्यावर पडला होता. झेंड्यावरच्या लाल गोळ्यापुढे ते असे उभे होते, जणूकाही त्यांच्या अंगातूनच रक्त झिरपून ध्वजाच्या पांढऱ्या कापडावर साठत आहे.

त्यांनी हात बाजूला सरळ ठेवून मला अभिवादन केलं. थोडा घुटमळून मीही वाकलो. ते पुन्हा सरळ उभे झाले आणि त्यांच्या डोळ्यांतले अश्रू उन्हात चमकले. पुन्हा आमची भेट होईल तेव्हा सर्व वेगळं असेल असं आम्हा दोघांनाही वाटलं असावं. ते जुने दिवस कायमचे निघून गेलेले असतील.

''तुला प्रवासासाठी शुभेच्छा.'' ते म्हणाले, ''तू हाती घेतलं आहेस त्यात तुला यश मिळो.''

मी आवाज शक्य तितका स्थिर ठेवत म्हणालो, ''माझ्या वडलांची काळजी घ्या, प्लीज.''

"मी घेईन." ते म्हणाले.

आम्ही दोघेही क्षणभर तसेच उभे होतो. मी का थांबलो त्याचं कारण मान्य करणं लाजिरवाणं होतं, पण ते मला माहीत होतं. अगदी त्या क्षणीसुद्धा ते जर 'जाऊ नकोस' म्हणाले असते, तरी मी त्यांची आज्ञा पाळली असती. ते बोलणार होते, पण बोलले नाहीत. मी स्वतःच्या कमकुवतपणाची लाज वाटून मान हलवली आणि जाण्यासाठी वळलो.

"थांब." ते म्हणाले.

शेजारच्या टेबलापाशी जात ते म्हणाले, "मी विसरतच होतो."

त्यांनी माझी तलवार कुमो पारंपरिक पद्धतीने एका तळहातावर मूठ आणि दुसऱ्यावर टोक अशी आडवी धरली. "मी तिला तेलपाणी आणि पॉलिश करायला पाठवलं होतं. तिचा मालक म्हणून खरंतर तू ते करायला हवं. माझी निरोपाची भेट म्हणून समज."

मी ती त्यांच्याकडून घेतली. "थँक यू!" मी म्हणालो.

"ती बरोबर घेऊन जा. उपयोगी पडेल कदाचित. मी तुझ्या प्रवास-परवान्यात ती नोंदवली आहे. त्यामुळे जुन्या जपानी योद्ध्याप्रमाणे तुला ती बाळगायचा अधिकार राहील." मला सतत सुसंवादाचं तत्त्वज्ञान सांगणाऱ्यानं तलवारीच्या वापराची शक्यता व्यक्त केली याचं मला आश्चर्य वाटलं.

"मी ती सुरक्षित ठेवेन." मी म्हणालो.

"मी बौद्धिक द्वंद्वापासून पळणार नाही. माझी तलवार हातात निद्रिस्त राहणार नाही." ते कुजबुजले.

मी त्यांच्यापासून कधीच काहीही लपवून ठेवू शकलो नव्हतो. त्यांनी माझा विश्वासघात केला होता याची त्यांना जाणीव होती, तशीच त्यांच्या सेन्सायने त्यांना दिलेल्या आणि नंतर त्यांनी मला दिलेल्या शिकवणीतून मुक्त होऊन मी माझा स्वतःचा मार्ग अनुसरायचं ठरवलं होतं, हेही त्यांना समजलं होतं.

मी निरोपाची सलामी देण्याच्या स्थितीत तलवार उभी धरली. एकदा मान डोलवली आणि तिथून निघालो.

१२

ज्याला पूर्वी नॉर्थ कोस्टल रोड म्हणायचे, त्या गर्नी ड्राइव्हला एका बाकावर मिचिको आणि मी समुद्राच्या चिंचोळ्या पट्टीकडे पाहत बसलो होतो. तिथे बसलेले इतर लोक जे करतात तेच करत होतो – 'मकन अंगिन' म्हणजे 'हवा खात' होतो. हा लोकांचा आवडता रस्ता होता. तरुण प्रेमी युगुलं इकडून तिकडे फिरत असायची. रस्त्याच्या कडेने हातगाडीवाले हिंदुस्तानी रोजक, फ्राइड नूडल्स, भात, ऊसाचा रस वगैरे पदार्थ विकायचे. चालणारा बहुतेक प्रत्येक माणूस काहीतरी खात असायचा किंवा हातात खाद्यपदार्थांचं पुडकं घेऊन असायचा.

आम्ही बराच वेळ काही न बोलता बसलो होतो. आता आमची तितकी जवळीक झाली होती.

एवढ्यात मिचिको म्हणाली, ''तुमच्या आजोबांनी त्या घराण्याच्या देवळात तुमच्या दोन्ही घराण्यांचं जे जोडनाव सांगितलं होतं ते तुम्ही वापरत नाही का? किंवा तुमच्या आईने ठेवलेलं 'आर्मेनिअस'सुद्धा वापरत नाही?''

''नाही. मी ती नावं कधीच वापरली नाहीत. तसं करणं चुकीचं होईल असं वाटलं. त्या नावाने ओळखल्या जाणाऱ्या माणसाला मी 'ओळखत नाही' असं मला वाटलं.'' मी उत्तरलो आणि थांबलो. माझ्या मनात एक नवा विचार आला होता. 'प्रत्येक नावाला माझं भविष्य वेगळ्या प्रकारे घडवायचं होतं आणि त्या भविष्यात मला कोणताही हस्तक्षेप करता आला नसता.'

''पण तुम्ही स्वत:च्या मनाप्रमाणे जीवन जगावं अशी तुमच्या आईची इच्छा होती.''

''पण अशी इच्छा बाळगूनसुद्धा एक प्रकारे तिच्या मते माझं आयुष्य मी कसं जगावं हे माझ्यावर लादण्याचा ती प्रयत्न करत होती, नाही का?'' मी म्हणालो.

युद्ध संपल्यावर मी विचारपूर्वक निर्णय घेतला होता की, ती दोन्ही नावं सोडून द्यायची. जणूकाही तसं केल्यानं माझी वेगळी ओळख निर्माण झाली असती आणि

मला आईच्या स्वप्नांपासून आणि ज्या प्रकारचं जीवन माझ्या नशिबी लिहून ठेवलं होतं असा आजोबांचा विश्वास होता, त्यापासून मुक्ती मिळाली असती. मी हे सगळं मिचिकोला समजावून सांगितलं.

"तुम्ही आत्तापर्यंतचं जवळजवळ सर्व आयुष्य त्यांच्याशिवायच घालवलं आहे." ती म्हणाली, "त्याने काही फरक पडला असं वाटलं का?"

"माहीत नाही." मी म्हणालो.

"नाही, तुम्हाला माहीत आहे." माझ्या हृदयाकडे बोट दाखवत ती म्हणाली, "हे रिकामं आहे, खरं ना? काहीतरी उणीव आहे असं?"

तिने केलेल्या माझ्या परीक्षणामुळे जरा बेचैन होऊन मी चुळबुळ केली. आमच्याकडे कोणाचंच लक्ष नव्हतं. कोणीतरी दोन म्हातारी माणसं पूर्वीच्या आठवणींना उजाळा देत, पुढच्या दिवसांबद्दल बोलत बसलेली आहेत, असं त्यांना वाटलं असावं. "अगदी याच जागी त्या दिवशी मी आणि एंडो-सान बसलो होतो; मी कोनला वाचवायचा निश्चय केला त्या दिवशी," मी म्हणालो.

"बेटावर राहून तुम्हाला युद्धाच्या दिवसातल्या आठवणी सतत येत असणार. तुम्ही इथे राहू कसे शकता?"

"दुसरीकडे कुठे जाणार? इथे मला निदान त्या आठवणींची तरी सोबत मिळते. फार झालं तर मी काही दिवस कुठेतरी जातो आणि बरं वाटलं की परत येतो. घरच नसण्यापेक्षा हे बरं, नाही का?"

"हो, तेही खरं आहे म्हणा." ती म्हणाली नि गप्प झाली.

"मला माफ करा." मी म्हणालो, "मी जरा कटू बोललो."

"मला माझं घर आठवतच नाही. कधी कधी वाटलं की युद्धाने माझ्या घराचीच नाही तर त्याच्या आठवणींचीसुद्धा राखरांगोळी केली."

भरती सुरू झाली होती. लहान-लहान लाटा किनाऱ्यावर येताना त्यांच्यावरच्या फेसाच्या चमकणाऱ्या रेघा मखमल गुंडाळावी तशा येऊन विरत होत्या. झाडांवर बसलेल्या मैना आणि कावळ्यांचं ओरडणं फेरीवाल्यांच्या आरोळ्यांशी स्पर्धा करत होतं. मिचिको तिच्या मांडीवर ठेवलेल्या वजनदार शहाळ्याचं पाणी पीत होती. ते शहाळं कापलेल्या मुंडक्यासारखं दिसतंय, असं मला वाटून गेलं आणि मी तो विचार पटकन झटकून टाकला. ती दिवसेंदिवस जास्त अशक्त वाटत होती. त्यामुळे मला जरा काळजी वाटू लागली होती.

तिने हळूच माझा हात थोपटला. तिच्या स्पर्शातल्या उबेमुळे मला बरं वाटलं. वाऱ्यामुळे तिचे केस चेहऱ्यावर येत होते आणि ती ते सारखे मागे सारत होती.

मी मागे वळून रस्त्यावरच्या बंगल्यांच्या ओळीकडे बोट दाखवलं. "ते घर 'ची' कुटुंबाचं होतं." तारांचं कुंपण असलेल्या एका जुन्या घराकडे बोट दाखवत मी

म्हणालो, ''पेनांगमधला सर्वांत मोठा बिस्किटांचा कारखाना त्यांचा होता आणि ते दुसरं घर आता एकशे दहा वर्षं जुनं आहे. एका आठवड्याभरात ते पाडून त्या जागेवर वीस मजली अपार्टमेंट बिल्डिंग होणार आहे.'' मी माझ्या आवाजातला कटुपणा लपवू शकत नव्हतो. ''आणि तेसुद्धा.'' दुसरं एक घर दाखवीत म्हणालो, ''तिथे माझ्या वडलांचे मित्र राहायचे. त्यांच्या मालकीची एक बँक होती.''

रस्त्याच्या कडेला १९२० सालच्या काळातल्या सुंदर घरांची रांगच होती. त्यातली अनेक पूर्वीच पाडण्यात आली होती, पण माझ्या स्मृतींच्या भूगोलात ती मला रोज दिमाखात उभी असलेली दिसत. त्या घरांमध्ये राहिलेले लोक, त्यांच्या भानगडी, त्यांच्या जीवनात घडलेल्या चांगल्या-वाईट घटना हेही माझ्या स्मृतिपटलावर कोरलेलं होतं.

पण सगळ्या इमारती गेल्या. मलासुद्धा त्या सगळ्या विकत घेता आल्या नाहीत. आता त्या घरांच्या जागी भयानक किमती आकारणारे वाईन बार, कॉफी शॉप, हॉटेलं, सी फूड रेस्टॉरंट्स आणि शॉपिंग मॉल आले होते.

''तुमचं या बेटावर फार प्रेम आहे.'' ती म्हणाली.

''माझं या जागेवर प्रेम होतं. आता मला यापासून तुटल्यासारखं वाटतं.'' मी म्हणालो, ''जग बदललं आहे. नव्या पिढीला जागा करून दिली पाहिजे. कदाचित म्हणूनच मी ही सगळी जुनी घरं विकत घेऊन ती पूर्वीसारखी करण्याच्या कामात इतका वेळ आणि पैसा ओतला आहे. जे अटळ आहे ते शक्य तितकं लांबवण्यासाठी.''

आम्ही उठून गाडीत बसलो आणि उदबत्त्या आणि तेवच्यू फूड विकणाऱ्या दुकानांनी भरलेली किंबर्ले स्ट्रीट ओलांडून चलिया स्ट्रीटला आणि तिथून आतल्या लहान आणि चिंचोळ्या रस्त्यांवरून जाऊ लागलो. कँबेल आणि सिंत्रा स्ट्रीट यांच्या मध्ये पूर्वी ज्याला जिपून-के, म्हणजे जपान स्ट्रीट म्हणत, तो भाग होता. मी गाडी पार्क करून चालू लागलो आणि पुन्हा भूतकाळात गेलो. ''एंडो-सान मला प्रथम जेवणासाठी इथे घेऊन आले होते.'' मी मिचिकोला म्हणालो. युद्धापूर्वीच्या काळात या भागात अनेक वेश्यागृहं होती, तशीच कॅमेऱ्यांचीही अनेक दुकानं होती. त्यामुळे स्थानिक लोकांना इथे हेरगिरी चालत असावी असं वाटत असे.

''आमची नुकतीच ओळख झाली होती तेव्हा मी एंडो-साननो म्हटलेले शब्द मला रोज आठवतात : 'मला हे सगळं लक्षात ठेवायचं आहे.' आणि इझाबेलने भाकित केलं होतं त्याप्रमाणे तसंच झालं आहे. सुदैवाने मला स्मृतीची देणगी चांगली आहे. बेटातही, निदान या भागात तरी फारसा बदल झालेला नाही. कधी कधी मी या रस्त्यांतून, गल्ल्यांतून चालत असतो, वेगवेगळे आवाज कानावर येत असतात, वास येत असतात, ऊन लागत असतं आणि मी काहीतरी सांगायला म्हणून एंडो-सानकडे वळतो आणि आपण आता त्या काळात नाही हे लक्षात येऊन

धक्का बसतो. इथल्या सर्व दुकानांचे मालक – मायदेशी परतणाऱ्या भटक्या लोकांकडून घेतलेली जुनी पुस्तकं विकणारी हिंदी दुकानं, स्वस्तातली हॉटेलं, इंटरनेट कॅफे, मी जिथून माझी फिरण्याची काठी घेतली ते वेताच्या वस्तूंचं दुकान – सगळे मला ओळखतात.

"मी इथल्या एखाद्या स्मारकासारखाच झालो आहे. प्रवाशांच्या गाइड बुकांमध्ये या भागातलं एक वैशिष्ट्य म्हणून अजून माझा उल्लेख कसा नाही याचं मला आश्चर्य वाटतं – 'म्हातारा माणूस, केस पूर्ण पांढरे, कधीही न सापडणाऱ्या अशा कशाच्या तरी शोधात. या जुन्या पण तरीही तरुण रस्त्यांवर सतत फिरताना दिसणारा.' "

आम्ही पूर्वीचे चेआँग फट झे यांच्या ला मेसन ब्लाऊमधून बाहेर पडलो. घर आतून दाखवल्याबद्दल आम्ही व्यवस्थापकाचे आभार मानले. घराच्या मूळच्या निळ्या रंगाच्या भिंती उन्हात धुपून धुळकट दिसू लागल्या होत्या. "ते टोके यीपचं घर." रस्त्यात बोट दाखवत मी म्हणालो. मी तिच्या दंडाला धरून तिकडे नेलं.

"ते मी काही वर्षांपूर्वी खरेदी केलं आणि ला मॅसन ब्लाऊच्या लोकांनी जसं केलं तसं करण्याचा प्रयत्न केला. त्यांनी ते घर कसं सजवलं आहे हे तुम्ही बघितलं तर जणूकाही येआँग फट झे तिथे नववं किंवा दहावं लग्न करणार आहे आणि त्याची पार्टी तो तिथे देणार आहे तसं ते करायचा माझा विचार आहे."

पेनेलपी ची आमची वाट बघत होती. मी तिची मिचिकोशी ओळख करून दिली. तिने दरवाजा उघडला. आत काय बघायला मिळेल याची मला कल्पना नव्हती; पण दरवाजे उघडले आणि मी कोनला पहिल्याने भेटायला आलो होतो त्या दिवसात गेलो. सर्वकाही त्या वेळी होतं तसंच होतं. मी सांगितलेल्या आठवणींचा अभ्यास करून आर्किटेक्टने पुनर्निर्मिती केली होती. तिने पेनांग म्युझियममधली कागदपत्रं तसंच चायनीज चेंबर ऑफ कॉमर्सकडे असलेल्या फोटोंचाही अभ्यास केला असावा. दरवाजाजवळ भिंतीवर एक उदबत्ती लावलेली होती. तिचा धूर वर्तुळं घेत स्वर्गातल्या देवाला काही निरोप घेऊन जात होता.

मी अचानक उंबरठ्यावर थबकलो. भीती वाटली. मिचिकोने माझा हात धरला आणि म्हणाली, "जा, आत जा. ते तुमचीच वाट बघत आहे."

मी मिचिकोचा हात धरून ठेवला. आत पाऊल टाकलं आणि दिवाणखान्यात थांबलो. हजारो आकृत्यांचं कोरीवकाम करून त्यावर सोनेरी मुलामा दिलेली मोठी लाकडी जाळी. बाहेरच्या अभ्यागतांना घरातलं काही दिसू नये म्हणून ठेवलेली होती. छपराच्या टोकांना लाल कंदील लटकले होते. चौकोनी लाकडी चबुतऱ्यांवरील कोरीवकामामध्ये मोत्यांच्या शिंपल्याचे तुकडे भरले होते आणि त्यावर उंच फुलदाण्या आणि शिल्पं ठेवली होती. जोडे काढून ठेवल्यावर आतील फरशीचा गारवा पायांना जाणवू लागला.

एका बाजूला टोके यीपचं मोठं चित्र टांगलं होतं आणि नंतर वळत असताच आता आपल्याला काय दिसणार हे मी ओळखलं. वडलांच्या चित्रासमोर कोनचं चित्र होतं. त्याच्या चेहऱ्यावरचं स्मित, त्याचे चमकदार काळे डोळे, तोच पांढरा पोशाख आणि त्यावरचा त्याचा आवडता लाल टाय.

"हे कुठं मिळालं?" मी विचारलं.

"चायनीज चेंबर ऑफ कॉमर्सच्या एका कपाटात होतं." पेनेलपी ची म्हणाली, "त्याच्या वडलांनी त्या संस्थेला दिलं होतं."

"हा तुमचा मित्र कोन का?" मिचिकोने पुढे होत विचारलं.

"होय, तोच."

"तो खूपच ओळखीचा वाटतो." ती म्हणाली.

"कारण तुम्ही त्याच्याबद्दल इतकं ऐकलं आहे, आपल्या बोलण्यात." मी म्हणालो.

मी अंगणात गेलो. तिथे तो वर्तुळाकार जिना होता. लोखंडी गज नवीन, पण टोके यीपने पूर्वी वापरले होते तसेच होते. मला त्या घरातल्या स्त्रियांचे आवाज ऐकू येऊ लागले. 'अम्मां'ची स्वयंपाकघरातली बडबड, भांड्यांचे आवाज आणि आतून आलेल्या वाऱ्याच्या एका मंद झुळकीबरोबर मला शिजत आलेल्या भाताचा सुगंधही आला. एक कुत्रा भुंकला आणि कोणीतरी 'दियानला!' म्हणून त्याला गप्प केलं.

मी जिना चढून वर कोनच्या खोलीत गेलो.

'सॉरी, फार पसारा आहे त्याबद्दल. माझ्याकडे चीनचा इतिहास आणि कला यांच्यावर खूपच पुस्तकं आहेत.'

मी एकदम वळला. भुवया आक्रसल्या.

"काय झालं?" पेनेलपी चीने माझ्या मागून येत विचारलं. मी हात वर करून तिला न बोलण्याचा इशारा केला.

'माझी आणि त्यांची भेट होणं किंवा आपली भेट हे केवळ योगायोग होते असं तुला वाटतं का?'

मी त्याच्या उत्तरासाठी थांबलो.

'काही चुका इतक्या मोठ्या आणि दुःखदायक असू शकतात की, आपण पुढच्या सर्व आयुष्यभर त्यांची किंमत पुनःपुन्हा चुकवत राहतो आणि मग आपण कधीपासून ती चुकवतोय तेही विसरून जातो.'

आणि मग मी माझ्या तंद्रीतून बाहेर आलो. बाहेरून फेरीवाल्याने घरावरून जाताना लाकडी चमचा आपटून केलेले आवाज कानावर आले.

'मला सतत तुझी उणीव भासत आलेली आहे मित्रा.'

'मलासुद्धा तुझी.'

एका प्रसिद्ध न्योन्या रेस्टॉरंटमध्ये आम्ही जरा लवकरच रात्रीच्या जेवणासाठी गेलो. चिनी लोक ब्रिटिशांच्या जमान्यात मलायात आले. त्यांनी मलायन रीतिरिवाज आणि संस्कृती स्वीकारली आणि त्यातून त्यांची स्थानिक पातळीवर एक वेगळीच मिश्र संस्कृती तयार झाली. त्यामुळे जेवणातल्या पदार्थांमध्येही चिनी आणि मलायी असे दोन्ही प्रकारचे पदार्थ होते. न्योन्या चायनीज अतिशय सुंदर अशा नवीन पाकक्रिया निर्माण करतात आणि त्याच्या तोडीचे पदार्थ मी जगात कुठेही चाखलेले नाहीत. नारळाचं दूध वापरून केलेली करी कपितान चिकनची चव घेताना, लुसलुशीत 'ओटक ओटक' आणि 'जेऊ-हू-चार'ची मजा गरम जस्मिन चहाबरोबर चाखत असताना मिचिकोच्या चेहऱ्यावर येणारं आश्चर्य, आनंद, समाधान असे विविध भाव मी बघत होतो. अगदी अपेक्षेप्रमाणे तिने प्रत्येक पदार्थाची चव बघितली; पण प्रत्येक पदार्थ अगदी थोडा घेतला. दिवसभराच्या दगदगीने बहुतेक तिला थकवा आला असावा.

''माझं आजारपण झाल्यापासून मला फारसं खाता येत नाही; पण हे पदार्थ फारच रुचकर आहेत.'' ती म्हणाली, ''इथल्या लोकांचा सर्वांत आवडता कार्यक्रम म्हणजे खाणं आहे असं म्हणतात त्यात आश्चर्य नाही.''

''मी इथेच का राहिलो आहे, याचं हे आणखी एक कारण.'' मी हसत म्हणालो.

''तुम्ही जास्त हसायला हवं. खूपच तरुण वाटता हसताना.''

हे रेस्टॉरंट तीन स्त्रिया चालवत. त्यांच्यातली सर्वांत लहान मेरी चोंग चहा घेऊन आली आणि आमच्याशी बोलू लागली. तीसुद्धा मला बऱ्याच काळापासून ओळखत होती; पण तिची मोठी भागीदारीण सेसिलिया मला बघितल्यावर भुवया आक्रसून आत निघून गेली.

''धंदा कसा काय चालला आहे?'' मी नेहमीचा प्रश्न विचारला. ती जागा आता जुनाट वाटत होती. हे रेस्टॉरंट उघडून जवळजवळ वीस वर्षं झाली होती. कधीही प्रवासातून परतलो की आधी मी इथे यायचो.

''इतका चांगला नाही.'' ती म्हणाली, ''सगळी तरुण पोरं त्या नवीन अमेरिकन कॉफीशॉपमध्ये जातात. आमच्याकडे आपले नेहमीचे लोक तेवढे येतात. तुम्ही खूप दिवसांत आला नव्हता. तुमच्याबद्दल काही काही कानावर येत होतं.''

''होय मेरी, तू ऐकलंस ते खरं आहे. मी हल्ली फार प्यायला लागलो आहे.''

''त्यापेक्षा मग आमच्याकडे येऊन खूप खात जा. तुम्ही घरी जे खाता त्यापेक्षा हे तुम्हाला जास्त आवडेल.''

मी भुवया वर केल्या. मिचिको हसली. मेरी जरा गंभीर आवाजात मिचिकोला म्हणाली, ''तुम्ही जपानी आहात, होय ना? फिलिपने युद्धात माझ्या नवऱ्याचा जीव वाचवला होता. हे त्यांनी तुम्हाला सांगितलं का?''

“बस कर मेरी.” मी म्हणालो.

“तुम्ही मला थांबवू नका.” मेरी म्हणाली, “मी प्रत्येकाला सांगते, अगदी बाहेरचे पर्यटक येतात त्यांनाही. अनेकांना वाटतं की, युद्धाच्या काळात त्यांनी जपान्यांसाठी काम केलं, पण तसं नाही. उलट त्यांनी माझ्या नवऱ्याचे आणि अनेक शेजाऱ्यांचेसुद्धा जीव वाचवले.”

“असं म्हणणारे फार थोडे लोक आहेत.” मी म्हणालो, “आणि तेही उगीच नाही. सेसिलिया मला सर्व्ह का करत नाही तुला माहीत आहे?” मघाशी सेसिलिया कपाळाला आठ्या घालून गेली ते मिचिकोच्या नजरेतून सुटलं नव्हतं. “तिच्या वडलांना खेचून काढून मारलं तेव्हा मी जपान्यांबरोबर होतो. कारण शिक्षा झालेल्यांची नावं वाचून दाखविण्याचं काम माझ्याकडे होतं.”

“त्यांनी तुला खरं ओळखलेलं नाही.” मेरी पटकन म्हणाली.

“यापुढे मी इथे पुन्हा जेवायला येणार नाही.” मी म्हणालो.

“हो, हो, तुम्ही दर वेळी हेच म्हणता, पण इथल्यासारखं दुसरीकडे कुठे मिळणार नाही हे तुम्हाला माहिती आहे.” असं म्हणून मेरी किचनकडे गेली.

“माफ करा झालं त्याबद्दल.” मी मिचिकोला म्हणालो.

तिने खांदे उडवून आपली करमणूक झाल्याचं सुचवलं. “हिच्या नवऱ्याला तुम्ही कसं वाचवलं?”

“जाऊ दे.” मी म्हणालो. त्या विषयावर बोलायची माझी इच्छा नव्हती. रेस्टॉरंटमध्ये उकडत होतं आणि त्यात चहा घेतल्यामुळे घाम येत होता.

“माझ्या वडलांच्या फुलपाखरांचं काय झालं ते आता तुम्हाला समजलं.” मी म्हणालो, “पण त्यांच्या ‘केरीस’ खंजिरांच्या संग्रहाचं काय झालं ते काही कळलं नाही. केंपायतायनी घराची झडती घ्यायच्या आधीच त्यांनी ते कुठेतरी लपवून ठेवलं.”

“तुम्ही ते घरात शोधलं का?”

“अगदी कानाकोपरा शोधला, पण नाही सापडलं. काय सांगावं, कदाचित केंपायतायनीसुद्धा नेले असतील. त्या काळात शस्त्रं बाळगणं गुन्हा होता, पूर्वीच्या जपानप्रमाणेच.”

मिचिकोने शून्यात दृष्टी लावली होती म्हणून मला जरा काळजी वाटली. “काय झालं? बरं वाटत नाहीये का?”

तिने मान हलवली, “मला वाटतं, तुमच्या वडलांनी खंजीर कुठे लपवले असतील ते मला माहीत आहे.”

माझा तिच्यावर विश्वास बसेना. पण मी म्हणालो, “कुठे? सांगा ना!”

“मी सांगणार नाही, पण दाखवेन.” ती म्हणाली. तिने या बाबतीत आणखी काहीही बोलायला नकार दिला आणि मला गोष्ट पुढे चालू ठेवण्याची विनंती केली.

१३

बटरवर्थ ते इपो रेल्वे प्रवासाला मध्ये मध्ये होणाऱ्या तपासांमुळे तीन तास लागले. रेल्वे लाइन, मोठे रस्ते, लष्करी छावण्या आणि खाणी ही एमपीएजेएची आवडती लक्ष्यं होती. जपान्यांना त्रास, अडथळे होईल असं काहीही.

मी अतिशय घाबरलेलो होतो. छोटी छोटी खेडी मागे जाऊ लागली तशी मला माझ्या शौर्याबद्दल शंका येऊ लागली. आमच्यापैकी कोण जास्त धाडसी होता? जपान्यांशी लढण्यासाठी घरदार सोडून अनन्वित हालअपेष्टा सोसणारा आणि कायम मृत्यूच्या छायेत वावरणारा कोन? की रोजचं जीवन सुरक्षिततेत जावं म्हणून निमूटपणे जपान्यांची नोकरी स्वीकारणारा, त्यांच्या नियमांप्रमाणे वागणारा मी? कोणाचा निर्णय योग्य होता?

मला हल्ली वरचेवर वाटू लागलं होतं की, मीही कोनसारखा विचार करायला हवा होता. तो जगतोय तसंच जीवन मीही जगायला हवं होतं. त्याने योग्य वेळी योग्य वळणं घेतली. योग्य ते केलं. मी उलटं केलं होतं. युद्ध संपल्यावर तो शूरवीर म्हणून सन्मानाने परतणार आणि सर्व जण त्याचं मनापासून स्वागत करणार आणि माझ्याबद्दल ते काय बोलतील?

उंच मिनार आणि घुमट असलेल्या इपो स्टेशनच्या इमारतीत शांतता होती. पांढऱ्या लुंग्या आणि कुडती घातलेल्या काही हिंदी लोकांचा एक गट वर्तमानपत्रं वाचत बसला होता. वळचणींमध्ये कबुतरं इकडून तिकडे उडत होती. गावात मात्र सायकलरिक्षा आणि सायकलींची गर्दी होती. मी स्टेशन हॉटेलमध्ये पैसे भरून एक खोली घेतली आणि आजोबांच्या घरी जाण्यासाठी रिक्षा केली.

बरेचदा दार वाजवल्यावर लक्षात आलं की, घरात कोणी नव्हतं. मी घराच्या मागच्या बाजूला गेलो. तिथे फक्त सामानाची खोली आणि नोकरांची खोली होती. आता काय करावं याचा विचार करत मी उन्हात उभा होतो. मी सामानाची खोली उघडली. जुनी, गंजलेली, जड सायकल भिंतीला टेकून उभी होती. मी ती काढली.

तिची सीट हवी तशी केली आणि गावाबाहेर टेकड्यांमध्ये जाण्यासाठी तिच्यावर टांग टाकली.

सायकल झाडामागे लपवून आजोबांनी त्या वेळेला दाखवलेला रस्ता आठवत मी चढू लागलो. वर पोहोचल्यावरही समोरचं देऊळ माझ्या लक्षातच आलं नाही इतक्या त्याच्या भिंती मागच्या कड्याच्या रंगाच्या झाल्या होत्या. मी बाहेर उभं राहून मोठ्याने हाक मारली. थोडा वेळ थांबून उत्तर आलं नाही तेव्हा मी आता मोठं वाढलेलं पेरूचं झाड वाकवून देवळात शिरलो. एक खार चेहरा घासता घासता थांबली. व्यत्यय आणल्याबद्दल तक्रारीने बघितल्यासारखं करून भिंतीवर चढून नाहीशी झाली. मी पॅसेजमधून पुढे आल्यावर आतल्या वर्तुळात ते उभे असलेले दिसले. त्यांच्या चेहऱ्यावरचं मिस्कील हसू बघून माझं हृदय पिळवटलं.

"मला तुझी फार आठवण येत होती." ते म्हणाले. त्यांचा आवाज आणि डोळ्यांतली चमक बघितल्यावर मलासुद्धा त्यांच्या दुराव्याने तेवढीच खंत वाटत होती हे जाणवलं. मी पुढे झालो, पण मला त्यांच्या नजरेला नजर देता येईना.

"काय झालं?" ते म्हणाले.

विल्यमच्या अंत्यविधीनंतर काय काय होऊन गेलं ते सर्व मी त्यांना सांगितलं. नंतर मी त्यांना जपान्यांनी मावशीला कसं मारलं तेही सांगितलं. ते एका दगडावर बसले. मावशीची रक्षा ठेवलेला, पोचे आलेला डबा मी त्यांच्या हातात दिला. त्या वेळी मला फक्त तोच डबा मिळाला होता. त्यांनी तो घेतला आणि लहानपणी आपल्या मुलीला जसं कवटाळलं असेल तसा तो छातीशी कवटाळला.

"तू ही रक्षा आणलीस हे फार चांगलं केलंस." ते म्हणाले. मी हलकेच त्यांच्या डोक्यावर थोपटलं. त्यांनी माझा हात धरला. तो इतका मऊ नि शीतल होता की, तो खाणकामगाराचा हात असणं शक्यच नव्हतं.

"लिमने तिला दगा दिला ना?" त्यांनी विचारलं.

मी मान डोलवली, "माझ्यामुळे आणि त्यांच्या मुलीचा जो शेवट झाला त्यामुळे. मला माफ करा." त्यांचं दु:ख कमी करायला हे शब्द किती फोल आहे त्याची जाणीव असूनही मी म्हणालो.

मी पहिलं आणि मधलं बोट पळवून डब्याच्या झाकणावर ठेवलं आणि त्यांची क्षमा मागितली.

त्यांनी माझी वाकवलेली बोटं बघितली. ती आपल्या दोन्ही हातांनी झाकली नि मग माझा हात उचलून आपल्या कपाळाला लावला आणि मी आणलेली 'भेट' स्वीकारली.

"तुझ्या मावशीने तिच्या इच्छेनुसार जीवनाचा मार्ग निवडला. त्यात इतरांना काही करता आलं नसतं." ते विमनस्क स्थितीत बोलले. आपलं रडं दाबताना त्यांना

खूप कष्ट पडत होते. त्यांच्या दु:खांमध्ये मी आणखी भर घातली होती. 'आपण किती सहज, निष्काळजीपणे दुसऱ्याच्या दु:खात भर घालतो पण दुसऱ्याचं दु:ख वाटून मात्र घेऊ शकत नाही' असा विचार मनात येऊन मी उदास झालो. मावशीने स्वेच्छेने तिचा मार्ग निवडला होता, असं जरी अजोबा म्हणाले होते तरी शेवटी तिच्या मृत्यूला मी कारणीभूत झालोच होतो.

"तू स्वत:ला दोष देऊ नकोस." आजोबा म्हणाले, "मी तुला मागे म्हणालो होतो की, जीवनातल्या विविधधर्मी गोष्टींना एकत्र आणून एकसंध करण्याची क्षमता तुझ्यात आहे. आठवतं तुला? या क्षणी मात्र तू तुझ्या वडलांकडच्या लोकांचा वारसा मानू नकोस. अपराधीपणाची भावना हा पाश्चात्त्य लोक आणि त्यांचा धर्म यांनी लावलेला शोध आहे."

मी मान हलवली, "अपराधी भावना हा मानवाचा गुणधर्म आहे."

"आम्ही चिनी लोक जास्त व्यवहारी असतो. जे झालं ते तुझ्या मावशीचं आणि तुझ्या बहिणीचं नशीब होतं. बाकी काही नाही." ते ठामपणे म्हणाले.

मला म्हणावंसं वाटत होतं की, मला त्यांनी निरोप पाठवून प्रथम त्यांच्या घरी बोलावून घेतलं होतं, ते याच अपराधीपणाच्या भावनेतून नव्हतं का? अपराधीपणा आणि पश्चात्ताप – जो अपराधीपणाच्या भावनेतूनच निर्माण होतो; पण वादविवाद करून मी काय मिळवलं असतं? त्यांच्या या विश्वासाने त्यांचं समाधान झालं होतं आणि त्यांचं दु:ख हलकं करणं शक्य नसलं, तर निदान त्यांना मला आणखी मनस्ताप तरी द्यायचा नव्हता मला.

मी विषय बदलत म्हणालो, "मी तुमच्या घरी गेलो होतो, पण तिथं कोणी नव्हतं. कुलूप होतं. आता तुम्ही या गुहेतच राहता की काय?"

"होय. तरुणपणी मी धर्मशाळेत राहत होतो ते दिवस मला आठवतात. इथे जादू आहे; तुला कदाचित माहीत असेल. कधी कधी रात्री 'पाहुणे' येतात." ते म्हणाले.

माझ्या अंगावर काटा आला. 'यांचा बुद्धिभ्रंश तर होत नाही ना' अशी शंका मला आली.

ते माझ्याकडे बघून फुत्कारले, "मला वेड लागलं आहे अशा नजरेने माझ्याकडे बघू नकोस. प्राचीन ऋषी आणि भिक्कूंचे आत्मे मला कधी कधी भेटायला येतात आणि आम्ही गप्पा मारतो. हे बघ, त्यांच्यापैकीच एकाने मला सांगितलं म्हणून मला हे सापडलं."

नव्यानेच तासलेल्या एका खडकाकडे ते मला घेऊन गेले. त्यावर चिनी चित्रलिपीच्या चार-चार अक्षरांच्या चार ओळी अशा चौकोनांमध्ये कोरलेल्या होत्या. "मला 'त्यांनी' वरचा थर काढून टाकायला सांगितलं आणि तसं केल्यावर हे खाली निघालं." ते म्हणाले.

चित्रलिपीच्या त्या सोळा चित्राक्षरांमध्ये काय लिहिलं होतं ते मला त्यांनी वाचून दाखवलं.

'मी या जगाच्या सीमांपर्यंत प्रवास केला आहे.
चमत्कारिक गोष्टी बघितल्या आहेत.
आणि मी अनेक लोकांना भेटलो
आणि मला दिसले की, चारी समुद्रांच्या पार
कुठेही गेले तरी सर्व माणसं भाऊ भाऊच आहेत.'

"ते मला माहीत आहे. प्रसिद्ध आहे ना?" मी म्हणालो.

"होय."

"आपण एकमेकांवर किती क्रूरपणे आघात करू शकतो याचा प्रत्यय येण्याआधी कवीने हे लिहिलं असावं." मी म्हणालो. कवितेतला आशावाद आता अगदी फोल वाटत होता.

"ही कविता चीनच्या इतिहासातली एका अत्यंत प्रक्षुब्ध अशा काळात लिहिली गेला. जवळजवळ एक हजार वर्षांपूर्वी ख्रिस्ताने जवळजवळ असाच संदेश दिला होता."

"तुम्हाला काय म्हणायचं आहे आजोबा?"

"द्वेषाला तुमच्या जीवनावर ताबा मिळवू देऊ नका. प्राप्त परिस्थिती कितीही कठीण असली, तरी तुम्ही लिमसारखे किंवा जपान्यांसारखे वागू नका. तुझ्या नजरेत तो मला पुन्हा येताना दिसतोय, डंख मारायला तत्पर."

"मग काय करू मी?"

"तू रस्ता चुकला होतास; पण मला वाटतं आता तुला योग्य रस्ता दिसायला सुरुवात झाली आहे. आता तुला भक्कम राहिलं पाहिजे, कारण सर्वांत कठीण संकटं तुझ्यावर आता यापुढेच येणार आहेत." का कोणास ठाऊक, पण मला असं वाटून गेलं की, हे आजोबांचे शब्द नसून दुसरंच कोणी त्यांच्या मुखातून बोलत आहे. माझ्या अंगावर काटा आला, पण त्यांनी मला घट्ट धरून ठेवलं होतं. त्यांचं वयाने आलेलं बळ आणि शहाणपण थोडं माझ्यातही उतरल्यासारखं वाटून माझी भीती कमी झाली.

"माझ्याकडे आता तुला आणखी सांगण्यासारखं काही नाही. तेव्हा आता तू नीघ आणि तुझी सद्सद्विवेकबुद्धी सांगेल ते कर. मैत्रीचं नातं तुला बोलवतं आहे." ते म्हणाले.

"तुम्ही नक्की माझे आजोबाच आहात ना? कोण्या साधूचा इथे फिरणारा आत्मा नव्हे याची खात्री आहे ना तुम्हाला?" मी विचारलं.

''तसं झालं तर छानच नाही का? या सुंदर टेकड्यांमध्ये अनंत काल फिरता येईल.''

''खरं आहे.'' मी म्हणालो.

त्यांनी त्यांची स्फटिकाची सुई बाहेर काढली. तिने पूर्वी त्यांचा जीव वाचवला होता. ''मला ही तुला द्यायची आहे.''

मी मान हलवली. ''नाही, ती तुम्हीच ठेवा. युद्ध संपल्यावर आपण जेव्हा चहा घेऊ तेव्हा ती तुम्हाला लागेल.''

पण हे म्हणता क्षणीच माझ्या ध्यानात आलं की, आम्ही प्रथम भेटल्यानंतर जेव्हा जेव्हा मी त्यांच्यासाठी चहा ओतला होता तेव्हा कधीच त्यांनी या सुईचा वापर केला नव्हता. त्यांचा माझ्यावर विश्वास होता.

''मला हिचा आता काही उपयोग नाही.'' ते म्हणाले. त्यांनी सुई माझ्या हातावर ठेवून माझी मूठ वळली.

मी त्यांना घट्ट मिठी मारली. त्यांना सोडावंसंच वाटेना. त्यांच्याबरोबर आर्मेनियन स्ट्रीटवरच्या घरात घालवलेले दिवस मला आठवले. मी त्यांच्या पोटावरून हात फिरवला. ''तुम्ही जेवणखाण नीट घेत जा. हे कमी होत चाललंय.''

''माझ्या पोटाला हात लावू नकोस.'' ते कडकपणे म्हणाले आणि क्षणभरच आम्ही एकमेकांकडे बघून हसलो.

त्यानंतर आमची पुन्हा भेट झाली नाही. युद्धानंतर मी इपोमध्ये आणि आजूबाजूला खूप शोध घेतला, पण ते सापडलेले नाहीत. गावातल्या काही लोकांनी सांगितलं की, ते जपान-विरोधकांचे सक्रिय समर्थक होते. त्यामुळे शेवटी जपान्यांनी त्यांना पकडलं.

''माझ्या भावाने मला सांगितलं की, त्यांच्या एकुलत्या एका नातवाने त्यांना पकडून जपान्यांच्या हवाली केलं.'' एका व्यापाऱ्याने छातीठोकपणे मला सांगितलं.

पण मी त्यांना शोधण्यासाठी पुन्हा त्या टेकड्या चढून गेलो, तेव्हा मला असं निश्चित वाटलं की, ते जपान्यांच्या हाती लागले नसावेत. त्यांना इथेच काहीतरी सापडलं असेल आणि ते त्यांनी स्वीकारलं असेल आणि सगळ्यात आश्चर्याची गोष्ट अशी की, मी त्या भागातल्या धर्मशाळांमध्ये हिंडलो, अनेक ठिकाणी चौकशी केली तेव्हा असं देऊळ असल्याचं वयस्क भिक्कूंनी मान्य केलं; पण मला काही आजोबांचं देऊळ पुन्हा सापडलं नाही.

१४

मी स्टेशन हॉटेलला परतलो आणि तिथल्या बारमध्ये गेलो. स्टेशनच्या पुढच्या भागात असलेल्या दहा फूट रुंद व्हरांड्यात दारं उघडत होती. मोठ्या बांबूच्या पडद्यांमुळे ऊन आत येत नव्हतं. वर फिरणाऱ्या, धूळभरल्या पंख्यांच्या सावल्या फरशीवर पडत होत्या. व्हरांड्याच्या टोकाला बारभोवती वेताच्या बुटक्या गादीवाल्या खुर्च्या होत्या. तिथे जपानी सैनिक पीत होते, गात होते नि वेटर्सना उगाचच घाबरवत होते. समोर, रस्त्याच्या पलीकडे इपो म्युनिसिपल ऑफिसच्या इमारतीत आत-बाहेर जाणाऱ्या लोकांची वर्दळ दिसत होती. वारा अजिबात नव्हता त्यामुळे लाल सूर्य असलेला जपानचा ध्वज खांबाभोवती लपेटला गेला होता.

कोनच्या वडलांनी मला इकडेतिकडे चालत फिरायला सांगितलं होतं. मी माझी तलवार कापडात लपेटली, रस्ता ओलांडला आणि तिथल्या गर्दीत मिसळलो. हवेतला उष्मा आणि वास जाणवत होते. हातगाडीवाले तळलेलं रुंद सुरण आणि अळूचे कंद विकत होते. आमच्यातल्या बऱ्याच जणांना आता त्याच्यावरच गुजराण करावी लागत होती. छोट्या छोट्या खरेदीसाठीसुद्धा लोकांना पिशवी भरून नोटा बाळगाव्या लागत होत्या. पेनांगमधल्या स्त्रियांप्रमाणेच इथल्या स्त्रियासुद्धा मुद्दाम गबाळा वेष करून असत; जपान्यांची आपल्यावर नजर पडू नये यासाठी. एक मुलगी माझ्या डोळ्यांमध्ये मुद्दाम बराच वेळ निरखून बघत राहिली आणि मग वळून निघून गेली.

मी तिच्या मागे गेलो. ती वेग न वाढवता चालत राहिली. आम्ही बरीच वळणं घेत राहिलो. शेवटी मला आपण कुठे आहोत याचाही अंदाज येईनासा झाला. रस्त्यांवरचे आवाज खूप कमी ऐकू येत होते. त्या मुलीने एका दुकानाच्या लाकडी फळ्यांच्या दारावर टकटक केली. दाराची एक फळी काढली गेली. ती मुलगी त्यातून आत गेला. तिच्या पाठोपाठ मीही आत गेलो.

फळीचा तुकडा पुन्हा धाडकन लावला गेला आणि अनेक हातांनी मला पकडून

जमिनीवर पाडून इकडून तिकडे घुसळलं. मी प्रतिकाराची माझी नैसर्गिक प्रतिक्रिया दाबली. आम्ही दुसऱ्या खोलीत गेलो. मग एका हॉलमध्ये, पुन्हा वळून कुठेतरी. शेवटी आम्ही एका उघड्या अंगणात बाहेर पडलो. तिथे पडलेल्या उन्हाने माझे डोळे दिपले.

साधारण माझ्याच वयाचा एक माणूस लाकडी बाकावर नाक कोरत बसला होता. मी मनगटं जुळवून टोके यीपच्या त्रिकुटाची खूण केली. त्याने मला धाडकन सिमेंटच्या जमिनीवर पाडलं.

''तर तूच तो अर्धचिनी!'' तो तिरस्काराने म्हणाला, ''जपान्यांविरुद्ध इशारा द्यायला आलाहेस.''

माझ्या मागच्या बाजूला हालचालींचे जे आवाज येत होते त्यावरून मागे तिघे जण असावेत. नाक कोरणारा पुढे आला. ''हं सांग.''

मी नकारार्थी मान हलवली. मी फक्त थेट कोनशीच बोलेन असं टोके यीपला स्पष्टपणे बोललो होतो. साओतोमेने पेरलेला माणूस कोण असेल ते कळायला मार्ग नव्हता. माझ्या मागे एकदम हालचाल झाली आणि तो आघात चुकविण्यासाठी मी वळलो, पण जरा उशीरच झाला होता. फटका माझ्या डोक्याच्या बाजूला बसला. मेंदूत मोठा स्फोट झाल्यागत वाटलं आणि डोळ्यांपुढे अंधार पसरला.

डास चावल्याने मला जाग आली. मी डोळे उघडून त्याला थप्पड मारून उडवलं. हवा दमट होती आणि हवेत इतका ओलावा होता की मला पाण्यात बुडाल्यासारखं वाटत होतं. मला स्ट्रेचरवरून नेत आहेत असं माझ्या लक्षात आलं. मी वळण्याचा प्रयत्न केला आणि खाली मातीत पडलो. कसातरी उठून उभा राहिलो. समोर राकट चेहऱ्यांचे चार चिनी तरुण उभे होते. त्यांच्या हातात गंजलेल्या स्टेनगन होत्या आणि त्यांनी ढोसून ते मला पुढे घेऊन जाऊ लागले. माझी तलवार त्या नाक कोरणाऱ्या माणसाच्या हातात दिसली. ती त्याच्याकडून परत घ्यायची – वेळ पडली तर त्याला मारून – असा मी निश्चय केला.

आम्ही काही न बोलता चालत राहिलो. सुतार पक्ष्यांची टोकटोक आणि पक्ष्यांचा चिवचिवाट सोडला, तर जंगल अगदी शांत होतं. सूर्याच्या किरणांचे पानांवर, फांद्यांवर ठिपके पडले होते. अजून तोच दिवस सुरू होता का? हिरव्या आणि बदामी रंगाच्या इतक्या विविध छटा माझ्या प्रथमच लक्षात आल्या. आमच्याहूनही उंच अशी नेच्यांची झुडपं बाजूला करत वाट काढावी लागत होती. जमिनीवर पानांचा सडा पडलेला होता आणि काही पानं तर थाळ्यांहूनही मोठ्या आकाराची होती.

उन्हाच्या कमी झालेल्या तीव्रतेवरून दुपार ढळल्याची जाणीव झाली. आम्ही अजून चालतच होतो. फटक्यामुळे दुखणारं डोकं आता कमी झालं होतं. पुढे

जाणाऱ्या वाटाड्याने हात वर केला की आम्हाला थांबावं लागे. एकदा एक जपानी तुकडी दिसताच आम्ही गवतामागे लपलो. गवत कमी होऊ लागलं आणि चढ लागला त्यावरून आपण चुनखडीच्या कोरड्या कड्यांकडे जात आहोत हे लक्षात आलं. मी चिंब भिजलो होतो. धाप लागली होती. नक्की कळायला मार्ग नव्हता, पण आम्ही तीन तास तरी चाललो असू.

रस्त्याचा चढ एकदम वाढला आणि मग शेवटी तो एका दरीत उतरू लागला. आमच्यावर झाडांच्या एकमेकांत गुंफलेल्या फांद्यांचं नैसर्गिक छप्पर असल्यामुळे आम्ही विमानांतून दिसणं अशक्य होतं. आमच्या वाटाड्याने तोंडात बोटं घालून पक्ष्याचा आवाज काढला. आम्ही त्या मोकळवटात जरा वाट पाहिली, तितक्यात चहूबाजूंनी झाडाझुडपांमधून गनीम बाहेर आले. आम्ही 'सफेद-वाघ' तळाच्या सीमेवर येऊन पोहोचलो होतो.

आता ते बरोबर आल्यावर आमची गती वाढली. दरीत गेल्यावर पुन्हा चढ लागला आणि शेवटी एका कड्यावर जाऊन पोहोचलो, जिथे वाट संपली. चेहऱ्यावर येणाऱ्या माशा हाकलत मी उभा राहिलो.

एका खडकामागून कोन आला. त्या गुहेचं तोंड शंखाच्या आकाराच्या एका खडकाने बंद केलं होतं. मला बघितल्यावर तो हसला. मी कमरेत वाकू लागताच त्याने मान हलवली.

"इथे त्या जपान्यांसारखं नको करूस!" त्याने माझ्या कानात इशारा दिला. माझी तलवार मला परत दिली गेली. ती बघताच कोन हसला. "तयारीने आलेला दिसतोयस."

मी वाचलेल्या हेरांच्या अहवालांनुसार 'सफेद वाघ' तुकडीचा मूळ पुढारी योंग क्वान हा होता; पण तिला प्रसिद्धी मिळाली ती कोनच्या गनिमी युद्धाच्या कौशल्यामुळे!

"या तळाला तुझं नाव कसं पडलं?" मी विचारलं.

त्याने खांदे उडवले आणि त्याची हाडं किती वर आली आहेत हे बघून मला वाईट वाटलं.

"आमच्या सुरुवातीच्या एका हल्ल्यानंतरची गोष्ट. आम्ही एक लष्करी छावणी जाळली होती आणि रात्रभर पळावं लागलं होतं. पहाट होईपर्यंत आम्ही अगदी दमलो. आम्ही लपण्यासाठी खड्डा खणला आणि एक वाघ आला, पांढरा वाघ होता तो. इतकं भव्य दृश्य होतं ते! असा वाघ असू शकतो याची कोणाला स्वप्नातही कल्पना नव्हती. तो नुसता आला, आमच्याकडे बघत उभा राहिला आणि झाडांत दिसेनासा झाला. इथल्या एकाने माझं टोपणनाव पूर्वी ऐकलेलं होतं, ते त्याने इतरांना सांगितलं. त्यांना तो शुभशकुन वाटला आणि तेव्हापासून आमच्या टोळीला 'सफेद वाघ' नाव पडलं."

आम्ही गुहेत गेलो. आत थंडगार होतं. गुहेच्या भिंती ओल्या होत्या. अंधारात कुठेतरी पाणी थेंब थेंब पडत असल्याचा आवाज येत होता. एक चिंचोळी खिंडीसारखी वाट तयार झाली होती. कड्याच्या वरच्या बाजूला एक लहानसं वर्तुळाकार भोक होतं. त्यातून आकाश दिसत होतं. माझ्या आजोबांच्या गुहेसारखीच, पण तिच्याहून लहान अशी ही गुहा होती. ''जे काही अन्न शिजवायचं असेल ते आम्ही आतच शिजवतो म्हणजे या भोकातून धूर बाहेर पडत नाही.'' कोन म्हणाला.

वरच्या फांद्यांच्या फटींमधून सूर्यप्रकाश झिरपत होता. आम्ही चालत त्या वर्तुळात पोहोचलो तेव्हा गनीम बघू लागले. एखाद्या नाटकाच्या स्टेजवर आपण आहोत की काय असं मला वाटलं. अन्न शिजण्याच्या वासाबरोबरच वटवाघळांच्या विष्ठेचाही उग्र वास येत होता. वर अंधारात वटवाघळांचे थवे उलटे लटकत होते. मधूनच त्यांतलं एखादं वाघूळ चीत्कार करत खाली झेप घेत यायचं आणि बाहेर निघून जायचं.

साधारण तीस जण असावेत; पण गुहा शांत होती. कोणी बोलत नव्हतं. त्यात चिनी पुरुष आणि बायकांची संख्या सारखीच होती. बहुतेक बायका पुरुषांइतक्याच राकट होत्या. काही थोडे हिंदी आणि मलायी लोकही होते.

''योंग क्वान कुठे आहे?''

''जपान्यांना मारायला गेला आहे. रात्री भेटू त्याला.''

''अंग धुवायला जागा आहे का?''

कोन मला बाहेर घेऊन गेला. एका झऱ्याच्या वळणावर थोडं पाणी साठून डबकं झालं होतं. मी त्यात आनंदाने पडलो.

''तुझ्या वडलांनी मला पाठवलं आहे.''

त्याने मान डोलवली, ''मला वाटलंच. कसे आहेत ते?''

''ठीक आहेत.'' मी खोटं सांगितलं.

विश्वास न बसून त्याने भुवया वर केल्या. आमच्या आयुष्यांची वळणं आठवून मला वाईट वाटलं. कोनचे वडील बरोबर म्हणाले होते. आम्ही दोघंही लहान होतो. हे युद्ध संपलं की आम्ही स्वत:ला कसे काय बदलू शकू असं वाटलं. आमच्या आताच्या अनुभवांचे घाव जीवनावर कायमचे राहणार होते का?

''तू कशासाठी आला आहेस?'' कोन म्हणाला.

''जपान्यांनी तुला मैदानात खेचण्यासाठी सापळा रचला आहे. तू साओतोमेचं नाव ऐकलं आहेस?''

त्याने हात वर केला आणि म्हणाला, ''हे रात्री योंग क्वानला सांग.''

''तो कसा आहे?''

''तो चिनी शाळेत गणित शिकवायचा. त्याला चिन्यांनी हे शिक्षण दिलं असावं.''

आम्ही आपल्याच लोकांचा कशा वेगळ्या पद्धतीने उल्लेख करत होतो ते लक्षात येऊन मला गंमत वाटली. कोन आणि मी चिनीच नव्हतो का? तरीही आम्ही इथे भेटल्यापासून इंग्रजीतच बोललो होतो.

''तो एकदम 'तयार' माणूस आहे. अगदी धूर्त आणि निर्दय. तो फक्त कम्युनिझमच्या प्रेमाखातरच यात पडला नसावा अशी मला शंका आहे.''

मी पाण्यात डोकं बुडवून वर काढलं आणि मला अगदी ताजंतवानं वाटलं. ओढ्यातून बाहेर आलो, अंगं कोरडं केलं आणि कपडे घातले.

''पेनांग कसं आहे?'' कोनने विचारलं.

''तुम्ही रडार स्टेशन उडवून दिल्यावर जपान्यांनी शेकडो लोकांची कत्तल केली.'' त्यांच्या कृतीचे परिणाम किती भयंकर झाले हे मला त्याच्या ध्यानात आणून द्यायचं होतं; पण हे बोलल्याबरोबर मला वाईट वाटलं. मीही त्यात सहभागी होतोच. ''सॉरी, मनावर घेऊ नकोस.''

त्याने मान हलवली, ''नाही, तू योग्य तेच बोललास. तुला खरंतर असं इथे यायचीसुद्धा गरज नव्हती. तू परतफेड केली होतीस.''

''आपल्यासारख्या मित्रांमध्ये देणी-घेणी, परतफेड अशी भाषा नसावी.'' मी त्याला तनाकांबद्दल आणि साओतोमे कोनच्या सापळ्यासाठी त्यांचा कसा उपयोग करून घेणार आहेत ते सांगितलं. ''त्यांचा आमिष म्हणून वापर करून ते तुला बाहेर काढणार.''

त्याच्या चेहऱ्यावरचा भाव गंभीर झाला.

''आपण गेल्या वेळी भेटलो तेव्हा मी तुला सांगितलं नाही; पण विल्यम गेला. बोटीबरोबर बुडला. एडवर्ड कैदीकँपमध्ये आहे आणि इझाबेल...'' मी अडखळत इझाबेलचं काय झालं ते सांगितल्यावर तो स्तंभित झाला.

''तुझी मावशी म्हणाली ते खरं आहे. ब्रिटिश मलाया परत घेण्याची योजना आखत आहेत.'' तो म्हणाला, ''सैनिकांना पॅरॅशूटने उतरवत आहेत. आम्ही त्यांना साथ देत आहोत. हल्ल्याची पूर्ण तयारी झाली आहे.''

''ब्रिटिश ज्या प्रकारे आपल्याला जपान्यांच्या तोंडी सोडून गेले त्यानंतरही अजून तुला त्यांचा विश्वास वाटतो? त्यांनी घाईने पळून जाताना मागे राहिलेली अनेक कागदपत्रं माझ्या वाचण्यात आली. त्यांनी देशाच्या रक्षणाची काही व्यवस्थाच केली नव्हती. युरोपीय लोकांनी कोणाच्या नकळत रात्री बोटींवर चढावे, अशा सूचना होत्या.'' मी म्हणालो.

''पण दुसऱ्या कोणाचा आधार आहे?'' कडू आवाजात तो म्हणाला. आमच्या मागे हालचालीची चाहूल लागून आम्ही वळलो. कोनचा हात त्याच्या सुऱ्याकडे गेला.

ती सू येन होती. तनाकांच्या घरी कोनबरोबर भेटली होती ती. ''मी तुला शोधत होते.'' ती कोनला म्हणाली.

''तू मेली असतीस.'' कोन म्हणाला.

ती त्याच्यापाशी गेली आणि तिने त्याचं चुंबन घेतलं. त्याने तिला दूर ढकललं नि म्हणाला, ''यापुढे असं वागणं धोक्याचं आहे, असं आपण ठरवलं होतं.''

तिने खांदे उडवले नि म्हणाली, ''योंग क्वान रात्रीपर्यंत परत येणार नाहीये. तुझा मित्र दुसऱ्या कोणाबरोबर वेळ घालवेल.'' तिने माझ्याकडे एक कटाक्ष टाकला. त्यात 'माझ्या मार्गात येऊ नको' असा इशारा होता.

पण कोनने ऐकलं नाही. त्याने तिला जायला सांगितलं. ''बाळाचं काय झालं?'' मी विचारलं.

त्याने हलकेच मान डोलवली. ''इथे येताना बरंच रक्त गेलं. त्या अनुभवानंतर ती बदलली आहे. आता ती प्रत्येक गोष्टीचा आणि प्रत्येकाचा द्वेष करते. मला वाटतं सू यानने बाळाबरोबरच आणखी बरंच काही घालवलं.''

माझी जास्त काही ऐकायची इच्छा नव्हती. मला शक्यतो लवकर जंगलातून बाहेर पडायचं होतं. अजिबात अपरिचित अशा या विस्तीर्ण, पण बंदिस्त परिसरात मला असुरक्षित वाटत होतं. अशा ठिकाणी माझा फार काळ टिकाव लागला नसता आणि माझ्या मनातला कोनविषयीचा आदर दुणावला.

आम्हाला काही आवाज आणि हसणं ऐकू आलं. ''योंग क्वान परत येत असणार. चल, आपण जाऊ.'' कोन म्हणाला. त्याने मला खांद्याला धरून थांबवलं, ''तनाका-सान माझे सेन्साय आहेत, हे कोणालाही सांगू नकोस. योंग क्वान त्याचा माझ्याविरुद्ध वापर करेल.''

''नाही सांगणार.''

योंग क्वान चाळिशीकडे झुकलेला, जरा बुटका, जाडा, टक्कल पडत चाललेला, तीक्ष्ण डोळ्यांचा माणूस होता. त्याचा एम्पीएजेएचा गणवेश इतर सगळ्यांप्रमाणेच मळकट आणि चुरगळलेला होता.

मी त्याला साओतोमेच्या व्यूहाबद्दल माहिती दिली. ''साओतोमे इपो आणि कॅमेरॉन हायलँडमधल्या हायवेने जाईल आणि त्याच्यामागे काही अंतरावर सैन्याच्या तुकड्या राहतील. तुम्हाला त्यांच्यावर हल्ला करण्याच्या मोहात पाडून बाहेर काढणं हा त्याचा उद्देश आहे. आणि त्यांना विशेषत: कोन हवा आहे.'' साओतोमेला लक्ष्य म्हणून आपण फार महत्त्वाचे वाटत नाही, हे लक्षात येऊन योंग क्वानच्या चेहऱ्यावर नाराजी दिसली.

''साओतोमेने जो माणूस इथे तुमच्यात पेरलेला आहे तो बहुतेक तुम्हाला साओतोमे कोणत्या वेळी जाणार हे सांगेल. तुमच्यात एक फितुर आहे. तो कोण

आहे ही गोष्ट ती बातमी जेव्हा तो तुम्हाला देईल तेव्हा उघड होईल.'' मी म्हणालो. ''मला आता पेनांगला परत गेलं पाहिजे. मला कोणी वाटाड्या दिलात, तर त्याच्याबरोबर मला जाता येईल.''

त्याने मान हलवली आणि दोन सैनिकांना खूण केली. त्यांनी माझ्या मागून येऊन मला पकडलं. एकाने दोरी काढून मला बांधून टाकलं.

''तू जपान्यांचा साथीदार म्हणून प्रसिद्ध आहेस. तू सांगितलेलं खरं होईपर्यंत आम्ही तुला सोडणार नाही.''

मी त्याला उद्देशून एक शिवी हासडली. त्याने पुढे येऊन मला एक थप्पड मारली. थप्पडेच्या जोराने मी गर्रकन फिरून खाली कोसळलो.

''बंद करा हे.'' कोन ओरडला, ''त्याला माझ्या वडलांनी पाठवलं आहे.''

''तुझा बाप?'' योंग क्वान ओरडला, ''तो भिकारडा म्हातारा, अफीमी, वेश्यांचा दलाल? त्याने याला आपल्याला खबर द्यायला पाठवलं? माझ्यावर या पूर्ण तळाच्या सुरक्षिततेची जबाबदारी आहे. साओतोमे हाती लागेपर्यंत हा असाच राहणार.'' मी उठायचा प्रयत्न करताच त्याने मला लाथ मारली.

कोन योंगच्या अंगावर चालून जायच्या बेतात दिसताच मी त्याला हळूच जपानीत म्हणालो, ''जाऊ दे! मी खरं तेच सांगितलं आहे.''

मी बोललेलं न समजल्यामुळे योंग क्वान आणखी भडकला. ''तो जपानी हेर आता काय बोलला? आणि तू, तूसुद्धा जपानी कुत्रा तर नाहीस ना?'' त्याने कोनला म्हटलं.

कोनने तिथे उभे असलेल्या प्रत्येक माणसाकडे निरखून बघितलं आणि तो गुहेत निघून गेला.

मी रात्रभर तसाच बांधलेल्या स्थितीत पडून होतो. पहाट होईपर्यंत मी थंडीने गारठलो. मनगटं आणि घोट्याला बांधलेल्या दोऱ्यांमुळे रक्त येऊ लागलं होतं. मी पळून जाण्यासाठी अधीर झालो होतो. राहिलो असतो तर योंग क्वान मला ठार करणार आणि परत गेलो असतो तर फुजिहारा मारणार अशी माझी स्थिती झाली. मी पेनांगच्या बाहेर पडून आता बरेच दिवस झाले होते आणि माझी गैरहजेरी नजरेत भरणार होती.

पडल्या पडल्या पुन्हा माझ्या मनात एंडो-सान माझ्या जीवनात आल्याचे कोणकोणते परिणाम झाले, ते येऊ लागलं आणि नशिबात कोणाच्यातरी हातूनच मरण असेल तर ते एंडो-सानच्या हातूनच यावं असं वाटलं.

कोनने एका वाडग्यात शिजवलेलं गरम खिमट आणलं आणि मला भरवलं. त्याने पहारेकऱ्याला जायला सांगितलं. ''आम्हाला खबर मिळाली आहे. ते लोक उद्या दुपारी रस्त्यावरून जाणार आहेत. ज्याने ही खबर आणली त्याला योंग क्वानने कैद केला आहे.''

''कोण आहे तो?''

''इथून मैलभर अंतरावर एक वस्ती आहे, तिथला एक शेतकरी आहे तो. त्या खेड्यातले लोक आम्हाला अन्न आणि औषधं पुरवतात. 'पैशासाठी मी जपान्यांची कामं करतो' असं त्याने कबूल केलं आहे.'' त्याने सुरी काढून माझे दोर कापून टाकले. ''आम्हाला शक्य तेवढी सर्व मदत लागेल. तू साओतोमेला जवळून बघितलं आहेस त्यामुळे त्याला ओळखण्याचं काम तुला करावं लागेल.''

मी उठून उभा राहिलो. आंबलेलं अंग सैल केलं. गुहेकडे गेलो, तेव्हा सूर्य बराच वर आला होता. योंग क्वानच्या भोवती एक घोळका होता आणि तो त्यांना एक नकाशा दाखवत होता. त्याने आम्हाला बघितलं, पण बोलणं चालू ठेवलं. जमलेल्या लोकांपैकी बहुतेक जण कोनच्या चेहऱ्याकडे बाघून योंगच्या बेताबद्दल त्याचं काय मत दिसतं ते जाणून घ्यायचा प्रयत्न करत होते; पण तो बेत मला आणि कोनलासुद्धा योग्य वाटला.

''आपण आपले दोन गट पाडणार आहोत.'' योंग क्वान म्हणाला. एका गटाने साओतोमेची कार घ्यायची आणि दुसऱ्या गटाने मागून ट्रकमधून येणाऱ्यांना मारायचं आणि तू –'' तो माझ्याकडे बोट दाखवत म्हणाला, ''तू साओतोमेवर हल्ला करणाऱ्या गटात राहा. मला त्याला जिवंत पकडायचाय.''

''साओतोमेबरोबर सैनिक असतील त्याचं काय?'' कोनने विचारलं.

''त्यांना इकडे आणायची गरज नाही.'' योंग क्वान हसत म्हणाला.

''मीसुद्धा त्याच गटात राहतो.'' कोन ठामपणे म्हणाला. कारण आम्हाला दोघांनाही असं वाटत होतं की, साओतोमे तनाकांनासुद्धा आपल्याच वाहनात ठेवेल.

प्रत्येक गटात चार जण असणार होते. पहिल्या गटात योंग क्वान, कोन, मी आणि आणखी एक जण. दुसऱ्या गटात तीन चिनी आणि एक मलाय गनीम होते. आम्ही तासभर एकत्र चालल्यावर दुसरा गट वेगळा झाला. ते ट्रक रोडवर वरच्या बाजूला थांबणार होते.

आम्ही जंगल तुडवत चाललो होतो. खाली पायवाटसुद्धा नव्हती. फक्त ओला पालापाचोळा, झुडपं नि वेली. कपडे घामाने भिजले होते. मी तलवार बरोबर घेतली नव्हती, त्यामुळे जरा सोपं होतं. डोक्याभोवती डासांचं आणि चिलटांचं मोहोळ उठलं होतं. एकदा आमच्या आवाजाने बिचकून एक धनेश पक्षी मोठ्याने ओरडत निघून गेला. त्याच्या फडफडणाऱ्या मोठ्या पंखांचा आवाज बायका दगडावर कपडे आपटून धुतात तसा वाटला. लवकरच दूर काळा डांबरी रस्ता दिसू लागला.

युद्धापूर्वी कॅमेरॉन हायलँडला सुट्टीसाठी जाणाऱ्या लोकांचा हा आवडता रस्ता होता. योंग क्वानने हा रस्ता हायलँडला जाणाऱ्या रस्त्याला जिथे मिळतो ती जागा छापा टाकण्यासाठी निवडली होती. त्या जागी वळण असल्यामुळे सर्व वाहनांना

वेग कमी करावा लागे. हायलँड हे आमच्या कुटुंबाचं आवडतं ठिकाण होतं. बाबांना तिथली थंड हवा आवडायची आणि इझाबेलला तिथे स्ट्रॉबेरी फार्म आणि भाज्यांच्या शेतातून आणि धुक्यात लपेटलेल्या चहाच्या मळ्यांमधून फिरणं आवडायचं. त्या वळणाजवळच एक न दिसणारी जागा होती, हे मला माहीत होतं. त्या जागी धबधब्याचं पाणी एका खड्ड्यात पडत असे. त्या ठिकाणी आम्ही अनेकदा पिकनिकला गेलो होतो. पाण्यात पोहून अंगाला चिकटलेल्या जळवा काढत आम्ही फुलपाखरांचा पाठलाग करत असू. त्या आठवणींनी मी जरा उदास झालो. ''काय झालं?'' कोनने विचारलं.

''काही नाही. जुन्या आठवणी.''

तो समजला. ''कॅमेरून हायलँडचा रस्ता. तुम्ही ब्रिटिश लोकांनी इथला उपभोग चांगला घेतलाय.'' त्याच्या आवाजात किंचित कडवटपणा होता.

आम्ही घसरत रस्त्यावर उतरलो आणि पलीकडच्या खड्ड्यामध्ये जाऊन बसलो. मी घड्याळ बघितलं. साओतोमे या सुमाराला इपोहून निघेल आणि साधारण पाऊण तासात इथे पोहोचेल असा आमचा अंदाज होता.

आम्ही उंच लालांग गवताच्या छायेत वाहनांच्या आवाजांचा कानोसा घेत बसलो होतो. दोनदा आवाज आला, पण ते थोडेसे सैनिक घेऊन जाणारे लहान ट्रक निघाले. त्यांना बघितल्यावर मी मान हलवून योंग क्वानला नाहीची खूण केली. एकदा वाहनांचा आवाज आला असं वाटलं, पण तो ढगांमधून आला होता असं लक्षात आलं.

''पाऊस पडणार नाही अशी आशा करू या. पावसाळा सुरू होण्याची वेळ आली आहे.'' कोन आकाशाकडे बघत म्हणाला.

''तू काल म्हणालास की युद्ध लवकरच संपेल?'' मी विचारलं.

थोड्या आशेने, पण युद्ध संपल्यावरची स्थिती कशी असेल अशा चिंतेने मी विचारलं.

''असं वाटतं मला. मलाक्काच्या समुद्रातून पाणबुड्यांमधून ब्रिटिश सैनिक येत आहेत. त्यांची आमच्या दुसऱ्या गटांशी गाठ पडते. काही जणांनी दूरदृष्टी राखून जपानी येण्यापूर्वीच जंगलात दारूगोळ्याचा साठा करून ठेवला होता. नाहीतर आम्ही तरी आतापर्यंत कसे लढू शकलो असतो? आम्ही ब्रिटिशांना त्या शस्त्रास्त्रांकडे घेऊन जाऊ आणि हिंदुस्तानातल्या मलाया कमांडकडून हुकूम मिळाला की, आम्ही सर्व जपानी तळ आणि छावण्या उद्‌ध्वस्त करून टाकू.''

मी घड्याळाकडे नजर टाकली. दुपार झाली होती आणि मला भूक लागली होती. मी माझी पाण्याची बाटली उघडायच्या बेतात असतानाच रस्त्याच्या चढावरून मोटारींच्या इंजिनांचे आवाज ऐकू येऊ लागले.

गनिमांनासुद्धा आपलं महत्त्वाचं द्वंद्व समजावं यासाठी साओतोमेने त्याच्या मोटारीला दोन्ही बाजूंना ध्वज लावले होते. वाहनं जंक्शनपाशी हळू झाल्याबरोबर मी योंग क्वानला खूण केली. आम्ही खड्ड्यातून बाहेर येऊन बंदुका रोखत गाड्यांना घेरा घातला.

साओतोमे दार उघडून बाहेर आला. त्याच्या गणवेशात तो शोभून दिसत होता. त्याची तलवार मांडीच्या बाजूला टेकली होती. बुटांना पॉलिश केलेलं होतं. मला बघितल्यावर त्याला आश्चर्य वाटलं. ''अरे फिलिप! तू इथे?''

मागे कुमक आहे हे माहीत असल्याने तो धास्तावलेला नव्हता. त्याच क्षणी गोळीबाराचा आवाज ऐकू आला आणि तो वळून बघू लागला. आम्ही थांबलो. पहिला चिनी गनीम हवेत मूठ उंचावत बाहेर आला. काय झालं आहे याचा साओतोमेला अंदाज आला आणि त्याचा हात तलवारीकडे गेला. कोनने त्याची बंदूक साओतोमेवर रोखलेली होती. ''हलू नकोस.'' तो जपानीत ओरडला.

''आ! सफेद वाघ! बघ, तुझ्यासाठी गाडीत कोण आणलं आहे ते.''

''तनाका सेन्साय, प्लीज बाहेर या.'' कोन म्हणाला. गाडीचं पलीकडचं दार उघडलं आणि तनाकांचं तासलेलं डोकं दिसलं. मी किंवा कोन त्यांच्यापुढे वाकलो नाही.

अनपेक्षित अशा रस्त्याने येणाऱ्या लॉऱ्यांच्या आवाजामुळे आम्ही थांबलो. ''आणखी ट्रक?'' कोन म्हणाला. साओतोमे हसला आणि मग रस्त्यावर जपानी सैनिक दिसू लागले. सर्वांत पुढे गोरो होता आणि तो माझ्याकडे धावत येत होता. साओतोमेने आमचा बेत ओळखला होता.

मी गोरोवर गोळी झाडली पण नेम चुकला. साओतोमेने तलवारीला हात घालत होता, पण मी त्याच्या नडगीवर लाथ हाणली. तो मागे कोलमडला आणि मला त्याची तलवार काढता आली. मी गोरोकडे वळलो.

योंग क्वानने तीन सैनिकांना मारलं. आणि ते आवाज ऐकून चिनी गनीम मागून धावत आले. अंदाधुंद गोळीबार सुरू झाला. कोन माझ्याजवळ येऊन ओरडला, ''साओतोमे आणि तनाकासानना कॅम्पला घेऊन जा, जा!''

मी साओतोमेच्या तलवारीचं टोक त्याच्या गळ्याला लावलं, ''चला!'' तनाका आधीच जंगलात चढू लागले होते. मी साओतोमेलासुद्धा त्यांच्यामागे ढकललं आणि आम्ही एका निसरड्यावरून पडलो. माझी तलवारीवरची पकड सुटली आणि साओतोमेने ती लाथेने उडवली. त्यांनी पिस्तुलाच्या केसचं बटन उघडून पिस्तूल वर केलं इतक्यात तनाकांनी साओतोमेच्या मानेवरची एक नस दाबला. त्याचे डोळे फिरले आणि तो बेशुद्ध पडला. मी पुन्हा तलवार उचलली आणि कुठल्या बाजूने जावं हा विचार करू लागलो. आम्ही साओतोमेला उचलून जंगलात घुसलो. आमच्या मागे गोळीबाराचे आवाज बंद झाले होते आणि सारं शांत होतं.

''कुठल्या दिशेने जायचं आहे माहीत आहे का तुला?'' तनाकांनी विचारलं.

''मला माहीत नाही.'' काही ओळखीच्या खुणा दिसतात का ते शोधत मी म्हणालो. कोनने मागून मला स्पर्श केला आणि म्हणाला, ''मी त्या अधिकाऱ्याला जखमी केलं आहे, पण आपल्याला घाई करायला हवी. रस्त्याने आणखी सैनिक वर येत आहेत.'' तो म्हणाला.

''त्याचं नाव गोरो आहे. तो मला ओळखतो.''

''मग आता तुला पेनांगला परतणं शक्य नाही.'' कोन म्हणाला.

''पण मला गेलं पाहिजे. कारण बाबा एकटे आहेत.''

दोन गनीम मारले गेले होते, पण योंग क्वान खूश झाला होता. साओतोमेला पकडल्यामुळे त्याची प्रतिष्ठा वाढली होती. आम्ही कॅम्पात पोहोचताच सर्व जण लपू लागले, कारण नेहमीच्या अनुभवावरून आता जपानी सैनिक शोध घेण्यासाठी येणार हे माहीत होतं.

''त्यांना ही जागा सापडणार नाही.'' कोन विश्वासाने म्हणाला.

''त्यांचा हेर, तो शेतकरी? तो दाखवेल.''

''आपण निघायच्या आधी योंग क्वानने त्याला मारून टाकलं.''

साओतोमे शुद्धीवर येत आहे असं दिसताच योंग क्वानने त्याच्या चेहऱ्यावर फटका मारला. साओतोमेचे हात बांधलेले असल्याने तो जागीच फिरला. त्याने मला बघितलं. ''आता गोरो इथे दिसत नाहीये, पण तो मेला नसेल तर तुझी धडगत नाही.''

मी उत्तर न देता गुहेच्या तोंडापाशी गेलो. ''तनाका-सान कुठे आहेत?'' मी कोनला विचारलं. त्याने आजूबाजूला बघितलं. ''चल माझ्याबरोबर.'' तो म्हणाला.

मी त्याच्या मागोमाग एका मोकळ्या जागी गेलो. तिथे एक ठिगळं लावलेल्या कापडाचा तंबू ठोकलेला होता. कोनने पहारेकऱ्याला बाजूला केलं. तंबूच्या तोंडावरची झडप दूर केली आणि आम्ही आत गेलो. साओतोमेप्रमाणेच तनाकांनासुद्धा लाकडाच्या तुकड्यांपासून केलेल्या एका खुर्चीला बांधलेलं होतं.

''सेन्साय,'' कोन म्हणाला.

''तनाका सान,'' मी त्यांना अभिवादन केलं.

आम्ही त्यांचे हात मोकळे केले. ते ताणत त्यांनी आमचे आभार मानले. इतकी वर्षं जाऊनसुद्धा एंडो-सानप्रमाणे त्यांच्यात अजिबात बदल झालेला वाटत नव्हता. मी निघाल्यानंतर एंडो-सानचं काय झालं असेल असा प्रश्न मनात डोकावून गेला.

''तुम्ही म्हणालात त्याप्रमाणे ब्लॅक वॉटर हिलला गेला होता का?'' मी विचारलं.

त्यांनी मान डोलवली, "मी डोंगरात गेलो आणि भिक्कूंबरोबर राहिलो. हा सगळा वेडेपणा संपेपर्यंत मी बाहेर येणार नव्हतो; पण साओतोमेने मला शोधून काढलं. कसं ते माहीत नाही."

"ते माझ्यामुळे असेल. कारण तुम्ही कुठे गेलात ते मी एंडो-सानना सांगितलं होतं." मी म्हणालो.

"असेल." ते म्हणाले.

"आणि तरीही मी कोनला सांगून तुमची सुटका करावी, हे एंडो-सानना हवं होतं. मला काही समजत नाही."

तनाकांच्या चेहऱ्यावर एक स्मित झळकलं. त्यांना तरुणपणी एंडो-सानबरोबर घालवलेल्या दिवसांची आठवण झाली असावी. "आता इतकी वर्षं त्याच्याबरोबर राहिल्यानंतर तुला तुझा सेन्साय कसा आहे हे कळलं पाहिजे." ते म्हणाले.

"ते जबाबदारीचं बंधन झुगारू शकत नाहीत," तनाका जे म्हणाले होते त्याचा विचार करत मी म्हणालो, "पण त्याचबरोबर मैत्रीचं नातं आणि शिक्षकाची तत्त्वं यांच्याकडेही ते दुर्लक्ष करू शकत नाहीत."

"आणि म्हणून तुझ्या माध्यमातून जीवनातल्या संघर्षात सुसंवाद शोधण्याचा मार्ग त्याने शोधला." तनाका म्हणाले, "तू त्याला पुन्हा भेटशील तेव्हा मला त्याची खूप आठवण येते हे त्याला सांग. आम्ही संध्याकाळी गप्पा मारत बसायचो त्याची आठवण येते. युद्ध संपलं की..." ते जरा खिन्नपणे म्हणाले, "युद्ध संपलं की, आपण सर्वांनी एकत्र आलं पाहिजे. आपण जमू, खाऊ, पिऊ, गप्पा मारू, अगदी पुन्हा तरुण झाल्याप्रमाणे करू!"

"मी सांगेन त्यांना तनाका-सान."

ते कोनकडे बघून हसले. "आणि तू कसा आहेस? तू जे करणार म्हणून मला सांगितलं होतंस ते तू केलंस असं दिसतंय. ते फार बरं झालं. आमचे लोक इथे जे भयंकर प्रकार करत आहेत त्याबद्दल त्यांच्या वतीने मी तुमची क्षमा मागतो." ते वाकले.

"सेन्साय, प्लीज," कोन दुःखाने म्हणाला.

तनाकांनी एक निःश्वास सोडला आणि म्हणाले, "आता माझं काय होणार आहे?"

"मी कँपच्या प्रमुखाशी बोलून तुमची सुटका करवतो." कोन हसला. तनाका त्याच्याकडे जरा काळजीने बघत म्हणाले, "त्याची इतकी खात्री बाळगू नकोस. अशा काळात सर्वांना आम्हाला मारून टाकायचं असतं."

"तुम्हाला इथून सोडवेन हा माझा शब्द आहे." कोन म्हणाला. त्याच्या मनात काय आहे याचा मला अंदाज येत नव्हता. कारण सहजपणे वचन द्यायची सवय त्याला नव्हती.

संध्याकाळी जपानची टेहळणी विमानं जंगलावर तासभर घिरट्या घालून गेल्यावर कोन आणि योंग क्वानमध्ये जरा वाद झाला. त्या रात्री पावसाळा सुरू झाला. पावसाला आधी जरा हलकी सुरुवात झाली, पण नंतर त्याचा जोर वाढला आणि काहीही दिसेनासं झालं. त्या गदारोळातून आम्हाला त्यांचे आवाज ऐकू येऊ लागले. गनीम एकमेकांकडे बावरून बघू लागले. मला बाबांनी सांगितलेली एक मलाय म्हण आठवली, 'जंगलात हत्ती भांडतात आणि उंदीर, हरणं मरतात.'

कोन योंग क्वानच्या झोपण्याच्या जागेतून बाहेर आला. मी एक फाटका रेनकोट घालून त्याच्याकडे धावलो, "काय झालं?"

"योंग क्वानला त्यांची रात्रीच जबानी घ्यायची आहे." कोन म्हणाला.

"तनाका-सानचीसुद्धा? त्यांचा काही दोष नाही, हे तू सांगितलं नाहीस का?"

"त्याला त्याची फिकीर नाही. तोसुद्धा त्या जपान्यांसारखाच आहे. त्याला सू येनकडून माझ्या आणि तनाका-सानच्या संबंधांविषयी कळलं." तो थोडा थांबला. त्याला मला काहीतरी विचारायचं होतं, पण तो घुटमळत होता असं वाटलं. तो बोलायच्या आधी मी त्याला थांबवलं, "मला विचारायची गरज नाही. मी करेन. मी जाताना तनाका-सानना बरोबर घेऊन जाईन."

"मी तुझा ऋणी राहीन. योंग क्वानला त्याच्या सावजांचे कसे हाल करायला आवडतं ते तुला माहीत नाही. मी तनाका-सानचे हाल होऊ देणार नाही. तू पेनांगला जाशील तेव्हा त्यांना घेऊन जा. त्यांना डोंगरात लपव."

आम्ही सुरण आणि रानडुकराचं वातड मांस असं जेवण घेतलं. आता कॅम्पमध्ये काही ब्रिटिश सैनिकही होते. आघाडीच्या तुकडीचा भाग म्हणून मलाक्काच्या समुद्रातून पाणबुडीने त्यांना सोडण्यात आलं होतं. त्यांची उन्हामुळे करपलेली कातडी वेगळी दिसायची. जुन्या युरोपीय गनिमांचा जास्त वेळ जंगलाच्या छायेत अर्धवट ऊन आणि अर्धवट सावलीत गेला असल्याने त्यांच्या त्वचेचा रंग वेगळा दिसायचा.

"मला लवकरात लवकर निघालं पाहिजे." मी कोनला म्हणालो. मला बाबांची काळजी लागून राहिली होती. गोरो निसटला होता, याचा अर्थ तो पेनांगच्या मार्गावर असणार. त्याने मला बघितलं होतं आणि त्याचा वापर करून हिरोशी आणि फुजिहारा मला कोणतीही शिक्षा करू शकत होते.

"मग चल. तनाकांना आताच तयार करू. मी तुला मुख्य रस्त्यापर्यंत वाट दाखवतो." कोन जपानीमध्ये कुजबुजला.

आम्ही तनाकांना ठेवलं होतं त्या तंबूत गेलो. जमिनीवर चिखल झाला होता. पहारेकरी नव्हता आणि तंबूही रिकामा होता. आम्हाला उशीर झाला होता.

आम्ही धावत गुहेत घुसलो. कोनने धक्का देऊन इतरांना बाजूला सारलं.

चिंचोळ्या रस्त्यावर एका गनिमाने आम्हाला थांबवलं. ''तुम्हाला आत प्रवेश करता येणार नाही. कमांडर योंगचा तसा हुकूम आहे.'' त्याने आमच्यावर बंदूक रोखली. आम्ही थांबलो. गुहेतून येणाऱ्या किंचाळ्यांमुळे आम्ही बिचकलो. तासाभराने कैद्यांना बाहेर आणण्यात आलं. साओतोमेचा जबडा मोडला होता आणि नाकातोंडातून रक्त येत होतं, पण अजून तो शुद्धीवर होता. तनाकासुद्धा शुद्धीवर होते, पण योंग क्वानने त्यांचे पाय मोडले होते त्यामुळे त्यांना चालता येत नव्हतं. त्यांना बाहेर पावसात एका झाडाला बांधून ठेवलं. मुसळधार पाऊस त्यांचं रक्त वाहून नेत होता.

''त्यांना रात्रभर असंच असू द्या.'' योंग क्वान म्हणाला, ''चौकशी उद्या पुढे चालू.''

तो गुहेत परत गेला. आम्ही तिथेच पावसात उभे होतो. कोनने त्याचा रेनकोट काढून तनाकांवर पांघरला. ''फार वेळ लागणार नाही सेन्साय, थोडी वाट बघा.'' तो त्याच्या तंबूत परतला नि सामान आवरू लागला.

''काय करतोयस?'' मी विचारलं.

''तू त्यांची स्थिती बघितली नाहीस? त्यांना इथून बाहेर पडायला तुझी एकट्याची मदत पुरणार नाही.'' तो म्हणाला. ''मला वाटतं मीसुद्धा आता पेनांगला परतायची वेळ आली आहे. खूप दिवस घराची आठवण येते आहे. घराच्या बागेत, जॉर्जटाऊनच्या रस्त्यातून फिरावंसं वाटतंय.'' त्याच्या आवाजात घराच्या आठवणीने बेजार झालेल्या लहान मुलाची आर्तता होती. ''मला आता फक्त घरी जायचं आहे आणि नाहीतरी,'' तंबूच्या छपराकडे बघत तो म्हणाला, ''या संतत पावसाचा मला कंटाळा आला आहे.''

आम्ही रात्रभर थांबलो, पण पाऊस पडतच राहिला. पहाट होत आली तेव्हा तो म्हणाला, ''चला, निघू या.'' त्याला आणखी एक कॅनव्हासचा तुकडा सापडला. त्याचा त्याने कोट केला. आम्ही पुन्हा पावसात गेलो. कोनच्या हातात साओतोमेची तलवार होती. मी माझ्या तलवारीने तनाकांच्या दोऱ्या कापून टाकल्या आणि आम्ही त्यांना अलगद उचललं. त्यांना एक भोसकल्याची जखमही झाली होती आणि तिच्यातून रक्त वाहत होतं, हे आमच्या आधी लक्षात आलं नव्हतं. मी माझ्या शर्टाची बाही फाडून जखमेवर बांधली आणि रक्त थांबवण्याचा प्रयत्न केला. त्यांनी डोळे उघडले आणि हळूच मान डोलवली.

''त्याचं काय?'' मी साओतोमेकडे बोट दाखवत कोनला विचारलं.

''त्याचं योंग क्वान बघून घेईल.'' तो म्हणाला.

पण तनाका क्षीण आवाजात म्हणाले, ''नाही,'' माझ्या हाताला स्पर्श करत पुढे म्हणाले, ''काय करायचं ते तुला माहीत आहे.''

मी मान हलवली, ''त्यांनी इतरांना जे केलं तेच त्यांना मिळतं आहे.''

"ते बरोबर नाही." तनाका म्हणाले, "तू आता आयकीजुत्सूचा विद्यार्थी आहेस आणि त्यामुळे तुझ्यावर बंधन आहे. त्यांना दया दाखव."

मी साओतोमेंच्या डोळ्यांत खोल बघितलं. मला बीचवर जीव घेऊन पळणारी इझाबेल दिसली. मला पीटर मॅकॲलिस्टर दिसला, एडवर्ड दिसला आणि तो पेनांगला पुन्हा कधीही परतणार नाही हे मनात आलं. साओतोमेला जबडा हलवता येत नव्हता, पण त्याला माझ्याकडून काय हवं होतं ते मला माहीत होतं.

"नाही, मी ते करणार नाही." मी माझी तलवार म्यानात घातली आणि त्याने डोळे मिटले, पराजित झाल्याप्रमाणे.

"आपण नदीकडे जाऊ आणि तिच्या काठाने इपोपर्यंत पोहोचू. फारसं अंतर नाही." कोन म्हणाला. आम्ही दोघांनी तनाकांना उचललं आणि कॅम्पच्या बाहेर पडलो. भयंकर जखमा झालेल्या असूनसुद्धा तनाका-सान जराही आवाज करत नव्हते. आम्ही नदीच्या जवळ पोहोचतच होतो, इतक्यात कोणीतरी पाठलाग करत आहे असं माझ्या लक्षात आलं.

"थांब." मी म्हणालो, "ऐक."

नदीला पूर आलेला होता आणि ऐकू येणं कठीण झालं होतं. "मी मागे जाऊन बघतो." कोन म्हणाला, "तू नदीकडे जात राहा."

तनाका मला लटकले आणि आम्ही खाली नदीच्या काठाकडे जाऊ लागलो. नदीच्या खवळलेल्या पाण्यामुळे काठावरची जमीन धुपली होती. झाडांची मुळं उघडी पडून त्यात वरून वाहत आलेले लाकडांचे तुकडे अडकले होते आणि बुडणाऱ्या माणसांनी मदतीसाठी हात वर करावेत तसे ते दिसत होते. नदीचा शक्तिशाली प्रवाह धडका देत, वळणं घेत, घों घों आवाज करत धावत होता. आमच्या मागे काहीतरी सळसळ झाली म्हणून मी वळून बघण्याचा प्रयत्न केला, पण तनाकांच्या वजनामुळे कठीण जात होतं.

"मी आहे." कोन म्हणाला, "तू म्हणालास ते बरोबर होतं. योंग क्वान सू येन आणि आणखी काही जणांना घेऊन आपल्या मागे आहे. अगदी जवळ आहेत ते. मला वाटतं साओतोमेने त्यांना सावध केलं असावं."

"मला खाली ठेवा." तनाका बोलले. मी त्यांना हळूच जमिनीवर ठेवलं. त्यांनी वेदना दाबली. "मला पुढे जाणं शक्य नाही. तुम्ही दोघं जा. विशेषत: तू." ते मला म्हणाले, "तुला तुझ्या वडलांकडे परत गेलं पाहिजे."

"आम्ही तुम्हाला इथे असेच सोडून जाणार नाही." कोन म्हणाला, "योंग क्वान तुमचे आणखी हाल करेल."

गुरू आणि शिष्यांमध्ये पूर्ण सामंजस्याचा क्षण होता तो. शेवटी कोनने मान डोलवली आणि म्हणाला, "मी ते करेन सेन्साय."

तनाकांनी त्यांच्या गळ्यातला एक चंद्राकृती गंडा काढला. ''हा तुझ्यासाठी आहे.'' ते म्हणाले. कोनने हात पुढे केला आणि त्या भेटीवर बोटं ठेवताना त्याचा हात थरथरला. त्याने साओतोमेची तलवार बाहेर काढली. पावसाच्या वाहत्या पाण्यात तिचं पातं चकाकलं.

कोनच्या मदतीने तनाका ओणवे होऊन बसले. त्यांना होणाऱ्या यातना मला बघवत नव्हत्या. तरीही ते स्थिर आणि ताठ राहण्याचा प्रयत्न करत होते.

''तू हे करू नकोस.'' मी कोनला म्हणालो. माझ्या आवाजात राग आणि दुःख यांचं मिश्रण होतं. ''आपल्याला सुटायची शक्यता आहे अजून. वेडेपणा करू नकोस.''

तनाकांनी मान हलवली, ''माझी इच्छा आहे.'' ते मला म्हणाले, ''त्याच्याबद्दल गैरसमज करून घेऊ नकोस. मी त्याचा किती ऋणी आहे हे तुला कधीतरी निश्चित समजेल.''

मला जास्त बोलण्यासारखं काही नव्हतं. मी वाकलो नि हळूच बोललो, ''सायोनारा तनाका-सान. तुमची ओळख हा माझा सन्मान होता.''

ते हसले, ''कोणी सांगावं, आपली पुन्हा भेट होईलही!''

''मला आशा आहे.'' मी म्हणालो आणि मागे सरलो. कोन पुढे झाला.

''तुझा पवित्रा बरोबर आहे ना?'' तनाकांनी विचारलं.

''होय सेन्साय.'' कोन उत्तरला. त्याचा आवाजसुद्धा माझ्याप्रमाणेच सद्‌गदित झाला होता.

''उजव्या पायावर वजन टाक.'' तनाका म्हणाले, ''श्वास नियंत्रित कर. मूठ सैल कर. हां, बरोबर.''

तनाकांच्या सूचना कोन मनापासून अमलात आणण्याचा प्रयत्न करत होता. या क्षणी फक्त कर्तव्य महत्त्वाचं होतं. ही तनाकांचं ऋण चुकतं करण्याची शेवटची संधी होती आणि कोन ती शक्यतो उत्तमपणे करण्याचा प्रयत्न करत होता. त्याने तलवार वर उचलली.

माझ्या मागे पानांची सळसळ झाली. मी डोळ्यांवरून पाणी बाजूला सारलं. सू येन जंगलातून येताना दिसली. तिने कोनवर पिस्तूल रोखलं.

''योंग क्वानला हे आवडणार नाही, कोन.'' घोगऱ्या आवाजात ती म्हणाली, ''मला सोडून पळून चालला आहेस! मला इथे सोडून, मला न सांगता, बरोबर न घेता.''

कोनने तलवार खाली आणली. त्याच्या डोळ्यांत दुःखाची झाक दिसली; पण तो करत होता त्या कृत्यात अडथळा आला म्हणून जरा सुटकेची भावनाही दिसली.

''तू मला गोळी घालणार आहेस?'' त्याने तिला आव्हान दिलं. ती गोंधळात पडली.

कोनने पुन्हा तलवार वर केली, पण गोळी लागून तो काठावर कोलमडला. योंग

क्वान झाडांमागून पुढे येऊन कोनकडे जात होता. योंग क्वान येतोय याकडे लक्ष न देण्याचा गाफीलपणा आपण केल्याचं लक्षात येऊन मी संतापलो.

"थांबव त्याला." मी सू येनला ओरडलो, "गोळी घाल." पण ती नुसती बघत राहिली. मी झपाट्याने माझी तलवार बाहेर काढली आणि सूर्याच्या किरणाप्रमाणे तलवारीचं टोक योंग क्वानच्या मानेत रुतवले.

"पिस्तूल टाक." मी पावसाच्या आवाजात ओरडलो. मी तलवार किंचित पुढे करताच रक्ताचे थेंब दिसू लागले. तो दचकला आणि त्याने पिस्तूल टाकलं.

मी पूर्णपणे त्याच्यावर लक्ष ठेवत कोनला ओरडलो, "तू ठीक आहेस ना?"

"मी ठीक आहे." तलवारीच्या साहाय्याने उभं राहत कोन 'हो' म्हणाला. हे सर्व चाललं असताना तनाका ओणव्या स्थितीतून जराही हलले नव्हते. जणूकाही काय होणार हे त्यांना निश्चित माहीत होतं.

मी डोळ्यांच्या कोपऱ्यातून कोनकडे बघत होतो. त्याच्या डोळ्यांमध्ये जो निश्चय दिसत होता, तसा माझ्यात येईल का अशी मला शंका आली. त्याने पुन्हा एकदा तलवार आकाशात नेली. पवित्रा योग्य असल्याची खात्री केली. गोळीच्या जखमेतून बाहेर येणारं रक्त पावसात ताबडतोब वाहून जात होतं.

त्याने अशा शिताफीने तलवार खाली आणली की खुद्द तनाका-सानने त्याला शाबासकी दिली असती. मला सेन्सायच्या चेहऱ्यावरचं स्मित दिसलं. शेवटच्या क्षणाच्या जरा आधी त्यांचे डोळे मिटलेले होते. ती सर्व प्रक्रिया त्यांच्या पसंतीप्रमाणे झाली होती. त्यांचा देह कोसळला. मी एक श्वास सोडला आणि डोळे मिटले. सू येनने पुन्हा पिस्तूल वर केलेलं मी बघितलं नाही. तिने दोन गोळ्या झाडल्या. कोन गिरक्या घेत खाली नदीत पडला. मी तिथे पोहोचेपर्यंत पाण्याच्या प्रवाहात त्याचा देह वाहून गेला होता.

योंग क्वानच्या चेहऱ्यावर समाधानाचं हसू होतं. "आपली काळजी कोण घेणार ते हिला बरोबर माहीत आहे. हो ना, सू येन?" त्याने हात पुढे केला आणि जरासं थबकून ती त्याच्याजवळ गेली.

नदी प्रवाहाप्रमाणे माझ्याही मनात प्रचंड दुःख आणि संताप यांचा प्रवाह उफाळून आला. मी तलवारीच्या मुठीने योंग क्वानच्या चेहऱ्यावर फटका मारला आणि तो बेशुद्ध पडला. सू येनकडे बघत मी म्हणालो, "वेश्ये, तुला तर मारलंच पाहिजे."

तिचा चेहरा निर्विकार होता. केसाच्या बटा उडत होत्या. पावसामुळे ती रडत होती की काय ते मला दिसू शकलं नाही. तिला तिथेच सोडून मी चालता झालो.

मी कोनच्या नावाने हाका मारत नदीत शोध घ्यायचा प्रयत्न केला, पण प्रवाहात ओंडके आणि दगडधोंड्यांशिवाय काहीही दिसत नव्हतं. मी वळून जंगलात गेलो आणि बाबांकडे घरी जाण्यासाठी निघालो.

इपो सापडायला मला तीन दिवस लागले. जंगलात कोनने दिलेल्या सूचना आठवून त्याप्रमाणे जायचा प्रयत्न करत होतो. त्याचा आवाज कानात घुमला की, आपल्याला भुतानं तर पछाडलं नाही ना अशी शंका यायची. लहानपणी आमच्या आमा आम्हाला सांगायच्या की, जंगलात भुतं असतात आणि ती मानगुटीवर बसली की माणूस जंगलातच फिरत राहतो. कधी कधी पाऊस अचानक थांबायचा आणि झाडांवरून पूर्ण बंद न झालेल्या नळाप्रमाणे पाणी पडत रहायचं. उन्हामुळे जमिनीतून वाफ बाहेर येऊ लागायची आणि त्या गरम हवेत श्वास घेणं कठीण व्हायचं.

आपण हरवले आहोत याची मला जाणीव झाली. निराशेने घेरला जाऊन मी एका झाडाच्या मुळावर बसलो. जंगलाने मला बंदिवान केलं होतं. हजारो वर्षं जुनी झाडं सरळसोटपणे आकाशाकडे झेपावत होती. मित्र गेल्याचं दु:ख होतं, पण मला धीर देणारं कोणी नव्हतं.

मी एंडो-सानशी बोललो. आपण पराभवाच्या जवळ जात आहोत हे लक्षात येऊन मी त्यांच्या मदतीची याचना केली; पण वडलांची आठवण आली आणि मी उठून पुन्हा चालू लागलो. सूर्याच्या मदतीने दिशा ठरवू लागलो. काही अंतर गेल्यावर एका झाडाच्या खोडात मला आसरा मिळाला. मी बसलो, श्वास नियंत्रित केला नि ध्यान लावलं.

मी किती वेळ तसा बसलो होतो ते मला आठवत नाही, पण विमानांच्या आवाजाने मी भानावर आलो. मी डोळे उघडले आणि झाडांमधून वर बघितलं. आतापर्यंत कधीही बघितली नव्हती एवढी प्रचंड अशी दोन विमानं मला दिसली. ती कोणत्या दिशेने आली त्याची मी काळजीपूर्वक नोंद घेतली आणि आशेचा किरण उमटून मी त्यांच्याकडे बघू लागलो. तासाभरात स्फोटांचे आवाज येऊ लागले आणि माझ्या ध्यानात आलं की, पूर्वी सोडून दिलेलं काम पुरं करण्यासाठी ब्रिटिश आता परतत आहेत. आकाशात वर येणारे धुराचे मनोरे दिसले आणि इपो जवळ आहे हे मला कळलं.

ती विमानं लांब पल्ल्याच्या बॉंबफेकीसाठी वापरली जाणारी लॅंकेस्टर आणि हॅलिफॅक्स जातीची विमानं होती असं मला नंतर समजलं. त्यांनी इपोभोवती घिरट्या घालत जपान्यांनी व्यापलेल्या इमारतींवर बॉंब टाकले होते. इझाबेल आणि तिच्या साथीदारांनी ब्रिटिशांना पुरवलेल्या अचूक माहितीमुळे हे शक्य झालं होतं. मी एका उंचवट्यावर आलो आणि समोर इपो दिसलं. धुराच्या पडद्यामागे टेकड्या दिसत होत्या. आगी लागल्या होत्या आणि वाऱ्याबरोबर भोंग्यांचे आवाज येत होते. झोपेतून उठलेल्या मुलांच्या रडण्याप्रमाणे!

मी बसलो आणि विमानांनी आणखी एक वर्तुळ पुरं करून ती पश्चिमेला हिंदुस्तानला निघून जाईपर्यंत थांबलो. मी इपो गावात शिरलो. रस्त्याने जाताना

आजूबाजूच्या कँपॉगमधली मुलं, म्हातारे हसत हात करत होते. जपान हरत असल्याचं त्यांनी ओळखलं होतं.

गावात पडांगच्या समोर मी रेल्वेस्टेशनात जाऊन हॉटेलात शिरलो. हॉल पोर्टरच्या टेबलाभोवती आरडाओरड करणाऱ्या जपानी बायकांचा घोळका होता. मी त्यांना बाजूला ढकलून माझी चावी मागितली. त्या हिंदी पोर्टरने माझी किल्ली स्वत:च्याच हातात ठेवली आणि म्हणाला, ''तुम्ही तुमच्या खोलीत न जाणं बरं.''

मी त्याचे आभार मानून किल्लीसाठी हात पुढे केला. ''मला जाणं भागच आहे.'' मी म्हटलं.

ते माझी वाट बघत होते; गोरो आणि केंपायतायचे अधिकारी. तो हसला आणि त्याने एका अधिकाऱ्याला मला बेड्या घालायला सांगितलं. ''एंडो-सानने आम्हाला सांगितलं की, तू तुझ्या वडलांसाठी परत येशील.'' गोरो म्हणाला, ''तुझ्यावर हेरगिरी करणं, एमपीएजेएला मदत करणं आणि साओतोमे सानचा खून करणं हे आरोप ठेवण्यात येणार आहेत. जर ते सिद्ध झाले, तर तुझा आणि तुझ्या कुटुंबीयांचा जाहीरपणे शिरच्छेद करण्यात येईल.'' त्याच्या हसण्याचं कपाळावरच्या आठ्यांत रूपांतर झालं आणि तो म्हणाला, ''तुझ्यावर गुन्हा शाबीत होणारच. त्याची मी खात्री देतो आणि तुझा मारेकरी मी असणार.''

१५

मला एका मिलिटरी लॉरीतून बटरवर्थला नेण्यात आलं. तिथं गोरोने मला एका बोटीवर चढवलं. खाडी पार करून पेनांगला जात असताना मला मनातून खूप शांत वाटत होतं. समुद्र तर इतका शांत होता की, आम्ही काचेवर चाललो आहोत की काय असं वाटावं. खोल हिरव्या पाण्यातले जेली फिशसुद्धा हालचाल न करता नुसतेच तरंगत होते. मला ना वाऱ्याची जाणीव होती, ना पेनांग हिलवर ढगांमागून चमकणारी घरं दिसत होती.

आधी मला आवाज ऐकू येऊ लागला. अगदी अस्पष्ट असा भुंग्याच्या गुंजनासारखा. हॅलिफॅक्स विमानं अगदी खालून येत होती. आपल्याला धोका नाही हे त्यांना माहीत होतं. एखादा मोठा प्राणी सरपटत जावा तशा त्यांच्या सावल्या आमच्या बोटीवरून आणि मग समुद्रावरून गेल्या. विमानांमुळे हवेत निर्माण झालेल्या पोकळीमुळे वारं आणि पाणी आमच्या तोंडावर फेकलं गेलं. गोरो डेकच्या खालून वर धावत आला आणि गोदीकडे जाणारी ती विमानं पाहत उभा राहिला. तो पुन्हा उडी मारून खाली गेला. हवाई दलाला निरोप देतानाचा त्याचा रेडिओवरचा आरडाओरडा वर ऐकू येत होता.

पहिलं हॅलिफॅक्स गोदीवर पोहोचलं. काही सेकंदातच बंदर स्फोटाने हादरलं. आम्ही इतके जवळ होतो की, स्फोटाची उष्णता आम्हाला जाणवली. दुसरी दोन विमानं पुढे गावाकडे गेली. आकाशात वर येणारे धुराचे लोट बघून किती नुकसान होत आहे या विचाराने मी खिन्न झालो. दोस्त राष्ट्रांनी युरोपात केलेल्या अनिर्बंध बाँबहल्ल्यांमध्ये हजारो निरपराध नागरिक बळी पडले होते; पण आता बघताना मला दिसलं की, इपोप्रमाणेच इथेही त्यांनी काळजीपूर्वक लष्करी ठिकाणंच लक्ष्य म्हणून निवडली होती आणि बाँबचा मारा अचूक होता. जपानी नौदलाचा तळ पूर्णपणे उद्ध्वस्त झाला होता आणि फोर्ट कॉर्नवॉलिसच्या भोवती असणाऱ्या लष्करी बराकींवरची हवा जळणाऱ्या कँपमुळे धगधगत होती. किल्ल्यामध्ये 'डेथ रेल्वे'च्या

कामावर अजून न पाठवलेले कैदी होते, पण प्रत्यक्ष किल्ल्याचं काही नुकसान झालेलं दिसत नव्हतं. ही अचूक कामगिरी बघून माझ्या मनात एक आशेचा किरण निर्माण झाला. इझाबेल, मेऽइ मावशी आणि त्यांचे साथीदार यांनी अतिशय परिणामकारकपणे काम केलं होतं आणि त्यांची बलिदानं सार्थकी पडली होती. वाऱ्याच्या झोतात घुमणारा इझाबेलच्या हसण्याचा आवाज मला ऐकू आला. त्यातला आनंद, उत्साह माझ्यातही काही अंश ठेवून गेला.

आम्ही पोहोचलो तेव्हा बंदर उरलंच नव्हतं. बोट हेलकावे खात उभी राहिली आणि आम्हाला किनाऱ्यावर नेण्यासाठी एक संपान आलं. किनाऱ्याकडे जाताना त्याला कोसळलेल्या भिंती, दगड वगैरेंमधून आपटत मार्ग काढावा लागत होता. जळणाऱ्या इमारतींचा उग्र वास आम्हाला घुसमटवून टाकत होता. धुराच्या स्तंभांनी आकाश काळं झालं होतं. वाऱ्याबरोबर ठिणग्या, काही अजूनही जळणारे निखारे इतस्तत: उडत होते. किंकाळ्या, आरोळ्या ऐकू येत होत्या. हटन अँड सन्सचा एक कोपरा ढासळला होता आणि त्यामुळे वरची ऑफिसं उघडी पडली होती.

पाण्यातून बाहेर आल्यावर मला दगडी पायऱ्यांवरून नेलं. वर पोहोचल्यावर मी चौफेर नजर टाकून नुकसानीचा अंदाज घ्यायचा प्रयत्न केला. सर्वकाही खाक झाल्यासारखं दिसत होतं. स्फोटामुळे रस्ते उखडले जाऊन वाहनं इकडेतिकडे फेकली गेली होती, काही उलटी होऊन पडली होती, तर काहींचा चेंदामेंदा झाला होता.

विमानं वळून पुन्हा आमच्या दिशेने येत होती. त्यांच्या पोटातून ती काळी 'अंडी' पडताना दिसली आणि शिट्टीसारखे आवाज येऊ लागले. पहिला बाँब दारुगोळा भंडारावरच पडल. झालेल्या स्फोटामुळे आम्ही फेकलो गेलो.

एक जपानी सैनिक कठड्याला धरून उभा होता. दुसऱ्याच क्षणी त्याने किंकाळी फोडली. दोन फूट लांबीचा एक लोखंडाचा तुकडा त्याच्या छातीतून बाहेर आला होता. तोंडातून रक्ताची गुळणी येऊन तो स्वत:भोवती फिरत कोसळला. मागच्या गोदामांच्या रांगेवर बाँब पडल्यावर तिथून उडालेल्या वस्तूंचा पाऊस आम्ही उभे होतो त्या शेडच्या छपरावर पडला. त्याचा भार सहन न होऊन ती पातळ पत्र्याची शेड कोसळली. शेकडो खिडक्यांची तावदाने फुटून त्यांची भुकटी कार्पेट बडवून उठालेल्या धुळीप्रमाणे हवेत तरंगू लागली.

मी तेलाच्या आडव्या पडलेल्या दोन पिंपांच्या मध्ये जमिनीवर पडलो. वरून विमानं जाताना जमीन हादरली आणि मग ती दिसेनाशी झाली.

माझ्या कानात सतत येणारा आवाज थांबला. आधी मला माझा श्वास ऐकू येऊ लागला आणि त्यानंतर हृदयाची धडधड. उठून उभं राहायचा प्रयत्न केला, तर पाय लटपटू लागले. गोरो धडपडत उभा राहण्याचा प्रयत्न करत असतानासुद्धा चेहरा

ताठ ठेवण्याच्या प्रयत्नात होता आणि आतापर्यंत कोणत्याही जपान्याच्या डोळ्यात मला जे दिसलं नव्हतं ते त्याच्या डोळ्यात प्रथमच बघायला मिळालं – पराभव!

त्याने त्याचे लोक पुन्हा जमवले आणि आम्ही ते पेटते रस्ते ओलांडू लागलो. दिसलेली पहिली कार त्याने थांबवली. बिचाऱ्या मलाय ड्रायव्हरला बाहेर खेचून स्वत: गाडी सरकारी मुख्य ऑफिसकडे नेऊ लागला. जाताना पेनांगच्या लोकांचे चेहरे दिसत होते. खांदे जास्त ताठ, हनुवटी वर उचललेली. हा किंचितसा बदल बघूनही मला फार बरं वाटलं.

मुख्य ऑफिसात शांतता होती. जणूकाही बॉंबफेक झाल्याचं त्यांना कळलंच नव्हतं. कदाचित हेही पूर्वीच्या अंदाधुंद बॉंबिंगसारखंच असेल, असं गृहीत धरून ते त्याकडे दुर्लक्ष करत असावेत.

मला एंडो-सानच्या ऑफिसमध्ये नेलं. ते उंच काचेच्या खिडकीतून बाहेर हिरवळीकडे आणि बोगनवेलीकडे बघत होते. हिरवळीवर एक खार शेपटी आपटत राम्बुतान खाण्यात गुंग होती.

एंडो-सानचे केस नेहमीपेक्षाही जास्त चमकत होते. त्यांनी सोनेरी धाग्याची वेलबुट्टी असलेल्या करडा थुकाटा आणि काळा हकामा घातला होता.

''बाहेर जा.'' त्यांनी गोरोला हुकूम केला आणि बसले. मी उभा राहिलो.

''तुमचे बालमित्र तनाका-सान गेले.'' मी म्हणालो. त्यांना काही क्षण आपल्या भावना लपविता आल्या नाहीत.

''कसा?''

मी इथून निघाल्यापासून तनाकांच्या मरणापर्यंतची हकीकत सांगितली. एंडो-सान टेबलावर ठेवलेल्या त्यांच्या हातांकडे बघत राहिले. शेवटी म्हणाले, ''तुम्ही गोरोला सुटू द्यायला नको होतं. त्याने त्याचा अहवाल मला न देता साओतोमे-सानच्या ऑफिसला दिला. हे सगळं टाळता आलं असतं.''

''म्हणजे सगळं व्यर्थ जाणार असं दिसतं.'' मी म्हणालो.

''तुला का पकडण्यात आलं आहे हे तुला माहीत आहे?'' ते हळू आवाजात बोलले.

मी मान डोलवली, ''बाबा कसे आहेत?''

''ते तुरुंगात आहेत.''

''तुम्ही त्यांची काळजी घ्याल असं म्हणाला होतात.'' मला माझ्या आवाजातला राग आवरता आला नाही. ''मला त्यांना भेटायचं आहे.''

''तुझ्यावर सरकारी आणि लष्करी गुपितं त्रिकुटांना पोहोचवण्याचा आरोप आहे. तो तुला मान्य आहे?''

मी उत्तर दिलं नाही. माझ्या मनात फक्त वडलांचाच विचार होता.

"कोणतं त्रिकूट? टोके यीपचं?"

"एंडो-सान, जाऊ द्या. जपान युद्ध हरलं आहे. तुम्ही परत जायची वेळ आली आहे."

ते एकाएकी थकल्याप्रमाणे दिसू लागले. "मी तीच आशा करतो आहे. मला घरी जायचं आहे. युद्ध संपलं की माझी जबाबदारी संपेल." त्यांच्या आवाजात आणि चेहऱ्यात मार्दव आलं. "मला मियाजिमा बेट पुन्हा बघायचं आहे. खेळायचं आहे. मला फक्त घरी जायचं आहे."

त्यांच्या शब्दांनी एखाद्या भिक्कूने दूर देवळात वाजवलेल्या घंटेप्रमाणे मला कोनच्या शेवटच्या शब्दांची आठवण करून दिली. त्यालासुद्धा घरी जायचं होतं.

"मला बाबांना भेटू द्या." थकल्यासारखं वाटून मी म्हणालो. ते माझ्याजवळ आले आणि त्यांनी हात पुढे केला. मी थोडा घुटमळलो आणि मग त्यांचा हात धरला. त्यांनी हळूच माझ्या खांद्यावर हात ठेवला. मी त्यांच्या छातीवर डोकं ठेवलं आणि काही क्षण आम्ही युद्धापूर्वीच्या काळात गेलो.

"माझा सर्वांत आवडता मुलगा!" ते पुटपुटले.

मी दूर झालो, "तुमचं कर्तव्य करा आणि परत जा."

मला हटन अँड सन्सच्या जवळच असलेल्या फोर्ट कॉर्नवॉलिसमध्ये नेण्यात आलं. दैवाच्या वक्रगतीनुसार ब्रिटिश सैन्याला राहण्यासाठी बांधलेल्या त्या तुरुंगाचा उपयोग आता 'डेथ रेल्वे'वर न पाठवलेल्या ब्रिटिश लष्करी आणि मुलकी लोकांना कैदेत ठेवण्यासाठी होत होता. मी किल्ल्याच्या काळोख्या पोटात जात असताना फाटके कपडे घातलेले, भुकेलेले कैदी माझ्याकडे बघत होते.

मी बाबांच्या नावाने हाका मारल्या. इतर कैद्यांना विचारलं; पण त्यांनी नोएल हटन हे नाव ऐकलं नव्हतं. नंतर त्या दिवशी माझ्यावरच्या आरोपांची सुनावणी करण्यासाठी मला न्यायालयापुढे नेलं त्या वेळी मला ते दिसले.

त्यांची स्थिती बघून मला फार वाईट वाटलं. ते आत्मविश्वास गमावलेल्या म्हाताऱ्या माणसाप्रमाणे हळूहळू पावलं टाकत होते; पण माझ्याशेजारी त्यांना आणल्यावर त्यांनी पूर्वीचं किंचित स्मित करून मला विचारलं, "जे करायचं होतं ते केलंस ना?"

"होय बाबा. त्यांनी तुम्हाला छळलं का?"

त्यांनी मान हलवली. "मला त्यांनी अगदी सभ्यपणे वागवलं. मला वाटतं मिस्टर एंडोंच्यामुळे असावं."

कोणतीही गोष्ट अर्धवट पद्धतीने करण्याची जपान्यांची पद्धत नव्हती. आपलं म्हणणं सिद्ध करण्यासाठी ते कोणत्या टोकाला जाऊ शकतात, हे मी त्यांच्याबरोबर

काढलेल्या काळावरून मला माहीत होतं. माझ्या शिक्षेच्या बाबतीतसुद्धा तसंच झालं.

माझ्याविरुद्ध मुख्य पुरावा गोरोचा होता. हिरोशींनी तो ग्राह्य ठरवला. मी शत्रूला माहिती पुरवली होती. माझा साओतोमेच्या खुनात सहभाग होता. मी इपोला पोहोचण्यापूर्वी जंगलात भटकत होतो तेव्हाच त्याचा देह इपोच्या कँपायतायच्या ऑफिसच्या दारात आणून टाकण्यात आला होता. किल्ल्याच्या बाहेरच्या मैदानावर माझा शिरच्छेद होणार होता. मला, देशद्रोह्याला आसरा दिल्याबद्दल नोएल हटन यांना तुरुंगवास!

हे अपेक्षित निर्णय ऐकताना वडलांच्या समोर खंबीर राहायचं मी ठरवलं होतं. मी त्यांच्याकडे एकदा वळून बघितलं आणि त्यांनी स्वत:शीच किंचित मान डोलवली. धंद्यात एखाद्या व्यवहारावर तोडगा निघत नसला की जो भाव त्यांच्या चेहऱ्यावर उमटायचा तोच आता त्यांच्या चेहऱ्यावर दिसू लागला. धंद्यात ते अनेकदा तोडगा काढायचे; पण इथे ते शक्य नव्हतं. इथे तोडगा नव्हता.

"मी तुला सोडवण्यासाठी काहीतरी करेन." ते म्हणाले.

त्यांचं मन सैरभैर होऊ लागलं आहे की काय अशी शंका माझ्या मनात आली. त्यांच्या डोळ्यात एक वेगळीच चमक होती. ते एंडो-सानना म्हणाले, "युद्ध संपल्यात जमा आहे हे तुम्हाला माहीत आहे. तरीही तुम्हाला हे नाटक चालू ठेवायचं आहे?"

"माझी जबाबदारी युद्ध संपेपर्यंत चालू राहणार आहे." एंडो-सान म्हणाले. आम्ही उन्हात आलो आणि त्यानंतर किल्ल्याच्या काळोखात लुप्त झालो.

एंडो-सान मला रोज येऊन भेटत असत. मी वडलांना भेटण्याची परवानगी मागितली, पण ती देण्यात आली नाही. ज्या दिवशी माझा शिरच्छेद करणार होते त्याच्या आदल्या दिवशी संध्याकाळी इतका काळ कोंडून ठेवलेल्या भावना आता आवरणं शक्य नव्हतं याची मला जाणीव झाली. वेळ जात होता आणि तो थांबवणं शक्य नव्हतं.

त्या दिवशी एंडो-सान नेहमीपेक्षा उशिरा आले. कुलूप खडखडलं आणि दार उघडलं. मी माझ्या लाकडी फळीवरून उठून उभा राहिलो.

"मला त्यांना भेटू द्या." मी म्हणालो.

"तुमची उद्या भेट होईल." ते म्हणाले. "वडलांची काळजी करू नकोस. ते ठीक आहेत. मी गेले काही दिवस त्यांच्याशी बोलतो आहे. आताही मी त्यांच्याच खोलीतून येतो आहे."

"काय म्हणतात ते? माझ्यासाठी काही निरोप आहे का त्यांचा?"

एंडो-साननी मान हलवली.

बाबा काहीतरी करून सगळं व्यवस्थित करतील, मी लहान असताना करायचे तसे, अशी मला आशा वाटत होती; पण आता माझं मलाच बघायला हवं होतं.

''ते सुरक्षित राहतील, त्यांना इजा होणार नाही अशी व्यवस्था तुम्ही कराल?'' मी विचारलं.

''त्यांच्या सर्व गरजा पुऱ्या होतील हे मी बघेन.'' एंडो-सान म्हणाले.

''मला त्यांना उद्या भेटायचं नाही.'' मी म्हणालो, ''मला त्यांनी तिथे असायला नको आहे. तेवढं कराल?''

''मी प्रयत्न करेन.'' ते म्हणाले, ''तुझी तलवार मला परत द्यावी अशी मी विनंती केली आहे.''

''मी तिचा हत्या करण्यासाठी अजून कधीच उपयोग केलेला नाही.'' मी म्हणालो. करायला हवा होता, असं तेव्हा मला वाटलं. तिने योंग क्वानचा गळा कापायला हवा होता. मग कदाचित कोन जिवंत राहिला असता.

''ते बरं झालं.'' एंडो-सान म्हणाले.

''तर याचा नेहमी जसा शेवट होतो तसाच आता होणार.'' मी म्हणालो, ''एका प्रकारे तुम्ही मला पुन्हा मारणार.'' माझ्या भीतीपुढे मी हरू नये यासाठी मी आटोकाट प्रयत्न करत होतो. माझा संघर्ष त्यांच्या लक्षात आला.

''मी आज रात्री तुला इथे सोबत केली तर आवडेल का?''

''होय, आवडेल.''

१६

पेनांगसारख्या लहान गावात बातम्या वेगाने पसरतात. प्रत्येक जण दुसऱ्याचा नातेवाईक असतो किंवा त्याला ओळखत असतो. कोणाचंही 'लफडं' आहे, अमूक बाई फार 'पिते' हे सगळ्यांना माहीत असतं. एकदा मी दिवसभर घरातून बेपत्ता होऊन जॉर्जटाऊनच्या रस्त्यावर भटकत होतो. संध्याकाळी घरी परतलो, तर वडील वाट बघत होते. कोणीतरी मला बघितलं होतं आणि ते आपण त्यांना सांगितलं पाहिजे असं त्याला वाटलं होतं.

अर्थात हटन कुटुंबीयांचं काय होणार आहे हे लोकांपर्यंत पोहोचवायचं काम जपान्यांनी केलं. मला कॉर्नवॉलिस फोर्टच्या बाहेरच्या पटांगणात आणलं तेव्हा आधीच गर्दी जमलेली होती. अस्वस्थ आणि आतुर अशी. बाबा होते. त्यांना बघून माझ्या हृदयात कालवाकालव झाली. याचा अर्थ मी विनवणी करूनसुद्धा एंडो-सानना हे जमलं नव्हतं.

गर्दीची प्रतिक्रिया संमिश्र होती. अनेक जण मला 'जपान्यांना जाऊन मिळालेला देशद्रोही' मानत. अशा लोकांनी मला शिव्या दिल्या, काहींनी तर दगडही मारले. त्यांना जपानी पोलिसांनी बाजूला काढून चोप दिला. हे एकाच वेळी रानटी, सुसंस्कृत, क्रूर, सभ्य असणारे लोक आपल्याला कधीतरी समजतील का, असं मला वाटून गेलं.

गर्दीतल्या काही लोकांना माझी मदत झाली होती. ते लोक शांतपणे उभे होते. गर्दीमध्ये मला टोके यीपचा चेहरा दिसल्यासारखा वाटला आणि त्याला कोनबद्दल आणि कोनला घरी यायचं होतं हे सांगता आलं असतं, तर बरं झालं असतं असं फार वाटलं. मी दोन काळांमध्ये पोहत होतो. एका क्षणी मला चादरीखाली मरणारी माझी आई दिसली, तर दुसऱ्या क्षणी आम्ही मावशीच्या घरी बसलो आहोत आणि ती माझ्याकडे बघून हसत आहे असं दिसू लागलं. एंडो-सानच्या पहिल्या भेटीत मी त्यांना त्यांच्या बेटावर घेऊन जात होतो, पण आम्ही वल्हवतच राहिलो आणि मग ते निघून गेले आनि वल्ही हातात घेऊन मी होडीत एकटाच राहिलो, असं दिसून गेलं. शेवटी मी डोळे मिटून घेतले आणि शक्य ते बळ एकवटण्याचा प्रयत्न करू लागलो.

मी गुप्त टोळ्यांना सरकारी गुपितं पुरविली हा माझ्यावरचा आरोप वाचून दाखविण्यात आल्यावर माझ्या निंदकांची तोंडं बंद झाली आणि लोक आमच्या कुटुंबाच्या नावाचा घोष करू लागले. हळूहळू आवाज वाढत जाऊन घोषणा होऊ लागल्या. अखेरीस गोरोने हवेत गोळीबार केला, पण त्यामुळे निर्माण झालेली शांतता घोषणांपेक्षाही जास्त धोकादायक वाटू लागली.

एकेकाळी सुंदर असलेल्या पडांगवर क्रिकेट खेळला जायचा. आता त्यावर दगडधोंडे विखुरले होते. वाळलेल्या गवतात माती झाली होती. मैदानाच्या मधोमध पांढरी शुभ्र वाळू पसरलेला एक चौकोन होता. त्याच्या मधोमध, वाळवंटात वाळलेल्या झाडाचं खोड उभं असावं त्याप्रमाणे लाकडाचा एक खांब उभा केलेला होता. मला वाळूत गुडघे टेकून बसवलं गेलं. गोरोने मला खांबाला बांधलं. मी बाबांकडे बघितलं आणि पुटपुटलो, ‘‘मला माफ करा. तुम्ही इथे असायला नको होतात.’’

त्यांनी डोकं हलवलं, ‘‘तुला जे करावं लागलं, ते तू केलंस. तसंच तुला जे करणं शक्य होतं तेही तू केलंस.’’

‘‘मला खूप खूप वाईट वाटतंय.’’ माझ्या डोळ्यांत अश्रू जमा होऊ लागले होते आणि मला ते कोणाला दिसू द्यायचे नव्हते. एंडो-सान माझ्याकडे आले. पुन्हा कालचक्र फिरल्याप्रमाणे वाटलं. कारण अनेक शतकांपूर्वी मी खोल झाझेन समाधीत असताना मला कापण्यासाठी याच कपड्यात ते आले होते ना? सोनेरी धाग्याची वेलबुट्टी असलेला तो डगला तसाच वाटला. फक्त या वेळी त्यांचे केस बारीक होते. डोक्यावर केसांचा बुचडा नव्हता आणि आता त्यांच्या हातात त्यांची नागामित्सू तलवार होती.

ते माझ्यासमोर उभे राहिले. हे सत्य होतं. हे घडत होतं. काळ मागे जात होता. त्यांच्या चेहऱ्यावर त्या वेळचाच भाव होता. मला अशक्त वाटू लागलं; पण भीती वाटत नव्हती. फक्त त्यांचं बरोबर होतं ही भावना होती. ते म्हणाले, ‘‘तुझे वडील मरणार आहेत; पण तू जिवंत राहशील.’’

‘‘नाही! मी तुमच्याकडे हे नव्हतं मागितलं.’’

त्यांनी वळून बाबांकडे बघितलं. त्यांची नजरानजर झाली. वेगळाच करार झाल्याचं मी ओळखलं. त्यातून मला वगळण्यात आलं होतं. त्यांनी बाबांना माझ्याशेजारी आणलं. त्यांनी जडपणे गुडघे टेकले. त्यांच्या सांध्यांमधला आवाजही मला ऐकू आला. मी माझे दोर ओढत एंडो-सानवर ओरडू लागलो.

‘‘ओरडून उपयोग होणार नाही. हे तुला बदलता येणार नाही.’’ बाबा हळूच बोलले, ‘‘पेनांगच्या लोकांपुढे प्रतिष्ठेने वाग.’’

मी झगडायचं थांबवलं ‘‘पण का?’’

ते माझ्याकडे बघून सुंदरसे हसले; पण त्यांनी उत्तर दिलं नाही. त्याऐवजी त्यांनी लहान मुलाच्या आवाजात विचारलं, ‘‘दुखेल का रे?’’

"नाही." मी म्हणालो. मला जे ज्ञान होतं, माझा जो आधीच्या जन्मांचा अनुभव होता त्यावरून मी म्हणालो, "दुखणार नाही. ते व्यवस्थितपणे करतील."

गर्दीमध्ये पुन्हा आमच्या नावाचा उच्चार होऊ लागला; समुद्रात दूरवर निर्माण झालेली लाट मोठी होत होत, आवाज करत किनाऱ्याकडे येते तसा. एंडो-सानने गोरो आणि त्याच्या सैनिकांना गोळीबार न करण्याचा इशारा दिला. "हटन", "हटन" असा घोष वाढत गेला.

"ऐक ते." बाबा म्हणाले, "आपलं नाव असंच चालू ठेव. ज्या गुणांसाठी ते प्रसिद्ध आहे त्यासकट. फक्त चांगले."

एंडो-सानने बाबांच्या साखळ्या काढल्या. गोरोला ते पटलं नाही. विरस होऊन त्याने तक्रार केली; पण एंडो-सान म्हणाले, "ते मोकळेपणी मरतील."

बाबांनी मनगटं चोळली नि मग पाठीमागे धरली. ते बागेत फिरताना असेच मागे हात बांधून फिरत, त्याची मला आठवण आली. त्यांनी पाठ सरळ केली, हनुवटी वर उचलली.

एंडो-सान उभे राहिले, क्षणभर वाकले. त्यांनी त्यांची कटाना म्यानातून काढली. कोणताही आवाज न होता, ढगातून सूर्यकिरण तळपावा तशी ती चमकली. त्यांनी खूप वाकून वडलांना अभिवादन केलं, "हे आपण मला करू दिलं, तर मला सन्मान वाटेल."

बाबांनी संमतीदर्शक मान तुकवली. त्यांनी पुन्हा डोळे उघडले. त्यात पूर्वी कधीही दिसली नव्हती अशी चमक होती. त्यांनी डोक्यावर येऊ पाहणाऱ्या सूर्याकडे पाहिलं, जणू त्याचाही निरोप घ्यायचा होता. टॉवरमधल्या घड्याळात सकाळच्या साडेनऊचा ठोका पडला.

त्यांनी हाताने माझं डोकं थोपटलं. "तू हटन आहेस हे कधीही विसरू नकोस. माझा मुलगा आहेस, हे कधीही विसरू नकोस."

एंडो-सान पुन्हा वाकले आणि त्यांनी तलवार उचलली. मी तो पवित्रा ओळखला. हापो. दोन्ही हात उजव्या खांद्यावर. पाय जमिनीत भक्कमपणे रोवलेले. आकाशात तलवार. गर्दीतली घोषाची गती वाढली. नकळत मीही त्या घोषात आवाज मिसळला.

मी बळेच बघत राहिलो. 'मी तोंड फिरवणार नाही. शेवटपर्यंत बाबांबरोबर राहीन.' असा निश्चय केला होता. एंडो-साननी एक श्वास घेतला आणि तलवार खाली आणली. गर्दी अवाक झाली. वर आकाशात हॅलिफॅक्स विमाने त्यांच्या रोजच्या फेरीवर जात असल्याचा मंद आवाज येऊ लागला.

हिरोशी आणि फुजिहाराला बाबांचं धड सार्वजनिक ठिकाणी टांगायची इच्छा होती. तिला न जुमानता एंडो-सानने बाबांचा देह इस्तानाच्याच परिसरात विल्यमच्या स्मारकाच्या

दगडाच्या शेजारी पुरायची व्यवस्था केली. त्यांच्या मृत्यूनंतर कितीतरी दिवसांनी मला फोर्ट कॉर्नवॉलिसच्या अंधारकोठडीतून बाहेर काढण्यात आलं. किल्ल्याच्या भिंतीवर पडणाऱ्या उन्हाने, माझ्या आवडत्या पेनांगच्या सुंदर उन्हाने आज माझे डोळे दिपले. मी काही खाल्लेलं नव्हतं. एंडो-सान रोज पाणी आणून ठेवायचे, त्यालाही स्पर्श केला नव्हता. एंडो-सान भेटायला आले तरी मी बोलत नसे. त्यांच्या प्रश्नांना उत्तरं देत नसे.

मला तुरुंगातून सोडून घरी स्थानबद्ध करण्यात आलं. माझा फक्त इस्ताना आणि एंडो-सानशी संपर्क उरला.

"माझ्या सुटकेची आज्ञा हिरोशींनी दिली?"

"हिरोशी मरणाच्या दारात आहे. हुकूम मी काढला."

इस्तानाला जात असताना मी कारच्या काचा खाली केल्या आणि कित्येक दिवसांनी स्वच्छ ताज्या हवेचा श्वास घेतला. एकामागून एक होऊन गेलेल्या इतक्या घटनांचं मला काहीच भान नव्हतं.

तुरुंगात भयंकर स्वप्नं आणि विचार यांमुळे झोप लागत नसे. आता त्या वळणावळणाच्या रस्त्याने जाताना माझा जुना मित्र, समुद्र माझ्या जखमांवर फुंकर घालत आहे असं वाटलं. बाबांबरोबर या रस्त्यावरून मी किती वेळा गेलो होतो. ते कधी कधी अगदी चमत्कारिक माहिती द्यायचे – 'ते झाड बघ. त्याची फांदी नगराध्यक्षांच्या कारवर पडून त्यांचं मनगट मोडलं होतं.' किंवा 'ते घर दिसतं ना? त्याच्यातून समुद्रकिनाऱ्यावर बाहेर पडायला गुप्त मार्ग आहे.' नाही तर 'त्या स्टॉलवर सगळ्यात छान आसाम लक्सा मिळतो.'

मला माझ्या घराबद्दल जे काही माहीत होतं तेही सगळं बाबांकडूनच कळलं होतं. आता ते मला पुन्हा कधीच दिसणार नव्हते.

एंडो-साननी माझ्या खांद्यावर हात ठेवून मला वळवलं. अंग आक्रसत होतं ते दिसू न देण्याचा मी प्रयत्न केला, पण ते त्यांच्या लक्षात आलं आणि त्यांनी मला सोडलं. मी माझ्या खोलीच्या बाल्कनीत गेलो. उन्हाने तापलेल्या फरशांचा स्पर्श सुखद वाटत होता. सूर्य झुकत चालल्यामुळे समुद्राला लाल छटा आली होती. बेटावर एक दिवा होता, तो भट्टीत भाजायला ठेवलेल्या भांड्याप्रमाणे वाटत होता. त्याच्याभोवती पक्षी घिरट्या घालत होते. हवेत घारी उडत होत्या. पुराणातल्या विचित्र प्राण्यांप्रमाणे पृथ्वीवर परत न येता त्या आकाशातच कायम विहार करत राहतील की काय असं वाटत होतं.

"अंत्यविधीची व्यवस्था केल्याबद्दल थँक्स." मी औपचारिक आवाजात बोलून एंडो-सानपुढे वाकलो. माझ्या डोळ्यांपुढे अजून त्या घारी दिसत होत्या आणि मला त्यांचा हेवा वाटत होता.

त्यांच्या युकातामधून त्यांनी एक पाकीट काढलं. "मी तुझ्या बाबांना शेवटी भेटलो तेव्हा त्यांनी लिहिण्याचं सामान मागितलं होतं."

मी दोन्ही हात पुढे करून ते पाकीट घेतलं. ते पुढे म्हणाले, "अर्थात तू अजून घर-कैदेत आहेस. तुला माझ्या परवानगीशिवाय इस्तानाच्या बाहेर जाता येणार नाही. तुझी तलवार माझ्याकडे आहे. ती बाळगण्याची तुला परवानगी नाही. हे नियम पाळ. तुझ्या वतीने काही मध्यस्थी करणं आता पुन्हा मला कठीण जाईल."

त्यांनी एकदाच माझ्या खांद्याभोवती हात टाकून मला घट्ट कवेत घेतलं आणि मग मला तिथे एकटा सोडून ते निघून गेले. आता मला सोबत होती फक्त आकाशातल्या ताऱ्यांची!

काही वेळाने ते किनाऱ्यावर ताठपणे चालताना दिसले. मागे वाळूत पाऊलखुणा ठेवत त्यांनी त्याची नाव ओढून पाण्यात घातली आणि तीत बसून वल्हवत त्यांच्या घरी गेले.

मी पाकीट उघडलं आणि त्यातल्या कापऱ्या हस्ताक्षरातले शब्द वाचू लागलो.

फोर्ट कॉर्नवॉलिस तुरुंग.
पेनांग.
३१ जुलै १९४५.

माझ्या लाडक्या मुला,

आपल्यात बोलायच्या राहून गेलेल्या खूप गोष्टी आहेत आणि आता काळ आपल्याला त्या बोलण्याची संधीही देणार नाही.

मिस्टर एंडो आणि जपान्यांबरोबरच्या तुझ्या संबंधांमुळे सुरुवातीला मी संभ्रमात पडलो होतो. ते क्रूर लोक आहेत – कोणी म्हणेल की ब्रिटिश आणि चिनी लोकही क्रूर असतातच की – पण त्यांचा अनाठायी रानटीपणा आणि एकंदरीत त्यांनाच मी कधीही समजू शकणार नाही. मिस्टर एंडोशी तुझ्या जवळकीमुळे मला विषाद वाटत असे, पण त्यांनी तुझ्यावर काही चांगला प्रभाव पाडला होता. त्यामुळे माझा विषाद थोडा कमी झाला. त्यांच्याकडून शीक कारण त्यांच्याकडे देण्यासारखं खूप आहे; पण स्वतःचे निर्णय स्वतःच घे. तुझा मागचा इतिहास किंवा वाटणारी भविष्याची भीती यांना तुझ्या जीवनदिशा ठरवू देऊ नकोस. चुका दुरुस्त करण्यासाठी पुढे कितीही जन्म मिळणार असले, तरी आत्ताचं जीवन शक्य तितक्या योग्य प्रकारे जगणं हे त्याला देवाने ठरवून दिलेलं कर्तव्य आहे.

तू केलेली काही माणुसकीची कामं काही काळापासून मला कळलेली आहेत – तुझ्या मिस्टर एंडोंबरोबर काम करताना तू जी चांगली कामं केलीस त्याबाबत तुझ्या

मित्राचे वडील वरचेवर माझ्याशी बोलत होते. त्यामुळे आता, माझ्या मरणाच्या दिवशी, माझ्या एकाही मुलाने कधीही सोपा, सोईस्कर मार्ग पत्करला नाही आणि दुःखाच्या आणि संकटाच्या काळातसुद्धा त्यांनी सूज्ञपणा, दया आणि सद्सद्विवेकबुद्धीची कास सोडली नाही, या विचारामुळे मी ताठ मानेने चालेन.

या दिवसांमध्ये माझ्यात आणि मिस्टर एंडोमध्ये बरंच बोलणं झालं आहे. आता मला ते कोण आणि काय आहेत आणि होते हे समजू लागलं आहे आणि ते अतिशय विश्वासार्ह आहेत असं मला वाटतं. दोघांच्या समजुती किती वेगळ्या आहेत! पण आता पूर्ण आयुष्य इकडे पूर्वेत काढल्यावर ते म्हणतात त्यात तथ्य आहे, असं मला वाटतं.

मी त्यांच्याशी करार केला आहे. तू जपान्यांवर फारच मोठा आघात केलास असं दिसतं, त्यामुळे आपल्यापैकी एकालाच जीवदान देता येईल असं ते म्हणाले. तू मला भेटू देण्याची सतत विनंती करत आहेस हे मला माहीत आहे, पण भेट झाल्यास माझ्या मनात काय आहे हे तुला समजेल, म्हणून मीच मिस्टर एंडोंना तुझी विनंती मान्य न करण्याची विनंती केली आहे.

एकूण काळ पुढे जातो आहे. बाहेरच्या गर्दीचा आवाजसुद्धा माझ्या कानावर येतो आहे. यथाकाल आपण केलेल्या त्यागांची लोकांना माहिती होऊन ते जपान्यांबरोबरच्या

या आपल्या संबंधांबद्दल आपल्याला क्षमा करतील हे मला माहीत आहे. आपलं घर राखण्या साठी आपण मागे राहिलो याबद्दल मला कधीही हळहळ वाटलेली नाही. आपण योग्य तेच केलं आहे आणि इतिहास आपल्याला योग्य न्याय देईल याबद्दल मला खात्री आहे.

बाळा, दुःख होणारच, पण फार काळ दुःखात घालवू नकोस. तुझ्यावर मोठ्या जबाबदाऱ्या आहेत, तुझी कर्तव्यं आहेत, मला तुझी काळजी वाटते. आता या आयुष्याच्या शेवटच्या क्षणी मी ख्रिश्चन असूनसुद्धा माझी अशी तीव्र इच्छा आहे की, आपल्याला अनेक जन्म मिळावेत आणि त्यात आपली पुन्हा भेट होऊन माझं तुझ्यावर किती प्रेम आहे हे तुला सांगता यावं.

अतिशय प्रेमपूर्वक
तुझे बाबा.

माझ्याबद्दलच्या, सर्व मुलांबद्दलच्या प्रेमाने ओथंबलेला त्यांचा आवाज मला ऐकू आला. मी बाल्कनीच्या कठड्यावर रेललो. मेणबत्ती विझावी तशी माझ्यातली शक्ती नाहीशी झाली. आतल्या पोकळीने प्रचंड रूप धारण केलं. अंग थरथरू लागलं. मुठी घट्ट मिटल्या आणि मी दुःखाला वाट करून दिली.

१७

माझ्या वडलांनी त्यांचा 'केरीस' खंजिरांचा संग्रह कुठे लपवून ठेवला होता ते मिचिकोने दाखविण्यासाठी तिची तब्येत सुधारेपर्यंत काही दिवस थांबावं लागलं. ती आता पूर्ण वेळ घरीच राहायची. मीसुद्धा तिच्याबरोबर जास्त वेळ देता यावा म्हणून ऑफिसमध्ये कमी वेळ राहू लागलो.

"एंडो-सानची तलवार तुम्हाला दाखवली हा माझा क्रूरपणा झाला. त्याने ती तुमच्या वडलांचा शिरच्छेद करण्याकरिता वापरली होती हे मला माहीत नव्हतं." मी बाबांच्या मरणाबद्दल सांगितलं तेव्हा ती म्हणाली. आम्ही दोघंही गंभीर झालो होतो. बऱ्याच काळात तो प्रसंग मी माझ्या मनात आला नव्हता, तरीपण त्यातल्या सर्व बारीकसारीक गोष्टी माझ्या मनात स्पष्ट होत्या.

"मला ती तलवार त्यानंतर पुन्हा कधी दिसली नाही. त्यांनी तिचं काय केलं ते मला कधीच कळलं नाही. आता इतक्या वर्षांनी ती हातात धरणं म्हणजे एक धक्काच होता. म्हणूनच तुम्ही ताबडतोब जावं असं मला वाटलं."

"पण मग तुमचं मत कसं बदललं?" तिनं विचारलं.

पटेल असं उत्तर सुचण्यासाठी मला जरा वेळ लागला, "मला वाटलं की, तुम्ही इथे आलात त्याला काहीतरी कारण असलं पाहिजे आणि तुम्हाला परत पाठवणं म्हणजे एंडो-सानच्या स्मृतीचा अपमान झाला असता."

मला तिला आणखीही काही विचारायचं होतं आणि तसं करण्यात संकोच न वाटावा एवढी आमची ओळख झाली होती. "तुम्ही येताना ज्या बॅगा आणल्या तेवढंच तुमचं सामान का?"

"होय, मी सगळं आवरून आलेय. माझ्या नवऱ्याची कंपनी एका चांगल्या माणसाच्या हातात आहे."

"सर्व सोडून द्यायचं म्हणजे फार कठीण गेलं असणार!" माझ्या मनात आलं 'माझ्यावर जेव्हा ती पाळी येईल तेव्हा कसं होईल?' मीसुद्धा आता माझ्या

जीवनातला पसारा कमी करण्याच्या कामाला सुरुवात केली होती, पण त्यात फारशी प्रगती होत नव्हती. निर्णायक पाऊल उचलण्याची अजून माझी तयारी झाली नव्हती.

"तसं करणं आवश्यकच होतं." ती म्हणाली. "वृद्ध होण्याचा तो एक महत्त्वाचा भाग आहे. आपल्या जवळच्या वस्तूंचा त्याग करत राहायचा. देऊन टाकायच्या. शेवटी फक्त आठवणी जवळ बाळगायच्या. जीवनाच्या अखेरीस आपल्याला दुसऱ्या कशाची गरज असते नाहीतरी?"

मी तिच्या बोलण्यावर काळजीपूर्वक विचार केला आणि मला हळूहळू पण स्पष्टपणे उत्तर उमजू लागलं, "त्या आठवणी सांगण्यासाठी, त्यांना उजाळा देण्यासाठी कोणाचीतरी सोबत हवी." मी हे बोललो आणि माझं मलाच आश्चर्य वाटलं. जपानी राजवट असताना मी काय करत होतो त्याविषयी चर्चा करायची नाही, असा निर्णय काही मी कधी घेतलेला नव्हता. इतक्या वर्षांदरम्यान मनात साचलेला अपराधीपणा, नुकसान, भासलेलं अपयश आणि मला ज्या परिस्थितीतून आणि मन:स्थितीतून जावं लागलं ती कोणीच कधी समजू शकणार नाही, या भावनेतून माझ्या सर्व आठवणी मनाच्या आतल्या कप्प्यात तुंबून राहिल्या होत्या आणि त्या उकरून काढणं साहजिकच नाखुशीचं काम होतं.

आणि त्या क्षणी मला जाणवलं की, अनवधानाने आपण आयकीडोचं पायाभूत तत्त्व – विश्वास यापासून दूर जात आहोत. टोकियोमध्ये विद्यार्थी म्हणून शिक्षण घेताना शक्य तेव्हा मी स्वत:कडे 'नागे' म्हणजे बचाव करणाऱ्या भूमिका घेण्याचा आग्रह धरत असे. नागे हल्ला झेलतो आणि परिणामावर नियंत्रण ठेवू शकतो. हा डोजोच्या नियमांचा भंग होता, कारण नियमाप्रमाणे प्रत्येकाने दोन्ही प्रकारच्या भूमिका सारख्याच प्रमाणात कराव्यात असं आहे. त्यामुळे मी माझ्या बरोबरीच्या विद्यार्थ्यांमध्ये नावडता झालो. माझी मात्र 'मी हे इतरांच्या हितासाठी करत आहे' अशी भावना होती. मी प्रशिक्षक झाल्यावर तर 'नागे'ची भूमिका कोणालाही दिली नाही आणि जो फेकला जातो आणि ज्यात मला शिकत असताना आनंद वाटायचा तो 'उके' मी पुन्हा कधी झालोच नाही.

मानवी वृत्तीच्या पिंडाशी संबंधित इतर महान गोष्टींप्रमाणेच जे ज्ञान कडू-गोड होतं आणि खूप उशिरा प्राप्त झालं.

"तुम्ही जे करत आहात त्याचं मला कौतुक वाटतं. तुम्हाला ते कठीण जात असणार याची मला जाणीव आहे." मिचिको म्हणाली. तळ्याच्या पृष्ठभागाजवळून एखादा पक्षी उडावा आणि तरंग उठावेत तसा तिच्या बोलण्याने माझ्या तंद्रीचा भंग झाला.

"इथे येण्यासाठी तुम्ही जो प्रवास केलात त्यासाठी तुम्हीही किती धैर्य आणि निर्धार दाखवलात! तुम्ही आलात त्याचा मला फार आनंद झाला."

"मी बेत ठरवायला फार वेळ घेतला. इथे येऊन तुमच्या निवांत जीवनाची घडी बिघडवायची हा एकाएकी घेतलेला निर्णय नव्हता." तिने उभं राहण्यासाठी माझी मदत मागितली. "तुमच्या वडलांनी त्यांचे खंजीर कुठे लपवले आहेत ते मी तुम्हाला उद्या सकाळी दाखवेन."

मी माझा सकाळचा सराव संपवून आलो तेव्हा ती माझी वाट बघत थांबली होती. डोक्यावर चेहऱ्याला सावली देणारी चटईची पनामा हॅट, हातात फावडं. खरंतर तिनेही माझ्याबरोबर रोज सराव करावा असं मी तिला सुचवलं होतं आणि त्याप्रमाणे तिने काही दिवस तो केलासुद्धा; पण जशी तिची शक्ती कमी होऊ लागली तसं तिने सरावाऐवजी समुद्रकिनाऱ्यावर नुसतं चालणं सुरू केलं – प्रत्येक दिवस उगवताना निरखत.

आम्ही जिथे काजवे बघितले होते त्या नदीकडे ती मला घेऊन गेली. ती फावड्याचा उपयोग चालताना काठीसारखा करत होती. जरी सूर्यावर ढग आले होते आणि आम्ही झाडांच्या सावल्यांतून जात होतो तरी सकाळची हवा गरम होती. नदी जवळ आल्यावर जरा गारवा जाणवू लागला. माझ्या आईने लावलेल्या चाफ्याच्या झाडाजवळ ती थांबली. "इथे खणा." ती म्हणाली.

"तुम्हाला इतकं निश्चित कसं माहीत आहे?" मी जरा अविश्वासाने विचारलं.

"तुम्ही मला जे सर्व सांगितलं, त्यातच खुणा मिळाल्या."

मी झाडाच्या मुळांना इजा होणार नाही अशा प्रकारे खोल खणू लागलो. चार फूट खाली धातूचा आवाज आला. मी फावडं टाकून दिलं आणि हाताने माती बाजूला करत एक गंजलेली पेटी वर काढली.

पेटी जड होती. ती उघडण्यासाठी पूर्ण बळ वापरावं लागलं. पेटीत तेलकट कापडात गुंडाळलेले आठ केरीस होते. पात्यावरचा गंजाचा पातळ थर सोडला, तर ते सर्व उत्तम स्थितीत होते. बाबांनी सुलतानाकडून खरेदी केलेला केरीस उचलून मी तो उन्हात धरला. मुठीवरच्या हिऱ्यांतून प्रकाश फाकला, झाडात दिवसा काजवे चमकत आहेत की काय असं वाटू लागलं. एक कवडसा मिचिकोच्या गालावर नाचू लागला.

"तुमच्या वडलांना इतका का आवडला ते मी समजू शकते." ती म्हणाली. "ते फारच सुंदर आहेत. तुम्ही यांचं काय करणार?"

मी मान हलवली, "माहीत नाही." मी उपसलेली माती पुन्हा खड्ड्यात ढकलली. ते सर्व संपेपर्यंत माझे हात दुखायला लागले होते. पेटी आमच्या मध्ये घेऊन आम्ही काठावर बसलो. मला एकदम उदासवाणं वाटू लागलं आणि ते तिच्या लक्षात आलं.

जी हरवली आहे असं मी समजत होतो ती एंडो-सानची कटाना मिचिकोने घेऊन येणं, बाबांचा केरीसचा संग्रह सापडणं या गोष्टींवरून हेच सिद्ध होत होतं की, माझ्या जीवनाच्या मार्गावर मला माझ्या निवडीची संधी कधीच नव्हती. सगळं काही आधीच लिहून ठेवलेलं होतं; मी जन्माला येण्यापूर्वीच. माझ्या आईने ज्या विशिष्ट हेतूने माझ्यासाठी नाव निवडलं होतं, ते नावही मी टाकून दिलं होतं आणि तिच्या आशाही पूर्ण झाल्या नव्हत्या.

मी मिचिकोला हे सारं सांगितलं आणि ती म्हणाली, ''हे जर खरं असेल, तर तुम्ही फार नशीबवान आहात असं म्हटलं पाहिजे.''

तिचं बोलणं मला समजलेलं नाही हे तिच्या लक्षात आलं. तिने स्पष्टीकरण देण्याचा प्रयत्न केला, ''आपल्यापेक्षा एखादी उच्च शक्ती आपल्या जीवनावर नियंत्रण ठेवून आहे ही जाणीव असणं हाच मोठा दिलासा आहे. त्या जाणिवेमुळे आपल्या आयुष्याला काही अर्थ आहे असं वाटू लागतं. उंदीर जसे चक्रव्यूहात सापडून व्यर्थ धावपळ करतील तसं आपलं नाही हा विश्वास वाटतो. मला जर कळलं की, हे सर्व'' ती छातीवर हात थोपटत म्हणाली, ''माझा आजार, माझी वेदना, माझं तुम्हाला भेटणं या सगळ्यांप्रमाणे काही कारणपरंपरा आहे, तर मला फार बरं वाटेल.''

माझ्या चेहऱ्यावरचा गंभीर भाव तिने बघितला.

''मी नशीबवान आहे, असं मला कधीच वाटलं नाही.'' मी म्हणालो, ''निवडीचं स्वातंत्र्य हवं. ती दोन रस्त्यांबद्दलची कविता तुम्हाला माहीत आहे? यातला तो न घेतलेला रस्ता?''

''होय, मला तिची गंमत वाटत आली आहे; पण मुळात दोन रस्ते निर्माण केलेच कोणी?''

हा प्रश्न माझ्या मनात आलाच नव्हता.

१८

एंडो-सान एकदा म्हणाले होते, "सर्व लढती ताकदीच्या, शक्तीच्या क्रिया-प्रतिक्रियांवर आधारलेल्या असतात." हे शब्द युद्धांच्या बाबतीतही लागू होतात असं मला वाटलं. युद्धाचा नूर पालटला होता. थकलेली पण धैर्यवान दोस्त सेना जपान्यांना मागे ढकलत पुढे येत होती. आता हॅलिफॅक्स विमानं रोजच भेट देऊ लागली होती; पण आता ती कधी कधी बॉंबऐवजी दोस्तांच्या विजयाची माहिती देणारी पत्रकं टाकायची. दैवी अंश समजल्या जाणाऱ्या कामीकाझे वैमानिकांबद्दल आम्ही ऐकलं होतं, पण त्यांनाही दोस्तांना थांबवणं शक्य झालं नाही. मी इस्तानात बंदिस्त असलो तरी काही बातम्या कळायच्या. युद्ध कसं चाललं आहे हे नोकरांच्या चेहऱ्यावरून समजत होतं.

मी किचनमध्ये जाऊन स्वयंपाकीणबाई आ-जिनला म्हणालो, "गावात जाऊन काळ्या बाजारातून रंगाचे काही डबे घेऊन ये." बनाना नोटांचा एक गठ्ठा तिच्या हातात देऊन कोणते रंग आणायचे ते मी सांगितलं.

काही तासांनी परत येऊन ती म्हणाली, "अय्या, सर. गावाला वेड लागलंय. प्रत्येक जण पैसे उधळतोय, उधळतोय, उधळतोय. एका शिळ्या ब्रेडसाठी पन्नास हजार जपानी डॉलर!" तिने रंगाचे सहा डबे आणले होते, ते मी तिला माळ्यावर जायच्या जिन्याखाली ठेवायला सांगितले.

"प्रत्येक जण आपल्याकडच्या नोटा काढून टाकतो आह, याचा अर्थ काय तुला समजला का?" मी विचारलं.

ती खिडकीतून बाहेर बघत राहिली. एंडो-सान आता इस्तानात राहायला आले होते. ते दुर्बिणीतून आकाश आणि समुद्राकडे बघत उभे होते.

"या-लाह. त्या जपान्याला लवकरच पळावं लागणार!" ती म्हणाली.

मी स्टडीत जाऊन आणखी नोटा घेऊन आलो. "या घे आणि सगळ्यांना वाट. खर्च करून टाका." ती धावत स्वयंपाकघरात गेली आणि इतरांना हाका मारू लागली.

दुसऱ्या दिवशी सकाळी मी खोलीच्या बाहेर पडलो तेव्हा एंडो-सान उठलेले नव्हते. मी ते रंगाचे सहा डबे घेऊन माळ्यामधलं जुनं फर्निचर, मी मावेन एवढ्या मोठ्या ट्रंका वगैरे अडगळीतून काळजीपूर्वक वाट काढत वर गेलो. पावलांमुळे 'धूळच धूळ' उडत होती. एक छोटी खिडकी उघडून मी छपरावरच्या आडव्या चिंचोळ्या पट्ट्यावर आलो. वारा मंदपणे वाहत होता. सूर्य 'उगवावं की नाही' या विचारात होता.

मी छपरावरच्या उतरत्या कौलांवरून रांगत वर जाऊ लागलो. नेहमी वाटणारी उंचीची भीती आज मला वाटत नव्हती. भीती वाटायला हवी अशा इतर अनेक गोष्टी आहेत, हे मला आता समजून चुकलं होतं. रंगाचा एक डबा उघडून मी त्यात ब्रश घातला.

अशा मला बऱ्याच फेऱ्या माराव्या लागल्या. प्रत्येक चढण्याच्या वेळी मला दम लागत होता. ऊन आलं तसा घाम येऊ लागला. माझं काम संपेपर्यंत माझ्या वजनामुळे अठरा कौलं फुटली होती; पण शेवटी काम पूर्ण केल्याच्या समाधानात मी पट्टीवर उभा राहिलो.

समुद्रावरून ज्या दिशेने विमानं येत, त्या बाजूच्या छपराच्या उतरत्या कौलांवर मी लाल, निळ्या आणि पांढऱ्या रंगात ओबडधोबडपणे रंगवलेला युनियन जॅक उन्हात झळकत होता.

मला आता फारसं करता येण्यासारखं काही नव्हतं. मला इस्ताना सोडता येत नव्हतं. त्यामुळे मी माझा दिवस किनाऱ्यावर समुद्राकडे बघत घालवू लागलो. काहीतरी घडणार अशी भावना – एखाद्या भुताने हवेत तरंगावं तशी – मनात भिरभिरत होती. हा सर्व तुमच्या कल्पनाशक्तीचा खेळ होता असं लोक म्हणतील, पण मला त्या दिवशी जे दिसलं त्याबद्दल माझ्या मनात शंका नव्हती.

पूर्वेकडच्या आकाशात प्रकाश धगधगता दिव्याची वात पुढे सारल्यावर ज्योत मोठी होते तसा मोठा झाला. त्याचं तेज वाढत जाऊन त्यात लाल, जांभळा आणि पूर्वी कधीही न बघितलेल्या रंगांच्या छटा दिसू लागल्या. एंडो-सानच्या बेटावरच्या झाडांवरचे पक्षी भीतीने उडावेत तसे झपाट्याने पंख फडफडवत आकाशात उडाले. माझ्या अगदी आतून शरीरात एक बधिरपणा पसरल. त्या काही सेकंदांमध्ये मी श्वास घेतलेला नव्हता. त्यामुळे मला एकदम घुसमटल्यासारखं झालं आणि मग एक खोल शांतता पसरली. अगदी सामुद्राच्या लाटासुद्धा किनाऱ्याकडे येता येता वाटेत थांबल्यासारख्या वाटल्या.

तो क्षण लांबला आणि मग गेला; मला शांत करून गेला. जग वेगळंच दिसू लागलं; स्वत:बद्दल विश्वास नसलेलं असं!

हिरोशिमावरच्या बॉंबहल्ल्याची बातमी आम्हाला त्याच दिवशी संध्याकाळी कळली. नोकरांनी घरात कुठेतरी रेडिओ लपवलेला होता याची मला खात्री होती, कारण इस्तानाच्या वातावरणात एक सूक्ष्म बदल झाला होता. आधीच्या दिवसांमधली मरगळ गेली असल्याचं लक्षात येत होतं.

मी हिरवळीवर एंडो-सानसाठी थांबलो होतो. त्यांचा कडू चहा घेताना त्यांनी हिरोशिमाला झालेल्या नाशाची पूर्ण माहिती सांगितली. हिरोशिमाच्या सीमेवर असलेलं त्यांचं घर पूर्णपणे नष्ट झालं होतं. ''जणूकाही आमचं कुटुंब कधी अस्तित्वातच नव्हतं, जणूकाही मीही कधी अस्तित्वातच नव्हतो. तू आता एका भुताशी बोलत आहेस. सर्व भूतकाळ संपला. संबंध संपले.'' जणू त्यांना इतिहासातून काढून टाकलं होतं.

मी डोळ्यांसमोर पेनांगचं चित्र आणलं. इमारती, रस्ते यांचं वाळूत रूपांतर झालं आहे, वाळू वितळून काच झाली होती, मग उष्णतेमुळे ती वितळून हवेत विखुरली, वाऱ्याचा झोत आला पण तो स्वर्गीय नव्हता आणि त्या विषारी हवेचे लहान लहान श्वास घेत मी मरून गेलो.

''आमचा स्वर्गीय वारा आमच्याकडे आहे आणि आता तो अमेरिकनांना मिळाला आहे.'' ते म्हणाले. त्या दिवशी युद्ध संपलं आणि ते आम्ही दोघांनीही ओळखलं होतं.

या वेळी मी त्यांच्याजवळ गेलो आणि मी त्यांना रडताना आधार दिला. त्यांच्या अश्रूंचा स्पर्श सुखकारक होता. मी ते अंगठ्याने पुसत होतो, पण ते येतच राहिले. त्या दिवशी त्यांच्या डोळ्यांमधून आयुष्यभराचं दु:ख वाहिलं. मी आंगठा चाटून त्याच्या अश्रूंची चव पाहिली आणि त्यात काही अनोळखी नव्हतं याचं मला मुळीच आश्चर्य वाटलं नाही. मी त्यांची चव चाखली होती, खूप खूप पूर्वी.

नंतरचं नागासाकीवरचं बॉंबफेकीचं वृत्त एंडो-साननी निर्विकारपणे स्वीकारलं. त्यांना हल्ली सहज झोप येत नसे हे मला माहीत होतं. अनेक वेळा मी त्यांना बाल्कनीत त्यांच्या घराच्या दिशेने तोंड करून उभं असलेलं बघितलं होतं. त्यामुळे त्यांच्या अस्वस्थतेचं कारण काय असेल याबद्दल मला काहीच संशय नव्हता.

एकेकाळी एंडो-सानच्या वडलांच्या प्रॉपर्टीजवळ सागरी जीवांचे नमुने गोळा करणाऱ्या आताच्या जपानच्या सम्राटाने तीन दिवसांनी शरणागती पत्करली.

मी ती कागदाची गुंडाळी उलगडली. शाईच्या वासावरून तिच्यावरचं लिखाण ताजं असल्याचं होतं. ती फुजिहाराकडून आली होती. माझी पहिली प्रतिक्रिया ती फाडून जाळून टाकावी अशी होती. त्याऐवजी मी तिचं दुसरं टोक सोडून तिला मिटू दिलं.

मी कोनला सावध करण्यासाठी पेनांग सोडलं, त्यानंतर फुजिहाराशी संबंध आला नव्हता. मला शिक्षा सुनावली गेली तेव्हा तो तिथे नव्हता आणि बाबांचा शिरच्छेद झाला तेव्हासुद्धा तो होता की नाही हे मला आठवत नव्हतं. आता त्याला माझी मदत हवी होती आणि मला भयंकर संताप आला; पण मी गुंडाळी पुन्हा उघडली आणि विचार करू लागलो.

त्याने विनंती केली होती त्या वेळेवर मी त्याच्या स्कॉट रोडवरच्या घरी पोहोचलो. उघड्या खिडकीतून तो माझ्यामार्फत त्याच्यासाठी जबरदस्तीने मिळवलेल्या बेकस्टाइन पियानोवर त्याची नेहमीची बाखची धून वाजवत असलेला मला दिसला. ती भयावर आधारलेली रचना कानावर पडल्याने गेल्या काही काळात ज्या भयंकर गोष्टी त्याने मला बघायला लावल्या होत्या त्या डोळ्यांपुढे आल्या. वळावं आणि पळून जावं असं वाटू लागलं; पण आता कमकुवत होऊन चालणार नव्हतं हे मी जाणलं होतं. मी व्हरांड्यातून हाक मारली.

''आत ये.'' वाजवायचं न थांबता तो म्हणाला.

मी आत गेलो. हॉलमध्ये तो आणि पियानो सोडला तर इतर कोणतंच फर्निचर नव्हतं. एका बाजूला वेताची चटई आणि तिच्यावर दोन तलवारी – त्यातली एक लांब आणि एक जरा आखूड अशी, पकडलेले मासे ठेवावेत तशा – ठेवलेल्या होत्या.

त्याने वादन संपवलं. त्याच्या चेहऱ्यावर गंभीर भाव दिसू लागला. त्याने हळुवारपणे पियानो बंद केला. ''तू आलास त्याबद्दल आभार.'' तो म्हणाला.

त्याने पांढरा अंगरखा घातला होता. तो चटईवर गुडघे टेकून बसला. ''तुमच्या आत्महत्येला मदत करण्यासाठी तुम्ही मला का निवडलं?'' मी विचारलं.

''मला मेलेलं पाहून ज्याला आनंद होईल अशी व्यक्ती मला हवी होती आणि दुसरं म्हणजे तू एंडो-सानचा शिष्य असल्यामुळे तुझ्या प्रचंड क्षमतेबद्दल शंकाच नाही.''

मी त्याच्याजवळ जाऊन दोन्ही तलवारी उचलल्या. तो छोटी तलवार स्वत: पोटात खुपसून पोट कापणार होता तेव्हा मी मागे मोठी तलवार घेऊन उभं राहायचं होतं आणि त्याचं 'काम नीट झालं नाही' किंवा त्याचा विचार डळमळला तर विधी पूर्ण करायचा असा बेत होता.

तो माझ्याकडे बघून हसला. ''तुला तुझ्या बहिणीचा आणि मावशीचा सूड उगवून त्यांच्या आत्म्याला शांती देण्याची संधी आली आहे.'' त्याने आखूड तलवार घेण्यासाठी हात पुढे केला.

मी तलवारी हातात धरल्या नि म्हणालो, ''मी तुम्हाला मदत करणार नाही. बाहेर काही जपानी-विरोधी लोक जमले आहेत. तुम्ही आतापर्यंत ज्या ज्या लोकांच्या आत्म्यांना तडफडवलं त्या सर्वांना मुक्ती देण्याचं काम ते करणार आहेत.''

तो धक्का बसून मागे सरला. माझ्या मागे असलेली माणसं त्याला दिसली. ''फुजिहारा, तुम्ही युद्ध हरलात; पण त्याहून वाईट म्हणजे तुम्ही तुमची माणुसकी हरवून बसलात. तुझं मरण मी मानाने होऊ देणार नाही.'' मी तलवारी पियानोवर ठेवल्या आणि लोकांना म्हणालो, ''तुम्हाला त्याचं हवं ते करा.''

लोकांनी ताबडतोब फुजिहाराला बांधायला सुरुवात केली आणि त्यांच्या कधी संतापलेल्या तर कधी आनंदी चेहऱ्यांवरून त्याला बऱ्याच प्रकारे आणि बराच काळ छळ सहन करावा लागणार हे मी ओळखलं.

परतताना मी दारात थांबलो. आणखी एक गोष्ट होती. ''तुमचं काम संपलं की, तो पियानो जाळून टाका.'' मी लोकांच्या नेत्याला म्हटलं. मी पुन्हा बाकचं संगीत ऐकू शकणार नाही अशी मला खात्री होती.

वकिलातीमधल्या ऑफिसात नुसता गोंधळ चालू होता. जो तो कागदपत्रं नष्ट करण्यात गुंतलेला होता. एंडो-सान त्रयस्थपणे एके ठिकाणी उभे होते. हिरोशींनी त्यांना फटकारलं, ''तुम्ही नुसते उभे काय राहिलात? हे कागद जाळायला मदत करा.''

''हिरोशी-सान, आपली जी काही नाचक्की होणार आहे ती त्या कागदांमुळे नाही, तर लोकांच्या आठवणींमुळे होणार आहे आणि त्या नाहीशा करता येत नाहीत.'' एंडो-सान म्हणाले.

आजारामुळे फिकट झालेल्या हिरोशींना खोकल्याची उबळ आली आणि ते खाली बसले. ''हा सगळा वेळेचा अपव्यय आहे, नाही का? आपण फक्त कागद जाळणाऱ्यांचा देश झालो आहोत.''

ते उठले नि टेबलाला रेलून उभे राहिले. त्यांनी त्यांचा खण उघडला. ''हिरोशी-सान, तुमच्यावर अजून जबाबदारी आहे. आपणा सर्वांवर आहे.'' एंडो-सान त्यांना म्हणाले.

पण हिरोशींनी त्यांच्याकडे लक्ष दिलं नाही. त्यांनी पिस्तूल कानशिलाला लावलं. आजूबाजूच्या लोकांनी काम थांबवलं. एका टायपिस्टच्या हातातून कागदाचा गठ्ठा खाली पडला आणि त्यातले कागद इतस्तत: विखरू लागले. मी मान वळवली त्यामुळे काय झालं ते मला दिसलं नाही; पण पिस्तुलाच्या गोळीचा आवाज माझ्या मेंदूत घुमला आणि खोलीत अनपेक्षित असा रक्त नि मरणाचा वास पसरला.

त्या रात्री अनेक कर्मचाऱ्यांनी हिरोशींचे कित्ते गिरवले. इतर जण ब्रिटिशांना शरण जाण्याची वाट बघू लागले.

''तुम्ही हिरोशींसारखं करू नका.'' मी एंडो-सानना म्हणालो. ''हिरोशींसारखं प्लीज करू नका.'' त्यांनाही तसं करायचं आहे हे मला त्याच्या डोळ्यात दिसत

होतं; पण त्यांची कर्तव्यभावना, ब्रिटिशांच्या हातात औपचारिकरित्या जबाबदारी सोपवण्याची गरज यांमुळे त्यांना स्वत:वर नियंत्रण ठेवणं भाग होतं; पण एकदा ते झालं की मग काय?

पेनांग ब्रिटिशांना सोपवण्याच्या वेळी पुन्हा माझ्या मदतीची गरज उत्पन्न झाली. लोकांनी मिळेल त्या साहित्याच्या पताका करून रस्ते सजवले, खांब शाकारले. जपानी राजवटीच्या सर्व खुणा खाली येऊ लागल्या, रस्त्यात जाळल्या जाऊ लागल्या. ब्रिटिश सैनिक जॉर्जटाऊनला परतले तेव्हा त्यांचं घोषणांनी, प्रेमाने स्वागत झालं.

नगराध्यक्षांच्या पूर्वीच्या घरी तीन लष्करी ट्रक आणि एक जीप असा एक छोटा लष्करी ताफा आला तेव्हा मी दारात हजर होतो. जीपमधून लाल चेहऱ्याचा, बाकदार नाकांचा एक अधिकारी उडी मारून बाहेर आला आणि माझ्याकडे संशयाने बघू लागला.

''तू कोण आहेस?'' त्याने विचारलं. मी उत्तर दिलं नाही, पण त्याला एंडो-सानकडे घेऊन गेलो. आम्ही व्हरांड्यात शिरत असताना मागे ट्रकची दारं खाडकन उघडल्याचा आवाज झाला. मी वळून बघितलं. संगिनी लावलेल्या बंदुका घेतलेले ब्रिटिश सैनिक ट्रकांमधून उतरून हिरवळीवर रांगेत उभे राहत होते. चार वर्षांपूर्वी पेनांग सोडलेल्या ब्रिटिश सैनिकांसारखे ते दिसत नव्हते. त्यांच्या अंगावर खास जंगलासाठी शिवलेले हिरवे गणवेश आणि डोक्यावर रुंद पट्टीच्या, लाल-पांढऱ्या पिसांचे तुरे असलेल्या उंच टोप्या होत्या. त्यांच्यात आणखीही काहीतरी वेगळं वाटत होतं. ते तंदुरुस्त होते आणि विजयाचा आनंद त्यांच्या चेहऱ्यावर दिसत होता. मग माझ्या लक्षात आलं की, त्यांतले बहुतेक जण माझ्यापेक्षा वयाने लहान होते आणि मग माझ्या आयुष्यातली ती चार वर्षं हरवल्याचं दु:ख मला तीव्रतेने जाणवलं.

''लेफ्टनंट कर्नल मिलबर्न. फोर्थ बटालियन. रॉयल नॉर्दंबरलँड फ्युजिलिअर्स.'' अधिकाऱ्याने स्वत:ची ओळख करून दिली. ''तुमच्या ताब्यातल्या उरलेल्या कैद्यांना तुम्ही मारणार नाही हे बघायला आम्ही आलो आहोत. जनरल अर्स्काइन पेनांग बंदरात दोन दिवसांत दाखल होतील. त्यांना तुम्ही औपचारिकरित्या शरण जायचं आहे. दरम्यान तुम्ही पळून जाऊ नये म्हणून एक गार्ड इथे राहील.''

''तसं काही आमच्या मनात नाही.'' एंडो-सान इंग्रजीत म्हणाले. ''चहा घेणार?''

ठरलेल्या दिवशी आम्ही बंदरावर जाऊन उभे राहिलो. मी आजूबाजूला उभ्या असलेल्या लोकांचे चेहरे न्याहाळत होतो. काही जण माझ्याकडे बघून हसले. मला फार बरं वाटलं आणि बाबा असायला हवे होते असं वाटलं.

नष्ट झालेल्या धक्क्याच्या जागी लष्कराने बांधलेल्या लाकडी प्लॅटफॉर्मवर जनरल आर्थर अर्स्काइनने पाऊल ठेवलं. भरदार शरीर, सतेज केस आणि त्वचा. 'या हाडकुळ्या जपान्यांनी ब्रिटिश वसाहत पादाक्रांत केली होती याबद्दल त्याला काय वाटत असेल!' माझ्या मनात आलं.

एंडो-सान चालत त्यांच्यासमोर जाऊन उभे राहिले आणि इतर जपान्यांना समजावं यासाठी माझ्या माध्यमातून म्हणाले : "जपानच्या सम्राटांच्या वतीने मी हयातो एंडो स्वतः, माझे लोक आणि हे पेनांग बेट तुमच्यापुढे शरण येत आहोत. तसंच जपानचा एक कैदी फिलिप हटन याला मी मुक्त करत आहे."

मी त्यांच्या बोलण्याचा अनुवाद करत असतानाच जपान्यांच्या गर्दीतून इतरांना ढकलत गोरो पुढे येताना दिसला. एंडो-सान वाकून शरणपत्रावर सही करत असताना तो सावकाशपणे आमच्याकडे आला. त्याने पिस्तूल वर करून एंडो-सानवर नेम धरला.

"शरण जाऊन तुम्ही आमच्या नावाला काळं फासलं आहे." त्याचे आधीच बारीक असलेले डोळे संतापाच्या भरात आणखीनच बारीक होऊन चेहऱ्यात जवळजवळ दिसेनासे झाले होते.

मी त्याच्यावर उडी घेतली आणि पिस्तुलाच्या गोळ्या धूळ उडवत जमिनीत शिरल्या. एक गोळी एंडो-सानना मांडीत लागली आणि ते वेदनेने विव्हळले. मी गोरोवर धडकून त्याचा हात फिरवला, पण त्याने चपळपणा केला. त्याने पिस्तूल टाकून त्याच्या बुटातून सुरा काढला. त्याने भराभर वार केले. मला पोटावर हलक्या वेदना झाल्या. शर्ट फाटला होता आणि कातडीवर रक्ताची रेघ उमटली होती.

जनरल अर्स्काइनने त्याच्याभोवती संरक्षणासाठी गोळा झालेल्या सैनिकांना बाजूला ढकललं. मी हात वर करत म्हणालो, "तुमच्या माणसांना गोळीबार करू देऊ नका." माझं बोलणं पुरं व्हायच्या आधीच गोरोने पुन्हा वार केला; पण आता मी सावध झालेलो होतो. मी सुऱ्याला माझ्या कक्षेत येऊ दिलं आणि हातांची आडवी हालचाल करून मी गोरोच्या मनगटावर जोरात प्रहार केला. त्याचा हात बधिर झाला आणि झाडावरून पिकलेलं पान पडावं तसा सुरा त्याच्या हातातून खाली पडला. मी तो पायाने उडवला आणि गोरोचं मनगट पकडून ते कोटे-गेशी पद्धतीत धरलं. त्याने बाजूने लाथ मारला. ती मला कमरेवर लागली. मी दात घट्ट धरून तो आघात सोसला. सापाने फांदीला विळखे घालत आपल्या भक्ष्याकडे सरकावं तसे माझे हात गोरोच्या हाताभोवती गेले आणि मी त्याचं कोपर धरून त्याला खाली खेचला आणि माझा गुडघा त्याच्या चेहऱ्यावर आदळला.

तो सुटला आणि मागे गेला. त्याने मला दोन ठोसे मारले. माझ्या डोळ्यांसमोर अंधारी येऊन मी लटपटलो. थोडा वेळ वाया गेला आणि त्याला आणखी संधी देणं

मला परवडणार नाही हे मला जाणवलं, पण त्याने ठोशांचा वर्षाव चालू ठेवला. आमच्या हातघाईच्या झटापटीतल्या हातापायांच्या, अंगांच्या हालचालीमुळे आमच्याभोवती धुळीचा लोट निर्माण झाला होता. डोळ्याच्या कोपऱ्यातून मी एंडो-सानना माझ्याकडे बघत एकाग्र होताना बघितलं. ते मला शक्ती देण्याचा प्रयत्न करत होते.

मी एकाएकी हालचाल थांबवली. समुद्र जिथे आकाशाला स्पर्श करतो तिथे स्वत:ला नेऊन ठेवलं. मी केंद्र झालो. स्वत:ला मुक्त केलं. गोरोने ती संधी बघून सर्व शक्ती एकवटून माझ्या छातीवर जोरदार ठोसा लगावला होता आणि तो लागला असता, तर निश्चितच त्याने माझं हृदय फाटलं असतं; पण त्याला कल्पना नव्हती.

गोरो ठोसा मारण्याच्या तयारीत असतानाच मी त्याच्या बाजूला गेलो आणि त्याच्या चेहऱ्यावर धाडकन आपटून त्याचं नाक मोडलं. तो गुडघ्यांवर बसला. मी त्याच्या गळ्याभोवती हात आवळले आणि त्याचा श्वास बंद झाला. संतापाने माझा ताबा घेतला होता. त्याच्या मानेतली रक्ताची धपधप माझ्या हाताला जाणवत होती. त्याला ऑक्सिजनचा एक अणूही मिळू नये इतका त्याचा गळा आवळावा असं मला वाटत होतं. मी त्याच्या मानेवरचा दाब वाढवला. त्याच्या देहाला मरणाचे झटके येऊ लागले.

मी आजोबांना शेवटी भेटलो तेव्हा त्यांनी मला सांगितलेले शब्द आठवले. ''द्वेषाला तुझ्या जीवनावर नियंत्रण मिळवू देऊ नकोस.'' पण माझ्या संतापाचा जोर इतका भयंकर होता की, समुद्रातल्या भयानक प्रवाहांप्रमाणे मी त्यात आणखी खेचला जात होतो. मी पकड आणखी घट्ट केली. गोरो मेला पाहिजे असं मी ठरवलं.

त्या क्षणी एंडो-सान बोलले आणि त्यांच्या आवाजाने मी पुन्हा किनाऱ्यावर आलो. ''सोड त्याला.''

मी गोरोला सोडला आणि तो एखाद्या पोतेऱ्याप्रमाणे जमिनीवर ढासळला. फुप्फुसात हवा घुसल्यावर त्याचे डोळे फडफडू लागले. मला धाप लागली होती, अंग कापत होतं. नजरेला नीट दिसत नव्हतं. एंडो-साननी माझ्या खांद्यावर हात ठेवला आणि मी हळूहळू भानावर आलो. त्यांचा रक्तस्राव चालू होता, पण त्यांच्या स्मितामुळे एक क्षणभर मला ते पुन्हा तरुण झाल्यासारखे वाटले. ''त्याला फार वेळ लागला तुला.'' ते म्हणाले.

''पुढच्या वेळी जास्त जलद करण्याचा प्रयत्न करेन.'' मी म्हणालो आणि त्या क्षणांपुरते पुन्हा एकदा ते सेन्साय आणि मी शिष्य झालो.

१९

एंडो-सानना जनरल हॉस्पिटलमध्ये नेलं आणि लष्करी डॉक्टरने त्यांच्या पायातली गोळी काढली. त्यांना दिलेल्या मॉर्फिनच्या मोठ्या डोसामुळे त्यांना बऱ्याच काळानंतर दीर्घकाळ झोप मिळाली. मी रोज त्यांच्यापाशी बसायचो, वेळ जाण्यासाठी खिडकीतून बाहेरच्या हिरवळीवर दिसणारी फुलं बघत राहायचो. कधी पाऊस पडायचा तेव्हा काचेवरून खाली येणारे पाण्याचे ओघळ बघत बसायचो.

एके दिवशी संध्याकाळी पेनांग हिलवर दिवेलागणी होत असताना जनरल अर्स्काइन आम्हाला भेटायला आला. थोराड बांध्याचा, केस बारीक कापलेले, अधिकारयुक्त चेहरा. मला बाहेर बुटांचा खाड् खाड् आवाज ऐकू आला. दारावरच्या गार्डने 'सावधान'मध्ये येऊन खाडकन सलाम ठोकला.

''तुला कैद करावं की नाही हे अजून आम्हाला ठरवता येत नाहीये.'' तो म्हणाला, ''तुझ्याबद्दल इतके परस्परविरोधी रिपोर्ट आले आहेत! काही म्हणतात तू सार्वजनिक कत्तलींमध्ये मदत केलीस, काही म्हणतायंत तू खेडीच्या खेडी वाचवलीस.''

''तुमचं नक्की ठरेल तेव्हा मी इथेच असेन. मी कुठेही जाणार नाहा.'' मी थकलेल्या आवाजात म्हणालो. आपल्याला काय वाटायला हवं हेच मला समजत नव्हतं. एंडो-सानबरोबर घालवलेली वर्षं हेच एक अख्खं आयुष्य होतं असं वाटे. ते इतक्या लवकर संपेल यावर माझा विश्वास बसत नव्हता.

जनरल अर्स्काइनने एंडो-सानच्या झोपलेल्या आकृतीकडे बोट दाखवत विचारलं, ''हा तुझा कोण आहे?''

''माझा गुरू आणि माझा मित्र.'' मी म्हणालो.

''त्या दिवशी तू बंदरात लढत दिलीस ते याने शिकवलं?''

''होय.'' मी म्हणालो.

''धोकादायक दिसतो! त्याला आणि त्याच्या सर्व लोकांना त्यांनी जे केलं त्याची भरपाई करावी लागणार आहे. युद्ध-गुन्ह्यांचं न्यायालय स्थापन केलं गेलं आहे.

त्यांच्यावर युद्ध-गुन्हेगार म्हणून गुन्हा दाखल होईल.'' तो म्हणाला.

''त्यांचे माझ्यावर खूप उपकार आहेत.'' जनरलचं बोलणं लक्ष देऊन न ऐकता बाहेर बघत मी म्हणालो. जनरलच्या चेहऱ्यावर नाराजी दिसली.

''त्याने आणि त्याच्या लोकांनी तुझं पूर्ण कुटुंब उद्ध्वस्त केलं.'' तो म्हणाला आणि मग त्याचा आवाज खाली आला, पण कठोर झाला. ''मला त्यांचा तिरस्कार वाटतो. माझा भाऊ चांगी तुरुंगात होता. कैद्यांना छळण्यासाठी त्यांनी काय काय केलं ते कळलं आणि आता मला समजलं की, तू त्यांच्यासाठी काम केलंस! किती लाजिरवाणं!''

''तुम्ही त्यांना टोकियोला पाठवणार का?'' मी विचारलं.

जनरल अर्स्काइनने मान हलवली. ''तो काही फार महत्त्वाचा नाही. न्यायालय इथेच भरवलं जाईल.''

''न्यायालयाचे मुख्य कोण असतील? तुम्ही?''

त्याने समाधानाने मान डोलवली. त्याच्या डोळ्यांमध्ये बघितल्यावर न्यायालयाचा निर्णय काय असणार ते मला कळून चुकलं.

मी दरवाजा उघडून हटन अँड सन्सच्या ऑफिसमध्ये गेलो. बॉंबहल्ल्यामुळे झालेल्या पडझडीची दुरुस्ती केलेली नव्हती. जपानी कर्मचाऱ्यांनी सगळीकडे बरीच मोडतोड केली होती. मोडलेल्या खुर्च्या, फाडलेली पेंटिंग्ज, उलटी पडलेली कपाटं, त्यांतली अस्ताव्यस्त पडलेली कागदपत्रं! वडील बसायचे त्या खोलीत मी गेलो. ती आता माझी खोली होती. चोरीतून सुटलेल्या त्यांच्या बारीकसारीक वस्तूंकडे माझं लक्ष गेलं. त्यांची पत्रं उघडायची सुरी, ड्रॉवरमधला ट्रिनिटी कॉलेजचा जादा टाय, काही कल्पना सुचली की ती जिच्यात ते लिहून ठेवायचे ती डायरी. जपान्यांच्या खाणाखुणा जमतील तेवढ्या काढून टाकून मी खोली शक्य तेवढी ठीकठाक करून ठेवली.

घंटा वाजली. मी खाली जाऊन दार उघडलं. पायरीवर एक अशक्त अशी तरुण मुलगी कावरीबावरी होऊन उभी होती. धीर करून ती बोलू लागली, ''मला काम हवं आहे. मी कष्टाळू आहे आणि मला थोडं टायपिंगही येतं.''

''तुझं नाव काय?''

''एडील.''

''आत्ता काम सुरू करशील?''

ती हसली आणि बाबांच्या कंपनीचा मालक या नात्याने मी माझा पहिला निर्णय घेतला होता.

बातमी पसरली आणि हळूहळू जुने लोक कामावर परतू लागले. ते त्यांच्याबरोबर नोकरीच्या शोधात असलेल्या त्यांच्या नातेवाइकांना आणि मित्रांनाही घेऊन येऊ लागले. युद्धकाळातल्या माझ्या भूमिकांबद्दल कोणीही उघडपणे बोलत नसे, पण पेनांगचे लोक विसरणार नाहीत हे मला माहीत होतं. मला जपान्यांचा शक्य तेवढा विरोध करणारा धाडसी माणूस म्हणून काही लोक मानत. आश्चर्य म्हणजे हे मत सत्याच्या सर्वांत जवळचं होतं असं मलाही वाटे. काही लोक माझ्यामुळे किती लोक मेले हे सांगत. माझा द्वेष आणि तिरस्कार करत. त्यातही सत्य होतंच आणि ते नाकारण्याचा मी प्रयत्न करत नसे.

मी थकेपर्यंत काम केलं. आमचे मळे आणि खाणींना भेटी दिल्या. इपोबाहेरच्या रेताड आणि भगदाडं पडलेल्या कथलाच्या खाणी बघितल्यावर अजून धंदा पूर्णपणे सुरू करणं शक्य नाही हे मी समजलो. अजून एक वादळ अपेक्षित होतं; पण त्यामुळे असं झालं की जेव्हा कम्युनिस्ट दहशतवाद्यांनी ब्रिटिश सरकारविरुद्ध गनिमी युद्ध सुरू केलं तेव्हा त्याचा आमच्यावर फारसा परिणाम झाला नाही. आमच्याकडे धंदा चालू राहील एवढी साधनसामग्री शिल्लक राहिली होती, पण कम्युनिस्टांनी हल्ल्यात केलेलं नुकसान सहन व्हावं एवढी पुरेशी नव्हती. मला कोनने सांगितलं होतं ते आठवलं. तो म्हणाला होता की, आज ब्रिटिशांबरोबर लढणारे हेच दहशतवादी उद्या मलायातल्या प्रत्येक ब्रिटिश माणसाचा बळी घेतील आणि विरोधाभास असा की जे स्थानिक लोक त्यांना मदत न करता ब्रिटिशांना मदत करत त्यांना ते आता कम्युनिस्ट 'रनिंग डॉग' म्हणत.

मला कोनची उणीव फार जाणवायची. एके दिवशी काम संपवल्यावर मी त्याच्या घरी गेलो. दरवाजा वाजवला, पण तो उघडायला कोणी आलं नाही. मी बाहेरच्या भिंतीवर चढून बसलो आणि त्याच्या घराकडे बघत राहिलो. ते रिकामं होतं. संध्याकाळ झाली होती तरी दिवे लावलेले नव्हते. मोठे कंदीलही पेटलेले नव्हते.

टोके यीप बेपत्ता झाले होते. रस्त्यावरचे दिवे लागेपर्यंत मी तसाच भिंतीवर बसून राहिलो. दिव्यांच्या उजेडात माझी सावली टोके यीपच्या बागेतल्या पांढऱ्या ऑर्किड्सवर पडली. एक शेवटची दृष्टी टाकून मी भिंतीवरून खाली उडी मारली आणि घरी परतलो.

गेले कित्येक आठवडे मी नियमितपणे एंडो-सानना भेटायला जात होतो. त्यांचा पाय आता बरा होत आला होता, पण त्यांना जनरल हॉस्पिटलमध्येच कैदेत ठेवलं होतं. ते धीराने आणि मानाने काळ काढत होते. कधी मी त्यांना बागेत खुर्चीवर फिरवत असे तेव्हा आम्ही गप्पा मारायचो, तर कधी नुसतेच काही न बोलता शेजारी बसून मूक संवाद साधायचो.

एके दिवशी संध्याकाळी ते म्हणाले, ''मी तुला एकदा वचन दिलं होतं की मी जे काही केलं ते का केलं, ते सर्व तुला सांगेन.''

मी ओठांवर बोट ठेवत, तसं करण्याची आवश्यकता नाही असं त्यांना सुचवलं. ''तुम्हाला तुमच्या देशासाठी का काम करावं लागलं ते मला समजलं आहे.'' मी म्हणालो, ''ते तुम्ही तुमचे वडील आणि तुमचं कुटुंब यांच्यासाठी केलं. तुमचं त्यांच्यावर प्रेम होतं म्हणून केलं.''

''तू केलंस तसंच.''

''पण त्यामुळे ते सोपं होत नाही.''

''नाही, सोपं होत नाही; पण प्रयत्न करायलाच हवा.''

''हो, त्याला पर्याय नाही. कधीच नव्हता.''

''तू अजून सराव करतोस?''

''नाही.'' मी म्हणालो.

''आळस करू नकोस.''

''मला तुमच्याबरोबर सराव करायचा आहे. त्यासाठी मी थांबलो आहे.''

''मग तू तुझा दर्जा राख, सराव कर. नाहीतर माझा वेळ वाया घालवशील.''

त्यांनी मला खुर्ची जास्वंदीच्या झाडांकडे न्यायला सांगितली. ''बाहेर असलेलं बरं वाटतं, अगदी अशा हवेतसुद्धा.'' ते म्हणाले, ''मला चार भिंतींच्या आत बसून राहिलेलं कधीच आवडत नाही. समजलास?''

मी त्यांच्या खांद्यावर हात ठेवला. बऱ्याच वेळाने मी म्हणालो, ''हो, समजलो.'' आणि डोळ्यातून येणारा थेंब मी पुसला.

''छान! आता रोज तू इथे आलास की तुझा सराव चालू. चल, पायाच्या हालचाली करून किती विसरला आहेस ते मला दाखव.''

एंडो-सानवरच्या खटल्याच्या निर्णयाच्या दिवशी मी तयार होऊन निघालो, पण घरातली शांतता उदास वाटत होती. तांजुंग बुंगा रोडवरच्या झाडांतला दवाचा मंद वास घेत मी गाडी संथपणे चालवत जाऊ लागलो. हटन अँड सन्सच्या मागे मी गाडी उभी केली आणि चालत चौपाटीकडे गेलो. तिथल्या दगडी भिंतीवर, खालच्या खडक -वाळूवर पाय लोंबकळत सोडून समुद्राकडे तोंड करून बसलो. रस्त्यावर गुबगुबीत पारवे दाणे टिपत हिंडत होते. काही माझ्या दिशेने आले आणि मी हाताने हाकलल्यावर अपमान झाल्याप्रमाणे दूर गेले.

टॉवरवरच्या घड्याळात ठोके पडायच्या थोडं आधी मी कोर्टाकडे गेलो. युद्धगुन्हे न्यायालयाचे मुख्य जरी लष्करी अधिकारी होते तरी जनरल अर्स्काइनने सुनावण्या हायकोर्टाच्या इमारतीत करण्याचं ठरवलं होतं. त्यामुळे त्या प्रक्रियेला न्यायाची झालर लागेल असं त्यांना वाटलं असावं.

थोडी गर्दी आधीच जमली होती. त्यांच्याजवळून मी जात असताना ते गप्प झाले. सुनावणीच्या पहिल्या दिवसापासून थोड्या बक्षिशीच्या बदल्यात कोर्टातला क्लार्क माझ्यासाठी पहिल्या रांगेतली एक खुर्ची राखून ठेवत होता. तिथे मी बसलो. लोकांचं आपल्यावर लक्ष आहे हे मला जाणवत होतं. एंडो-सान दोषी ठरणार याबद्दल शंकाच नव्हता, कारण साक्षीदारांना तुटवडा नव्हता. माझ्या साक्षीचीसुद्धा चिरफाड करून मीही युद्धगुन्हेगार आहे की काय अशी हवा निर्माण केली गेली होती.

सार्वजनिक गॅलरीतल्या लोकांना रक्त पाहिजे होतं. सूड हवा होता. त्यामुळे एंडो-सानना आत आणताच त्यांचा धिक्कार होऊ लागला. सव्वानऊ वाजता जनरल अर्स्काइन आणि न्यायालयाचे इतर सभासद आले आणि कोर्टात शांतता पसरली.

जनरल अर्स्काइन निर्णय वाचून दाखवत असताना एंडो-सानची माझ्याकडे पाठ होती. युद्धकाळात मुलकी आणि लष्करी व्यक्तींच्या कत्तलींचा आरोप एंडो-सानवर सिद्ध झाला होता आणि त्याला जन्मठेपेची शिक्षा देण्यात आली होती. तो कधीच जपानला परतू शकणार नव्हता.

एंडो-सानला घेऊन जात असताना लोकांनी घोषणा, आवाज करून आनंदाला वाट करून दिली. आमची दृष्टिभेट झाली. मी मान डोलवली. माझ्याकडे कोणाचं लक्ष राहिलं नाही. कोर्ट क्लार्कने 'कोर्ट बंद करायची वेळ झाली' असं माझ्या कानात सांगेपर्यंत मी तसाच बसून होतो.

तीन दिवसांनी जनरल अर्स्काइन इस्तानावर माझी वाट बघत होता. चौकात माझ्या वेताच्या खुर्चीत तो बसला होता. जबडा रागाने पुढे आलेला होता. त्याचे सैनिक प्रांगणात आणि घरात फिरत असलेले दिसले.

''तुम्ही इथे, माझ्या घरात काय करताय?'' मी विचारलं.

''मिस्टर एंडो कुठं आहेत?''

''तुम्ही मला विचारताय त्या अर्थी ते तुमच्या ताब्यात दिसत नाहीत.'' मी म्हणालो.

''हॉस्पिटलमधून जेलमध्ये नेताना तो पळाला. माझ्या पाच सैनिकांना बेशुद्ध केलं. तो इथे आसऱ्याला येईल असं कळलं.''

''नाही. ते माझ्याकडे आलेले नाहीत.''

''युद्धात तो कुठे राहत होता?''

''जपानी वकिलातीमध्ये.'' त्यांना एंडो-सानच्या बेटाबद्दल माहिती नसणार याची मला खात्री होती.

त्यांनी खिशातून एक चुरगाळलेला हवाई फोटो काढून मला दाखवला. तो

इस्तानाचा हवाई फोटो होता. त्यात मी छपरावर रंगवलेला युनियन जॅक दिसत होता.

''हा तुमच्या छपरावर आज बघितल्यावर माझा विश्वासच बसेना. हॅलिफॅक्सच्या एका पायलटने हा घेतला होता. हा फोटो इकडच्या प्रत्येक सैनिकाला विकून त्याने चिक्कार पैसा केला. आम्ही कशासाठी लढत होतो, त्याचं हे प्रतीक आहे असं म्हणून ते घेतात. त्यामुळेच तुमचं घर बाँबहल्ल्यातनू वाचलं असावं.'' जनरल मान हालवत बोलला. ''गंमत आहे. अशा युद्धातूनसुद्धा कधी कधी अशा चमत्कारिक गोष्टी बाहेर येतात.''

''खरं आहे. अगदीच विचित्र!'' एंडो-सानचा विचार करत मी म्हणालो.

''तुम्ही रंगवला?'' जनरल अर्स्काइनने विचारलं.

माझं लक्ष पुन्हा त्याच्याकडे गेलं आणि मी मान डोलवली.

''तिथे चढायचं म्हणजे फारच धोक्याचं असणार. काय भुताने झपाटलं होतं का तुम्हाला?''

काही क्षण मला युद्धाचे शेवटचे दिवस आठवले. ''ती माझी माझ्या वडलांना श्रद्धांजली होती.'' हे बोलत असताना बाबांनी हे ऐकलंय आणि ते माझ्याकडे बघून हसताहेत असा भास मला झाला.

२०

मिचिकोची तब्येत ढासळतच होती आणि ती माझ्यापासून लपवायचा प्रयत्न करत होती, तरी मला ते माहीत होतं. मी झोपलो असेन असं समजून ती रात्री हळूच विव्हळायची. मी उठून बसायचो आणि मला माझ्या आईच्या शेवटच्या आजारपणाची आठवण यायची. अशा वेळी मी काय करायला हवं हे मला माहीत होतं. या वेळी मी लपलो किंवा पळून गेलो नाही.

मी मिचिकोच्या खोलीत गेलो नि तिच्या बेडशेजारी बसलो. रात्री दोघांनाही झोप शक्य नव्हती.

"बॉंब पडले तेव्हा तुम्ही कुठे होतात?" तिचा हात हातात घेऊन मी विचारलं. तिचा हात कृश, वेदनांमुळे ताठर झालेला होता. तो मी हळुवारपणे थोपटला.

"ताबडतोब मरणार नाही इतक्या दूर होते; पण तशी पुरेशी दूर नव्हते, असं आता वाटतंय." ती म्हणाली. माझ्या मदतीने ती वर सरकून बसती झाली. "माझ्यावर फार वाईट परिणाम झाला नव्हता असं मला वाटलं होतं, पण डॉक्टर म्हणतात की, त्यांनी माझ्यासारख्या केसेस बघितल्या आहेत. झालेली इजा देहाला जेव्हा उघड करायची असेल तेव्हाच ती दिसेल. मग ते अनेक वर्षांनीसुद्धा असेल. निदान असा त्यांचा निष्कर्ष होता. कदाचित दुसरं कोणतंही कारण न मिळाल्याने त्यांनी तो काढला असेल."

"आणि तुमचं कुटुंब?"

तिने डोळे बंद केले नि एका रेशमी रुमालाने तोंड पुसलं. "माझ्या कुटुंबातले सर्व जण गेले. माझे भाऊ, बहिणी, माझे वडील, माझी आई. एंडो-सानचं कुटुंब आणि तोरीजिमाला राहणारा प्रत्येक जण गेला."

"अरेरे!"

"मलाही फार वाईट वाटतंय. माझं तनाका-सानवर प्रेम नव्हतं, तरीही मी त्यांच्या भावनांचा वापर करून त्यांना इकडे एंडो-सानच्या मागे जायला सांगितलं

आणि आता तुम्ही मला सांगितलंत की, माझ्यामुळे त्यांचाही मृत्यू झाला.''

''ते युद्धात सैनिक म्हणून गेले असते तरी किंवा जेव्हा तुमचं गाव नष्ट झालं तेव्हाही मेले असते.'' मी म्हणालो.

तिने मान हलवली. ''मी फार स्वार्थीपणा केला.''

मी तिला गोळ्या दिल्या, पण त्यांचा उपयोग न होता ती बोलत राहिली.

''वडलांच्या स्वातंत्र्याच्या बदल्यात सरकारबरोबर काम करायला तयार झाल्याबद्दल मी एंडो-सानला दोष दिला. युद्धानंतर तो गावी परत येईल म्हणून मी वाट बघितली; पण तो आला नाही आणि त्याचं काय झालं ते कोणालाच कळलं नाही. पण मी सतत त्याच्या विचारात राहिले.'' ती पुन्हा वेदनेने विव्हळली.

''जेवढी जबाबदारी कर्तव्यामुळे आली तेवढीच त्यांनी पार पाडली.'' तिच्या हातावरची पकड घट्ट करत मी म्हणालो, ''त्यांनी त्यांच्या जीवनातल्या सर्व परस्परविरोधी तत्त्वांचा समन्वय साधायचा प्रयत्न केला.''

मला तिची तगमग बघवेना आणि माझं कथन पूर्ण होणार नाही की काय अशी स्वार्थी शंका माझ्या मनात डोकावून गेली. मनातली सर्व मळमळ, अपराधीपणाची भावना, खेद, माझ्या जीवनात इतके दिवस भरलेला अंधार ओकून टाकण्यासाठी मी थांबलो होतो. आयुष्यात केलेल्या चुका बोलून दाखवण्यासाठी दुसरं कोणीच नव्हतं आणि त्यासाठी तिच्यासारखी स्त्री, एंडो-सानना ओळखणारीच नव्हे, तर त्यांच्यावर प्रेम केलेली स्त्री भेटावी यासारखा उत्तम योग कोणता?

''मी फार काळ टिकेन असं वाटत नाही.'' ती म्हणाली.

''सकाळ झाली की, आपण एंडो-सानच्या बेटावर जाऊ.'' मी म्हणालो. तिला एंडो-सानच्या बेटावर न नेण्याची माझी सुरुवातीची इच्छा तिचा इतका परिचय झाल्यावर बदलली होती. तिला तिथे न नेणं क्रूरपणाचं झालं असतं.

''होय.'' ती म्हणाली, ''मला ते बघायची इतकी तीव्र इच्छा आहे!'' तिला खोकला आला आणि म्हणाली, ''मी तिथे राहिले तर चालेल का... अगदी...''

''अर्थात! अर्थात!'' तिच्या तोंडून 'शेवटपर्यंत' हा शब्द येणार हे ओळखून मी म्हणालो.

''आपण तुमच्या होडीने जायचं?'' तिने विचारलं, ''ते मला फार आवडेल.''

मी मान हलवत तिला ज्या होडीने मी आणि एंडो-सान इतके वेळा एंडो-सानच्या बेटावर जात होतो तिच्याविषयी सांगितलं. तिचं लाकूड कुजू लागलं होतं, काही ठिकाणी पाणी आत येऊ लागलं होतं. मी जेव्हा ती शेवटची वापरली त्या दिवशी सूर्योदयाच्या वेळी ती समुद्रात नेली, वल्हवत एंडो-सानच्या बेटाजवळ गेलो आणि थांबलो. तिला पाण्याने भरू दिलं, तिला थोपटत, तिच्याशी बोलत मी उभा राहिलो; पाणी घोट्यापर्यंत, मग पोटऱ्यांपर्यंत आणि नंतर गुडघ्यांपर्यंत आलं. नव्या

दिवसाचा प्रकाश झाडांच्या शेंड्यांना स्पर्शू लागला होता. मग एका मोठ्या लाटेने मला पाण्यात खेचलं आणि होडी आवाज न करता तळाशी गेली आणि पाण्यात वाळूचा एक ढग उसळला. सुरूच्या झाडाप्रमाणेच तिची मला लहानपणापासून सोबत होती. तिला मी नाव न दिल्याचा कधी खेद झाला नाही. 'माझी होडी' एवढं पुरेसं होतं.

बांधाबांध करण्यासारखं फारसं सामान नव्हतं. तिचे सगळे कपडे एका लहान बॅगेत होते, ते न्यायला मारियाने मदत केली. मी मिचिकोचा हात धरला आणि तिला पायऱ्यांवरून काळजीपूर्वकपणे उतरवत बोटहाऊसकडे घेऊन गेलो. तिने अंगात गरम कपडे घातले होते. पहाटे एक वादळ येऊन गेलं होतं त्यामुळे हवेत अजून गारवा होता. वादळ झालं तेव्हा तिच्या खोलीत बसून चमकणाऱ्या विजांकडे बघताना आजचा दिवस कसा असेल असा विचार मी करत होतो.

तरुणपणी इतक्यांदा केलेला एंडो-सानच्या बेटापर्यंतचा प्रवास आता वयामुळे मला थोडा थकवत होता. ''किती दूर वाटतंय हे बेट!'' कपाळावर आडवा हात धरत ती म्हणाली.

''फार वेळ लागणार नाही पोहोचायला. म्हातारा झालो आहे त्यामुळे जरा वेळ लागतो आहे एवढंच.''

''मी इथे आले आणि तुम्ही भेटलात याचा मला फार आनंद झाला आणि काल रात्रीबद्दल थँक्स.''

घाम ओघळून माझ्या डोळ्यात जाऊ लागला, तसा तो तिने टिपला. आम्ही 'दातांचे खडक' ओलांडले. ती खडकांची रांग मला किडलेल्या दातांसारखी दिसे; पण नंतर मला त्यातलं सौंदर्य दिसू लागलं. 'आम्ही या जागेचे रखवालदार आहोत, सावध राहा' असा इशाराच जणू ते या भागात नव्याने येणाऱ्या खलाशांना देत.

मी तिला बांबूच्या बनाकडे घेऊन गेलो. इस्तानाच्या माळ्यांनी त्यांचं इथलं साप्ताहिक काम नुकतंच केलं होतं. त्यामुळे सगळीकडे स्वच्छ आणि टवटवीत होतं. आम्ही घरापर्यंत पोहोचलो. ''त्याच्या वडलांच्या शेतावरचं गेस्ट कॉटेजसारखंच आहे.'' थोडा वेळ थांबून ती त्याच्याकडे बघत राहिली. ''आणि तुम्ही त्याची काळजी चांगली घेतली आहे.''

मी तिला घरात जायला मदत केली. मी सर्व वस्तू जशा आणि जिथे होत्या तशाच राहू दिल्या होत्या. जुन्या फाटक्या तातामी चटया बदलल्या होत्या, पण एंडो-साननी काढलेलं पापण्या नसलेल्या दारुमा या भिक्कूचं चित्र तिथेच टांगलेलं होतं.

मी कपाटातून एक गादी काढून मिचिकोसाठी जमिनीवर पसरली. तिची धाप वाढली होती. मी चेहऱ्यावरची काळजी दिसू न देण्याचा प्रयत्न करत होतो.

''तुम्ही ठीक आहात ना?'' तिने विचारलं.

''हो, असं वाटतंय.'' मी म्हणालो. बऱ्याच काळानंतर मी पुन्हा भावनावश होत होतो. त्या तीव्र भावना जाणवाव्यात म्हणून मी थांबलो. ''पुढे काय झालं ते तुम्हाला सांगायची मला भीती वाटते. मला सांगायची इच्छा आहे, सांगायजी गरज आहे, पण भीती वाटते.''

तिने माझी गोंधळलेली स्थिती बघितली. तिच्या चेहऱ्यावरचा करुणेचा भाव बघून ती पुढे जे म्हणाली त्यावर मी विश्वास ठेवला, ''तुमचं बरोबर होतं की चूक याचा निवाडा करायला मी इथे आलेली नाही. मी इथे तुम्हाला अपराधी ठरवायला किंवा माफी करायलाही आलेली नाही. मला तो अधिकार नाही. तो कोणालाच नाही.''

आता तिने माझा हात धरायची, मला आधार देण्याची पाळी होती. ''मी इथे आले कारण मी एकदा कोणा एकावर प्रेम केलं होतं आणि ते करतच राहिले, एवढंच.'' ती म्हणाली.

तिने माझा हात घट्ट दाबला. तिच्या चेहऱ्यावर स्मित झळकलं आणि मी भिण्याची गरज नाही हे मला पटलं. जगात फक्त ती एकटीच मला समजू शकत होती.

''पुढे सांगा.'' ती म्हणाली.

२१

दर वर्षी येणाऱ्या पाहुण्यासारखा पावसाळा आला. कोणाला आवडणारा, कोणाला नको वाटणारा. आता उन्हाची नुसती आठवणच करायची. आकाशात वादळी ढगांची गर्दी ठाण मांडून बसली होती.

मी रोज सूर्योदयाच्या आधी किनाऱ्यावर पळायला जात असे. सकाळच्या रिमझिम पावसात भिजत, बेटावर नजर ठेवत पळत असे. एके दिवशी एक छोटं संपान बेटाकडे चाललेलं दिसलं. माझ्या हृदयाच्या ठोक्यांची गती वाढली; पण पावसाच्या पडद्यामागून पुढे आल्यावर ते कोणातरी कोळ्याचं असावं असं दिसलं. त्याने मला हात केला, मीही हात करून त्याला प्रतिसाद दिला.

जनरल अर्स्काइन येऊन गेला त्याला अजून आठवडा झाला नव्हता. एंडो-सान अजून सापडले नव्हते. मला फारशी काळजी वाटत नव्हती. एंडो-सान स्वत:ची काळजी घ्यायला समर्थ होते आणि एखादा सुरक्षित आसरा त्यांना माहीत असावा. मी त्यांची वाट बघणार होतो; कितीही दिवस लागणार असले तरीही.

"घरात मालक आहेत का?"

मी जरा बिचकलो. संध्याकाळ झाली होती. पावसाची भुरभुर चालू होती. मी गच्चीत छत्रीखाली आकाशाकडे बघत बसलो होतो. एडवर्ड चार महिन्यांपूर्वी गेला, हे कळवणारं पत्र हातात होतं. त्या प्रश्नाने मी भानावर आलो.

मी पत्र टेबलावर ठेवलं आणि वर पाहिलं, तर समोर एंडो-सान दिसले.

म्हणजे काळसुद्धा – खोडकर काळ, क्रूर काळ, क्षमा करणारा काळ – आपली पुन्हा पुन्हा थट्टा करतो तर!

"मला तुमची होडी वापरायला हवी आहे." ते म्हणाले.

त्यांनी हात पुढे केला. मी काळाच्या पलीकडे जात माझा हात टेबलावरून पुढे केला आणि त्यांचा हात घट्ट धरला. त्यांनी मला ओढून मिठी मारली. मग थोडं मागे

सरकून त्यांनी माझ्या डोक्याला स्पर्श केला.

"तुला प्रथम बघितलं त्यानंतर तू बराच वाढला आहेस." ते म्हणाले, "त्या दिवशी तू इथे समुद्राकडे बघत स्तब्ध बसला होतास आणि इतका उदास दिसत होतास!"

"तुम्ही म्हणाला होतात ना, आपल्याला भयंकर गोष्टींना तोंड द्यावं लागणार आहे, ते बरोबर होतं." मी म्हणालो, "त्या काळात कधी कधी मला तुमचा इतका तिरस्कार वाटायचा की, मी तुमचा जीव घेतला असता. योग्य मार्ग कोणता याची मला स्वत:ला सतत आठवण करून द्यावी लागे, पण कधी कधी मी अयशस्वी व्हायचो. मी कुणाच्याच अपेक्षा पूर्ण केल्या नाहीत."

मी म्हणालो त्यातलं सत्य त्यांना नाकारता येत नव्हतं म्हणून त्यांनी विचारलं, "आता काय करायचा विचार आहे तुझा?"

मी मान हलवली, "तसं करण्याने आपापल्या नशिबांमध्ये जे आहे ते फक्त लांबणीवर पडेल, एवढंच." ते माझ्याकडे वळले. त्यांनी माझे हात हातात घेतले आणि ते माझी बोटं आणि तळहात न्याहाळू लागले. "आपल्याला आता समन्वय साधायलाच हवा, संतुलन मिळवलंच पाहिजे. म्हणजे मग पुढच्या वेळी जेव्हा आपली पुन्हा भेट होईल तेव्हा वाळूवरचे सारे ठसे वाहून गेलेले असतील, वाळू गुळगुळीत असेल आणि मग आपण एका न संपणाऱ्या किनाऱ्यावरून क्षितिजाकडे चालत राहू शकू."

त्यांचं म्हणणं मान्य करणं कठीण होतं, पण ते आकाशत दिसणाऱ्या पक्ष्याइतकं स्पष्ट होतं.

ढग निघून गेले होते. आम्ही पुतळ्यांच्या बागेत फिरत होतो. माझ्या वडलांच्या थडग्यापाशी एंडो-साननी वाकून अभिवादन केलं. त्यांच्या हृदयातले बोल मला डोंगरातून आवाजाचा प्रतिध्वनी यावा, इतके स्पष्ट ऐकू येत होते.

आम्ही सुरूच्या झाडाखाली थांबलो. एंडो-सानच्या बेटाच्या सामोरं असलेलं ते एकमेव झाड! अंगावर पडणारे पाण्याचे थेंब पानांचा मंद सुगंध घेऊन येत होते.

"तुझं घर जगातलं सर्वांत सुंदर असं घर आहे." ते म्हणाले.

समुद्रात वाऱ्याने फुगणाऱ्या लाटेसारखा माझा श्वासोच्छ्वास जड झाला होता.

"तू तयार आहेस?" त्यांनी विचारलं.

मी त्या ओल्या झाडाचं खोड धरून ठेवलं. मला एक पाऊलही पुढं टाकायचं नव्हतं; पण मला एंडो-सानच्या चेहऱ्यावरची वेदना दिसली आणि त्यांची इच्छा मोडवेना.

एंडो-साननीच दिलेली माझी सफेद 'गी' आणि काळा 'हकामा' यांशिवाय बरोबर घेण्यासाठी काहीच नव्हतं. मी पुन्हा एकदा नाव वल्हवू लागलो. ते माझ्यासमोर

माझ्याकडे, बेटाकडे तोंड करून बसले होते. आमच्याखाली समुद्रात गुप्तपणे एकत्र येणारे प्रवाह कापत होडी पुढे जात होती. त्यांचा चेहरा निश्चल होता. मलाही काळाचा संगम जाणवत होता. वल्ही थरथरू लागली, प्रत्येक रेट्याबरोबर ती गात आहेत की काय असं वाटू लागलं. प्रचंड उंचीवरून मला आमची छोटीशी होडी दिसली. त्यात आम्हा दोघांच्या ठिपक्यांप्रमाणे दिसणाऱ्या आकृत्या होत्या. सर्व इतकं छोटं दिसत होतं की, होडी म्हणजे जणूकाही समुद्राच्या कापडावर शिवण घालत, मागे वाहता पांढरा दोरा सोडत जाणारी सुईच! आणि मला त्या अथांग सागरातलं हिरवं बेट दिसलं. काठावरच्या फेसाळ लाटांतून समुद्र जणू आत वळत होता नि त्याचं स्वच्छ प्रकाशाचं अस्तर दिसत होतं. जणूकाही पातळ राइसपेपरचा मोठा तुकडाच! त्याच्या कडा जणू लाल निखाऱ्यांच्या ओळी. कधीही त्यांतून ज्वाळा निघतील अशा.

आकाशातून मी पुन्हा होडीतल्या 'मी'मध्ये परतलो. चेहऱ्यावर समुद्राच्या लाटांनी मारलेला फवारा जाणवला. ते अजूनही समुद्राकडे टक लावून बघत होते. डोळे उघडे होते, पण पाहत नव्हते.

आकाशात शांतता पसरली. वारा थांबला. समुद्र शांत झाला. मी वल्हवत राहिला; बेटाच्या जवळ जात राहिलो. होडीच्या मागे फरा किंवा फेससुद्धा उमटत नव्हता. काळाचा संगम हलत होता, गुंतत होता, एकत्र येत होता, अलग होत होता; पण विभक्त होत नव्हता. मनाच्या या फाटण्याला एंडो-सान आणि मी दोघंही काही प्रमाणात कारणीभूत होतो याची मला जाणीव होती.

इतक्यात किनाऱ्यावर एक लाट येऊन फुटल्याचा आवाज आला आणि काळ पुढे चालू लागला. आम्ही 'दाताच्या खडकांच्या' पुढे आलो होतो आणि लाटांनी हळुवारपणे पुढे ढकलले जात होतो. चुनखडीत सुरी शिरावी तशी खरखर करत होडी वाळूत घुसली. मी उतरून ती किनाऱ्यावर वरपर्यंत खेचून आणली. एंडो-साननी मऊ वाळूत पाऊल टाकलं.

आम्ही बांबूच्या बेटाला वळसा घालून दगडी पायवाटेने वर गेलो. झाडांमध्ये पक्ष्यांचं वृंदगान चालू होतं. ते थांबले. "ऐक." ते हळूच बोलले, "त्याची उणीव मला किती जाणवली!"

होडीवर असताना काय झालं होतं, ते गूढ मौन वगैरे, ते मला त्यांना विचारायचं होतं; परंतु मी एक अक्षरही उच्चारण्यापूर्वीच त्यांनी बोटं वर करून मला थांबवलं, "मला माहीत नाही." ते म्हणाले, "या जगात ज्यांचं स्पष्टीकरण देता येत नाही अशा अनेक गोष्टी आहेत, हे मान्य कर म्हणजे जगणं समजू लागेल. तोच जीवनातला विरोधाभास आहे आणि तेच जीवनाचं सौंदर्यही आहे."

आम्ही त्यांच्या घराकडे गेलो आणि त्याचं साधं सौंदर्य पुन्हा माझ्या मनात भरलं. एंडो-सान एकदा मला म्हणाले होते की, ते आयकीजीत्सुतल्या हालचालींप्रमाणे बांधलं होतं. त्याचा अर्थ मला आता समजला. बळकट पायांवर उभं, परिणामकारक, काव्यमय, सृष्टीशी पूर्णपणे समन्वित असं!

आम्ही दरवाजा सरकवून उघडला. आतला ओलसर बुरशीचा वास आणि स्पर्श जाणवला. प्रत्येक पृष्ठभागावर धुळीचा हलका थर होता. जनरल अर्स्काइनच्या लोकांना ही जागा सापडली नव्हती याचं मला समाधान वाटलं. एंडो-सान कपाटाकडे गेले आणि वाकले. त्यांनी दोन्ही हात आदरपूर्वक पसरले आणि माझी नागामित्सू तलवार तिच्या स्टँडवरून उचलली. तिथे ते एकच हत्यार होतं. त्यांची तलवार कुठे असावी असा प्रश्न माझ्या मनात आला.

त्यांनी कटाना थोडीशी बाहेर काढली आणि मला तिच्यातून एक निःश्वास, एक हुंकार ऐकू आला. घरातल्या अंधारातसुद्धा तिच्यावर उन्हाचा एक किरण पडून त्याने घर उजळून टाकलं. त्यांनी ती पुन्हा म्यानात घातली आणि माझ्यापुढच्या चटईवर ठेवली.

आम्ही कपडे बदलून आमचे सुती गी आणि काळे हकामा घातले. कमरेभोवती शास्त्रोक्त पद्धतीने गाठी लपेटत बंद बांधले. हकामाची मागची बाजू खोचल्यामुळे मी आपोआपच सरळ ताठ उभा राहिलो. मी माझी नागामित्सू तलवार उचलली. एंडो-सानच्या तलवारीची बहीण. एकाच कारागिराने बनवलेली. वजनाला हलकी. एंडो-सानने केलं त्याप्रमाणे मीही ती इंचभर बाहेर काढली. खोलीतल्या अंधूक उजेडातही ती चमकली. मी ती पुन्हा म्यानात ढकलली. जराही आवाज न होता ती आत सरकली.

आम्ही नेहमी सराव करायचो त्या वाळूच्या 'आखाड्या'वर आम्ही गेलो. तिथे घेतलेल्या धड्यांनीच मला सर्व शिकवलं होतं, पण त्याहून मोठी किंमतही वसूल केली होती. त्या ओलसर वाळूवर पाय ठेवताच गतस्मृती जाग्या झाल्या आणि मला आता जे करायचं होतं त्याच्या प्रचंडत्वाची जाणीव होऊन जणू मोठा आघात माझ्यावर झाला.

"मला हे करता येणार नाही." मी म्हणालो.

ते संतापले, "तू आता लहान मूल नाहीस. ज्या दिवशी तू माझा शिष्य झालास त्या दिवशी लहानपण संपलं." त्यांनी एक निराशापूर्ण थकलेला निःश्वास सोडला, "ते आवश्यक आहे. ते तू करू शकला नाहीस, तर आपल्याला पुन्हा एकदा त्याच दुःख आणि क्लेशाच्या चक्रातून जावं लागेल. तू माझा घात केलास असं होईल." ते वाळूत गुडघे टेकून बसले आणि त्यांची ओळख झाल्यापासून प्रथमच ते हरल्यासारखे दिसले.

मी तलवार हातात धरली आणि बराच वेळ तसाच स्तब्ध उभा राहिलो. पेनांग हिलवर आम्ही घालवलेला तो दिवस मला आठवला. ते तिथे म्हणाले होते ते बरोबर होतं. त्यांच्यावर आणखी थोडा विश्वास ठेवून पुढच्या आयुष्यात पदार्पण करणं भाग होतं.

मी घरात जाऊन एक टॉवेल घेऊन आलो. मी त्यांच्यापुढे गुडघे टेकून बसलो. त्यांचा चेहरा पुसला. उन्हाला ढगांच्या फटीतून वाट मिळाली होती. देवदूतांच्या अस्थींप्रमाणे वाळू चमकत होती.

त्यांनी मूठभर वाळू उचलली नि वाऱ्यावर सोडली. ''शिरासू'' ते कुजबुजले. जणू निसटणाऱ्या वाळूलाच त्यांनी वाचा दिली.

माझं पुसणं झाल्यावर त्यांनी माझ्या चेहऱ्याला स्पर्श केला.

''तुम्हाला खूप सांगायचं आहे.'' मी बोलायला सुरुवात केली, पण त्यांनी थांबवलं.

''इतक्या काळानंतर आपल्यात बोलायला शब्दांची गरज आहे असं तुला वाटतं?'' त्यांनी विचारलं.

मी मान हलवली. त्यांनी मला त्यांच्याकडे ओढलं आणि घट्ट मिठीत धरलं. मग माझं डोकं थोपटत माझ्या गालांचं चुंबन घेतलं. मला त्यांचा प्रत्येक स्पर्श, प्रत्येक गंध साठवून घ्यायचा होता. मी प्रयत्न केला, पण फार कठीण होतं ते. त्यांच्या गंधाने मी माझी छाती भरली. त्यांचा स्पर्श साठवण्यासाठी मी माझ्या त्वचेची सर्व रंध्रं उघडली; पण सर्व व्यर्थ होतं!

त्यांनी मला हळूच दूर ढकललं. ''जाऊ दे.'' ते म्हणाले, ''जाऊ दे मला.''

त्यांचं बरोबर होतं. मी त्यांना सोडलं. मी तलवार उचलली आणि जुन्या हप्पो पवित्र्यात गेलो. त्यांनी डोळे मिटले नि ते गुणगुणले,

''मित्र, निरोप घेत आहेत. कायमचा
जंगली बदकं ढगात हरवलेली.''

माझ्या हाताची थरथर थांबली. त्यांनी मला स्तब्ध राहण्यात मदत केली. मला सूचना देत राहिले. मी एका अतिशुद्ध, अतिस्पष्ट अशा भावनेने भारलो. माझ्यात एक सोनेरी प्रकाश गुंजन करू लागला आणि तो तलवारीच्या टोकापर्यंत पोहोचला. मी डोळे बंद करून त्या अनुभवाचा आनंद घेतला. डोळे उघडले. त्यांचं मंद स्मित दिसलं आणि त्यांच्या डोळ्यांत मी अखेरचं बघितलं.

एंडो-सान म्हणाले ते बरोबर होतं. शेवटी काळाच्या, स्मृतींच्या पलीकडे जाणाऱ्या सहप्रवाशांना शब्दांची गरज नसते.

२२

अखेरीस माझी कथा संपली. मी जडपणे उभा राहिलो. मी थांबलो होतो; माझं शरीर, हाडं, मन.

"तुम्ही त्याचा अपेक्षाभंग केला नाही." मिचिको म्हणाली. तिच्या गालांवर अश्रू चमकत होते.

मी उत्तर देऊ शकलो नाही. मी तलवार साफ करून म्यानात ठेवली आणि त्यांच्या देहाशेजारी गुडघे टेकून बसलो तेव्हा आपण एंडो-सानची निराशा केली नाही, याचा मला दिलासा वाटला. शेवटी असा प्रसंग पेलायला त्यांनीच मला तयार केलं होतं आणि मी तो यशस्वीपणे पेलावा हीच त्यांची अपेक्षा होती; पण जशी वर्षं गेली तशी ही निश्चितता जरा डळमळू लागली आणि कसूर केल्याची भावना डोकवू लागली.

"तुम्ही माझ्यासाठीसुद्धा ते कराल?" मला गप्प बघून ती बोलली.

ती असं काही विचारेल हे मला अपेक्षित नव्हतं त्यामुळे मी हातातला कप साफ करण्याचा बहाणा करत दूर सरलो, "मी नाही करणार."

तिला आश्चर्य वाटलं, "का?"

मला अशा कोंडीत आणल्याबद्दल मला तिचा राग आला. "मी तुम्हाला एंडो-सानच्या जीवनाबद्दल जे सांगितलं त्यावरून तुम्हाला काहीच लक्षात आलेलं नाही?"

"त्यावरून मला असं लक्षात आलं आहे की, मित्रांकरता, तुम्हाला ज्यांच्याविषयी प्रेम वाटतं अशा माणसांकरता तुम्ही परमोच्च कर्तव्य पार पाडाल."

मी मान हलवली. "मला जे करायला सांगितलं होतं ते मी पुन्हा कधीही करणार नाही. असा एकही दिवस जात नाही की, मी जे केलं त्याचा मला पश्चात्ताप होत नाही."

"तुमच्यापुढे पर्याय नव्हता. सर्वकाही खूप पूर्वी ठरलेलं होतं. त्याचा स्वीकार करा. एंडो-सानने केला, तुमच्या आजोबांनी केला."

"मी ते मान्य करू शकत नाही. ते फार सोपं आहे. मार्गाची निवड करण्याची क्षमता प्रत्येकात असते. मी तर चुकीच्या पर्यायांची मालिकाच निवडली आणि त्या सगळ्याचा शेवट इथं, या बेटावर झाला; एंडो-साननी माझ्यापुढे गुडघे टेकण्याने."

"तुमच्यापुढे दोन रस्ते होते आणि ते तुम्ही त्यांच्यावर पाऊल टाकण्यापूर्वीपासून अस्तित्वात होते. ख्रिश्चनांचा देव सांगत नाही का –

'माझ्यासारखा दुसरा कोणी नाही. सुरुवातीपासूनच अंताची गोष्ट करणारा, पूर्वीपासून कोणत्या गोष्टी राहून गेल्या ते सांगणारा.'"

"कधी ऐकलं नव्हतं." मी म्हणालो.

"इसाया, प्रकरण ४६ श्लोक १०." ती ठामपणे म्हणाली, "तो पुढे म्हणतो, 'माझी बुद्धी जागृत राहील, मी योग्य करेन... मी सांगितलं आहे ते घडेल असं मी बघेन, मी उद्दिष्ट ठरवलं आहे. मी ते पुरं करेन.' "

मी पॉलोनिया लाकडाच्या कोरीवकाम केलेल्या पेटीकडे गेलो. तिचं झाकण उघडलं. तिच्यात कापडात गुंडाळलेलं एक बंडल होतं ते बाहेर काढलं आणि त्याच्या दोऱ्या सोडल्या. त्यात माझी नागामित्सू तलवार निद्रिस्त होती. ती जेवढी अमूल्य होती तेवढी अमूल्य दिसतही होती. मी ती मिचिकोकडे घेऊन गेलो आणि तिच्यापुढे गुडघे टेकून बसलो.

"त्या दिवसानंतर मी ही वापरलेली नाही." मी म्हणालो, "आणि तरीही तिच्या अस्तित्वाची रोज जाणीव असते. एक-दोनदा तर ती होडीतून घेऊन जाऊन सागराला अर्पण करावी असं वाटलं."

"मग अजून ठेवली का आहे?"

"कारण भीती वाटली." मी म्हणालो आणि थांबलो. बळेच पुढे म्हणालो, "मी त्यांना विसरलो तर? जे काही होऊन गेलं ते विसरलो तर?" मी बोललो त्याने स्पष्टता होत नव्हती याची जाणीव होऊन मी उद्वेगाने मूठ घट्ट मिटली.

तिने हळुवारपणे मान डोलवून मला काय म्हणायचं होतं ते समजल्याचं सूचित केलं. "तुम्ही विसरणार नाही. त्याला शक्य असलेली सर्वांत मोठी भेट त्याने तुम्हाला दिली. त्याला येत होतं ते सर्व शिकवलं, तुम्हाला बलवान बनवलं. आयुष्यभर सुरक्षित ठेवलं, आयुष्यभर." शेवटच्या शब्दावर जोर देत ती म्हणाली.

मी तलवारीची मूठ थोपटत तिचं म्हणणं समजावून घ्यायचा प्रयत्न केला.

"तुम्हाला पहिल्यांदा 'उकेमी' कशी करावी हे दाखवताना तो काय म्हणाला होता ते आठवतं?" ती पुढे म्हणाली, "तो म्हणाला होता की, मी तुला पाडलं, तर तुला निदान सुरक्षितपणे पडून आणि पुन्हा उभं राहून स्वतःचं संरक्षण तरी करता येईल."

तशा स्थितीतसुद्धा मला तिच्या स्मरणशक्तीचं कौतुक वाटलं. मी जे जे बोललो ते तिला आठवत होतं.

"तो त्याने तुम्हाला दिलेला वारसा आहे. तुमची अपराधीपणाची भावना, वेदना, दु:ख हे नव्हे." तिने खरं तेच सांगितलं. मला ते आतापर्यंत दिसलं नव्हतं, पण आता माझे डोळे पुन्हा उघडले.

तिने माझे हात तिच्या हातात घेतले, "तुम्ही तुमच्या बहिणीला सांगितलं ते आठवत नाही? 'मन विसरतं पण हृदय नेहमी लक्षात ठेवतं आणि हृदयाची आठवण म्हणजे प्रेम. नाही का?"

आधी हे काय आहे ते मला कळेना. डोळ्यांतून दमट गरम हवा येत होती, पण त्यामुळे तिथली त्वचा गार होत होती. आणि ते अश्रू आहेत हे लक्षात आल्यावर नेहमीच्या अंगी बाणलेल्या सवयी आणि शिस्तीमुळे मी ते थांबवायचा प्रयत्न केला. डोळ्यांच्या कडांवर थांबवून पडू न देण्याचा प्रयत्न केला. मिचिकोने माझी ही धडपड बघितली आणि तिचे दोन्ही हात माझ्या चेहऱ्याकडे आले. अंगठ्याने तिने अश्रूंना वाट करून दिली. मला बरं वाटलं आणि मग ते येतच राहिले.

मी आवाज न करता इस्तानाच्या बागेतल्या पुतळ्याप्रमाणे उभा राहिलो. आता साठलेलं सर्व दु:ख वाहून जात होतं, त्याबरोबरच काही विसरल्या असत्या अशा आठवणी, काही स्वप्नं सर्वकाही होतं. मी पावलं उंचावली. गादीवर पडल्या पडल्याच मिचिकोने माझा हात धरला.

माझी समजूत चुकीची होती; वजन हलकं होऊ शकतं, ओझं कमी होऊ शकतं. मी पुन्हा डोळे बंद केले; खूप वेळ. आता अश्रू येणार नव्हते, हे मला माहीत होतं.

ती कष्टाने उभी राहिली. ती एकेकाळी आणि आताही सुंदर होती; पण आजाराने आपला ठसा तिच्यावर उमटवला होता. आजाराशी ती झगडत आली होती; पण त्याचा आता तिला कंटाळा आला असावा.

तिने एंडो-सानची कटाना बाहेर काढली आणि माझ्या कटानाशेजारी ठेवली. "ही जोडी नेहमी एकत्र राहायला हवी." केविलवाणं स्मित करत ती म्हणाली, "तेच त्यांचं विधिलिखित आहे."

तिचं म्हणणं बरोबर होतं. मी माझी तलवार इतकी वर्षं का जपून ठेवली होती, याचं खरं कारण मला आता उमगलं होतं. मी दोन्ही तलवारी एकमेकांजवळ सरकवल्या . ढग आणि उजेड, सावली आणि ऊन.

तिने एंडो-सानचं पत्र तातामीवर ठेवलं. त्या पत्रामुळे ती माझ्याकडे आली होती. "तुम्ही हे वाचलेलं नाही."

मी त्याच्याकडे इतका वेळ नुसता एकटक बघत बसलो की, अखेरीस त्याच्याखालची तातामी हलत आहे असा भास होऊ लागला. मी दृष्टी दुसरीकडे वळवली नि अखेरीस म्हणालो, "त्यात काय आहे हे जाणून घ्यायची इच्छा नाही मला. मला वाटतं मी आता त्यांना जाऊ द्यावं, मुक्त करावं."

मी मिचिकोला दरवाजाकडे जायला मदत केली. ती चौकटीला टेकून उभी राहिली. मी झाडाखाली जिथे एंडो-साननना पुरलं होतं ती जागा तिला दाखवली. ''मी तिथे कोणतीच खूण किंवा दगड ठेवला नाही. मी गेल्यानंतर ते कुठे आहेत हे कोणालाच कळणार नाही.''

तिने त्या थडग्याकडे दृष्टी टाकली आणि क्षणभर 'भाकऱ्या' खेळताना जसा पाण्याच्या शांत पृष्ठभागावरून चपटा दगड उडत जातो तशी एंडो-सानवरची तिच्या प्रेमाची आठवण मला दिसली.

तिला रडताना मी आधार दिला. आम्हाला एंडो-सानचं अस्तित्व जाणवलं. आम्हाला मिठी मारणाऱ्या त्यांच्या बाहूंचा स्पर्श जाणवला आणि पन्नास वर्षांपूर्वी संपलेल्या युद्धानंतर प्रथमच आम्ही सर्व मुक्त झालो, शांत झालो, असं मला वाटलं. आता आम्हाला कोणीही इजा करू शकणार नव्हतं.

२३

मलायावरचा जपानचा कब्जा संपला त्याला पन्नास वर्षं पुरी झाली म्हणून पेनांग हिस्टॉरिकल सोसायटीने पेनांगच्या राज्यपालांच्या निवासस्थानी एक समारंभ आयोजित केला होता. त्याचं आमंत्रण मी स्वीकारलं. स्वातंत्र्य मिळाल्यावर १९५७ पासून राज्यपाल या पदावर मलायी आणि चिनी व्यक्तींच्या नेमणुका झाल्या होत्या. ब्रिटिशांच्या वेळचे दिवस आता केवळ स्मृतींमध्ये शिल्लक होते.

समारंभाच्या काही दिवस आधी सोसायटीच्या सचिव बाईंनी मला फोन केला आणि युद्धातलं एखादं स्मृतिचिन्ह आपण देणगी म्हणून देऊ शकाल का म्हणून विचारलं. मी प्रयत्न करेन असं आश्वासन दिलं.

अॅडीलला आणि हटन अँड सन्सच्या इतर कर्मचाऱ्यांना मी सांगितलं की, कंपनी विकत घेण्यासाठी योग्य ग्राहक मिळालेला आहे आणि त्याच्याशी झालेल्या करारात खास घातलेल्या अटीनुसार सर्वांच्या नोकऱ्या सुरक्षित राहतील. युद्ध संपल्यावर रोनाल्ड क्रॉस ऑस्ट्रेलियातून परतला नि त्याने हेन्री क्रॉसकडून एम्पायर ट्रेडिंगची सूत्रं हातात घेतली. त्याला त्याच्या नातवंडांसाठी धंदा वाढवण्याची इच्छा होती. रोनाल्डचं पूर्ण आयुष्य पेनांगमध्ये गेलेलं असल्याने माझ्या पणजोबांच्या स्वप्नांशी ज्यांची नावं जोडली गेली आहेत अशा सर्व हटन कुटुंबीयांच्या स्मृतीचा मान रोनाल्ड राखेल याबद्दल मला खात्री होती.

माझं निवेदन झाल्यानंतर अॅडील माझ्या खोलीत आली आणि तिने मला मिठी मारली. ''मला तुमची उणीव फार भासेल.'' ती म्हणाली.

''तू आता निवृत्त व्हायला हवंस.'' मी म्हणालो. ती माझ्याहून फार लहान नव्हती.

''आणि मग काय करू? घरी बसून नातवंडं वाढवू?'' त्या विचारानेच तिला धडकी भरली आणि मी हसलो.

''व्यवहार पक्का व्हायला अनेक महिने लागतील. मी पेनांगमध्येच असणार, तुला माहीत आहे. मी कधीच सोडून जाणार नाही.'' मी म्हणालो, ''तू केव्हाही इस्तानावर येऊन भेटू शकतेस.''

ती मागे सरकली. ''इतक्या वर्षांत तुम्ही मला पहिल्यांदाच तुमच्या घरी यायचं आमंत्रण दिलंत.''

''मी ते आधीच द्यायला हवं होतं नाही?'' मी म्हणालो.

जे जे युद्धात लढले होते आणि सध्या हयात होते ते सर्व जण समारंभाला आले होते. अनोळखी लोकांची गर्दी होती. जुन्या ओळखीच्या लोकांना भेटावं, कदाचित ही शेवटचीच भेट असेल या भावनेने अनेक वृद्ध आले होते. लहानपणीच्या खोड्या, तारुण्यातली प्रेमप्रकरणं अशा गप्पा करताना आवाज चढत होते, हास्याचे फवारे उडत होते आणि अश्रूंमध्येही आनंद होता. मी बाबांचा 'केरीज'चा संग्रह त्यांच्या नावाने ऐतिहासिक समितीला भेट दिला होता, तो पुन्हा एकदा पाहत होतो. युद्धाशी संबंधित स्मृतिचिन्हं आणि कागदपत्रंही प्रदर्शनात मांडली होती. त्यांतल्या एका पुसट फोटोने माझं लक्ष वेधलं.

फोटोत जपानी ध्वज वर चढवला जात होता, कडक चेहऱ्याचे जपानी अधिकारी आणि एक तरुण युरोपीय माणूस – मुलगा वाटावा इतका तरुण – त्यांच्या रांगेत उभे होते. तो त्यांच्यात वेगळाच, हरवल्यासारखा दिसत होता, पण त्याच्या चेहऱ्यावर करारी भाव दिसत होते. तो मी होतो हे माझ्या लक्षात यायला काही सेकंद लागले. मी फोटोत एंडो-सानना शोधू लागलो, पण फार पूर्वीच त्यांचा फोटो त्यातून कापून टाकला असावा.

पेनांग ऐतिहासिक समितीच्या अध्यक्षांनी त्यांच्या जरा लांबलेल्या भाषणात 'मिस्टर फिलिप्स आर्मेनियस खू-हटन यांचे पेनांगचा वारसा जतन करत असल्याबद्दल आणि सोसायटीला काही अमूल्य शस्त्रे भेट दिल्याबद्दल' आभार मानले. माझं पूर्ण नाव उच्चारलं जावं अशी विनंती मी प्रथमच केली होती आणि तरीही नाव उच्चारलं गेल्यावर क्षणभर 'हे कोणाविषयी बोलत आहेत' अशा संभ्रमात मी पडलो. मी व्यासपीठावर जाऊन दोन्ही नागामित्सू तलवारी अध्यक्षांना सुपूर्द केल्या. दिव्यांच्या झगमगाटात त्या जरा जुनाट दिसत होत्या. कॅमेऱ्यांच्या दिव्यांचा झगमगाट झाला आणि मी मनातल्या मनात त्यांना निरोप दिला.

घरी परतल्यावर झोपण्याऐवजी मी माझ्या एकट्या उभ्या सुरूच्या झाडापाशी जाऊन उभा राहिलो. आजोबांनी दिलेली स्फटिकाची सुई, जी त्यांनी मला दिल्यापासून मी सतत अंगावर बाळगत असे, ती बाहेर काढली. ती थंड आणि फुलासारखी हलकी होती. ती तळहातात घेतली आणि माझ्या मनात जीवनाबद्दल विचार येऊ लागले; घडलेल्या घटना, भेटलेली माणसं.

'आजच्या समारंभात मी जपान्यांचा मित्र होतो' असं अजूनही मानणारे अनेक

जण होते, पण त्याचबरोबर मला 'असंख्य जीव वाचवण्यात मदत करणारा' म्हणून ओळखणारेही अनेक जण होते. शेवटी या साऱ्याला किती महत्त्व द्यायचं? माझ्याप्रमाणेच ते लोकसुद्धा लवकरच पूर्वस्मृतींच्या राखेत जाणार होते. हे जग सोडून जाणार होते.

ती ज्योतिषीण म्हणाली होती की, मला 'पावसाची देणगी' लाभलेली आहे. ती म्हणाली त्याचा अर्थ मला आता उमगला. ती बोलली तो वर नव्हता किंवा शापही नव्हता. पावसाप्रमाणे मीसुद्धा अनेक जणांच्या जीवनात दुःखाला कारणीभूत झालो होतो; पण जास्त करून पाऊस दिलासा, आधार, स्वच्छता आणि पुनर्निर्मितीसुद्धा आणतो; दुःख वाहून नेतो; नव्या जीवनासाठी उभारी देतो. आता म्हातारा झाल्यावर माझ्या मागोमाग पाऊस येतो आणि माझ्या प्रियजनांच्या आत्म्यांप्रमाणे मला सुखावतो.

आज संध्याकाळच्या समारंभात जेव्हा माझं नाव – मला प्रिय असलेलं, आई आणि आजोबा यांनी ठेवलेलं संपूर्ण नाव – प्रथमच उच्चारलं गेलं तेव्हा माझ्यात एक पटल्याची, संपूर्ण झाल्याची, समाधानाची भावना निर्माण झाली. ती आतापर्यंतच्या जीवनात कधीच नव्हती. चिनी कवीच्या स्वप्नातल्या फुलाच्या नाजूक पाकळीवर एखादं सुंदर फुलपाखरू अलगदपणे उतरावं तसाच या भावनेने माझ्या हृदयात कायमचा प्रवेश केला आणि माझ्या स्वप्नाळू मनात घुमणारे आवाज तिने कायमचे शांत केले.

रात्र इतकी अंधारी होती की, आकाश चांदण्यांनी भरलेलं असूनसुद्धा समुद्र आकाशाशी कुठे हातमिळवणी करत होता ते दिसत नव्हतं. एंडो-सानचं बेट शांत होतं, माझ्या जन्मापूर्वीपासून बघत होतं, तसंच आताही माझी वाट बघत होतं. दिवस तिथे घालवायची वेळ आली आहे, हे मी ओळखलं होतं आणि त्याकडेच डोळे लावून बसलो होतो.

"मला तुमची होडी हवी आहे."

आमची या जगात प्रथम भेट झाली तो क्षण माझ्या डोळ्यांपुढे आला. माझ्या आयुष्यात आल्याबद्दल मी त्यांना दोष देऊ शकत नव्हतो आणि आयुष्यातून निघून जाण्याबद्दल, मी युद्धकाळात ज्या निवडी केल्या, जे काही केलं त्याच्या परिणामांना तोंड देण्यासाठी मला एकटं सोडून गेले याबद्दलसुद्धा मी त्यांना दोष देऊ शकत नव्हतो.

यातलं सत्य मनावर बिंबवण्यासाठी आजोबांनी मला त्या विस्मृत सम्राटाची गोष्ट सांगितली होती. पूर्वसूचना असूनसुद्धा आमची आयुष्यं पूर्वी जे लिहून ठेवलं होतं त्या दिशेनेच गेली आणि यातलं काहीच कोणीही बदलू शकलं नसतं.

मिचिकोच्या मृत्यूनंतर मी आजोबांच्या बोलण्यावर विचार केला आणि मला असं वाटलं की, 'एखाद्याच्या नशिबात जे लिहून ठेवलेलं असतं ते अटळ असतं' असं

त्यांचं जे म्हणणं होतं ते पूर्णपणे बरोबर नव्हतं. मी जरी आता हे मान्य करतो की, आपल्या जीवनाचा मार्ग आपल्या जन्माच्या खूप आधीच ठरलेला असतो, तरीपण मला असं वाटतं की, आपल्या जीवनाचा मार्ग ठरवणाऱ्या ज्या खुणा लिहून ठेवलेल्या असतात त्या म्हणजे आपल्या हृदयात आधीचं जे आहे तेच असतं, दुसरं काही नाही. आणि एंडो-सान, तनाका, मिचिको, कोन, मी स्वत:, माझे मृत कुटुंबीय; आम्ही सर्व प्रेम वाटण्याजोगे, आठवण ठेवावी असे होतो. हे गुण, या क्षमता हीच आमची सर्वांत मोठी भेट नाही का? आपण आपल्या मनातल्या इच्छा, आठवणी यांच्या आधारे जगायचं. याहून वेगळं काही आपण करूच शकत नाही.

आणि हाच जीवनाचा उद्देश नाही का? आजोबांना ऐकू जाईल अशा आशेने मी कुजबुजलो.

वाऱ्याबरोबर झाडाचा मंद सुगंध आला, माझी बोटं आजोबांच्या सुईभोवती लपेटली, मन हलकं होऊन आतापर्यंत कधी नव्हतं इतक्या उंचीवर जाऊन बसलं. ही भावना आता मला सोडून जाणार नाही याची मला खात्री आहे.

Contact : ✆ 020-24476924 / 24460313
Website : www.mehtapublishinghouse.com
info@mehtapublishinghouse.com
production@mehtapublishinghouse.com
sales@mehtapublishinghouse.com